॥ अन्नपुराण ॥

आयुर्वेदिक • आधुनिक

डॉ. अरविंद लिमये

मेहता पब्लिशिंग हाऊस

ANNAPURAN-AAYURVEDIC AADHUNIK by Dr. ARVIND LIMAYE

अन्नपुराण–आयुर्वेदिक आधुनिक / आरोग्य व माहितीपर

डॉ. अरविंद लिमये

B.A.M. & S. (Pune), L.C.P. & S. (Mumbai)

F.F.A.M. (Anaesthesia)

बी-१, शशिकिरण अपार्टमेंट, अशोक पथ, लॉ कॉलेज रोड,

पुणे - ४११००४. ✆ ०२०-२५४६१९१७

Email : author@mehtapublishinghouse.com

प्रकाशक : सुनील अनिल मेहता, मेहता पब्लिशिंग हाऊस,
१९४१, सदाशिव पेठ, माडीवाले कॉलनी, पुणे – ४११०३०.

मुखपृष्ठ : चंद्रमोहन कुलकर्णी

प्रकाशनकाल : सप्टेंबर, २००७ /
मेहता पब्लिशिंग हाऊस यांची दुसरी आवृत्ती : नोव्हेंबर, २०१० /
सप्टेंबर, २०१२ / एप्रिल, २०१६ /
सुधारित आवृत्ती : मे, २०१९

P Book ISBN 9788184981735

E Book ISBN 9789387319738

E Books available on : play.google.com/store/books
www.amazon.in
https://books.apple.com

सूचना : आहारद्रव्यांचा औषध म्हणून उपयोग वैद्यकीय मार्गदर्शनाखालीच करावा, स्वत:च्या मनाने औषधे घेऊ नयेत.

कै. वैद्य विनायक गणेश लिमये, कै. डॉ.भास्कर विनायक लिमये, मी स्वत: आणि डॉ.सौ. मेधा अशा आमच्या तीन पिढ्या रायगड जिल्ह्यातील, पनवेल येथे साठ वर्षे वैद्यकीय व्यवसायात कार्यरत होत्या. या काळात आमच्या कुटुंबाचा पनवेल आणि आसपासच्या परिसरात वैद्य-रुग्ण संबंधातून सर्वसामान्य जनतेशी संपर्क आला आणि त्यांच्याशी मैत्रीचे संबंध निर्माण झाले.

१९९९ साली निवृत्त होऊन उभयता पुण्यात राहण्यास आलो, तरी हे ऋणानुबंध तसेच राहिले. या रुग्णांच्या प्रेम आणि प्रोत्साहनामुळे आमची प्रगती आणि विकास झाला.

अशा असंख्य ज्ञात आणि अज्ञात रुग्णांस हे सस्नेह अर्पण.

– डॉ. अरविंद लिमये

मनोगत

आम्ही उभयतांनी १९६४ साली, पनवेल येथे 'लिमये हॉस्पिटल'मध्ये वैद्यकीय व्यवसायास सुरुवात केली. इंटिग्रेटेड पदवीधर असल्याने, आयुर्वेद आणि आधुनिक या दोन्ही शास्त्रांचा विचार करून, आम्ही चिकित्सा करत असू.

मी फिजिशियन आणि संमोहनतज्ज्ञ या दोन भूमिका पार पाडत असे. शस्त्रकर्मापूर्वी स्त्री-पुरुषांचे रिपोर्ट बघून त्यातील त्रुटींवर चिकित्सा करणे आणि आहार-नियोजन समजावून देणे ही जबाबदारी माझी होती. १९६६ साली डॉ.अँटीया आणि डॉ.अब्राहम यांचे 'क्लिनिकल डायेटेटिक्स आणि न्यूट्रीशन' हे पुस्तक प्रकाशित झाले आणि माझ्यासारख्यांना आधारच झाला.

कालप्रवाहात १९९९ साली निवृत्त होऊन, पुणे येथे आम्ही स्थायिक झालो. शेठ ताराचंद रामनाथ रुग्णालयात, म्हणजेच माझ्या मातृसंस्थेत मानद संमोहनतज्ज्ञ म्हणून मी काम करू लागलो. परत विद्यार्थ्यांना शिकवणे आणि दोन्ही तत्त्वज्ञानांचा अभ्यासही सुरू झाला. जीवनाची 'सेकंड इनिंग' सुरू झाली.

२००१ साली डॉ. जगदीश हिरेमठ यांच्या पुना हॉस्पिटलमधील 'डी.ओ.आर.एच.' या उपक्रमात आम्ही दोघे प्रशिक्षणार्थी म्हणून सहभागी झालो होतो. ५० ते ७५ वयोगटातील साठ स्त्री-पुरुषांचा आमचा गट होता. रोज व्यायाम, योगासने शिकवली जात आणि शनिवारी प्रबोधनासाठी तज्ज्ञांची भाषणे होतं. सर्व सहाध्यायांच्या आग्रहामुळे 'हृदरोग व मधुमेह' याबद्दल आयुर्वेदिक विचार आणि आधुनिक विज्ञान याची तुलना, या विषयावर माझे भाषण झाले होते. या माझ्या भाषणास पुणेकरांनी उदंड प्रतिसाद दिला होता. खरोखर डॉ. जगदीश हिरेमठ यांनी सर्व पॅथींच्या तज्ज्ञांना हे एक व्यासपीठच उपलब्ध करून दिले होते. त्यानंतर आहार नियोजनासाठी, पुण्यातील नागरिक संपर्क साधू लागले.

आमच्या 'डी.ओ.आर.एच.' कोर्समधील श्री. सोहनी आणि श्री. मारणे यांनी मी पुस्तक लिहावे अशी इच्छा प्रदर्शित केली. कुटुंबाच्या स्नेही सौ. सुजाता करमरकर यांनी भाषण ऐकल्यावर, पुस्तक लिहिण्याचा आग्रह

केला. या तिघांनी पाठपुरावाही केला आणि त्याचेच हे फलित आहे.

वैद्यकीय विद्यार्थ्यांना शास्त्रीय भाषेत शिकवणे, हे सोपे काम आहे. पण भारतीय गृहिणींना आणि विद्यार्थ्यांना समजेल आणि उपयोगी पडेल अशा सोप्या मराठी भाषेत पुस्तक लिहिणे कठीण आहे याची प्रचीती आली.

आहारद्रव्यांचे आयुर्वेदिक वर्णन करताना, प्रत्येक द्रव्याचा श्लोक आणि 'रस-विपाक-वीर्य' प्रथम वर्णन केले आहे आणि नंतर इतर माहिती दिली आहे. परदेशातून आहारात आलेली द्रव्ये उदा. सेलरी, ब्रोकोली, ऑलिव्ह ऑइल इत्यादी द्रव्यांचे 'रस-विपाक-वीर्य' ग्रंथात सापडत नाहीत. भारतातील द्रव्यगुण आणि स्वस्थवृत्ताचे निरनिराळ्या संस्थांतील प्राध्यापक, अनुक्त द्रव्यांचे 'रस-विपाक-वीर्य' ठरवून ही उणीव भरून काढतील याची खात्री आहे.

चरककालीही निरनिराळे अन्नपदार्थ भोजनात बनविले जात असत. त्याचे चरकसंहितेत 'कृतान्नवर्ग' या विभागात वर्णन आहे. 'क्षेमकुतूहल' या ग्रंथातही पाककृतींचे वर्णन आहे. एकविसाव्या शतकात आपल्या आवडी-निवडीप्रमाणे आणि परंपरेने अन्न बनविले जाते. आहारद्रव्यांचे गुणधर्म सांगण्याचे काम मी केले आहे. पाककृती प्रत्येकाच्या आवडीप्रमाणे ठरतील. कोणी ताकातील पालक करतील, तर कोणी पालक-पनीर बनवेल.

आधुनिक पृथक्करणे लिहिताना 'न्यूट्रीटिव्ह व्हॅल्यू ऑफ इंडियन फूड्स' या पुस्तकाचा संदर्भग्रंथ म्हणून वापर केला आहे. काही आहारद्रव्यांची आधुनिक पृथक्करणे मिळत नाहीत. त्यामुळे ती देता आली नाहीत. दोन्ही तत्त्वज्ञानं नि:पक्षपातीपणे आपणासमोर मांडली आहेत. प्रत्येक शास्त्राला मर्यादा असतातच.

रुग्णाला रोगमुक्त करणे, हे वैद्य किंवा डॉक्टरचे आद्य कर्तव्य आहे. प्रत्येक पॅथीतील चांगले विचार उचलून घेण्यासाठी, निरनिराळ्या शास्त्रांचा अभ्यास करणे हे जरूर आहे. त्यामुळे वैद्याला त्याचे शास्त्र चांगले समजेल आणि तो पारंगत होऊन रुग्णाला रोगमुक्त करील, अशी इच्छा सुश्रुताचार्यांनी व्यक्त केली आहे.

एकं शास्त्रं अधीयानो। न विद्यात् शास्त्र निश्चयं।।
तस्मात् बहुश्रृतः शास्त्र। विजानीयात् चिकित्सकः।। (सुश्रुतसंहिता)

या पुस्तकातील कोणतीही चूक आपल्या ध्यानात आल्यास, कृपया कळविल्यास मी आपला ऋणी होईन.

ऋणनिर्देश

सुप्रसिद्ध हृदयरोगतज्ज्ञ डॉ. जगदीश हिरेमठ यांच्या प्रेरणेने, डॉ. सुहास परचुरे, डॉ. डोईफोडे, डॉ. भागवत, डॉ. पुराणिक आणि डॉ. गांगल या टिळक आयुर्वेद महाविद्यालयाच्या पदाधिकाऱ्यांनी आपुलकीने सहकार्य केले, तसेच डॉ. सौ. नेसरी, डॉ. मिहीर हजरनवीस, डॉ. नितीन नलावडे, डॉ. वेदांग वैद्य व डॉ. कु. पायल सेथी या सर्वांनी मोलाचा मदत केल्याने आणि ग्रंथपालांनी विनम्र सेवा दिल्याने, आयुर्वेदिक ग्रंथांचा अखंड पुरवठा होऊ शकला आणि माझे पुस्तक लिहिण्याचे काम सोपे झाले.

डॉ. य. गो. जोशी, डॉ. मर्दा, डॉ. बावडेकर यांनीही वेळोवेळी मदत केली. श्री. अप्पा सोहोनी यांचा उल्लेख केल्याशिवाय पुढे जाताच येत नाही.

आहारतज्ज्ञ मेघना कुलकर्णी यांनीही आहारावरील पुस्तके वाचण्यास उपलब्ध करून दिली.

'उद्यान विशेषज्ञ' डॉ. अ. श. नाफडे यांनी परदेशातून आलेल्या आणि हल्ली प्रचलित असलेल्या भाज्यांची माहिती दिली.

माझे पनवेलचे बालमित्र, परेश एजन्सीचे चालक श्री. म. ह. भाटे यांनीही पुस्तके उपलब्ध केली.

ब्रिटिश कौन्सिल लायब्ररी आणि एस.एन.डी.टी. लायब्ररीमधील आधुनिक आहारशास्त्राची पुस्तके, आंतरराष्ट्रीय नियतकालिके वाचायला मिळाल्याने खरोखर ज्ञानाचा खजिनाच सापडला.

माझी पत्नी सौ. मेधा हिने प्रकाशनाची जबाबदारी उचलली. या सर्वांचा आणि ज्या ज्या मंडळींचा हातभार या पुस्तकाच्या निर्मितीसाठी लागला, त्या सर्वांचा गी आजन्म ऋणी आहे.

– डॉ. अरविंद भास्कर लिमये

द्वितीय आवृत्तीच्या निमित्ताने

प्रथमावृत्तीचे वाचकांनी चांगले स्वागत केले. प्रत्यक्ष भेटून, पत्ररूपाने किंवा दूरध्वनीवरून आपला अभिप्राय कळविला, काही सूचना केल्या आणि द्वितीय आवृत्तीसाठी नवीन प्रकरणे लिहिण्याची विनंती केली.

या पुस्तकामुळेच ''श्री. सद्गुरू रावसाहेब बाबामहाराज सहस्रबुद्धे समाधी मंदिरात'' प.पू.श्री. काकामहाराज यांची भेट झाली. यानंतरच श्री क्षेत्र डेरवण येथील, बी.के.एल. वालावलकर हॉस्पिटलमध्ये आहारविषयक भाषणे देण्याची संधी मिळाली. तेथे चाललेल्या कुपोषणाविरुद्धच्या कार्यामध्ये मदत करण्यामुळे 'गर्भवतीचा आहार', 'सूतिकेचा आहार' इत्यादी प्रकरणे लिहिली गेली.

अध्यात्मातील अधिकारी व्यक्ती श्रीमती डॉ.सुषमाताई वाटवे यांनी पुस्तक आवडले म्हणून प्रत्यक्ष भेटीस बोलावून, प्रेमाने शाबासकी दिली आणि पुस्तकाच्या प्रती खरेदी केल्या.

'मेहता पब्लिशिंग हाऊस'च्या श्री. सुनील अनिल मेहता यांनी दुसऱ्या आवृत्तीच्या प्रकाशनाची जबाबदारी उचलल्यामुळे, आमचे दोघांचे काम सोपे झाले, त्याबद्दल त्यांना धन्यवाद. तसेच त्यांच्या कार्यालयातील सर्व कर्मचाऱ्यांनी पुस्तक निर्मितीसाठी अथक प्रयत्न केले आणि मोलाच्या सूचनाही केल्या. सर्वांचा आणि ज्या ज्या मंडळींचा हातभार या आवृत्तीच्या निर्मितीस लागला, त्या सर्वांचा मी ऋणी आहे.

आयुष्यभर ईश्वराची आणि अध्यात्मातील अधिकारी व्यक्तींची कृपा, आम्हा उभयतांवर राहील हीच अपेक्षा!

– डॉ. अरविंद भास्कर लिमये

।। अन्नपुराण ।।
आयुर्वेदिक – आधुनिक

आयुर्वेदात वर्णन केलेली आहारतत्त्वे, अन्नपदार्थांचे विश्लेषण आणि आधुनिक शास्त्रातील संशोधनावर आधारित निष्कर्ष यांचा अतिशय सुरेख समन्वय, या आहारशास्त्रावरील पुस्तकात साधला आहे. सर्व माहिती सोप्या पण शास्त्रीय भाषेत दिल्यामुळे, पुस्तक वाचनीय झाले आहे. आरोग्य आणि आहार यांचा निकटचा संबंध, दोन्ही शास्त्रांच्या माध्यमातून उलगडून दाखविण्यात लेखक यशस्वी झाले आहेत.

हे पुस्तक म्हणजे, खाद्यपदार्थांच्या गुणात्मक माहितीचा खजिनाच आहे. विशेषत: रोजच्या आहारात या सर्व माहितीचा उपयोग होईल, अशा पद्धतीने मांडणी आणि भाषा असल्यामुळे रोजच्या रोज संदर्भग्रंथ म्हणून, सर्वांनाच वापरता येईल. उदा. रिफाईड ऑइल तयार करताना ते गरम केले जाते. त्यामुळे त्यामध्ये 'ट्रान्सफॅटी ॲसिड' असणार हे निश्चितच आहे.

दोन्ही दृष्टिकोनाचा सखोल अभ्यास करून, उत्कृष्ट संकलन केल्यामुळे या पुस्तकाला एक अधिकृत संदर्भग्रंथाचा दर्जा प्राप्त झाला आहे. हे 'अन्नपुराण' 'अन्नपूर्णेच्या थाळी'सारखे झाले आहे.

डॉ. अरविंद लिमये यांचे अभिनंदन!

डॉ. कुमुद नागराळ
इन्टिग्रेटेड फॅमिली फिजीशिअन
लेखक - आयुर्वेद फॉर मॉडर्न
मेडिकल प्रॅक्टिशनर'

डॉ. एस. आय. नागराळ
प्रसिद्ध सर्जन, माजी डेप्युटी
कॉरोनर, अध्यक्ष - एज्युकेशन
कमिटी (सी.सी.आय.एम.)

अभिप्राय

श्रीमती सुषमाताई वाटवे यांनी आग्रहाने सुचविल्यामुळे आणि सुमारे दोन वर्षांपूर्वी 'अन्नपुराण' ह्या गमतीशीर शीर्षकामुळे, डॉ.अरविंद भास्कर लिमये लिखित पुस्तकाची पहिली आवृत्ती खरेदी केली. पुस्तक खूप आवडले. डॉ.लिमये यांच्याशी फोनवर संपर्क साधला, काही महत्त्वाच्या मित्रांना आणि नातेवाइकांना देण्यासाठी आणखी प्रती घेतल्या.

गेल्या काही वर्षांपासून, आयुर्वेदाच्या बाबतीत जाणून घेण्याची उत्सुकता जनमानसांत वाढत आहे. बालाजी तांबे यांचे 'फॅमिली डॉक्टर'मधील लेख, स्वामी रामदेव यांचे 'आस्था' चॅनेलवरील कार्यक्रम यांचा परिणाम जाणवण्या इतका वाढला आहे. मात्र या संबंधित ज्ञानावर आधारलेली पुस्तके अजून विशेष उपलब्ध नाहीत. एकीकडे पाश्चात्त्य जगात आहाराचे सुपरिणाम आणि दुष्परिणाम, जीवनसत्वे, खनिजे, कॅलरीज इत्यादींवर धडाक्याने संशोधन चालू असून त्यावरील लेख आणि पुस्तके एका पाठोपाठ एक प्रसिद्ध होत असतात. मात्र ज्याकाळात जीवनसत्वे, खनिजे, ॲन्टी-ऑक्सिडन्ट्स, कॅलरीज, फायटो-केमिकल्स इत्यादी मूल्यांच्या कल्पना आजच्या अर्थाने अस्तित्वात नव्हत्या. त्या हजारो वर्षांपूर्वीच्या काळात सूक्ष्म निरीक्षण, चिकित्सक अभ्यास आणि अंत:स्फुरणाच्या सहाय्याने ऋषींनी आणि विद्वान वैद्यांनी आयुर्वेदांतील तत्त्वे विकसित केली. 'हितभुग्, मितभुग्, ऋतभुग्' हे सूत्र धरून, काटेकोर आहार-शास्त्राची बैठक घातली, त्याची समाजात चांगली घडी बसली होती. ब्रिटिश काळात आयुर्वेद पायापासून उखडण्याचा खटाटोप झाला आणि आपला समाज पिढ्यान्‌पिढ्या साहाय्यभूत होत आलेल्या त्या सहज सवयींपासून भरकटला.

आज स्वातंत्र्य मिळून ६० वर्षे होऊन गेली, पण या काळात आपला समाज घातक चंगळवादाकडे झुकतो आहे. पाश्चात्त्यांचे एक वैशिष्ट्य असे आहे, नवीन काही ज्ञात झाले की, त्यांचा समाज ते लगेच अमलात आणतो. आपण मात्र कित्येक गोष्टींचे दुष्परिणाम माहीत झाले तरी त्यांच्यापासून निवृत्त होऊ शकत नाही. त्यामुळेच अजूनही नको त्या गोष्टी, नको त्या प्रमाणात, नको त्या वेळी आपण आहारात घेऊन प्रज्ञापराध करत असतो. त्याच्या जोडीला आता स्पर्धात्मक अर्थकारण आणि जीवनाची गती

वाढल्याने येणारा विलक्षण ताण समाजात आहे. त्यामुळे तऱ्हेतऱ्हेचे आहारजन्य– लठ्ठपणापासून कॅन्सर पर्यंतचे आजार, मधुमेह, उच्च रक्तदाब, हृदय विकार आणि इतर मनोकायिक असे आजार वाढत आहेत. आहार आणि जीवनशैला सुधारल्यास या सर्व आजारांना मोठ्या प्रमाणात आळा बसेल.

त्यासाठी एकदा नव्हे, दोनदा नव्हे तर सातत्याने त्या संबंधीचे ज्ञान सहज-सोप्या भाषेत समाजापुढे मांडत राहिले पाहिजे. आहार शास्त्राचे पालन करूनही जीवनातील आनंदात कोठेही न्यून होणार नाही. हे सर्वांच्या लक्षात यायला हवे.

या दृष्टीने 'अन्नपुराण' या पुस्तकाचे महत्त्व अनन्यसाधारण आहे. विशेष म्हणजे पाश्चात्त्य आणि पौर्वात्य ज्ञानाची सुरेख सांगड या पुस्तकात आहे. दुर्बोध वाटणारी आयुर्वेदाची तत्त्वे सोप्या भाषेत स्पष्ट केलेली आहेत. पुस्तक अतिशय वाचनीय आणि मार्गदर्शक आहे. प्रत्येक घरात नित्य वापरासाठी संग्राह्य असे आहे.

इतक्या थोड्या कालावधीत पहिली आवृत्ती संपली. तिला समाजात पसंती मिळाली आणि नुकताच त्या पुस्तकाला 'दीर्घायु' पुरस्कार प्राप्त झाला.

पण एवढ्यावर समाधान न मानता, डॉ.लिमये यांनी आता ही दुसरी आवृत्ती तयार केली आहे. त्यामध्ये नवीन प्रकरणे घातली आहेत. 'गर्भवतीचा आहार', 'सूतिकेचा आहार', 'मातेच्या दुधाचे माहात्म्य', 'उपवास व लंघन या बाबतीत विशेष मार्गदर्शन', 'मधुमेहींसाठी आहार', 'तेल प्रकरणांचा अधिक माहितीपूर्ण विस्तार आणि फायटोस्टेरॉल बाबतीत विशेष माहिती' या सर्वांमुळे नवीन आवृत्ती आणखीनच सुंदर आणि माहितीपूर्ण झाले आहे.

ज्यांचेकडे आधीची आवृत्ती आहे. त्यांना सुद्धा नवी आवृत्ती आणखी माहिती देईल.

प्रत्येक घरात 'अगदी हवेच' आणि 'वापरावेच' अशा या पुस्तकाच्या निर्मितीबद्दल डॉ.लिमये यांचे विशेष अभिनंदन. डॉ.सौ. लिमये यासुद्धा स्वतः त्यात सहभागी आहेत त्यांचेही अभिनंदन.

या पुस्तकाला उत्तरोत्तर वाढती पसंती मिळो. अमराठी वाचकांसाठी गुजराथी आणि हिंदीमध्ये या ग्रंथाचे भाषांतर उपलब्ध व्हावे. तसेच नंतर गरजेप्रमाणे इतर भाषांचाही विचार व्हावा.

– डॉ.सौ. निर्मला मा. कोल्हटकर
एम. डी., डी. सी. पी. रिटायर्ड असो. प्रोफेसर,
पॅथॉलॉजी विभाग, बी.जे. मेडिकल कॉलेज, पुणे

– डॉ.माधव कोल्हटकर
एम. डी., एफ. आय. सी. पी.
रिटायर्ड प्रोफेसर ॲन्ड हेड, पॅथॉलॉजी विभाग,
ग्रॅन्ट मेडिकल कॉलेज, मुंबई

अनुक्रमणिका

प्रकरण ४ : तृणधान्ये

प्रकरण ५ : सुकामेवा

प्रकरण ६ : शाकवर्ग

प्रकरण ७ : फलवर्ग

प्रकरण १४ : मसाले

प्रकरण १५ : परदेशी मसाले

Please contact us at **Mehta Publishing House,** Pune 411030.
✆ +91 020-24476924 / 24460313
Email : production@mehtapublishinghouse.com
Website : www.mehtapublishinghouse.com

१

आयुर्वेदिक तत्त्वज्ञान

१. आयुर्वेदाचा उगम

साऱ्या विश्वातील मानवाच्या श्रेष्ठतम संस्कृतीचे प्रतीक म्हणून भारतीय वेदवाङ्‌मयाकडे निर्देश केला जातो. हे वेदवाङ्‌मय 'ऋग्वेद', 'यजुर्वेद', 'सामवेद' आणि 'अथर्ववेद' अशा चार वेदांत विभागलेले आहे. अथर्ववेदात दीर्घायुष्यासंबंधी वचन आहे –

पश्येम शरदः शतम्। जीवेम शरदः शतम्।
बुध्येम शरदः शतम्। रोहेम शरदः शतम्।
पूषेम शरदः शतम्। भूयसीः शरदः शतात्।

– (अथर्ववेद कांड १९ सूक्त ६७)

याचा अर्थ याप्रमाणे :

आम्ही शंभर शरद ऋतू पाहावे. आम्ही शंभर शरद ऋतू जगावे. आम्ही शंभर शरद ऋतू अनुभवावे. आम्ही शंभर शरद ऋतू उत्कर्ष पावावे. आम्ही शंभर शरद ऋतू पुष्ट व्हावे. असे शंभराहून अधिक शरद ऋतू असावे.

वेदांतील या वचनाचा अर्थ 'आम्ही शंभर वर्षे शरीर आणि मनाने निकोप आयुष्य जगावे' असा आहे. उत्कृष्ट तंदुरुस्ती (फिटनेस) असल्याशिवाय हे अशक्य आहे.

अथर्ववेदात आयुर्वेदशास्त्राचा उल्लेख अत्यंत विस्तारपूर्वक आढळतो. म्हणूनच 'आयुर्वेद' हा अथर्ववेदाचा उपवेद मानला जातो. "आयुष्याचा वेद म्हणजे आयुर्वेद."

आयुर्वेदाचा उद्देश वर्णन करताना –

'स्वस्थस्य स्वास्थ्यरक्षणं आतुरस्य व्याधिपरिमोक्षः'

असा दुहेरी वर्णन केला आहे. रोगी व्यक्तींचा रोगनाश या उद्देशापेक्षाही स्वस्थ मनुष्याचे 'स्वास्थ्यरक्षण' या उद्देशाला आयुर्वेदाने अग्रक्रम दिला आहे.

चरकाचार्यांनी आयुष्याची व्याख्या याप्रमाणे केली आहे –

'शरीरेन्द्रियसत्त्वात्मसंयोगो धारि जीवितम्।' शरीर, इंद्रिये, मन आणि आत्मा यांचा संयोग याला 'आयुष्य' असे म्हटले जाते. शरीराच्या आधाराने हा आत्मा म्हणजेच सचेतन जीवात्मा सुख-दुःख उपभोगतो. म्हणूनच शरीर सुदृढ राहणे महत्त्वाचे आहे.

सुदृढ शरीरासाठी आयुर्वेदात तीन उपस्तंभ (आधार) सांगितले आहेत. आपले शरीर – १) आहार २) निद्रा आणि ३) ब्रह्मचर्य या तीन आधारांवर आधारित आहे.

सर्वसामान्यांना आयुर्वेदिक तत्त्वज्ञानाची तोंडओळख करून दिल्याने 'आहार' म्हणजे आहारद्रव्यांचे आयुर्वेदिक विवेचन समजणे सोपे जाईल.

वैद्यकशास्त्राचे देव 'श्री धन्वंतरी' हे विश्वाचे धारण करणाऱ्या भगवान श्री विष्णूंचा अवतार आहे म्हणून त्यांचे प्रथम स्मरण करू या. देवांचे 'वैद्य अश्विनीकुमार' यांना नमस्कार करून विवेचनास सुरुवात करू या.

■

२. त्रिदोष

सृष्टीची निर्मिती ही मूळ अव्यक्तापासून झाली. ही निर्मिती तीन मूलभूत प्रक्रियांवर आधारभूत आहे. 'ज्ञानबीज, क्रियाबीज आणि उपादानबीज' या तीन प्रक्रियांना अनुक्रमे 'सत्त्व, रज आणि तम' असे म्हणतात.

सत्त्व, रज, तम यांना त्रिगुण म्हणत असले तरी व्यावहारिक अर्थाने ते गुणही नाहीत किंवा द्रव्यही नाहीत. सृष्टीतील विविध द्रव्ये आणि गुण निर्माण होण्यापूर्वीच्या या मूलभूत अवस्था आहेत म्हणून त्यांना 'महागुण' असेही म्हणतात.

या त्रिगुणांपासून चराचर सृष्टी निर्माण होते. या सृष्टीमधील घटक असलेल्या मानवी शरीरामध्ये त्रिविध प्रक्रिया घडविणारे भाव निर्माण होतात. सत्त्व, रज, तम म्हणजेच अनुक्रमे पित्त, वात आणि कफ हे मानवी शरीरातील त्रिदोष होत.

सर्व सृष्टी पृथ्वी, आप, तेज, वायू आणि आकाश या पंचमहाभूतांची बनलेली आहे. हे त्रिदोषही पंचमहाभौतिक आहेत. प्रत्येकामध्ये दोन महाभूतांचे आधिक्य असते.

१) वात : आकाश + वायू

२) पित्त : तेज + आप (जल)

३) कफ : पृथ्वी + आप

हे त्रिदोष आपल्या डोळ्यांना प्रत्यक्ष दिसत नाहीत. त्यांचे शरीरावर होणारे परिणाम लक्षणांच्या स्वरूपात दिसतात. वातदोष गतिमान असल्याने शरीरातील

प्रत्येक हालचालीस तो कारण असतो. शरीरातील परमाणूंच्या पचनास पित्तदोष (अग्नी) कारणीभूत असतो. शरीराचे धारण करण्यासाठी अनेक परमाणूंचा संयोग करून तो टिकून राहावा लागतो. यासाठी असणारी शक्ती म्हणजे 'कफदोष' होय.

या त्रिदोषांचे समप्रमाण म्हणजे 'आरोग्य'. पण दिवसा आणि रात्री या त्रिदोषांचे प्रमाण कमी-जास्त होत असते. म्हणून वाताचा काल, पित्ताचा काल असे म्हटले जाते.

वर्षा, शरद आणि हेमंत ऋतूंत उत्तरोत्तर शरीरबल वाढते. हा कफाचा काल मानतात तर शिशिर, वसंत, ग्रीष्म या ऋतूंत उत्तरोत्तर शरीरबल कमी होते हा काल 'वातवृद्धिचा' म्हणतात.

आयुर्वेदात दोष, धातू आणि मल ही संकल्पना मांडलेली आहे. हे पंचमहाभौतिकत्वाच्या सिद्धान्ताचे वेगळे स्वरूप आहे. त्यातील त्रिदोषांची ओळख करून घेऊ.

'मातृबीज आणि पितृबीज' यांच्या संमीलनाने देहोत्पत्ती होते. वात, पित्त, कफ या बीजांमध्येच असतात.

त्रिदोष :

१) वात : याचे गुण रुक्ष, लघु, शीत, खर, सूक्ष्म आणि चल होत. 'चलगुण' म्हणजेच गती. यामुळेच शरीरातील सर्व हालचाली होतात.

स्थान : पक्वाशय, कटी, मांडी, मूत्राशय, अस्थि, कान आणि त्वचा.

प्रकार : प्राण, उदान, व्यान, समान आणि अपान.

कार्य : श्वसनक्रिया, पचनासाठी अन्न पुढे ढकलणे, रक्ताभिसरण आहाररस सर्व शरीरभर पोचविणे. शुक्र, आर्तव, मलमूत्र आणि गर्भ यांचे शरीराबाहेर उत्सर्जन करणे, बाहेरील संदेश मनाकडे पोचविणे.

वातवृद्धी लक्षणे : शरीर कृश होते. त्वचा रुक्ष होते. रंग काळा होतो. निद्रानाश, कंप, भ्रम, असंबद्ध बडबड, धातूक्षय, उष्ण पदार्थांची इच्छा होणे.

वातक्षय लक्षणे : अंग गळल्यासारखे वाटते. थकवा, शरीराची हालचाल कमी होते. मन आणि बुद्धीचे व्यापार मंदावतात. भूक मंद होते. माणूस कमी बोलतो.

२) पित्त : याचे गुण उष्ण, तीक्ष्ण, लघु, विशद, विरत्र, द्रव आणि स्निग्ध हे होत. पित्त हे तेज किंवा अग्नी या महाभूताचे असल्याने पचन करणे हे त्याचे मुख्य कार्य आहे.

स्थान : नाभी, आमाशय, स्वेद, लसिका, रक्त, रस, दृष्टी आणि त्वचा ही पित्ताची स्थाने असून नाभी हे मुख्य स्थान आहे.

प्रकार : पाचक, रंजक, भ्राजक, आलोचक आणि साधक.

कार्य : अन्नपचन करणे हे महत्त्वाचे कार्य. रस धातूचे रक्तात रूपांतर, मनाचे व्यापार शुद्धतम बनविणे, शुक्राचे ओजात रूपांतर करणे, दृष्टिज्ञान मिळवणे, शरीराची कांती, छाया आणि वर्ण प्रकाशित करणे. मेधा, बुद्धी आणि अभिमान हे पित्तावर अवलंबून आहेत.

पित्तवृद्धी : भूक-तहान जास्त लागणे, शरीराचा दाह, त्वचेवर गांधी उठणे, त्वचेला, डोळ्यांना आणि मलमूत्राला पिवळा रंग येणे, मनाचा संताप आणि थंड पदार्थांची इच्छा होणे.

पित्तक्षय : अग्निमांद्य, अपचन, शरीर गार पडणे, ओजक्षयाची लक्षणे दिसतात.

३) कफ : याचे गुण स्निग्ध, शीत, गुरू, मंद, श्लक्ष्ण, पिच्छिल आणि स्थिर हे होत. कफामध्ये पृथ्वी आणि जल या महाभूतांचे आधिक्य आहे. पंचमहाभूतांच्या परमाणूंचा संयोग करणारी, त्यांना विशिष्ट आकार देणारी ही शक्ती आहे.

स्थान : छाती, घसा, शिर, तालू, मेद, नाक, जीभ आणि आमाशय. आमाशय हे मुख्य स्थान आहे.

प्रकार : क्लेदक, अवलंबक, बोधक, तर्पक आणि श्लेष्मक.

कार्य : आमाशयात पचनामध्ये पित्ताला मदत करणे, उर किंवा छातीमध्ये हृदय आणि फुफ्फुसांचे रक्षण करणे, जिव्हेने रस ग्रहण करणे, मस्तिष्कातील केंद्रांचे पोषण करणे, सांध्यांचे वंगण करणे.

कफवृद्धी : तोंडाला पाणी सुटणे, अग्निमांद्य, शरीराला जडपणा आणि आळस, खोकला आणि दम लागणे, अतिझोप, स्थूलता.

कफक्षय : त्वचा, डोळे आणि तोंड कोरडे पडणे, हृदयाची धडधड वाढणे, चक्कर येणे, सांध्यांचे सुरळीत कार्य बिघडणे.

■

३. सप्तधातू – ओज-मल

धातू : आहाररसामधून रस, रक्त, मांस, मेद, अस्थि, मज्जा आणि शुक्र हे सात धातूवरील क्रमानेच बनतात. हे शरीराचे धारण करतात म्हणून त्यांना 'धातू' म्हणतात. हे सप्तधातू, त्रिदोष बिघडवू शकतात. जो धातू बिघडेल त्याप्रमाणे रोगनिर्मिती होते.

रस, रक्त आणि शुक्र हे सर्व शरीरव्यापी द्रवधातू आहेत. मांस, मेद, अस्थि आणि मज्जा हे घनधातू आहेत. हे सप्तधातू पंचभौतिक आहेत पण त्यांचे गुण वेगवेगळे आहेत. त्वचा मांसाची बनलेली आहे. त्वचेखाली मांसधातू असतो. हा

मांसधातू अस्थिभोवती असतो. अस्थिच्या आतील पोकळीत मज्जाधातू असतो. मेद अण्वस्थित आणि त्वचेखाली असतो.

१) रसधातू : स्थान : हृदय आणि हृदयाशी संबंधित अशा रसवाहिन्या. कार्य : प्रीणन म्हणजे सर्व धातू तरतरीत ठेवणे. मन, इंद्रिये प्रसन्न ठेवणे.

२) रक्तधातू : स्थान : यकृत, प्लीहा आणि अस्थिगत मज्जा. कार्य : जीवन हे रक्तधातूचे प्रमुख कार्य.

३) मांसधातू : मांसधातूचे लेपन हे कार्य आहे. त्यामुळे सिरा, स्नायू, अस्थि, धमन्या आणि संधि झाकले जातात.

४) मेदधातू : ओष्ठ, स्वर, नेत्र, दंत आणि सर्व स्नायू यांचे स्नेहन करतो. यामुळे स्नायूंचे कार्य आणि हालचाली सुलभ होतात.

५) अस्थि : देह धारण करणे हे अस्थिचे महत्त्वाचे काम.

६) मज्जा : मेंदू, नेत्र आणि संधि हे मज्जाधातूचे प्रधान अवयव आहेत. कार्य : प्रीती, स्नेह आणि बल हे आहे. शास्त्राबद्दल प्रेम, साहित्य, काव्य, नृत्य आणि गायन याबद्दल आकर्षण मज्जाधातूमुळे असते. आपल्या शरीराच्या आकारापेक्षा मोठे ओझे उचलण्याचे सामर्थ्य मज्जाधातूमुळे असते. तसेच मनोबल आणि सात्त्विक प्रेम हे गुण असणाऱ्या व्यक्तींचा मज्जाधातू चांगला असतो.

७) शुक्रधातू : सर्व धातूंचा सारभाग म्हणजे 'शुक्र' होय. याचे रक्षण करणे महत्त्वाचे असते. पुरुषाचे वीर्य (सिमेन) म्हणजे शुक्रधातू ही सामान्यजनांची कल्पना आहे. पण शुक्रधातूपासून प्रजननासाठी तयार झालेला भाग म्हणजे आपणास दिसणारे पुरुषाचे वीर्य.

शुक्रधातू हा सर्व शरीरव्यापी स्त्री आणि पुरुष दोघांच्या देहात असणारा द्रव धातू आहे. गर्भधारणेसाठी स्त्रीदेहात तयार होणारे 'स्त्रीबीज' हे पण शुक्रधातूचेच एक रूप आहे. सर्व शरीरभर पेशींची झीज अव्याहत होत असते. नव्या पेशी त्यांची जागा घेत असतात. हे शरीरात होणारे पेशींचे पुनरुत्पादन शुक्रधातू करतो.

शुक्रधातूची इतर कार्ये शरीरबल आणि उत्तम मनोबल तसेच शौर्य आणि धैर्य ही आहेत. शुक्रक्षय झाल्यास माणूस दुर्बल होऊन त्याला मरण येऊ शकते.

ओज : आहाररसाचे रसधातूत रूपांतर होते. या वेळी रसधात्वाग्नि पचन करून सार भाग म्हणजे रसधातू तयार होतो. तसेच किट्टभाग म्हणजे मल तयार होतो. याच पद्धतीने प्रत्येक वेळी धात्वाग्नि पचन करून पुढचा धातू तयार करतो. रस,

रक्त, मांस, मेद, अस्थि, मज्जा आणि शुक्र यानंतर ओज असा क्रम असतो. हे धातू म्हणजे सारभाग आहेत आणि त्यांचे प्रत्येकाचे मलही आहेत. शुक्रधातू हा स्निग्ध, गुरू, मधुर असतो. या शुक्रातील अत्यंत स्निग्ध, गुणवान आणि सारभूत असा जो अंश त्याला 'ओज' असे म्हणतात.

ओज हा स्वतंत्र धातू किंवा उपधातूही नाही त्याला निराळा 'धात्वाग्नि' नाही. ओजाचे दोन प्रकार आहेत. शुक्रधातूपर्यंत अशा सप्तधातूंचे जे सार, त्याला 'अपर ओज' म्हणतात. ते अर्धी ओंजळ भरेल एवढे असते. दुसरे 'परओज' हे हृदयात असते. त्याचे प्रमाण अष्टबिंदु म्हणजे आठ थेंब एवढे असते. हे 'परओज' कधीच क्षीण होत नाही. त्याला किंचित धक्का लागला तरी मरण येते. अपरओजाचा क्षय होऊ शकतो आणि वाढही होते.

ओजाचे महत्त्व : शरीर, इंद्रिये आणि आत्मा यांचा संयोग दीर्घकाल टिकविण्यास 'ओजच' कारणीभूत आहे. कायिक, मानसिक आणि वाचिक व्यापार सुरळीतपणे सतत दीर्घकाळ चालू राहतात. 'ओज' हे जीवनसार आहे. त्याच्या रक्षणासाठी धर्माचरण आणि नैष्ठिक ब्रह्मचर्य प्रत्येकाने पाळणे आवश्यक आहे. गाईचे तूप, दूध, मध, साखर, भाताच्या लाह्या, सुवर्ण, अभ्रक, मोती ही ओजवर्धक द्रव्ये आहेत.

मद्याचे गुणधर्म ओजाच्या विरुद्ध आहेत. त्यामुळे मद्यपानाने ओजक्षय होतो. इतर व्यसनेही ओजक्षय करतात.

मल : दोष, धातू यांच्याप्रमाणेच 'मल' ही शरीराचे धारण करतात. आहाराचे पचन होताना सार भाग म्हणजे आहाररस आणि किट्टभाग म्हणजे मल होय. या किट्टभागापासून स्वेद (घाम) मूत्र आणि पुरीष म्हणजे विष्ठा असे तीन मल तयार होतात.

या मलांचा क्षय होतो म्हणजे मल कमी प्रमाणात तयार होतात. काही वेळा वृद्धी (वाढ) होते त्या वेळी मला जास्त तयार होतात. क्षय आणि वृद्धी दोन्ही विकार निर्माण करतात म्हणून मलही सम प्रमाणात तयार झाले तर शरीर निरोगी राहते. ■

४. शारीरगुण

सर्व सृष्टी पंचमहाभूतात्मक असल्याने आपल्या जीवनासाठी लागणारी आहारद्रव्ये ही पंचमहाभौतिक आहेत. आयुर्वेदात ४१ गुण सांगितले आहेत. पण आहारद्रव्ये त्यातील २० (वीस) मानवी शरीराशी संबंधित असलेल्या गुणांनी कार्य करतात. यांना 'शारीरगुण' म्हणतात. हे आपण समजावून घेऊ या. या गुणांच्या १० जोड्या आहेत.

१) अ. गुरू : ज्या द्रव्याच्या सेवनाने धातूपोषण होऊन शरीराचे बृंहण होते ते 'गुरू' द्रव्य होय. यामुळे कफवर्धन होते. अतिसेवनाने अग्निमांद्य जडत्व येते. उदा. म्हशीचे दूध, उडीद, खजूर,फणस, गहू.

ब. लघु : शरीरात लाघव म्हणजे हलकेपणा निर्माण करणारी द्रव्ये. यामुळे शरीर कृश होते, वातवर्धन होते. उदा. मिरी, दुध्या, शेवगा.

२) अ. शीत : शरीराची उष्णता कमी करते, स्तंभन कार्य करते. रक्तस्राव थांबतो. यामुळे पित्तशमन होते. उदा. द्राक्षे.

ब. उष्ण : उष्ण गुणाने शरीराची उष्णता वाढते, दाह निर्माण होतो, पित्तवर्धन होते. उदा. मिरी, सुंठ.

३) अ. स्निग्ध : शरीरात ओलसरपणा किंवा ओशटपणा निर्माण होणे. धातूंचे बल वाढते, वर्ण चांगला होतो. मृदुता येते. कफवर्धन होते. उदा. घृत (तूप), तेल.

ब. रुक्ष : स्नेहाचा अभाव किंवा कोरडेपणा. या गुणाने धातूक्षय, बलक्षय होतो. शरीराला काठिण्य येते. वातवर्धन होते. उदा. मिरी,ओवा.

४) अ. मंद : ज्यामुळे शरीरदोषांचे शमन होते, तो मंद गुण. मांस-मेद वाढतात. कफवर्धन, वातपित्तशमन उदा. म्हशीचे दूध.

ब. तीक्ष्ण : शरीरातील दोष आणि मलांचे शोधन होते. धातूक्षय होतो, मांस-मेद कमी होतात स्रोतस शुद्धी होते. पित्तवर्धन होते. वात-कफ शोधन होते. उदा. मिरची, बिब्बा.

५) अ. स्थिर : ज्या गुणांमुळे धातूमध्ये टिकाऊपणा येतो. मांस, मेद, अस्थिवर्धन होते. कफवर्धन होते. उदा. केळफूल.

ब. सर : सर म्हणजे गतिमान. हा वायूचा गुण आहे. शरीरातील दोष, धातूघटक आणि मलांना प्रेरणा देतो. यामुळे मांस, मेदाचे लेखन होते, मलांचे अनुलोमन होते. उदा. हरितकी (हिरडा).

६) अ. मृदू : शरीरात मार्दव आणि शैथिल्य उत्पन्न होते. यामुळे मल, मूत्र, स्वेद बाहेर टाकले जातात. वात, पित्त शमन होते. उदा. घृत (तूप), लोणी.

ब. कठीण : शरीराला बळकटी किंवा काठिण्य येते. धातू बळकट होतात. मल कोरडा होतो, मूत्र उत्सर्जनास अडथळा. उदा. कात (खदिर), प्रवाळ.

७) अ. पिच्छिल: शरीरात लेपनकार्य होते. ही द्रव्ये बुळबुळीत, तंतुयुक्त आणि चिकटणारी असतात. त्याने धातू संधानकर, बल्य होतात. त्यामुळे कफवर्धन होते. उदा. तोंडली, उडीद.

ब. विशद : यामुळे स्वच्छता निर्माण होते. द्रव्यांमध्ये तंतुत्व नसते. स्रोतसांतील दोष, मल नष्ट होऊन स्वच्छ होतात. मांस, मेदाचे लेखन होते. कफशमन, वातवर्धन. उदा. हळद, संत्रे, मूग.

८) अ. श्लक्ष्ण : व्यवहारातील गुळगुळीत द्रव्ये. कार्य-व्रणरोपण म्हणजे जखम भरणे. वातशमन होते, धातूवर्धन होते. उदा. द्राक्षे, आवळा,जांभूळ

ब. खर : ही द्रव्ये धातू आणि मल खरवडतात. ही खरखरीत असतात. धातूक्षय होतो. मांस-मेदाचे लेखन होते. वातवर्धन, कफशमन, मलमूत्रक्षय होतो. उदा. करंज, वेखंड.

९) अ. स्थूल : ज्यामुळे स्रोतसांचा अवरोध होतो. मांस-मेदवृद्धी होते. कफवृद्धी होते. स्रोतसांमध्ये अडथळा होतो. उदा. म्हशीचे दूध, लोणी,फणस

ब. सूक्ष्म : ज्याच्या ठिकाणी स्रोतसे मोकळी करण्याची शक्ती असते. धातूक्षय होतो, मलमूत्र शोधन होते. वातवर्धन, कफशमन होते. उदा. बिब्बा.

१०) अ. सांद्र : जो अवयवांचे प्रसादन करतो. धातूंचे पोषण होते, स्थौल्य निर्मिती होते. कफवर्धन, वातशमन होते. उदा. लोणी, तूप, आमरस

ब. द्रव : ज्यामुळे शरीर व्यापण्याची शक्ती येते. ही द्रव्ये पाझरतात. शरीरात आर्द्रता उत्पन्न होते. वातशमन होते. कफवर्धन होते. द्रवधातूंची वृद्धी होते. उदा. पाणी, दूध, फलरस.

■

५. रस–विपाक–वीर्य

रस : अन्नाचा आस्वाद रसनेंद्रियाने म्हणजे जिभेने आपण घेतो. ही अन्नाची चव म्हणजेच 'रस' होय. सहा रस वर्णन केलेले आहेत. ते याप्रमाणे : मधुर (गोड), आम्ल (आंबट), लवण (खारट), कटू (तिखट), तिक्त (कडू) आणि कषाय (तुरट) हे रस दोषांप्रमाणेच, पंचमहाभूतांपासून बनतात. प्रत्येक रसात दोन महाभूतांचे आधिक्य असते.

१) मधुर रस (गोड) : पृथ्वी आणि जल महाभूतांचे आधिक्य असते. याचे गुण गुरू, शीत, स्निग्ध, पिच्छिल हे होत. याचा विपाक मधुर असतो आणि वीर्य शीत असते. या रसामुळे सप्तधातू आणि ओजाचे वर्धन होते. अतियोगाने मेदवृद्धी आणि कफाचे विकार होतात. उदा. ऊस, अक्रोड, ज्येष्ठमध, मनुका, दूध, तूप.

२) आम्लरस (आंबट) : यामध्ये पृथ्वी आणि तेज या महाभूतांचे आधिक्य असते. याचे गुण – लघु, स्निग्ध, उष्ण आहेत. याचा विपाक आम्ल असून, वीर्य-

उष्ण असते. या रसाने वातशमन, कफशमन आणि पित्तवर्धन होते. अतियोगाने दात आंबतात, कफाचे विलयन होते, पित्ताचा प्रकोप होतो, रक्तदुष्ट होते. उदा. आवळा, चिंच, डाळिंब, करवंद, दही.

३) लवण रस (खारट) : जल आणि अग्नी या महाभूतांचे आधिक्य असते. गुण : अल्प गुरू, उष्ण, स्निग्ध, तीक्ष्ण, सर असे म्हणतात. विपाक मधुर आणि वीर्य उष्ण असते. हा रस वातघ्न, पण पित्त आणि कफवर्धन होते. धातूक्षय होतो. लाळेचा स्राव वाढवून, हा रस अन्नाला रुची आणतो. आमाचे पचन करतो. अतियोगाने पित्तप्रकोप, रक्तपित्त, आम्लपित्त, विसर्प आदी रोग होतात. पुरुषत्व नाहीसे होते. उदा. सैंधव, काळे मीठ, पादेलोण, समुद्रातील मीठ.

४) कटू (तिखट) : वायू आणि अग्नी महाभूतांनी कटू रस बनतो. गुण : लघु, उष्ण, रुक्ष, तीक्ष्ण. विपाक कटू, वीर्य उष्ण असते.यामुळे वातवर्धन, पित्तवर्धन आणि कफशमन होते. धातूक्षय होतो आणि मांस-मेदाचे लेखन होते. अतियोगाने पुरुषत्व नष्ट होते, धातूशैथिल्य येते आणि वातविकार होतात. उदा. हिंग, मिरी, सुंठ, लसूण.

५) तिक्त (कडू) : वायू आणि आकाश या महाभूतांचे आधिक्य असते. गुणः लघु, शीत, रुक्ष, विशद. विपाक कटू आणि वीर्य शीत असते. यामुळे वातवर्धन होते. पित्तशमन आणि कफशमन होते. यामुळे दीपन आणि आमपाचन होते. ज्वरघ्न हा श्रेष्ठ गुण असतो. कफ, मांस, मेदाचे लेखन होते. अतियोगाने सप्तधातूंचे शोषण होते. स्रोतसांमध्ये खरत्व येते, शरीर कृश होते. शुक्राचा क्षय होतो. उदा. कडूनिंब, हळद, दारुहळद, अडुळसा.

६) कषाय (तुरट) : वायू आणि पृथ्वी या महाभूतांचे आधिक्य असते. गुणः रुक्ष, शीत, लघु विपाक कटू आणि वीर्य शीत असते. वातवर्धन होते. पित्तशमन, कफशमन होते. या रसाने स्तंभन, म्हणजे ग्राही कार्य होते. (रक्त जाण्याचे थांबते, जुलाब थांबतात) धातू आणि अस्थि जोडले जातात. कफ (संधानकर गुण) आणि मेदाचे लेखन होते. अतियोगाने पुरुषत्व नष्ट होते. घशाला तोठरा बसतो, स्रोतोरोध होतो. वायू, मूत्र आणि पुरीष, शुक्र यांचे स्तंभन होते. शरीर कृश होते. उदा. मध, खजूर, हिरडा, कोवळे बेलफळ.

विपाक : जाठराग्निने पचन केल्यावर द्रव्याच्या स्वरूपामध्ये जे रूपांतर होते, त्याला 'विपाक' असे म्हणतात. सहा रसांच्या अन्नाचे तीन विपाकात रूपांतर होते. ते म्हणजे मधुर विपाक, आम्ल विपाक आणि कटू विपाक होय.

अ) मधुर विपाक : साधारणतः मधुर आणि लवण रसाच्या द्रव्यांचा मधुर विपाक पचनानंतर होतो. मधुर विपाकाने कफवर्धन, वातशमन आणि सप्तधातूवृद्धी होते. मलमूत्र प्रवृत्ती भरपूर होते. उदा. दूध, लोणी, तूप.

ब) आम्ल विपाक : आम्लरसात्मक द्रव्यांच्या पचनानंतर 'आम्लविपाक' होतो. पित्त आणि कफवृद्धी होते, वातशमन होते. रक्तवर्धन आणि रक्तप्रसादन कार्य होते. जिव्हाशोधन, मुखशोधन, अग्निदीपन, वातानुलोमन ही कार्ये होतात. मूत्रप्रवृत्ती साफ होते. उदा. करवंद, कैरी, आमसूल.

क) कटूविपाक : कटू, तिक्त, कषाय, रसात्मक द्रव्यांचा पचनानंतर कटूविपाक होतो. यामुळे कफशमन आणि वातवर्धन होते. धातूक्षय होतो, मल, मूत्र, स्वेद कमी करतो. उदा. हिंग, मिरी.

रस आणि विपाक भेद : रसाचे ज्ञान जिभेने होते, म्हणजे स्थानिक स्वरूपात होते. विपाकाचे ज्ञान शरीरावर होणाऱ्या कार्याने होते. विपाकाचे स्वरूप सार्वदेहिक असते.

रसाचे कार्य मन आणि शरीरावर होते. मधुर रस चाखल्यावर मनाला आल्हाद होतो आणि शरीरात सप्तधातूवर्धन होते. पण विपाकाने फक्त शारीरिक परिणाम म्हणजे मधुर विपाकाने सप्तधातूवर्धन होते, याचा मनावर कार्य होत नाही.

वीर्य : ज्याद्वारे एखादे द्रव्य कार्य करण्यास समर्थ होते, ते 'वीर्य' होय. प्रत्येक द्रव्य हे पंचमहाभौतिक आहे. ज्या महाभूताचे आधिक्य त्यात असेल, त्याप्रमाणे त्याचे वीर्य ठरते. द्रव्यातील वीस गुणांपैकी आठ गुण शक्तिमान असतात.

ते पुढीलप्रमाणे : गुरू-लघु, शीत-उष्ण, स्निग्ध-रुक्ष आणि मृदु-तीक्ष्ण. या आठ शक्तिमान गुणांना काही आचार्य वीर्य मानतात. पण दोनच महाभूते अग्नी आणि सोम ही महत्त्वाची असल्याने शीत आणि उष्ण ही दोनच वीर्य मानण्याची प्रथा आहे.

शीतवीर्यात गुरू, शीत, स्निग्ध आणि मृदू हे गुण अंतर्भूत असतात. उष्ण वीर्यात लघु, उष्ण, रुक्ष आणि तीक्ष्ण हे गुण अंतर्भूत असतात. यामुळे शीत आणि उष्ण ही दोनच वीर्य महत्त्वाची आहेत. प्रत्येक द्रव्याचे वर्णन करताना, ते शीत का उष्ण वीर्याचे आहे, हे सांगितले जाते.

■

६. द्रव्यांची कर्म (कार्य)

वनस्पती, खनिजे किंवा प्राणिजन्य द्रव्ये, ही आपल्या शरीरावर आहार किंवा औषध म्हणून घेतल्यावर काही विशिष्ट कार्य करतात. हे कार्य वीस शारीरिक गुणानुसार किंवा प्रभावामुळे असते. आधुनिक औषधीशास्त्रदृष्ट्या या विशिष्ट कार्याला 'फार्माकॉलॉजिकल ॲक्शन' (Pharmacological Action) असे म्हणतात.

आयुर्वेदात या कार्यांना विशिष्ट संज्ञा किंवा नावे दिलेली आहेत. त्याची माहिती

असणे इष्ट आहे.

१) दीपन (Appetizers) : ज्या द्रव्यांमुळे जाठराग्नि प्रदीप्त होतो, पण पचन होत नाही. त्यांना 'दीपन द्रव्ये' म्हणतात. ही अग्नी महाभूताची असून उष्ण, तीक्ष्ण, रुक्ष, लघु या गुणांची असतात. साधारणतः बहुसंख्य दीपन द्रव्ये पाचनकार्यही करतात. उदा. हिंग, सुंठ, मिरी.

२) पाचन (Digestive) : आमपाचन करणाऱ्या द्रव्यांना 'पाचन' द्रव्ये म्हणतात. ही द्रव्ये सहसा दीपन कार्य करीत नाहीत. यामध्ये अग्नी आणि वायू या दोन महाभूतांचे आधिक्य असते. ही द्रव्ये लघु, रुक्ष, तीक्ष्ण, उष्ण किंवा शीत गुणाची असतात. उदा. सुंठ, लसूण, सैंधव, लिंबू, जिरे.

३) बृंहणीय (Nutrient) : बृंहण म्हणजे शरीर पुष्ट किंवा स्थूल करणे. ही द्रव्ये पृथ्वी आणि जल महाभूते अधिक असलेली असतात. येथे मांसधातू वर्धन होते, मेदधातूचे वर्धन अपेक्षित नाही. कारण मेदवृद्धी ही विकृती आहे. ही गुरू, शीत, स्निग्ध, पिच्छिल गुणांची असतात. द्रव्ये : मांस, खजूर, नारळ, द्राक्षे.

४) बल्य : ज्यामुळे शरीराचे बल वाढते, ती बल्यद्रव्ये होत. शरीरात ओज हे बल्यकार्य करते. बल्य कार्य धातूवर्धनाने होते. उदा. आंबा, द्राक्षे, दूध, तूप. काही द्रव्ये धात्वाग्नि प्रदीप्त करून 'बल्य' कार्य करतात. उदा. अश्वगंधा, बिब्बा.

काही द्रव्ये विशिष्ट अवयवांना बल देतात. उदा. हृदयाला बल देणारी – अर्जुन, आमाशयाला बल देणारी – मेथी, गुडुची.

५) जीवनीय : शरीर, आत्मा आणि मन यांचा संयोग म्हणजे 'जीवन' होय. 'जीवनीयद्रव्ये' या तिघांचे पोषण करतात. ही पृथ्वी आणि जल महाभूतांचे आधिक्य असलेली असतात. उदा. दूध, गहू, आवळा, द्राक्षे, ज्येष्ठमध.

६) लेखन : शरीरातील धातू आणि मलातील द्रवत्वाचे शोषण करून ते खरवडून काढणे म्हणजे 'लेखन' होय. ही द्रव्ये अग्नी आणि वायू या महाभूतांचे आधिक्य असलेली असतात. त्यांचे उष्ण, तीक्ष्ण इत्यादी गुण हे काम करतात. कफ आणि मेदधातूचे 'लेखन' होते. उदा. मध, वेखंड, हरिद्रा (हळद).

७) अनुलोमन : ज्यामुळे मलाचा पाक करून, म्हणजे मलातील आमाचे पचन करून, वात-कफांचे बंध मोडून मलांचे अधोमार्गाने निःसरण केले जाते. या कर्मास 'अनुलोमन' म्हणतात. यामध्ये पृथ्वी-जल यांचे आधिक्य असते. गुरू, शीत, स्निग्ध गुणांची ही द्रव्ये असतात. उदा. द्राक्षे, हिरडा, कोमट दूध आणि तूप एकत्र करून अनुलोमन म्हणजे 'मृदु विरेचन' होय.

८) विरेचन : पक्व किंवा अपक्व मलादिकांना द्रवता आणून अधोमार्गाने शरीराच्या बाहेर काढून टाकण्याच्या प्रक्रियेला 'रेचन' किंवा 'विरेचन' म्हणतात. मलाला द्रवता आणतात आणि रेचन घडते. उदा. निशोत्तर, सोनामुखी, एरंड, जयपाल.

९) ग्राही : जे द्रव्य दीपन आणि पाचन असून, स्वत:च्या उष्ण गुणाने मलातील द्रवाचे शोषण करते, त्याला 'ग्राही' असे म्हणतात. अग्नी आणि वायू या महाभूतांचे आधिक्य असते. लघु, रुक्ष आणि उष्ण या गुणांनी द्रवाचे शोषण होऊन मलाला घट्टपणा येतो. उदा. सुंठ, जिरे, नागरमोथा.

१०) स्तंभन : 'स्तंभन' कर्म म्हणजे शरीरातील दोष, धातू आणि मलांची गती रुद्ध करणे. शरीरात जेथे गती आहे, तेथे स्तंभनामुळे अडथळा निर्माण होतो. पृथ्वी आणि वायू या महाभूतांचे आधिक्य असते. लघु, शीत, रुक्ष गुणांची द्रव्ये असतात. यामुळे जसे मलाचे स्तंभन होते तसेच रक्त आणि पित्त यांच्या गतीलाही अडथळा येतो. यामुळे शरीरातून रक्त वाहत असेल तरी त्याचे स्तंभन करता येते. उदा. कुडा, जांभूळ, अर्जुन, वड, उंबर.

११) वर्ण्य : त्वचेला वर्ण आणि कांती प्राप्त करून देणारी द्रव्ये ही उष्णवीर्य असतात. उदा. मंजिष्ठा, हळद, माका. काही शीतवीर्य असतात. उदा. दूध, लोणी, चंदन, वाळा, ज्येष्ठमध.

१२) कंठ्य : गळ्याला किंवा स्वरयंत्राला हितकारक असणारी द्रव्ये. उदा. खडीसाखर, द्राक्षे, ज्येष्ठमध, कात (खदिर).

१३) केश्य : जी द्रव्ये केसांना हितकर असतात, ती केश्य. ती केसांची मुळे बळकट करतात आणि केसांची वाढ करतात. उदा. नागरमोथा, आवळा, गुळवेल, माका, तीळ.

१४) चक्षुष्य : जी द्रव्ये दृष्टीला आणि डोळ्यांना हितकारक असतात, ती चक्षुष्य. उदा. तूप, मनुका, हिरडा, बेहडा, आवळा.

१५) मेध्य : मेधा किंवा बुद्धी यांना हितकारक, ती मेध्य द्रव्ये होत. उदा. वेखंड, शंखपुष्पी, ज्येष्ठमध, ब्राह्मी, गाईचे तूप.

१६) संधानीय : संधान म्हणजे जोडणे. शरीरात हाडे मोडली असता ती आणि इतर धातू ज्यायोगे जुळतात त्या कार्यास 'संधानकर्म' म्हणतात. धातूबंध, संधिबंध, पेशीबंध यांनी एकत्र ठेवले जातात. उदा. ज्येष्ठमध, गुळवेल, चंदन, कात (खदिर).

१७) वयस्थापन : आयुष्य स्थिर राखणारी द्रव्ये म्हणजेच वार्धक्य येऊ देत नाहीत. उदा. शतावरी, अश्वगंधा, हिरडा, आवळा, पुनर्नवा.

१८) हृद्य : हृदयाला आणि मनाला हितकारक ते 'हृद्य' होय. ही द्रव्ये आम्लरसाची तसेच मधुर रसाची असतात. उदा. दाडिम, आमसूल, दूध, लोणी, खजूर.

■

७. जाठराग्नि

सर्व सजीवांच्या शरीरातील विविध व्यापार चालू असताना, शरीरघटक असलेल्या धातूपरमाणूंचा नाश होत असतो. तो नाश भरून काढण्यासाठी, शरीराला अन्नाची आवश्यकता असते. परंतु घेतलेले अन्न मूळ स्वरूपात शरीराची वाढ करू शकत नाही तर त्यासाठी त्याचे रूपांतर करावे लागते, जे शरीराला सात्म्य असेल. ह्या रूपांतर करण्याच्या शक्तीला 'अग्नी' असे म्हणतात.

सप्तशतीमध्ये एक सुंदर श्लोक आहे –

या देवी सर्वभूतेषु क्षुधा रुपेण संस्थिता।
नमस्तस्यै नमस्तस्यै नमस्तस्यै नमो नमः।।

सर्व भूतमात्रात 'क्षुधा' म्हणजे 'भूक' रूपाने निवास करून असलेल्या त्या देवीला माझा त्रिवार नमस्कार असा याचा अर्थ आहे.

श्रीकृष्णांनी भगवद्‌गीतेत म्हटले आहे –

अहं वैश्वानरो भूत्वा प्राणिनां देहमाश्रितः।
प्राणापानसमायुक्तः पचाम्यन्नं चतुर्विधम्।। (गीता १५ वा अध्याय)

सर्व प्राण्यांच्या देहात स्थित असलेला मीच 'वैश्वानर' अग्नीरूप होऊन, प्राण आणि अपान यांनी युक्त होत असताना; भोज्य, पेय, लहेय आणि चोष्य असे चार प्रकार असतात. त्याने अन्न पचन होते.

आयुर्वेदाची अग्निसंकल्पना मांडताना, जाठराग्निला मुख्य स्थान दिले आहे. नंतर सात धातूंचे, सात धात्वाग्नि आणि पंचमहाभूतांचे पाच 'पंचभौतिक अग्नि' वर्णन केलेले आहेत. जाठराग्नि हा मुख्य असल्याने, तो मंद झाल्यास बाकीचे बारा अग्नी मंद होतात किंवा त्यांचे कार्य बिघडते. सुश्रुतांनी त्याचे वर्णन –

जाठरो भगवान अग्नीः। (सु.सू.३५)

म्हणजे हा भगवंत (अग्नी) आपणास रोज भुकेच्या रूपाने आपले अस्तित्व दाखवितो.

मंदिरात देवाच्या दर्शनास जाताना आपण शुचिर्भूत होऊन जातो. तसेच अग्निदेवाच्या दर्शनास म्हणजे भोजनास बसताना हात,पाय धुऊन कुटुंबातील सर्वांनी शक्यतो एकत्र बसावे, प्रथम प्रार्थना म्हणावी. कोणताही अप्रिय विषय न काढता आनंदाने जेवावे. मन प्रसन्न करणारे संगीत लावावे, कारण मन प्रसन्न नसेल तर अन्नपचन नीट होत नाही.

ईर्ष्याभयक्रोधसमान्वितेन लुब्धेन रुग्दैन्यनिपीडितेन।
विद्वेषयुक्तेन च सेव्यमानं अन्नं न सम्यक परिपाकमेती।।

ईर्ष्या, भीती, क्रोध, लोभ, द्वेष, रुग्णावस्था इत्यादींनी मन ग्रस्त असताना 'सम्यक' म्हणजे व्यवस्थित अन्नपचन होत नाही. हा अग्नी सम असणे महत्त्वाचे आहे. अग्नीला देव मानल्याने *'देव झाला पाठमोरा संकट येती घरा'* या उक्तीप्रमाणे अग्निमांद्य, विषमाग्नि, तीक्ष्णाग्नि, झाल्यास निरनिराळ्या व्याधी निर्माण होतात, म्हणून निरोगी, निकोप शरीरासाठी 'समअग्नी' म्हणजेच ईश्वरी कृपा आवश्यक आहे.

अस्तु दोषशतं क्रुद्धमस्तु व्याधिशतानि च।
कायाग्निरेव बलवान् रक्षन् रक्षति जीवितम्।।

भले, शेकडो दोषांनी मनुष्याचे शरीर व्यापलेले असो! बलवान जाठराग्नि त्याला आयुष्यभर तारून नेतो. म्हणूनच रोजचे भोजन हे उदरभरण नाही, तर नित्य यज्ञकर्म आहे, ही भावना ठेवून जेवताना शुचिर्भूततेचे पालन करावे.

■

८. आम

अग्निमांद्य किंवा अल्पबल जाठराग्नि असेल, तर अन्नपचन नीट होत नाही. आहाररसाची निर्मिती योग्य रितीने होत नाही. अशा अर्धवट पचलेल्या आहाररसास 'आम' म्हणतात. याला अष्टांगहृदय ग्रंथात 'दुष्ट आहार-रस' असे म्हटले आहे.

हा 'आम', प्राकृत आहाररसापेक्षा चिकट (पिच्छिल) असतो. त्यात दुर्गंधता जास्त असते. असा हा आम, आहाररसाबरोबर शरीरात शोषला गेला तर प्राकृत आहाररसाचे कार्य बिघडते. प्राकृत आहाररसाचे शरीरातील कार्य 'प्रीणन' आहे. 'प्रीणन' म्हणजे शरीरास आणि मनास संतोष प्राप्त करून देणे. या आमामुळे संतोष मिळण्याऐवजी अंग साद म्हणजे अंग गळून जाणे, थकवा वाटणे, सर्व शरीर जड वाटणे, तोंडाला चव नसणे, पोटात गॅसेस होणे, मलप्रवृत्ती समाधानकारक नसणे अशी लक्षणे उद्‌भवतात.

आम तयार होण्याचे अग्निमांद्य हे मुख्य कारण असले तरीही विरुद्ध अन्न सेवन, अतिसेवन, अवेळी आणि उशिरा जेवणे, मानसिक तणावाखाली सतत असणे, व्यसनाधीन असणे, ही इतर कारणेदेखील जबाबदार असतात.

जाठराग्नीने अन्नपचन केल्यावर रस, रक्तादी सात धातूंचे, सात धात्वाग्नि आणि पंचभौतिक अग्नी आहाररसाचे पचन करून, सप्तधातू निर्मिती करत असतात. जाठराग्नि मंद झाल्यास, धात्वाग्नि मंद होतात. सप्तधातू निर्मिती प्राकृत न होता सामधातू निर्माण होतात. यामुळेच 'आम' हे सर्व व्याधींचे मूळ कारण आहे.

जसे जसे धातू बिघडत जातात, तसतशा व्याधी निर्माण होतात. उदाहरणार्थ -मेद धातू प्राकृत असला तर मनुष्याचे शरीर सुडौल दिसते. मेद धातू अग्नी मंद असला तर मेदनिर्मिती प्राकृत न झाल्याने स्थौल्य येते. अतिप्रमाणात वजन वाढते आणि रक्तातील कोलेस्टेरॉल, ट्रायग्लिसराइड वाढलेला दिसतो. हाच वाढलेला कोलेस्टेरॉल पुढे रक्तवाहिन्यात 'ब्लॉक्स' (अडथळे) निर्माण करतो. त्यामुळे हार्टअटॅक किंवा पक्षाघाताचा झटका येतो.

ग्रंथामध्ये ज्वर, अतिसार, आमवात इत्यादी व्याधींचे वर्णन करताना, व्याधीची सामअवस्था आणि निराम अवस्था वर्णन केलेली आहे. आधुनिक दृष्टिकोनातून व्याधी होण्यास बॅक्टेरिया किंवा व्हायरस कारणीभूत असतात. अतिसार या रोगाचे उदाहरण घेतल्यास, यामध्ये जुलाब हे लक्षण असते. बॅक्टेरिया किंवा व्हायरसच्या एंडोटॉक्सिनमुळे जुलाब होतात. ही टॉक्सिन्स बाहेर पडणे आवश्यक असते. म्हणून लगेच जुलाब थांबण्याचे 'स्तंभक' औषध दिल्यास, पोट फुगते आणि उलट्या सुरू होतात. अशा वेळी 'ओरल रिहायड्रेशन' म्हणजे तोंडावाटे पाणी आणि क्षार किंवा शहाळ्याचे पाणी, मोसंबी रस दिला जातो.

चरकांनीही अतिसार व्याधीत सामावस्थेत ग्राही औषधे देऊ नये, असे सांगितले आहे. यावरून असे दिसते की, 'आम' म्हणजे बॅक्टेरिया किंवा व्हायरस यांची टॉक्सिन्स होय.

मल 'साम' असला की, मलप्रवृत्ती दुर्गंधीयुक्त असते. हा मल चिकट असल्याने मलावर पाणी टाकले असताना तो लवकर वाहून जात नाही. मल पाण्यात बुडतो. या लक्षणांचा अनुभव प्रत्येकजण घेतोच.

मूत्र हा देखील एक मलच आहे. मूत्रवह स्रोतसांत अवरोध झाला (स्रोतोरोध) तर या मलाचा जास्त संचय होऊन मूत्रावाटे बाहेर पडणारे धातूमल (ब्लड युरिया, क्रिॲटिनीन, युरीक ॲसिड इ.) शरीराच्या बाहेर योग्य प्रमाणात पडत नाहीत. त्यांचे वाढलेले प्रमाण रक्त तपासणी करून ठरविता येते. हे वाढलेले प्रमाण म्हणजे सुद्धा 'आम'च होय.

आमाच्या निर्मितीची लक्षणे दिसू लागताच, प्रथमत: लंघन करणे महत्त्वाचे होय. अग्निमांद्य सुधारण्यासाठी अग्निदीपन होईपर्यंत द्रवाहार, पचण्यास मुगाच्या खिचडीसारखा लघु आहार घेणे हितावह. भोजनाच्या वेळी उकळलेले गरम पाणी घेण्याने अग्निवर्धन होते.

अग्निवर्धन आणि धात्वाग्निवर्धनासाठी 'पंचमूलादिघृत' वा चूर्ण याचा उपयोग करतात. यामुळे धातूगत आमाचे पचन होते आणि तो सुटण्यास उपयोग होतो. यानंतर बाष्पस्नान, अभ्यंग ह्या उपक्रमांनी आम पोटात आणून वमन, विरेचनाचा

उपयोग करून, तो शरीराबाहेर काढला जातो. ही पंचकर्म उपचारपद्धती, जाणकार वैद्याच्या मार्गदर्शनाखाली करणे हितावह.

यावरून 'आम' या संकल्पनेचा किती मोठा आवाका आहे हे समजते. आम म्हणजे कोणत्याही तऱ्हेने किंवा कारणाने शरीरात तयार होणारा 'अपायकारक पदार्थ' किंवा 'विष' होय.

■

९. रसायन संकल्पना

'रस' आणि 'अयन' या दोन घटक शब्दांपासून 'रसायन' हा शब्द बनला आहे. 'अयन' म्हणजे वर्धन-वाढ. रस म्हणजे, रसधातूची प्रशस्त वाढ. या कल्पनेत रसापासून सर्व सप्तधातूंची प्रशस्त वाढ अपेक्षित आहे.

रसायन गुण असलेली आवळा, हिरडा, ब्राह्मी, शंखपुष्पी, शतावरी, अश्वगंधा इत्यादी वनस्पती आणि लोह, ताम्र, रौप्य ही भस्मे प्रसिद्ध आहेत. दोषानुरूप वातासाठी भल्लातक म्हणजे बिब्बा, पित्तासाठी आवळा आणि कफासाठी पिंपळी असे द्रव्यांचे वर्णन आहे.

रसायन प्रयोग करण्याआधी शरीरातील आमाचे पाचन आणि पंचकर्माने शोधन करून, मग रसायन औषधे घेण्यास सुरुवात करावी, असे चरकाचार्यांचे म्हणणे आहे. रसायनाचे १) कुटिप्रावेशिक याचा अर्थ ग्रंथोक्त पद्धतीने झोपडी बांधून त्यात राहून वैद्याच्या देखरेखीखाली रसायन सेवन करणे. ही पद्धत या आजच्या युगात फार आचरली जात नाही.

२) वाततपिक रसायन : येथेही पंचकर्माने प्रथम आमाचे शोधन केल्यावर, आपले नित्य व्यवहार करताना, रसायनद्रव्याचे सेवन करणे ही पद्धत आजच्या युगात अनुसरता येते.

रसायनप्रयोग स्त्री आणि पुरुष दोघांनाही करता येतो. रसायनप्रयोगाने दीर्घ, निरोगी आयुष्य, स्मरणशक्ती, मेधा, शरीराची प्रभा आणि वर्ण, चिरतारुण्य टिकून राहते. यामुळे रोगप्रतिकारकशक्ती उत्तम राहते. 'रसायन' ही व्याधिहर चिकित्सा नाही. येथे व्याधी उत्पन्नच होऊ न देणे हे तत्त्व आहे आणि चिरतारुण्य हे त्याचे फल आहे.

रसायन सेवन करताना उत्तम फळ मिळण्यासाठी काही पथ्य आणि नियम पाळणे आवश्यक आहे. याला 'आचार-रसायन' असे म्हटले आहे. सत्यवचन, अहिंसा, जपजाप्य, नित्यदान, योग्य निद्रा घेणे, ब्रह्मचर्य, मद्यत्याग आणि सात्त्विक आहार ही मुख्य पथ्ये आहेत. आचार्यांनी असेही सांगितले आहे की, ही पथ्ये जन्मभर

पाळणाऱ्या व्यक्तीला रसायनप्रयोगाची जरूरही पडत नाही. म्हणजेच आचार-रसायन हे श्रेष्ठ आहे. प्रत्येकाने याचा स्वीकार केला, तर बिनखर्चीक, निरोगी चिरतारुण्याची ही गुरुकिल्ली ठरेल.

'क्षीरघृताभ्यासो रसायनानाम्' गायीचे दूध आणि तूप ही श्रेष्ठ रसायनद्रव्ये आहेत, असे चरकाचार्यांनी म्हटले आहे. म्हणूनच रौप्य, लोह, शिलाजित, भल्लातक इत्यादी रसायनद्रव्ये दूधा-तुपाबरोबर दिली जातात.

■

१०. प्रकृती

स्त्रीबीज आणि शुक्र यांचे मिलन होऊन गर्भधारणा होते. तेव्हा या गर्भामध्ये वात, पित्त, कफ हे त्रिदोष असतातच. ही गर्भधारणा कोणत्या ऋतूत झाली त्याचा, मातापित्यांची प्रकृती आणि मानसिक अवस्था या सर्वांचा परिणाम गर्भावर होतो. म्हणूनच सख्खी दोन भावंडे रंग, रूप, बुद्धी इत्यादी बाबतीत सारखी नसतात. 'व्यक्ती तितक्या प्रकृती' ही म्हण प्रत्येक व्यक्तीतील वेगळेपणामुळेच रूढ झाली.

आयुर्वेदात सात प्रकारची प्रकृती सांगितली आहे. १) वात प्रकृती २) पित्त प्रकृती ३) कफ प्रकृती ४) वातपित्तात्मक ५) वातकफात्मक ६) कफपित्तात्मक ७) त्रिदोषात्मक. यातील 'कफप्रकृती' ही श्रेष्ठ आणि 'वातप्रकृती' कनिष्ठ मानली आहे. स्वत:ची प्रकृती वैद्याकडून ठरवून घेणे हे इष्ट होय. कारण आहार, विहार, दिनचर्या आणि ऋतूचर्या प्रत्येकाच्या प्रकृतीवर अवलंबून आहे. काही लोकांना थंडी सहन होत नाही, तर काहींना उन्हाळा सहन होत नाही. आजारांतही प्रकृतीप्रमाणे औषधयोजना करावी लागते.

'द जर्नल ऑफ अल्टरनेटिव्ह अँड कॉम्प्लिमेंटरी मेडिसीन' या आंतरराष्ट्रीय नियतकालिकात, पुणे विद्यापीठाच्या आरोग्य विभागाच्या शास्त्रज्ञांनी संशोधन करून, वात, पित्त, कफ प्रकृतीच्या शहात्तर व्यक्तींवर संशोधन केले. या व्यक्तींच्या रक्ताच्या पेशीत आढळणाऱ्या जैवरसायनांच्या 'ह्युमन ल्युकोसाईट ॲन्टीजेन'च्या (HLA) प्रकारांचा अभ्यास करण्यात आला. आयुर्वेदिक प्रकृती प्रकार आणि त्याच्याशी संबंधित (HLA)चे प्रकार यांच्यात सुसंगती असल्याचे त्यांना आढळले. आयुर्वेदाच्या या संकल्पनेच्या मदतीने मानवी जनुकीय रचनेचा अभ्यास करणे आवश्यक आहे. यामुळे आधुनिक औषधशास्त्राला मोठी मदत होईल.

ऋषीमुनींनी मांडलेल्या 'प्रकृती' या संकल्पनेत अर्थ आहे असे दिसते.

परिक्ष भाव	वातप्रधान प्रकृती	पित्तप्रधान प्रकृती	कफप्रधान प्रकृती
शरीरबांधा	बारीक चण, उंच, सडपातळ	मध्यम, नाजूक	धिप्पाड, प्रमाणबद्ध
त्वचा	कोरडी, खरखरीत	मऊ, पातळ	मऊ, घट्ट, गुळगुळीत
वर्ण	काळा, सावळा	लालसर	गोरा, सतेज अंगकांती
सांधे	हालचालीचे वेळी आवाज (कटकट)	शिथिल संधी	मोठे संहत व गूढ संधी
दात	वक्र, विषम आकाराचे	पिवळट	पांढरे, एकसारखे
डोळे	धुसर, चंचल	ताम्र, आरक्तवर्ण	श्वेत, विशाल सुस्निग्ध
कपाळ	लहान	मध्यम	भव्य रुंद
घाम	अल्प स्वेद प्रवृत्ती	गंधयुक्त अतिस्वेद	अल्प, स्वेद
केस	अल्प खरखरीत विरळ, कुरळे	मृदु, अल्प, पिंगट	घनकृष्ण, अतिमृदु
अग्नी	विषम	तीक्ष्ण	समअग्नि
बल	अल्प	मध्यम	उत्तम
निद्रा	अल्पखंडित	अल्पगाढ	भरपूर, शांत
आवडते रस	मधुर, आम्ल, लवण	मधुर, तिक्त, कषाय	कटू, तिक्त, कषाय
स्वभाव	कृतघ्न, मत्सरी, चोरटा, चैनी, दुर्गुणी	शूर, पराक्रमी, सज्जन, क्रोधी, मानी	धैर्यवान, उदार चारित्र्यसंपन्न, क्षमाशील

या तक्त्याचा अभ्यास केल्यास, स्वत:ची प्रकृती ठरविण्यास मदत होईल. ■

११. व्याधींची ओळख

आहारद्रव्यांच्या आयुर्वेदिक श्लोकातील वर्णनात, ते द्रव्य कोणत्या रोगावर उपयोगी पडते याचे वर्णन असते. रोगांची नावे संस्कृतमध्ये असतात. ते रोग

थोडक्यात व्यावहारिक भाषेत समजावून घेऊ या.

१) अग्निमांद्य : अन्नपचनाची शक्ती कमी होणे म्हणजे 'अग्निमांद्य' होय. यामध्ये प्रामुख्याने जाठराग्नि मंद, दुष्ट झालेला असतो. आयुर्वेदात अग्निमांद्य हेच सर्व रोगांचे मूळ कारण मानलेले आहे. दीपन गुणाची द्रव्ये, अग्नी प्रदीप्त करतात. यामध्ये भूक न लागणे, पोट जड असणे, करपट ढेकरा येणे, मुखदुर्गंधी आणि मलप्रवृत्ती दुर्गंधीयुक्त होणे ही लक्षणे असतात.

२) अतिसार : परसाकडला पाण्यासारखी पातळ होणे, याला 'अतिसार' म्हणतात. याचे वातज, पित्तज, कफज आणि सान्निपातिक (तिन्ही दोषांमुळे) असे चार प्रकार आहेत. तसेच 'शोकज' आणि 'आमज' हे दोन वेगळे प्रकार असतात.

अतिसाराच्या सुरुवातीस, द्रवाबरोबर घन मलाचा थोडा अंश असतो. नंतर फक्त द्रवमलप्रवृत्ती होते आणि मलाचे वेग वाढतात. यामध्ये थकवा, तहान लागणे, तोंडास कोरड पडणे, पोटऱ्या दुखणे ही लक्षणे असतात. डोळे खोल जातात आणि आवाज क्षीण होतो. ही रसक्षयाची (डीहायड्रेशनची) लक्षणे असतात.

३) आम्लपित्त : ज्या व्याधीमध्ये आम्ल गुणाने पित्त वाढते, त्यास 'आम्लपित्त' म्हणतात. व्यवहारात आपण 'ॲसिडिटी' झाली असे म्हणतो. यामध्ये मळमळ वाटणे, अन्न न पचणे, आंबट आणि कडू ढेकरा येणे, घसा आणि छातीत जळजळणे, पोटात दुखणे ही लक्षणे असतात. तसेच कधी कधी आंबट, कडू उलटी पण होते.

४) छर्दी : छर्दी म्हणजे उलटी. उलटीचा अनुभव बहुतेक सर्वांनी घेतलेला असतो. वातज, पित्तज आणि कफज असे प्रकार आहेत.

५) कामला : 'कामला' म्हणजे कावीळ. यामध्ये डोळे आणि त्वचा पिवळी होते, लघवी हळदीसारखी पिवळ्या रंगाची होते. भूक लागत नाही. कोणतेही काम करण्याची इच्छा होत नाही. याचे आयुर्वेदिक आणि आधुनिक शास्त्रात निरनिराळे प्रकार सांगितले आहेत.

६) ग्रहणी : ग्रहणी म्हणजे 'कोलायटिस' होय. यामध्ये अग्निमांद्य हे प्रमुख लक्षण असते. मलप्रवृत्ती द्रव, दुर्गंधीयुक्त आणि पोटात कळ मारून होते. काही दिवस बद्धकोष्ठता असते. याचे वातज, पित्तज, कफज आणि सान्निपातिक असे चार प्रकार सांगितले आहेत.

७) पंडुरोग : त्वचा, नखे आणि नेत्र ही पांढुरक्या रंगाची होतात, म्हणजे फिकटपणा येतो. शरीराची कांती नष्ट होते, यालाच आपण 'ॲनिमिया' म्हणतो. याचेही वातज, पित्तज, कफज आणि सान्निपातिक असे प्रकार सांगितले आहेत. यामध्ये अग्निमांद्य असते, थोड्याशा श्रमाने दम लागणे, डोळ्यांभोवती सूज येणे, ही लक्षणे असतात. लहान मुले या रोगात माती खाऊ लागतात.

८) अजीर्ण : खाल्लेले अन्न पचून ते शरीरामध्ये शोषले जाणे आवश्यक असते. तसे न होता, अन्न न पचलेल्या स्थितीत महास्रोतसांत राहणे (अन्नमार्गात राहणे) या विकारास 'अजीर्ण' म्हणतात. याचेही वात, पित्त, कफज प्रकार आहेत.

९) अरोचक : तोंडामध्ये घातलेल्या अन्नाची रुची लागत नाही. त्याचा स्वाद कळत नाही या व्याधीस 'अरोचक' असे म्हणतात.

१०) प्रवाहिका : मलप्रवृत्तीच्या वेळी पुष्कळ कुंथावे लागते म्हणून प्रवाहिका हे नाव पडले. व्यवहारात याला 'आव' म्हणतात. याचे वात, पित्त, कफज आणि रक्तज असे प्रकार आहेत.

११) विषूचिका : अजीर्णामध्ये प्रकोपित वायू शरीरामध्ये सुया टोचल्यासारख्या वेदना उत्पन्न करतो म्हणून विसूचिका म्हणतात.

१२) तृष्णा : वरचेवर पाणी पीत राहूनही समाधान होत नाही. पुन्हा पुन्हा पाणी पिण्याची इच्छा होते, या स्थितीस 'तृष्णा' म्हणतात. याचेही वात, पित्त, कफज असे प्रकार आहेत.

१३) हिक्का : 'हिक्, 'हिक्' असा ध्वनि उमटतो म्हणून 'हिक्का' म्हणतात. व्यवहारात 'उचकी' म्हणतात. क्षुद्रा, अन्नजा, यमला, गंभीरा, महती असे प्रकार आहेत.

१४) कास : म्हणजे खोकला, खोकताना काशाच्या फुटक्या भांड्याप्रमाणे आवाज येतो म्हणून 'कास' म्हणतात. याचे वात, पित्त, कफज, क्षतज आणि क्षयज असे पाच प्रकार आहेत.

१५) राजयक्ष्मा : म्हणजे फुफ्फुसाचा टी.बी. होय.

१६) श्वास : श्वास म्हणजे दमा. यामध्ये सशब्द आणि अवरोध असल्यासारखा श्वासोच्छ्वास होतो. याचे महाश्वास, उर्ध्वश्वास, छिन्नश्वास, तमकश्वास, क्षुद्रश्वास असे प्रकार आहेत. सर्व श्वासात, वायूची उर्ध्वगति वेगाने होते.

१७) हृदरोग : हृदय, या अवयवामध्ये निरनिराळ्या प्रकारची विकृती उत्पन्न होऊन, चालल्यावर दम लागणे, खोकला, छातीत दुखणे, घाम येणे, सूज येणे अशी व्याधींची लक्षणे दिसतात. याचे वात, पित्त, कफज, सान्निपातिक आणि कृमीज असे प्रकार सांगितले आहेत.

१८) शोथ : 'सूज' हा त्याचा लौकिक प्रतिशब्द होय. रोगाप्रमाणे चेहऱ्यावर, सर्वांगावर आणि पायावर सूज येते. सूज हे काही रोगांचे लक्षणही असू शकते.

१९) रक्तपित्त : पित्ताने रक्त जेव्हा दुष्ट होते, त्या वेळी रक्ताचे वर्ण आणि गंध पित्तास प्राप्त होतात, म्हणून रोगास रक्तपित्त म्हणतात. दोषानुरूप वातज, पित्तज, कफज असे प्रकार आहेत. गतिभेदाने उर्ध्व, अधः आणि तिर्यग् असे तीन प्रकार आहेत. उर्ध्वग रक्तपित्तात तोंड, नाक, डोळे आणि कान यातून रक्तप्रवृत्ती

होते. अधोग रक्तपित्तामध्ये मूत्रमार्ग, परसाकडेच्या वाटेने, स्त्रियांना योनीवाटे रक्तप्रवृत्ती होते. तिर्यग् रक्तपित्तामध्ये त्वचेतील रोमकुपांतून रक्तस्त्राव होतो. काही वेळा त्वचेखाली रक्त साकळलेले दिसते.

२०) शीतपित्त : प्रकुपित झालेले कफ आणि वायू पित्तासह रक्ताला दुष्ट करून त्वचेवर गांधी उठतात. यास 'शीतपित्त' म्हणतात. व्यवहारात आपण 'ॲलर्जी' म्हणतो.

२१) मूर्च्छा : सुख वा दुःख या कोणत्याही भावाची जाणीव न राहता, मनुष्य मोहाने लाकडाप्रमाणे पडतो यास 'मूर्च्छा' म्हणतात.

२२) अपस्मार : वस्तुस्थितीच्या ज्ञानास 'स्मृती' म्हणतात. अशी स्मृती ज्या अवस्थेत नाहीशी होते, त्या व्याधीस 'अपस्मार' म्हणतात.

२३) कुष्ठ : दुष्ट झालेले दोष, त्वचेच्या ठिकाणी वैवर्ण्य उत्पन्न करून कालांतराने त्वचा कुजवितात.

२४) विसर्प : त्वचेवर लहानमोठे फोड किंवा पुरळ अशा स्वरूपात पसरणे म्हणजे 'विसर्प' होय.

२५) प्रमेह : वारंवार आणि पुष्कळ प्रमाणात मूत्रप्रवृत्ती होते, म्हणून या व्याधीस 'प्रमेह' असे म्हणतात. याचे कफज दहा, पित्तज सहा आणि वातज चार असे वीस प्रकार मानले आहेत. मधुमेह हा यातीलच एक प्रकार आहे.

२६) अर्दित : वायू हा मुखाला पीडा देतो, म्हणून 'अर्दित' असे या रोगास म्हणतात. व्यवहारात याला 'चेहऱ्याचा पॅरालिसीस' म्हणतात.

२७) पक्षवध (पक्षाघात) : शरीराचा एक भाग मृतवत वा आघात झालेल्या अवयवाप्रमाणे निष्क्रिय होतो म्हणून या व्याधीस 'पक्षवध' किंवा 'पक्षाघात' असे म्हणतात. व्यवहारात हाताचा किंवा पायाचा पॅरालिसीस होय.

२८) गुल्म : हृदयापासून मूत्राशयापर्यंत म्हणजेच पोटातील (abdomen) वाढणारी ग्रंथी, ही वाटोळी असते. व्यवहारात 'ट्युमर' म्हणतात.

२९) अर्श : गुदाचे ठिकाणी उत्पन्न झालेले मांसांकुर म्हणजे 'अर्श'. व्यवहारात 'मूळव्याध' म्हणतो.

३०) प्रतिश्याय : व्यवहारात 'सर्दी' म्हणतो.

३१) पीनस : म्हणजे जुनी सर्दी किंवा 'सायनूसायटिस' होय.

३२) रक्तप्रदर : स्त्रियांना योनीमार्गातून मासिकपाळीशिवाय होणारा रक्तस्त्राव.

३३) श्वेतप्रदर : स्त्रियांना योनीमार्गातून पांढरा (सफेद) स्त्राव जाणे.

■

१२. दिनचर्या-रात्रीचर्या

दिनचर्येमध्ये एका दिवशी प्रात:काळी उठल्यापासून, पुन्हा दुसऱ्या दिवशी उठेपर्यंतच्या काळात आचरावयाची चर्या वर्णन केलेली आहे. म्हणून त्याचे 'दिनचर्या' आणि 'रात्रीचर्या' असे दोन भाग पडतात.

वात, पित्त, कफ हे त्रिदोष या चोवीस तासात वाढत असतात कमी होत असतात. याचा एक निसर्ग नियम आहे. दिवसाचे बारा तास आणि रात्रीचे बारा तास धरले तर चार-चार तासांचे तीन भाग होतात.

सकाळी ६ ते १०	संध्याकाळी ६ ते रात्री १०	कफाचा काल
सकाळी १० ते दुपारी २	रात्री १० ते पहाटे २	पित्ताचा काल
दुपारी २ ते संध्याकाळी ६	पहाटे २ ते सकाळी ६	वाताचा काल

'ब्राह्ममुहूर्त' म्हणजे पहाटे साडेचार ते पाच वाजता निरोगी मनुष्याने उठावे आणि दिनचर्येस सुरुवात करावी. हा वाताचा काल असल्याने मलोत्सर्जन सहज होते त्याला अडवू नये. त्यानंतर तोंड धुवून दंतधावन करावे.

सकाळची शांत वेळ अभ्यासास, ध्यानधारणेस आणि व्यायामास आदर्श आहे. सकाळी ओझोनचे प्रमाण जास्त असते. या वेळी फिरावयास गेल्यास शुद्ध हवा, सुखद वातावरण यांचा मनावर सकारात्मक परिणाम होतो. फिरून आल्यावर नाष्टा घ्यावा.

आयुर्वेदिक ग्रंथांमध्ये दिनचर्येमध्ये प्रक्षालन, कवलग्रहण, नस्यविधी, अंजनकर्म, धूमपान, अभ्यंगविधी इत्यादींबद्दल सविस्तर वर्णन आहे. जिज्ञासूंनी आयुर्वेदिक ग्रंथात त्याविषयीची माहिती मिळवावी. येथे अत्यावश्यक गोष्टींची चर्चा करू या.

सकाळी १० ते दुपारी २ हा पित्ताचा काल आहे. यामुळे दुपारी १२ ते १पर्यंत जेवण घ्यावे. आयुर्वेदात दुपारचे जेवण हे मुख्य जेवण मानले आहे. कारण जाठराग्नि प्रदीप्त असतो. रात्रीचे जेवण हे लघु आणि अल्पमात्रेत घ्यावे अशी धारणा आहे. तसेच रात्री ९च्या आधी जेवण करावे. जेवणाच्या वेळा शक्यतो नियमित असाव्या.

दिनचर्येत नियमित, रोज व्यायाम सांगितलेला आहे. हजारो वर्षांपूर्वी कष्टमय जीवन जगणाऱ्या प्रजेला व्यायाम केलाच पाहिजे असा आयुर्वेदाचा उपदेश होता. एकविसाव्या शतकातील बैठ्या, आरामदायी जीवनशैली जगणाऱ्यांना तर व्यायामाची नितांत आवश्यकता आहे. हेच विसरल्यामुळे मधुमेह, रक्तदाब, हृदयरोग आणि स्थौल्य यांच्याशी तारुण्यातच सामना करावा लागत आहे.

लाघवं कर्मसामर्थ्यं दीप्तोग्निर्मेदसः क्षयः।
विभक्तघनगात्रत्वं व्यायामादुपजायते।। (अष्टांगसंग्रह)

व्यायामाने मेदक्षय होतो. शरीर सुडौल होते, सामर्थ्य वाढते आणि अन्नपचनासाठी लागणारा जाठराग्नि प्रदीप्त होतो. आजच्या युगात व्यायामास सुरुवात करताना वैद्यकीय सल्ला आणि व्यायाम तज्ज्ञाचे मार्गदर्शन घ्यावे.

चालणे, पोहणे, पळणे या व्यायामाबरोबर योगासने, सूर्यनमस्कार, प्राणायाम आणि ध्यानधारणा याचाही समावेश करावा. व्यायामाने १) इन्सुलीन रेझिस्टन्स कमी होतो. २) रक्ताभिसरण सुधारते. ३) फुफ्फुसांची कार्यशक्ती सुधारते. ४) सर्व सांधे आणि स्नायू सुदृढ होतात. ५) लवचिकपणा वाढतो. ६) H.D.L. कोलेस्टेरॉल वाढतो. ७) एन्डॉर्फिन्स शरीरात तयार होऊन मन प्रसन्न होते. त्यामुळे सकारात्मक दृष्टिकोन तयार होतो. नैराश्य दूर राखता येते.

निसर्गचक्रामध्ये, रम्य सकाळी किलबिल करत उठलेले पक्षी चारा-पाण्यासाठी दिवसभर भटकून संध्याकाळी घरट्याकडे परततात आणि रात्री विसावा घेतात. उत्क्रांतीतला बुद्धिवान माणूस मात्र रात्र झाल्यावर वेळेवर 'रात्रीचर्या' म्हणजे झोप घेणे विसरत चालला आहे. डॉक्टर्स, नर्सेस, रात्रपाळी करणारे कामगार आदी अत्यावश्यक सेवा देणाऱ्या व्यक्तींना रात्री काम करणे अपरिहार्य आहे. जागरणाने वात वाढतो. यासाठी जेवढा वेळ जागरण झाले असेल त्याच्या अर्धा वेळ इतकी झोप आणि तीसुद्धा दुसऱ्या दिवशी अन्नग्रहणापूर्वी घ्यावी. यामुळे वाताचे शमन होऊन दोषसाम्य प्रस्थापित होते, क्षीण झालेल्या कफाचे पोषण होते आणि बल वाढते. रात्री वेळेवर झोपण्याचे ग्रंथांमध्ये फायदेही सांगितले आहेत.

निद्रायत्तं सुखं दुःखं पुष्टिः कार्श्यं बलाबलम्।
वृषता क्लीबता ज्ञानमज्ञानं जीवितं न च।। (चरकसूत्रस्थ)

योग्य निद्रेने शरीर सुदृढ आणि पुष्ट बनते, शुक्रधातू वाढतो. ज्ञानेंद्रिये कार्यक्षम होतात. याउलट निद्रा न मिळाल्यास शरीर कृश होते. शुक्रधातू कमी होऊन नपुंसकत्व येते, ज्ञानेंद्रिये नीट काम करत नाहीत.

आधुनिक दृष्टिकोनातून दिवस आणि रात्र यांचा ताल हार्मोन्सवर अवलंबून आहे. 'सिर्केडियन ऱ्हिदम'प्रमाणे शरीरात हार्मोन्सच्या घडामोडी घडत असतात. मेलॅटोनिनचे स्रवणे थांबते, त्याची रक्तातील पातळी कमी होते. मेंदूत कॉर्टिसॉल आणि ॲड्रिनर्जिक रसायने तयार होऊन जाग येते. पहाटेपासून दिवसभर या हार्मोन्सचा अंमल असतो. त्यामुळे आपण दिवसभर कार्यरत राहतो. संध्याकाळनंतर या हार्मोन्सचा अंमल कमी होऊ लागतो. रात्रीच्या अंधाराच्या प्रभावामुळे शरीरात 'मेलॅटोनिन' या नावाचा हार्मोन स्रवू लागतो. रात्री ९ वाजल्यापासून त्याचे प्रमाण वाढते. त्यामुळे रात्री ७ ते ८ तास आपण झोपतो.

ज्या व्यक्ती ह्या निसर्गचक्रानुसार वागत नाहीत, उशिरापर्यंत अपरिहार्य काम

किंवा हौसमौज करत रात्री जागत राहतात, त्यांच्या रक्तात कॉर्टिझॉल, ॲड्रिनलीन या हार्मोन्सची पातळी सतत वरती राहाते. यामुळे स्ट्रेस किंवा तणाव येतो.

वेळेवर म्हणजे रात्री १०पर्यंत झोपल्यास, या कॉर्टिझॉल आणि ॲड्रिनलीनची पातळी अगदी कमी होते. गाढ झोपेत मेंदूला उत्तम विश्रांती मिळते आणि त्याचवेळी पिट्युटरी ग्रंथीतून ग्रोथ हार्मोन स्रवते. या हार्मोन्समुळे शरीराची झीज भरून निघते, शरीराची वाढ होते, हाडे बळकट होतात. यालाच आयुर्वेदात झोपेमुळे शरीर पुष्ट होते असे म्हटले आहे.

झोपेमध्ये 'एन्डॉर्फिन्स' हे दुसरे रसायन तयार होते. या एन्डॉर्फिन्समुळे वेदनांपासून मुक्ती, शरीरात उत्साह संचारतो आणि मन प्रसन्न होते, म्हणजेच सकाळी सकारात्मक दृष्टिकोन येतो.

रात्री १० वाजेपर्यंत झोपल्यास आयुर्वेदात सांगितल्याप्रमाणे पहाटे साडेचार पाच वाजता म्हणजे ब्राह्ममुहूर्तावर जाग येते.

विज्ञानाच्या प्रगतीने, अर्थार्जनाच्या लालसेने आणि चंगळवाद वाढल्यामुळे स्टेटस सिंबॉल म्हणून उशिरापर्यंत जागण्याची आणि पार्ट्या झोडण्याची पद्धत समाजात रूढ होत आहे. रात्री न झोपण्याने कॉर्टिझॉल आणि ॲड्रिनलीनची पातळी वाढलेली राहिल्याने शरीर उत्तेजित राहते. शरीरावर ताण येऊन उच्च रक्तदाब, मधुमेह, हृदयरोग यांची शृंखला हेच बक्षीस मिळते. झोप येण्यासाठी औषधे घेण्यापेक्षा नैसर्गिक ट्रँक्विलायझर म्हणून, मेलोटोनिन जे आपल्या शरीरात तयार होते, त्याचे कोणतेही दुष्परिणाम शरीरावर होत नाहीत. फक्त हे बाजारात विकत मिळत नाही. निरोगी आयुष्याची गुरुकिल्ली म्हणजे वेळेवर झोपणे म्हणजेच 'मेलोटोनिनचा' आदर करणे. दोन्ही तत्त्वज्ञान एकच गोष्ट सांगतात.

लवकर निजे, लवकर उठे। तया ज्ञान, आरोग्य, संपत्ति भेटे।

दोन्ही तत्त्वज्ञानांचा आपण ऊहापोह केला. आधुनिक संशोधनातही तसेच पुरावे पुढे येत आहेत.

नेहमी सकाळी ९ ते संध्याकाळी ६पर्यंत काम करणारे कामगार असा एक गट आणि रात्रपाळी, दिवसपाळी करणारा दुसरा गट, यांचा तुलनात्मक अभ्यास 'पंडित रविशंकर शुक्ला विद्यापीठ' रायपूर येथील संशोधकांनी केला. तेव्हा त्यांना असे दिसून आले की, रात्रपाळी आणि दिवसपाळी करणाऱ्या कामगारांचे आयुष्यमान ३ वर्ष ९४ दिवस कमी होते.

डॉक्टर्स, नर्सेस, कारखान्यातील रात्रपाळी करणारे कामगार यांना रात्री जागावेच लागते, ते अपरिहार्य आहे. पण गंमत म्हणून चैनीसाठी अनियमित वागणे हे आरोग्यास हितावह नाही.

महाभारतातील कुरुक्षेत्रावरील युद्धात सूर्योदयानंतर युद्ध सुरू होत असे आणि सूर्यास्त होताच युद्ध थांबत असे. सर्व योद्धे रात्री विश्रांती घेत असत आणि दिवसा परत लढत असत. झोपलेल्या योद्ध्यांचा वध करणे, युद्धनीतीस मान्य नव्हते. हा नियम न पाळता रात्री नरसंहार करणारा अश्वत्थामा, भगवान श्रीकृष्णांच्या शापाने दुर्दैवी चिरंजीव झाला. योद्ध्यानेदेखील व्यवस्थित झोप घेतलीच पाहिजे, हाच संदेश यातून मिळत आहे.

■

१३. ब्रह्मचर्य

शरीराच्या तीन आधारांतील हा एक आधार होय. ब्रह्म किंवा आत्मतत्त्वाच्या प्राप्तीसाठी आचरावयाची सत्त्वगुणप्रधान चर्या, हा ब्रह्मचर्य शब्दाचा मूळ अर्थ आहे. व्यवहारात 'ब्रह्मचर्य' म्हणजे मैथुन न करणे, असा अर्थ सामान्यजन घेतात पण ते चूक आहे.

हिंदुधर्मात सोळा संस्कारांमध्ये, 'विवाह' हा एक संस्कार सांगितलेला आहे. विवाहाचे मुख्य उद्दिष्ट 'प्रजनन' हे आहे. प्रजननामध्ये पुढची पिढी गुणांनी अधिक श्रेष्ठ निपजावी अशी अपेक्षा आहे. विवाहानंतर अपत्य झाल्याने 'पितृऋण' फिटते.

गृहस्थाश्रमात योग्य संयम पाळून, केवळ प्रजनन कार्यार्थच पतिपत्नींचा संयोग घडत असेल, तर त्या योगाने ब्रह्मचर्यव्रताची कोणत्याही प्रकारे हानी न होता, त्या दांपत्यास त्या व्रताच्या अनुष्ठानाचे संपूर्ण फळ मिळते. येथे एकपत्नीव्रताचे पालन अपेक्षित आहे. ग्रंथांमध्ये मैथुन केव्हा, किती वेळा करावे, तसेच ऋतूप्रमाणे मैथुनातील बदल सांगितलेले आहेत. यामध्ये धर्माधिष्ठित काम अपेक्षित आहे.

विवाहबाह्यसंबंध, सारखे मनामध्ये स्त्रीविषयी विचार यामुळे शुक्रधातू आणि ओजाचे रक्षण होत नाही. स्वैराचाराने होणारा 'एड्स' म्हणजे ओजक्षय आणि विनाशच होय. सुंदर स्त्रियांसाठी झालेल्या लढाया अपरिमित नुकसानच करतात.

ब्रह्मचर्य व्रतामुळे योगाभ्यास करणे सोपे जाते आणि पुढे समाधी अवस्थेत प्रवेश करणे सुकर होऊन, आत्मसाक्षात्काराची अनुभूती मिळू शकते.

■

१४. ऋतुचर्या

सूर्याभोवती पृथ्वीच्या होणाऱ्या परिभ्रमणकालात, पृथ्वी ही परिक्रमा ३६५ दिवसांत पूर्ण करते. यालाच 'संवत्सर' किंवा 'वर्ष' असे म्हणतात. या एका वर्षात

सहा ऋतू पूर्ण होतात. वर्षा, शरद, हेमंत या तीन ऋतूत सूर्याचे दक्षिणायन असते आणि शिशिर, वसंत, ग्रीष्म या तीन ऋतूत उत्तरायण असते. उत्तरायणात दिवस मोठा आणि रात्र छोटी असते. शिशिरापासून, ग्रीष्मापर्यंत उष्णता वाढत जाते. प्राणिमात्रांचे बल कमी-कमी होत जाते, याला 'आदान काल' म्हणतात.

याउलट दक्षिणायनात म्हणजे वर्षा, शरद, हेमंत या ऋतूत सूर्याच्या मंद उष्णतेने वर्षा ऋतूपासून हेमंतापर्यंत, प्राणिमात्रांचे बल क्रमाक्रमाने वाढत जाते. या कालास 'विसर्गकाल' असे म्हणतात.

या सहा ऋतूंमध्ये मानवी शरीरातील त्रिदोषांवर होणाऱ्या परिणामांचा अतिशय सूक्ष्म अभ्यास आयुर्वेदात केलेला आहे. प्रत्येक ऋतूत त्रिदोषांच्या वृद्धि-क्षयावर परिणाम होतो. त्याप्रमाणे आहार-विहारात माणसाला बदल करावे लागतात. कारण दोषसाम्य राखणे, ही निरोगी शरीराची गुरुकिल्ली आहे.

प्रत्येक ऋतूत षड्रसांपैकी कोणत्या रसांचे अन्न प्राधान्याने घ्यावे आणि कोणते रस अल्प प्रमाणात घ्यावे, हे समजणे इष्ट आहे. या विवेचनात आहाराचाच प्राधान्याने विचार केलेला आहे. 'हरितकी' म्हणजे हिरडा महत्त्वपूर्ण आहे. कारण आयुर्वेदात हरितकीचूर्ण १ ते २ ग्रॅम नित्य सेवन करावे. यामुळे शतायुषी आणि आरोग्यसंपन्न आयुष्य स्त्री-पुरुषांस मिळते असे सांगितले आहे.

हरितकीचे अनुपान (उदा. साखर, मध, सुंठ इत्यादी कशाबरोबर घ्यावयाचे ते) ऋतूप्रमाणे बदलते. यामध्ये ऋषीमुनींचा सूक्ष्म विचार दिसून येतो. कोणत्या ऋतूत कोणते पंचकर्म करावे याचाही उल्लेख ग्रंथात आहे.

ऋतुसंधि : चालू असलेल्या ऋतूचे शेवटचे आठ दिवस आणि येणाऱ्या ऋतूतील पहिले आठ दिवस, या पंधरा दिवसाच्या काळास 'ऋतुसंधि' असे म्हणतात. या वेळी वातावरण आणि हवामान बदलत असते. म्हणून आहार-विहारावर जास्त नियंत्रण ठेवावे लागते.

वर्षभरातील येणारे सण आणि शास्त्र यांचेसुद्धा एक विज्ञान आहे. हेमंत ऋतूतच दिवाळी येते. त्या वेळी अग्नी प्रदीप्त असतो. पक्वान्ने, फराळ खाऊन दिवाळी साजरी करता येते.

१) वर्षा ऋतू : ग्रीष्मामध्ये उष्णतेने वातावरण रुक्ष झाल्याने, शरीरात वात दोषाचा संचय सुरू झालेला असतो. वर्षा ऋतूतील शीत आणि आर्द्र वातावरणाने शरीरात वाताचा प्रकोप होतो. अग्निमांद्य पण असते. शरीराचे बल कमी झालेले असते. वर्षा ऋतू, ज्येष्ठ-आषाढ या मराठी महिन्यात म्हणजे १५ जून ते १५ ऑगस्ट या कालात असतो. अग्निमांद्यामुळे पचनशक्ती सुधारण्यासाठी लघु आणि कमी मात्रेत आहार घ्यावा लागतो. एक वर्ष जुने झालेले धान्य वापरावे.

आहाररस : मधुर, आंबट, खारट प्राधान्याने.

तृणधान्ये-कडधान्ये : तांदूळ, गहू, मूग, तूर, हुलगे.

फळभाज्या-पालेभाज्या : दुधी, दोडका, पडवळ, भेंडी, मेथी, अळू.

मसाले : हिंग, सुंठ, मिरे, जिरे, पुदीना, आले, मिरची, लसूण सर्वोत्तम.

तेल-तूप : साजूक तूप आदर्श अग्निदीपन होते. तीळतेल, शेंगदाणातेल.

फळे : सफरचंद, मोसंबी, पपई, डाळिंब.

ताक रोज प्यावे, या ऋतूत दही निषिद्ध आहे. तळलेले पदार्थ म्हणजे भजी, वडे खाऊ नयेत. पक्वान्न खाऊ नयेत. मासे खाणे टाळावे, कारण नद्यातील पाणी दूषित असते.

हरितकीचूर्ण + सैंधव घ्यावे.

औषधे : पंचकोलासव, दशमूलारिष्ट अग्निमांद्यासाठी घ्यावी.

पंचकर्म : बस्ति.

२) शरद ऋतू : या ऋतूत पित्तप्रकोप असल्याने, उष्णवीर्य पदार्थ खाऊ नयेत. विसर्गकालात बल वाढावे, म्हणून मधुर रसाचे बल्य पदार्थ खावेत. शरद ऋतू हा श्रावण-भाद्रपद या मराठी महिन्यात म्हणजे १५ ऑगस्ट ते १५ ऑक्टोबर या कालात येतो.

आहाररस : प्राधान्याने मधुर, तिक्त (कडू), कषाय (तुरट). आम्ल रसाचे अत्यल्प प्रमाण असावे.

तृणधान्ये-कडधान्ये : तांदूळ, ज्वारी, गहू, मूग, मटकी, हरभरा, मटार.

फळभाज्या-पालेभाज्या : पडवळ, कारली, चाकवत, तांदूळजा, पालक, मेथी.

मसाले : कढीपत्ता, धने, जिरे, कोथिंबीर, कांदा सर्वोत्तम, लसूण निषिद्ध.

तेल-तूप : साजूक तूप, खोबरेल तेल, तीळतेल अल्प प्रमाणात, करडईचे तेल निषिद्ध.

फळे : चिकू, मोसंबी, संत्री, आवळा, लिंबू, कोकम.

पक्वान्न : पुरणाची पोळी तूपाबरोबर, नारळी भात.

श्रावणात फुटाणे खावेत. दुधामध्ये साखर, वेलदोडे, चारोळी घालून प्यावे.

हरितकीचूर्ण + साखर घ्यावे.

औषधे : मोरावळा, आवळकाठी, गुलकंद, चंदनासव, उशिरासव.

पंचकर्म : विरेचन, रक्तमोक्षण व्हावे म्हणून रक्तदान करावे.

३) हेमंत ऋतू : या ऋतूत हिवाळ्याला सुरुवात होते. शरीरबल उत्तम असते. अग्नी आणि त्रिदोष समस्थितीत असतात. आहारमात्रा जास्त घ्यावी. हेमंतऋतू हा अश्विन, कार्तिक या मराठी महिन्यात म्हणजे १५ ऑक्टोबर ते १५ डिसेंबर या कालात येतो.

आहाररस : गोड, आंबट, खारट रस प्राधान्याने घ्यावेत.

तृणधान्ये-कडधान्ये : गहू, तांदूळ, नाचणी, उडीद, तूर, मूग, मटकी, वाटाणा, राजमा इ. नवीन धान्य खाण्यास हरकत नाही.

फळभाज्या-पालेभाज्या : नवलकोल, दोडका, पडवळ, वांगी, रताळी, बटाटे, मेथी, पालक, सरसू, मुळा.

मसाले : सर्व मसाले चालतात.

तेल-तूप : सरसूतेल, तीळतेल आणि साजूक तूप.

फळे : द्राक्षे, मनुका, सफरचंद, डाळिंब, सुकामेवा.

पक्वान्न : बासुंदी, गुलाबजाम, सर्व तळलेले पदार्थ खावे दिवाळीचे सर्व पदार्थ म्हणजे करंज्या, चिरोटे, शंकरपाळे.

मांस, मच्छी, अंडी, कोंबडी हा सर्व मांसाहार करावा.

हरितकीचूर्ण + सुंठ.

पंचकर्म : अभ्यंग, तीळतेल सर्वांगाला लावावे आणि उटणे लावावे.

४) शिशिर ऋतू : हिवाळ्याच्या कालखंडातील हा ऋतू. या वेळी सूर्याचे उत्तरायण सुरू होत असले तरी शरीरबल उत्तम असते. थंडी वाढलेली असल्याने कफदोषाच्या संचयाला सुरुवात होते. आहार हेमंत ऋतू प्रमाणेच असतो. फक्त सर्व उष्ण पदार्थ घ्यावेत.

शिशिर ऋतू हा मार्गशीर्ष-पौष या मराठी महिन्यात म्हणजे १५ डिसेंबर ते १५ फेब्रुवारी या कालात असतो.

आहाररस : प्राधान्याने मधुर, आम्ल. बाकी रस अल्प प्रमाणात.

तृणधान्ये-कडधान्ये : बाजरी उत्कृष्ट, गहू, तांदूळ, उडीद, तूर, मूग.

फळभाज्या-पालेभाज्या : वांगी, नवलकोल, दोडका, सुरण, मेथी, सरसू, मुळा.

मसाले : सर्व मसाल्याचे पदार्थ वापरावे.

तेल-तूप : सरसू तेल, तीळतेल, साजूक तूप.

फळे : बोरे, सफरचंद, केळी, डाळिंब, सुकामेवा.

पक्वान्न : गुळाची पोळी तूपाबरोबर, तीळाचे लाडू, तीळ-गुळ सर्व ऋतूभर घ्यावा.

मांसाहार : मटण, कोंबडी, अंडी खावी. मासे मुद्दाम खावेत, कारण ते उष्ण आहेत.

हरितकी चूर्ण, पिंपळीचूर्णाबरोबर घ्यावे.

पंचकर्म : सर्वांग स्नेहन तीळतेलाने आणि अभ्यंग.

५) वसंत ऋतू : रात्र लहान आणि दिवस मोठा होऊ लागतो. सूर्याची उष्णता वाढल्याने शरीरातील कफाचे विलयन होऊन कफ पातळ होतो. त्यामुळे खोकला, दमा इत्यादी कफविकार सुरू होतात.

कफप्रकोप आणि अग्निमांद्यामुळे आहार लघु असावा, मात्रा कमी असावी.

वसंत ऋतू हा मराठी माघ, फाल्गुन या महिन्यात येतो म्हणजे १५ फेब्रुवारी ते १५ एप्रिल या काळात असतो.

आहाररस : प्राधान्याने कडू, तिखट आणि तुरट रस

तृणधान्ये आणि कडधान्ये : गहू, ज्वारी, तांदूळ अल्प, गव्हाचे फुलके, खाकरे आदर्श. मूग, हरभरा, तूर, मसूर, कुळीथ.

फळभाज्या-पालेभाज्या : पडवळ, वांगी, कारली, सिमला मिरची, तांदूळजा, मुळा, मेथी.

मसाले : हिंग, मोहरी, मिरी, दालचिनी, मिरची, लसूण.

तेल-तूप : तुपाऐवजी तेल वापरावे, तीळतेल.

फळे : कवठ. कवठाचे सेवन ऋतूभर करावे.

पक्वान्न : पक्वान्न टाळावी. याऐवजी कुळथाचे पिठले ऋतूभर खाणे इष्ट, कारण कफघ्न आणि रोगघ्न.

मांसाहार : शेळी, मेंढी आणि कोंबडी यांचे मांस खाते.

हरितकीचूर्ण मधाबरोबर घ्यावे.

मधाचा वापर ऋतूभर करावा. ताक घ्यावे, दही निषिद्ध.

पंचकर्म : वैद्यकीय मार्गदर्शनाखाली वमन कर्म,

६) ग्रीष्म ऋतू : ग्रीष्म ऋतूत वातावरणातील तीव्र उष्णता आणि रुक्षता तसेच शरीरात झालेला वातसंचय आणि अग्निमांद्य याचा विचार करता, लघुआहार अपेक्षित आहे. द्रवपदार्थ जास्त घ्यावेत.

ग्रीष्म ऋतू हा चैत्र-वैशाख या मराठी महिन्यात म्हणजे १५ एप्रिल ते १५ जून या कालात असतो.

आहाररस : मधुर, आंबट आणि खारट हे रस प्राधान्याने.

तृणधान्ये-कडधान्ये : गहू, तांदूळ, ज्वारी घेणे, बाजरी निषिद्ध. मुगाचा जास्त वापर करावा, बाकी डाळी टाळाव्या कारण त्या डाळी रुक्ष आहेत.

फळभाज्या-पालेभाज्या : भेंडी, पडवळ, दोडका, घोसाळी, पालक, माठ, तांदूळजा, चुका, चाकवत, राजगिरा, रताळी, बीट, गाजर, सुरण.

मसाले : धने आणि जिरे वापरावे. इतर उष्णवीर्य मसाले वापरू नयेत.

कांदा शीतवीर्य असल्याने नित्यसेवन करावे. कच्चा कांदा खाणे हितावह.

तेल-तूप : शेंगदाणातेल, तूप.

फळे : कैरी, करवंदे, काकडी, कलिंगड, कोकम, द्राक्षे, आंबा, डाळिंब, केळी.

पक्वान्न : श्रीखंड, गव्हाची खीर, आमरस.

मांसाहार : लॉबस्टर, कोंबडी सर्व अल्प प्रमाणात.

ताकाचा वापर भरपूर करावा. कैरीचे पन्हे, कोकम सरबत, लिंबू सरबत घ्यावे.

नाचणीची आंबील नित्य प्यावी.
हरितकीचूर्ण + गूळ घ्यावे.
पंचकर्म : कर्पूरमिश्रित चंदनाचा लेप लावावा.

■

१५. स्वयंपाकघर आणि भांडी

आयुर्वेदकालातही 'महानस' म्हणजे स्वयंपाकघर उंचावर, भरपूर खिडक्या असलेले असावे असे म्हटले आहे. आजच्या युगातही स्वयंपाकघरातील धूर बाहेर जाण्यासाठी किचनचिमणी वापरतो म्हणजे तत्त्व एकच राहिले. पाणी, इंधन आणि आचारी याबद्दलही ग्रंथांमध्ये चर्चा केलेली आहे.

आयुर्वेद कालात सोने, चांदी, तांबे, लोह आणि काशाची भांडी आपल्या ऐपतीप्रमाणे वापरत असत. मातीची भांडी वापरण्याचीही प्रथा होती, त्यात शिजवलेले अन्न रुचकर आणि सर्वगुणसंपन्न असते असे म्हटले आहे. आज सोन्याची भांडी हा विषय कल्पनेच्या बाहेरचा आहे. चांदीची भांडी वापरण्याची प्रथा आहे. चांदीचे गुण: मेध्य, हृद्य, वृष्य, रसायन, चक्षुष्य आणि लेखन हे आहेत. म्हणूनच लहान मुलांना दूध, पाणी चांदीच्या वाटी-चमच्याने किंवा भांड्यातून पाजतात. चांदीच्या ताटात भोजन केल्यास आम्लपित्ताचा त्रास कमी होतो.

तांबे हा धातू भूक वाढविणारा, रक्तशुद्धी करणारा, पोटातील कृमी नाहीसे करणारा आहे. तसेच क्षय, दमा आणि मूळव्याध, ग्रहणी या रोगावर उपयोगी आहे.

पुण्यातील 'आघारकर इन्स्टिट्यूट' आणि 'पितांबरी प्रॉडक्ट्स' यांनी यासंबंधी प्रयोग केल्यावर तांब्याच्या भांड्यात पाणी ठेवले असता, त्यातील जंतू मरतात आणि जंतूंची वाढ होत नाही, असे निदर्शनास आले आहे. स्टेनलेसस्टीलच्या भांड्यात पाणी ठेवले असता, जंतूसंसर्ग जास्त होतो असेही दिसून आले. म्हणून पाणी साठवण्यासाठी तांब्याच्या भांड्यांचा वापर करावा. आधुनिक दृष्टिकोनातून तांबे अॅन्टी-ऑक्सिडंट' आहे.

तांब्याच्या भांड्यात पाणी साठवले की त्यात तांबे विरघळते. हे तांबे शरीरास उपयोगी पडते.

लोहाच्या, म्हणजे लोखंडी कढया स्वयंपाकात वापराव्या. शरीरास लोहाची रक्तवृद्धीसाठी जरूर आहे, हे सर्वांना माहीत आहे.

काश्यपसंहितेत, मुगाचे कढण (मुद्‍ग यूष) बनविताना, ते लोखंडी कढईत बनवावे आणि झारा पण लोखंडी वापरावा असे सांगितले आहे.

आधुनिक संशोधनात, लोखंडी कढईत १२० मि.लि. टोमॅटो प्युरी तयार केली

तर त्यात ०.७ मि.ग्रॅम आयर्न या कढईतून मिळते, असे निदर्शनास आले आहे.

अॅल्युमिनियमच्या भांड्याने 'स्मृतिभ्रंश' म्हणजे 'अल्झायमर' रोग वाढण्याची शक्यता असते. अॅल्युमिनियममुळे शरीरात झिंक कमी होते. झिंक हे अॅन्टी-ऑक्सिडंट आहे आणि शरीरास हितावह आहे. झिंक कमी झाल्याने स्मृतिभ्रंश होतो.

घरातील भांडी आणि क्रोकरी खरेदी करताना या मुद्द्यांचा विचार करून मग निर्णय घ्यावा.

■

१६. अष्टौआहार विधिविशेषायतन

'चरक संहिते'त चरकांनी आरोग्य रक्षणासाठी, आहार हितकर होण्यासाठी आठ मुद्द्यांचा ऊहापोह केलेला आहे. या आठ गोष्टींचे पालन केले असता, प्रकृती स्वास्थ्य राहते आणि उल्लंघनाने दोषनिर्मिती होऊन, व्याधी निर्माण होतात. हे आठ मुद्दे याप्रमाणे :

१) प्रकृति २) करण/संस्कार ३) संयोग ४) राशि ५) देश ६) काल ७) उपयोग संस्था ८) उपयोक्ता

१) प्रकृति : म्हणजे आहारद्रव्याचा मूळ नैसर्गिक स्वभाव. उदा. उडीद हे स्वभावत: पचण्यास जड आहेत. त्यांनी शरीरात गौरव उत्पन्न होईल. तर मूग हे स्वभावत:च लघु म्हणजे पचण्यास हलके आहेत. त्यांच्या सेवनाने शरीरात लाघव निर्माण होते. ऋतूप्रमाणे आहार लघु का गुरू घेणे योग्य आहे हे ठरवून, त्याप्रमाणे द्रव्यांचा उपयोग करावा. उदा. वर्षा ऋतूत लघु आहार हितावह.

२) करण (संस्कार) : स्वाभाविक गुणांची जी द्रव्ये असतात, त्यांच्यावर संस्कार करून त्यांच्या गुणात बदल केला जातो. धुणे, भाजणे, तळणे, शिजवणे, गरम करणे (अग्निसंस्कार) आणि मंथन यापैकी संस्कारांचा उपयोग करून आपण अन्न बनवितो. गहू, डाळी, कडधान्ये यांना उन्हात तापवून, मग साठवून वापरली जातात.

तांदूळ स्वभावत: जड असतात. पण ते चांगले धुतले आणि पाणी घालून शिजवले म्हणजे तयार होणारा भात लघु होतो. दह्यात पाणी घालून, चांगले घुसळण्याने (मंथन) तयार होणारे ताक लघु गुणाचे असते. दह्याचे गुरुत्व आणि अभिष्यन्द निघून जाते.

दही गरम करण्याने म्हणजे अग्नीसंस्काराने शरीरास अपायकारक होते. आहार बनविताना संस्कार हितावह आणि गुणवर्धन करणारा आहे ना हे बघावे.

३) संयोग : संयोग किंवा मिश्रण याचा आहार सेवन करताना, विचार करावा लागतो. मध आणि तूप ही दोन्ही द्रव्ये शरीरास उपयोगी आहेत. पण एकत्र केल्याने त्यांचा संयोग झाल्यावर जे संयुक्त द्रव्य बनते, ते आरोग्याला घातक ठरते. संयोग ही संकल्पना 'विरुद्ध अन्न' या प्रकरणात विस्ताराने चर्चिली आहे.

४) राशि : यामध्ये सेवन करावयाच्या अन्नाचे एकूण प्रमाण आणि आहारातील प्रत्येक घटक पदार्थाचे प्रमाण, या दोहोंचा समावेश होतो. एकूण आहार षड्‌रसात्मक पाहिजे. यापैकी मधुररसाचे प्रमाण जास्त असावे आणि तुरट रसाचे प्रमाण कमी असावे अशी अपेक्षा आहे. यामध्ये घन आणि द्रव पदार्थांचे प्रमाणही विचारात घेतले पाहिजे.

आधुनिक तत्त्वज्ञानातही फॅट, प्रोटिन्स, कार्बोहायड्रेट, व्हिटॅमिन्स इत्यादींचे रोजचे प्रमाण आणि त्यापासून मिळणाऱ्या कॅलरीजचा विचार केला जातो. यामुळे आहार चौरस आणि समतोल होतो.

५) देश : आहारद्रव्याचे उत्पत्तिस्थान आणि त्याचा संचार याचा विचार करावा लागतो. कारण त्याप्रमाणे त्या द्रव्याचे गुणधर्म बदलतात. थंड प्रदेशात तयार झालेली मिरची, उदा. सिमला मिरची कमी तिखट असते. तर उष्ण प्रदेशातील उदा. राजस्थानात तयार झालेली मिरची जास्त तिखट असते. म्हणून आहारद्रव्याला स्थान माहात्म्य आहे. देवगडचे हापूस आंबे, जम्मूचा राजमा, संकेश्वरी मिरची आपले आहारद्रव्य म्हणून वैशिष्ट्य टिकवून आहेत.

'देश' याचा अर्थ सेवन करणाऱ्या व्यक्तीचा नित्य निवासाचा प्रदेश. कारण त्या वातावरणाचा त्या व्यक्तीच्या प्रकृतीवरही परिणाम होतो. ही परिस्थिती त्याच्या आहारविषयक गरजांचे स्वरूप ठरविण्यात महत्त्वाची भूमिका बजावते. म्हणूनच चीनमधील मांसाहार वेगळा, रशियातील वेगळा आणि तो त्यांनाच मानवतो.

६) काल : काल या शब्दात 'नित्यग' आणि 'आवस्थिक' या दोन कल्पना आहेत. नित्यग म्हणजे नित्य सरणार – दिवस-रात्र, ऋतू याप्रमाणे आहार बदलतो. ऋतूचर्येत दोषस्थिती, अग्नीची अवस्था याप्रमाणे आहारात बदल करावा लागतो, याची चर्चा आपण केलेली आहे.

आपल्या सणावाराला आवर्जून बनवल्या जाणाऱ्या पक्वान्नांना शास्त्रीय आधार आहे. हिवाळ्यात संक्रांतीचेवेळी गुळाची पोळी, तर श्रावणात पुरणपोळी खाल्ली जाते.

जग जवळ आल्याने फळे कोणत्याही ऋतूत मिळतात. पण इतर ऋतूत मिळणारी ही परदेशी फळे सेवन करणे आरोग्यास हानिकारक ठरू शकते.

'आवस्थिक काल' म्हणजे बाल्य, तारुण्य, वृद्धत्व या अवस्थांतील आहार बदलतो, गरजाही बदलतात.

आजारपणाच्या अवस्थेप्रमाणे, आहार बदलावा लागतो. नवीन ज्वरात लंघन द्यावे लागते, तर जीर्ण ज्वरात 'घृतपान' देतात.

७) उपयोगसंस्था :

उपयोगसंस्था तूपयोगनियमः। स जीर्णलक्षणापेक्षः।।

भूक लागली आहे आणि पहिले अन्न पचले आहे असे पाहून जेवावे. जेवताना भोजनाची व्यवस्था म्हणजे स्वच्छ आसन, वाढण्याची पद्धत, भांड्यांची स्वच्छता आणि भोजनगृहातील वातावरण, या प्रत्येक गोष्टीचा पाचक रसाच्या स्रवण्यावर परिणाम होतो.

आनंदी, स्वच्छ आणि मन प्रसन्न करणारे वातावरण असेल तर जेवणाऱ्याचा पाचक रस चांगला स्रवतो, म्हणजे अग्नी प्रदीप्त होतो, भोजन पचते. टी.व्ही.समोर बसून किंवा कानाला मोबाईल लावून बोलत बोलत जेवू नये. हल्ली संमेलन, विवाहप्रसंगी बुफे पद्धतीने भोजन ठेवले जाते. हातात डिश घेऊन हॉलमध्ये फिरत फिरत आणि सर्वांशी बोलत जेवण्याची फॅशन आहे. यामध्ये भोजनात अजिबात लक्ष नसते. भोजन हे एका जागी बसूनच घ्यावे. खरेदीला मार्केटमध्ये गेल्यावर स्टॉल किंवा ठेल्यावरचे अन्नपदार्थ दूषित, अस्वच्छ असतात आणि रस्त्याने चालत खाल्ल्याने त्यावर आणखीन धूळ उडत असते असे खाणे हे हितावह नाही. समर्थ रामदासांनी मूर्खलक्षणात म्हटलेच आहे–

मार्गे जाय खात खात। तो येक मूर्ख।। (दासबोध)

८) उपयोक्ता : आहार करणारी व्यक्ती म्हणजे उपयोक्ता. ज्या आहाराची लहानपणापासून सवय आहे, तो आहार सात्म्य. तो घेतल्यास पचन चांगले होते. खेड्यात रोज भाकरी-पिठले, वरण-भात खाणाऱ्याला शहरात आल्यावर एकदम पिझ्झा, चायनीज जेवण आवडणार नाही आणि ते पचणारही नाही. हळूहळू अंगवळणी पडून पदार्थ सात्म्य होत असतो.

आदिमानव झाड-पाला, कंदमुळे, अंडी, कच्चे मांस खात होता. अग्नीचा शोध लागल्यावर भाजणे, शिजवणे या क्रिया सुरू झाल्या, तर बियांपासून तेल काढण्याची प्रक्रिया विकसित झाल्यावर तळणे हा प्रकार व्यवहारात आला.

चरककालीच आहारशास्त्र आणि पाककला विकसित झाली होती. त्यामुळेच चरकाचार्यांनी आरोग्यासाठी 'हितकर आहार' सेवन करणे जरूर आहे, त्याकरिता मुद्द्यांचे विवेचन केले आहे.

हे आठ नियम, आजच्या जेटयुगातही पालन करणे जरुरीचे आहे. हे आधिभौतिक सुखांच्या मागे धावणाऱ्या मानवास समजले, तर तारुण्यातच रोगांनी ग्रासले जाण्याची वेळ येणार नाही.

■

१७. विरुद्ध अन्न

'आहारविधिविशेषायतन' या संकल्पनेत संयोग म्हणजे दोन आहारद्रव्यांचे मिश्रण होय. हा संयोग हितकारक असेल तर शरीरास फायदा होतो. अहितकारक असेल, तर ते विरुद्ध अन्न (Incompatible Food) ठरते.

दूध, दही या आपल्या आहारातील रोजच्या गोष्टी आहेत. दुधातील आणि दह्यातील फर्स्ट क्लास प्रोटिन्स, फॅट, कॅल्शियम, फॉस्फरस आणि अतिमहत्त्वाचे व्हिटॅमिन बी-१२ या सर्वांचे महत्त्व आपण जाणताच आणि दह्यातून मिळणारे लॅक्टोबॅसिलाय आपणास माहीतच आहेत.

असा महत्त्वाचा आहारघटक, इतर आहारद्रव्यांशी मिश्रण करताना काळजी घेणे जरुरीचे आहे, हीच संकल्पना विरुद्ध अन्नात सांगितली आहे.

दूध मधुर रसाचे आहे. त्याचा आम्ल रसाबरोबर संयोग करणे, आयुर्वेदाने निषिद्ध मानले आहे. म्हणून, स्ट्रॉबेरी, अननस, चिकू, सफरचंद, केळे यांच्याबरोबर दुधाचे सेवन न्याहारीच्या वेळी करणे तसेच यांची मिल्कशेक्स करणे हितावह नाही.

महाराष्ट्रातील प्रसिद्ध 'शिकरण' रोज खाणारे महाभाग आहेत, आम्हाला ती खाऊन काही होत नाही असा त्यांचा दावा असतो.

विरुद्ध आहार संकल्पनेत विरुद्ध आहाराने अग्निमांद्य, धात्वाग्निमांद्य येते. आहाररस बनताना 'आम' तयार होतो आणि व्याधी होतात. हळूहळू शरीर पोखरले जाते.

दुधाबरोबर फरसाण, खारी बिस्कीटे, पाव हे पदार्थ न्याहारीमध्ये (ब्रेकफास्ट) घेतले जातात. पण हे विरुद्ध अन्न ठरते. दूध आणि मीठ एकत्र करू नये हा विचार आहे.

दूध आणि मासे यांचे संयोगात दुधाचे शीतवीर्य आणि उष्णवीर्य मासे हे विरोधी ठरतात. मासे सरसूचे तेलात तळून अगर शिजवून खाऊ नयेत. हा संयोग हितावह नाही.

'च्यवनप्राश' या प्रसिद्ध कल्पाबरोबर दूध घेतले जाते, हे पण बरोबर नाही.

दही गरम करणे, हे आयुर्वेदास मान्य नाही. आधुनिक विचारसरणीतसुद्धा दह्याला उष्णता देण्याने त्यातील 'लॅक्टोबॅसिलाय' मरतील. दूध आणि दही परत परत गरम करण्याने त्यातील व्हिटॅमिन बी-१२ नष्ट होते, त्याचे प्रमाण कमी होते.

पंजाबी मांसाहारात चिकन किंवा मटणास दही, आले, लसूण लावून 'मॅरिनेट' करून मग शिजवले जाते आणि व्हेजिटेबल बिर्याणीतही शिजताना दही घातले जाते. हे विरुद्ध अन्न आहे.

वर्षभर दह्याचा दिवस-रात्र अनिर्बंध वापर प्रमेहास म्हणजेच, मधुमेहास निमंत्रण देतो. हा विरुद्ध अन्नाचाच प्रताप आहे.

विरुद्ध अन्नाने प्रमेह, मूळव्याध, ग्रहणी, रक्तपित्त आदी रोग होतात. शरीराचे तेज, बल, स्मृती, बुद्धी याचा ऱ्हास होतो असे ग्रंथात म्हटले आहे.

नित्य व्यायाम करणाऱ्या, बलवान अग्नी असलेल्या व्यक्तीस विरुद्ध अन्न सात्म्य होते, असे विवेचन केलेले आहे. आधुनिक जीवनशैलीतील व्यायाम न करणाऱ्या व्यक्तींनी विरुद्ध आहार टाळणेच हितावह आहे. विरुद्ध अन्नाची ही व्यवहारातील प्रचलित उदाहरणे दिली आहेत. ग्रंथात असंख्य उदाहरणे आहेत. ■

१८. भोजनविधी

आजच्या युगात माणसाच्या दिवसाची सुरुवात चहा वा कॉफीने होते, नंतर न्याहारी (ब्रेकफास्ट) घेतली जाते. दुपारचे जेवण (लंच) सर्वजण घरी घेऊ शकत नाहीत, ऑफिसमध्येच घ्यावे लागते. संध्याकाळी चहा, स्नॅक्स आणि घरी आल्यावर सर्वजण रात्री एकत्र भोजन करतात.

आयुर्वेदाचा काळ धकाधकीचा नसल्याने, दुपारचे भोजन पित्तकालात म्हणजे दुपारी १२ ते १च्या दरम्यान घेतले जात असे. न्याहारीला महत्त्व नव्हते.

दुपारच्या आणि रात्रीच्या भोजनाची तुलना करताना ऋषीमुनींनी दुपारचे जेवण महत्त्वाचे मानले आहे. दिवसाच्या पहिल्या भागात केलेले भोजन सात्म्य, लघु, दीपन आणि पुष्टिकारक असते. कारण दिवसा सर्व स्रोतसे विकसित असतात. शारीरिक व्यायाम आणि बौद्धिक विचार यामध्ये आपण कार्यरत असल्याने, धातूंमध्ये क्लेद उत्पन्न होत नाही. रात्री सूर्यप्रकाश नसल्याने स्रोतसे आकुंचित होतात, कोष्टात क्लेद निर्माण होतो, सर्व धातू क्लेदयुक्त होतात.

ही शास्त्रीय कल्पना अंमलात आणण्यासाठी ऑफिसमधील दुपारचे जेवणही चौरस आणि समतोल असले पाहिजे याकडे लक्ष द्यावे. फक्त डब्यात पोळीभाजी घेऊन जाऊ नये तर उसळ/डाळ, भाजी, पोळी, एखादे फळ न्यावे.

भोजनाच्या पूर्वी किंवा सुरुवातीस फलभक्षण करावे. पण केळे आणि काकडी या फळांचा निषेध केला आहे. हल्ली सॅलडमध्ये टोमॅटो आणि काकडी ठेवली जाते. शक्यतो जेवणाच्या सुरुवातीस काकडी खाऊ नये, त्याने खोटे पोट भरते. पण कॅलरी कॉन्शस स्थूल व्यक्तींना काकडी उपयोगी आहे.

भोजन पांचभौतिक मधुर, आम्ल, लवण, तिक्त, कटू, कषाय असे षड्रसात्मक असावे.

मधुर रसाविषयी गैरसमज आहे. मधुर रस म्हणजे पक्वान्ने, मिठाया असे नसून तांदूळ, गहू, दूध, तूप हेही मधुर रसाचे आहेत. कैरी, लिंबू, ताक हे आम्लरसाचे प्रतिनिधी तर मीठ, सैंधव, पादेलोण लवण रसाचे होय. 'कटू रस' म्हणजे आहारातील तिखट गोष्टी. मिरची, लसूण, काळी मिरी यांना आपण विसरत नाही.

कडू म्हणजे तिक्त रसाची मेथी आणि कडू कारले जेवणाची चव वाढवते. 'कषाय' म्हणजे तुरट रसासाठी हळदीचा वापर केला जातो. भारतीय स्त्रीचे हळदीशिवाय पान हलत नाही. भोजनानंतर मुखशुद्धीसाठी विडा, ज्यात पान, कात आणि सुपारी यांचा कषाय (तुरट) रस आहे किंवा नुसती सुपारी खावी, विड्याने पचनासही मदत होते. तंबाखूचा वापर निषिद्ध आहे.

प्रत्येक अन्नद्रव्याचे वर्णन करताना त्याचे रस वर्णन केले आहेत. रोजचा आहार घेताना गहू, तांदूळ, ज्वारी, बाजरी ही तृणधान्ये आणि कडधान्यांच्या डाळींची आमटी, कडधान्यांच्या उसळी आलटून-पालटून चवीसाठी घेणे. ऋतूनुसार मिळणाऱ्या फळभाज्या, पालेभाज्या आणि फळे आहारात घेतल्याने षड्रसही मिळतात. चवीतील बदलाने मनाला आल्हादही मिळतो.

येथे कोणत्याही एका रसाचा अतिरेक करू नये. त्यामुळे प्रकृतिस्वास्थ्य बिघडते. रसविज्ञानात प्रत्येक रसाच्या अतियोगाची लक्षणे आणि शरीरावर होणारे परिणाम वर्णन केले आहेत.

जेवताना प्रथम मधुर रस घ्यावा. यामुळे वातपित्ताचे संतुलन होते. लवण, आम्ल, कटू (खारट, आंबट, तिखट) हे रस भोजनाच्या मध्यात घ्यावे. यांनी अग्नी प्रदीप्त होतो आणि भोजनाच्या शेवटी तिक्त, कषाय (कडू, तुरट) रस घेतल्याने कफाचे शमन होते.

षड्रसांचा विचार आपण जरी केला, तरी भगवद्गीतेत सांगितल्याप्रमाणे, 'अन्न नेहमी सात्त्विक असावे.' भात, दूध, तूप, फळे यांच्या सेवनाने सात्त्विकता येते. प्रत्येक व्यक्तीस त्याच्या प्रकृतीप्रमाणे षड्रसांपैकी काही रस सात्म्य असतात. सर्व रस सात्म्य असणे हे श्रेष्ठ होय. त्याने त्रिदोष आणि प्रकृती साम्यावस्थेत राहते. सहापैकी काहीच रस सात्म्य असतील तर त्याला 'मध्य सात्म्य' म्हणतात. मध्य सात्म्याने दोषप्रकोप मध्यम स्वरूपाचा होतो. एकच रस सात्म्य असेल, तर ते 'हीन सात्म्या'चे लक्षण होय. हीन सात्म्याने त्रिदोष विषमता राहते. त्यामुळे प्रकृतीस्वास्थ्य राहत नाही.

हीन आणि मध्यम सात्म्य असणारी व्यक्ती अभ्यासाने उत्तम सात्म्य बनू शकते, म्हणजेच न आवडणारे रस हळूहळू खाण्यास सुरुवात केली की, ते सात्म्य होतात. लहानपणीच मुलांना षड्रसात्मक आहारासाठी सर्व भाज्या, धान्ये खाण्याची सवय लावावी. कडू कारली खाण्याची सवय करणे हितावह असते.

आहार घेताना, गुरूद्रव्ये म्हणजे पचण्यास जड पदार्थ उदा. उडीद, बासुंदी जास्त मात्रेत घेऊ नयेत. या पदार्थांच्या मात्रेचे उल्लंघन झाल्यास जाठराग्नि-मांद्य होते. लघु द्रव्ये उदा. मूग, साळीच्या लाह्या ही वायू आणि अग्नी गुणप्रधान असतात. निसर्गत:च जाठराग्नि वाढविण्याचे काम ती करतात. त्यामुळे थोड्याशा जास्त मात्रेत ती घेतली तरी स्वल्पदोषकारक असतात.

अतिस्निग्ध आहाराने कफाचा संचय, आळस आणि हृदयात अस्वस्थ वाटणे ही लक्षणे दिसतात तर अति रुक्ष आहार घेतल्याने बल, वर्ण यांचा नाश होतो. वायू, मल यांचा अवरोध होतो.

अतिउष्ण अन्नाने तृष्णा, दाह आणि रक्तपित्त या व्याधी होतात. अतिशीत आहाराने अग्निमांद्य, अरुची आणि शरीरात जडता येते.

आहारमात्रेचा विचार करताना, आहारमात्रा अग्नीसापेक्ष आहे ती वयोभेदाने, शरीरबलभेदाने, व्यायामभेदाने (कामाचे स्वरूप) आणि ऋतूभेदाने बदलते. यातील ऋतूभेदाने आहारमात्रेचा विचार, ही आयुर्वेदिक संकल्पना आहे. प्रत्येक ऋतूत अग्निबल बदलते, उदा. वर्षाऋतूत अग्निमांद्य असते, म्हणून लघु आहारमात्रा असावी तर हेमंत ऋतूत अग्नीबल चांगले असते. त्रिदोषसाम्य असते त्यामुळे आहारमात्रा जास्त घेतली तरी पचते. शिशिर ऋतूतही हीच परिस्थिती असते. हेमंत ऋतूतील दिवाळीत खाण्याची रेलचेल असते.

रोजच्या आहाराच्या मात्रेबद्दल या श्लोकात मार्गदर्शन केलेले आहे.

द्वौ भागौ पुरयेत अन्नैः तोयेन एकं प्रपुरयेत।
मारुतस्य प्रचारार्थं चतुर्थं अवशेषयेत्।। (चरक)

पोटाचे चार भाग मानून, त्यातील दोन भाग अन्न घन पदार्थ म्हणजे पोळी, भात, भाजी घ्यावे. एक भाग द्रव पदार्थ म्हणजे सूप, वरण, ताक आणि पाणी यांचा समावेश असावा. एक भाग वायूसंचरणासाठी, पचनासाठी आवश्यक त्या हालचाली व्यवस्थित होण्यासाठी रिकामा ठेवावा. पोटास तडस लागेपर्यंत जेवू नये.

आधुनिक आहारतज्ज्ञ वय, लिंग, कामाचे स्वरूप आणि गर्भिणी वा सूतिका अवस्था यांचा विचार करून कार्बोहायड्रेट, प्रोटिन, फॅट यांचे ७:१:२ असे प्रमाण सांगतात. त्याचबरोबर व्हिटॅमिन्स, मिनरल्स, फायबर आणि फायटोकेमिकल्सचा विचार करतात.

'नॅशनल इन्स्टिटयूट ऑफ न्युट्रिशन, हैद्राबाद, येथील तज्ज्ञांनी भारतीयांसाठी 'रेकमेन्डेड डायेटरी अलाऊन्सेस' (Recommended Dietary Allowances) म्हणजेच रोजचा आहार तक्ता तयार केला आहे. त्याप्रमाणे रोजच्या कॅलरीज, कार्बोहायड्रेट प्रोटिन, फॅट इत्यादींचे प्रमाण ठरते. ही विचारप्रणाली आहारातील पोषक घटकांचा

खोलवर विचार करते असा दावा तज्ज्ञांनी केला आहे. तर आयुर्वेदात याचा विचार होत नसल्याचा आक्षेपही नोंदविला आहे.

चक्रपाणिदत्ताने, चरक संहितेच्या विमानस्थानातील पहिल्या अध्यायातील २२व्या सूत्रात भोजनातील अन्न १ कुडव (१७५ ग्रॅम), सूप म्हणजे वरण १ पल (४० ग्रॅम) आणि मांस २ पल (८० ग्रॅम) इतके असावे असे म्हटले आहे. या सूत्रावर टीका होत असली तरी, हे त्यावेळच्या जीवनशैलीस अनुसरून होते.

यावरून आधुनिक आणि आयुर्वेदिक संकल्पनांचा वापर करून षड्‌रसयुक्त, आदर्श कॅलरीज असलेला, पोटाचा एक भाग रिकामा ठेवणारा, कार्बोहायड्रेट, प्रोटिन, फॅटचा विचार करणारा आणि स्निग्ध, रुक्ष, शीत, उष्ण या तत्त्वांचा सन्मान करणारा आहार असावा, जो आरोग्यदायी आणि मनाला संतोषदायी होईल.

आयुर्वेदिक दृष्टिकोनातून भोजनात एक भाग द्रव पदार्थ घ्यावा असे म्हटले आहे. वरण किंवा आमटी हा आपल्या आहाराचा अविभाज्य घटक असला पाहिजे. कारण आमटीतील घटकद्रव्यांचा विचार करताना, ती षड्‌रसात्मक आहे. आहारात रोज ताकाचा वापर, आयुर्वेदिक दृष्टिकोनातून शीत ऋतूत सुंठ, मिरी घालून करावा, वर्षा ऋतूत सैंधव घालून तर ग्रीष्म, शरद ऋतूत साखर, पुदिना घालून करावा.

आधुनिक दृष्टिकोनातून, ताकामध्ये लॅक्टोबॅसिलस ॲसिडोफायलस आणि लॅक्टोबॅसिलस बल्गॅरिकस हे जीवाणू असतात. यामुळे आपल्या आतड्यामध्ये 'व्हिटॅमिन बी' कॉम्प्लेक्स तयार होण्यास मदत होते. हे लॅक्टोबॅसिलाय टायफॉइड, डिसेंट्री या रोगांच्या जीवाणूंची वाढ थांबवितात.

आपणास जेवताना पाणी लागते. ते ग्रीष्म, शरद ऋतूत थंड घ्यावे, तर हेमंत ऋतूमध्ये उष्ण जल घ्यावे.

पाणी आणि ताक ही भोजनाच्या वेळची दोन अनुपाने आहेत. याचा युक्तीने वापर करणे हितावह आहे. हल्ली फॅशन म्हणून जेवताना कोकाकोला, थम्स अप, लेमोनेड अशी अतिशीतपेये घेण्याची पद्धत आहे. शीत गुणाचे दुष्परिणाम वर आलेच आहेत. या पेयांची ॲसिडिक पी.एच. त्रासदायक आहे, शीतपेयांचे शारीरिक दुष्परिणाम सर्वपरिचित आहेत, हे विरुद्ध अन्न आहे. यामुळे हाडे ठिसूळ होतात, कॅन्सर होण्याची शक्यता असते.

जेवणाच्या शेवटी चहा, कॉफी घेण्याची पद्धत आहे. या पेयातील टॅनिनचा अन्नातील आयर्न म्हणजे लोहाशी संयोग होऊन तयार होणारे द्रव्य शरीरात शोषले जाऊ शकत नाही. आयर्न शोषले न गेल्याने ॲनिमिया होतो.

भोजनोत्तर आइस्क्रीम, फ्रुटसॅलड ही आयुर्वेदाच्या दृष्टिकोनातून विरुद्ध अन्न आहेत. आधुनिक दृष्टिकोनातून बाजारातील निरनिराळ्या कंपन्यांच्या आइस्क्रीममध्ये

ट्रान्स फॅटी ॲसिड्स असणारे पदार्थ वापरले जातात, जी आरोग्यास घातक आहेत.

भोजनाची मात्रा अग्निबल आणि कॅलरीज या मापदंडावरून ठरविली, तरीसुद्धा रोज एवढेच जेवावे की, ज्यामुळे तडस लागणार नाही, हृदयावर ताण येणार नाही, भूक आणि तहान यांचे शमन होईल, श्वासोच्छ्वास करताना त्रास होणार नाही, चालताना त्रास होणार नाही, नंतर झोप सुखावह येईल.

पहिले अन्न पचल्याशिवाय, परत भोजन करू नये.

उद्‌गार शुद्धिरुत्साहो वेगोत्सर्गो यथोचितः।
लघुता क्षुत्पिपासा च जीर्णाहारस्य लक्षणम्।।

आहार पचल्यावर मन आणि शरीरात उत्साह येतो. मल, मूत्रांचे योग्य उत्सर्जन होते. भूक आणि तहान लागते आणि शुद्ध ढेकर येतो म्हणजे करपट, आंबट वास नसतो.

भोजन झाल्यावर पुनःपुन्हा खाणे म्हणजे 'अध्यशन' होय. योग्य वेळी भोजन न करता, भोजनाची वेळ नसताना भोजन करणे 'विषमाशन' समजतात.

अध्यशन, विषमाशन आणि अतिमात्रेत अन्न घेतल्याने, आमदोष तयार होतो, यातूनच अजीर्ण होते. योग्य मात्रेत, वेळेवर भोजन करून आम तयार होऊ न देणे आणि प्रशस्त आहाररस निर्माण होणे, ही आरोग्याची गुरुकिल्ली आहे.

■

१९. कोऽरुक कोऽरुक?

"कोऽरुक कोऽरुक? हितभुक् मितभुक् सोऽरुक् सोऽरुक्।"

चरकसंहितेत चरकांनी कः अरुक्? म्हणजे निरोगी कोण? त्याचे उत्तर हीतकर तेवढे आणि तेही अल्प प्रमाणात सेवन करणारा, तो निरोगी असे म्हटले आहे.

प्रथमतः हितकर या शब्दाचा अर्थ समजावून घेऊ.

शमनं कोपनं स्वस्थहितं द्रव्यमिति त्रिधा।। (वाग्भट)

द्रव्य तीन प्रकारची मानली आहेत.

१) शमन : म्हणजे त्रिदोष शमन करणारी. तेल हे स्निग्ध, गुरू, उष्ण या गुणांनी वातदोषाचे शमन करते. कारण वात हा रुक्ष, लघु आणि शीत आहे. तूप मधुर, शीत, मंद या गुणांनी आम्ल, उष्ण आणि तीक्ष्ण गुणाच्या पित्ताचे शमन करते. मध रुक्ष, तीक्ष्ण, कषाय गुणांनी कफाचे शमन करतो. याप्रमाणे निरनिराळी अन्नद्रव्ये त्रिदोषांचे शमन करतात.

२) कोपनद्रव्ये : जी द्रव्ये वात, पित्त, कफाचा प्रकोप करतात, त्यांना

'कोपनद्रव्ये' म्हणतात. 'मंदक दही' त्रिदोषांचे कोपन करते. जांभूळ वातप्रकोप करते, तर मासे, उडीद, वांगे, पित्त, कफांचा प्रकोप करतात. हे अन्नद्रव्यांचे गुण माहीत असल्याने, ऋतूप्रमाणे आहाराचे नियोजन करता येते. मेनूमध्ये एकाच वेळी वांग्याचे भरीत, दहीवडा आणि मासे असले तर कफपित्त प्रकोप फारच होईल.

३) स्वस्थहित द्रव्ये : जी द्रव्ये दोषांचे प्रमाण वाढवीत नाहीत किंवा कमीही करत नाहीत आणि दोषांची समस्थिती तशीच चालू ठेवतात. त्यांना स्वस्थहित द्रव्ये असे म्हणतात.

यव, शाली, गोधूम (गहू) ही मधुर, शीत आहेत. पण ती स्वस्थ माणसाच्या शरीरातील पित्त कमी करत नाहीत. दूध हे गुरू, मधुर, स्निग्ध, शीत आहे, तरी ते कफाचा प्रकोप करत नाही.

अशा द्रव्यांची यादी चरकांनी सूत्रस्थानात वर्णन केली आहे.

रक्तशाली (तांबडे तांदूळ), मूग, आंतरिक्ष जल, जीवन्ती (पालेभाजी), हरीण मांस, गायीचे दूध, तूप, सैंधव, लावा पक्षाचे मांस, रानडुकराची चरबी, कोंबड्याची चरबी, तीळ तेल, सुंठ, साखर, गूळ, द्राक्षे, मनुका.

यादीकडे बघताना तृणधान्ये, कडधान्ये, मांस, दूध, तूप, तेल, पालेभाजी आणि फळे असे वर्गीकरण करता येते. आजच्या आहारातही याच वर्गीकरणाचे पदार्थ असतात.

वाग्भटांनी स्वस्थहित द्रव्यांचे वर्णन करताना त्यात हिरडा, आवळा, डाळिंब ही फळे, सातू आणि गहू यांचा समावेश केला आहे.

यावरून मानवाच्या प्रगतीत संशोधनाने शरीराला निरोगी ठेवणारी अन्नद्रव्ये शोधण्याचा प्रयत्न चरकांनी सुरू करून, पुढे वाग्भटांनीही चालू ठेवला होता.

२०व्या शतकाच्या शेवटी फळांमधील फायटोकेमिकल्स शोधून सर्व फळे आरोग्याला हितकारक आहेत. ती नैसर्गिक अवस्थेत योग्य असेल तेव्हा सालासकट खाल्ली पाहिजेत, या निर्णयास आपण पोहोचलो.

तृणधान्यांना पॉलिश करणे सुरू झाले आणि शुभ्र तांदळाच्या मागे लागून आपण निःसत्त्व आहार खाऊ लागलो. गव्हापासून मैदा बनवून, फायबर नसलेला हा पदार्थ खाऊन, अन्नमार्गाचे कॅन्सर ओढवून घेतले. चूक समजल्यावर हातसडीचे तांदूळ, होलग्रेन ब्रेड प्रचारात आला म्हणजे 'स्वस्थ' द्रव्ये आपण बिघडवली आणि परत जुन्या पद्धतीच चांगल्या हे उमगले. आता 'ब्राऊन राईस' हे स्वस्थ द्रव्य ठरले.

सातू (बार्ली) हे ऋग्वेदात उल्लेख असलेले तृणधान्य आता फक्त धार्मिक विधीतच त्याचा वापर करतात. श्रावणात याची शिवामूठ सांगितली आहे. पाश्चात्य देशात संशोधनांती सातू (बार्ली) हे 'स्वस्थ' द्रव्य आहे, हे सिद्ध झाले आहे. मधुमेह,

वाढलेला कोलेस्टेरॉल यावर अत्यंत उपयोगी आहे.

साखर आणि गुळाची हीच गत झाली. पिवळ्याधमक रंगाच्या गुळाला आम्ही भुललो आणि यातील अर्सेनिकने स्वस्थद्रव्याचे विषद्रव्य बनविले. तपकिरी, काळपट रंगाचा, नैसर्गिक पद्धतीने बनविलेला गूळ हे स्वस्थ द्रव्य होय.

जेट युगातील प्रवासाच्या बदललेल्या साधनांनी जग जवळ आले. सकाळी भारतात असलेला माणूस रात्री लंडनला असतो. त्यामुळे दोन देशातील भिन्न ऋतूंमुळे 'स्वस्थ' आहार बदलतो. पण विमानाच्या वेगाला शरीर साथ देत नाही. त्यामुळे आहारावर जास्त नियंत्रण ठेवावे लागते. 'जेट लॅग' प्रत्येकजण अनुभवतोच.

'चरक', 'सुश्रुत', 'वाग्भट' याकाळी 'हॉटेल' ही कल्पनाच नव्हती. त्यामुळे बाहेरचे खाणे या संकल्पनेकडे बघताना, २१व्या शतकात गरज आणि चैन म्हणून आपण हॉटेलमध्ये जातो. अन्नाचा व्यापार करणारे 'हॉटेल' हे केंद्र आहे. कितीही बाह्य सजावट चांगली असली तरी पदार्थ परत-परत त्याच तेलात तळणे, वनस्पती तूप वापरणे, यामुळे ट्रान्सफॅटी ॲसिड्सचे प्रमाण वाढतेच, जे शरीराला हानिकारक आहे.

यामुळे गरजेपुरतेच हॉटेलमध्ये खाणे इष्ट. हॉटेल हे परगृहच आहे.

श्रीसमर्थ रामदासांनी मूर्ख लक्षणात सांगितले आहे

परस्थळी बहु भोजन। करी तो येक मूर्ख।। १५

घरामध्ये रेफ्रिजरेटर असणे हे वरदानच आहे. पण त्यात कापून ठेवलेली कलिंगड, पपई, अननस दुसऱ्या दिवशी खाणे हितकर नाही. फळ कापल्यावर लगेचच खावे. फ्रीजमध्ये उद्याची तयारी म्हणून, फळभाज्या आणि पालेभाज्या कापून ठेवल्या जातात, मळलेली कणीक ८-८ दिवस ठेवली जाते हे हितावह नाही. फ्रीजच्या शीत वातावरणातही बॅक्टेरिया वाढत असतातच. त्यामुळे कणीक दूषित होते आणि कापलेल्या भाज्या नि:सत्त्व होतात. शक्यतो भाज्या कापून लगेच कराव्या. अतितिखट आणि मसालेदार आहार रोज खाणे हितकर नाही. भगवद्गीतेत सांगितल्याप्रमाणे, अन्न नेहमी 'सात्त्विक' असावे. भात, दूध, तूप, फळे यांच्या सेवनाने सात्त्विकता येते जी आरोग्यास हितकारक आहे.

हितकर अन्नाबद्दल, 'अष्टौआहारविधिविशेषायतन' विरुद्ध अन्न आणि भोजनविधी या तिन्ही प्रकरणात सविस्तर चर्चा केलेली आहे. त्यामुळे मित्‌भुक् या कल्पनेकडे वळू या.

मित्‌भुक् म्हणजे 'कॅलरी रिस्ट्रिक्टेड डाएट' हा समतोल आणि चौरस असतो. यामुळे कुपोषण होत नाही. याबद्दल जगभर शास्त्रज्ञांनी अथक प्रयत्न करून, केलेले प्रयोग समजावून घेऊ. प्रयोगशाळेतील उंदीर, कुत्रे या प्राण्यांवर १९३० सालापासून

'कॅलरी रिस्ट्रिक्टेड आहार' (Calorie restricted diet) दिल्याने प्राण्यांचे आयुष्य वाढते त्यांना होणाऱ्या मधुमेह, कॅन्सर आणि रक्तवाहिन्यांच्या विकारांचे प्रमाण कमी होते असे निरीक्षणात दिसून आले.

'साल्क इन्स्टिट्यूट फॉर बायालॉजिकल स्टडीज इन ला-जोला, कॅलिफोर्निया (Salk Institute for Biological Studies in La-Jolla, California) येथे राउंडवर्मवर अभ्यास करताना कॅलरी-रिस्ट्रिक्टेड आहार दिल्याने, राउंडवर्मचे आयुष्य वाढण्यास PH A-4 हा जीन कारणीभूत आहे असे लक्षात आले. माणसातही PH A-4सारखे जीन आहेत. या कल्पनेतून औषधे तयार करून माणसाचे आयुष्यमान वाढवता येईल, असे शास्त्रज्ञांचे म्हणणे आहे.

माकडे आणि मानवाचे जीन्स ९३ टक्के सारखे असल्याने लड्‌विग (Ludwig) नावाच्या माकडावर, १९८९ सालापासून त्याला 'रिस्ट्रिक्टेड कॅलरी डाएट' देऊन, 'विस्कॉनसिन नॅशनल प्रायमेट रिसर्च सेंटर' येथे (Wisconsin national Primate Research Center) प्रयोग सुरू आहेत आणि यातूनच कमी कॅलरीज खाण्याने आयुष्य वाढते, या निष्कर्षास शास्त्रज्ञ पोचत आहेत.

माणसांमध्येसुद्धा २५ टक्के कमी कॅलरी असलेला समतोल आहार, सहा महिने ४८ माणसांच्या गटास दिला गेला. ही माणसे ओव्हरवेट (स्थूल) नव्हती.

सहा महिने अभ्यास केल्यावर त्यांच्या इन्सुलिन लेव्हलमध्ये सुधारणा झाली. शरीराचे तपमान एका डिग्रीने कमी झाले आणि पेशींचा DNA डॅमेजही कमी झाला. दुसऱ्या एका गटाला १२.५ टक्के कमी कॅलरी असलेला आहार देण्यात आला आणि व्यायामाने १२.५ टक्के कॅलरीज जाळण्यात आल्या. या गटालाही इन्सुलिन लेव्हल, DNA डॅमेज आणि शरीर तपमान यामध्ये मागच्या गटाप्रमाणेच फायदे झाले.

२५ टक्के कॅलरीज रोज कमी खाणे सर्वांना जमत नाही, नैराश्य येते पण १२.५ टक्के कमी खाऊन व्यायाम केल्याने सकारात्मक वृत्ती वाढते आणि नुसते कमी खाण्यापेक्षा व्यायामाने स्नायुशैथिल्य जाते आणि शरीरसौष्ठव मिळते.

हा माणसांवरचा अभ्यास 'जर्नल ऑफ द अमेरिकन मेडिकल असोसिएशन'मध्ये प्रसिद्ध झाला आहे.

व्यायामाचे महत्त्व 'दिनचर्ये'त वर्णन केलेले आहे आणि रोज व्यायाम आवश्यक आहे हे आयुर्वेद पटवून सांगत आहे. व्यायाम न केल्यास आणि खाण्यावर नियंत्रण न ठेवल्यास काय घडते हे चरकाने विमानस्थानात वर्णन केले आहे.

अव्यायामात् दिवास्वप्नात् मेद्यानां च अति भक्षणात्।
मेदोवाहिनी दुष्यन्ति भुक्त्वा च स्वपतां दिवा।। (चरक)

मिठाया आणि गोड पदार्थ अतिमात्रेत सेवन करणे, दिवसा झोपणे आणि व्यायाम न करणे याचा परिपाक म्हणजे मेदोवह स्त्रोतस दुष्ट होऊन, मेदोरोग म्हणजे स्थूलता येणे होय.

दोन्ही तत्त्वज्ञाने 'योग्य मात्रेत, चौरस समतोल आहार आणि नित्य व्यायाम' याचा पुरस्कार करतात. ही निरोगी दीर्घायुष्याची गुरुकिल्ली आहे.

■

२०. स्वस्थ-निरोगी

समदोषः समाग्निश्च समधातूमलक्रियः।
प्रसन्नात्मेंद्रिय मनः स्वस्थ इत्यभिधीयते।। (सुश्रृत सू. १५/४१)

ज्या व्यक्तीच्या शरीरातील त्रिदोष, सप्तधातू, सर्व मल, अग्नी यांचे साम्य आहे आणि त्यामुळे इंद्रिये, मन आणि आत्मा यांच्या ठिकाणी प्रसन्नता आहे, ती व्यक्ती 'स्वस्थ' म्हणजे निरोगी होय.

दोष, धातू, मल, अग्नी या संकल्पना आपणास समजावून दिल्या आहेत. त्रिदोषांचे साम्य म्हणजे निरोगी ही कल्पनाही समजावून दिली आहे. त्रिदोषांकडे बघताना दिवसा आणि रात्री त्यांचे प्रमाण कमी-जास्त होत असते आणि प्रत्येक ऋतूतही या दोषांचे प्रमाण बदलत असते. हे दोष, वैषम्य इतक्या मोठ्या प्रमाणावर नसते की, जे रोग उत्पन्न करेल. म्हणजेच आधुनिक परिभाषेत 'फिजिऑलॉजिकल व्हेरिएशन' होय.

समअग्नि : या संकल्पनेतही अग्निसाम्य वातप्रधान, पित्तप्रधान आणि कफप्रधान प्रकृतीच्या व्यक्तींचे वेगळे-वेगळे असते. वातप्रधान प्रकृतीचा अग्नी विषम असतो, पित्तप्रधानचा तीक्ष्ण असतो तर कफप्रधानचा मंद असतो. जोपर्यंत रोग उत्पन्न होत नाही, तोपर्यंत या व्यक्तींमध्ये 'अग्निसाम्य' आहे असेच म्हणता येईल. वातप्रधान प्रकृतीच्या व्यक्तींची व्याधी प्रतिकारशक्ती कमी असते, त्या वरचेवर आजारी पडतात. त्यांची सतत काळजी घ्यावी लागते, त्यांचा अग्नी पटकन साम्य गमावतो.

समधातू : सप्तधातूंच्या वर्णनात त्यांचे प्रमाण सांगितले आहे. योग्य प्रमाणात आहारात या सप्तधातूचे पोषक अंश असल्यास त्यांचे पोषण चांगले होते. मांस, मेद आणि अस्थि यांना जरी योग्य पोषण मिळाले तरीही व्यायाम आणि योग्य निद्रा घेणे हे धातूसाम्यासाठी आवश्यक आहे. व्यायामाने 'विभक्तघनगात्रत्वं' साध्य होते, ज्याला आपण 'मसलटोन' म्हणतो.

सममल : पुरीष, मूत्र आणि स्वेद हे तीन प्रधानमल आणि नाक, कान, डोळे

या इंद्रियांमध्ये तयार होणारे 'ख-मल' समस्थितीत असणे जरुरीचे असते.

उदाहरणार्थ 'पुरीष' व्यवस्थित तयार झाला, तरच मलनि:सरण होते, नाहीतर मलावष्टंभ होतो. समस्थितीत पुरीष अन्नमार्गाला आधार देतो, तसेच वातदोष आणि जाठराग्निचे धारण करतो. म्हणजेच त्रिदोषांतील वात आणि जाठराग्नि यांचे साम्यही मलावर अवलंबून आहे.

पंचज्ञानेंद्रिय म्हणजे नेत्र, कर्ण, नासा, जिव्हा आणि त्वचा यांचे कार्य प्राकृत असेल तीच व्यक्ती स्वस्थ किंवा निरोगी होय. आहारातून या इंद्रियांचेही पोषण होत असते, झालेली झीज रोज भरून निघत असते. डोळ्यांसाठी कॅरॉटिन म्हणजे 'व्हिटॅमिन ए' आपल्या आहारातून मिळणे आवश्यक असते, हे आपणास माहीत आहे. आयुर्वेदातही काही आहारद्रव्ये 'चक्षुष्य' किंवा 'नेत्र्य' वर्णन केलेली आहेत. उदा. धने आणि कोथिंबीर ही 'चक्षुष्य' आहेत, त्यात विपुल कॅरॉटिन आहे. इंद्रिय पोषणासाठी 'इंद्रियद्रव्याणि' असा उल्लेख चरकांनी केलेला आहे.

आत्म्याच्या प्रसन्नतेसाठी, मन प्रसन्न असावे लागते. मन प्रसन्नतेसाठी दोष, धातू, मल, अग्नी यांचे समप्रमाण आणि इंद्रियांचे प्राकृत कार्य आवश्यक आहे. तसेच मनाच्या रज, तम दोषांमुळे निर्माण होणारे ईर्ष्या, द्वेष, मत्सर इत्यादी षड्रिपूंचे प्राबल्य असून चालत नाही.

मनाच्या सात्त्विक गुणासाठी, सद्‌वृत्ताचे आचरण किंवा आचाररसायन यांचा अवलंब करणे आवश्यक असते.

पातञ्जलींनी सूत्रात सांगितलेली, 'मैत्री, करुणा, मुदिता (हर्ष) आणि उपेक्षा' या चार गोष्टी व्यवहारात आचरणात आणणे, हे चित्तप्रसादन किंवा प्रसन्न मनासाठी आवश्यक आहे.

दुसऱ्याच्या सुख-दुःखात सहभागी होणे, कोणी चांगले कार्य केल्यास त्याची मनापासून पाठ थोपटणे आणि दुसऱ्याचे दोष काढण्याची छिद्रान्वेषी प्रवृत्ती सोडून देणे म्हणजेच 'मैत्री, करुणा, मुदिता आणि उपेक्षा' आचरणात आणणे होय. अशा वागण्याने पतञ्जलींना अपेक्षित चित्तप्रसादन म्हणजे मनाची प्रसन्नता गवसते. यालाच आधुनिक युगात 'स्ट्रेस मॅनेजमेंट' म्हणतात. अहंकार सोडल्यास आणि सर्वांशी मैत्रीचे संबंध जोडल्यास, आनंदी वातावरणाने मन प्रसन्न होते. ज्ञानेश्वर माउलींनी म्हटलेच आहे –

आणि मी माझे ऐसी आठवण।
विसरले जयाचे अंतःकरण।
पार्था, तो संन्यासी जाण निरंतर।।

■

२

आधुनिक तत्त्वज्ञान

१. अन्नातील पोषणतत्त्वे

जीवनासाठी अन्न ही एक मूलभूत गरज आहे. शरीरातील निरनिराळी कार्ये पार पाडण्यासाठी जरूर असणारे घटक, अन्नातून आपल्याला मिळतात. या आवश्यक घटकांना पोषणतत्त्वे म्हणतात.

अन्नातील पोषणतत्त्वे :

१) कार्बोहायड्रेट्स (कर्बोदके)	२) प्रोटिन्स (प्रथिने)
३) फॅट्स (स्निग्ध पदार्थ)	४) व्हिटॅमिन्स (जीवनसत्त्वे)
५) मिनरल्स (खनिजे)	६) पाणी

१) कार्बोहायड्रेट्स (कर्बोदके) : कार्बोहायड्रेट्स ही कार्बन, हायड्रोजन आणि ऑक्सिजन यापासून तयार झालेली कार्बनी संयुगे आहेत. गाडीला जसे पेट्रोल हे इंधन लागते, तसे आपल्या शरीरातील सर्व क्रिया होण्यासाठी 'ग्लुकोज' हे इंधन आपण वापरतो. ग्लुकोज हे कार्बोहायड्रेट आहे आणि त्यापासून आपणास ऊर्जा मिळते.

माणसाचे वय, लिंग आणि कामाचे स्वरूप यावर ऊर्जेची गरज ठरते. मोलमजुरी करणाऱ्या कामगाराला ऊर्जा जास्त लागते तर बैठे काम करणाऱ्याला ऊर्जा कमी लागते. ऊर्जा कॅलरीत (उष्मांकात) मोजतात.

वनस्पती आपली कार्बोहायड्रेट्स 'फोटोसिंथेसिस' या प्रक्रियेने तयार करतात. वनस्पतींमध्ये ही कार्बोहायड्रेट्स, 'स्टार्च'च्या रूपात साठविली जातात. पालेभाज्या, फळे यांचे बाहेरील आवरण, ज्याला आपण 'साल' म्हणतो, ती 'सेल्युलोज' या कार्बोहायड्रेटची बनलेली असते. तृणधान्ये म्हणजे तांदूळ, गहू, ज्वारी, बाजरी यामधून आपल्या शरीरात कार्बोहायड्रेट्स मिळतात आणि त्यापासून ऊर्जा मिळते. अन्नपचनाच्या वेळी या तृणधान्यातील स्टार्चचे विघटन होऊन, ग्लुकोज तयार

होतो. हेच आपले इंधन होय. आहारातील कडधान्ये, फळे आणि पालेभाज्यातील स्टार्चचे विघटन याच प्रकारे होते. पण 'साल' जी सेल्युलोजची बनलेली असते तिचे पचन होत नाही. सेल्युलोज मलविसर्जनाला मदत करते.

आपण जरुरीपेक्षा जास्त कार्बोहायड्रेट्स आहारात घेतली तर प्रथम विघटन होऊन ग्लुकोज तयार होतो. या ग्लुकोजचा ऊर्जेसाठी वापर न झाल्यास लिव्हर या ग्लुकोजचे 'ग्लायकोजेन'मध्ये रूपांतर करते. त्याचा साठा लिव्हर आणि स्नायूंमध्ये होतो. आपण उपवास केला तर या ग्लायकोजेनपासून ऊर्जा मिळवली जाते.

जास्त प्रमाणात कार्बोहायड्रेट्स शरीरात अन्नावाटे घेतली गेली, तर त्यांचे रूपांतर फॅटमध्येही होते आणि वजन वाढते.

कार्बोहायड्रेट्स पुरेशा प्रमाणात आहारात घेतली गेली, तरच प्रोटिन्स त्यांच्या मुख्य कार्यासाठी म्हणजे शरीरबांधणीसाठी राखून ठेवली जातात.

फॅट्स (स्निग्ध पदार्थ) च्या पचनासाठी कार्बोहायड्रेट्सची जरुरी शरीरात असते.

१ ग्रॅम कार्बोहायड्रेटपासून ४ किलो कॅलरी ऊर्जा मिळते. भारतीय आहारात ७० ते ८० टक्के ऊर्जा कार्बोहायड्रेट्सपासून मिळते.

स्रोत : तृणधान्ये, कडधान्ये, कंदमुळे – बटाटे, रताळी, बीट.

फळे : केळी, चिकू, द्राक्षे, आंबा, गूळ, साखर, मध, दूध आणि दुधाचे पदार्थ.

२) प्रोटिन्स (प्रथिने) : प्रोटिन्स ही कार्बन, हायड्रोजन, ऑक्सिजन आणि नायट्रोजन यापासून बनतात. काही प्रोटिन्समध्ये सल्फर आणि फॉस्फरस असतो तर इतर काही प्रोटिन्समध्ये आयर्न आणि आयोडिनसारखे घटक असतात. कार्बोहायड्रेट्स आणि फॅट्समध्ये नायट्रोजन नसतो.

प्रोटिन्स, अमायनो ॲसिड्सपासून बनतात. या अमायनो ॲसिडमध्ये 'अमाईन ग्रुप' असतो. या अमाईन ग्रुपमध्ये नायट्रोजन असतो.

सजीवांच्या शरीरात अंदाजे २३ अमायनो ॲसिड्स असतात. या अमायनो ॲसिड्सच्या बांधणीतून विविध प्रोटिन्स आपल्या शरीरात तयार होतात.

शाकाहारातील कडधान्ये आणि मांसाहारातील मटण, अंडी, मासे यापासून आपल्याला अन्नावाटे प्रोटिन्स मिळतात. यांचे अन्नपचनाच्या वेळी विघटन होऊन, अमायनो ॲसिड्समध्ये रूपांतर होते आणि आपल्या शरीराला योग्य अशी प्रोटिन्स बनविली जातात. काही अमायनो ॲसिड्स शरीरात माणूस बनवू शकत नाही, ती आहारातूनच घ्यावी लागतात. त्यांना 'इसेन्शियल अमायनो ॲसिड्स' म्हणतात. इतर जी माणसाच्या शरीरात बनू शकतात, त्यांना 'नॉन इसेन्शियल अमायनो ॲसिड्स' म्हणतात.

इसेन्शियल अमायनो ॲसिड्स एकूण १० आहेत. १) थ्रिओनिन २) हिस्टॅडिन ३) अर्जिनिन ४) ट्रिप्टोफॅन ५) आयसोल्युसिन ६) ल्युसिन ७) लायसिन ८)

फेनिल ॲलॅनिन ९) व्हॅलिन १०) मेथिओनिन

मातेच्या दुधात आणि कोंबडीच्या अंड्यात ही इसेन्शियल अमायनो ॲसिड्स योग्य प्रमाणात असतात. अशा अन्नपदार्थांना 'फर्स्ट क्लास प्रोटिन्स' म्हणतात. मटण, मासे ही सुद्धा फर्स्ट क्लास प्रोटिन्सची उदाहरणे आहेत. शाकाहारी प्रोटिन्सना 'सेकंड क्लास प्रोटिन्स' म्हणण्याची प्रथा आहे.

शाकाहारातून प्रोटिन्स मिळविताना, तृणधान्ये आणि कडधान्ये एकत्र घेतल्याने अमायनो ॲसिड्सच्या त्रुटी भरून येतात. तांदूळ, गहू इत्यादी तृणधान्यात 'लायसिन' हे इसेन्शियल अमायनो ॲसिड कमी असते, तर मूग, मसूर, मटकी, तूर इत्यादी कडधान्यात 'लायसिन' विपुल असते. म्हणूनच पारंपारिक जेवणात वरण-भात, डाळ-रोटी, रजमा-चावल, मुगाची खिचडी असे पदार्थ आपण खातो ते योग्य आहे. तसेच मका, ज्वारी या तृणधान्यात 'लायसिन' कमी असते. त्याची भर पालेभाज्यातील विपुल लायसिन भरून काढते. म्हणून (मकई की रोटी + सरसों का साग) उत्तरेत प्रसिद्ध आहे तर महाराष्ट्रात (ज्वारीची भाकरी + मेथीची पालेभाजी) खाण्याची प्रथा आहे. भात आणि अळूची भाजी हे पण त्याचेच उदाहरण आहे.

तृणधान्ये आणि कडधान्ये यामध्ये मेथिओनिन हे इसेन्शियल अमायनो ॲसिड कमी आहे. पण दुधामध्ये आणि दही, ताकात ते विपुल आहे. यामुळेच जेवताना दही-भात, ताक-भात, खीर आणि ताक घेण्याची पद्धत रास्त आहे. अशा तऱ्हेने शाकाहारातील पदार्थांतून, इसेन्शियल अमायनो ॲसिड्सचा समतोल पुरवठा करता येतो.

पाण्यात शिजवण्याने, अमायनो ॲसिड्स नष्ट होत नाहीत. दीर्घकाळ विस्तवावर भाजण्याने लायसिन आणि मेथिओनिन ही अमायनो ॲसिड्स नष्ट होतात.

रोज शरीरातील पेशी झिजून नष्ट होत असल्याने, नव्या पेशी बनविण्यासाठी प्रोटिन्सची गरज आपणास असते. हे प्रोटिन्सचे महत्त्वाचे कार्य आहे. प्रोटिन्स एन्झाईम्स, हार्मोन्स यांची निर्मिती करतात. प्रतिकारशक्तीसाठी ॲन्टीबॉडीज निर्माण करतात. यासाठी रोजच्या आहारात प्रोटिन्सची आपणास आवश्यकता असते. आपण जरुरीपेक्षा जास्त प्रोटिन्स आहारातून घेतल्यास त्याचा शरीरात साठा होत नाही, तर प्रोटिन्सचे (म्हणजे अमायनो ॲसिड्सचे) विघटन होऊन ती लघवीवाटे 'युरिआ' स्वरूपात शरीराबाहेर टाकली जातात. या प्रक्रियेत किडनीवर जास्त भार येतो, म्हणूनच प्रोटिन्स म्हणजे 'नायट्रोजन इक्विलिब्रियम' किंवा संतुलन शरीरात असणे महत्त्वाचे आहे.

किडनीचे आरोग्य चांगले नसल्यास, शरीरातून 'युरीआ' लघवीवाटे बाहेर फेकण्याचे कार्य उत्तम तऱ्हेने होत नाही. अशा वेळी म्हणजेच ग्लोमेरुलो नेफ्रायटीस, नेफ्रॉटिक सिंड्रोम, ॲक्युट किडनी फेल्युअर इत्यादी किडनी विकारात, आहारातील

प्रोटिन्सचे प्रमाण ५० टक्के पर्यंत कमी करावे लागते. यामुळे किडनीस विश्रांती मिळते. अशा परिस्थितीत फर्स्टक्लास प्रोटिन्सच आहारात घेणे उचित ठरते. आहारतज्ज्ञाचा सल्ला महत्त्वाचा ठरतो.

'गाउट' या विकारात रक्तातील युरिक ॲसिडचे प्रमाण वाढलेले असते. या विकारात रेडमीट म्हणजे मटण, लिव्हर, किडनी आणि सालमन, सार्डिन हे मासे खाण्यावर बंधन येते. कडधान्यातील मसूरडाळ वर्ज्य करावी, असा सल्ला आहारतज्ज्ञ देतात.

'मधुमेह' या विकारात सालासकट कडधान्यांच्या उसळीच्या रूपात प्रोटिन्सचे प्रमाण वाढविल्याने फायबरचे प्रमाण वाढते आणि ब्लडशुगर नियंत्रित होण्यास मदत होते.

रोजची ऊर्जेची गरज कार्बोहायड्रेट्स आणि फॅट्सकडून पुरविली जाते. दीर्घ उपोषण आणि शस्त्रक्रियेनंतर बरेच दिवस अन्नग्रहण नसल्यास ऊर्जेसाठी शरीरातील प्रोटिन्सचा उपयोग केला जातो. अन्यथा शरीर प्रोटिन्सचे जतन करीत असते. निरोगी व्यक्तीस १ ग्रॅम प्रोटिनपासून ४ किलोकॅलरी ऊर्जा मिळते.

३) फॅट्स (स्निग्ध पदार्थ) : स्निग्ध पदार्थ कार्बन, हायड्रोजन आणि ऑक्सिजन यापासून बनलेले असतात. कार्बोहायड्रेट्सच्या तुलनेत यामध्ये हायड्रोजनचे प्रमाण जास्त आणि ऑक्सिजनचे प्रमाण कमी असते.

फॅटी ॲसिड्सपासून फॅट्स बनतात. आपण आहारातून फॅट्सचे सेवन केले की, अन्नपचनाच्या वेळी त्याची फॅटी ॲसिड्स बनून, शरीर त्याच्या गरजेप्रमाणे फॅट्स बनविते, तर काही ऊर्जेसाठी वापरली जातात.

आपले शरीर, काही फॅटी ॲसिड्स बनवू शकत नाही. त्याकरिता प्राणिजन्य किंवा वनस्पतिजन्य स्रोतांवर अवलंबून राहावे लागते. या फॅटी ॲसिड्सना 'इसेन्शियल फॅटी ॲसिड्स'(EFA) असे म्हणतात, ही तीन आहेत.

१) ॲरॅकिडॉनिक (Arachidonic 20:4 N6) ओमेगा-६

२) लायनोलिक (Linoleic 18:2 N6) ओमेगा-६

३) अल्फा लायनोलिनिक (Alpha-Linolenic 18:3 N-3) ओमेगा-३

आपणास स्निग्ध पदार्थ प्राणिजन्य आणि वनस्पतिजन्य स्रोतांतून मिळतात.

१) प्राणिजन्य : प्राण्यांची चरबी, अंड्यातील पिवळा बलक, मासे, निरसे दूध, लोणी, तूप, खवा.

२) वनस्पतिजन्य : शेंगदाणा, करडई, सूर्यफूल, सरकी, तीळ, मोहरी, मेथी, जवस, सोयाबीन, मका, नारळ, बदाम, अक्रोड आणि काजू.

या पदार्थांतून प्राधान्याने मिळणारे तेल आपण वापरतो. विज्ञानाच्या प्रगतीत, तसेच प्रत्येक वनस्पतिजन्य द्रव्यातून तेल काढण्याच्या प्रक्रियेत सुधारणा झाल्याने

तृणधान्ये, कडधान्ये, पालेभाज्या आणि फळे यामधून इसेन्शियल फॅटी ॲसिड्स मिळतात असे निदर्शनास आले आहे. ही अदृश्य फॅट आहे आणि समतोल आहार घेतल्याने रोजची ५० टक्के गरज यातून भागली जाते.

इसेन्शियल फॅटी ॲसिड्स विशेष प्रमाणात असणारे पदार्थ

१) तृणधान्ये : गहू, बाजरी, मका, ज्वारी.

२) कडधान्ये : सोयाबीन, उडीद, राजमा, चवळी, हरभरा, तूर.

३) भाज्या : काकडी, सलगम, आळंबी.

४) फळे : सफरचंद, केळे.

५) मसाल्याचे पदार्थ : सुकी मिरची, धने, मेथी बी, मोहरी बी.

६) पालेभाज्या : सर्व पालेभाज्यांतून 'अल्फा लायनोलिनिक' फॅटी ॲसिड्स मिळते. म्हणून ५० ग्रॅम पालेभाजी रोज खावी.

या अन्नघटकांचा आहारात नित्य समावेश करणे इष्ट आहे.

या स्निग्ध पदार्थांची शरीरातील कार्ये :

१) स्निग्ध पदार्थांत विरघळणारी व्हिटॅमिन्स 'ए', 'डी', 'ई', 'के' शरीरास पुरविणे.

२) अन्नाचा स्वाद वाढवून तृप्तीची भावना मिळणे.

३) त्वचेखाली साठलेल्या फॅटमुळे, उष्णतारोधक कार्य घडते. त्यामुळे शरीराचे तपमान कायम राहण्यास मदत होते.

४) लिव्हर आणि किडनी यांच्याभोवती स्निग्ध पदार्थांचा (फॅटचा) पातळ थर असतो. त्यामुळे शारीरिक दुखापत आणि आघात यापासून संरक्षण होते.

५) शरीरास ऊर्जा पुरविणे. १ ग्रॅम फॅटपासून ९ किलोकॅलरी ऊर्जा मिळते.

आहारातील तूप आणि तेल : भारतासारख्या खंडप्राय देशात साजूक तुपाचा (देसी घी) वापर सगळीकडे केला जातो. पण हवामान आणि जीवनपद्धतीच्या विविधतेमुळे उत्तरेत सरसूचे तेल (मोहरी) तर केरळात खोबरेल तेल वापरले जाते. महाराष्ट्र, गुजरात येथे शेंगदाणा, करडई, तीळ इत्यादी तेले वापरली जातात.

महागाईमुळे साजूक तुपाचा वापर कमी होऊन, त्याऐवजी वनस्पतीतूपाचा वापर वाढला. उच्च रक्तदाब, हृदयविकार आणि मधुमेह या रोगांचे प्रमाण वाढल्याने तेलतुपाच्या वापराचा प्रश्न ऐरणीवर आला. लोकजागृती झाली आणि याबद्दल चर्चा होऊ लागली.

५० वर्षांपूर्वी सणासुदीला पक्वान्ने आणि तळलेले पदार्थ म्हणजे करंज्या, चिरोटे, शेव, चकल्या वगैरे केल्या जात असत. बदललेल्या जीवनशैलीत पावभाजी, सामोसे, बटाटेवडे, पिझ्झा, श्रीखंड, गुलाबजाम आणि फरसाण यांचा सुकाळ झाला आणि व्यायामाचा विसर पडला. याचेच बक्षीस म्हणजे तारुण्यातच रोग-

विकार होऊ लागले. यामुळे तेला-तुपाचे विज्ञान सामान्यांना माहीत असणे जरुरीचे झाले.

आधुनिक शास्त्रानुसार या तूप आणि तेलांचे वर्गीकरण १) सॅच्युरेटेड फॅटस (संपृक्त मेदाम्ले) २) अन-सॅच्युरेटेड फॅट्स (असंपृक्त मेदाम्ले) असे करतात.

सॅच्युरेटेड फॅटी ॲसिड्स (किंवा फॅट्स) म्हणजे गाई-म्हशीचे तूप, प्राण्यांची चरबी, मार्गारिन, वनस्पती तूप, खोबरेल तेल ही होत. ही साधारण तपमानाला घनस्वरूपात म्हणजे थिजलेली असतात.

अन-सॅच्युरेटेड फॅटी ॲसिड्सचे दोन उपगट होतात.

ए) मोनो अन-सॅच्युरेटेड फॅटी ॲसिड्स (MUFA)

बी) पॉली अन-सॅच्युरेटेड फॅटी ॲसिड्स (PUFA)

मोनो अन-सॅच्युरेटेडची उदाहरणे : भुईमूग तेल, मोहरीचे तेल आणि ऑलिव्ह तेल.

पॉली अन-सॅच्युरेटेडची उदाहरणे : करडई तेल, सूर्यफूल तेल, सोयाबीन तेल.

या दोन्ही गटातील तेलं साधारण तपमानाला 'द्रव' असतात. सॅच्युरेटेड फॅट्स म्हणजे प्राण्यांची चरबी आणि लोणी, तूप, मार्गारिन या प्राणिजन्य पदार्थांतून येणारी फॅट आणि वनस्पती तूप. या पदार्थांच्या सेवनाने शरीरातील कोलेस्टेरॉल वाढते, असे पाश्चिमात्य देशात दिसून आले. सॅच्युरेटेड फॅट शरीरात अन्नातून आलेल्या कोलेस्टेरॉलचे शोषण वाढवितात. त्यामुळे कोलेस्टेरॉल वाढते. हे सत्य आहे, तरीसुद्धा साजूक तूप आणि खोबरेल तेल यांना हद्दपार करणे बरोबर नाही. प्राण्यांच्या मांसातून आणि अंड्यातून जाणाऱ्या कोलेस्टेरॉलची कल्पना तक्त्यावरून येईल. आपणास २५० मि.ग्रॅम कोलेस्टेरॉल रोज लागते.

क्रमांक	**नाव**	**कोलेस्टेरॉलचे प्रमाण** मि.ग्रॅम/१०० ग्रॅम
१.	भेजा	२२३५
२.	कलेजी	५००
३.	कोंबडीचे अंडे १	२४८
४.	१ कप सायीसकट दूध	२६
५.	तूप १ चमचा (५ ग्रॅम)	१४

शाकाहारातून आणि वनस्पती तेले यांतून कोलेस्टेरॉल शरीरात जात नाही. त्यामुळे शाकाहारी माणसाच्या आहारात दूध, लोणी, तुपातून अतिरेक न केल्यास ५०/७५ मि.ग्रॅम कोलेस्टेरॉल जाते. साजूक तुपातील फॅट्स या शॉर्ट चेन असल्यामुळे

त्यांचे ऊर्जेसाठी ज्वलन होते आणि त्यामुळे त्यांचा साठा होऊन वजनही वाढत नाही.

खोबरेल तेल किंवा नारळातील फॅट्स या (MCT) मिडियम चेन ट्रायग्लिसराइड असल्याने यांचेही ऊर्जेसाठी ज्वलन होते. चरबीच्या स्वरूपात साठवली जात नाही म्हणूनच अल्प प्रमाणात नियंत्रित नारळाचा वापर करण्यास हरकत नाही. ओला नारळ जेवणात वापरल्यावर मन प्रसन्न होते आणि तृप्ती मिळते.

वनस्पतीतूप बनविताना उच्च तपमानाला तेलातील अन-सॅच्युरेटेड सिस फॅट्सचे रूपांतर ट्रान्सफॅट्समध्ये होते. या ट्रान्सफॅट्स म्हणजे वनस्पती तूप खाल्ल्याने L.D.L. कोलेस्टेरॉल वाढते आणि H.D.L. कोलेस्टेरॉल कमी होते. यामुळे दुहेरी अपाय होतो. म्हणूनच केक, पेस्ट्री, बिस्किटे, बाजारी आइस्क्रीम हे खाण्याने यातील वनस्पती तूपच्या वापराने शरीराचे नुकसान होते. वनस्पती तुपातील लॅक्टिक ॲसिडमुळे कोलेस्टेरॉल शोषले जाते. त्याउलट लोणी आणि खोबरेल तेल यातील स्टिअरिक ॲसिडमुळे कोलेस्टेरॉल शोषले जात नाही.

आधुनिक शास्त्राने फॅटी ॲसिड्सचे, दुसऱ्या तऱ्हेनेही वर्गीकरण केले आहे. ओमेगा-६ फॅटी ॲसिड्स आणि ओमेगा-३ फॅटी ॲसिड असे दोन गट आहेत. प्रत्येक तेल आणि तूप यामध्ये ही दोन्हीही ॲसिड्स असतात, फक्त त्यांचे परस्परप्रमाण वेगळे असते.

ओमेगा-६ फॅटी ॲसिड्स आणि ओमेगा-३ या दोघांची आपणास गरज असते. इसेन्शियल फॅटी ॲसिड्समध्येही ॲरॅकिडॉनिक ॲसिड आणि लायनोलिक ॲसिड ही ओमेगा-६ आहेत, तर अल्फा लायनोलिनिक हे ओमेगा-३ आहे.

ओमेगा-६ फॅटी ॲसिड्स १) प्रोथ्रॉम्बॉटिक (गुठळ्या निर्माण करणारी) २) प्रोइनफ्लमेटरी (सूज आणणारी) ३) ट्युमरग्रोथ प्रमोटिंग (गाठ वाढवणारी) अशा गुणधर्माची असतात.

ओमेगा-३ फॅटी ॲसिड्स, शरीरास उपकारक असून ती रक्त पातळ ठेवण्यास, रक्तात गुठळ्या न होऊ देण्यास मदत करतात. त्यांच्या वापराने इन्सुलिनचे कार्य सुरळीत चालण्यास मदत होते. ओमेगा-६ आणि ओमेगा-३ यांचे प्रमाण ४:१ असल्यास ते तेल किंवा तूप आदर्श मानले जाते. ओमेगा-६चे प्रमाण अतिजास्त असेल तर त्याचे ज्वलन होऊन 'फ्री रॅडिकल्स' जास्त तयार होतात.

यानुसार ओमेगा-६ आणि ओमेगा-३ यांच्या प्रमाणाच्या निकषावर तीळ तेलापर्यंत ओमेगा-६चे प्रमाण ८० आहे, तर करडई आणि सूर्यफूल यामध्ये ओमेगा-६ फारच जास्त आहे. त्यामुळे एकेकाळी प्रसिद्ध असलेले सफोला (करडई तेल) शरीराला अपायकारक असल्याचे दिसून आले.

तीळतेलामध्ये ओमेगा-६चे प्रमाण '८०' आहे. पण त्यात स्टिअरिक ॲसिड असल्याने कोलेस्टेरॉल शोषले जात नाही. त्यातील 'सेसमॉल' या फायटोकेमिकलमुळे

क्रमांक	तेल/तुपाचे नाव	ओमेगा- ३	ओमेगा- ६
१.	जवसाचे तेल	१	०.२७
२.	साजूक तूप	१	३.००
३.	खोबरेल तेल	१	४
४.	मोहरीचे तेल	१	५
५.	सोयाबीनचे तेल	१	७
६.	शेंगदाणा तेल	१	२९
७.	तीळ तेल	१	८०
८.	करडई तेल	१	१४६
९.	सूर्यफूल तेल	१	१८६

अॅन्टी-ऑक्सिडंट म्हणून ते उत्तम कार्य करते असे निदर्शनास आले आहे. (Dieteics 4th Edition B. Srilakshmi) यामुळे साजूक तूप, शेंगदाणा तेल, मोहरीचे तेल, तीळ तेल, सोयाबीनचे तेल या गोष्टींना प्राधान्य द्यावे. कोणतेही तेल १००टक्के आदर्श नाही. त्यामुळे दोन तेले एकत्र करून वापरण्याची पद्धत आहारतज्ज्ञ सांगतात. यामध्ये तेल एकत्र केल्याने त्यांचा 'अॅन्टी-ऑक्सिडंट' गुणधर्म वाढतो आणि शरीराला फायदा होतो. उदाहरणादाखल —

१) शेंगदाणा तेल ३ भाग + मोहरीचे तेल १ भाग
२) शेंगदाणा तेल २ भाग + कॅनोला तेल १ भाग
३) शेंगदाणा तेल २ भाग + सोयाबीन तेल १ भाग
४) शेंगदाणा तेल ३ भाग + तीळतेल १ भाग

अशा तऱ्हेने तेले एकत्र करून वापरतात पण दोन तेले वेगळी विकत आणून ४ ते ८ दिवस पुरवठा होईल इतक्याच प्रमाणात एकत्र करून ठेवावीत. यामध्ये जीवनपद्धती आणि तेलाची आवड हे दोन मुद्दे येतात. महाराष्ट्रात सरसूचे तेल (मोहरीचे) घ्या म्हटले की, नकारात्मक प्रतिक्रिया येते. कारण वास आवडत नाही.

बाजारात सर्वच तेले रिफाइंड केलेली मिळतात. यामध्ये तेलाचा उग्र दर्प गेलेला असतो आणि ती एकदम स्वच्छ, पारदर्शक असतात. याप्रकियेमध्ये ही तेले परमोच्च बिंदूपर्यंत गरम केली जातात. त्यांचे शेल्फलाईफही वाढवलेले असते. या रिफाइंड करण्यासाठी केलेल्या प्रक्रियांनी या तेलांमध्ये तळणासाठी वापरण्याच्या आधीच ट्रान्सफॅटी अॅसिड्स तयार झालेली असतातच आणि आपण तळताना परत त्यांना उकळून त्यामध्ये ट्रान्सफॅटी अॅसिड्सची भर घालतो. ही ट्रान्सफॅटी अॅसिड्स

मधुमेह, उच्च रक्तदाब आणि हृदयविकार यांना कारणीभूत असतात.

१०० वर्षांपूर्वी घाण्यावरचे तेल वापरण्याची प्रथा होती. लोकजागृतीमुळे आता ही प्रथा परत प्रचलित होत आहे. घाण्यावरचे तेल किंवा फिल्टर्ड तेल वापरावे, रिफाइंड तेल वापरू नये.

माशापासून मिळणारी तेले : माशांपासून ओमेगा-३, पॉली अन-सॅच्युरेटेड फॅटी ॲसिड्स मिळतात. यातील १) इकोसापेन्टाओनिक ॲसिड २०:५:W-3 (EPA) २) डोकासाहेक्साओनिक ॲसिड २२:६:W-3 (D.H.A.) ही फॅटी ॲसिड्स, वनस्पतींमध्ये आणि मांसाहारात नसतात. फक्त गायीच्या दुधात अल्पप्रमाणात असतात. निरोगी माणूस 'अल्फा लायनोलेनिक ॲसिड' या इसेन्शियल फॅटी ॲसिडपासून, आपल्या शरीरात वरील दोन फॅटी ॲसिड्स बनवू शकतो. पण अनियंत्रित डायबेटिक पेशंटमध्ये ही फॅटी ॲसिड्स बनविण्याची प्रक्रिया थांबते आणि त्यामुळे अंधत्व येते. दृष्टीपटलामध्ये D.H.A. हे फॅटी ॲसिड असते.

१०० ते २०० ग्रॅम मासे दर आठवड्याला खाण्याने हार्टअटॅक येण्याचे प्रमाण कमी होते. डोळ्याचे आरोग्य चांगले राहते, ट्रायग्लिसराइड्स नियंत्रित राहतात असे संशोधनात निदर्शनास आले आहे.

शाकाहारी व्यक्ती मासे खात नसतील तर त्यांनी 'कॉडलिव्हर तेल' घेणे उपयुक्त आहे. फक्त वैद्यकीय सल्ल्यानुसार घ्यावे, कारण जास्त घेण्याने व्हिटॅमिन 'ए'चे दुष्परिणाम दिसतात. कॉडलिव्हर तेल कॅप्सूलच्या स्वरूपातही मिळते; त्यामुळे माशाचा वास न येताही ते घेणे सोपे होते.

४) लेसिथिन : (Lecithin Phosphatidyl choline) लेसिथिन हे फॉस्फोलिपिड आहे. प्रत्येक पेशीचे मेंब्रेन बनविण्यात याचा सहभाग असतो. मेंदूच्या पेशी बनविण्यासाठी लेसिथिनची आवश्यकता असते. नवजात बालकाच्या फुफ्फुसातील 'सरफॅक्टन्ट'साठी लेसिथिनची आवश्यकता असते. 'सरफॅक्टन्ट' चांगले असेल तर जन्मल्यावर फुफ्फुसाचे कार्य चांगले चालते.

'लेसिथिन'मुळे वृद्धांची स्मृती आणि मानसिक स्वास्थ्य चांगले राहते, अल्झायमर होत नाही.

'बाईल' या पाचकरसाचा लेसिथिन हा एक भाग आहे. बाईलमधील लेसिथिनमुळे रक्तातील कोलेस्टेरॉल सूक्ष्म बिंदूच्या स्वरूपात वाहत राहते. त्याचे थर रक्तवाहिनींच्या अस्तरावर साठण्यास प्रतिबंध होतो, त्यामुळे लठ्ठ माणसांना हृदयविकाराचा त्रास कमी होतो.

तेलबिया म्हणजे जवस, तीळ, शेंगदाणे, सोयाबीन, सूर्यफूल बी तसेच बदाम, अक्रोड या सुक्यामेव्यातून लेसिथिन मिळते. अंड्याच्या पिवळ्या बलकातही 'लेसिथिन' असते.

यामुळेच रोजच्या आहारात डाएटिंग करणाऱ्या व्यक्तींनी, गर्भवतींनी आणि वाढीच्या मुलांनी रोज १० शेंगदाणे, १/२ चमचा तीळ, जवसाची चटणी, मोडाची मेथी १ चमचा, २-३ बदाम, १ अक्रोड आणि मधून मधून कोंबडीचे अंडे पिवळ्या बलकासकट खाणे हितावह आहे.

नैसर्गिक स्वरूपात शेंगदाणे, तीळ, जवस खाल्ल्याने त्यातील उपयोगी फायटोकेमिकल्सही शरीरास मिळतात.

■

२. व्हिटॅमिन्स (जीवनसत्त्वे)

विसाव्या शतकाच्या सुरुवातीला, पॉलीश केलेला तांदूळ आहारात वापरल्याने 'बेरीबेरी' हा रोग होतो असे लक्षात आले. तांदळाच्या कोंड्यातून 'कॅसिमीर फंक' (Casimir Funk) या शास्त्रज्ञाने 'व्हिटॅमिन बी-१' (थायामिन)ची पावडर तयार केली. या पावडरीला त्याने 'व्हायटल-अमाईन' म्हणजे 'व्हिटॅमिन' असे नाव दिले. या शोधापासूनच आहारातील व्हिटॅमिन्सचे महत्त्व समजून आले. ही व्हिटॅमिन्स आपण शरीरात बनवू शकत नाही, समतोल आहारातूनच ती मिळतात हेही समजले.

प्रोटिन्स, फॅट आणि कार्बोहायड्रेट यापासून शरीराला ऊर्जा मिळते, तर जीवनसत्त्वांच्या कार्यामुळे शरीरातील चयापचयाच्या निरनिराळ्या क्रिया घडतात. या जीवनसत्त्वांच्या अभावामुळे निरनिराळे रोग दृष्टीस येतात, त्यामुळे त्यांचे आहारातून नियमित सेवन करणे अत्यावश्यक आहे.

स्निग्धपदार्थांत (फॅट सोल्युबल) किंवा पाण्यात विरघळण्याच्या (वॉटर सोल्युबल) गुणधर्मानुसार व्हिटॅमिन्सचे दोन गट पडतात.

१) स्निग्ध पदार्थात विरघळणारी व्हिटॅमिन्स : 'ए', 'डी', 'ई' , 'के' ही स्निग्धयुक्त अन्नपदार्थात असतात. आहारातून घेतल्यावर 'बाईल' या यकृतातील पाचक रसाच्या माध्यमातून त्यांचे शरीरात शोषण होते आणि ती रक्तात मिसळतात. या व्हिटॅमिन्सचा लिव्हरमध्ये आणि शरीरातील साठलेल्या मेदामध्ये संचय होतो. ती आहारातून न मिळाल्यास या साठ्यांतून वापर केला जातो. त्यामुळे या व्हिटॅमिन्सच्या अभावाची लक्षणे पटकन दिसत नाहीत. जास्त प्रमाणात ही व्हिटॅमिन्स घेतल्यास दुष्परिणाम लगेच दिसतात. व्हिटॅमिन्सची आवश्यकता जीवनभर असते. वार्धक्यामध्ये यांचा अभाव प्रकर्षाने जाणवतो.

२) पाण्यात विरघळणारी व्हिटॅमिन्स : बी-कॉम्प्लेक्स समुहातील व्हिटॅमिन्स आणि व्हिटॅमिन 'सी' ही होत. स्निग्ध पदार्थांत विरघळणाऱ्या व्हिटॅमिन्सच्या तुलनेने ही व्हिटॅमिन्स रासायनिकदृष्ट्या अस्थिर असल्यामुळे प्रकाश, उष्णता आणि हवा

यामुळे यांची पोषणमूल्ये कमी होतात. पाण्यात विरघळणारी असल्याने भाजी चिरल्यावर, फळे कापून धुतल्यावर ही पाण्याबरोबर निघून जातात.

ही व्हिटॅमिन्स जास्त घेतल्यास लघवी आणि मलावाटे शरीराबाहेर टाकली जातात. त्यामुळे शरीरावर दुष्परिणाम दिसत नाहीत. ग्लुकोजचे विघटन करून, त्याचे रूपांतर पाणी आणि कार्बनडायऑक्साइडमध्ये होताना ऊर्जा प्राप्त होते. या कार्यासाठी को-एन्झाईम्स म्हणून बी-कॉम्प्लेक्स व्हिटॅमिन्स महत्त्वाचे कार्य करतात.

अ) स्निग्धपदार्थात विरघळणारी व्हिटॅमिन्स :

१) व्हिटॅमिन 'ए' : हे व्हिटॅमिन वनस्पतिजन्य आणि प्राणिजन्य अन्न पदार्थांत आढळते.

वनस्पतीमधील बीटा कॅरोटीन हे 'ए' व्हिटॅमिनचा पूर्वघटक (Precursor) आहे.

वनस्पती स्रोत : I) फळे – आंबा, पपई, संत्रे, बोरे.

II) फळभाज्या – लालभोपळा, टोमॅटो.

III) पालेभाज्या – पालक, कोथिंबीर, लालमाठ, अळू.

IV) कंद – रताळी, गाजर.

प्राणिजन्य स्रोत : माशांचे यकृत, चिकन, अंडी, दूध, लोणी, तूप.

मुख्य कार्य : डोळ्यांचे आरोग्य, हाडांच्या विकासासाठी आणि दातांच्या पोषणासाठी, रोगप्रतिकारकशक्ती राखण्यासाठी आणि अॅन्टी-ऑक्सिडंट म्हणून.

अभावाने – अंधत्व, रातांधळेपणा, दातांचे विकार, ठिसूळ हाडे ही लक्षणे दिसतात आणि कॅन्सर होण्याची शक्यता वाढते.

डोस – रोजच्या आहारात लागणारे, व्हिटॅमिन 'ए'चे प्रमाण

१) वयाच्या १ वर्षापर्यंत – ३५० म्यु. जी.

२) १ ते ६ वर्षापर्यंत – ४०० म्यु. जी.

३) ७ ते तारुण्यापर्यंत – ६०० म्यु. जी.

४) प्रसूत स्त्रियांना – ९५० म्यु. जी.

२) व्हिटॅमिन 'डी' : याला 'सनशाइन-व्हिटॅमिन' असे म्हणतात. कारण त्वचेखालील कोलेस्टेरॉलवर सूर्यकिरणांमधील अल्ट्रा-व्हायोलेट किरण पडल्यावर व्हिटॅमिन 'डी' निसर्गतः तयार होते. म्हणून बालकांपासून वृद्धांपर्यंत सर्वांनी सकाळी कोवळ्या उन्हात बसणे आवश्यक आहे.

व्हिटॅमिन 'डी' च्या अभावाने आणि कॅल्शियमचे शोषण नीट न झाल्याने, बालकांना मुडदूस (रिकेट्स), गर्भवती स्त्रियांना 'ऑस्टिओमलेशिया', रजोनिवृत्त स्त्रिया आणि वृद्धांना 'ऑस्टिओपोरोसिस' हे हाडांचे विकार होतात.

प्राणिजन्य स्रोत – माशांची लिव्हर आणि त्याचे तेल (कॉडलिव्हर ऑइल)

कोंबडीची लिव्हर, अंड्याचा पिवळा बलक, दूध, लोणी आणि तूप.

व्हिटॅमिन 'डी'चे मुख्य कार्य :- आहारातील कॅल्शियमचे शोषण आणि हाडांमध्ये कॅल्शियमचा साठा करणे. तसेच रक्तामधील कॅल्शियम आणि फॉस्फरसची पातळी नियंत्रित ठेवणे. व्हिटॅमिन 'डी' औषध स्वरूपात वैद्यकीय सल्ल्याशिवाय घेऊ नये.

३) व्हिटॅमिन 'ई': आपल्या आहारातील तीळ, शेंगदाणा, सूर्यफूल, सोयाबीन इत्यादी तेलांमध्ये व्हिटॅमिन 'ई' असते. तसेच अंकुरित कडधान्ये, अंकुरित गहू यातही असते. सुकामेवा आणि हिरव्या पालेभाज्यांमध्ये असते. प्राणिजन्य पदार्थ उदा. लोणी, तूप, अंडी यामध्येही व्हिटॅमिन 'ई' असते.

आहारातून शोषण झाल्यावर, प्रत्येक सेल (पेशी) च्या आवरणात व्हिटॅमिन 'ई' राहते.

स्त्री-पुरुषातील प्रजनन कार्यात हे व्हिटॅमिन महत्त्वाचा भाग घेते. हृदयरोग, मधुमेह न होण्यास व्हिटॅमिन 'ई'ची आवश्यकता असते. मोतीबिंदू आणि कॅन्सरविरुद्ध प्रतिकारशक्ती म्हणून याचा वापर होतो.

हे शरीरात अँन्टी-ऑक्सिडंट म्हणून कार्य करते. लहान मुलांसाठी पातळ औषधाच्या स्वरूपात व्हिटॅमिन 'ई' मिळते. मोठ्या माणसांना कॅप्सूल दिल्या जातात. व्हिटॅमिन 'ई' च्या जास्त मात्रा घेतल्याने पटकन दुष्परिणाम होत नाहीत.

४) व्हिटॅमिन 'के': याचे के१, के२ आणि के३ असे तीन उपप्रकार आहेत. के१ वनस्पतींमध्ये तयार होते. के२ आपल्या शरीरात लहान आतड्यातील बॅक्टेरिया तयार करतात. के३ हे प्रयोगशाळेत तयार होणारे (सिंथेटिक) व्हिटॅमिन आहे.

व्हिटॅमिन 'के' हे रक्त गोठवण्यास साहाय्य करणाऱ्या प्रोथ्रॉम्बिनच्या निर्मितीसाठी अत्यंत आवश्यक आहे. हाडांमध्ये कॅल्शियम साठण्यासाठी व्हिटॅमिन 'के१'ची आवश्यकता असते. याच्या अभावाने हाडे ठिसूळ होतात. दारु पिणाऱ्यांमध्ये लिव्हर बिघडल्याने तसेच पुष्कळ दिवस अँन्टीबायोटिक्स घेतल्याने, आतड्यातील परोपकारी जीवाणूंचा (बॅक्टेरियांचा) नाश झाल्याने व्हिटॅमिन 'के' ची कमतरता दिसते.

व्हिटॅमिन 'के' – मेथी, अळू, पालक, टोमॅटो, ब्रोकोली, कोबी, संत्री, बटाटे, गाजर यातून उपलब्ध होते. तसेच दूध, अंडी आणि प्राण्यांच्या लिव्हरमधून मिळते. वैद्यकीय सल्ल्यानुसार व्हिटॅमिन 'के' घ्यावे.

ब) पाण्यात विरघळणारी व्हिटॅमिन्स :

बी-कॉम्प्लेक्स गट :

१) थायामिन (B-1) म्हणजे व्हिटॅमिन 'बी-१' हे तांदूळ, गहू, बाजरी, ज्वारी यांच्या कोंड्यात असते. तसेच हरभरा, चवळी, वाटाणा, सोयाबीन आणि

शेंगदाणे यामध्ये असते. मांसाहार आणि दुधातून फारच कमी मिळते. याच्या अभावामुळे 'बेरीबेरी' हा रोग होतो. यामध्ये शरीराला सूज येते, हृदय कमजोर होऊन त्याचा आकार वाढतो दम लागतो. तसेच हातपाय अशक्त होऊन त्यांना मुंग्या येतात, हातपाय दुखतात. तळहात आणि तळपाय गरम होतात.

डाएटिंगचा अतिरेक करणाऱ्यांमध्ये ही लक्षणे दिसतात. हे व्हिटॅमिन मसल्स, हार्ट, लिव्हर यामध्ये साठवले जाते.

रोज १ मिलीग्रॅम आपणास लागते. गोळ्या आणि इंजेक्शन या दोन्ही स्वरूपात घेता येते.

२) रिबोफ्लाव्हिन : त्याचा रंग पिवळा असतो. 'बी' कॉम्प्लेक्सची गोळी घेतल्यावर लघवीला येणारा पिवळा रंग याचाच असतो. आहारात दूध, मटण, तृणधान्ये आणि मोड आलेल्या कडधान्यात त्याचे प्रमाण विपुल असते.

याच्या अभावाने तोंड येणे, जिभेच्या आवरणावरील अस्तराचा दाह होणे, डोळे लाल होणे आणि स्त्री-पुरुषांच्या गुप्त भागावरील त्वचेला कंड सुटून आग होणे ही लक्षणे दिसतात. डोळ्यातील कॉर्निया अपारदर्शक होतो. गर्भनिरोधक गोळ्या घेणाऱ्या स्त्रियांना याच्या अभावाची लक्षणे दिसतात. आपली रोजची गरज १ ते २ मिलीग्रॅम असते. हे गोळ्या आणि इंजेक्शनच्या स्वरूपात घेता येते.

३) नियासिन : तांदूळ, गहू, बाजरी, मटण, लिव्हर यामध्ये 'नियासिन' असते. याच्या अभावाने 'पॅलेग्रा' हा रोग होतो. त्यात त्वचेमध्ये बदल होतात. सूर्यप्रकाश ज्या भागावर पडतो तेथे हे बदल जास्त दिसतात. त्वचा जाड, खरबरीत होते, काळे डाग येतात. पचनसंस्थेवर नियासिनच्या अभावाचा परिणाम होतो. जठराचे अस्तर सुजते, मसालेदार पदार्थ सहन होत नाहीत. सर्व आतड्यांच्या अस्तराचा दाह होऊन जुलाब होतात. स्वभाव चिडचिडा होतो, विषयावर लक्ष केंद्रित होत नाही, विस्मरण होऊ लागते. काहीवेळा चुकून मनोरुग्ण समजून ट्रिटमेंट दिली जाते.

आपल्या शरीराची रोजची गरज ६ ते ७ मिलीग्रॅम असते. गोळ्यांच्या स्वरूपात घेता येते.

४) पायरिडॉक्सिन बी-६ (B-6) : तांदूळ, गहू, हरभरा, मूग, सोयाबीन, बीट, गाजर, बटाटा, कोबी तसेच अंडी, मासे, दूध या सर्वांतूनच बी-६ मिळते. ट्रिप्टोफान या अमायनो ॲसिडचे नियासिनमध्ये रूपांतर होण्याकरिता पायरिडॉक्सिनची आवश्यकता असते. लिपिड मेटॅबोलिझममध्ये महत्त्वाचे कार्य पायरिडॉक्सिन करते. तसेच तांबड्या रक्तपेशींची सशक्त आणि पूर्ण वाढ होणे आणि त्यातील हिमोग्लोबिन तयार होण्याकरिता लागणारा लोहाचा, नीट वापर व्हिटॅमिन 'बी-६' ने होतो.

पावडरचे दूध पिणाऱ्या लहान मुलांमध्ये याचा अभाव दिसतो आणि त्यांना

फिट्स येतात. मोठ्या माणसांना याच्या अभावाने ॲनिमिया होतो.

मोठ्या माणसांना २ ते ३ मिलीग्रॅम रोजची गरज असते. गोळ्या आणि इंजेक्शनच्या स्वरूपात घेता येते.

५) फोलिक ॲसिड : तृणधान्ये, मोड आलेली कडधान्ये, शेंगदाणे, सुकामेवा, हिरव्या पालेभाज्या, मटण यातून आपणास मिळते. याच्या अभावाने 'मेगॅलोब्लास्टिक ॲनिमिया' होतो. या ॲनिमियात तांबड्या रक्तपेशी आकाराने मोठ्या असतात.

गर्भाच्या मज्जासंस्थेची निरोगी वाढ, गर्भधारणा झाल्यावर पहिल्या १५ दिवसांत होत असते. गर्भधारणेच्या वेळी मातेच्या शरीरात फोलिक ॲसिडची कमतरता असेल तर गर्भाच्या मज्जासंस्थेची वाढ नीट होत नाही, गर्भात दोष उत्पन्न होतात. मुलांना जन्म देण्यास उत्सुक असलेल्या स्त्रियांनी, गर्भधारणेच्या आधीपासूनच नियमित फोलिक ॲसिड घ्यावे.

आपल्या शरीरात लिव्हरमध्ये फोलिक ॲसिडचा साठा केला जातो. दिवसाला २०० मि.ग्रॅम फोलिक ॲसिड आपल्याला लागते.

गोळ्या आणि इंजेक्शन स्वरूपात घेता येते.

६) 'बी-१२' : आपणास 'बी-१२' साठी गायी-म्हशीचे दूध, अंडी आणि मांसाहार यावर अवलंबून राहावे लागते. रोज ३०० मि.लि. दूध आहारात असणे जरूर आहे. अंड्याच्या पिवळ्या बलकात 'बी-१२' असते. म्हणून वाढीच्या मुलांना पिवळा बलक मुद्दाम द्यावा. उष्णतेने व्हिटॅमिन 'बी-१२' नष्ट होत नाही म्हणूनच लिव्हर, मटणाचे सूप प्यायले तरी 'बी-१२' मिळते. आपल्या शरीरात लिव्हरमध्ये याचा साठा केला जातो. अभावाची लक्षणे म्हणजे 'पर्निशस ॲनिमिया' होय.

अतिमद्यपानामुळे 'बी-१२' चा अभाव दिसतो. हातापायाला मुंग्या येतात आणि अशक्तपणा जाणवतो. रोजची 'बी-१२' ची गरज १ मायक्रोग्रॅम असते. गोळ्या आणि इंजेक्शन स्वरूपात मिळते.

व्हिटॅमिन 'सी' : हिरव्या पालेभाज्या, संत्री, मोसंबी, लिंबू, पेरु, आवळा, टोमॅटो, कोबी, कॉलीफ्लॉवर यातून व्हिटॅमिन 'सी' आपणास मिळते. हे व्हिटॅमिन 'सी' भाज्या चिरल्यावर धुतल्याने, पाण्याबरोबर निघून जाते. फळेसुद्धा कापल्यावर हवेच्या संपर्काने त्यातील व्हिटॅमिन 'सी' कमी होते म्हणून फळ कापल्यावर लगेच खावे. भाज्या शिजवल्याने, उष्णतेने व्हिटॅमिन 'सी'चे प्रमाण कमी होते आणि खाण्याचा सोडा वापरल्याने ते नष्ट होते. मात्र आवळ्यातील व्हिटॅमिन 'सी' वर उष्णतेचा परिणाम होत नाही. म्हणून मोरावळा, च्यवनप्राश, आवळकाठी या स्वरूपात वर्षभर आवळा खाऊन व्हिटॅमिन 'सी' मिळू शकते.

कडधान्यांना मोड आणले असता या मोडांमध्ये व्हिटॅमिन 'सी' आणि 'ई' तयार

होते. मूग, मसूर, मटकी, तूर आणि हरभरा यांना मोड आणता येतात. यातील मोड आलेल्या मुगात सर्वांत जास्त व्हिटॅमिन 'सी' असते. म्हणून कच्चे मोड आलेले मूग आणि हरभरे खाल्ल्याने व्हिटॅमिन 'सी' स्वस्तात मिळू शकते.

रोज आपणास ३० ते ४० मिलीग्रॅम व्हिटॅमिन 'सी' लागते. २०० मिलीग्रॅमच्या वर रोज घेण्याने दुष्परिणाम दिसतात.

व्हिटॅमिन 'सी'च्या अभावाने एका महिन्यात त्वचा खरबरीत होते, थकवा जाणवतो आणि वारंवार सर्दी-खोकला होतो. यानंतर सहा महिन्यानंतर हिरड्यातून रक्त येऊ लागते. या रोगाला 'स्कर्व्ही' म्हणतात.

व्हिटॅमिन 'सी' आपल्या सांध्यांच्या आवरणात असणाऱ्या 'कोलॅजन'च्या निर्मितीस मदत करते. हे कोलॅजन अनेक पेशींमध्ये पण असते.

लहान मुलांच्या हाडांच्या वाढीसाठी, वृद्धांची ठिसूळ झालेली हाडे मोडल्यावर सांधण्यासाठी व्हिटॅमिन 'सी' महत्त्वाचे कार्य करते. जखमा भरून येण्यासाठी व्हिटॅमिन 'सी' लागते.

लोहाच्या (आयर्न) शोषणात व्हिटॅमिन 'सी' चा महत्त्वाचा सहभाग असतो. 'टायरोसिन' या अमायनो ॲसिडच्या चयापचयात भाग घेते.

'कॉर्टिसॉल' या हार्मोनच्या निर्मितीस मदत करते. सर्वात महत्त्वाचे कार्य 'ॲन्टी-ऑक्सिडंट' म्हणून आहे. या कार्यामुळे मोतीबिंदू, कॅन्सर, वार्धक्य याविरुद्ध प्रतिकारशक्ती येते.

■

३. खनिजे (Minerals)

'खनिजे' ही अशी द्रव्ये आहेत की जी ऊर्जा देत नाहीत, पण शरीरात महत्त्वाची कार्ये करत असल्याने, त्यांच्या अभावाने जिवावर बेतू शकते. अशा या खनिजांचा परिचय करून घेऊ या.

१) कॅल्शियम : (Ca) : प्रत्येक पेशीमध्ये, रक्तामध्ये, हाडे आणि दात यामध्ये कॅल्शियम असते. आपल्या शरीरात एकूण १२०० ग्रॅम कॅल्शियम असते. त्यातील ९९ टक्के कॅल्शियम हाडे आणि दातांत असते. हाडांतील आणि दातांतील कॅल्शियम रोज बाहेर काढले जाते आणि परत नवे साठवले जाते. अशा या कॅल्शियम आणि फॉस्फरसचे नियंत्रण, थायरॉइड आणि पॅराथायरॉइड ग्रंथींच्या हार्मोन्समुळे होते.

कॅल्शियमची शरीरातील कार्ये : १) चेतासंस्था (नर्व्हस सिस्टिम) मधून संदेशवहनाचे कार्य २) स्नायूंचे आकुंचन-प्रसरण ३) हृदयाचे स्पंदन ४) पेशींमधील

आंतरद्रव्य वाहतूक नियंत्रित करणे (Fluid Balance) ५) रक्त गोठण्याच्या क्रियेत सहभाग ६) मातेचे स्तन्य तयार होण्यात मदत.

सामान्यतः प्रत्येक माणसाला १ ग्रॅम (१००० मि.ग्रॅम) कॅल्शियम रोज लागते. गर्भवती आणि स्तनदा मातेस १२०० मिलीग्रॅम, तसेच रजोनिवृत्त स्त्रियांना, वृद्धांना रोज १५०० मिलीग्रॅम लागते.

स्रोत : १) वनस्पती : सर्व हिरव्या पालेभाज्या विशेषतः माठ, मेथी, तांदूळजा, शेवग्याची पाने, कढीपत्ता २) तृणधान्ये : नाचणी ३) कडधान्ये : कुळीथ, राजगिरा

इतर : तीळ, अळीव, विड्याची पाने आणि विड्याच्या पानांत वापरला जाणारा चुना.

२) प्राणिजन्य : दूध. कॅल्शियम मिळण्याचा सोपा मार्ग म्हणजे नियमित दूध पिणे. दुधामध्ये व्हिटॅमिन 'डी' असते. हे व्हिटॅमिन 'डी', कॅल्शियमच्या शोषणास मदत करते. दही, ताक, चीज, खवामध्येही कॅल्शियम असते.

२) फॉस्फरस : (P) : आपल्या शरीरात ७५० ग्रॅम फॉस्फरस, हाडांमध्ये कॅल्शियमच्या बरोबर असते. रक्तामध्येसुद्धा थोड्या प्रमाणात आणि स्नायूंमध्ये फॉस्फरस असते.

कार्य : १) आपली हाडे कॅल्शियम फॉस्फेटची बनलेली असतात. फॉस्फरसने बळकटी येते.

२) कार्बोहायड्रेट्स आणि फॅट्सच्या चयापचयात महत्त्वाचे कार्य.

३) न्यूक्लिइक ॲसिड्स आणि एनझाईम्सच्या बांधणीत उपयोगी.

स्रोत : १) वनस्पती : तृणधान्ये, विशेषतः मका, गहू.

कडधान्ये : हरभरा, चवळी, पावटा, राजमा, सोयाबीन.

सुकामेवा : बदाम, काजू, चिलगोजे.

कलिंगडाच्या आणि लाल भोपळ्याच्या बिया, अळीव, तीळ, दूध, दही, ताक, खवा आणि चीज.

रोजची फॉस्फरसची गरज १ ग्रॅम (१००० मि.ग्रॅम) असते. आहारातून सहज भागवली जाते, त्यामुळे अभावाची लक्षणे दिसत नाहीत.

३) आयोडीन : (I) : आपल्या मानेच्या पुढील भागात 'थायरॉइड ग्रंथी' असते. या ग्रंथीत आपल्या शरीरातील ८० टक्के आयोडीन साठविले जाते. आपल्याला १००-१५० म्यु.जी. आयोडीन लागते. हे आयोडीन समृद्ध जमिनीतून पिकवलेल्या भाज्या आणि फळे यामधून मिळते. सागरी मासे, खेकडे आणि समुद्रमीठ यातून आयोडीन मिळते. शिंगाड्यामध्येही आयोडीन असते.

जगामध्ये काही भागात जमिनीत आयोडीन कमी असते. असा भाग भारतातही

'हिमालयन गॉयटर बेल्ट' म्हणून प्रसिद्ध आहे. आयोडीन आहारातून कमी गेल्यास 'गॉयटर' हा रोग होतो. यामुळे गॉयटरच्या रुग्णसंख्येत वाढ झाल्याने, सर्वेक्षण करताना मध्यप्रदेश, गुजरात, महाराष्ट्र, आंध्रप्रदेश, केरळ, तामिळनाडू या राज्यातही जमिनीत आयोडीन कमी झाल्याचे निदर्शनास आले. गॉयटर हा रोग टाळण्यासाठी 'आयोडिनयुक्त मीठ' देण्यास भारत सरकारने १९९२ पासून सुरुवात केली.

गर्भाच्या मेंदूची वाढ, गर्भ १४ आठवड्यांचा असल्यापासून होते. या कालात गर्भिणी मातेस आयोडीन कमी पडल्यास गर्भावर दुष्परिणाम झालेले दिसतात. मतिमंद मूल जन्मास येते. या रोगास 'क्रेटिनिझम' (Cretinism) असे म्हणतात.

थायरॉइड ग्रंथीमध्ये आयोडिनपासून थायरॉक्सिन (T4) आणि ट्रायआयडोथायरॉक्सिन (T3) ही हार्मोन्स तयार होतात. यांच्यामुळे कार्बोहायड्रेट्स, प्रोटिन्स आणि फॅट यांच्या चयापचयाची कार्ये होतात. थायरॉक्सिन शारीरिक आणि मानसिक वाढीकरिता आवश्यक असल्यामुळे आयोडीन हे महत्त्वाचे खनिज आहे.

प्रौढावस्थेत थायरॉइड ग्रंथीचे काम नीट न चालल्यास स्त्रियांमध्ये ॲबॉर्शन, मृत गर्भ जन्मास येणे ही लक्षणे दिसतात. ग्रंथीचे काम नीट न चालल्यास 'हायपोथायरॉडिझम' हा आजार दिसतो. तर आयोडिनचे प्रमाण जास्त झाल्यास 'हायपर थायरॉडिझम' ही होऊ शकतो.

४) सोडियम : (Na) : सोडियम या खनिजाचे व्यावहारिक उदाहरण म्हणजे मीठ हे होय. मिठाला शास्त्रीय भाषेत 'सोडियम क्लोराइड' (NaCL) म्हणतात.

६० किलो वजनाच्या माणसाच्या शरीरात २३५ ग्रॅम मीठ असते. 'नॅशनल ॲकॅडमी ऑफ सायन्सेस अमेरिका' या संस्थेने प्रतिदिनी शरीरास ५०० मि.ग्रॅम सोडियमची आवश्यकता असते असे म्हटले आहे. ५०० मि.ग्रॅम सोडियम मिळण्यासाठी आहारात दीड ग्रॅम मीठ लागते. आपल्या शरीरातून सोडियम, मूत्रावाटे बाहेर टाकले जाते. तसेच घामावाटेही बाहेर पडते. देश, काल, हवामान आणि कामाचे स्वरूप यावर सोडियमची शरीरासाठी असणारी गरज बदलते. रखरखीत उन्हात मोलमजुरी करणाऱ्या माणसास मिठाची जास्त गरज असते. उलट्या-जुलाब झाल्यावरही सोडियमची गरज वाढते.

सोडियमच्या आतड्यातील शोषणाबरोबर, ग्लुकोजचा रेणू शोषला जातो आणि पाणीही शोषले जाते. यामुळेच जास्त प्रमाणात मीठ खाल्ल्याने शरीरावर सूज येते. मेद साठतो आणि उच्च रक्तदाब हा विकार होतो. म्हणूनच फरसाण, केचप, पापड, लोणची, बटाटा चिप्स, खारे चणे-शेंगदाणे या गोष्टी अति अल्प प्रमाणात घ्याव्या. सोडियमच्या अभावाने ब्लडप्रेशर कमी होणे, अंग थंड पडणे, तोंडाला कोरड पडणे अशी डिहायड्रेशनची लक्षणे दिसतात. या वेळी मीठ-साखर घातलेले लिंबाचे सरबत किंवा सलाईनवाटे सोडियम दिले जाते.

५) पोटॅशियम : (K) : ६० किलो वजनाच्या माणसाच्या शरीरात २४५ ग्रॅम पोटॅशियम क्लोराइड असते. हा क्षार पेशींच्या आत आणि रक्तात असतो. मज्जापेशी आणि स्नायूंचे कार्य व्यवस्थित होण्यासाठी याची जरुरी असते. शरीराच्या 'ॲसिड बेस बॅलन्स'चे संतुलन पोटॅशियमने होते.

आपल्या आहारात रोज ३ ग्रॅम पोटॅशियमची जरुरीचे आहे. मूत्रावाटे हा बाहेर टाकला जातो. उच्च रक्तदाब असलेल्या रुग्णांनी जास्त घेतल्यास ब्लडप्रेशर कमी होते.

उलट्या-जुलाबांमुळे पोटॅशियमच्या अभावाची लक्षणे दिसतात. अशावेळी सलाईनमधून पोटॅशियम दिले जाते. तसेच 'ओरल रिहायड्रेशन' म्हणजेच 'इलेक्ट्रल'सारखी पावडर पाण्यातून तोंडावाटे दिली जाते. पोटॅशियम जास्त गेल्यास दुष्परिणाम दिसतात. पोटॅशियम ताजी फळे, सुकामेवा, अंजीर, खजूर, नारळाचे पाणी यातून मिळते.

६) मॅग्नेशियम : (Mg) : शरीरात २५ ग्रॅम मॅग्नेशियम असते. रोज आपणास ३०० मि.ग्रॅम मॅग्नेशियम लागते. ६५ टक्के मॅग्नेशियम दात आणि हाडांमध्ये असते. ३४ टक्के पेशींच्या आत असते आणि १ टक्का रक्तात असते.

आहारातून घेतल्यावर आतड्यातून शोषले जाऊन, मूत्रावाटे बाहेर टाकले जाते. दात आणि हाडांच्या आरोग्यासाठी मॅग्नेशियमची जरुरी असते. स्नायू आणि नर्व्हजचे कार्य याच्यामुळे नीट होते. हृदयाचे आणि रक्ताभिसरणाचे कार्य नीट चालते. आहारात तृणधान्ये, हिरव्या पालेभाज्या, कोबी, फ्लॉवर या भाज्या, शेंगदाणे, काजू, बदाम, केळी, दूध आणि दुधाच्या पदार्थातून मिळते.

मॅग्नेशियमच्या अभावाने स्नायू थकतात. 'क्रॉनिक फटिग सिंड्रोम' या विकारात व्यक्ती सदैव थकलेली असते. यामध्ये मॅग्नेशियम देण्याने सुधारणा होते. ज्या व्यक्तींना लघवीचे प्रमाण वाढविण्यासाठी डाययुरेटिक्स दिले जाते, त्यांच्या लघवीतून पोटॅशियम जास्त बाहेर जातो आणि त्याचबरोबर मॅग्नेशियमचा अभाव जाणवू लागतो. मॅग्नेशियमच्या अभावाने हृदयाचे ठोके अनियमित होतात. यामध्येही मॅग्नेशियम दिल्याने सुधारणा होते.

मॅग्नेशियममुळे शरीराची 'इम्युन सिस्टिम' सुधारते, म्हणजेच प्रतिकारशक्ती सुधारते. गर्भारपणी मॅग्नेशियमच्या अभावाने ब्लडप्रेशर वाढते. यासाठी त्यांच्या आहारात मॅग्नेशियम जरुरीचे आहे. मॅग्नेशियमच्या अभावाने कॅन्सर होण्याची शक्यता वाढते. मॅग्नेशियममुळे मन:शांती मिळते.

७) आयर्न (लोह) : (Fe) : आपल्या शरीरात ३ ते ५ ग्रॅम आयर्न असते. ६५ टक्के आयर्न, 'हिमोग्लोबिन'च्या स्वरूपात तांबड्या रक्तपेशीत असते. १० टक्के आयर्न स्नायूंमध्ये मायोग्लोबिन या स्वरूपात असते. लिव्हर, स्प्लीन, किडनी आणि

बोनमॅरो यामध्ये उरलेले २५ टक्के आयर्न असते.

आपणास रोज आयर्नची गरज लागते. पुरुषांना रोज १ मिलीग्रॅम आणि स्त्रियांना २ मिलीग्रॅम लागते. गर्भारपणी आणि स्तनदा मातेस याची गरज वाढते. कोणत्याही तऱ्हेने रक्तस्राव झाल्यास आयर्नची गरज वाढते, अभावाने ॲनिमिया हा रोग होतो. मांसाहारातून आलेले आयर्न शरीरात चांगले शोषले जाते. शाकाहारातील बाजरी, नाचणी आणि इतर तृणधान्यात विपुल आयर्न असूनही त्यातील 'फायटेट' मुळे शोषणास अडथळा येतो. याच फायटेटमुळे पालेभाज्यांतील आयर्नचे शोषणही चांगले होत नाही. हरभरा, मूग या कडधान्यांतही आयर्न असते. कॉलिफ्लॉवर, मुळा, खजूर, काळ्या मनुका, डाळिंब यामध्येही लोह विपुल असते. चिंच, हळद, मिरची, चहा यामध्ये टॅनिन्स असल्याने आयर्नचे शोषण चांगले होत नाही. भोजनानंतर चहा आणि कॉफी म्हणूनच घेऊ नये.

अन्नातील लोह फेरिक स्वरूपात असते. जठरातील हायड्रोक्लोरिक ॲसिड त्याला मोकळे करते आणि व्हिटॅमिन 'सी' त्याचे 'फेरस'मध्ये रूपांतर करून शोषण सुलभ करते म्हणून जेवणात ताजे लिंबू कापून वापरावे.

अन्नातून न शोषले गेलेले आयर्न मलावाटे बाहेर पडते. शाकाहारात १० ते १५ मि.ग्रॅम आयर्न असले, म्हणजे आपली गरज भागते.

आयर्नच्या अभावाने ॲनिमिया हा रोग होतो. पोटातील जंतांनीही ॲनिमिया होतो. म्हणून ॲनिमियाची लक्षणे दिसताच जंताचे औषध घेणे जरुरीचे ठरते.

आयर्न गोळ्या आणि इंजेक्शन स्वरूपात दिले जाते.

आयर्नची कार्ये :

१) लाल रक्तपेशीतील हिमोग्लोबिन ऑक्सिजनवाहक म्हणून कार्य करून सर्व पेशींना ऑक्सिजन पुरविते.

२) स्नायूंमधील मायोग्लोबिन स्नायूंच्या हालचालींसाठी आवश्यक असते.

३) कार्बोहायड्रेट, प्रोटिन्स आणि फॅट यांच्या ऑक्सिडीकरणासाठी आयर्नची जरुरी असते.

८) क्रोमियम : (Cr) : आपल्या शरीरात ५ ते १० मिलीग्रॅम क्रोमियम लिव्हर, स्प्लीन आणि बोनमॅरोमध्ये असते. ते आहारातून रोज शोषण केले जाते, न शोषले गेलेले मूत्रावाटे बाहेर टाकले जाते.

तृणधान्ये, कडधान्ये, ताजी फळे, पालेभाज्या, विड्याची पाने यातून मिळते. बदाम, काजू, अक्रोड यामध्ये विपुल असते तर सुपारीत सर्वात जास्त असते. मांसाहारातूनही मिळत असल्याने, याच्या अभावाची लक्षणे कधी दिसत नाहीत.

कार्ये : १) स्नायूंच्या प्राकृत कार्यासाठी २) रोग प्रतिकारक शक्तीसाठी ३)

महत्त्वाचे कार्य म्हणजे इन्सुलीनला कार्य करण्यास उद्युक्त करणे. क्रोमियममुळे 'इंपेअर्ड ग्लुकोज टॉलरन्स' (Impaird Glucose Tolerance) सुधारतो. रोहिणी काठिण्य (Atherosclerosis) क्रोमियमच्या अभावाने होते.

९) सल्फर : (S) : अमायनो ॲसिड्सपासून प्रोटिन्स बनतात. यातील सिस्टिन आणि मेथिओनिन ही अमायनो ॲसिड्स सल्फरयुक्त असतात. यकृताचे काम नीट होण्यासाठी आणि यकृताच्या पेशींना अपाय होऊ नये म्हणून सल्फरयुक्त अमायनो ॲसिड्सची गरज असते.

सल्फर, प्राणिजन्यन्य पदार्थ आणि तृणधान्ये, कडधान्ये (तूर, मूग), पालेभाज्या (माठ, शेवग्याची पाने, कोथिंबीर, कढीपत्ता, पुदिना, पालक), फळभाज्या (फ्लॉवर, फरसबी, नवलकोल), फळे (सफरचंद, केळे, फणसाचे गरे, जांभूळ) यातून आपणास मिळते. याच्या अभावाची लक्षणे कधी दिसत नाहीत.

आपल्या शरीरात कार्टिलेज आणि स्नायूंचे टेंडन, नखे आणि केस यांच्या वाढीसाठी आणि बळकटीसाठी सल्फरची जरुरी असते.

■

४. ॲन्टी-ऑक्सिडंट खनिजे

कॉपर, झिंक, मॅंगेनीज आणि सेलॅनियम ही खनिजे ॲन्टी-ऑक्सिडंट म्हणून फ्री रॅडिकल्सविरुद्ध सामना करतात.

१) कॉपर : (Cu) : आपल्या शरीरात १०० ते १५० मि.ग्रॅम कॉपर म्हणजे तांबे, लिव्हर, स्नायू, हाडे, रक्तातील तांबड्या पेशी आणि प्लाझ्मामध्ये असते. आपणास रोज २ मिलीग्रॅम कॉपर लागते. आहारातून घेतल्यावर, न शोषले गेलेले कॉपर मलमूत्रावाटे बाहेर टाकले जाते.

स्त्रोत : आपणास मटण, मासे या मांसाहारी पदार्थातून कॉपर मिळते.

तृणधान्यातील बाजरी, सत्तू (बार्ली), वऱ्याचे तांदूळ यामध्ये विपुल असते. कडधान्यात हरभरा, कुळीथ, मसूर यामध्ये बाकीच्या कडधान्यापेक्षा जास्त असते. सर्व भाज्यांतून आणि फळांतून मिळते. पण काजू, तीळ, सुपारी आणि विड्याची पाने यामध्ये उल्लेखनीय प्रमाणात कॉपर असते.

कार्य : तांबड्या पेशींमध्ये कॉपर झिंक एसओडी एन्झाइम या स्वरूपात कॉपर आणि झिंक असते. श्वसनामध्ये तयार होणारी 'फ्री रॅडिकल्स' हे निष्प्रभ करते.

प्लाझ्मामध्ये कॉपर प्रोटिनशी संयोग पावलेले असते, त्यास 'सेरुलोप्लास्मिन' (Ceruloplasmin) असे म्हणतात. हे नैसर्गिक ॲन्टी-ऑक्सिडंट आहे. मेलॅटोनिन, ॲड्रिनलीन, नॉरॲड्रिनलीन आणि सेरॅटोनिन या महत्त्वाच्या हार्मोन्सचे सेरुलोप्लास्मिन

नियंत्रण करते. कॉपरच्या आहारातील अभावामुळे, सेरुलोप्लास्मिन कमी प्रमाणात तयार होते. त्यामुळे तांबड्या पेशी कमी प्रमाणात तयार होतात आणि आयर्नचे ज्वलन होऊन 'सुपर ऑक्साइड' ही फ्री रॅडिकल्स सेल्समध्ये तयार होतात. कॉपरच्या अभावामुळे लहान मुलांची वाढ खुंटते आणि हाडे ठिसूळ होतात.

२) झिंक : (Zn) : आपल्या शरीरात २ ते ३ ग्रॅम झिंक असते. त्यातील ७८ टक्के हाडांमध्ये तसेच स्नायू आणि त्वचेमध्ये असते. लाल रक्तपेशींमध्ये कॉपरबरोबर संयोग पावून कॉपर-झिंक 'एसओडी' एन्झाइम या स्वरूपात असते. आहारातून घेतल्यावर न शोषले गेलेले झिंक मलमूत्र आणि घामावाटे बाहेर पडते. आपणास १२ ते १५ मि.ग्रॅम रोज झिंक लागते. गर्भारपणी मातेस २५ मि.ग्रॅम झिंकची आवश्यकता असते, कमी पडल्यास बालकामध्ये झिंकचा अभाव होऊन, बालकाची वाढ नीट होत नाही आणि स्पर्धांमध्ये ते मागे पडते.

स्रोत : मटण, मासे, अंड्याचा पिवळा बलक.

तृणधान्ये – विशेषतः नाचणी, वऱ्याचे तांदूळ, बाजरी, गहू.

कडधान्ये – हरभरा, उडीद, चवळी, राजमा, सोयाबीन यामध्ये बाकी कडधान्यांपेक्षा जास्त असते.

अल्प प्रमाणात सर्व भाज्यांतून आणि फळांतून मिळते.

उल्लेखनीय प्रमाण कांदा, धने, ओवा, मेथीदाणे, खसखस, हळद, वेलदोडा, सुके खोबरे, बदाम, काजू, शेंगदाणे, शिंगाडा. सर्वोत्तम प्रमाण तिळामध्ये आहे.

कार्य : कॉपरबरोबर संयोग पावून कॉपर-झिंक एसओडी एन्झाइम-ॲन्टी-ऑक्सिडंट म्हणून श्वसनात तयार होणारी, फ्री रॅडिकल्स निष्प्रभ करते. शरीरातील अनेक एन्झाईम्सच्या कार्यात भाग घेते. हाडे तयार होणे, प्रोटिन आणि कार्बोहायड्रेटच्या चयापचयात सहभाग असतो. जखम भरण्यासाठी झिंकची आवश्यकता असते.यामुळे रोगप्रतिकारकशक्तीही वाढते. व्हिटॅमिन 'ए'चे कार्य झिंकवर अवलंबून आहे.

झिंकवर शारीरिक, मानसिक वाढ अवलंबून आहे. प्रजननाच्या कार्यात झिंकचा सहभाग आहे. याच्या अभावाने वंध्यत्व येते.

३) मँगेनीज : (Mn) : आपल्या शरीरात ३५ मि.ग्रॅम मँगेनीज असते. हाडांमध्ये २० मि.ग्रॅम आणि उरलेले पॅनक्रिॲज, पिट्युटरी, लिव्हर, किडनी आणि सर्व पेशींमध्ये असते. आपल्याला रोज ५ मि.ग्रॅमची जरूर असते. आहारातून न शोषले गेलेले मलमूत्रावाटे बाहेर पडते.

स्रोत : मटण, मासे, दूध यामध्ये अल्प प्रमाणात असते. तृणधान्ये विशेषतः नाचणी, गहू. कडधान्ये – मूग, कुळीथ, मसूर, राजमा, सोयाबीन यामध्ये विपुल असते. सुके खोबरे, वेलदोडा, हळद, लवंग, आले, सुंठ, तीळ, विड्याचे पान,

सुपारी यामध्ये उल्लेखनीय प्रमाणात असते.

कार्य : अॅन्टी-ऑक्सिडंट म्हणून सुपर ऑक्साइड डिसम्युटेज (एस.ओ.डी.) एन्झाइम सिस्टिममध्ये सहभाग असतो.

कार्बोहायड्रेट्स आणि फॅट्सच्या चयापचयात महत्त्वाचा भाग. स्ट्राँग, हेल्दी बोन्स आणि नर्व्हज् तयार होण्यासाठी उपयोगी. याच्या अभावाने वंध्यत्व येते.

४) सेलॅनियम : (Se) **:** आपल्या शरीरात ४ ते १० मि.ग्रॅम असते. ६० किलो वजनाच्या माणसास ६० ते १०० मायक्रोग्रॅम रोज लागते. आहारातील न शोषले गेलेले मूत्रावाटे बाहेर पडते.

स्रोत : मटण, मासे, अंड्याचा पिवळा बलक.

जमिनीतील सेलॅनियमच्या प्रमाणावर, तृणधान्ये, कडधान्ये, भाज्या, फळे यातील सेलॅनियमचे प्रमाण अवलंबून आहे. चीन आणि रशियातील काही भागातील जमिनीत हे नसल्याने, तेथील नागरिकांना आहारातून सेलॅनियम पुरेसे न मिळाल्याने, अभावाची लक्षणे दिसून आली.

१९७३मध्ये 'ग्लुटॅथायोन पेरॉक्सिडेज' (Glutathione Peroxidase) या एन्झाइमचा शोध लागला. हे एन्झाइम सेलॅनियमच्या चार घटकांपासून बनलेले असते. हे अॅन्टी-ऑक्सिडंट म्हणून फ्री रॅडिकल्स निष्प्रभ करते. सेलॅनियम, व्हिटॅमिन 'ई' बरोबर पेशींमध्ये काम करते.

सेलॅनियमच्या अभावाने रक्त गोठण्याची क्रिया वाढते. अॅथेरोस्क्लेरोसिसचे प्रमाण वाढते. एच.डी.एल. कोलेस्टेरॉल कमी होतो आणि हार्टअटॅकची शक्यता वाढते.

कॅन्सरविरुद्ध लढण्याची शक्ती सेलॅनियममुळे वाढते. रोगप्रतिकारक शक्तीही त्यावर अवलंबून असते. यकृताच्या पेशी निरोगी ठेवण्यात, सेलॅनियमचा महत्त्वाचा वाटा असतो. लहान मुलांचे हृदयाचे स्नायू सेलॅनियममुळे सक्षम होतात.

■

५. अॅन्टी-ऑक्सिडंट यंत्रणा

पाण्यात विरघळणारे व्हिटॅमिन 'सी', स्निग्ध पदार्थांत (फॅट) विरघळणारी व्हिटॅमिन 'ए' आणि 'ई', तसेच कॉपर, झिंक, मँगेनीज आणि सेलॅनियम ही खनिजे अशा या समूहाला 'अॅन्टी-ऑक्सिडंट' म्हणतात. ही फ्री-रॅडिकल्स विरुद्ध सामना करतात.

आपल्या शरीरातील सर्व पेशी, त्यांना लागणाऱ्या ऊर्जेसाठी कार्बोहायड्रेट्स, फॅट्स आणि जरूर लागल्यास प्रोटिन्सचा वापर करतात. त्यांचे ज्वलन ऑक्सिजनच्या

साहाय्याने होत असताना ९५ टक्के ऑक्सिजनचे पाण्यामध्ये रूपांतर होते. काही वेळा हे ज्वलन अपूर्ण होते. त्या वेळी प्राणवायूमधील एक इलेक्ट्रॉन गळून पडतो. या इलेक्ट्रॉन नसलेल्या प्राणवायूच्या अणूला 'सुपर ऑक्साइड' म्हणतात. यालाच 'फ्री रॅडिकल' म्हणतात. हे फ्री रॅडिकल्स अस्थिर, अस्वस्थ असतात. स्थिरता येण्यासाठी जवळपासच्या प्रोटिन्स, फॅट्स आणि डीएनए यांसारख्या महत्त्वाच्या रेणूंवर हल्ला चढवितात. या हल्ल्यामुळे प्रोटिन, फॅट, डीएनएच्या रेणूंचे शरीरातील नेहमीचे कार्य पूर्णत: बिघडते. त्यांच्याकडून चुकीच्या क्रिया घडू शकतात, जनुके नादुरुस्त होतात. या स्थितीला 'ऑक्सिडेटिव्ह स्ट्रेस' असे म्हणतात. शरीराची अशी स्थिती जास्त काळ राहिल्यास हृदयविकार, पक्षाघात, मधुमेह, मोतीबिंदू आणि कर्करोग असे रोग होतात.

शरीरात रोगसंक्रमणकाली, गर्भारपणी आणि वृद्धापकाळी ही फ्री रॅडिकल्स जास्त प्रमाणात तयार होतात. पेट्रोल-डिझेलच्या प्रदुषणानेही फ्री रॅडिकल्स वाढतात. धूम्रपान हे पण एक ओढवून घेतलेले संकट आहे. वडे, भजी, शेव, पुऱ्या, पापड वगैरे तळताना उरलेले तेल, परत तळणासाठी वापरले तर फ्री रॅडिकल्सचे प्रमाण वाढते. म्हणून तळणीचे तेल एकदा वापरल्यावर टाकून द्यावे. फ्री रॅडिकल्सचे प्रमाण पॅरासिटॅमॉल, अॅन्टीबायोटिक्स, अॅन्टीएपिलेप्टीक औषधे आणि काही मानसिक रोगांवरची औषधे यांच्या वापराने वाढते, म्हणून या औषधांचा अतिरेक करू नये.

रुग्णांना शस्त्रक्रियेसाठी संमोहन म्हणजे अॅनेस्थेशिया दिला जातो. या 'जनरल' किंवा 'स्पायनल' अॅनेस्थेशियाने फ्री रॅडिकल्स शरीरात जास्त निर्माण होतात आणि शरीराचे नुकसान होते. सध्या यावर संशोधन चालू आहे.

त्यामुळे शस्त्रकर्माच्या आधीच रुग्णाची अॅन्टी-ऑक्सिडंट यंत्रणा सक्षम करण्यासाठी आहार नियोजन करणे महत्त्वाचे आहे.

कमीत कमी फ्री रॅडिकल्स निर्माण होतील, अशी बेशुद्ध करण्याची पद्धती विकसित करणे हे संमोहनाचे (अॅनेस्थेशियाचे) २१व्या शतकातील ध्येय असेल.

■

६. फायटोकेमिकल्स

'फायटो' म्हणजे वनस्पती. वनस्पती स्वत:च्या संरक्षणासाठी 'फायटोकेमिकल्स' तयार करते. फळे, भाज्या, कडधान्ये, लसूण आणि कांदा अशा वनस्पतिजन्य गोष्टींमध्ये 'फायटोकेमिकल्स' असतात. ती फळांना आकर्षक रंग, स्वाद आणि रुची देतात. टोमॅटोचा तांबडा रंग, गाजराचा केशरी रंग, जांभळाचा जांभळा रंग आणि लसणाचा उग्र दर्प ही त्याची उदाहरणे आहेत.

१९७५ पासून फायटोकेमिकलवर संशोधन चालू आहे. रोज नवीन फायटोकेमिकल सापडत आहेत. फायटोकेमिकल्सवर उष्णतेचा परिणाम होत नाही, त्यामुळे भाज्या शिजवल्याने नुकसान होत नाही, त्यांची ताकद कमी होत नाही. अँन्टी-ऑक्सिडंट्स सारखेच त्यांचे काम असते. त्यांच्यामुळे वार्धक्याची क्रिया मंदावते, पार्किन्सोनिझम अल्झायमर, हृदयविकार, कॅन्सर यांच्याविरुद्ध लढण्याची क्षमता वाढते.

वनस्पतीतून वा फळांतून फायटोकेमिकल्स वेगळी काढून औषधरूपात वापरल्यास गुण येत नाही. म्हणून त्या त्या ऋतूतील फळे आणि भाज्या ताज्या स्वरूपात खाणे हा निरोगी राहण्याचा सोपा मार्ग आहे. प्रत्येक फळ, भाजी, मसाले यांचे वर्णन करताना त्यातील फायटोकेमिकल्सचे वर्णन आणि कार्य विशद केलेले आहे. ही फायटोकेमिकल्स मानवाला वरदानच आहेत.

■

७. फायटोस्टिरॉल्स

'फायटो' म्हणजे वनस्पती. वनस्पतीमधील स्टिरॉल्स म्हणून यांना 'फायटोस्टिरॉल' म्हणतात. प्रत्येकच वनस्पती ही निर्माण करते.

वनस्पतीमध्ये 'कॅम्पेस्टेनॉल' (Campestanol), 'बीटा सिस्टोस्टेरॉल' (Betasitosterol), 'स्टिग्मास्टेरॉल' (Stigmasterol) इत्यादी 'स्टिरॉल्स' असतात. या सर्वांना 'फायटोस्टिरॉल्स' म्हणतात.

ही फायटोस्टिरॉल्स तेलबिया, त्यांची तेले आणि सुकामेव्यात सर्वांत जास्त असतात, तर भाज्या आणि फळांमधून अल्प प्रमाणात मिळतात. ही फायटोस्टिरॉल्स माणसाच्या शरीरात वाढलेले कोलेस्टेरॉल कमी करतात असे दिसून आल्याने यांना आहारात महत्त्वाचे स्थान प्राप्त झाले.

प्राणिजन्य फॅट्स आणि दुग्धजन्य पदार्थांमधून आपल्या शरीरात अन्नावाटे कोलेस्टेरॉल जातो. आतड्यातून अन्न पचनाच्या वेळी, हा कोलेस्टेरॉल शोषला जाऊन रक्तात येतो.

आपले यकृत रोज कोलेस्टेरॉल निर्माण करत असते. हे यकृतामध्ये बनलेले कोलेस्टेरॉल 'बाईल' या पाचकरसातून आतड्यामध्ये येते. आतड्यामधून अन्नपचनाच्या वेळी रक्तात शोषले जाते. म्हणजेच अन्नावाटे घेतलेला कोलेस्टेरॉल आणि स्वनिर्मित कोलेस्टेरॉल आतड्यांमधून रक्तात प्रवेश करतो.

आपल्या आहारात फायटोस्टिरॉल विपुल असलेले पदार्थ म्हणजे सुकामेवा, तीळ, सूर्यफूलबिया, जवस, कारळे नियमित घेण्याने अन्नपचन होत असताना यातील फायटोस्टिरॉल्स आतड्यांतून शोषली जातात.

ही फायटोस्टिरॉल्स कोलेस्टेरॉलशी स्पर्धा करतात, ते कोलेस्टेरॉलचे शोषण होऊ देत नाहीत. यामुळेच आतड्यातील कोलेस्टेरॉल मलावाटे शरीराबाहेर फेकला जातो आणि कोलेस्टेरॉलची रक्तातील पातळी खाली येते.

ही फायटोस्टिरॉल्स वनस्पतीमधून वेगळी करून मार्गारिनमध्ये घातली जातात. हे फायटोस्टिरॉलयुक्त मार्गारिन खाण्यास चांगले असते अशी त्याची जाहिरात केली जाते.

■

८. फायबर (तंतू)

पालेभाज्या, फळभाज्या, फळे या सर्वांचे बाहेरील आवरण 'सेल्युलोज' या पॉली-सॅकराइडपासून बनलेले असते. या मजबूत आणि लवचीक सेल्युलोजचे अन्नपचनाच्या वेळी पचन होत नाही. मात्र मल आतड्यात पुढे सरकण्यास त्याची मदत होते आणि शेवटी तो मलावाटे बाहेर पडतो. हा 'सेल्युलोज' म्हणजेच फायबर किंवा चोथा होय. तृणधान्यांचा कोंडा म्हणजेही चोथाच होय. गहू, तांदूळ अति पॉलिश केल्याने हा कोंडा निघून जातो आणि त्याबरोबर उपयुक्त व्हिटॅमिन्स नष्ट होतात.

हा फायबर अनेक घटकांचा बनलेला आहे.

१) पाण्यात न विरघळणारे – सेल्युलोज, हेमीसेल्युलोज आणि लिग्निन.

२) पाण्यात विरघळणारे – पेक्टीन, डिंक (गम), म्युसिलेज.

या घटकांचा समावेश असलेले अन्नपदार्थ –

१) सेल्युलोज : पालेभाज्या, शिरांच्या भाज्या, कोबी, गहू, मका, वाटाणा आणि सफरचंद.

२) हेमीसेल्युलोज : बार्ली, गव्हाचा कोंडा, तांदळाचा कोंडा.

३) लिग्निन : घोसाळी, दोडकी, गवार, मुळा, स्ट्रॉबेरी, पीच, पेअर.

४) पेक्टीन : सफरचंद, संत्री, मोसंबी, लिंबू, फ्लॉवर, कोबी, गाजर, बटाटा, सोयाबीन.

५) डिंक (गम) : जव, वाटाणा, पावटा, शेंगदाणे, गवार, फरसबी, डिंक.

फायबरची कार्ये :

१) फायबरयुक्त कार्बोहायड्रेट्स असलेला आहार हा चावून चावून खावा लागतो. त्यामुळे तोंडाच्या हालचाली होतात. त्यामध्ये लाळ मिसळली जाऊन अन्नपचनास सुरुवात होते. लाळेचा स्राव जास्त झाल्याने अन्नाचे कण दातांवर आणि

तोंडात अडकून बसत नाहीत. त्यामुळे दात निरोगी राहण्यास मदत होते. चॉकलेट, लेमनड्रॉप्स या फायबर नसलेल्या, नुसत्या कार्बोहायड्रेट (साखर) मुळे दात किडतात.

२) फायबरयुक्त अन्न जठरामध्ये जास्त वेळ राहते. त्यामध्ये एन्झाईम्स चांगली मिसळतात. या फायबरमुळे पोट भरल्याचे समाधान मिळते.

३) जठरातून फायबरयुक्त अन्न लहान आतड्यात येते आणि त्यात पित्ताशयातील (गॉलब्लॅडर) पित्तरस मिसळला जातो. या पित्तरसातील बाईल ॲसिड्स आणि कोलेस्टेरॉल यांना फायबर बांधतो आणि मलावाटे बाईल ॲसिड्स आणि कोलेस्टेरॉल बाहेर टाकले जातात. यामुळे कोलेस्टेरॉल रक्तात परत शोषले जात नाही, त्याचे रक्तातील प्रमाण नियंत्रित राहण्यास मदत होते.

४) फायबरने कोलेस्टेरॉला प्रतिबंध न झाल्यास, कोलेस्टेरॉल यकृतातून पित्ताशयात येते. पित्तरसाबरोबर घट्ट होऊन त्याचे 'गॉलस्टोन' बनतात. गॉलस्टोन टाळण्यासाठी म्हणून फायबरची आहारात जरुरी आहे.

५) अन्नपचनात कार्बोहायड्रेटचे रूपांतर ग्लुकोजमध्ये होते. या ग्लुकोजचे रक्तात शोषण होऊन, रक्तातील त्याची पातळी म्हणजे ब्लडशुगर वाढते. फायबरमुळे ही पातळी संथपणे वाढते, त्यामुळे ब्लडशुगर नियंत्रित होते. पातळी झटकन वाढल्यास आपल्या शरीरावर दुष्परिणाम होतात.

६) मोठ्या आतड्यात अन्न आले की, त्यात अर्धवट पचलेली कार्बोहायड्रेट्स असतात. त्यांचे मोठ्या आतड्यातील जीवाणू (इंटेस्टायनल फ्लोरा) मिथेन हायड्रोजन आणि कार्बन डाय-ऑक्साइडमध्ये रूपांतर करतात. तसेच हे जीवाणू या कार्बोहायड्रेटपासून 'शॉर्ट चेन फॅटी ॲसिड्स' (SCFA) बनवितात. या एस.सी.एफ.ए.ची मोठ्या आतड्याच्या पेशींना जरुरी असते. त्यामुळे मोठ्या आतड्याचे काम नीट होते, मलातील पाणी आणि क्षारांचे शोषण होते मल घट्ट होतो.

७) फक्त मांसाहार घेणाऱ्यांच्या आहारात चोथ्याचा अभाव असतो. त्यामुळे मोठ्या आतड्याचा कॅन्सर होण्याची शक्यता वाढते.

८) चोथ्याच्या अभावाने मलावरोध होतो. मलविसर्जनाच्या वेळी कुंथल्याने मूळव्याध होते.

९) पेक्टीन या विरघळणाऱ्या चोथ्याने, रक्तातील L.D.L. कोलेस्टेरॉल कमी होतो, त्याचा H.D.L.वर परिणाम होत नाही.

फायबरचे आहारातील महत्त्व किती आहे हे यावरून समजते. म्हणून फ्रुटज्यूस न पिता फळे, सालासकट खावीत. अंकुरित कडधान्याच्या टरफलासकट उसळी खाव्यात आणि हातसडीचे तांदूळ वापरावेत. आपल्या आहारात रोज २५ ग्रॅम फायबर असणे जरूर आहे.

■

९. कोलेस्टेरॉल

आपल्या रक्तात लिपिड्स (मेद) कोलेस्टेरॉल आणि ट्रायग्लिसराइड या स्वरूपात असतात. कोलेस्टेरॉल रक्तात विरघळत नसल्याने, त्याचा अॅपोप्रोटीनशी (Apoproteins) संयोग होतो. मग त्यांना 'लायपोप्रोटिन्स' असे म्हटले जाते. ही लायपोप्रोटिन्स सर्व शरीरभर प्रवास करू शकतात.

'कोलेस्टेरॉल' हा शब्द उच्चारताच त्याचा हृदयरोगाशी असलेला संबंध सर्वांना माहीत असल्याने, त्याला 'खलनायक' म्हणून संबोधले जाते. हा कोलेस्टेरॉल आपल्या शरीरातील अविभाज्य घटक आहे. शरीरातील प्रत्येक पेशींच्या भिंती कोलेस्टेरॉलच्या बनलेल्या असतात. आपल्या त्वचेखाली कोलेस्टेरॉल असते. सूर्यकिरणातील अल्ट्राव्हायोलेट किरणांमुळे, कोलेस्टेरॉलचे व्हिटॅमिन 'डी'मध्ये रूपांतर होते. व्हिटॅमिन 'डी'चे महत्त्व आपण जाणताच.

कोलेस्टेरॉलपासून अॅड्रीनल ग्रंथीमध्ये (सुप्रारीनल) ग्लुकोकॉर्टिकॉइड्स, मिनरलोकॉर्टिकॉइड्स बनतात. तसेच पुरुषांच्या टेस्टीजमध्ये टेस्टोस्टिरॉन आणि स्त्रियांच्या ओव्हरीजमध्ये इस्ट्रोजेन आणि प्रोजेस्टेरॉन ही हार्मोन्स बनवली जातात. या कार्यामुळेच कोलेस्टेरॉल जीवनावश्यक असते.

कोलेस्टेरॉल म्हणजे लायपोप्रोटिन्स तीन प्रकारची असतात.

१) व्ही.एल.डी.एल. कोलेस्टेरॉल (व्हेरी लो डेंसिटी लायपोप्रोटिन कोलेस्टेरॉल): याच्या रेणूत फॅट सर्वात जास्त असते. त्यामुळे याचा रेणू वजनाला हलका असतो. लिव्हरमधून सर्व शरीरभर नेला जातो. तेथे विघटन होऊन, इंद्रियांना ऊर्जा मिळते.

२) एल.डी.एल. कोलेस्टेरॉल (लो डेंसिटी लायपोप्रोटिन कोलेस्टेरॉल) : हे व्ही.एल.डी.एलपेक्षा वजनाने जड आहे. याच्या रेणूत व्ही.एल.डी.एलपेक्षा फॅट कमी असते. याचेही वहन शरीरभर रक्तवाहिन्यांतून होते. याच्यापासून पेशींच्या भिंती बनतात आणि कोलेस्टेरॉलच्या कार्यात वर्णन केलेली हार्मोन्स बनतात. एल.डी.एलच्या रेणूमध्ये व्हिटॅमिन 'ई' असते. या रेणूत व्हिटॅमिन 'ई' ची कमतरता असल्यास हे रेणू फ्री रॅडिकल्सच्या प्रभावाखाली येतात, एल.डी.एल. कोलेस्टेरॉलचे ऑक्सिडेशन होते. असे हे ऑक्सिडाईज्ड रेणू, रोहिणीकाठिण्य करतात. तसेच मधुमेहामध्ये या एल.डी.एल. रेणूंचे वाढलेल्या ब्लडशुगरमुळे ग्लायकॉसिलेशन होते आणि यामुळेही रोहिणीकाठिण्य आणि हृदयविकाराला सुरुवात होते. ग्लायकॉसिलेशन म्हणजे वाढलेली ब्लडशुगर एल.डी.एल. कोलेस्टेरॉलच्या लायपोप्रोटिनला चिकटते. यावरून एल.डी.एल. कोलेस्टेरॉलचे वाढलेले प्रमाण आणि त्यात फ्री रॅडिकल्सनी

केलेले बदल हे घातक आहेत. यामुळेच एल.डी.एल. कोलेस्टेरॉलला 'बॅड कोलेस्टेरॉल' म्हणतात.

३) एच.डी.एल. कोलेस्टेरॉल (हाय डेंसिटी लायपोप्रोटिन कोलेस्टेरॉल) :

यामध्ये सर्वात फॅट कमी, वजन सर्वात जास्त असते. याचे मुख्य कार्य म्हणजे हृदय, मेंदू आणि इतर इंद्रियांतील पेशींतून साचलेल्या एल.डी.एल. कोलेस्टेरॉलला बाहेर काढून त्याला लिव्हरमध्ये नेऊन, तेथे त्यांचे बाईल सॉल्ट्स आणि बाईल ॲसिड्समध्ये रूपांतर करून शरीरातून बाहेर काढणे. यामुळे एल.डी.एल. कोलेस्टेरॉलची पातळी नियंत्रित राहण्यास मदत होते. याला 'गुड कोलेस्टेरॉल' म्हणतात. याचे प्रमाण जास्त असल्यास हार्टअटॅक येत नाही. व्यायामाने याचे प्रमाण वाढते, म्हणून नियमित व्यायामाशिवाय पर्याय नाही.

गर्भावस्थेत ४थ्या, ५व्या आणि ६व्या महिन्यात बालकाच्या यकृताच्या पेशींची वाढ सुरू होते. ही वाढ निरोगी होण्यासाठी मातेला संतुलित आहार आणि मानसिक स्वास्थ्य मिळण्याची जरुरी असते.

मातेला संतुलित आहार न मिळाल्यास कुपोषित बालक जन्माला येते, त्याचं यकृत (लिव्हर) कार्यक्षम नसते. त्यामुळे तिशी-पस्तिशीलाच कोलेस्टेरॉलचे नियमन बिघडते. आपल्याला लागणारा कोलेस्टेरॉल प्रामुख्याने आपल्या लिव्हरमध्ये बनतो, अल्प प्रमाणात लहान आतडी बनवितात.

आपल्या शरीरातील यकृत (लिव्हर) आई-वडिलांच्या जनुकांतून मिळालेली देणगी आहे. यकृत (लिव्हर) पेशींवर भरपूर रिसेप्टर्स असतील तर कोलेस्टेरॉलचे नियंत्रण चांगले होते. काही घराण्यात अनुवंशाने कोलेस्टेरॉल जास्त राहण्याची प्रवृत्ती असते आणि मेदवृद्धीही होते. या रुग्णांमध्ये इंद्रियाच्या पेशींकडून एल.डी.एल. कोलेस्टेरॉलचा वापर मंद गतीने होतो. याला 'हायपर कोलेस्टेरॉलिमिया' आणि 'हायपर लायपिडीमिया' असे म्हणतात.

आपल्याला मांसाहारातील फॅट आणि दूध, लोणी, तूप यातून कोलेस्टेरॉल मिळते. कोलेस्टेरॉल वाढल्यानंतर आपण आहारातील बदल करतो. मांसाहार, तूप, तेल बंद केले जाते. यामुळे २० टक्केच कोलेस्टेरॉल कमी होते. लिव्हर ग्लुकोज म्हणजे कार्बोहायड्रेट आणि ॲसिटेट यापासून कोलेस्टेरॉल तयार करते. त्यामुळे फॅटस बंद केल्या आणि साखर, भात, साबुदाणा, रताळे, बटाटे यांचे प्रमाण कमी न केल्यास कोलेस्टेरॉलचे प्रमाण कमी होत नाही. तेल, तुपाबरोबर बटाटे, रताळी, साबुदाणा बंद केला पाहिजे किंवा अल्पमात्रेत घेतल्यास कोलेस्टेरॉलचे नियंत्रण होते. याचे नियंत्रण न झाल्यास कोलेस्टेरॉल कमी करण्याची औषधे वैद्यकीय सल्ल्यानुसार घ्यावीत.

कोलेस्टेरॉल तपासणीसाठी १४ तास उपाशी राहणे जरुरीचे आहे.

जन्मत:च बालकाच्या शरीरात ७५ मिलिग्रॅम इतक्या प्रमाणात कोलेस्टेरॉल असते. दोन आठवड्यात हे प्रमाण १५० ते १७५ मि.ग्रॅम इतक्या प्रमाणात होते. ही पातळी २० वर्षे वयापर्यंत बदलत नाही. स्त्रियांमध्ये रजोनिवृत्तीपर्यंत इस्ट्रोजेनची ढाल असल्याने कोलेस्टेरॉलचे प्रमाण कमी राहते. रजोनिवृत्तीनंतर ते वाढलेले दिसते. चार्टमध्ये कोलेस्टेरॉलच्या पातळ्या आणि धोक्याची पातळी याबद्दल वर्णन केलेले आहे.

कोलेस्टेरॉलच्या पातळी	**नॉर्मल**	**धोक्याची पातळी**
	मिलिग्रॅम शेकडा प्रतिशत	मिलिग्रॅम प्रतिशत
ट्रायग्लिसेराइड	६० ते १५५	१५० मि.ग्रॅम पेक्षा जास्त
टोटल कोलेस्टेरॉल	१३० ते २२०	२०० पेक्षा जास्त
एल.डी.एल. कोलेस्टेरॉल	९० ते १५२	१३० मि.ग्रॅम पेक्षा जास्त
एच.डी.एल. कोलेस्टेरॉल	५० ते ५८	४५ पेक्षा कमी

अमेरिकेतील मॅसॅच्युसेट्स विद्यापीठात कोलेस्टेरॉलच्या पातळीत ऋतूनुसार बदल घडतात असे संशोधनात दिसून आले. शीत ऋतूमध्ये कोलेस्टेरॉलचे प्रमाण कमी असते आणि तुलनेत उष्ण ऋतूमध्ये ते अधिक असते असे संशोधकांना आढळले. आयुर्वेदातही ऋतूनुसार त्रिदोषांमध्ये बदल होतो. हे ऋतूचर्येत वर्णन केलेले आहे.

कोलेस्टेरॉलची पातळी वाढण्याने, शरीरावर होणारे दुष्परिणाम सर्वांना माहीत आहेत. पण नॉर्मलपेक्षा ती पातळी खाली गेल्यास शरीराचे नुकसान होते.

बोस्टन विद्यापीठातील संशोधकांनी कोलेस्टेरॉलची पातळी कमी झाल्याने होणाऱ्या परिणामांची नोंद केली. यामध्ये व्यक्तींची बोधनक्षमता कमी होते. स्मृती, एकाग्रता, संघटनक्षमता या गोष्टींवरही परिणाम होतो आणि इतरांपेक्षा या व्यक्ती मागे पडतात असे दिसून आले आहे. थोडक्यात मेंदूची क्षमता कमी होते म्हणून कोलेस्टेरॉलची पातळी नॉर्मलच्या खाली राहणे हितावह नाही.

■

१०. ट्रान्स फॅट्स

चरककालीच तेलबियांपासून तेल काढण्याची प्रक्रिया अवगत होती. तीळ, मोहरी, जवस, करडई आणि नारळ यांची तेले स्वयंपाकात वापरत असत. यामध्ये तीळतेल श्रेष्ठ मानले जात असे. घाणीवर काढलेले तेल वापरण्याची भारतात प्रथा

होती. ही तेले साठवल्याने आणि प्रकाशाच्या संयोगाने खराब होत असत, त्यांना एक वास येत असे.

२०व्या शतकात या तेलांचे हायड्रोजनेशन करून वनस्पती तूप बनविण्यात आले. हे साजूक तुपासारखे दिसणारे, वास नसलेले, वाहतुकीला सोपे, टिकाऊ तूप जनसामान्यात प्रसिद्ध झाले. पाश्चात्य देशात सोयाबीन, नारळ किंवा शेंगदाण्यांच्या तेलावर प्रक्रिया करून मार्गारिन बनवले जाते. हा आपल्या वनस्पती तूपाचा भाऊच. भारतात वनस्पती तूप आणि पाश्चात्य देशात मार्गारिन या दोघांचा सुरुवातीस प्रचंड खप झाला. वनस्पती तुपाचा शरीरावर होणाऱ्या परिणामांचा अभ्यास केल्यावर यामुळे एल.डी.एल. कोलेस्टेरॉल (बॅड कोलेस्टेरॉल) वाढते आणि एच.डी.एल. (गुड कोलेस्टेरॉल) कोलेस्टेरॉल कमी होते असे लक्षात आले.

साजूक तुपाने किंवा लोण्याने फक्त एल.डी.एल. कोलेस्टेरॉल वाढते. याचा अर्थच वनस्पती तूप दुहेरी नुकसान करते. या वनस्पती तुपातच ट्रान्सफॅट्स असतात. यामुळे वनस्पती तुपाची प्रसिद्धी कमी होऊन, स्वयंपाकघरातील त्याचा वापर कमी किंवा बंदच झाला. याची जागा आता सूर्यफूल, करडई, सोयाबीन, कॉर्न तेल अशा रिफाइंड तेलांनी घेतली.

सद्य परिस्थितीतही भारतात हलवाई, रस्त्यावरील टपरीवाले तसेच 'रेडी-टू-इट' या नावाखाली मिळणारी शाकाहारी आणि मांसाहारी पाकिटे, भाज्यांची तयार मसाल्याची पाकिटे, बेकरी उत्पादने (खारी, नानकटाई, केक्स वगैरे), दोन मिनिटांत तयार होणाऱ्या नूडल्स या सर्वांमध्ये वनस्पती तुपाचाच वापर होतो. बाजारातील गुलाबजाम, जिलेबी, लग्नाच्या जेवणातील पक्वान्ने, पुलाव हा वनस्पती तुपातच बनतो. त्यामुळे या वनस्पती तुपाला टाळणे फार कठीण आहे.

नवीन संशोधनातील या तुपाचे शरीरावर होणारे परिणाम समजावून घेणे ही काळाची गरज आहे. 'वेक-फॉरेस्ट युनिव्हर्सिटी स्कूल ऑफ मेडिसीन', अमेरिका येथे माकडांवर प्रयोग करताना, माकडांचे दोन गट केले गेले. दोन्ही गटांना सारख्याच कॅलरीज असलेले अन्न दिले. एका गटाला अन्नामध्ये ८ टक्के ट्रान्सफॅट्स देण्यात आले. प्रयोगाअंती ट्रान्सफॅट खाणाऱ्या माकडांचे वजन वाढले, तर दुसऱ्या गटातील माकडांचे वजन वाढले नव्हते. ट्रान्सफॅट्स, इतर फॅट्सपेक्षा जास्त कॅलरीज रिलीज करतात. यामुळे ही माकडे स्थूल झाली.

या तऱ्हेचेच निरीक्षण गुजरातमध्ये फाफडा आणि जिलेबी खाणाऱ्या शाळकरी मुलांचे करण्यात आले. हे पदार्थ अति खाण्याने 'चाईल्डहूड ओबेसिटी' येत असून वयाच्या १२व्या वर्षापासूनच 'टाईप-२' मधुमेह येत आहे; अशी निरीक्षणे प्रसिद्ध होऊनही, आम्ही जागे होत नाही.

'नर्सेस हेल्थ स्टडी' यामध्ये संशोधकांना असे दिसले की, २ टक्के ट्रान्सफॅट्स

आहारात वाढली तर हार्टअटॅकचे प्रमाण दुप्पट होते. एवढे प्रमाण वाढण्यासाठी सॅच्युरेटेड फॅट्स (तूप, लोणी, चरबी) १५टक्के नी आहारात वाढवावी लागतात. ट्रान्सफॅट्स हार्टसेल्समध्ये शिरतात आणि त्यामुळे हृदयाच्या गतीमध्ये अनियमितता (Irregular Heart Beats) येते.

'अमेरिकन जर्नल ऑफ क्लिनिकल न्यूट्रिशन' जानेवारी २००७मध्ये प्रसिद्ध झालेल्या अंकात ट्रान्सफॅट्समुळे स्त्रियांना वंध्यत्व येते, मेंदू आणि लिव्हरचे कार्य बिघडते. मेंदूतील न्यूरोपेप्टाइड्सचे कार्य बिघडून, ६५ वर्षांवरील स्त्री-पुरुषांमध्ये बोधनक्रियेत बिघाड होतो असे संशोधकांचे म्हणणे प्रसिद्ध आहे.

अमेरिकन हार्ट असोसिएशनचे म्हणणे आहे की, रोजच्या आहारातील कॅलरीजच्या १टक्के ट्रान्सफॅट (म्हणजे २ ग्रॅम ट्रान्सफॅट) आहारात असाव्या. यापेक्षाही कमी करता आल्या तर फारच चांगले.

आहारतज्ज्ञांनी १०० ग्रॅम भारतीय पदार्थातील ट्रान्सफॅट्सचे ग्रॅममधील प्रमाण शोधले आहे. वनस्पती तुपात बनलेल्या १०० ग्रॅम पदार्थाची यादी बघताना आपण किती जास्त ट्रान्सफॅट्स खातो याची आपल्याला कल्पना येईल. त्यातून धोक्याची सूचनाही आपणास मिळेल.

पदार्थ (१०० ग्रॅम)	**ट्रान्सफॅट**
भटुरा	९.५ ग्रॅम
पराठा	७.८ ग्रॅम
पुऱ्या	८.६ ग्रॅम
सामोसा	५.० ग्रॅम
आलू-टिकिया	७.६ ग्रॅम
मसाला डोसा	४.३ ग्रॅम
भजी	६.७ ग्रॅम
फ्रेंच फ्राईज	५.० ग्रॅम
बिस्किट्स	५.९ ग्रॅम

यावरून घरात वनस्पती तूप बंद केले, तरीही त्याचे आपण हॉटेलच्या अन्नाने आणि 'रेडी-टू-इट' पाकिटांनी वाढवत आहोत, याबद्दल स्वत:च निर्णय घेणे महत्त्वाचे आहे.

■

११. कॅलरी

आधुनिक आहारशास्त्रात निरोगी व्यक्तीने रोज किती आहार घ्यावा? म्हणजे कुपोषण होणार नाही आणि जास्त मात्रेत घेऊन स्थौल्य येणार नाही प्रमाण ठरवावे लागते. यासाठी आहाराचे 'कॅलरी' हे परिमाण धरून स्त्री वा पुरुषास रोज लागणाऱ्या कॅलरीचे मापन करण्याची पद्धत आहे.

एक मिलीलिटर पाण्याचे तपमान, एक सेंटिग्रेडने वाढण्याकरिता जी उष्णता लागते तिला 'कॅलरी' (Calorie) म्हणतात. हे फिजिक्स म्हणजे पदार्थविज्ञान शास्त्रात आपण शिकलो. ही आपल्या परिचयाची आहे.

आहारशास्त्राच्या दृष्टीने हे परिमाण फार लहान पडते. एक लिटर पाणी एका सेंटीग्रेडने तापवण्यास जी उष्णता लागते ती आहारशास्त्रात परिमाण म्हणून धरतात. फिजिक्समधल्या लहान कॅलरी (Calorie) पासून तिचे वेगळेपण दर्शविण्याकरिता ही कॅलरी (Calorie) C कॅपिटल काढून किंवा 'किलो-कॅलरी' अशी लिहितात. या किलो-कॅलरीलाच आपण मराठीत उष्मांक म्हणतो.

'इंटरनॅशनल युनियन ऑफ न्युट्रिशनल सायन्सेस' यांनी ऊर्जा मापनासाठी 'ज्यूल' (Joule) हे नवे परिमाण ठरविले आहे.

१ Kcal = ४.१८४ Kilojoule (KJ) असे मानतात. पण व्यवहारात किलोकॅलरीचे (KCal) ज्यूलमध्ये रूपांतर करताना १ किलोकॅलरी = ४.२ किलो ज्यूल (KJ) असे धरून करतात.

भारतात अजून आहारशास्त्रात कॅलरी (KCal) हेच परिमाण वापरले जाते आणि आपण या पुस्तकात त्याचाच अवलंब केला आहे.

या कॅलरी म्हणजे ऊर्जेचे मापन करताना व्यक्तीचे वजन, वय, लिंग आणि कामाचे स्वरूप यावर रोजच्या कॅलरी ठरतात. बैठे काम करणाऱ्या व्यक्तीस कमी कॅलरी लागतात तर श्रमाचे काम करणाऱ्यांना, खेळाडूंना जास्त कॅलरी लागतात. यामध्येही पुरुषांना जास्त कॅलरी लागतात, तर स्त्रियांना कमी लागतात.

याप्रमाणे कॅलरी ठरल्यावर त्यातील कार्बोहायड्रेट्स, प्रोटिन्स आणि फॅट्सचे प्रमाण ठरविले जाते. कार्बोहायड्रेटमधून ६५ टक्के कॅलरी मिळाव्या, फॅटमधून २५ टक्के कॅलरी मिळाव्या आणि प्रोटिन्समधून १० टक्के कॅलरी मिळाव्या अशी अपेक्षा निरोगी व्यक्तींसाठी असते.

फॅट्समधून कॅलरी मिळताना, त्या ओमेगा-३ फॅट आणि ओमेगा-६ फॅट या दोघांपासून मिळाल्या पाहिजेत. आहारात घेतल्या जाणाऱ्या तृणधान्ये, कडधान्ये, मांसाहार, पालेभाज्या, फळभाज्या आणि फळे यांमधून मिळणाऱ्या फॅट्सना अदृश्य

फॅट्स म्हणतात. रोजच्या आवश्यक असलेल्या फॅट्सपैकी ५० फॅट्सचा पुरवठा यातून होतो. तेल, तूप, लोणी या दृश्य फॅट्समधून ५० टक्केच पुरवठा व्हावा अशी अपेक्षा आहे.

स्थूल, मधुमेही आणि हृदयरुग्ण यांचे कोलेस्टेरॉल आणि ट्रायग्लिसराइड वाढलेले असते आणि त्यांच्या रक्तवाहिन्यांना काठिण्य आलेले असते. त्यामुळे त्यांच्या आहारातील फॅट्सचे प्रमाण २५ टक्के पासून १० टक्के पर्यंत कमी करतात. यापेक्षा कमी फॅट आहारात घेणे किंवा संपूर्ण बंद करणे हितावह नाही.

मूत्रमार्गाच्या नेफ्रायटिस, किडनी फेल्युअर आदी रोगात किडनीचे कार्य नीट चालत नसेल, त्या वेळी प्रोटिन्सचे प्रमाण ५० टक्क्यांपर्यंत खाली आणण्याचा आहारतज्ज्ञ सल्ला देतात.

कार्बोहायड्रेट्सपासून ऊर्जा मिळत असली, तरी याचे प्रमाण आहारात जास्त झाल्यास त्यापासून शरीरात फॅट्स बनतात. त्यामुळे कार्बोहायड्रेट्सही जास्त घेऊन चालत नाही.

व्हिटॅमिन्स, मिनरल्स, अॅन्टी-ऑक्सिडंट मिनरल्स, फायबर आणि फायटोकेमिकल्स यापासून एनर्जी किंवा ऊर्जा मिळत नाही. पण यांच्याशिवाय निरोगी जीवन अशक्य असल्याने त्यांचाही पुरवठा समतोल होणे जरुरीचे आहे.

नॅशनल इन्स्टिट्यूट ऑफ न्युट्रिशन (ICMR) हैद्राबाद येथील शास्त्रज्ञ, भारतीयांसाठी रोज लागणाऱ्या आहाराच्या कॅलरीज आणि त्यातील प्रोटिन, फॅट, खनिजे, व्हिटॅमिन्स यांचे प्रमाण जन्मलेल्या बालकापासून, तारुण्यावस्थेपर्यंत किती लागते याचे तक्ते (चार्ट्स) प्रसिद्ध करतात. त्यातून तृणधान्ये, कडधान्ये, मांसाहार, भाज्या आणि फळे रोज किती घ्यावे याची माहिती आपणास होते.

बालकांना काय किंवा वृद्धांना काय एकच तऱ्हेचे अन्न रोज दिले तर ते एकसुरी होते, भोजनाचा आनंद आणि तृप्ती निघून जाते. त्यामुळे आहारात विविधता लागते. यासाठी कॅलरीजमध्ये फरक न होता पर्यायी अन्नपदार्थ सुचविण्याची पद्धत आहे. याला 'अदलाबदल' किंवा 'एक्सचेंज मेनू लिस्ट' म्हणतात.

पोषणमूल्ये ढोबळपणे एकसारखी असणाऱ्या पदार्थांची उदाहरणे समजावून घ्या. अर्धा फुलका, १ वाटी भात, आर्धी भाकरी आणि २ इडल्या या सर्व पदार्थातून पोषणमूल्ये आणि कॅलरीज साधारणतः सारखीच जातात. यामुळे रोज पोळी खाऊन कंटाळा आल्यास भाकरी किंवा इडली खाता येते.

फळांपैकी कधी पेरु, कधी संत्रे तर कधी लाल कलिंगड आणि कधी जांभळे आहारात घेण्याने चव, फळांचे आकर्षक रंग आणि त्यापासून मिळणारी निरनिराळी फायटोकेमिकल्स यामुळे मनाचे समाधान आणि आरोग्याचे संतुलन होते.

पर्यायी खाद्यपदार्थांसाठी, खाद्यपदार्थांची काही विशिष्ट गटात विभागणी केली

जाते. त्यालाच खाद्यपदार्थ अदलाबदली पद्धती असे म्हणतात. १) धान्य २) मांस मासे ३) डाळी ४) भाज्या ५) फळे ६) दूध आणि दुग्धजन्य पदार्थ ७) तेल, चरबी ८) सुकामेवा.

अन्नपदार्थ तयार करताना, आपण त्यात निरनिराळे पदार्थ घालतो. उदा. बटाटेवडा बनविताना बटाटा, आले, लसूण, कोथिंबीर, बेसन आणि तेल वापरले जाते. या सर्व घटकांपासून बटाटेवडा बनतो. एका बटाटेवड्यात किती कॅलरी असतात, एक प्लेट बिर्याणी घेतल्यास किती कॅलरी जातात, हे समजावे म्हणून पदार्थ आणि कॅलरीज यांचे तक्ते दिले आहेत. प्रत्येकाची बनविण्याची पद्धत आकार आणि वापरलेले तेल, तुप यांचे प्रमाण, यामुळे कॅलरीमध्ये थोडाफार फ़रक होतो. तक्त्यामुळे कॅलरीजचा अंदाज येऊ शकतो.

तृणधान्ये आणि पिठांची अदलाबदल ८० कॅलरी	
पदार्थ	**वजन**
तांदूळ १ वाटी	२५ ग्रॅम
कणीक	२५ ग्रॅम
मैदा	२५ ग्रॅम
रवा	२५ ग्रॅम
नाचणी पीठ	२५ ग्रॅम
मका पीठ	२५ ग्रॅम
बाजरी पीठ	२५ ग्रॅम

डाळी आणि कडधान्ये (न शिजलेली) अदलाबदल ८० कॅलरी	
डाळी	
मूगडाळ	२५ ग्रॅम
तूरडाळ	२५ ग्रॅम
उडीदडाळ	२५ ग्रॅम
चणाडाळ	२५ ग्रॅम
मसूरडाळ	२५ ग्रॅम

कडधान्ये	
हरभरा	२५ ग्रॅम
चवळी	२५ ग्रॅम
कडवेवाल	२५ ग्रॅम
सुके वाटाणे	२५ ग्रॅम
राजमा	२५ ग्रॅम
सोयाबीन	१८ ग्रॅम

सुकामेवा अदलाबदल	८० कॅलरी
बदाम	१२ ग्रॅम
अक्रोड	११ ग्रॅम
काजू	१३ ग्रॅम
पिस्ते	१३ ग्रॅम
चारोळी	१२ ग्रॅम
शेंगदाणे	१४ ग्रॅम
चिलगोजे	१३ ग्रॅम

चटणीचे पदार्थ	८० कॅलरी
तीळ	१४ ग्रॅम
कारळे	१६ ग्रॅम
जवस	१५ ग्रॅम

मटण-मासे अदलाबदल	८० कॅलरी
कच्चे मटण ३ तुकडे	६७ ग्रॅम
कोंबडी – १ छातीचा भाग	७३ ग्रॅम
डुकराचे मटण – १ तुकडा	७० ग्रॅम
गोमांस – १ तुकडा	७० ग्रॅम

कोंबडीचे – १ अंडे	४५ ग्रॅम
पापलेट २-३ तुकडे	१०० ग्रॅम
कटला २-३ तुकडे	७२ ग्रॅम
रहू २-३ तुकडे	८२ ग्रॅम
झिंगा ८-१० नग	१०० ग्रॅम
कोळंबी १० नग	२२ ग्रॅम

दुग्धजन्य पदार्थ अदलाबदल

८० कॅलरी

पदार्थ	**मात्रा**
गायीचे दूध १ कप सायीसकट	१२५ मिली
म्हशीचे दूध १/२ कप सायीसकट	६८ मिली
टोन्ड दूध १ कप	१२५ मिली.
दूध स्कीम्ड २ १/२ कप	२७५ मिली.
दही १ वाटी	१३० मिली
ताक २ ग्लास	५३० मिली
चीज १ तुकडा	२५ ग्रॅम
पनीर १ तुकडा	३० ग्रॅम
खवा	२० ग्रॅम
स्कीम्ड मिल्क पावडर	२२ ग्रॅम
होल मिल्क पावडर	१६ ग्रॅम

तेल-तूप अदलाबदल

९० कॅलरी

पदार्थ	**मात्रा**
लोणी	२ १/२ चमचे
साजूक तूप	२ चमचे
वनस्पती तूप	२ चमचे
शेंगदाणा तेल	२ चमचे
तीळतेल	२ चमचे
सूर्यफूल तेल	२ चमचे

मोहरी तेल	२ चमचे
कॉर्नतेल	२ चमचे
मेयॉनीज	३ मोठे चमचे
क्रीम हलके	३ मोठे चमचे

कच्च्या फळभाज्या आणि पालेभाज्या अदलाबदल

५० कॅलरी

पदार्थ	**वजन**
दुधी	३५० ग्रॅम
कोहळा	३५० ग्रॅम
काकडी	३५० ग्रॅम
कांदे	३५० ग्रॅम
पापडी	३५० ग्रॅम
गाजर	३५० ग्रॅम
दोडका	३५० ग्रॅम
कारली	२०० ग्रॅम
वांगी	२०० ग्रॅम
लाल भोपळा	२०० ग्रॅम
शेवग्याच्या शेंगा	२०० ग्रॅम
भेंडी	२०० ग्रॅम
टिंडे	२०० ग्रॅम
फ्लॉवर	२०० ग्रॅम
कच्ची पपई	२०० ग्रॅम
कोबी	२०० ग्रॅम
नवलकोल	२०० ग्रॅम
सिमला मिरची	२०० ग्रॅम
फरसबी	२०० ग्रॅम
चवळई	१०० ग्रॅम
माठ	१०० ग्रॅम
मेथी	१०० ग्रॅम
बीट	१०० ग्रॅम
गवार	१०० ग्रॅम

फळांची अदलाबदल	
	५० कॅलरी
केळ १/२	५० ग्रॅम
खजूर २ तुकडे	१५ ग्रॅम
आंबा १ १/२ फोड	७० ग्रॅम
जाम १ नग	९० ग्रॅम
बेदाणा २ मोठे चमचे	१५ ग्रॅम
सीताफळ १/२	५० ग्रॅम
द्राक्षे २५ नग	८० ग्रॅम
सफरचंद १/२	८० ग्रॅम
पेरू१/२	१०० ग्रॅम
जांभूळ १५	८० ग्रॅम
संत्री १/२	१०० ग्रॅम
आलुबुखार २	१०० ग्रॅम
अननस १ १/२ फोड	८० ग्रॅम
डाळिंब १	७५ ग्रॅम
टरबूज १/४	२०० ग्रॅम
कलिंगड १/४	१७५ ग्रॅम
फणस ३ गरे	६० ग्रॅम

अन्नपदार्थांच्या कॅलरी

पदार्थाचे नाव	कॅलरी
चहा (१ कप साखरयुक्त)	३७
कॉफी (१ कप)	११८
कोल्ड कॉफी (१ ग्लास)	१७९
बनाना मिल्कशेक (१ ग्लास)	२२७
मँगो शेक (१ ग्लास)	२३६
लेमोनेड (१ ग्लास)	१०७
जलजीरा (१ ग्लास)	३७
गोड लस्सी (१ वाटी दही, १ चमचा साखर)	१५०

सॉल्टेड लस्सी (१ ग्लास)	६०
फालुदा (१ ग्लास)	३००
गाजर खीर (१ बोल)	२०३
दुधी भोपळा खीर (१ बोल)	२०३
लाल भोपळा खीर (१ बोल)	२०३
रताळ्याची खीर (१ बोल)	१४७
गव्हाची खीर (१ बोल)	२९०
कॉर्नफ्लेक्स दुधाबरोबर (१ बोल)	२८७
केळाचं शिकरण (१ केळं)	१८८
१/२ कप दूध साखर	
गाजर हलवा १ वाटी	२४८
दुधी हलवा १ वाटी	३०६
श्रीखंड मलईयुक्त १ वाटी	५४२
बेसनलाडू ३५ ग्रॅम	१८०
रवा लाडू ३५ ग्रॅम	१६३
१ पुरणपोळी (१ चमचा तूप)	३७५
रबडी (१०० ग्रॅम वजन)	४३०

स्नॅक्स	
पदार्थाचे नाव	**कॅलरी**
उपमा (१ बोल)	१४७
पोहे (१ बोल)	१५०
इडली २	७८
प्लेन डोसा १	१३०
मसाला डोसा १	२०८
उत्तप्पा १	१५८
सांबार १ वाटी	११९
ओल्या नारळाची चटणी १५ ग्रॅम	३५
साबुदाणा खिचडी (१ प्लेट)	५५५
बटाटावडा (४० ग्रॅम)	८२
वाटाणा कचोरी	१०७

खस्ता कचोरी	२२०
फ्रेंच फ्राईज (६० ग्रॅम)	१५५
पोटॅटो वेफर्स (२० ग्रॅम)	११५
उकडलेले अंडे	८८
ऑम्लेट १ अंडे	१६१
चीज-मश्रूम ऑम्लेट (१ अंडे)	२९५
१ ब्रेड स्लाईस	८५
फुलका २० ग्रॅम (तुपाशिवाय)	४६
घडीची पोळी (४३ ग्रॅम)	१८०
तांदळाची भाकरी १ (८'' व्यास, ८० ग्रॅम)	१७२
ज्वारीची भाकरी (८० ग्रॅम)	१७४
बाजरीची भाकरी (८० ग्रॅम)	१८०
प्लेन पराठा १ (मध्यम)	१२१
आलू पराठा १ (मध्यम)	२१०
पनीर पराठा १ (मध्यम)	२३७
मेथी पराठा १ (मध्यम)	२१७
नान १	१९९
पिझ्झा १	३४९
भात १ वाटी	१२०
गोडे वरण ३/४ वाटी (तुपाशिवाय)	५६
पुरी (१४ ग्रॅम १ नग)	४८
भटुरा	६०
उसळ (१ वाटी १०० ग्रॅम)	१८१
सुकी बटाटाभाजी (१०० ग्रॅम १ वाटी)	१६५
राजमा करी (१ बोल)	२६८
चवळी करी (१ बोल)	२५९
बेसन गट्टे करी (१ बोल)	४९६
आलू-मटर करी (१ बोल)	२६६
पनीर मटर करी (१ बोल)	३४९
अंडा करी (१ बोल)	३१३
पनीर कोफ्ताकरी (१ बोल)	३८२

आलू-मेथी (१ बोल)	२२२
सरसो का साग (१ बोल)	१५६
पालक-पनीर (१ बोल)	२३९
मसाला आर्वी (अळकुड्या) (१ बोल)	१८७
भेंडी मसाला (१ बोल)	१९२
भरली कारली (३ तुकडे)	१५५
व्हेज जाल फ्रॅझी (१ बोल)	७७
पुलाव (भाज्या नसलेला) (१२५ ग्रॅम तांदूळ)	३४५
दहीभात (१ बोल) (६५ ग्रॅम तांदूळ + दही)	३३५
मूगडाळ खिचडी (१०० ग्रॅम तांदूळ, ५० ग्रॅम मूगडाळ)	५१२
मिक्स व्हेज पुलाव (१ बोल भरून)	५२३
मटार पुलाव (१ हॉटेलचा बोल)	५१०
पनीर पुलाव (१ हॉटेलचा बोल)	५२०
चिकन पुलाव (१ हॉटेलचा बोल)	६६७
क्रीम ऑफ टोमॅटो (१ बोल)	१३०
टोमॅटो सूप (साधे १ बोल)	२०
फ्रेंच ऑनियन सूप (१ बोल)	२४५
चिकन स्वीट कॉर्न सूप (१ बोल)	२१७
हॉट अँड सॉवर सूप (१ बोल)	१८३
क्रीम ऑफ मश्रूम सूप (१ बोल)	३१०
चिकन चाऊमॅन (१ शॅलो डिश)	५४७
खीमा मटर (१ सर्व्हिंग)	४११
मटण दो प्याझा (१ सर्व्हिंग)	४५७
मटण कुर्मा (१ सर्व्हिंग)	४३५
तंदुरी चिकन (१ सर्व्हिंग)	२८३
बटर चिकन (१ सर्व्हिंग)	८४३
चिली चिकन (१ सर्व्हिंग)	४७२
चिकन स्वीट अँड सॉअर (१ सर्व्हिंग)	४३०
तळलेले मासे (१ सर्व्हिंग)	३७८

प्रॉन्स करी (१ सर्व्हिंग)	३४२
रशियन सॅलड (१ लहान बोल)	९५८
मेयॉनिज १ कप (अंड्याशिवाय)	८८३
कांदा-टोमॅटो कोशिंबीर (१ बोल)	७८
काकडीची कोशिंबीर (१ बोल)	६८
मोड आलेल्या कडधान्याची कोशिंबीर	१०५(१ बोल)
बुंदी रायता (१ बोल)	२२५
पाइनॅपल रायता (१ बोल)	६६
भाजलेला पापड १	२४

■

१२. ग्लायसेमिक इंडेक्स (Glycaemic Index)

ग्लुकोज या 'सिंपल कार्बोहायड्रेट'चे सेवन केल्यावर, आतड्यातून त्याचे शोषण होऊन, रक्तातील साखरेचे प्रमाण वाढते हे सर्वांना माहीत आहे.

५० ग्रॅम ग्लुकोज पाण्यातून घेतल्यावर २ तास निरीक्षण करून रक्तातील वाढलेल्या शर्करेचे प्रमाण ठरवितात. त्याच्याशी ५० ग्रॅम सिंपल आणि कॉम्प्लेक्स कार्बोहायड्रेट घेऊन वाढलेल्या रक्तशर्करेची तुलना करतात. ५० ग्रॅम ग्लुकोजने वाढलेली ब्लडशुगर १०० धरून ग्लुकोजचा GI १०० धरला जातो. याप्रमाणे फळे, भात, पराठा, कडधान्ये यांचा GI काढला जातो.

अन्नपदार्थ बनविण्याची पद्धत त्यातील फायबर, प्रोटिन्सवर GI अवलंबून असतो.

ब्रेडचा GI ७० आहे. याबरोबर फ्रुटजॅम घेतल्याने GI वाढतो, तर ब्रेडचे टोमॅटो, काकडी घालून, पुदिना, कोथिंबीर चटणी लावलेले सँडविच घेण्याने GI कमी होतो. येथे टोमॅटो, पुदिना, कोथिंबीर यातील फायबर GI कमी करतो तर ब्रेडबरोबर फ्रुटजॅममुळे जॅममधील साखर GI वाढविते.

तृणधान्ये, कडधान्ये, पालेभाज्या, फळभाज्या असे सर्व घटक एकवेळच्या जेवणात एकत्र असले की, त्यातील फायबरमुळे GI कमी होतो.

अन्नपदार्थाचा GI १ ते ५५ पर्यंत कमी (लो) ५६ ते ६९ मध्यम (मिडियम) आणि ७० च्या वर जास्त (हाय) मानतात.

प्रत्येक जेवणाचा GI ५५ किंवा ५५ च्या खाली ठेवणे. मधुमेही रुग्णांना हितावह ठरते. यासाठीच पाकातील गुलाबजाम, रसगुल्ले, जिलेबी असे साखरेचे

पदार्थ टाळणे किंवा अल्प प्रमाणात सेवन करणे चांगले. प्रत्येक जेवणात पालेभाजी, सालासकट उसळी घेतल्याने GI कमी होण्यास मदत होते.

■

१३ स्थूलपणा

'मेदवृद्धी' (Obesity) म्हणजेच स्थौल्य होय. चरकांनी सूत्रस्थानात 'अष्टौ निंदित' असे वर्णन केले आहे. त्यात अतिस्थूल आणि अतिकृश हे दोन्हीही निंदित आहेत असे म्हटले आहे. याचा अर्थच स्थौल्याची समस्या चरक-कालापासून आहे.

आज प्रगत राष्ट्रात आणि भारतासारख्या प्रगतिशील राष्ट्रातही ही समस्या भेडसावत आहे. परदेशी स्थलांतरित झालेल्या भारतीयांचा अभ्यास केल्यावर, आंतरराष्ट्रीय स्तरावर भारतीयांना 'अॅबडॉमिनल ओबेसिटी' म्हणजे वाढलेला 'वेस्ट हिप रेशो' यामुळे ग्रासलेले असते. याचबरोबर रक्तातील वाढलेली ट्रायग्लिसराइड्स कमी झालेला H.D.L. वाढलेला L.D.L. कोलेस्टेरॉल आणि इन्सुलिन अवरोध (Resistance) अशी निरीक्षणे रक्ततपासणीत दिसतात. अशा भारतीयांना इतरांच्या तुलनेत मधुमेह, हृदयरोग पटकन होतो असे सिद्ध होत आहे.

याचे कारण एकतर गुणसूत्रे (जीन्स) जबाबदार आहेत. तसेच गर्भावस्थेत कुपोषणामुळे (I.U.G.R.) कमी वजनाची मुले भारतात जन्माला येतात. पुढे भविष्यात त्यांना समृद्धी आल्याने नव्या गतिमान जीवनशैलीत आहार आणि व्यायामाकडे दुर्लक्ष झाल्याने तारुण्यात अॅबडॉमिनल ओबेसिटी येऊन ते हृदयरोग आणि मधुमेहाचे बळी ठरतात.

आयुर्वेदातही गर्भवतींची परिचर्या सविस्तर वर्णन केलेली आहे. कारण 'सुजात' म्हणजेच निरोगी सुदृढ बालक जन्माला यावे ही इच्छा असे.

आजची बालके म्हणजे भविष्यातील भारतीय नागरिक ही 'राष्ट्रसंपत्ती' होय.

यासाठी मूल हवे हे ठरविल्यापासून स्त्रीने समतोल आहार, योग्य विश्रांती आणि मन:शांती याकरता सकारात्मक प्रयत्न करणे आणि कुटुंबातील इतरांनीही तिला मदत करणे अत्यावश्यक आहे.

सुदृढ बालक जन्मले म्हणजे, काम पुरे होत नाही. वाढीच्या वयात त्याच्या आहारावर आणि व्यायामावर लक्ष देणे जरुरीचे आहे. 'चाईल्डहूड ओबेसिटी'चे प्रमाण वाढत आहे. चॉकलेट्स, फ्रुटज्यूस, शीतपेये आणि फास्टफुड ही टाळण्याचा प्रयत्न केलाच पाहिजे.

लहान मुलांच्या स्थौल्यात मेदपेशींची संख्या वाढते आणि ही वाढलेली संख्या बरोबर घेऊन ते तारुण्यात प्रवेश करतात. हे ओझे नंतर कमी करताच येत नाही.

तारुण्यात स्थौल्य आले की, मेदपेशींचा आकार वाढतो मेद साठतो. याची कमाल मर्यादा ओलांडली की, नव्या पेशी वाढू लागतात. यामुळेच या जटिल प्रश्नाच्या निराकरणासाठी प्रथमपासूनच सावध राहणे जरूर आहे.

नवदांपत्यांनी विवाहानंतर फर्निचर, क्रोकरी याबरोबर वजनकाटा विकत घेऊन दर आठवड्याला वजन करणे जरूर आहे.

स्त्री-पुरुषांच्या उंचीप्रमाणे आदर्श वजन किती असावे याचे तयार तक्ते मिळतात. तो घरात असणे अवश्य आहे. प्रत्येकाला आपली उंची किती आहे हे माहीत असलेच पाहिजे. वयाच्या २१ वर्षानंतर मृत्यूपर्यंत उंची बदलत नाही, वजन बदलते. उंची इंचामध्ये माहीत असली, की तेवढेच किलोमध्ये वजन असेल तर आपण धोक्याची पातळी ओलांडत नाही हे समजते. यापेक्षाही आता

$$\text{बॉडी मास इंडेक्स (B.M.I.)} = \frac{\text{वजन किलोमध्ये}}{\text{मीटरमधील उंचीचा वर्ग}}$$

उदा. वजन ७० किलो आहे आणि त्या व्यक्तीची उंची १६५ सें.मी. आहे तर उंची मीटरमध्ये १.६५ मीटर झाली.

$$\text{B.M.I.} = \frac{\text{७०}}{\text{१.६५} \times \text{१.६५}} = \frac{\text{७०}}{\text{२.७२}} = \text{२५.७}$$

म्हणजे या व्यक्तीचा B.M.I. २५.७ आला. निरोगी व्यक्तीचा B.M.I. १८.५ ते २४ असतो. २५ ते २९ B.M.I. असला तर त्या व्यक्तीचे वजन आदर्श वजनापेक्षा जास्त आहे. ३० आणि ३० च्या पुढे B.M.I. असेल तर ती व्यक्ती ओबेज (स्थूल) मानली जाते. हा B.M.I. स्वास्थ्यास हितकारक नाही.

१६५ सेंटीमीटर म्हणजे ५ फूट ६ इंच होतात, म्हणजे ६६ इंच होय. ६६ इंचाला ६६ किलो वजन असेल तर B.M.I. २४.२ येतो.

B.M.I. १८ च्या खाली असेल तर ती व्यक्ति अतिकृश मानली जाते. हे पण आरोग्याचे लक्षण नाही. सौंदर्यस्पर्धात आणि मॉडेलिंगसाठी तरुणवर्ग सडपातळ राहण्याच्या नादात अतिकृश होण्याचा प्रयत्न करतात. या अघोरी प्रयत्नात समतोल आहार न घेतल्याने त्यांची हाडे ठिसूळ होतात, प्रतिकारशक्ती कमी होते. त्यामुळे डाएटिंग म्हणजे आहारनियोजन हवे. नियोजनाच्या वेळी प्रत्येक कॅलरीत सर्व अन्नघटक जात आहेत की नाही, हे बघणे महत्त्वाचे.

B.M.I. जसा महत्त्वाचा आहे, त्याचप्रमाणे भारतीयांनी वेस्ट / हिप रेशो, जो ०.७ आदर्श मानला जातो तो वाढू न देणे म्हणजेच कमरेचे माप / नितंबाचे माप याचे संतुलन करणे फार महत्त्वाचे ठरते.

डाएटिंग करताना झपाट्याने कमी केलेले वजन पुढे न वाढू देणे महत्त्वाचे आहे. यासाठी प्रथम आहारातील कॅलरीज मर्यादित करणे आणि नियमित व्यायाम करणे सुरू करून, दररोज दीड तास चालले तर महिन्याभरात १ किलो वजन निश्चित कमी होते. याचबरोबर योगासने, सूर्यनमस्कार आणि प्राणायाम करावा. व्यायामतज्ज्ञाचा सल्ला घेऊन, खर्चिक जिममध्ये ज्यांना परवडेल त्यांनी निश्चित जावे.

जठरावर शस्त्रक्रिया करून भूक कमी करणे, तसेच शरीरावरील जमलेली फॅट सक्शनने खेचून घेणे (लायपोसक्शन) अशा सर्जिकल ट्रिटमेंट उदयास आल्या आहेत. याचा वापर आता भारतातही होऊ लागला आहे.

वजन कमी करणे आणि ते कमी ठेवणे हा अल्पकाळाच्या उपचारांचा प्रश्न नव्हे तर ते कायमचे कमी राहण्यासाठी ध्येय ठरवून अंगीकारलेली जीवनशैली असली पाहिजे.

■

३

कडधान्ये

१. कडधान्ये

संस्कृत : शिम्बीधान्ये **हिंदी :** –
इंग्रजी : Pulses **लॅटिन :** –

शेंगातून मिळणाऱ्या द्विदल धान्यास आयुर्वेदात 'शिम्बी धान्ये' म्हणतात. ही द्विदल धान्ये म्हणजे मूग, मटकी, तूर, हरभरा, मसूर, वाटाणा, उडीद, राजमा इत्यादी होत. यांच्या डाळीही आपण रोज वापरतोच. प्रोटिन्सचा शाकाहारींसाठी पुरवठा करण्याची जबाबदारी कडधान्यांवर आहे.

तांदूळ, गहू, ज्वारी, बाजरी ही तृणधान्ये आपण आहारात रोज वापरतो. तृणधान्यात प्रोटिन्सचे प्रमाण कमी असते आणि कार्बोहायड्रेट्सचे प्रमाण जास्त असल्याने शरीरास लागणारी ऊर्जा तृणधान्ये पुरवितात.

कडधान्ये आणि तृणधान्ये यातील प्रोटिन्स 'सेकंड क्लास' प्रोटिन्स मानली जातात. कारण यामध्ये सर्व इसेन्शियल अमायनो ॲसिड्स एकत्र नसतात.

तृणधान्यात लायसिन हे अमायनो ॲसिड कमी असते, तर सुदैवाने ते कडधान्यात विपुल असते. म्हणून वरण-भात, इडली-सांबार, डाळ-रोटी, राजमा-चावल हा आदर्श आहार बनतो.

तृणधान्ये आणि कडधान्यात मेथिओनिन या इसेन्शियल अमायनो ॲसिडचे प्रमाण अल्प असते. दुधात मेथिओनिन विपुल असल्याने आहारात दूध, दही, ताक यांचा वापर केल्याने ही त्रुटी भरून येते.

कडधान्ये भाजून घेऊन शिजवून उसळ केली जाते. या पद्धतीने मूग आणि चवळीची उसळ केली जाते. तसेच कडधान्ये काही तास पाण्यात भिजवून हे पाणी काढून टाकून, दुसरे पाणी घालून शिजविली जातात. यामध्ये टरफलातील स्टार्चचे रेणू पाण्यात उतरतात. हे पाणी फेकल्याने कडधान्य शिजण्यास आणि पचण्यास सोपे जाते.

कडधान्यात स्टॅकिओज आणि रॅफ्फिनोज नावाची कार्बोहायड्रेट्स असतात. ही कार्बोहायड्रेट्स लहान आतड्यात न पचल्याने तशीच मोठ्या आतड्यात पोचतात. येथे मोठ्या आतड्यात आंबवली गेल्यास पोट फुगते, गॅसेस होतात आणि करपट ढेकर येतात. हरभऱ्यामध्ये रॅफ्फिनोजचे प्रमाण जास्त असते.

हरभरा, पावटा, वाटाणा या कडधान्यात 'ट्रिप्सिन इनहिबिटर' नावाचा पदार्थ असतो. आपल्या आतड्यामध्ये प्रोटिनच्या पचनासाठी ट्रिप्सिन नावाचे एन्झाइम असते. ट्रिप्सिन इनहिबिटर या ट्रिप्सिनला निष्प्रभ करतो. यामुळेच हरभरा, पावटा, वाटाणा कच्चे खाल्ल्यास गॅसेस होतात, पोट फुगते आणि पचनास जड जाते.

कडधान्य शिजविल्याने ट्रिप्सिन इनहिबिटर उष्णतेमुळे नष्ट होतो आणि उसळ पचण्यास सुलभ जाते.

कडधान्ये भिजवून, त्यांना मोड आणल्याने, त्यामध्ये बी कॉम्प्लेक्स – संकुलातील व्हिटॅमिन्स, फोलिक ॲसिड आणि व्हिटॅमिन 'सी'चे प्रमाण चौपट होते. यामध्ये व्हिटॅमिन 'ई' आणि व्हिटॅमिन 'ए' तयार होते आणि क्लोरोफिलही मोडांमध्ये दिसू लागते. हे रूपांतर होत असताना कडधान्याच्या बीमध्ये असलेल्या प्रोटिन्सचे विघटन होऊन अमायनो ॲसिड्स तयार होतात. फॅटचे विघटन होऊन फॅटी ॲसिड्स तयार होतात आणि कार्बोहायड्रेट्सचे विघटन होऊन ऊर्जेसाठी ग्लुकोज तयार होतो. या अंकुरित अवस्थेतील विघटित प्रोटिन्स, फॅट्स आणि कार्बोहायड्रेटस पचण्यास एकदम सुलभ असल्याने कच्ची अंकुरित कडधान्ये खाल्ली तरी पचतात. गॅसेस होत नाहीत. पाश्चात्य देशातही अशी अंकुरित कडधान्ये, सॅलड्स, सँडविचेस आणि सूपमध्ये वापरतात.

बाजारात मिळणारी अंकुरित कडधान्ये, भिजवण्यासाठी वापरलेले दूषित पाणी आणि विक्रीसाठी उघड्यावर ठेवल्याने जंतू संसर्गिक असण्याची शक्यता असते. म्हणून ही शक्यतो कच्ची न खाता वाफवून खावी. घरी स्वच्छतेची काळजी घेऊन अंकुरित केलेली कडधान्ये कच्ची खाण्यास हरकत नाही.

माकड आणि इतर शाकाहारी प्राण्यांसारखे झाडांचा पाला, कणसे, शेंगा कच्ची खाण्याची मानवाची सवय उत्क्रांतीत नाहीशी झाली. भाजून किंवा शिजवून अन्न खाण्याची प्रथा मानवाने सुरू केली. मधुमेह, रक्तदाब, स्थूलता या रोगांनी तारुण्यात ग्रासल्यावर बुद्धिमान मानव चुका सुधारण्याचा प्रयत्न करू लागला आणि आहारतज्ज्ञ, 'मॅनेजमेंट गुरू' अंकुरित कच्ची धान्ये आणि कच्ची सॅलड्स भरपूर खाण्याचा सल्ला देऊ लागले. हे कच्चे खाण्याचा अतिरेक झाल्यास पोट बिघडते, वारंवार भसरट मलप्रवृत्ती होते अशा तक्रारी येऊ लागल्या म्हणून प्रत्येकाला सोसेल एवढेच सॅलड आणि अंकुरित कच्चे धान्य खावे.

सालासकट उसळी आहारात घेतल्याने, विपुल फायबर उपलब्ध होतो. जेवणानंतर

संथगतीने कार्बोहायड्रेट्सचे पचन होते. त्यामुळे ब्लडशुगर नियंत्रित राहते आणि कोलेस्टेरॉल कमी होतो.

कडधान्ये आंबवून इडली, डोसा, ढोकळा या तऱ्हेचे पदार्थ बनविले जातात. इडलीमध्ये तांदूळ आणि उडदाची डाळ वापरली जाते. आंबवण्याने 'बी' कॉम्प्लेक्स व्हिटॅमिन्सचे प्रमाण वाढते आणि ट्रिप्सिन इनहिबिटरचे प्रमाण कमी झाल्याने, पचन सुलभ होऊन गॅसेस होत नाहीत.

कडधान्यांपासून एक ते दोन ग्रॅम प्रति शंभर ग्रॅम फॅट्स मिळतात. या फॅटमधून लायनोलिक ॲसिड हे ओमेगा-६ इसेन्शियल फॅटी ॲसिड मिळते.

घरीच अंकुरित करून रोज उपलब्ध असलेल्या कडधान्यांमध्ये सर्व व्हिटॅमिन्स आणि स्त्री-पुरुषांसाठी विपुल हार्मोन्स आहेत. ही मानवाच्या शरीरात निरोगीपेशी वाढण्यास मदत करतात आणि यांचे सेवन म्हणजे 'चिरतारुण्य' असे पाश्चात्य विद्वानांचे मत आहे.

ऋतूमध्ये चवळी, तूर, डबलबी, पावटा, मटार यांच्या शेंगा बाजारात येतात. यातील कोवळ्या दाण्यांमध्ये प्रोटिन्सचे प्रमाण कमी असते. कार्बोहायड्रेट्सचे प्रमाण पण कमी असते. या दाण्यांच्या उसळी रुचिपालट म्हणून उत्तम, पण यांनी प्रोटिन्सचा पुरवठा कमी होतो, म्हणून कडधान्यांवरच प्रोटिन्ससाठी अवलंबून राहावे लागते.

मधुराः शीतला गुर्व्यो बलघ्न्यो रुक्षणात्मिकाः।
सस्नेहा बलिभिर्भोज्या विविधाः शिम्बिजातयः।। (च.सू. २७/३१)

या श्लोकात चरकांनी कडधान्यांचे सामान्य गुण वर्णन केलेले आहेत. मूग, मटकी, मसूर, तूर, चवळी, हरभरा, पावटा, कुळीथ ही कडधान्ये रुक्ष गुणांची आहेत. याला अपवाद उडीद आहेत, ते स्निग्ध आहेत. पावटा, कुळीथ, उडीद ही तीनच उष्ण वीर्याची आहेत. बाकी सर्व शीत वीर्याची आहेत.

कडधान्यांच्या सेवनाने त्यांच्या पचनानंतर शरीरावर होणारे परिणाम बघताना 'विरुक्षण' म्हणजे रुक्षता वाढणे, काठिण्य येणे हे परिणाम दिसतात.

वीर्याची संकल्पना मांडताना, काही आचार्यांनी ८ वीर्ये मानली आहेत. उष्ण-शीत, स्निग्ध-रुक्ष, गुरू-लघु आणि मृदु-तीक्ष्ण ही होत. हे आठच गुण द्रव्यामध्ये शक्तिमान असतात.

कडधान्यांवर या बलवान रुक्ष गुणाचा अंमल दिसतो. त्यामुळे शरीरावर रुक्षतेचे परिणाम दिसतात. विरुक्षण संकल्पनेत धातूक्षय, काठिण्य, अपतर्पण, अवृष्यता आणि लवकर वृद्धत्व येणे या गोष्टी आढळून येतात. यामुळेच प्रदीप्त अग्नि असलेल्या, बलवान व्यक्तीने पचण्यास 'गुरू' असलेली, आध्मान करणारी ही कडधान्ये नेहमी 'सस्नेह' म्हणजे स्नेहाचा संस्कार करून (तेल-तुपाचा वापर करून)

मगच खावीत, असे चरकाचार्यांनी सांगितले आहे. सूतिका, आजारी, अग्निमांद्य असलेले वृद्ध यांनी मूग, मटकी, कुळीथ यांचे यूष म्हणजे 'कळण' जे पचण्यास हलके आहे, तुपाची फोडणी देऊन घ्यावे.

'अष्टांगसंग्रहात' अन्नपानविधि अध्यायात जेवणानंतर 'मोड आलेली कडधान्ये' सेवन करू नयेत असे सांगितले आहे. कारण ती गुरू, शीत आणि अत्यंत रुक्ष असल्याने पचनास जड आणि रुक्ष गुणामुळे शरीरास त्रासदायक होतात.

चरकसंहितेमध्ये विरुद्ध आहार प्रकरणात ग्राम्य, आनूप आणि जलचर प्राण्यांचे मांस, अंकुरित धान्यांबरोबर (विरुढ धान्य) खाऊ नये असा उल्लेख आहे. खाल्ल्यास बाधिर्य, कंप, जाड्य इत्यादी विकार होतात.

यावरून असे दिसते की, चरककाली अंकुरित कडधान्ये खात होते. पण या अंकुरित कडधान्यांचे वेगळे गुणधर्म वर्णन केलेले दिसत नाहीत.

आयुर्वेदिक दृष्टिकोनातून, 'अंकुरित कच्ची कडधान्ये' हा वादाचा विषय आहे. भिजवण्याच्या प्रक्रियेत अंकुरित धान्य पाण्याने संपृक्त होते. त्यामुळे हे सेवन केल्यानंतर शरीरातील क्लेदभाव वाढण्याची शक्यता असते. म्हणून अल्प प्रमाणात खाण्यास हरकत नाही. कडधान्यांच्या गुणधर्माच्या श्लोकात म्हटल्याप्रमाणे, 'अंकुरित धान्ये 'सुपाच्य' या स्वरूपात बनविण्यासाठी, त्यावर तेल, तूप आणि इतर पाचक द्रव्यांचे संस्कार करावे.' याप्रमाणेच अंकुरित कडधान्यांची उसळ करताना तेल, तुपाच्या फोडणीत हिंग, कांदा, लसूण, ओले खोबरे ही मसाल्याची स्निग्ध द्रव्ये दीपन, पाचन, अनुलोमक असल्याने पचण्यास जड, गॅसेस होणाऱ्या उसळी पचण्यास सुलभ होतात.

रोजच्या जेवणात असणारी डाळीची आमटी किंवा सांबार बनविताना तेलाच्या फोडणीत मोहरी, जिरे, मेथीदाणे, हिंग, हळद, लाल तिखट, कढीपत्ता, मीठ, आमसूल किंवा चिंच आणि गूळ टाकला जातो. या सर्व घटकांचा विचार करताना आमटी षड्रसात्मक बनते. षड्रसात्मक आहार आरोग्याला हितकारक असतो. त्यामुळेच रोजच्या जेवणात आमटी अपरिहार्य आहे.

पाश्चात्य देशात 'इंडियन करी' (आमटी) बद्दल संशोधन चालू आहे. यातील मेथी, आमसूल आणि इतर मसाल्याच्या पदार्थांमुळे रक्तातील कोलेस्टेरॉल आणि ब्लडशुगर नियंत्रित होण्यास मदत होते, असे सिद्ध होत आहे.

रोज आपल्या किडनी निरोगी अवस्थेत लघवीवाटे प्रोटिन्स म्हणजे अमायनो ॲसिड्सच्या विघटनातून तयार झालेले, नायट्रोजनयुक्त युरीया, युरिक ॲसिड, क्रिॲटिनिन हे टाकाऊ पदार्थ शरीराबाहेर टाकतात. त्यामुळे रक्तातील युरीयाचे प्रमाण नियंत्रित राहते. रिनल फेल्युअर, ग्लोमेरुलो नेफ्रायटिस इत्यादी किडनी विकारात किडनीचे कार्य नीट होत नाही. त्यामुळे युरियाचे प्रमाण, शरीरात साठून

'युरेमिया' (Uraemia) म्हणजे रुग्ण बेशुद्ध होऊ शकतो.

म्हणूनच किडनी विकारात आहारातील प्रोटिन्सचे प्रमाण कमी करावे लागते. मांसाहारी रुग्णांना, मांसाहार कमी करावा लागतो तर शाकाहारी रुग्णांना कडधान्ये, भुईमूग कमी करण्याचा सल्ला देतात. कारण कडधान्ये आणि भुईमुगाने रक्तातील युरियाचे प्रमाण वाढते. साधारणतः ५० प्रोटिन्स कमी घेतल्याने, या आजारात फायदा होतो.

'गाउट' या विकारातही आहारातील प्रोटिन्सचे प्रमाण कमी करण्यास सांगतात. मटण, मासे (सार्डीन, सालमन) आणि कडधान्यातील मसुराची डाळ कमी खाण्याचा सल्ला देतात.

■

२. उडीद

संस्कृत : माष **हिंदी** : उडद

इंग्रजी : Black Gram **लॅटिन** : Phaseolus Mungo Roxb

वृष्यः परं वातहरः स्निग्धोष्णो मधुरो गुरूः।
बल्यो बहुमलः पुंस्त्वं माषं शीघ्रं ददातिच।। (च.सू. २७-४)

रस : मधुर, **विपाक** : मधुर **वीर्य** : उष्ण
दोषघ्नता : उत्कृष्ट वातहारक, कफपित्तवर्धन
महत्त्वाचे गुण : गुरू, स्निग्ध, पिच्छिल

रंगावरून उडदाचे दोन प्रकार असतात. काळे आणि हिरवे. व्यवहारात आपण सालासकट आणि बिनसालाची उडीदडाळ वापरतो. उडदाच्या स्निग्ध आणि पिच्छिल गुणांमुळे शरीरात 'लेपन' कार्य म्हणजे थर दिला जातो. रस रक्तादि सप्तधातूंचे बृंहण होते. त्यामुळे पटकन वजन वाढते, स्थौल्य येते. म्हणून स्थूल व्यक्तींनी उडदाचा वापर कमी प्रमाणात करावा. तसेच वृष्य गुणामुळे शुक्रधातूचे वर्धन होते. पुरुषांच्या शुक्रक्षयाच्या लक्षणात आणि स्पर्मकाऊंट कमी असेल, त्यांनी उडदाचा आहारात समावेश करावा. वाजीकरणासाठी उडदाचे कढण चरकाचार्यांनी सांगितले आहे. उडदामुळे मलप्रवृत्ती जास्त होते. पचण्यास जड असल्याने अग्निमांद्य असलेल्यांनी उडदाचा वापर जपूनच करावा. वाजीकरण अध्यायात चरकाचार्यांनी 'वृष्य माहिष रस, वृष्य माषयोग, अपत्यकर स्वरस' या कल्पांमध्ये उडीद आणि उडदाच्या डाळीचा वापर केलेला आहे. 'वृष्यगोदुग्ध' यामध्ये गाईला उडदाची पाने आणि उडीद खायला घालून तिचे दूध प्यावे असे

सांगितले आहे.

उडीद हे कफपित्तवर्धक आहेत. उडीद, दही, मासे आणि वांगी ही चार कफपित्तकर द्रव्ये ग्रंथात वर्णन केलेली आहेत. आहारात एका वेळी या चारही द्रव्यांचा उपयोग करू नये. उदा. दहीवडा. येथे वडा उडदाचा असतो आणि तो आपण दह्यात घालतो म्हणून दहीवड्याचे सेवन अल्प प्रमाणात करावे एकाच दिवशी वांग्याची भाजी, मासे असा मेनू असू नये.

चरकांनी 'वातव्याधी चिकित्सा' या प्रकरणात ८० वातव्याधी वर्णन केलेल्या आहेत. त्यातील पक्षाघात, संधिगत वात, धनुस्तंभ इत्यादी वातव्याधींमध्ये नाडीस्वेद, लेपप्रयोग या चिकित्सेमध्ये उडदाचा वापर केलेला आहे. तसेच 'मूलकतैल' यामध्येही उडदाचा समावेश आहे.

उडीद 'स्तन्यजनक' असल्याने प्रसूतीनंतर दूध येण्यासाठी आहारात वापरावेत. उडीद पचण्यासाठी मिरे आणि हिंग यांचा वापर करावा.

विसर्प, अर्श, पाण्डुरोग, कुष्ट, वातरक्त ह्या व्याधी आंबट, विदाही, पित्तकर आहार आणि नेहमी अतिमात्रेत विदाही पदार्थांचे सेवन यामुळे होतात. यामध्ये उडदाचा उल्लेख आहे. म्हणून उडीद नेहमी जास्त मात्रेत सेवन केल्यास हे रोग होण्याची शक्यता असते. अतिमात्रेत उडीदाचे सेवन हे कारण या रोगांसाठी असू शकते. उडदाचा आहारात – आमटी, वडे, पापड तसेच इडली-डोसा वगैरे दाक्षिणात्य पदार्थात वापर करतात. उडदाची डाळ भाजून त्याचा रवा काढावा आणि याचे तूप साखर घालून लाडू बनवावे. २० ग्रॅमचा लाडू रोज बल्य म्हणून आणि वातविकारांवर उपयोगी पडतो.

उडीद शनिवारी दान करण्याची प्रथा आहे. शनीला काळे उडीद आवडतात. तसेच शनिवारी उडदाची आमटी खावी, असे आपल्या धर्मशास्त्रात सांगितले आहे.

आधुनिक दृष्टिकोनातून १०० ग्रॅम उडदाच्या डाळीत ३४७ कॅलरी आहेत. एकूण फायबर ११.७ ग्रॅम असून, त्यात न विरघळणारा ७.६ ग्रॅम आणि विरघळणारा ४.१ ग्रॅम आहे.

प्रोटिन्स २४ ग्रॅम, फॅट १.४ ग्रॅम, कार्बोहायड्रेट्स ५९.६ ग्रॅम.

इसेन्शियल अमायनो ॲसिड्स : सर्व नायट्रोजनच्या मिलिग्रॅम प्रतिशत – अर्जिनिन ५२०, हिस्टिडीन १७०, लायसिन ४००, ट्रिप्टोफान ७०, फेनिल ॲलानिन ३१०, टायरोसिन १४०, मेथिओनिन ९०, सिस्टिन ८०, थ्रिओनिन २२०, ल्युसिन ५००, आयसोल्युसिन ३४०, व्हॅलिन ३१०

इसेन्शिअल फॅटी ॲसिड्स : एकूण ०.८ ग्रॅम.

लायनोलेइक ओमेगा-६ (N6) ०.१ ग्रॅम.

अल्फा लायनो-लेनिक (N3) ०.७ ग्रॅम.

मिनरल्स : सर्व मिलिग्रॅममध्ये – कॅल्शियम १५४, फॉस्फरस ३८५, आयर्न ३.८, मॅग्नेशियम १३०, सोडियम ३९, पोटॅशियम ८००, क्रोमियम ०.०२९

व्हिटॅमिन्स (बी कॉम्प्लेक्स–संकुल) : थायामिन ०.४२, रिबोफ्लाव्हिन ०.२, नियासिन २, फोलिक ॲसिड २४ म्यु.जी.

ॲन्टी-ऑक्सिडंट्स :

अ) व्हिटॅमिन्स : कॅरॉटिन ३८ म्यु.जी.

ब) मिनरल्स : सर्व मिलिग्रॅममध्ये – कॉपर ०.९३, मॅंगेनीज ०.९६, झिंक ३

■

३. कुळीथ (हुलगे)

संस्कृत : कुलत्थ **हिंदी :** कुल्थी
इंग्रजी : Horse-gram **लॅटिन :** Dolichos biflorus

कुलत्थिका: कटूक: पाके कषाय: पित्तरक्तकृत्।
लघुर्विदाही वीर्योष्ण: श्वासकासकफानिलान्।
हन्ति हिक्काश्मरी शुक्रदाहानाशन् सपीनसान्।
स्वेदसंग्राहको मेदोज्वर कृमिहर: सर:।। (भा.प्र.)

रस : कषाय **विपाक :** कटू **वीर्य :** उष्ण

दोषघ्नता : कफवातशामक, पित्तप्रकोपक

महत्त्वाचे गुण : लघु, रुक्ष

हुलगे (कुळीथ) पांढरे, तांबडे आणि काळ्या रंगाचे असतात. कुळीथाची उसळ आणि पिठले करतात. कुळीथ हे कृमिघ्न आहेत. ज्वरामध्ये त्याचे कढण द्यावे. लिव्हर आणि स्प्लीन वाढली असता, हुलग्याचा वापर करावा. खोकला, दमा आणि जुनी सर्दी यावर कुळीथ उपयोगी पडतात. मेदवृद्धीच्या रुग्णाला वजन कमी करण्यासाठी याचा उपयोग होतो. तसेच मुतखड्यावर उपयोगी आहेत. गर्भाशयशोधन या गुणामुळे बाळंतपणात हुलग्याचे कढण तुपाच्या फोडणीवर आमसूल टाकून करावे, असे काश्यप संहितेत सांगितले आहे. हुलग्याचे पिठलेही बाळंतपणात द्यावे. गर्भारपणी कुळीथ उष्ण आणि शुक्रघ्न असल्यामुळे वापरू नयेत. तसेच रक्तपित्तकर असल्याने रक्तपित्ताच्या रुग्णांनी वापरू नयेत.

'अर्श' म्हणजे मूळव्याधीच्या चिकित्सेत, चरकाचार्यांनी कुलत्थ यूष (कढण) वापरले आहे.

अतिमात्रेत म्हणजे कुळथाचा अतिवापर केल्यास विसर्प आणि वातरक्त हे रोग होऊ शकतात. कुळीथ आम्लपित्तकारक आहेत.

१०० ग्रॅम कुळीथात ३२१ कॅलरी आहेत. क्रूड फायबर ५.३ ग्रॅम, प्रोटिन्स २२ ग्रॅम, फॅट ०.५ ग्रॅम, कार्बोहायड्रेट्स ५७ ग्रॅम आहेत.

इसेन्शियल अमायनो ॲसिड्स : नायट्रोजनच्या मिलिग्रॅम प्रतिशत – अर्जिनिन ५३०, हिस्टिडिन १९०, लायसिन ५२०, ट्रिप्टोफान ७०, फेनिल ॲलानिन ३८०, टायरोसिन ००, मेथिओनिन ७०, सिस्टिन १३०, थ्रिओनिन २३०, ल्युसिन ५४०, आयसोल्युसिन ३७०, व्हॅलिन ३९०

मिनरल्स : सर्व मिलिग्रॅममध्ये – कॅल्शियम २८७, फॉस्फरस ३११, आयर्न ६.७७, मॅग्नेशियम १५६, सोडियम ११, पोटॅशियम ७६२, क्रोमियम ०.०२४

व्हिटॅमिन्स (बी कॉम्प्लेक्स–संकुल) : सर्व मिलिग्रॅममध्ये – थायामिन ०.४२, रिबोफ्लाव्हिन ०.२०, निॲसिन १.५

ॲन्टी-ऑक्सिडंट्स : अ) व्हिटॅमिन : कॅरॉटिन ७१ म्यु.जी., व्हिटॅमिन 'सी' १ मि.ग्रॅम.

ब) मिनरल्स : कॉपर १.८१ मि.ग्रॅम, मॅंगेनीज १.५७ मि.ग्रॅम, झिंक २.८ मि.ग्रॅम.

■

४. चवळी

संस्कृत : राजमाष **हिंदी :** लोबिया

इंग्रजी : Cow Pea **लॅटिन :** Vigna Catjang

राजमाषो गुरूः स्वादुस्तुवरः तर्पणः सरः।
रूक्षो वातवरो रुच्यः स्तन्यो भूरिबलप्रदः।। (भा.प्र.)

रस : मधुर कषाय, **विपाक :** मधुर, **वीर्य :** शीत

दोषघ्नता : वातकारक कफकारक **महत्त्वाचे गुण :** रुक्ष, गुरू, सर

चवळी पांढऱ्या, लाल आणि काळ्या रंगाची असते. कोवळ्या चवळीच्या शेंगांची चिरून भाजी करतात. तसेच ओल्या दाण्यांची उसळ करतात आणि कडधान्य भिजवूनही उसळ करतात.

चवळी शरीराचे तर्पण करते, म्हणजे बलवर्धन होते. तसेच स्तन्यवर्धक म्हणून उपयोग होतो. मलावष्टंभ असणाऱ्यांना चवळी उपयोगी आहे.

१०० ग्रॅम चवळीमध्ये ३२३ कॅलरी असतात. क्रूडफायबर ३.८ ग्रॅम, प्रोटिन्स २४.१ ग्रॅम, फॅट १ ग्रॅम, कार्बोहायड्रेट्स ५४.५ ग्रॅम.

इसेन्शियल अमायनो ॲसिड्स : नायट्रोजनच्या मिलिग्रॅम प्रतिशत – अर्जिनिन ४२०, हिस्टिडिन २००, लायसिन ४३०, ट्रिप्टोफान ७०, फेनिल ॲलानिन ३२०, टायरोसिन २३०, मेथिओनिन ९०, सिस्टिन ८०, थ्रिओनिन २३०, ल्युसिन ४८०, आयसोल्युसिन २७०, व्हॅलिन ३१०

इसेन्शियल फॅटी ॲसिड्स : लायनोलेइक ओमेगा-६ ०.८ ग्रॅम, अल्फा लायनोलेनिक (ओमेगा-३) ०.५ ग्रॅम.

मिनरल्स : सर्व मिलिग्रॅममध्ये – कॅल्शियम ७७, फॉस्फरस ४१४, आयर्न ८.६, मॅग्नेशियम २१०, सोडियम २३, पोटॅशियम ११३१, क्रोमियम ०.०२९

व्हिटॅमिन्स (बी कॉम्प्लेक्स–संकुल) : थायामिन ०.५१ मि.ग्रॅम, रिबोफ्लाव्हिन ०.२० मि.ग्रॅम, नियासिन १.३ मि.ग्रॅम, फोलिक ॲसिड ६९ म्यु.जी.

ॲन्टी-ऑक्सिडंट्स : अ) व्हिटॅमिन : कॅरॉटिन १२ म्यु.जी.

ब) मिनरल्स : कॉपर ०.८७ मि.ग्रॅम, मँगेनीज १.३४ मि.ग्रॅम, झिंक ४.६ मि.ग्रॅम.

चवळीच्या शेंगांच्या दाण्यात, प्रोटिन्स आणि कार्बोहायड्रेट्स कमी असतात. पण कॅरॉटिन ५६४ म्यु.जी. व्हिटॅमिन 'सी' १४ मि.ग्रॅ. असते. ऋतूमध्ये अवश्य खाव्यात.

■

५. तूर

संस्कृत : आढकी **हिंदी :** अरहर
इंग्रजी : Red gram **लॅटिन :** Cajanus Cajan

आढकी तुवरा रुक्षा मधुरा शीतला लघुः।
ग्राहिणी वातजननी वर्ण्या पित्तकफास्त्रजित्।। (भा.प्र.)

रस : कषाय, मधुर **विपाक :** कटू **वीर्य :** शीत

दोषघ्नता : कफपित्तशामक, वातजनक, वातवर्धन

वातजनक, असली तरी तुरीमुळे पावटा, हरभरा याप्रमाणे पोट फुगत नाही.

महत्त्वाचे गुण : रुक्ष, लघु

तूर ग्राहिणी म्हणजे मलावष्टंभ करणारी आहे. मळ बांधून येतो. तसेच 'वर्ण्य' म्हणजे त्वचेचे प्रसादन होते आणि कांती सुधारते.

तुरीच्या कोवळ्या दाण्यांची उसळ केली जाते. रोज आहारात तूरडाळीचे वरण आपण घेतो. गुजरात, महाराष्ट्र आणि दक्षिण भारतात वरण अगर सांबार रोजच्या आहारात असते. तुरीच्या डाळीचे पुरण करतात. मेथी, पालक या पालेभाज्यात

तुरीचे वरण घालतात.

पित्तातिसारात आणि वातरक्त या व्याधीत तुरीचे कढण द्यावे. तूर स्थौल्य कमी करण्यासाठी आहारात वापरावी (चरकांनी वापरली आहे).

आधुनिक दृष्टिकोनातून १०० ग्रॅम तुरीच्या डाळीत ३३५ कॅलरी असतात. एकूण फायबर ९.१ ग्रॅम असून, न विरघळणारा ६.८ ग्रॅम आणि विरघळणारा २.३ ग्रॅम आहे. प्रोटिन्स २२.३ ग्रॅम, फॅट १.७ ग्रॅम, कार्बोहायड्रेट्स ५७.६ ग्रॅम

इसेन्शियल अमायनो ॲसिड्स : सर्व नायट्रोजनच्या मिलिग्रॅम प्रतिशत –

अर्जिनिन ३६०, हिस्टिडीन २५०, लायसिन ४८०, ट्रिप्टोफान ४०, फेनिलॲलनिन ४६०, टायरोसिन १३०, मेथिओनिन ६०, सिस्टिन ६०, थ्रिओनिन २००, ल्युसिन ४५०, आयसोल्युसिन २५०, व्हॅलिन २६०

इसेन्शियल फॅटी ॲसिड्स : लायनोलेइक ओमेगा-६ (N6) १ ग्रॅम, अल्फा लायनोलेनिक ओमेगा –३ (N3) ०.१ ग्रॅम.

मिनरल्स : सर्व मिलिग्रॅममध्ये – कॅल्शियग ७३, फॉस्फरस ३०४, आयर्न २.७, मॅग्नेशियम ९०, सोडियम २८, पोटॅशियम ११०४, क्रोमियम ०.००१

व्हिटॅमिन्स (बी कॉम्प्लेक्स–संकुल) : थायामिन ०.४५ मि.ग्रॅम, रिबोफ्लाव्हिन ०.१९ मि.ग्रॅम, नियासिन २.९ मि.ग्रॅम, फोलिक ॲसिड १९ म्यु.जी.

ॲन्टी-ऑक्सिडंट्स : अ) व्हिटॅमिन : कॅरॉटिन १३२ म्यु.जी.

ब) मिनरल्स : कॉपर १.२० मि.ग्रॅम, मॅंगेनीज ०.६ मि.ग्रॅम, झिंक ०.९ मि.ग्रॅम.

१०० ग्रॅम तुरीच्या कोवळ्या दाण्यात ११६ कॅलरी असतात. एकूण फायबर २२.६ ग्रॅम असतो आणि यामध्ये ॲन्टीऑक्सिडंट 'अ' व्हिटॅमिन्स

(१) कॅरॉटिन ४६९ म्यु.जी. (२) व्हिटॅमिन 'सी' २५ मि.ग्रॅम असतात. या विपुल ॲन्टी-ऑक्सिडंट साठ्यामुळे ऋतूमध्ये, ह्या दाण्यांची उसळ अवश्य खावी. यामध्ये प्रोटिन्सचे प्रमाण ९.८ ग्रॅम आहे.

तृणधान्ये म्हणजे तांदूळ, गहू यामध्ये लायसिन हे अमायनो ॲसिड कमी प्रमाणात असते आणि कडधान्यात त्याचे प्रमाण जास्त असते. म्हणून वरणभात डाळरोटी असे पदार्थ आपण आहारात घेतो. त्यामुळे अमायनो ॲसिड्सची आपली गरज भागते. तुरीच्या डाळीत लायसिन हे अमायनो ॲसिड ४८० आहे. मूगडाळ ४६०, मसूरडाळ ४४० आणि उडदाच्या डाळीत ४०० आहे. तुरीचे वरण आपण रोज खातो. लायसिन या अमायनो ॲसिडचा विचार करताना, ते संयुक्तिक आहे असे दिसते. तूरडाळीत फेनिल ॲलॉनिन हे अमायनो ॲसिड ४६० आहे. सर्व डाळींपेक्षा तूरडाळीत हे जास्त आहे. या फेनिल ॲलॉनिनपासून शरीरात 'ॲड्रीनॅलीन' बनते. हे ॲड्रीनॅलीन आपणाला उत्साही आणि जागे ठेवते. दक्षिण भारतात तूरडाळीचे सांबार आणि इडली न्याहाराचे वेळी घेतात. दुपारच्या

जेवणात आपण तूरडाळीचे वरण घेतो. त्यामुळेच आपणास उत्साही आणि तरतरीत राहण्यास मदत होते.

■

६. पावटा, वाल

संस्कृत : निष्पाव, वल्लक
हिंदी : सेम, बरसीम
इंग्रजी : Field Beans
लॅटिन : Dolichos lab lab

निष्पावो मधुरो रूक्षो विपाकेऽम्लो गुरूः सरः।
कषायः स्तन्यपित्तास्त्रमूत्रवात विबन्धकृत्।
विदाह्युष्णो विषश्लेष्मशोथहृच्छुक्र नाशनः।। (भावप्रकाश)

रस : मधुर, कषाय **विपाक :** आम्ल **वीर्य :** उष्ण
दोषघ्नता : कफघ्न, वातपित्तवर्धक **महत्त्वाचे गुण :** गुरू, सर, रूक्ष

पावटे गोड असतात, तर वाल कडवट असतात, म्हणून त्यांना काही ठिकाणी कडवेवाल म्हणतात. ओल्या शेंगांच्या दाण्यांची उसळ करतात. कडधान्य म्हणून पावटे आणि वाल अंकुरित वापरतात. कडव्या वालाच्या डाळिंब्या महाराष्ट्रात प्रसिद्ध आहेत. याची उसळ, आमटी आणि व्यंजन म्हणून इतर भाज्यात वापरतात.

वालाने विबंध म्हणजे पोट फुगते, गॅसेस होतात. वाल शुक्रघ्न आहेत, तसेच वालाने सूज (शोथ) कमी होते.

१०० ग्रॅम पावट्यामध्ये ३४७ कॅलरी असतात. क्रूड फायबर १.४ ग्रॅम, प्रोटिन्स २४.९ ग्रॅम, फॅट ०.८ ग्रॅम, कार्बोहायड्रेट्स ६० ग्रॅम आहेत.

इसेन्शियल अमायनो ॲसिड्स : नायट्रोजनच्या मिलिग्रॅम प्रतिशत अर्जिनिन ५३०, हिस्टिडिन १८०, लायसिन ५००, ट्रिप्टोफॅन ३०, फेनिलॲलानिन ३३०, टायरोसिन ००, मेथिओनिन ४०, सिस्टिन ८०, थ्रिओनिन २५०, ल्युसीन ५५०, आयसोल्युसिन ३६०, व्हॅलिन ३१०,

मिनरल्स : सर्व मिलिग्रॅममध्ये – कॅल्शियम ६०, फॉस्फरस ४३३

आयर्न : २.७ मि.ग्रॅम

व्हिटॅमिन्स (बी कॉम्प्लेक्स–संकुल) : सर्व मिलिग्रॅममध्ये– थायामिन ०.५२, रिबोफ्लाव्हिन ०.१६, नियासिन १.८

ओल्या शेंगाच्या दाण्यात प्रोटिन्स आणि कार्बोहायड्रेट्स कमी असली, तरी ॲन्टी-ऑक्सिडंट्स, व्हिटॅमिन्स आणि मिनरल्स यांचे प्रमाण चांगले आहे.

■

७. मटकी

संस्कृत : मकुष्टक **हिंदी :** मोठ
इंग्रजी : Moth Beans **लॅटिन :** Phaseolus Aconitifolius Jacq

मधुराः मधुराः पाके ग्राहिणो रुक्षशीतलाः।
मकुष्टकाः प्रशस्यन्ते रक्तपित्तज्वरादिषु।। (चरकसूत्र २७-२७)

रस : मधुर **विपाक :** मधुर **वीर्य :** शीत

दोषघ्नता : कफपित्तशामक, वातवर्धक

महत्त्वाचे गुण : रुक्ष

मटकीला मोड आणून, उसळ किंवा व्यंजन म्हणून इतर भाज्यात वापर केला जातो. उदा. पडवळ + मटकी, दुधी + मटकी. महाराष्ट्रातील प्रसिद्ध मिसळ सर्वांना माहीत आहे. मटकीचे कढण ताक घालून करतात. ताप आलेल्या रुग्णास कढण देण्याची प्रथा आहे. गुजरातमध्ये मटकीच्या मठिया बनवतात. राजस्थानात बाजरीची भाकरी आणि मटकीची आमटी हा प्रसिद्ध आहार आहे.

मटकी कृमिकारक आहे, म्हणून मोड आलेली कच्ची मटकी न खाता, मटकी शिजवून किंवा वाफवून खावी. अर्श किंवा रक्तीआव असल्यास उकडलेली मटकी आणि कांदा खावा. मुगापेक्षा मटकी जास्त रुक्ष आणि वातकर असल्याने, मुगापेक्षा गौण मानली जाते.

चरकांनी ताप, रक्तपित्त, अतिसार, राजयक्ष्मा या रोगात मटकीचे यूष (कढण) देण्यास सांगितले आहे. मटकीचे कढण ताक घालून केल्याने, अमायनो ॲसिड्सची प्रत वाढते आणि लॅक्टोबॅसिल्समुळे आतड्याचे आरोग्य सुधारते.

आधुनिक दृष्टिकोनातून, १०० ग्रॅम मटकीमध्ये ३३० कॅलरी असतात. क्रूड फायबर ४.५ ग्रॅम असतो.

प्रोटिन्स २३.६ ग्रॅम, फॅट १.१ ग्रॅम, कार्बोहायड्रेट्स ५६.५ ग्रॅम

इसेन्शियल अमायनो ॲसिड्स : नायट्रोजनच्या मिलिग्रॅम प्रतिशत – अर्जिनिन ००, हिस्टॅडिन २१०, लायसिन ३४०, ट्रिप्टोफान ४०, फेनिल ॲलानिन २८०, टायरोसिन ००, मेथिअेनिन ६०, सिस्टिन ३०, थ्रिओनिन ००, ल्युसिन ४२०, आयसोल्युसिन ३१०, व्हॅलिन २००

मिनरल्स : सर्व मिलिग्रॅममध्ये – कॅल्शियम २०२, फॉस्फरस, २३०, आयर्न ९.५ ग्रॅम, मॅग्नेशियम २२५, सोडियम २९, पोटॅशियम १०९६

व्हिटॅमिन्स (बी कॉम्प्लेक्स–संकुल) : सर्व मिलिग्रॅममध्ये थायामिन ०.४५, रिबोफ्लाविन ०.०९, नियासिन १.५

अँटिऑक्सिडंटस :

अ) व्हिटॅमिन्स : कॅरॉटिन ९ म्यु.जी. व्हिटॅमिन 'सी' २ मि.ग्रॅम

ब) मिनरल्स : कॉपर ०.८५ मिलिग्रॅम

■

८. मटार

संस्कृत : सतीन, कलाय **हिंदी :** मटर

इंग्रजी : Green Peas **लॅटिन :** Pisum Sativum

कलायो मधुरः स्वादुः पाके रुक्षश्च शीतलः। (भा.प्र.)
सतीना वातला रक्तपित्तघ्ना बद्धवर्चसः। (द्र.स. १/२९)

रस : मधुर विपाक : मधुर **वीर्य :** शीत

दोषघ्नता : पित्तघ्न, वातवर्धन **महत्त्वाचे गुण :** रुक्ष

कोवळा वाटाणा म्हणजेच 'मटार' होय. शेंगा बाजारात सीझनप्रमाणे येतात. मटार हिरव्या रंगाचे असतात. हल्ली वर्षभर वापरासाठी, प्रक्रिया करून ते शीतगृहात ठेवले जातात. पक्व होऊन वाळलेले दाणे म्हणजे 'वाटाणा' होय. याचे रंगभेदाने पांढरा, फिकट हिरवा आणि काळा असे प्रकार पडतात.

ओल्या मटारची उसळ करतात आणि इतर भाज्यांत व्यंजन म्हणून वापरतात. सुके वाटाणे भिजवून उसळ करतात.

आधुनिक दृष्टिकोनातून १०० ग्रॅम वाटाण्यात ३१५ कॅलरी असतात. क्रूड फायबर ४.५ ग्रॅम असते. प्रोटिन्स १९.७ ग्रॅम, फॅट १.१ ग्रॅम, कार्बोहायड्रेट्स ५६.५ ग्रॅम आहेत.

इसेन्शियल अमायनो ॲसिड्स : नायट्रोजनच्या मिलिग्रॅम प्रतिशत – अर्जिनिन ५७०, हिस्टिडीन १३०, लायसिन ४४०, ट्रिप्टोफान ६०, फेनिल ॲलानिन २८०, टायरोसिन १७०, मिथिओनिन ५०, सिस्टिन ७०, थ्रिओनिन २४०, ल्युसिन ४३०, आयसोल्युसिन २८०, व्हॅलिन ३००

इसेन्शियल फॅटी ॲसिड्स : लायनोलेइक ओमेगा-६ (N6) ०.८ ग्रॅम

अल्फा लायनोलेनिक ओमेगा-३ (N3) ०.१५ ग्रॅम

मिनरल्स : सर्व मिलिग्रॅममध्ये – कॅल्शियम ७५, फॉस्फरस २९८, आयर्न ७.०५, मॅग्नेशियम १००, सोडियम २१, पोटॅशियम ७२५, क्रोमियम : ०.०३२

व्हिटॅमिन्स (बी कॉम्प्लेक्स–संकुल) : थायमिन ०.४७ मि.ग्रॅम, रिबोफ्लाव्हिन ०.१९ मि.ग्रॅम, नियासिन ३.४ मि.ग्रॅम, फोलिक ॲसिड ४.६ म्यु.जी.

ॲन्टी-ऑक्सिडंट्स : अ) व्हिटॅमिन्स : कॅरॉटिन ३९ म्यु.जी.
ब) मिनरल्स : कॉपर १.२९ मि.ग्रॅम, मँगेनीज ०.५८ मि.ग्रॅम
झिंक २.३ मि.ग्रॅम.

फायटोकेमिकल्स :

१) आयसोफ्लेवोनस् : ही फायटोकेमिकल्स, रक्तातील कोलेस्टेरॉल कमी करतात. रजोनिवृत्तीच्या वेळी स्त्रियांना होणारे त्रास कमी करतात. हाडे ठिसूळ होण्यास प्रतिबंध करते. तसेच कॅन्सरच्या वाढीला आळा घालतात.

२) फायटोकेमिकल ल्युटिन (Lutein) : यामुळे 'मॅक्युलर डिजनरेशन' न होऊन वृद्धांना अंधत्व येत नाही.

मटारामध्ये वाटाण्याच्या तुलनेत कॅलरीज कमी आहेत. ९३ कॅलरीज, १०० ग्रॅम मटारातून जातात. स्थूल लोकांना उपयोगी. मटारामध्ये कॅरॉटिन ८३ म्यु.जी. आणि व्हिटॅमिन 'सी' ९ मि.ग्रॅम असते. म्हणजेच ॲन्टी-ऑक्सिडंट्स चांगल्या प्रमाणात आहेत. प्रोटिन्स मात्र ७.२ ग्रॅम आहेत. ताज्या गटारामध्ये पेक्टीनचे प्रमाण चांगले असल्याने, कोलेस्टेरॉल कमी होण्यास मदत होते.

■

९. मसूर

संस्कृत : मसूर **हिंदी :** मसूर
इंग्रजी : Lentil **लॅटिन :** Lens esculenta

मसूरो मधुरः पाके संग्राही शीतलो लघुः।
कफपित्तास्त्रजिद् रूक्ष वातलो ज्वरनाशनः।। (भा.प्र.)

रस : मधुर **विपाक :** मधुर **वीर्य :** शीत
दोषघ्नता : कफपित्तशामक, वातवर्धक
महत्त्वाचे गुण : लघु, रुक्ष

अख्खे मसूर राखाडी काळपट रंगाचे गोल असतात. मसूरडाळ लाल, केशरी रंगाची असते. अख्खे मसूर भिजवून मोड आणून उसळ करतात किंवा आमटी करतात. मसुरापासून डाळमोठ करतात.

आयुर्वेदात मसूर हा कफपित्तशामक आणि ज्वरनाशक सांगितला आहे. त्यामुळे तापामध्ये त्याचे कढण ताक घालून देतात. जुलाब होत असल्यास, हे कढण उपयोगी पडते. तसेच रक्तपित्त या रोगात, मसुराचे कढण चरकाचार्यांनी वापरले आहे.

मसुराच्या डाळीचे पीठ, दुधात घालून अंगाला लावल्यास त्वचेची कांती

सुधारते. चरकाचार्यांनी कुष्ठचिकित्सेत मसुराची डाळ वापरली आहे, 'त्रिफलादियोग' सांगितला आहे.

आधुनिक दृष्टिकोनातून, १०० ग्रॅम मसुरात ३४३ कॅलरी आहेत. एकूण फायबर १५.८ ग्रॅम असून न विरघळणारा १३.५ ग्रॅम आहे आणि विरघळणारा २.३ ग्रॅम आहे.

प्रोटिन्स २५.१ ग्रॅम, फॅट ०.७ ग्रॅम, कार्बोहायड्रेट्स ५९ ग्रॅम

इसेन्शियल अमायनो ॲसिड्स : नायट्रोजनच्या मिलिग्रॅम प्रतिशत – अर्जिनिन ५४०, हिस्टिडिन १६०, लायसिन ४४०, ट्रिप्टोफान ६०, फेनिल ॲलानिन २७०, टायरोसिन २००, मेथिओनिन ५०, सिस्टिन ७०, थ्रिओनिन २२०, ल्युसिन ४७०, आयसोल्युसिन २७०, व्हॅलिन ३१०

इसेन्शियल फॅटी ॲसिड्स : लायनोलेइक ओमेगा-६ ०.८ ग्रॅम, अल्फा लायनोलेनिक ओमेगा-३ ०.१६ ग्रॅम

मिनरल्स : सर्व मिलिग्रॅममध्ये – कॅल्शियम ६९, फॉस्फरस २९३, आयर्न ७.५८, मॅग्नेशियम ८०, सोडियम ४०, पोटॅशियम ६२९, क्रोमियम ०.०२४

व्हिटॅमिन्स (बी कॉम्प्लेक्स–संकुल) : थायामिन ०.४५ मि.ग्रॅम, रिबोफ्लाविन ०.२ मि.ग्रॅम नियासिन २.६ मि.ग्रॅम, फोलिक ॲसिड १४.५ म्यु.जी

ॲन्टी-ऑक्सिडंट्स : अ) व्हिटॅमिन्स : कॅरॉटिन २७० म्यु.जी.

ब) मिनरल्स : कॉपर १.८७ मि.ग्रॅम, मॅंगेनीज १.०४ मि.ग्रॅम, झिंक २.८ मि.ग्रॅम

फायटोकेमिकल्स : टॅनिन्स ही फेनॉलिक फायटोकेमिकल्स आहेत. 'कारसिनोजेन' केमिकल्स शरीरात कॅन्सर निर्माण करतात. ह्यांना टॅनिन्स प्रतिरोध करतात.

■

१०. मूग

संस्कृत : मुद्ग **हिंदी :** मूंग
इंग्रजी : Green Gram **लॅटिन :** Phaseolus Aureus Roxb

मुद्गो रूक्षो लघुर्ग्राही कफ पित्तहरो हिमः।
स्वादुरल्पानिलो नेत्र्यो ज्वरघ्नो वनजस्तथा।। (भा.प्र.)

रस : कषाय, मधुर **विपाक :** कटू **वीर्य :** शीत

दोषघ्नता : कफपित्तघ्न, किंचिद् वातकर

महत्त्वाचे गुण : रुक्ष, लघु, विशद

काळे, हिरवे, पिवळे, सफेद आणि लाल रंगाचे मूग मिळतात. त्यातील काळे पचण्यास हलके, त्यानंतर हिरवे आणि लाल मूग सर्वांत पचण्यास जड आहेत.

सुश्रुतांनी हिरवे मूग 'सर्वोत्तम' आहेत असे म्हटले आहे. व्यवहारातही हिरवे मूगच जास्त वापरले जातात. चरकाचार्यांनी 'सुप्योत्तम' म्हणजे वरणासाठी मूग श्रेष्ठ आहेत असे म्हटले आहे.

चरकांनी ज्वर म्हणजे तापात मुगाचा वापर केला आहे. कोणत्याही कारणाने आलेल्या ज्वरात, आजही आपण मुगाचे कढण किंवा खिचडी रुग्णास देतो.

रक्तपित्त, कुष्ठ आणि विषचिकित्सेत मुगाचे कढण द्यावे; असे ग्रंथात म्हटले आहे. तसेच जलोदर आणि ग्रहणीमध्ये मुगाचा उपयोग होतो.

या युगात लहान मुले, तरुण आणि ज्येष्ठ नागरिकांनाही स्थौल्य म्हणजे लठ्ठपणा या रोगाने ग्रासले आहे. मुगाच्या विशद गुणामुळे मांस, मेदाचे लेखन होते आणि 'स्थौल्य' कमी होण्यास मदत होते. अंकुरित मुगाचा आहारात समावेश केल्याने स्थौल्य, प्रमेह आणि मधुमेह कमी होण्यास मदत होते.

मूग हे 'नेत्र्य' असल्याने रोजच्या आहारात त्याचा समावेश इष्ट आहे. मुगाचे वरण, कढण, उसळ, पापड, लाडू, अंकुरित मूग, खिचडी या प्रकारांनी आहारात वापर केला जातो. निरनिराळ्या भाज्यांमध्ये मुगाच्या डाळीचा 'व्यंजन' म्हणून वापर करतात.

श्रावणी सोमवारी 'मुगाची शिवामूठ' असते, म्हणजेच व्रतवैकल्यांत मुगाचा समावेश करून मूग वापरावे. हा संदेश आपल्या पूर्वजांनी दिलेला आहे.

आधुनिक दृष्टिकोनातून, १०० ग्रॅम मुगामध्ये ३३४ कॅलरी आहेत. एकूण फायबर १६.७ ग्रॅम असून, त्यातील न विरघळणारा १४.७ ग्रॅम आणि विरघळणारा २ ग्रॅम आहे. प्रोटिन्स २४ ग्रॅम, फॅट १.३ ग्रॅम, कार्बोहायड्रेट्स ५६.७ ग्रॅम

इसेन्शियल अमायनो ॲसिड्स : नायट्रोजनच्या मिलिग्रॅम प्रतिशत – अर्जिनिन ५००, हिस्टिडीन १७०, लायसिन ४६०, ट्रिप्टोफान ६०, फेनिल ॲलानिन ३५०, टायरोसिन १००, मेथिओनिन ८०, सिस्टिन ६०, थ्रिओनिन २००, ल्युसिन ५१०, आयसोल्युसिन ३५०, व्हॅलिन ३२०

इसेन्शियल फॅटी ॲसिड्स : एकूण ०.८ ग्रॅम, लायनोलेइक ओमेगा ६ (N6) ०.६ ग्रॅम, अल्फा लायनोलेनिक ओमेगा ३ (N3) ०.२० ग्रॅम

मिनरल्स : सर्व मिलिग्रॅममध्ये – कॅल्शियम १२४, फॉस्फरस ३२६, आयर्न ४.४, मॅग्नेशियम १२७, सोडियम २८, पोटॅशियम ८४३, क्रोमियम ०.०१४

व्हिटॅमिन्स (बी कॉम्प्लेक्स–संकुल) : सर्व मिलिग्रॅममध्ये – थायामिन ०.४७, रिबोफ्लाव्हिन ०.२७, नियासिन २.१, फोलिक ॲसिड २४.५ म्यु.जी.

ॲन्टी-ऑक्सिडंट्स : अ) व्हिटॅमिन्स : कॅरॉटिन ९४ म्यु.जी.

ब) मिनरल्स : कॉपर ०.३९ मि.ग्रॅम, मँगेनीज २.४७ मि.ग्रॅम, झिंक ३ मि.ग्रॅम

■

११. राजमा

संस्कृत : **हिंदी :** राजमा
इंग्रजी : Rajmah **लॅटिन :** Phaseolus Vulgaris

उत्तर भारतात 'राजमा' या कडधान्याचा वापर बराच केला जातो. रात्री भिजवून दुसऱ्या दिवशी उसळ करतात. शिजण्यास कठीण असतात. राजमा-चावल मोठ्या आवडीने खाल्ले जातात.

१०० ग्रॅम राजम्यामध्ये ३४६ कॅलरी असतात. क्रूड फायबर ४.८ ग्रॅम असून प्रोटिन्स २२.९ ग्रॅम, फॅट १.३ ग्रॅम, कार्बोहायड्रेट ६०.६ ग्रॅम

इसेन्शियल अमायनो ॲसिड्स : नायट्रोजनच्या मिलिग्रॅम प्रतिशत – अर्जिनिन ३७०, हिस्टिडिन १८०, लायसिन ४६०, ट्रिप्टोफान ६०, फेनिल ॲलानिन ३४०, टायरोसिन १००, मेथिओनिन ६०, सिस्टिन ४०, थ्रिओनिन २७०, ल्युसिन ४७०, आयसोल्युसिन ३००, व्हॅलिन ३३०

इसेन्शियल फॅटी ॲसिड्स : लायनोलेइक (ओमेगा-६) ०.५ ग्रॅम, अल्फा लायनोलेनिक (ओमेगा-३) ०.७ ग्रॅम.

मिनरल्स : सर्व मिलिग्रॅममध्ये – कॅल्शियम २६०, फॉस्फरस ४१०, आयर्न ५.१, मॅग्नेशियम १८४, क्रोमियम ०.०२

ॲंटिऑक्सिडंट्स : मिनरल्स - कॉपर १.४५ मि.ग्रॅम, मॅंगेनीज १.६ मि.ग्रॅम, झिंक ४.५ मि.ग्रॅम.

■

१२. सोयाबीन

संस्कृत : राजशिम्बी **हिंदी :** भटवाँसू, भटवार
इंग्रजी : Soyabean **लॅटिन :** Glycine maxmerr

राजशिम्बी गुरूः स्निग्धा मधुरोष्णा कषायकः।
दुर्जरा वात शमनी स्तन्यदा बलवर्धनी।। प्रियव्रत (स्व)

रस : मधुर, कषाय **विपाक :** मधुर **वीर्य :** उष्ण
दोषघ्नता : वातशमन
महत्त्वाचे गुण : गुरू, स्निग्ध

सोयाबीनच्या शेंगातील दाण्यांची उसळ करतात, कोणी कोवळेदाणे हुरड्याप्रमाणे भाजून खातात. सोयाबीनचा वापर आसाम, बंगाल, मणीपूर, नागालँड, नेपाळ,

भूतान आदी उत्तरीपूर्व राज्यात होतो. भारतात सध्या मध्यप्रदेश, सोयाबीनच्या पिकाच्या बाबतीत आघाडीवर आहे. महाराष्ट्रात नाशिक, बुलढाणा इत्यादी ठिकाणी लागवड करत आहेत.

४००० वर्षे चिनी लोकांच्या आहारात, सोयाबीनला महत्त्वाचे स्थान आहे. आता युरोप आणि अमेरिकेतही त्याचा प्रसार झाला आहे.

सोयाबीन गुरू, स्निग्ध गुणांमुळे पचण्यास जड आहे. बल्य गुणामुळे सप्तधातू वर्धन होते आणि स्तन्यजनक हा पण गुण आहे.

आधुनिक दृष्टिकोनातून, १०० ग्रॅम सोयाबीनमध्ये ४३२ कॅलरी आहेत. एकूण फायबर २३ असून त्यातील न विरघळणारा १७.९ ग्रॅम आणि विरघळणारा फायबर ५.१ ग्रॅम आहे. प्रोटिन्स ४३.२ ग्रॅम, फॅट १९.५ ग्रॅम, कार्बोहायड्रेट २०.९ ग्रॅम.

इसेन्शियल अमायनो ॲसिड्स : सर्व नायट्रोजनच्या मिलिग्रॅम प्रतिशत –

अर्जिनिन ४५०, हिस्टिडीन १५०, लायसिन ४००, ट्रिप्टोफान ८०, फेनिलॲलानिन ३००, टायरोसिन २१०, मेथिओनिन ८०, सिस्टिन १००, थ्रिओनिन २४०, ल्युसिन ४८०, आयसोल्युसिन ३२०, व्हॅलिन ३२०

इसेन्शियल फॅटी ॲसिड्स : लायनोलेइक ओमेगा-६ (N6) १०.४ ग्रॅम, अल्फा लायनोलेनिक ओमेगा-३ (N3) १.४ ग्रॅम.

मिनरल्स : सर्व मिलिग्रॅममध्ये – कॅल्शियम २४०, फॉस्फरस : ६९०, आयर्न १०.४, मॅग्नेशियम २३८, क्रोमियम : ०.०२९

व्हिटॅमिन्स (बी कॉम्प्लेक्स–संकुल) : थायामिन ०.७३ मि.ग्रॅम, रिबोफ्लाव्हिन ०.३९ मि.ग्रॅ. नियासिन ३.२ मि.ग्रॅम, फोलिक ॲसिड ८.६५ म्यु.जी.

ॲन्टी-ऑक्सिडंट्स :

अ) व्हिटॅमिन्स : कॅरॉटिन ४२६ म्यु.जी.

ब) मिनरल्स : कॉपर १.३८ मि.ग्रॅम, मॅंगेनीज : २.३५ मि.ग्रॅम. झिंक : ४.४ मि.ग्रॅम

फायटोकेमिकल्स : आयसोफ्लेवोन, जेनिस्टिन आणि डियाडजेन ही आहेत. व्यवहारात सोयाबीन वापरताना, त्याला उष्णता देऊन त्यावर प्रक्रिया करून पीठ करावे. त्यामुळे त्यातील ॲन्टीन्युट्रियंट्सचा नाश होतो आणि पीठ पचण्यास हलके होते. बाजारात 'सोया-चंकस्' मिळतात. हे भाज्यांमध्ये व्यंजन म्हणून वापरता येतात किंवा त्याची भाजीही करतात. सोयासॉसचा वापर आपण चायनीज डिशमध्ये करतो. ज्या बालकांना दुधातील लॅक्टोजची ॲलर्जी आहे. अशा बालकांना 'सोयादूध' देतात. सोयापनीर म्हणजेच टोफू, याचीही भाजी करतात.

गव्हाच्या १ किलो कणकेत पावकिलो सोयाबीनचे पीठ मिसळावे. ज्यांना

सोयाची चव आवडत नसेल त्यांनी कमीत कमी १०० ग्रॅम सोयापीठ कणकेत मिसळावे. तसेच याचबरोबर १ किलो कणकेत ५० ग्रॅम मेथीपावडर घालावी आणि या कणकेच्या रोज पोळ्या कराव्या.

आयसोफ्लेवोन या फायटोकेमिकलमध्ये फायटोइस्ट्रोजेन असतात. स्त्रियांना रजोनिवृत्तीच्या वेळी, या फायटोइस्ट्रोजेनमुळे इस्ट्रोजेनचा तुटवडा भासत नाही आणि रजोनिवृत्ती (किंवा मेनॉपॉझ) च्या वेळी होणारे छातीत धडधडणे, घाम येणे, मनाची अस्थिरता ही लक्षणे कमी प्रमाणात होतात. तसेच रजोनिवृत्तीच्या वेळी हाडे ठिसूळ होतात आणि हाडातील कॅल्शियमची घनता कमी होते. सोयाबीनच्या वापराने हाडे ठिसूळ होत नाहीत.

आयसोफ्लेवोनसमुळे रक्तातील 'एल.डी.एल. या वाईट कोलेस्टेरॉलचे प्रमाण कमी होते आणि चांगल्या 'एच.डी.एल.' कोलेस्टेरॉलचे प्रमाण वाढते.

सोयाबीनचा ग्लायसेमिक इंडेक्स कमी असल्याने, डायबेटिक रुग्णांच्या आहारात सोयाबीन आवश्यक आहे. मटण, बीफ या मांसाहारातील प्रोटिन्समुळे किडनीवर ताण येतो. कारण ग्लोमेरुलर फिल्टरेशन रेट वाढतो. सोयाप्रोटिन्समुळे किडनीवर ताण येत नाही. किडनीचे कार्य निरोगी राहते. म्हणून सामान्य आणि डायबेटिक रुग्णांना सोयाप्रोटिन्स आहारात उपयुक्त आहेत. सोयाप्रोटिन्सची तुलना मांसाहाराशी करता येते. सोयाबीनमधील जेनिस्टिन आणि डियाडजेन ही आयसोफ्लेवोनस् कर्करोगाच्या गाठीला जास्त रक्तपुरवठा होऊ देत नाहीत. पुरुषांमधील प्रोस्टेट ग्रंथी आणि स्त्रियांमधील ब्रेस्ट कॅन्सरचे प्रमाण, सोयाबीनमुळे कमी होते. तसेच आतड्याचे कर्करोग कमी होतात.

न्यूट्रिला सोया-चंक्स :१०० ग्रॅम सोयाचंक्समध्ये ३३६ कॅलरी असतात. प्रोटिन्स ५४.२ ग्रॅम, कार्बोहायड्रेट्स २८.९ ग्रॅम. कॅल्शियम ५३३ मि. ग्रॅम, आयर्न २१.२ मिलिग्रॅम असते.

■

१३. हरभरा

संस्कृत : चणक　　**हिंदी :** चना

इंग्रजी : Bengal Gram,Chick pea　　**लॅटिन :** Cicer arietinum

वातलाः शीतमधुराः सकषाया विरुक्षणाः।
कफशोणितपित्तघ्नाश्चणकाः पुंस्त्वनाशनाः।
त एव घृतसंयुक्ता स्त्रिदोषशमनाः परम्।। (सु. सू. ४६)

रस : मधुर, कषाय **विपाक :** कटू **वीर्य :** शीत

दोषघ्नता : कफपित्तघ्न, वातवर्धन

महत्त्वाचे गुण : लघु, रुक्ष, विरुक्षण

हरभरा वातवर्धक असला तरी तुपाशी संयोग झाल्यावर वातशामक होतो. म्हणून त्रिदोषशामक होतो. कोवळे ओले हरभरे म्हणजे 'सोलाणे' कच्चे खातात त्याची उसळ करतात. सुके हरभरे भिजवून आपण त्याची उसळ करतो. उत्तर भारतात सफेद आणि मोठे हरभरे (छोले) भिजवून त्याची उसळ करतात. चण्याची डाळ इतर भाज्यात व्यंजन म्हणून वापरली जाते. चण्याच्या डाळीचे पीठ म्हणजे बेसन माहीत नाही अशी स्त्री नाही.

चैत्रातील हळदीकुंकवात भिजवलेल्या हरभऱ्यांनी स्त्रियांची ओटी भरतात, तर उत्तर भारतात नवरात्र संपताना कुमारिकांना छोल्याची उसळ देतात. तसेच मोतीचुराचे लाडू 'शगुन के लड्डू' म्हणून प्रसिद्ध आहेत. खवय्यांना शेव, गाठी, फाफडा, फरसाण आकर्षित करतो. बुंदी रायताही लग्नाच्या मेनूत आगली हजेरी लावून जातो.

चैत्राच्या हळदीकुंकवाला आंब्याची डाळ देण्याची प्रथा आहे. येथे कच्चीडाळ आणि कैरी यांचा संयोग आहे. चण्याची डाळ रुक्ष आणि लघु आहे. कैरी आम्लरसाची आहे. चैत्र महिन्यात वसंत ऋतू असतो. या वेळी कफप्रकोप असतो. कफाच्या गुणांच्या विरुद्ध ही आंब्याची डाळ कफशमनाचे काम करते.

श्रावण मासात हरभऱ्याची डाळ, गूळ आणि गहू यापासून बनविलेली पुरणपोळी दूध आणि तुपाबरोबर खाल्ली जाते. त्यामुळे डाळीची रुक्षता, शरीराला अपायकारक होत नाही. ऋषीमुनी आहारशास्त्राचा त्याकाळी विचार करत होते, हे ह्यावरून सिद्ध होते.

हरभरा पुंसत्वनाशक आहे. म्हणून अतिमात्रेत त्याचे सेवन करू नये. ज्या पुरुषांचा स्पर्मकाऊंट कमी आहे, त्यांनी जास्त काळजी घ्यावी.

त्वचेची कांती सुधारण्यासाठी चण्याच्या डाळीचे पीठ, दूध आणि हळद स्नानाच्या आधी सर्वांगाला लावावे. थंडीच्या दिवसात हरभऱ्याच्या पानांवर दवबिंदू पडतात. पहाटे पानांवरील हे पाणी मलमलच्या कापडाने टिपून घेतले जाते आणि पिळून बाटलीत भरतात. याला 'आम' म्हणतात. ही आम अग्निमांद्य, शूल आणि अजीर्ण दूर करते.

चरकांनी ज्या रुग्णांना यूष सात्म्य असेल, त्यांना हरभऱ्याचा यूष ज्वरचिकित्सेत सांगितला आहे.

१०० ग्रॅम हरभऱ्यात ३६० कॅलरी आहेत. एकूण फायबर २८.३ ग्रॅम आहे. त्यात न विरघळणारा २५.२ ग्रॅम आणि विरघळणारा ३.१ ग्रॅम आहे. प्रोटिन्स १७.१ ग्रॅम, फॅट ५.३ ग्रॅम, कार्बोहायड्रेट्स ६०.९ ग्रॅम आहेत.

इसेन्शियल अमायनो ॲसिड्स : सर्व नायट्रोजनच्या मिलिग्रॅम प्रतिशत – अर्जिनिन ५७०, हिस्टिडिन १६०, लायसिन ४४०, ट्रिप्टोफान ५०, फेनिल ॲलानिन ३६०, टायरोसिन १८०, मेथिओनिन ८०, सिस्टिन ८०, थ्रिओनिन २२०, ल्युसिन ५८०, आयसोल्युसिन ३२०, व्हॅलिन ३१०

इसेन्शियल फॅटी ॲसिड्स : लायनोलेइक ओमेगा-६ (N6) ३.५ ग्रॅम, अल्फा लायनोलेनिक ओमेगा-३ (N3) ०.२ ग्रॅम

मिनरल्स : सर्व मिलिग्रॅममध्ये – कॅल्शियम २०२, फॉस्फरस ३१२, आयर्न ४.६, मॅग्नेशियम ११९, सोडियम ३७, पोटॅशियम ८०८,
क्रोमियम ०.००८

व्हिटॅमिन्स (बी कॉम्प्लेक्स–संकुल) : थायामिन ०.३ मि.ग्रॅम, रिबोफ्लाव्हिन ०.१५ मि.ग्रॅम, नियासिन २.९ मि.ग्रॅम, पायरीडॉक्सीन 'ई'६, १०.९ मायक्रोग्रॅम, फोलिक ॲसिड ३४ म्यु.जी.

ॲन्टी-ऑक्सिडंट्स : अ) व्हिटॅमिन्स : कॅरॉटिन १८९ म्यु.जी. व्हिटॅमिन 'सी' ३ मिलिग्रॅम,

ब) मिनरल्स : कॉपर १.१८ मि.ग्रॅम, मॅंगेनीज १.२१ मि.ग्रॅम, झिंक ६.१ मि.ग्रॅम

फायटोकेमिकल्स : १) आयसोफ्लेवोन्स : ही रक्तातील कोलेस्टेरॉल कमी करतात. कॅन्सरच्या वाढीला आळा घालतात. रजोनिवृत्तीच्या (मेनापॉझ) वेळी होणारा त्रास कमी करतात. हाडे ठिसूळ होऊ देत नाहीत.

भारतात ब्रिटिशांच्या काळात मोठा दुष्काळ पडला होता. त्या वेळी कुपोषणाच्या विरुद्ध लढण्यासाठी मोड आलेले हरभरे देत असत. मोड आलेले हरभरे खाल्ल्याने कुपोषितांचे पोषण झाले आणि स्कर्व्ही (हिरड्यातून रक्त येणे) हा रोग झाला नाही. हरभऱ्यांना मोड आल्याने त्यातील व्हिटॅमिन 'सी'चे प्रमाण वाढले. हळदीकुंकू या धार्मिक प्रसंगी मोड आलेल्या हरभऱ्यांनी सुवासिनींची ओटी भरतात. ही प्रथा किती शास्त्रोक्त आहे हे या उदाहरणावरून समजून येईल.

■

४

तृणधान्ये

१. तृणधान्ये (Cereal Grains)

भारतीय शाकाहारात तांदूळ, गहू, ज्वारी, बाजरी, नाचणी या तृणधान्यांचा मुख्यत्वेकरून वापर केला जातो. पोटभरीचे हे प्रमुख अन्न इतर उसळी, फळभाज्या, पालेभाज्या याबरोबर दुपारच्या आणि रात्रीच्या जेवणात असते.

या तृणधान्यातून कार्बोहायड्रेट्स विपुल प्रमाणात मिळतात. कार्बोहायड्रेट्सच्या पचनाच्या शेवटी ग्लुकोज (मोनोसॅकराइड) तयार होतो. हा ग्लुकोज आपल्या शरीराचे इंधन आहे, ज्यापासून ऊर्जा मिळते.

आपले शरीर लाखो पेशींचे बनलेले आहे. या सर्व पेशींना त्यांच्या कार्याकरिता ऊर्जेची जरूर असते, ती ग्लुकोज पुरी करतो. प्रत्येक व्यक्तीची ऊर्जेची गरज लिंग, वय आणि व्यवसाय यावर अवलंबून असते. श्रमजीवी व्यक्तीस म्हणजे खेळाडू, कामगार, शेतकरी यांना जास्त ऊर्जेची गरज आहे. तर बैठे काम करणाऱ्यांना ऊर्जा कमी लागते. जेवढे श्रम जास्त, तेवढे जास्त उष्मांक (कॅलरी) वापरले जातात.

आपणास भात, पोळी, भाकरी या तृणधान्याधिष्ठित आहारातून ७० ते ८० टक्के ऊर्जा मिळते. गरिबांना आर्थिक परिस्थितीमुळे फळे, मांसाहार, दूधदुभते परवडत नाही. त्यामुळे ऊर्जेचा तृणधान्ये हाच मुख्य आधार आहे. या तृणधान्यापासून प्रोटिन्स, कॅल्शियम, आयर्न, व्हिटॅमिन्स आणि मिनरल्सही मिळतात.

तृणधान्यात 'लायसिन' हे अमायनो ॲसिड कमी असते. तेच कडधान्यात आणि डाळीत जास्त असते. वरणभात, मुगाची खिचडी, डाळ-रोटी या तृणधान्ये आणि कडधान्यमिश्रित आहारामुळे इसेन्शियल अमायनो ॲसिड्स म्हणजे प्रोटिन्सचा संतुलित पुरवठा होतो.

तृणधान्य (भात, पोळी) आणि कडधान्य (उसळी, वरण) या दोघात मेथिओनिन हे अमायनो ॲसिड कमी असते. आहारात दूध, ताक, दही यांचा समावेश केल्याने ही मेथिओनिनची कमतरता भरून निघते. सर्व इसेन्शियल अमायनो ॲसिड्स

शरीरास मिळतात. भोजनात दूधभात, ताक-भात, दही यांचा समावेश आवश्यक आहे.

या दुधाच्या पदार्थांतून व्हिटॅमिन बी-१२ मिळते. शाकाहारात व्हिटॅमिन बी-१२ इतर पदार्थांमध्ये नसते. कमीत कमी प्रत्येकाने ३०० एम.एल. दूध रोज घेतल्याने, व्हिटॅमिन बी-१२ आणि मेथिओनिनची गरज भागते.

१०० ग्रॅम तृणधान्यात ८ ते १२ ग्रॅम प्रोटिन्स असतात, तर १०० ग्रॅम कडधान्यात १७ ते २५ ग्रॅम प्रोटिन्स मिळतात.

यामुळेच तृणधान्यांबरोबर कडधान्ये ५ : १ या प्रमाणात (५ भाग तृणधान्ये, १ भाग कडधान्ये/डाळ) घेतल्याने आहार संतुलित होतो.

किडनीच्या विकारात जेव्हा किडनीचे कार्य नीट होत नाही. त्या वेळी कडधान्ये आणि मांसाहार खाण्यावर बंधन येते, कारण प्रोटिन्स कमी खावयाची असतात. अशा वेळी तांदूळ या तृणधान्यातील प्रोटिन्स ही चांगल्या प्रतीची असल्याने, तांदळाचे प्रमाण आहारात वाढविणे, रिनल फेल्युअर, नेफ्रायटिस इ. किडनी विकारात फायदेशीर ठरते.

तृणधान्यात प्रति १०० ग्रॅम साधारणत: ३५० उष्मांक (कॅलरीज) मिळतात. बाजरी ३६१, ज्वारी ३४९, गहू ३५६, तांदूळ ३५० असे उष्मांक मिळतात. पूर्वी वजन कमी करण्यासाठी आणि मधुमेही रुग्णांना भात न खाण्याचा सल्ला दिला जात असे. उष्मांक (कॅलरीज)चा विचार करताना सर्वच तृणधान्ये, मर्यादित प्रमाणात घेणे हितावह आहे. मधुमेही रुग्णांनी भात सोडण्याची बिलकूल गरज नाही. आहारात थोडा भात आवश्यक आहे.

■

२. ओट

संस्कृत : ओट, जव　　**हिंदी :** जई, जवी

इंग्रजी : Oat / Oatmeal　　**लॅटिन :** Avnabyzantina

हे तृणधान्य आहे. याची लागवड ऑस्ट्रेलिया, कॅनडा आणि युरोपमध्ये प्रामुख्याने केली जाते. भारतातही लागवड करतात. परदेशातून आयात करून 'व्हाईट ओट' या नावाने बाजारात विकत मिळते आणि त्याच्यावर प्रक्रिया करून 'रोल्ड ओट' आणि 'ओट ब्रान' म्हणून सुद्धा विकले जाते. याचा उपयोग पॉरिज (खीर) आणि सूपमध्ये केला जातो.

१०० ग्रॅम ओटमध्ये ३७४ कॅलरी असतात. क्रूड फायबर ३.५ ग्रॅम असतो.

प्रोटिन्स १३.६ ग्रॅम, फॅट ७.६ ग्रॅम, कार्बोहायड्रेट ६२.८ ग्रॅम असतात.

मिनरल्स : सर्व मिलिग्रॅममध्ये – कॅल्शियम ५०, फॉस्फरस ३८०, आयर्न ३.८

व्हिटॅमिन्स (बी कॉम्प्लेक्स–संकुल) : थायामिन ०.९८ मि.ग्रॅम, रिबोफ्लाव्हिन ०.१६ मि.ग्रॅम, नियासिन १.१ मि.ग्रॅम, फोलिक ॲसिड ३२ म्यु.जी.

ओट हे त्यातील सोल्युबल आणि इनसोल्युबल फायबरकरिता प्रसिद्ध आहे. सोल्युबल फायबरमुळे कोलेस्टेरॉल आणि ब्लडशुगर कमी होते. ओटमध्ये बीटा ग्लुकॉन (Beta-glucan) हा सोल्युबल फायबर असतो. हा फायबर विशेषत: कोलेस्टेरॉल कमी करण्यासाठी प्रसिद्ध आहे.

वजन कमी करण्यासाठी, स्थूल रुग्णांना ओट घेण्याचा सल्ला दिला जातो.

ओटमधील Fructo-oligo-saccharides (F.O.S.)मोठ्या आतड्यांतील लॅक्टोबॅसिलस आणि बायफिडो बॅक्टेरियांची वाढ होण्यास मदत करतात. हे बॅक्टेरिया परोपकारी असल्याने अन्नपचन सुधारते.

■

३. गहू

संस्कृत : गोधूम   **हिंदी :** गेहूँ

इंग्रजी : Wheat   **लॅटिन :** Triticum Aestivum

गोधूमः मधुरः शीतो वातपित्तहरो गुरूः।
कफशुक्रप्रदो बल्यः स्निग्धः सन्धानकृत् सरः।।
जीवनो बृंहणो वीर्यो व्रण्यो रुच्यः स्थिरत्वकृत्। (भा.प्र.)

रस : मधुर **विपाक :** मधुर **वीर्य :** शीत

दोषघ्नता : वातपित्तहर, कफवर्धन

कफप्रदो नवीनो न तु पुराणः। (वाग्भट)

नवीन गहू कफप्रद असतो, पण जुना गहू कफप्रद नसतो. यामुळे वसंतऋतूत जुना गहू खाण्यास वाग्भटांनी परवानगी दिलेली आहे.

महत्त्वाचे गुण : स्निग्ध, सर, गुरू

ग्रंथात महागोधूम, मधुली आणि नंदीमुख अशा गव्हाच्या जाती वर्णन केल्या आहेत. आता पंजाब आणि मध्यप्रदेशातील गहू उत्तम मानला जातो. तसा भारतातील सर्व राज्यात गहू पिकतो. त्याच्या सिहोर, लोकवन, खपली आणि सरबती अशा निरनिराळ्या जातींचा गहू बाजारात उपलब्ध आहे. रंगाच्या दृष्टिकोनातून पांढरा

आणि लाल गहू असे दोन प्रकार आहेत. त्यातील लाल गहू चांगला मानतात. व्यवहारात आपण गहू साठवून जुना झाल्यावरच वापरतो.

गहू जीवनीय आणि रसरक्तादि सप्तधातूंचे वर्धन करून बृंहण करणारा आहे. गव्हाने शरीराला स्थिरत्व येते. संधानकर म्हणजे, मोडलेली हाडे जोडणारा आणि हाडांना बल देणारा आहे. तसेच त्याने त्वचेचा वर्ण सुधारतो.

चरकांनी कफजप्रमेहात आणि पित्तजप्रमेहात गहू आणि गव्हापासून बनविलेले पदार्थ खावेत, तसेच राजयक्ष्मा (टी.बी.) या रोगात गहू खावा असे सांगितले आहे. पाण्डु, कामला, श्‍वास-कास आदी रोगांमध्ये आहारद्रव्य म्हणून गव्हाचा वापर केला आहे. वाजीकरण अध्यायात 'वाजीकरणपिण्डरस' याचे वर्णन आहे. त्यात मुगाचे पीठ आणि गव्हाची कणीक , साखर, गाईचे दूध आणि तुपाचा वापर करून पुऱ्या कराव्यात आणि त्या पुऱ्या कोंबडीच्या रसाबरोबर खाव्या असे म्हटले आहे.

आधुनिक दृष्टिकोनातून, १०० ग्रॅम गव्हामध्ये ३४६ कॅलरी आहेत. एकूण फायबर १२.५ ग्रॅम असून, न विरघळणारा ९.६ ग्रॅम आणि विरघळणारा फायबर २.९ ग्रॅम असतो. प्रोटिन्स ११.८ ग्रॅम, फॅट १.५ ग्रॅम, कार्बोहायड्रेट्स ७१.२ ग्रॅम असतात.

इसेन्शियल अमायनो ॲसिड्स : नायट्रोजनच्या मिलिग्रॅम प्रतिशत – अर्जिनिन २९०, हिस्टिडिन १३०, लायसिन १७०, ट्रिप्टोफान ७०, फेनील ॲलानिन २८०, टायरोसिन १८०, मेथिओनिन ९०, सिस्टिन १४०, थ्रिओनिन १८०, ल्युसिन ४१०, आयसोल्युसिन २२०, व्हॅलिन २८०

इसेन्शियल फॅटी ॲसिड्स : १) लायनोलेइक ओमेगा-६ १.१ ग्रॅम.

२) अल्फा लायनोलेनिक (ओमेगा-३) ०.१७ ग्रॅम.

मिनरल्स : सर्व मिलिग्रॅममध्ये – कॅल्शियम ४१, फॉस्फरस ३०६, आयर्न ५.३, मॅग्नेशियम १३८, सोडियम १७, पोटॅशियम २८४, क्रोमियम ०.०१२

व्हिटॅमिन्स (बी कॉम्प्लेक्स–संकुल) : थायामिन ०.४५ मि.ग्रॅम, रिबोफ्लाविन ०.१७ मि.ग्रॅम, नियासिन ५.५ मि.ग्रॅम, फोलिक ॲसिड १४२ म्यु.जी. व्हिटॅमिन बी-६, पायरिडॉक्सीन ८ मायक्रोग्रॅम.

ॲन्टी-ऑक्सिडंट्स : अ) व्हिटॅमिन्स : कॅरॉटिन ६४ म्यु.जी.

ब) मिनरल्स : कॉपर ०.६८ मि.ग्रॅम, मँगेनीज २.२९ मि.ग्रॅम, झिंक २.७ मि.ग्रॅम.

'दलिया' म्हणजे गव्हाचे तुकडे खीर किंवा सांजा करण्यासाठी वापरतात. गव्हाच्या रव्यापासून शिरा, उपमा, खीर, लाडू केले जातात. गव्हाचे पीठ म्हणजे कणीक (आटा) याचा वापर घरोघरी चपाती, फुलके, रोटी करण्यासाठी होतो.

गहू आणि कणिक यांची तुलना करताना, पृथक्करणाच्या दृष्टिकोनातून कणकेमध्ये

९० ते ९५ टक्के गव्हाचे गुण आहेत. पंजाबमध्ये गहू दळताना, त्यात हरभरा घालण्याची पद्धत आहे. आपण गहू दळताना सोयाबीन आणि मेथी घालतो. या दोन्ही पद्धती चांगल्या आहेत. यामुळे संतुलित अन्नघटक चपाती किंवा रोटीमधून मिळतात.

याच गव्हापासून मैदा बनविला जातो. हा मैदा बनविताना गव्हातील जास्तीत जास्त कोंडा काढला जातो. हा कोंडा काढल्याने फायबर अति अल्प राहतो. प्रोटिन्सचे प्रमाण कमी होते, व्हिटॅमिन्स नष्ट होतात. म्हणजेच मैदा नि:सत्त्व आहे. अशा मैद्यापासून व्हाईट ब्रेड, पिझ्झा, केक, पेस्ट्री, नान, बिस्किटे बनतात. या मैद्याच्या पदार्थांचे अतिप्रमाणात सेवन केल्याने, पाश्चात्य देशात आतड्याच्या कॅन्सरचे प्रमाण वाढलेले आढळते. मैदा नि:सत्त्व असतो, म्हणून त्यात व्हिटॅमिन्स, लोह, कॅल्शियम मिसळण्याचा पाश्चात्त्य देशांत प्रघात आणि कायदा आहे. भारतात अशी तरतूद नाही. त्यामुळे मैद्याचे पदार्थ शक्यतो टाळणे, हे आरोग्याच्या दृष्टीने हितावह आहे.

ब्राऊनब्रेड हा गव्हाच्या पूर्ण दाण्यापासूग बनविलेल्या पिठाचा असतो. असा ब्राऊन ब्रेड आरोग्यास हितावह आहे. मैद्यामध्ये गुळाची मळी मिसळून ब्रेडला ब्राऊन रंग आणण्यात येतो. हा ब्रेड आरोग्यदायक नाही. याकरिता ग्राहकांनी जागरूक राहणे जरुरीचे आहे.

गव्हातून मिळणाऱ्या प्रथिनात १२ टक्के ग्लूटेन असते. ग्लूटेनमध्ये लायसिन हे अमायनो ॲसिड नसते. या तुलनेत तांदुळाच्या प्रथिनांमध्ये गव्हापेक्षा लायसिन जास्त असते. गव्हाच्या ग्लुटेनमध्ये 'ग्लायडिन' नावाचे प्रथिन असते. या ग्लायडिन प्रथिनाची काही व्यक्तींना ॲलर्जी असते. त्यांना गहू खाल्ल्यावर जुलाब, अपचन, पोट दुखणे अशी लक्षणे दिसतात. या व्यक्तींनी तांदूळ, ज्वारी, बाजरी आहारात घेणे इष्ट.

गव्हाची पोळी, फुलका, रोटी हे रोजच्या आहारात घेणे हितावह आहे. कणकेमध्ये असलेली ओमेगा-३ आणि ओमेगा-६ फॅटी ॲसिड्स आपली रोजची या फॅटी ॲसिड्सची गरज भागवितात. तळलेल्या पुऱ्या, भरपूर तूप घालून केलेले पराठे सणासुदीला ठीक. पण रोजच्या आहारात घेतल्याने, तळणामुळे ट्रान्सफॅटी ॲसिड्सचे प्रमाण वाढते.

ब्रेड बनविण्याची कला, 'निओलिथिक काळातील आहे. इजिप्शियन लोकांनी १२००० वर्षांपूर्वी छिद्रयुक्त ब्रेड प्रथम बनविला. यासाठी भट्ट्या आणि ओव्हन्स बनविले. आज जगभर सर्वत्र ब्रेड मिळतो आणि त्याशिवाय जगाचे रहाटगाडगे चालत नाही.

नाचणी, मका आदी धान्यांपासूनही ब्रेड बनविला जातो. ब्रेडमध्ये रताळी, झुकीनी, बटाटा, टोमॅटो तसेच केळी, स्ट्रॉबेरी, कॅनबेरी, सफरचंद या फळांचा वापर केला जातो. लसूण, तीळ, बाळंतशेपा, खसखस यांचा स्वादयुक्त ब्रेडही मिळतो.

रशिया, स्कॅन्डिनेव्हिया, जर्मनी या देशात रायब्रेडचा जास्त वापर होतो. त्याची

चव, रंग याची आपणास सवय करावी लागते. जर्मन लोकांचा 'पॅपरनिकल' हा गडद ब्रेड काकडी आणि कडू चॉकलेट घालून बनविलेला असतो.

गव्हांकुर : अमेरिकेतील बोस्टन येथील 'हिपोक्रटस हेल्थ इन्स्टिट्यूटच्या संस्थापिका आणि अध्यक्ष डॉ. ॲन विगमोर यांनी गव्हाच्या अंकुराची औषध पद्धती शोधून तिचा प्रचार केला. या गव्हांकुर तृणाची 'हिरवे रक्त' म्हणून जगभर प्रशंसा केली जात आहे.

गहू अंकुरित करून ६ ते ७ इंच उंचीच्या पात्या होईपर्यंत वाढविले जातात. नंतर त्या वाटून त्याचा रस काढला जातो. हा ताजा रस १०० ते १५० एम.एल. रोज प्राशन करावा. हल्ली सोयीसाठी ॲग्रो फार्मस् या गव्हांकुराचे चूर्ण बाजारात विक्रीस आले आहे. रोज १ ग्रॅम हे चूर्ण घेण्यास सांगितले जाते.

गव्हांकुरामध्ये क्लोरोफिल असल्याने, रक्तातील हिमोग्लोबिन वाढते. निरनिराळ्या त्वचारोगांवर उपयोग होतो.

अमेरिकेतील टेक्सास रिसर्च सेंटरमध्ये, संशोधनात कर्करोगाविरुद्ध लढण्यास याचा उपयोग होतो, असे निदर्शनास आले आहे.

■

४. खपली गहू

संस्कृत : –　　**हिंदी :** –

इंग्रजी : Emmer Wheat　　**लॅटिन :** Triticum Dicoccum

इराण, इजिप्त, इस्राइल, टर्की, अमेरिका, इटली आदी देशांत याचे उत्पादन होते. भारतात कर्नाटक, महाराष्ट्र आदी राज्यांत याचे पीक घेतात.

इजिप्त, ग्रीस, इटली आदि देशांत यापासून ब्रेड, पास्ता बनवितात. इटलीमध्ये सूप घट्ट होण्यासाठी वापरतात. याला इटलीत 'Farro' असे म्हणतात.

बाकीच्या गव्हांच्या प्रजातींपेक्षा या गव्हात फायबर जास्त आहे आणि इतर ॲन्टीऑक्सिडंट द्रव्ये जास्त आहेत. याचा ग्लायसेमिक इंडेक्स कमी असल्याने मधुमेही रुग्णांसाठी हे आदर्श द्रव्य ठरत आहे. ज्यांना ग्लुटेन ॲलर्जी आहे, त्यांनी हा गहू खाऊ नये, कारण यातही अल्प प्रमाणात ग्लुटेन आहे. अटोइम्युन रुग्णांनी हा गहू खाताना याची ॲलर्जी आहे का हे तपासून बघावे व नंतर खावे.

या गव्हाच्या दलियाची खीर बनवितात. तसेच तिखट-मिठाचा सांजा बनवता येतो. याच्या पोळ्या मधुमेही रुग्ण रोज खातात.

याने LDL कोलेस्टेरॉल कमी होतो व HDL कोलेस्टेरॉल वाढतो. हृदयाच्या आरोग्यासाठी चांगला.

९४ ग्रॅम खपली गव्हात फायबर १२ ग्रॅम, प्रोटिन्स १२ ग्रॅम, फॅट २ ग्रॅम, कार्बोहायड्रेट्स ६८ ग्रॅम असतात.

मिनरल्स : मॅग्नेशियम १२० मि.ग्रॅम, आयर्न ४ मि.ग्रॅम

व्हिटॅमिन्स (बी कॉम्प्लेक्स–संकुल) : नियासिन ८ मि.ग्रॅम, थायामिन ०.४ मि.ग्रॅम, अँन्टीऑक्सिडंट मिनरल्स : झिंक ४ मि.ग्रॅम

भारतात धारवाड येथे शेतकी विद्यापीठात या गव्हावर डॉ. आर. आर. हानचिनल (Dr. R.R. Hanchinal) यांच्याबरोबर इतर संशोधक याच्या नव्या प्रजातींबद्दल संशोधन करत आहेत; ज्यामुळे याचे चांगले विपुल उत्पादन होईल.

■

५. ज्वारी

संस्कृत : यावनाल, जूर्ण **हिंदी :** जिनोर, जोंधरी
इंग्रजी : Jowar **लॅटिन :** Sorghum Vulgare

यावनालो हिमः स्वादुर्लोहितः श्लेष्मपित्तजित्।
अवृष्यस्तुवरो रुक्षः क्लेदहृत् कथितो लघुः।। (भा.प्र.)

रस : कषाय, मधुर **विपाक :** कटू **वीर्य :** शीत

दोषघ्नता : कफपित्तशामक, वातवर्धक

महत्त्वाचे गुण : लघु, रुक्ष

लाल ज्वारी आणि पांढरी ज्वारी असे ज्वारीचे दोन प्रकार असतात. हुरडा म्हणजे ज्वारीचे कणसातील कोवळे दाणे हिरव्या रंगाचे असतात. गुजरात आणि महाराष्ट्रात हुरड्याचा सीझन असतो. त्या वेळी हुरडापार्टी करण्याची प्रथा आहे. ज्वारीच्या लाह्याही बनविल्या जातात.

ज्वारी ही शरीरातील क्लेद कमी करते. तसेच ती रुक्ष आणि कफघ्न आहे. त्यामुळे वजन जास्त असणाऱ्यांना, वजन कमी करण्यासाठी उपयोगी. ती 'अवृष्य' असल्याने शुक्रधातू वर्धन होत नाही. तसेच प्रमेही आणि मधुमेही रुग्णांना उपयोगी आहे.

वसंत ऋतूत कफप्रकोप झालेला असतो. या कालात ज्वारीच्या लाह्या, भाकरी आहारात घेणे इष्ट होय. तसेच उन्हाळ्यातही ज्वारी खावी. समभाग ज्वारी, बाजरी भाजून दळून, त्या पिठात चवीपुरते मीठ, साखर घालून पेज तयार करावी. नऊ महिन्यांच्या मुलांना द्यावी.

१०० ग्रॅम ज्वारीमध्ये ३४९ कॅलरी आहेत. एकूण फायबर ९.७ ग्रॅम असून न विरघळणारा ८ ग्रॅम आणि विरघळणारा १.७ ग्रॅम असतो. प्रोटिन्स १०.४ ग्रॅम,

फॅट १.७ ग्रॅम, कार्बोहायड्रेट्स ७२.६ ग्रॅम.

इसेन्शियल अमायनो ॲसिड्स : नायट्रोजनच्या मिलिग्रॅम प्रतिशत – अर्जिनिन २४०, हिस्टिडिन १६०, लायसिन १५०, ट्रिप्टोफान ७०, फेनिल ॲलानिन ३००, टायरोसिन १८०, मेथिओनिन १००, सिस्टिन ९०, थ्रिओनिन २१०, ल्युसिन ८८०, आयसोल्युसिन २७०, व्हॅलिन ३४०

इसेन्शियल फॅटी ॲसिड्स : लायनोलेइक (ओमेगा ६) १.५ ग्रॅम, अल्फा लायनोलेनिक (ओमेगा ३) ०.०५ ग्रॅम.

मिनरल्स : सर्व मिलिग्रॅममध्ये – कॅल्शियम २५, फॉस्फरस २२२, आयर्न ४.१, मॅग्नेशियम १७१, सोडियम ७.३, पोटॅशियम १३१, क्रोमियम ०.००८

व्हिटॅमिन्स (बी कॉम्प्लेक्स–संकुल) : थायामिन ०.३७ मि.ग्रॅम, रिबोफ्लाव्हिन ०.१३ मि.ग्रॅम, नियासिन ३.१ मि.ग्रॅम, पायरिडॉक्सीन, (बी-६) ८ मायक्रोग्रॅम, फोलिक ॲसिड १४ म्यु.जी.

ॲन्टी-ऑक्सिडंट्स : अ) व्हिटॅमिन्स : कॅरॉटिन ४७ म्यु.जी.

ब) मिनरल्स : कॉपर ०.४६ मि.ग्रॅम, मॅंगेनीज ०.७८ मि.ग्रॅम, झिंक १.६ मि.ग्रॅम

■

६. तांदूळ

संस्कृत : शालय　　**हिंदी :** धान, चावल

इंग्रजी : Rice　　**लॅटिन :** Oryza Sativa

शालयो मधुराः स्निग्धा बल्या बद्धाल्पवर्चसः।
कषाया लघवो रुच्याः स्वर्यावृष्याश्च बृंहणाः।
अल्पानिलकफाः शीताः पित्तघ्ना मूत्रलास्तथा।। (भा.प्र.)

रस : मधुर, कषाय　**विपाक :** मधुर　**वीर्य :** शीत

दोषघ्नता : पित्तघ्न, अल्पवात-कफकारक

महत्त्वाचे गुण : स्निग्ध, लघु

आयुर्वेदिक ग्रंथातून तांदळाच्या निरनिराळ्या जाती वर्णन केल्या आहेत. रक्तशाली, महाशाली, कलम, तूर्णक हे श्रेष्ठ मानलेले आहेत. रक्तशाली (तांबडी साळी) हा त्रिदोषनाशक मानला आहे. त्यानंतर महाशाली आणि कलम यांचा नंबर लागतो. रक्तशाली, महाशाली तांदूळ हिवाळ्यात तयार होतो. व्रीही तांदूळ वर्षाऋतूत तयार होतो. साठी साळी म्हणजे ६० दिवसात तयार होणारा, हा व्रीही प्रकारात श्रेष्ठ मानला जातो.

यवक, हायन इत्यादी प्रकारचे तांदूळ आम्लपाकी, कफपित्तकारक म्हणून वर्णन केले आहेत, त्यामुळे यांना कमी प्रतीचे मानतात. 'पाटल' तांदूळ त्रिदोषकारक असल्याने हे वापरू नयेत.

तांदुळाचे पीक आल्यावर, ते साठवून ठेवून एक वर्षाने वापरले जाते. कारण नवा तांदूळ गुरू म्हणजे, पचण्यास जड असतो. जुना तांदूळ लघु म्हणजे पचण्यास हलका आणि अकफकर होतो, म्हणजे कफवर्धन होत नाही.

हल्लीच्या काळी बासमती, कमोद, कोलम, चिमणसाळ, आंबेमोहर वगैरे तांदळाच्या जाती उपलब्ध आहेत. आयुर्वेदिक कालामध्ये हातसडीचे तांदूळ वापरत असत. त्यामुळे ग्रंथातील तांदळाच्या गुणधर्माचे वर्णन, हे हातसडीच्या तांदळांचे आहे. विज्ञानाच्या प्रगतीमुळे ब्रिटिश काळात तांदळाला पॉलिश करणे सुरू झाले. कारण शुभ्र तांदूळ जनतेला आवडू लागले. या पॉलिश करण्याच्या प्रक्रियेत कोंडा बाजूला होऊ लागला आणि उपयुक्त व्हिटॅमिन्स, फायबर आणि लोह यांचे तांदळातील प्रमाण कमी होऊ लागले. त्याचे शरीरावर दुष्परिणाम दिसू लागले, म्हणून कमी पॉलिश केलेले किंवा हातसडीचे तांदूळ आरोग्यकारक आहेत.

तांदळाचा धार्मिक विधीमध्ये वापर करतात. होमहवनाचे वेळी, पूजेच्या वेळी वापर केला जातो. श्रावणी सोमवारी तांदळाची शिवामूठ असते आणि विवाहप्रसंगी 'अक्षता' म्हणून वापर होतो.

चरकाचार्यांनी तांदळाचा ज्वरचिकित्सेत वापर केला आहे. यवागु, ओदन आणि लाजा यांचा वापर करताना, जुने रक्तशाली आणि साठीसाळ तांदूळ लघु असल्याने वापरलेले आहेत. रक्तपित्त व्याधीमध्ये आहारात शाली आणि साठी तांदूळ वापरला आहे. प्रमेहातील आहारात जुन्या तांदळाचा भात आणि मोहरीच्या तेलात जुन्या तांदळापासून पदार्थ बनवून खावे असे सांगितले आहे. जलोदरामध्ये रक्तशाली तांदूळ वापरला आहे, तर अर्शा (मूळव्याध)मध्ये 'शालीशष्टिक' याचा भात द्यावा. शरद ऋतूत तयार होणाऱ्या तांदळाचे ओदन आणि पेया सांगितल्या आहेत.

रक्तशाली हा तांदूळ शुकधान्यात सर्वश्रेष्ठ मानला आहे. तो त्रिदोषनाशक आणि तृष्णाहारक आहे. तांदळाचे सामान्य गुण वर्णन करताना, तांदूळ शुक्रधातूवर्धक, शरीराचे रस-रक्तादि धातूंचे बृंहण करणारा आणि 'स्वर' चांगला करणारा, मूत्रल आहे. मलप्रवृत्ती अल्प आणि बांधून होते.

भातापासून बनविलेल्या, साळीच्या लाह्या पचनास अत्यंत हलक्या असून पौष्टिकही आहेत. या 'संतर्पण' करतात म्हणजे शरीरास आवश्यक घटक मिळतात, मात्र वजन वाढत नाही. मनास तृप्ती देतात. याचा 'लाजामंड' अनेक रोगातील येणारा थकवा दूर करण्यासाठी आणि गर्भिणीस देतात.

आधुनिक दृष्टिकोनातून, पॉलिश्ड तांदळाचे पृथक्करण याप्रमाणे करता येते –

१०० ग्रॅम तांदळापासून ३४५ कॅलरी मिळतात. क्रूड फायबर ०.२ ग्रॅम असतो. प्रोटिन्स ६.८ ग्रॅम, फॅट ०.५ ग्रॅम आणि कार्बोहायड्रेट्स ७८.२ ग्रॅम आहेत.

इसेन्शियल अमायनो ॲसिड्स : नायट्रोजनच्या मिलिग्रॅम प्रतिशत अर्जिनिन ४८०, हिस्टिडिन १३०, लायसिन २३०, ट्रिप्टोफान ८०, फेनिलॲलानिन २८०, टायरोसिन २९०, मेथिओनिन १५०, सिस्टिन ९०, थ्रिओनिन २३०, ल्युसिन ५००, आयसोल्युसिन ३००, व्हॅलिन ३८०

इसेन्शियल फॅटी ॲसिड्स : लायनोलेइक (ओमेगा ६) ०.५ ग्रॅम, अल्फा लायनोलेनिक (ओमेगा ३) ०.०१ ग्रॅम

मिनरल्स : सर्व मिलिग्रॅममध्ये – कॅल्शियम १०, फॉस्फरस १६०, आयर्न ०.७, मॅग्नेशियम ९०, सोडियम ००, पोटॅशियम ००, क्रोमियम ०.००४

व्हिटॅमिन्स (बी कॉम्प्लेक्स–संकुल) : थायामिन ०.०६ मि.ग्रॅम, रिबोफ्लाव्हिन ०.०६ मि.ग्रॅम, नियासिन १.९ मि.ग्रॅम, फोलिक ॲसिड ४.१ म्यु.जी.

ॲन्टी-ऑक्सिडंट्स : अ) व्हिटॅमिन्स : नाहीत.

ब) मिनरल्स : कॉपर ०.१४ मि.ग्रॅम, मँगेनीज ०.५९ मि.ग्रॅम, झिंक १.४ मि.ग्रॅम

उकड्या तांदळाचे पृथक्करण, थोड्याफार फरकाने सारखेच आहे. हातसडीच्या तांदळात आयर्न ३.२ मि.ग्रॅम आणि फायबर जास्त आहे.

पोहे : यामध्ये आयर्न २० मि.ग्रॅम प्रतिशत आहे. म्हणून कांदेपोहे, मटारपोहे, दूधपोहे, दहीपोहे आहारात अवश्य खावेत.

चुरमुरे : चुरमुऱ्यामध्ये आयर्न ६.६ मि.ग्रॅम आहे. मुलांना चुरमुऱ्याची चिक्की, लाडू किंवा फोडणीचे चुरमुरे, पंढरपुरी डाळ, शेंगदाणे घालून द्यावेत.

भातकोंडा : (राईस ब्रान) तांदूळ मिलमध्ये पॉलिश करताना, प्रथम फोलपटे म्हणजे तूस बाजूला होते. या तुसाचा औद्योगिक उपयोग जळणासाठी केला जातो.

तूस बाजूला झाल्यानंतर तांदूळ पॉलिश होताना कोंडा बाहेर पडतो. या भातकोंड्यात पोषणमूल्ये आहेत. म्हणून कोंड्याचा मांडा करणे अशी म्हण असावी. यामध्ये सेल्युलोज आणि हेमीसेल्युलोज हे फायबर घटक आहेत. यामध्ये तांदळातील सर्व मिनरल्स आहेत. लायसिन, थ्रिओनिन, अमायनो ॲसिड्स असतात. तसेच यामध्ये व्हिटॅमिन्सही आहेत. आधुनिक संशोधनात या कोंड्यात क्यू-१० (Q-10), कॅपेस्टेरॉल, स्क्वॅलिन गॅमा ओरिझिनॉल ही रसायने आहेत, असे आढळून आले आहे. कोंडा खाल्ला असताना, या रसायनांमुळे स्नायूंचे वजन वाढते आणि मेद कमी होतो. तसेच मर्दानी खेळ खेळणाऱ्यांचा स्टॅमिना वाढतो असे संशोधन दर्शविते. तांदळाचे आयुर्वेदात वर्णन केलेले वृष्य आणि बृंहण गुण या संशोधनामुळे सार्थ ठरतात.

भातकोंड्यापासून तेल काढतात, याला 'ब्रान ऑइल' म्हणतात. या तेलातील

'आर-ओरिझॅनोल' या घटकास महत्त्व आहे. त्यामुळे चेहरा उजळ राहतो. कारण चेहऱ्याला सावळेपणा देणारे मेलॅनिन हे द्रव्य खूप सावकाश बनते.

■

७. नाचणी

संस्कृत : मधूली, नर्तक **हिंदी :** मडुआ

इंग्रजी : Ragi **लॅटिन :** Eleusine Coracana

नर्त्तकस्तुवरस्तिक्तो मधुरस्तर्पणो लघुः।
बल्यः शीतः पित्तहरस्त्रिदोष शमनीमतः।।
रक्तदोषहरश्चैव मुनिभिः पूर्वमीदितः।। (नि.र.)
तथा मेदोऽनिल श्लेष्मनाशनं सर्वमिष्यते।
कुलत्थजूर्णश्यामाक यवमुद्‌गम् मधुदकम्।।
(अष्टांगहृदय १४-२१)

रस : कषाय, तिक्त, मधुर **विपाक :** कटू **वीर्य :** शीत

दोषघ्नता : प्रामुख्याने पित्तशामक, त्रिदोषघ्न **महत्त्वाचा गुण :** लघु

नाचणीचे लाल रंगाचे बारीक दाणे असतात. नाचणीच्या पिठाची भाकरी, पापड, लाडू करतात. तसेच सत्त्व काढून वृद्धांना, बालकांना खीर दिली जाते. नाचणी त्रिदोषघ्न असल्याने सर्व ऋतूत वापरता येते. 'अष्टांगहृदय' ग्रंथात मेद कमी करणारी द्रव्ये सांगितली आहेत. श्लोकातही नाचणीचा समावेश आहे.

इतर द्रव्ये : कुळीथ, ज्वारी, श्यामाक, यव आणि मूग.

नाचणी मेद कमी करत असल्याने, स्थौल्यात आणि मधुमेही रुग्णांना द्यावी. नाचणीच्या पिठाची 'आंबील' (पिठात ताक, हिंग, मीठ घालून करतात) उन्हाळा सुसह्य करण्यासाठी उपयोगी.

१०० ग्रॅम नाचणीमध्ये ३२८ कॅलरी असतात. एकूण फायबर ११.५ ग्रॅम असून, न विरघळणारा ९.९ ग्रॅम आणि विरघळणारा १.६ ग्रॅम असतो. प्रोटिन्स ७.३ ग्रॅम, फॅट १.३ ग्रॅम आणि कार्बोहायड्रेट्स ७२ ग्रॅम आहेत.

इसेन्शियल अमायनो ॲसिड्स : नायट्रोजनच्या मिलिग्रॅम प्रतिशत अर्जिनिन ३००, हिस्टिडिन १३०, लायसिन २२०, ट्रिप्टोफान १००, फेनिल ॲलानिन ३१०, टायरोसिन २२०, मेथिओनिन २१०, सिस्टिन १४०, थ्रिओनिन २४०, ल्युसिन ६९०, आयसोल्युसिन ४००, व्हॅलिन ४८०

इसेन्शियल फॅटी ॲसिड्स : १) लायनोलेइक ओमेगा-६ ०.३ ग्रॅम.

२) अल्फा लायनोलेनिक (ओमेगा-३) ०.०५ ग्रॅम.

मिनरल्स : सर्व मिलिग्रॅममध्ये – कॅल्शियम ३४४, फॉस्फरस २८३, आयर्न ३.९, मॅग्नेशियम १३७, सोडियम ११, पोटॅशियम ४०८, क्रोमियम ०.०२८

व्हिटॅमिन्स (बी कॉम्प्लेक्स–संकुल) : थायामिन ०.४२ मि.ग्रॅम, रिबोफ्लाविन ०.१९ मि.ग्रॅम, नियासिन १.१ मि.ग्रॅम, फोलिक ॲसिड ५.२ म्यु.जी.

ॲन्टी-ऑक्सिडंट्स : अ) व्हिटॅमिन्स : कॅरॉटिन ४२ म्यु.जी.

ब) मिनरल्स : कॉपर ०.४७ मि.ग्रॅम, मँगेनीज ५.४९ मि.ग्रॅम, झिंक २.३ मि.ग्रॅम.

इसेन्शियल अमायनो ॲसिड्सपैकी मेथिओनिन २१० आहे. म्हणजे दुधातील मेथिओनिनपेक्षाही जास्त आहे. त्यामुळे नाचणीचा वापर आहारामध्ये महत्त्वाचा आहे. याबरोबर कडधान्य घेतल्यावर हा परिपूर्ण आहार होतो आणि वजन वाढत नाही. सर्व तृणधान्ये आणि कडधान्यांचा विचार करताना नाचणीत कॅल्शियमचे प्रमाण जास्त आहे.

■

८. बाजरी

संस्कृत : वज्रान्न **हिंदी :** बाजडा

इंग्रजी : Bajra **लॅटिन :** Pennisetum Typhoideum

वज्रान्नं मधुरं रूक्षमुष्णं बल्यं च दुर्जरम्।
वातपित्तकरं पुंस्त्वहरमग्नि प्रदीपनम्।। (प्रियव्रत्)

रस : मधुर **विपाक :** मधुर **वीर्य :** उष्ण

दोषघ्नता : कफघ्न, वातपित्तकर **महत्त्वाचे गुण :** रुक्ष

बाजरी काळसर राखाडी रंगाची असते. दाणे एका बाजूला निमुळते असतात. हायब्रीड बाजरीचा दाणा मोठा असतो. बाजरीच्या अनेक जाती आहेत.

गुजरातमध्ये बाजरीची भाकरी, तूप आणि गूळ हे आवडते अन्न आहे. याबरोबर उडदाच्या डाळीची आमटी खेड्यातील लोक शक्तिवर्धक म्हणून खातात. हा पारंपरिक आहार बाजरी आणि उडदाचे गुणधर्म बघितले असता, आयुर्वेदिक आणि आधुनिक दृष्टिकोनातून 'परिपूर्ण आहार' होतो.

बाजरीची भाकरी नेहमी तूप किंवा लोण्याबरोबर खावी. तसेच बाजरीची भाकरी दुधात कुस्करून वृद्धांनी खावी. बाजरीची भाकरी आणि कढी किंवा दही याबरोबर

खाण्याची पद्धत आहे. बाळंतिणीस बल्य आणि स्तन्यजनक म्हणून उपयोग होतो. उन्हाळ्यात बाजरीची भाकरी खाऊ नये, कारण उष्ण असते. संक्रांतीच्या वेळी बाजरीच्या भाकरीला तीळ लावतात आणि त्याबरोबर वांग्याची भाजी किंवा भरीत खातात.

बाजरी उष्णवीर्य असल्याने, रक्तपित्त विकारात तसेच मूळव्याधीच्या रुग्णांनी खाऊ नये. जलोदर रोगामध्ये दुग्ध-आहारावर ठेवलेल्या रुग्णांना बाजरीची भाकरी देतात. येथे बाजरीची भाकरी लोण्याबरोबर न देता, लसणीची चटणी आणि दूध असा आहार दिला जातो. ही लसणीची चटणी पुदिना, काळेमिरे आणि जिरे, कोथिंबीर घालून बनवली जाते. ही चटणी उदररोग झालेल्या रुग्णास देताना तीळ, खोबरे, शेंगदाणे असे स्निग्ध पदार्थ घालू नयेत.

१०० ग्रॅम बाजरीमध्ये ३६१ कॅलरी असतात. एकूण फायबर ११.३ ग्रॅम असून न विरघळणारा ९.१ ग्रॅम आणि विरघळणारा २.२ ग्रॅम असतो. प्रोटिन्स ११.६ ग्रॅम, फॅट ५ ग्रॅम, कार्बोहायड्रेट्स ६७.५ ग्रॅम.

इसेन्शियल अमायनो ॲसिड्स : नायट्रोजनच्या मिलिग्रॅम प्रतिशत – अर्जिनिन ३००, हिस्टिडीन १४०, लायसिन १९०, ट्रिप्टोफान ११०, फेनिल ॲलानिन २९०, टायरोसिन २००, मेथिओनिन १५०, सिस्टिन ११०, थ्रिओनिन २४०, ल्युसिन ७५०, आयसोल्युसिन २६०, व्हॅलिन ३३०

इसेन्शियल फॅटी ॲसिड्स : लायनोलेइक (ओमेगा ६) २.२ ग्रॅम, अल्फा लायनोलेनिक (ओमेगा ३) ०.१३ ग्रॅम

मिनरल्स : सर्व मिलिग्रॅममध्ये – कॅल्शियम ४२, फॉस्फरस २९६, आयर्न ८, मॅग्नेशियम १३७, सोडियम १०.९, पोटॅशियम ३०७, क्रोमियम ०.०२३

व्हिटॅमिन्स (बी कॉम्प्लेक्स–संकुल) : थायामिन ०.३३ मि.ग्रॅम, रिबोफ्लाविन ०.२५ मि.ग्रॅम, नियासिन २.३ मि.ग्रॅम, पायरिडॉक्सीन (बी-६) १०.७, मायक्रोग्रॅम, फोलिक ॲसिड १४.७ म्यु.जी.

ॲन्टी-ऑक्सिडंट्स : अ) व्हिटॅमिन्स : कॅरॉटिन १३२ म्यु.जी. ब) मिनरल्स : कॉपर १.०६ मि.ग्रॅम, मॅंगेनीज १.१५ मि.ग्रॅम, झिंक ३.१ मि.ग्रॅम

अरगट या विषाने बाजरी दूषित झाली असेल, तर त्या बाजरीच्या सेवनाने ‘अरगट पॉयझनिंग’ होण्याची शक्यता असते.

■

९. मका

संस्कृत : महाकाय   **हिंदी :** मकई, भुट्टा
इंग्रजी : Maize   **लॅटिन :** Zea Mays

महाकायस्तृप्तिकरो वातलः कफपित्तहृत्।
विष्टम्भजनको रूक्षः कोमलो रूचिपुष्टिकृत्।। (शा. निघंटु)

रस : मधुर **विपाक :** मधुर **वीर्य :** शीत

दोषघ्नता : कफपित्तघ्न, वातकर **महत्त्वाचा गुण :** रूक्ष

मक्याची दोन तऱ्हेची कणसे बाजारात मिळतात. अमेरिकन कॉर्न या कणसाचे दाणे पिवळे, मोठे, चावण्यास मऊ आणि गोड असतात.

भारतीय कणसाचे दाणे पांढरट पिवळे, आकाराने लहान, चावण्यास टचटचीत, गोडीला कमी असे असतात. 'बेबीकॉर्न' म्हणजे मक्याची लहान आणि कोवळी कणसे चायनीज डिशेसमध्ये वापरतात. मक्याची कोवळी कणसे आपण भाजून खातो. या दाण्यांचे सूप बनवतो, भाजीतही वापरतो. 'कॉर्नफ्लेक्स' (मक्याचे पोहे) न्याहारीसाठी प्रसिद्ध आहेत. मक्याच्या पिठाची रोटी म्हणजे 'मक्कई की रोटी और सरसों का साग' ही उत्तर भारतातील थंडीतील अतिशय प्रसिद्ध पाककृती आहे.

१०० ग्रॅम मक्यात ३४२ कॅलरी असतात. एकूण फायबर ११.९ ग्रॅम असून न विरघळणारा ११ ग्रॅम आणि विरघळणारा ०.९ ग्रॅम असतो. प्रोटिन्स ११.१ ग्रॅम, फॅट ३.६ ग्रॅम, कार्बोहायड्रेट्स ६६.२ ग्रॅम.

इसेन्शियल अमायनो ॲसिड्स : नायट्रोजनच्या मिलिग्रॅम प्रतिशत –

अर्जिनिन २९०, हिस्टिडीन १६०, लायसिन २००, ट्रिप्टोफान ४०, फेनिलअॅलानिन २९०, टायरोसिन २४०, मेथिओनिन १२०, सिस्टिन १००, थ्रिओनिन २८०, ल्युसिन ७२०, आयसोल्युसिन २४०, व्हॅलिन ३००

इसेन्शियल फॅटी ॲसिड्स : १) लायनोलेइक (ओमेगा ६) २.२ ग्रॅम २) अल्फा लायनोलेनिक (ओमेगा ३) ०.०५ ग्रॅम.

मिनरल्स : सर्व मिलिग्रॅममध्ये – कॅल्शियम १०, फॉस्फरस ३४८, आयर्न २.३, मॅग्नेशियम १३९, सोडियम १५.९, पोटॅशियम २८६, क्रोमियम ०.००४

व्हिटॅमिन्स (बी कॉम्प्लेक्स–संकुल) : थायामिन ०.४२ मि.ग्रॅम, रिबोफ्लाव्हिन ०.१ मि.ग्रॅम, नियासिन १.८ मि.ग्रॅम, फोलिक ॲसिड १४ म्यु.जी.

ॲन्टी-ऑक्सिडंट्स : अ) व्हिटॅमिन्स : कॅरॉटिन ९०

ब) मिनरल्स : कॉपर ०.४१ मि.ग्रॅम, मॅंगेनीज ०.४८ मि.ग्रॅम, झिंक २.८ मि.ग्रॅम. कोवळ्या मक्याच्या कणसात, प्रोटिन्स ४.७ ग्रॅम आहेत आणि कॅलरी १२५ मिळतात. सर्व व्हिटॅमिन्स यामध्ये कमी प्रमाणात असतात.

मक्याच्या संकरित आणि सुधारित नवीन जाती तयार केल्या गेल्या आहेत. त्यातील 'ओपेक-२' ह्या जातीत अमायनो ॲसिड्स चांगली आहेत. त्यामुळे फक्त मका आहार असणाऱ्या मुलांची वाढ चांगली होते. जुन्या, पूर्वीच्या

जातीचा मका खाल्ल्याने, आफ्रिकेतील मुले कुपोषित राहत असत, त्यांच्यामध्ये प्रोटिन्सची कमतरता राहत असे. 'मका' हे मुख्य अन्न असणाऱ्या लोकांना निकोटेनिक ॲसिड कमी गेल्याने 'पेलाग्रा' हा रोग होत असे. 'जर्नल ऑफ ॲग्रिगल्चरल अँड फुड केमिस्ट्री' (अमेरिका) यामध्ये संशोधनात असे आढळले आहे की, मका शिजवल्याने त्यातील ॲन्टी-ऑक्सिडंट गुणधर्म वाढतात. शिजवलेल्या मक्यात फेरुलिक ॲसिड (Ferulic Acid) असते. यामुळे कॅन्सर विरुद्ध लढण्याची क्षमता येते.

मक्यामध्ये 'ल्युटिन' हे फायटोकेमिकल असते. यामुळे 'मॅक्युलर डिजनरेशन' न झाल्याने अंधत्व येत नाही.

■

१०. राजगिरा

संस्कृत : – **हिंदी :** –

इंग्रजी : Rajkeera Seeds **लॅटिन :** Amaranthus paniculatus

राजगिऱ्याचे मूळ स्थान भारत असावे असा एक मतप्रवाह आहे. काहींच्या मते दक्षिण अमेरिकेतील मेक्सिकोमधून पोर्तुगीज व्यापाऱ्यांनी हे बी भारतात आणले असावे. महाराष्ट्रात पिवळ्या राजगिऱ्याचे पीक घेतले जाते, तर उत्तर भारतातील पहाडी भागात दुसऱ्या एका जातीची लागवड केली जाते. ही जात 'रामदाना' या नावाने ओळखली जाते. १०० ग्रॅम राजगिऱ्यामध्ये ३६४ कॅलरी असतात. क्रूड फायबर २.७ ग्रॅम, प्रोटिन्स १६.५, फॅट ५.३ ग्रॅम, कार्बोहायड्रेट्स ६२.७ ग्रॅम आहेत.

मिनरल्स : सर्व मिलिग्रॅममध्ये – कॅल्शियम २२३, फॉस्फरस ६५५, आयर्न १७.६, मॅग्नेशियम ३५१

ॲन्टी-ऑक्सिडंट्स : अ) व्हिटॅमिन्स : नाहीत.

ब) मिनरल्स : कॉपर ०.६३ मि.ग्रॅम

उपवासाच्या दिवशी राजगिऱ्याचा उपयोग आपण करतो. पण वस्तुतः याचा उपयोग रोज करावा. न्याहारीसाठी राजगिऱ्याच्या लाह्या आणि दूध घ्यावे. तसेच ऑफिसला जाताना आणि शाळेच्या डब्यात राजगिऱ्याचा लाडू किंवा वडी द्यावी. यातील प्रोटिन्स पचण्यास सुलभ आहेत. आयर्न, फॉस्फरस आणि कॅल्शियमचे प्रमाण समाजातील कुपोषित दुर्बल घटकांना कुपोषणाकडून आरोग्याकडे नेऊ शकेल.

■

११. वऱ्याचे तांदूळ (वरी)

संस्कृत : चीनाक **हिंदी :** चीना
इंग्रजी : – **लॅटिन :** Panicum Milliaceum

१) चीनाकः कङ्गुभेदोऽस्ति स ज्ञेयो कङ्गुवद् गुणैः।

'चीनाक' कङ्गु चा एक प्रकार आहे. कङ्गुसारखेच चीनाकाचे गुणधर्म आहेत.

२) कङ्गुस्तु भग्नसन्धानवातकृद बृंहणी गुरूः।
रुक्षा श्लेष्महराऽतीव वाजिनां गुणकृद् भृशम्।। (भा.प्र.)

दोषघ्नता : कफनाशक, वातवर्धक **महत्त्वाचे गुण :** रुक्ष

वऱ्याचे तांदूळ पांढरे, गोल, खसखशीच्या दाण्यापेक्षा मोठे असतात. आपण उपवासाच्या दिवशी याचा वापर करतो. वऱ्याच्या तांदळाचा भात, खांडवी, थालिपीठ, खीर असे पदार्थ केले जातात. ग्रंथामध्ये 'बृंहण' म्हणजे बलवर्धन करणारा आणि तुटलेली हाडे जोडणारा असे वऱ्याच्या तांदळाचे वर्णन आहे.

१०० ग्रॅम वऱ्याच्या तांदळात ३४१ कॅलरी असतात. क्रूड फायबर २.२ ग्रॅम असून, प्रोटिन्स १२.५ ग्रॅम, फॅट १.१ ग्रॅम आणि कार्बोहायड्रेट्स ७०.४ ग्रॅम आहेत.

इसेन्शियल अमायनो ॲसिड्स : नायट्रोजनच्या मिलिग्रॅम प्रतिशत –

अर्जिनिन २९०, हिस्टिडिन ११०, लायसिन १९०, ट्रिप्टोफान ५०, फेनिल ॲलानि ३१०, टायरोसिन ००, मेथिओनिन १६०, सिस्टिन ००, थ्रिओनिन १५०, ल्युसिन ७६०, आयसोल्युसिन ४१०, व्हॅलिन ४१०

मिनरल्स : सर्व मिलिग्रॅममध्ये – कॅल्शियम १४, फॉस्फरस २०६, आयर्न ०.८, मॅग्नेशियम १५३, सोडियम ८, पोटॅशियम ११३, क्रोमियम ०.०२

व्हिटॅमिन्स (बी कॉम्प्लेक्स–संकुल) : थायामिन ०.२ मि.ग्रॅम, रिबोफ्लाव्हिन ०.१८ मि.ग्रॅम, नियासिन २.३ मि.ग्रॅम.

ॲन्टी-ऑक्सिडंट्स :

अ) व्हिटॅमिन्स : नाहीत.

ब) मिनरल्स : कॉपर १.६ मि.ग्रॅम, मॅंगेनीज ०.६ मि.ग्रॅम, झिंक १.४ मि.ग्रॅम ■

१२. सातू (यव)

संस्कृत : तीक्ष्णशूक **हिंदी :** जव, जौ
इंग्रजी : Barley **लॅटिन :** Hordeum Vulgare

यवः कषायो मधुरः शीतलो लेखनो मृदुः।
व्रणेषु तिलवत् पथ्यो रूक्षो मेधाऽग्निवर्धनः।।
कटूपाकोऽनभिष्यन्दी स्वर्यो बलकरो गुरूः।
बहुवातमलो वर्णस्थैर्यकारी च पिच्छिलः।। (भा.प्र.)

रस : कषाय, मधुर **विपाक :** कटू **वीर्य :** शीत
दोषघ्नता : कफपित्तघ्न, वातकर
गुण : मृदू, रुक्ष, गुरू

सातूचे सशुक (कुस असलेला) नि:शुक (कुस नसलेला) आणि हरित (हिरव्या रंगाचे) असे तीन प्रकार आहेत. सातू सडून वरचे साल काढून टाकले जाते आणि दळून त्याचे पीठ आहारात वापरतात. प्राचीन काली ऋषीमुनींच्या आहारात याचे प्रमाण अधिक होते. अजूनसुद्धा राजस्थान आणि उत्तर प्रदेशात याचा वापर होतो.

'यवाला बल्य' म्हटले असले, तरी इतर बल्य द्रव्यांप्रमाणे तो शरीराचे बृंहण करीत नाही. पण 'अभिष्यंद न करणे' आणि 'स्त्रोतसे शुद्ध करणे' या गुणांमुळे शरीरभर रस धातूचे वहन चांगल्या तऱ्हेने होते. निराम, प्राकृत रसधातू सर्व शरीरभर पोहोचल्याने रस, रक्त, मांस आदी धातूंची उत्पत्ति चांगली होते आणि शरीराला स्थैर्य येते.

सातू कफ, मेदाचे लेखन करून वजन कमी करतो आणि ब्लडशुगर नियंत्रित होण्यास मदत होते. स्थूल आणि मधुमेही यांना सातूची भाकरी किंवा गहू आणि सातूच्या पिठाची केलेली चपाती हितावह आहे.

सातूमुळे शरीराला स्थिरत्व येते. कांती सुधारते, आवाज चांगला होतो आणि बलवर्धन होते. तसेच जठराग्नि दीपन होते. मेधा म्हणजे बुद्धिवर्धन होते.

सातूमुळे स्त्रोतोरोध होत नसल्याने रक्तवाहिन्यांमध्ये ब्लॉक्स होत नाहीत. सातूपासूनच बार्लीवॉटर आणि बिअर बनवली जाते. सातू जाळून जवखार बनवितात.

चरकाचार्यांनी कुशलतेने ज्वर, प्रमेह, राजयक्ष्मा, उर:क्षत, उदर, पाण्डू, कामला, श्वास-कास, प्रवाहिका, छर्दि इत्यादी रोगात यवाचा वापर केला आहे.

यवादीघृत असा कल्प उदरचिकित्सेत वापरला आहे. रात्री सातू खाणे कालविरुद्ध आहे आणि पाण्यात भिजवून खाणे संयोगविरुद्ध आहे. श्रावणी सोमवारी सातूची 'शिवामूठ' असते.

१०० ग्रॅम सातूमध्ये ३३६ कॅलरी आहेत. क्रूड फायबर ३.९ ग्रॅम आहे. प्रोटिन ११.५ ग्रॅम, फॅट १.३ ग्रॅम, कार्बोहायड्रेट्स ६९.६ ग्रॅम

इसेन्शियल अमायनो ॲसिड्स : नायट्रोजनच्या मिलिग्रॅम प्रतिशत अर्जिनिन ३००, हिस्टिडिन १८०, लायसिन २३०, ट्रिप्टोफॅन १००, फेनिल ॲलानिन ३१०, टायरोसिन १८०, मेथिओनिन १००, सिस्टिन १००, थ्रिओनिन २००, ल्युसिन ४२०, आयसोल्युसिन २४०, व्हॅलिन ३१०

मिनरल्स : सर्व मिलिग्रॅममध्ये – कॅल्शियम २६, फॉस्फरस २१५, आयर्न १.६७, मॅग्नेशियम २१, क्रोमियम ०.०१६

व्हिटॅमिन्स (बी कॉम्प्लेक्स–संकुल) : थायामिन ०.४७, रिबोफ्लाव्हिन ०.२०, नियासिन ५.४ सर्व मिलिग्रॅममध्ये.

ॲन्टी-ऑक्सिडंट्स : अ) व्हिटॅमिन्स : कॅराटिन १० म्यु.जी.

ब) मिनरल्स : कॉपर १.१९ मि.ग्रॅम, मँगेनीज १.०३ मि.ग्रॅम, झिंक १.२ मि.ग्रॅम

अमेरिकेच्या 'डिपार्टमेंट ऑफ ॲग्रीकल्चर'च्या २००४ च्या संशोधनामध्ये एल.डी.एल. कोलेस्टेरॉल सातू खाण्याने १७.४ कमी होतो असे दिसून आले.

सातूवर प्रकिया केली तरी सोल्युबल बीटा ग्लुकान (Beta Glucan) हा फायबर नष्ट होत नाही आणि यामुळेच कोलेस्टेरॉल कमी होतो.

२००५ मधील 'अमेरिकेच्या ॲग्रीकल्चर रिसर्च सर्व्हिसेस'च्या अभ्यासात असे दिसून आले की 'टाईप-२' मधुमेही रुग्णांच्या आहारात सातूचा समावेश नियमित केल्याने, रक्तशर्करेचे प्रमाण कमी होते आणि इन्शुलिनचा डोसही कमी होतो. म्हणूनच गव्हाच्या कणकेत सातूचे (बार्ली) पीठ मिसळून पोळ्या कराव्या किंवा सातूच्या पिठाचे गाकर खावे. ते मधुमेहींना उपयोगी असते.

■

१३. क्विनोआ

संस्कृत : – **हिंदी :** –

इंग्रजी : Quinoa **लॅटिन :** Chenopodium Quinoa

हजार वर्षांपूर्वी दक्षिण अमेरिकेतील इंका (INCA) साम्राज्यात ॲन्डीज पर्वतरांगात याचे पीक घेतले जात असे. याला सर्व तृणधान्यांची आई (Mother of all Grains) अशी उपाधी असे. आता जगभर हे तृणधान्य मिळते. यास युनायटेड नेशन्सनी मान्यता दिली आहे.

हे तृणधान्य ग्लुटेन फ्री आहे; यामुळे ज्यांना गव्हाची ॲलर्जी असते, त्यांना हे

तृणधान्य खाता येते. तृणधान्य असले तरी ग्लायसेमिक इंडेक्स (Glycemic Index) ५३ असल्याने मधुमेही रुग्णही याचा रोज वापर करू शकतात. या तृणधान्याचे पांढरे, लाल किंवा काळे दाणे असतात. याच्या निरनिराळ्या पाककृती जगभर केल्या जातात.

१०० ग्रॅम क्विनोआमध्ये ३६८ कॅलरी आहेत. एकूण फायबर ७ ग्रॅम आहे. प्रोटिन्स १४.१ ग्रॅम, फॅट ६.१ ग्रॅम आणि कार्बोहायड्रेट्स ६४.२ ग्रॅम आहेत.

मिनरल्स : सर्व मिलिग्रॅममध्ये - कॅल्शियम ४७, फॉस्फरस ४५७, आयर्न ४.६, मॅग्नेशियम १९७, सोडियम ५, पोटॅशियम ५६३.

व्हिटॅमिन्स (बी कॉम्प्लेक्स–संकुल) : थायामिन ०.३६ मि.ग्रॅम, रिबोफ्लाव्हिन ०.३२ मि.ग्रॅम, नियासिन १.५२ मि.ग्रॅम, पायरिडॉक्सीन ०.४९ मायक्रोग्रॅम, फोलिक ॲसिड १८४ म्यु.जी.

ॲन्टी-ऑक्सिडंट्स : अ) व्हिटॅमिन्स - 'ए' १ म्यु.जी. 'ई' २.४ म्यु.जी. (ब) गिनरल्स - मॅंगेनिझ-२ मि.ग्रॅम, झिंक ३.१ मि.ग्रॅम.

यामध्ये केम्पफेरॉल हे फायटोकेमिकल आहे. यामुळे हृदयरोगाविरुद्ध आणि कॅन्सरविरुद्ध लढण्यास मदत होते.

यात क्वरसेटिन (Quercetin) हे फायटोकेमिकल असते. या फायटोकेमिकलमुळे आपल्या मायटोकॉन्ड्रियाची संख्या वाढते. व आपला उत्साह वाढतो. अटोइम्युन रोगांविरुद्ध लढण्याची क्षमता वाढते. कोलेस्टेरॉल कमी करण्यास मदत होते. इन्सुलिन प्रतिरोध कमी होतो.

क्वरसेटिन या फायटोकेमिकलच्या कॅप्सूलही बाजारात मिळतात.

■

५

सुकामेवा

१. अक्रोड

संस्कृत : अक्षोटक **हिंदी :** अखरोट
इंग्रजी : Walnut **लॅटिन :** Juglans regia

अक्षोटकं गुणे स्निग्धं मधुरं रसपाकयोः।
गुरूष्णं बृंहणं वृष्यं बल्यं विष्टम्भिरोचनम्।
हृद्यं क्षयास्त्रपवनदाहघ्नं कफपित्तलम्।। (नि.र.)

रस : मधुर **विपाक :** मधुर **वीर्य :** उष्ण
दोषघ्नता : वातशामक, कफपित्तकर
मुख्य गुण : गुरू, स्निग्ध

आपण अक्रोड जो खातो ती बीज स्वरूपात असते. ही बल्य, बृंहण आणि वृष्य असल्याने शरीराचे सप्तधातू पोषण करते आणि शुक्रधातू वर्धन करते. वातवाहिन्या आणि मस्तिष्काला बल्य असल्याने मस्तिष्कदौर्बल्य, पक्षाघात यामध्ये उपयोगी. राजयक्ष्मा म्हणजे टी.बी. यामध्ये क्षतक्षीण चिकित्सेत चरकांनी अक्रोडाचा 'अमृतप्राशघृत' नावाचा कल्प सांगितला आहे. शिरोरोगात 'महामायूरघृत' वापरतात, त्यात अक्रोड असतो. तसेच संधिवातात अक्रोड उपयोगी आहे.

अक्रोड किंचित आम्ल रसात्मक, असल्याने दुधाबरोबर घेऊ नये.

१०० ग्रॅम अक्रोडात ६८७ कॅलरी असतात. क्रूडफायबर २.६ ग्रॅम, प्रोटिन्स १५.६ ग्रॅम, फॅट ६४.५ ग्रॅम, कार्बोहायड्रेट्स ११ ग्रॅम

इसेन्शियल अमायनो ॲसिड्स : नायट्रोजनच्या मिलिग्रॅम प्रतिशत – अर्जिनिन ७७०, हिस्टिडिन १२०, लायसिन १००, ट्रिप्टोफान ६०, फेनिल ॲलानिन २६०, टायरोसिन ००, मेथिओनिन ८०, सिस्टिन ००, थ्रिओनिन १७०, ल्युसिन ४७०, आयसोल्युसिन २४०, व्हॅलिन २८०

मिनरल्स : सर्व मिलिग्रॅममध्ये – कॅल्शियम १००, फॉस्फरस ३८०, आयर्न २.६४, मॅग्नेशियम ३०२, क्रोमियम ०.१०१

व्हिटॅमिन्स (बी कॉम्प्लेक्स–संकुल) : थायामिन ०.४५ मि.ग्रॅम, रिबोफ्लाव्हिन ०.४ मि. ग्रॅम, नियासिन १ मि.ग्रॅम.

ॲन्टी-ऑक्सिडंट्स : अ) व्हिटॅमिन्स : कॅरॉटिन ६ म्यु.जी., व्हिटॅमिन 'ई' ३ मायक्रोग्रॅम.

ब) मिनरल्स : कॉपर १.६७ मि.ग्रॅम, मॅंगेनीज २.६२ मि.ग्रॅम., झिंक २.३२ मि.ग्रॅम.

फायटोकेमिकल्स : इलॅजिक आणि गॅलिक ॲसिड ही फायटोकेमिकल्स आहेत. त्यामुळे कॅन्सरविरुद्ध लढण्यास उपयोगी. अक्रोडात अल्फा लायनोलेनिक (आमेगा-३) हे फॅटी ॲसिड असते. त्यामुळे कोलेस्टेरॉल कमी होतो आणि H.D.L. कोलेस्टेरॉल वाढतो.

■

२. अहळीव

संस्कृत : चंद्रशूर
हिंदी : हलीम
इंग्रजी : Garden Cress Seeds
लॅटिन : Lepidium sativum

चंद्रशूरं हितं हिक्कावातश्लेष्मातिसारिणाम्।
असृग्वातगरद्वेषि बलपुष्टिविवर्धनम्।। (भा.प्र.)

रस : कटू, तिक्त **विपाक :** कटू **वीर्य :** उष्ण

दोषघ्नता : कफवातघ्न

महत्त्वाचे गुण : लघु, स्निग्ध, पिच्छिल

अहळीवाचे लाडू, खीर खातात. प्रसूतीनंतर वातवृद्धी होते आणि कंबर दुखते. यासाठी वातशामक म्हणून उपयोग होतो. तसेच स्तन्यवृद्धिकर असल्याने नवजात बालकास चांगले दूध मिळते.

हे लाडू आणि खीर सामान्य दौर्बल्यातही सर्वांनी वापरावे. अहळीव पाण्यात भिजवून, दोन तासांनी कुस्करून, गाळून चिकट आणि बुळबुळीत असे मिळणारे पाणी उचकीसाठी वापरतात. ४ चमचे दर १५ मिनिटांनी द्यावे. उचकी थांबल्यावर ८ दिवस द्यावे.

१०० ग्रॅम अहळीवात ४५४ कॅलरी असतात. क्रूड फायबर ७.६ ग्रॅम असून प्रोटिन्स २५.३ ग्रॅम, फॅट २४.५ ग्रॅम आणि कार्बोहायड्रेट्स ३३ ग्रॅम असतात.

मिनरल्स : सर्व मिलिग्रॅममध्ये – कॅल्शियम ३७७, फॉस्फरस ७२३, आयर्न १००, मॅग्नेशियम ४३०

व्हिटॅमिन्स (बी कॉम्प्लेक्स–संकुल) : थायामिन ०.५९ मि.ग्रॅम, रिबोफ्लाव्हिन ०.६१ मि.ग्रॅम, नियासिन १४.३ मि.ग्रॅम.

ॲन्टी-ऑक्सिडंट्स : अ) व्हिटॅमिन : कॅरॉटिन २७ म्यु.जी.

आधुनिक दृष्टिकोनातूनही प्रोटिन्स, कॅल्शियम, फॉस्फरस आणि अति उत्तम आयर्न (लोह) असल्याने प्रसूतीनंतरच्या ॲनिमियासाठी, तसेच शस्त्रक्रियेनंतरच्या ॲनिमियासाठी उपयोगी असते.

■

३. कलिंगडाच्या बिया (मगज)

संस्कृत : कालिंद बीज **हिंदी :** टरबूज बीज

इंग्रजी : Watermelon seeds (Kernal) **लॅटिन :** Citrullus-vulgaris seeds

'मगज' बी व्यवहारात आपण भाज्यांच्या ग्रेव्हीला स्वाद आणि घट्टपणा येण्यासाठी वापरतात. तसेच मिठाईमध्येही वापरली जाते.

आधुनिक दृष्टिकोनातून, १०० ग्रॅम कलिंगडाच्या बियांत ६२८ कॅलरी आहेत. क्रूड फायबर ०.८ ग्रॅम असून, प्रोटिन्स ३४.१ ग्रॅम, फॅट ५२.६ ग्रॅम, कार्बोहायड्रेट्स ४.५ ग्रॅम आहेत.

इसेन्शियल अमायनो ॲसिड्स : नायट्रोजनच्या मिलिग्रॅम प्रतिशत अर्जिनिन ९००, हिस्टिडीन १३०, लयसिन १७०, ट्रिप्टोफान ९०, फेनिलॲलनिन २७०, टायरोसिन ००, मेथिओनिन १६०, सिस्टिन ००, थ्रिओनिन १४०, ल्युसिन ४००, आयसोल्युसिन ३१०, व्हॅलिन २६०

मिनरल्स : सर्व मिलिग्रॅममध्ये – कॅल्शियम १००, फॉस्फरस ९३७, आयर्न ७.४

अर्जिनिनचे प्रमाण जास्त असल्याने वाढीच्या मुलांना चांगले. मेथिओनिन हे महत्त्वाचे अमायनो ॲसिड विपुल आहे.

■

४. काजू

संस्कृत : काजूतक **हिंदी :** काजू

इंग्रजी : Cashew nut **लॅटिन :** Anacardium Occidentale

काजूतक : परं वृष्यो वातामसदृशो गुणैः। (प्रियव्रत)

रस : मधुर **विपाक :** मधुर **वीर्य :** उष्ण

दोषघ्नता : वातशामक, कफपित्तकर

काजूचे गुणधर्म बदामासारखे असतात, ते सर्वांना सात्म्य होत नाहीत. पित्तप्रकृतीच्या लोकांना त्रास होण्याची शक्यता असते. ओल्या काजूची उसळ करतात. तसेच काजूचा भाज्या, पुलाव आणि मिठाईत वापर होतो.

१०० ग्रॅम काजूमध्ये ५९६ कॅलरी असतात. क्रूड फायबर १.३ ग्रॅम, प्रोटिन्स २१.२ ग्रॅम, फॅट ४६.९ ग्रॅम, कार्बोहायड्रेट्स २२.३ ग्रॅम.

इसेन्शियल अमायनो ॲसिड्स : नायट्रोजनच्या मिलिग्रॅम प्रतिशत अर्जिनिन ६५०, हिस्टिडिन १३०, लायसिन २९०, ट्रिप्टोफान ११०, फेनिलॲलानिन २७०, टायरोसिन ००, मेथिओनिन ९०, सिस्टिन ००, थ्रिओनिन २००, ल्युसिन ५१०, आयसोल्युसिन ३२०, व्हॅलिन ३६०

मिनरल्स : सर्व मिलिग्रॅममध्ये – कॅल्शियम ५०, फॉस्फरस ४५०, आयर्न ५.८१, मॅग्नेशियम ३४९, क्रोमियम ०.१६३

व्हिटॅमिन्स (बी कॉम्प्लेक्स–संकुल) : सर्व मिलिग्रॅममध्ये – थायामिन ०.६३, रिबोफ्लाव्हिन ०.१९, नियासिन १.२

ॲन्टी-ऑक्सिडंट्स : अ) व्हिटॅमिन्स : कॅरॉटिन ६० म्यु.जी.,

ब) मिनरल्स : कॉपर १.६६, मॅंगेनीज १.४२, झिंक ५.९९

■

५. गोडांबी

संस्कृत : भल्लातक मज्जा **हिंदी :** भिलावामज्जा

इंग्रजी : Marking-Nut Kernel **लॅटिन :** Semecarpus anacardium

तन्मज्जा मधुरा वृष्या बृंहणी वातपित्तहा। - (भावप्रकाश)

रस : मधुर **विपाक :** मधुर **वीर्य :** उष्ण

दोषघ्नता : वात, पित्त शामक

बिब्ब्याच्या फळाच्या आत बदामासारखी दिसणारी बी असते, ती गोडांबी होय. बिब्बा हे एक श्रेष्ठ रसायनद्रव्य आहे. गोडांबी खाताना तिचा त्रास (ॲलर्जी) होत नाही ना, हे पारखून घ्यावे.

गोडांबी बृंहण आणि वृष्य असल्याने दौर्बल्यात आणि बाळंतपणानंतर वातशामक म्हणून वापर करतात. बाळंतिणीला देण्यात येणाऱ्या डिंकाच्या लाडूमध्ये गोडांबी घालतात. हिचा वापर उन्हाळ्यात जपून करावा. वृद्धावस्थेत सांधे दुखणे, या

लक्षणासाठी गोडांबी खाल्ल्यास उपयोग होतो. शुक्रजनन आणि शुक्रप्रवर्तनही गोडांबीने होते, असे शारंगधर संहितेत म्हटले आहे, म्हणून स्त्री आणि पुरुषांनी दोघांनीही गोडांबी खावी.

१०० ग्रॅम गोडांबीत ५८७ कॅलरी असतात. क्रूड फायबर १.४ ग्रॅम, प्रोटिन्स २६.४ ग्रॅम, फॅट ३६.४ ग्रॅम, कार्बोहायड्रेट्स २८.४ ग्रॅम.

इसेन्शियल अमायनो ॲसिड्स : नायट्रोजनच्या मिलिग्रॅम प्रतिशत – अर्जिनिन ६००, हिस्टिडिन ११०, लायसिन २६०, ट्रिप्टोफान ६०, फेनिलॲलानिन २२०, टायरोसिन ००, मेथिओनिन ९०, सिस्टिन ००, थ्रिओनिन १३०, ल्युसिन ४६०, आयसोल्युसिन २७०, व्हॅलिन ३००

मिनरल्स : सर्व मिलिग्रॅममध्ये – कॅल्शियम २९५, फॉस्फरस ८३६, आयर्न ६.१

आधुनिक पृथक्करणाचा विचार करताना, प्रोटिन्सचे प्रमाण तसेच कॅल्शियम, फॉस्फरस आणि आयर्नकडे बघताना डिंकाच्या लाडवातील गोडांबीचा समावेश, प्रसूत स्त्रियांसाठी आरोग्यदायी आहे.

■

६. चारोळी

संस्कृत : प्रियाल **हिंदी :** चिरौंजी
इंग्रजी : Piyal Seeds **लॅटिन :** Buchanania latifolia

वातपित्तहरं वृष्यं प्रियालं गुरू शीतलम्।
प्रियालमज्जा मधुरो वृष्यः पित्तानिलापहः।। (सु.सू.)

रस : मधुर **विपाक :** मधुर **वीर्य :** शीत
दोषघ्नता : वातपित्तघ्न, कफकर **महत्त्वाचे गुण :** स्निग्ध, गुरू

चारोळी मिठाई, श्रीखंड, बासुंदी यामध्ये वापरतात.

सुक्यामेव्यामध्ये, चारोळी 'शीत' वीर्य आहे, म्हणूनच कोजागिरी (शरद पौर्णिमा) च्यादिवशी चारोळीयुक्त मसाल्याचे दूध पिण्याची प्रथा आहे. तसेच ग्रीष्म ऋतूतही वापरतात. 'रक्तपित्तावरील श्रेष्ठ औषध' असे चरकांनी म्हटले आहे.

१०० ग्रॅम चारोळीत, ६५६ कॅलरी असतात. क्रूड फायबर ३.८ ग्रॅम, प्रोटिन्स १९ ग्रॅम, फॅट ५९.१ ग्रॅम आणि कार्बोहायड्रेट्स १२.१

इसेन्शियल अमायनो ॲसिड्स : नायट्रोजनच्या मिलिग्रॅम प्रतिशत – अर्जिनिन १२३०, हिस्टिडिन १७०, लायसिन २४०, ट्रिप्टोफान ७०, फेनिल

ॲलानिन ३३०, टायरोसिन ००, मेथिओनिन १००, सिस्टिन ००, थ्रिओनिन २००, ल्युसिन ७४०, आयसोल्युसिन ३५०, व्हॅलिन ४१०

मिनरल्स : सर्व मिलिग्रॅममध्ये – कॅल्शियम २७९, फॉस्फरस ५२८, आयर्न ८.५, मॅग्नेशियम ३७३, सोडियम १०.२, पोटॅशियम ४३६

व्हिटॅमिन्स (बी कॉम्प्लेक्स–संकुल) : थायामिन ०.६९ मि.ग्रॅ, रिबोफ्लाव्हिन ०.५३ मि.ग्रॅम, नियासिन १.५ मि.ग्रॅम.

ॲन्टी-ऑक्सिडंट्स : अ) व्हिटॅमिन्स : व्हिटॅमिन 'सी' ५ मि.ग्रॅम.

ब) मिनरल्स : कॉपर ०.८६ मि.ग्रॅम.

■

७. चिलगोजे

संस्कृत : निकोचक **हिंदी :** चिलगोजा

इंग्रजी : Chilgoza **लॅटिन :** Pinus gerardiana

निकोचकं गुरू स्निग्धं वृष्योष्णं स्वादु बृंहणम्।
रक्तप्रसादनं बल्यं वातघ्नं कफपित्तकृत्। (म.नि.)

रस : मधुर **विपाक :** मधुर **वीर्य :** उष्ण

दोषघ्नता : वातघ्न, कफपित्तकर **महत्त्वाचे गुण :** स्निग्ध, गुरू

जुन्या संधिवातात चिलगोजाची बी वाटून मधाबरोबर द्यावी. चिलगोजे मांस धातूवर्धन असून,रक्तधातूस हितकर आहेत.

१०० ग्रॅम चिलगोजात ६१५ कॅलरी असतात. क्रूड फायबर १ ग्रॅम असून, प्रोटिन्स १३.९ ग्रॅम, फॅट ४९.३ ग्रॅम आणि कार्बोहायड्रेट्स २९ ग्रॅम आहेत.

मिनरल्स : सर्व मिलिग्रॅममध्ये – कॅल्शियम ९१, फॉस्फरस ४९४, आयर्न ३.६

व्हिटॅमिन्स (बी कॉम्प्लेक्स–संकुल) : थायामिन ०.३२ मि.ग्रॅम, रिबोफ्लाव्हिन ०.३० मि.ग्रॅम, नियासिन ३.६ मि.ग्रॅम

■

८. जरदाळू

संस्कृत : उरुमाण **हिंदी :** जर्दालु

इंग्रजी : Apricot **लॅटिन :** Prunus armeniaca

गुरूष्णाः स्निग्धमधुराः सोरुमाणाः बलप्रदाः। (च.सू.)

रस : मधुर **विपाक :** मधुर **वीर्य :** उष्ण

दोषघ्नता : वातघ्न, कफपित्तवर्धक

महत्त्वाचे गुण : गुरू, स्निग्ध

ओले आणि सुके असे दोन प्रकारचे जरदाळू मिळतात. जरदाळू बलवर्धन करतात.

१०० ग्रॅम सुक्या जरदाळूमध्ये ३०६ कॅलरीज असतात. क्रूड फायबर २.१ ग्रॅम, प्रोटिन्स १.६ ग्रॅम, फॅट ०.७ ग्रॅम, कार्बोहायड्रेट्स ७३.४ असतात.

मिनरल्स : सर्व मिलिग्रॅममध्ये – कॅल्शियम ११०, फॉस्फरस ७०, आयर्न ४.६ मि.ग्रॅम.

व्हिटॅमिन्स (बी कॉम्प्लेक्स–संकुल) : थायामिन ०.२२ मि.ग्रॅम, नियासिन २.३ मि.ग्रॅम.

ॲन्टी-ऑक्सिडंट्स : अ) व्हिटॅमिन्स : व्हिटॅमिन 'सी' २ मि.ग्रॅम, कॅरॉटिन ५८ म्यु.जी.

ओल्या जरदाळूत, कॅरॉटिन २१६० म्यु.जी., व्हिटॅमिन 'सी' ६ मि.ग्रॅम असतात. म्हणजेच ॲन्टी-ऑक्सिडंट्सचे प्रमाण जास्त आहे.

जरदाळूच्या आत बदामासारखी बी असते, ती पण शरीरास आरोग्यदायी आहे.

फायटोकेमिकल्स : कॅरॉटिनॉइड्स – कॅन्सरविरुद्ध लढण्यास उपयोगी.

जरदाळूमधील सोल्युबल फायबर पेक्टीनमुळे एल.डी.एल. कोलेस्टेरॉल कमी होतो.

जरदाळूवर 'सल्फरडाय-ऑक्साइड'चा स्प्रे केलेला असतो. त्यामुळे दम्याच्या रुग्णांना त्रास होतो, म्हणून जरदाळू धुवून खावेत.

■

९. डिंक

संस्कृत : बब्बूल निर्यास **हिंदी :** गूंद / गोंद

इंग्रजी : – **लॅटिन :** –

बब्बूलस्य तु निर्यासे ग्राही पित्तानिलापहः। (आ.वि.)

रस : मधुर, कषाय **विपाक :** मधुर **वीर्य :** शीत

महत्त्वाचे गुण : गुरू, स्निग्ध **दोषघ्नता :** वातपित्तशामक

आपल्या आहारातील डिंक, हा बाभुळाच्या झाडाचा 'निर्यास' म्हणजे झाडाच्या

खोडाला खाचा किंवा चिरा देऊन आलेला रस गोळा करतात आणि तो वाळवितात. हाच तो डिंक होय.

'डिंक' म्हणजे बाभळीच्या झाडाचा वाळलेला रसधातू आहे. हा रसधातू वृष्य आहे. यामध्ये सप्तधातू वर्धन करण्याची क्षमता आहे.

सामान्य दौर्बल्यात उपयोगी असते, म्हणून सर्वांनी डिंकाचे लाडू खावे.

बाळंतिणीला डिंकाचे लाडू देण्याची प्रथा आहे, तसेच गर्भावस्थेतही द्यावे.

आधुनिक दृष्टिकोनातून, डिंकामध्ये प्रोटिन आणि फॅटचे प्रमाण नगण्य आहे. वापरता येण्याजोगे कार्बोहायड्रेट्स २० आहेत. डिंक म्हणजे सोल्युबल फायबर आहे. यामध्ये कॅल्शियम आणि लोहही आहे.

भारतीय संशोधकांनी प्रयोगशाळेतील प्राण्यांना डिंक देऊन, त्यांच्या कोलेस्टेरॉलच्या पातळीचे निरीक्षण केले. तेव्हा कोलेस्टेरॉलची पातळी कमी होते, असे निदर्शनास आले.

■

१०. पिस्ते

संस्कृत : अभिषुक **हिंदी :** पिस्ता
इंग्रजी : Pistachio **लॅटिन :** Pistacia Vera

वातामाभिषुका क्षोटमुकूलक निकोचकाः।
गुरूष्णास्निग्धमधुराः सोरुमाणाः बलप्रदाः।
वातघ्ना बृंहणा वृष्याः कफपित्ताभिवर्धनाः। (चरकसूत्र)

या श्लोकात बदाम, पिस्ता, अक्रोड, चिलगोजे, जरदाळू इत्यादी सुक्यामेव्याच्या गुणधर्माचे वर्णन आहे.

रस : मधुर **विपाक :** मधुर **वीर्य :** उष्ण

दोषघ्नता : वातघ्न, कफपित्तवर्धन

महत्त्वाचे गुण : गुरू, स्निग्ध

पिस्त्याचा वापर मिठाईत, आइस्क्रीग, मसाला दूध यामध्ये होतो. तसेच खारे पिस्तेही खाण्यासाठी मिळतात.

१०० ग्रॅम पिस्त्यात ६२६ कॅलरी असतात. क्रूड फायबर २.१ ग्रॅम, प्रोटिन १९.८ ग्रॅम, फॅट ५३.५ ग्रॅम, कार्बोहायड्रेट १६.२ ग्रॅम.

इसेन्शियल अमायनो ॲसिड्स : नायट्रोजनच्या मिलिग्रॅम प्रतिशत – अर्जिनिन ५९०, हिस्टिडिन १४०, लायसिन ३२०, ट्रिप्टोफान ६०, फेनिल

ॲलानिन ३२०, टायरोसिन १९०, मेथिओनिन ८०, सिस्टिन ११०, थ्रिओनिन२००, ल्युसिन ५५०, आयसोल्युसिन ३००, व्हॅलिन ३७०

मिनरल्स : सर्व मिलिग्रॅममध्ये – कॅल्शियम १४०, फॉस्फरस ४३०, आयर्न ७.७

व्हिटॅमिन्स (बी कॉम्प्लेक्स–संकुल) : थायामिन ०.६७ मि.ग्रॅ. ०.२८ मि.ग्रॅम, रिबोफ्लाव्हिन ०.२८ मि.ग्रॅम, नियासिन २.३ मि.ग्रॅम.

ॲन्टी-ऑक्सिडंट्स : अ) व्हिटॅमिन - कॅरॉटिन १४४ म्यु.जी.

■

११. बदाम

संस्कृत : वाताम — **हिंदी :** बादाम

इंग्रजी : Almond — **लॅटिन :** Prunus amygdalus

वाताद उष्णः सुस्निग्धो वातघ्नः शुक्रकृद् गुरूः।
वातादमज्जा मधुरो वृष्यः पित्तानिलापहः।
स्निग्धोष्णः कफकृन्नेष्टो रक्तपित्तविकारिणाम्। (भा.प्र.)

रस : मधुर **विपाक :** मधुर **वीर्य :** उष्ण

दोषघ्नता : वात-पित्त शामक (बदामगर)

बदाम रक्तपित्ताच्या रुग्णांना हितकारक नाहीत.

महत्त्वाचे गुण : गुरू, स्निग्ध.

बदामाचे तेल केसांसाठी, त्वचेच्या सौंदर्यासाठी वापरतात. तसेच बलवृद्धीसाठी तेल वापरतात. बदामबिया शुक्रधातू बलवान करणाऱ्या आहेत. वाढीच्या वयातील मुलांना, तरुण आणि वृद्धांना स्मरणशक्ती वाढवणारे आणि पौष्टिक म्हणून द्यावे. प्रसूतीनंतर स्तन्यवृद्धीसाठी स्त्रियांनी घ्यावे. तसेच यामुळे प्रसूतीनंतरची कंबरदुखी बरी होते. सुश्रुतांच्या मते बदाम मांस धातूवर्धक आहेत. यामुळे शरीराचे बृंहण होते, यामध्ये मेदवर्धन होत नाही.

१०० ग्रॅम बदामामध्ये ६५५ कॅलरी असतात. क्रूड फायबर १.७ ग्रॅम, प्रोटिन्स २०.८ ग्रॅम, फॅट ५८.९ ग्रॅम, कार्बोहायड्रेट्स १०.५ ग्रॅम आहेत.

इसेन्शियल अमायनो ॲसिड्स : नायट्रोजनच्या मिलिग्रॅम प्रतिशत अर्जिनिन ६६०, हिस्टिडिन १४०, लायसिन १६०, ट्रिप्टोफान ५०, फेनिल ॲलानिन ३००, टायरोसिन १८०, मेथिओनिन १००, सिस्टिन ५०, थ्रिओनिन १७०, ल्युसिन ४५०, आयसोल्युसिन २५०, व्हॅलिन ३१०

मिनरल्स : सर्व मिलिग्रॅममध्ये – कॅल्शियम २३०, फॉस्फरस ४९०, आयर्न ५.०९, मॅग्नेशियम ३७३, क्रोमियम ०.१६१

व्हिटॅमिन्स (बी कॉम्प्लेक्स–संकुल) : सर्व मिलिग्रॅममध्ये – थायामिन ०.२४, रिबोफ्लाव्हिन ०.५७, नियासिन ४.४

ॲन्टी-ऑक्सिडंट्स : अ) व्हिटॅमिन्स : नाहीत.

ब) मिनरल्स : कॉपर ०.९७ मि.ग्रॅम, मँगेनीज १.८८ मि.ग्रॅम, झिंक ३.५७ मि.ग्रॅम

व्यवहारात बदाम भिजवून, साल काढून श्रीखंड, बासुंदी आणि मिठाईत वापरले जातात. पण आरोग्याच्या दृष्टीने बदामाची साल उपयुक्त आहे. त्यातील फायबर कोलेस्टेरॉल कमी करण्यास उपयुक्त ठरतो.

AIIMS दिल्लीमधील बदामविषयक अभ्यासात बदामामुळे प्लेटलेटचे कार्य सुधारते आणि कोलेस्टेरॉल कमी होतो, असे लक्षात आले आहे.

■

१२. मकाणे

संस्कृत : मखान्न **हिंदी :** मखाना

इंग्रजी : Makhana **लॅटिन :** Euvvale ferox

विष्टम्भि वृष्यं रूक्षं च गर्भसंस्थापकं परम्।
कफवातहरं बल्यं ग्राहि पित्तदाहास्त्रनुत्।। (भा.प्र.)

रस : मधुर **विपाक :** मधुर **वीर्य :** शीत

दोषघ्नता : त्रिदोषघ्न **मुख्य गुण :** रुक्ष, गुरू

उत्तर भारतातील तलावातील पाण्यात वाढणाऱ्या झुडुपांना गोल किंवा अंडाकार संत्र्याएवढी फळे येतात. या फळात १० ते २० कवचयुक्त काळ्या बिया असतात. या बिया भाजून, फोडून मकाणे म्हणून विकतात. मकाणे सुक्यामेव्याबरोबर देण्यात येतात. याची खीर करतात किंवा नुसतेही खातात.

या गर्भसंस्थापक असल्याने, गर्भारपणी आणि प्रसूतीनंतरही याची खीर द्यावी. वृद्धांना सामान्य दौर्बल्यातही ही खीर द्यावी. रक्तपित्त व्याधीत ही खीर उपयोगी आहे.

१०० ग्रॅम मकाण्यात ३४७ कॅलरी असतात. फायबर नसतो. प्रोटिन्स ९.७ ग्रॅम, फॅट ०.१ ग्रॅम, कार्बोहायड्रेट्स ७६.९ ग्रॅम.

मिनरल्स : सर्व मिलिग्रॅममध्ये – कॅल्शियम २०, फॉस्फरस ९०, आयर्न १.४.

■

१३. शिंगाडा

संस्कृत : शृंगाटक **हिंदी** : सिंधारा

इंग्रजी : Water Chestnut **लॅटिन** : Trapa bispinosa

शृंगाटकं हिमं स्वादु गुरू वृष्यं कषायकम्।
ग्राहि शुक्रानिलश्लेष्मप्रदं दाहास्त्रपित्तनुत्।। (भा.प्र.)

रस : मधुर, कषाय **विपाक** : मधुर **वीर्य** : शीत

महत्त्वाचे गुण : गुरू

दोषघ्नता : पित्तघ्न, वातकफवर्धन.

शिंगाडा हे तलावातील वेलींना येणारे फळ आहे. हातगाड्यांवर कोळशासारखे काळे, ओले शिंगाडे (उकडलेले) विकायला येतात. सुके शिंगाडे, त्याचे पीठ बाजारात मिळते. याचा वापर उपवासाच्या पदार्थांसाठी केला जातो. शिंगाडा रक्तपित्त विकारांवर उपयोगी पडतो. वृष्य असल्याने शुक्रदौर्बल्यात वापरतात. 'गर्भस्थापक' हा महत्त्वाचा गुण असल्याने, गर्भिणीस बल्य म्हणून स्वत:साठी आणि गर्भाच्या पोषणासाठी उपयोगी आहे. योगरत्नाकरांनी दिवस राहिल्याबरोबर, लगेच गर्भपाताची शक्यता असल्यास (थ्रेटंड अॅबॉर्शन) गर्भ स्थिर करण्याकरिता शिंगाडे थंड पाण्यात घालून, त्यानंतर वाटून घ्यावेत. ते दुधात मिसळून द्यावेत असे सांगितले आहे. गर्भिणी परिचर्येतही सातव्या महिन्यात शिंगाडा घेण्यास सांगितले आहे. गर्भिणीने नित्य सेवन करणे हितावह आहे.

शिंगाड्याची खीर वाढीच्या मुलांना, तरुणांना आणि वृद्धांनाही द्यावी. बाळंतिणींनाही दूध येण्यासाठी खिरीचा उपयोग होतो.

१०० ग्रॅम ताज्या शिंगाड्यात ११५ कॅलरी आहेत. क्रूड फायबर ०.६ ग्रॅम आहे. प्रोटिन्स ४.७ ग्रॅम, फॅट ०.३ ग्रॅम, कार्बोहायड्रेट्स २३ ग्रॅम आहेत.

मिनरल्स : सर्व मिलिग्रॅममध्ये – कॅल्शियम २०, फॉस्फरस १५०, आयर्न १.३५, मॅग्नेशियम ७२, क्रोमियम ०.०११

व्हिटॅमिन्स (बी कॉम्प्लेक्स–संकुल) : थायामिन ०.०५ मि.ग्रॅम, रिबोफ्लाव्हिन ०.०७ मि.ग्रॅम, नियासिन ०.६

अॅन्टी-ऑक्सिडंट्स : अ) व्हिटॅमिन्स : कॅरॉटिन (व्हिटॅमिन ए) १२ म्यु.जी., व्हिटॅमिन 'सी' ९ मि.ग्रॅम.

ब) मिनरल्स : कॉपर १.३१ मि.ग्रॅम, मॅंगेनीज ०.८५ मि.ग्रॅम, झिंक १.५६ मि.ग्रॅम.

१०० ग्रॅम सुक्या शिंगाड्यामध्ये – ३३० कॅलरी असतात. प्रोटिन्स १३.८

ग्रॅम आहेत. कॅल्शियम ७० मि.ग्रॅम, फॉस्फरस ४४० मि.ग्रॅम, आयर्न २.४ मि.ग्रॅम असते.

शिंगाड्यामध्ये आयोडीन असते. आयोडिनयुक्त द्रव्य असल्याने, शिंगाड्याला महत्त्व आहे. आयोडिनच्या कमतरतेने गॉयटर हा रोग होतो. तसेच स्त्रियांमध्ये थायरॉइड ग्रंथींचे काम नीट न चालल्यास ॲबॉर्शन आणि मृतगर्भ जन्मास येणे ही लक्षणे दिसतात. योगरत्नाकरांनी गर्भ अस्थिर (चल) असताना, म्हणजेच अस्थिर होण्याची शक्यता असताना शिंगाड्याचा वापर सांगितला आहे.

गर्भाच्या मेंदूची वाढ, गर्भ १४ आठवड्यांचा असल्यापासून होते. या काळात गर्भिणी मातेस आयोडीन कमी पडल्यास, मतिमंद मूल जन्मास येते. आयुर्वेदाने शिंगाड्यास 'गर्भस्थापक' ही संज्ञा दिली आहे आणि गर्भाचे पोषण शिंगाड्याच्या सेवनाने उत्तम होते असे म्हटले आहे. म्हणून गर्भिणींनी आहारात, मासिकपाळी चुकल्यापासून शिंगाड्याची खीर नियमित घ्यावी.

■

१४. शेंगदाणे

संस्कृत : भूशिम्बी **हिंदी :** मूंगफली
इंग्रजी : Ground-nut **लॅटिन :** Arachis hypogaea

भुईमूग मुळात दक्षिण अमेरिकेतला. १६व्या शतकात तो तेथून पोर्तुगिजांनी आफ्रिकेत नेला. नंतर स्पॅनिश लोकांनी फिलीपाईन बेटात आणला आणि तेथून तो भारतात आला. आता भुईमुगाच्या उत्पादनात भारत अग्रेसर असून, जगातील ४०टक्के भुईमूग भारतात होतो. आहारात शेंगदाणे आणि त्याचे तेल आपण वापरतो. चरक, सुश्रुत काली शेंगदाण्याचा उल्लेख नाही.

१०० ग्रॅम शेंगदाण्यात ५६७ कॅलरी असतात. क्रूड फायबर ३.१ ग्रॅम, प्रोटिन्स २५.३ ग्रॅम, फॅट ४०.१ ग्रॅम, कार्बोहायड्रेट २६.१ ग्रॅम.

इसेन्शियल अमायनो ॲसिड्स : नायट्रोजनच्या मिलिग्रॅम प्रतिशत – अर्जिनिन ६९०, हिस्टिडिन १४०, लायसिन २३०, ट्रिप्टोफान ६०, फेनिलॲलानिन ३१०, टायरोसिन २४०, मेथिओनिन ६०, सिस्टिन ८०, थ्रिओनिन १७०, ल्युसिन ४००, आयसोल्युसिन २४०, व्हॅलिन २८०

इसेन्शियल फॅटी ॲसिड्स : १) लायनोलेइक (ओमेगा ६) १० ग्रॅम
२) अल्फा लायनोलेनिक (ओमेगा ३) ०.२ ग्रॅम.

मिनरल्स : सर्व मिलिग्रॅममध्ये – कॅल्शियम ९०, फॉस्फरस ३५०, आयर्न २.५, क्रोमियम ०.०४८

व्हिटॅमिन्स (बी कॉम्प्लेक्स–संकुल) : थायामिन ०.९० मि.ग्रॅम, रिबोफ्लाव्हिन ०.१३ मि.ग्रॅम, नियासिन १९.९ मि.ग्रॅम, फोलिक ॲसिड १६ म्यु.जी.

ॲन्टी-ऑक्सिडंट्स : अ) व्हिटॅमिन्स : कॅरॉटिन ३७ म्यु.जी.,

ब) मिनरल्स : कॉपर ०.९० मि.ग्रॅम, मँगेनीज १.१० मि.ग्रॅम, झिंक ३.९० मि.ग्रॅम.

फायटोकेमिकल्स : 'रेसव्हेराट्रॉल' (Resveratrol) हे फायटोकेमिकल कॅन्सरच्या सेलची वाढ थांबवते. तसेच रक्त गोठण्याची क्रिया स्तिमित करून, हार्टअटॅक येण्याची शक्यता कमी करते.

शेंगदाण्यातील मोनो-सॅच्युरेटेड फॅट्समुळे एल.डी.एल. कोलेस्टेरॉल कमी होतो. 'जर्नल ऑफ द अमेरिकन मेडिकल असोसिएशन'मध्ये झालेल्या अहवालानुसार नियमित शेंगदाणे खाण्याने, स्त्रियांमधील टाईप २ मधुमेह कमी होतो. शेंगदाण्याची ॲलर्जिक रिॲक्शन येऊ शकते. खवट शेंगदाणे खाल्ल्यास शरीरात अल्फा टॉक्सिन्स (Alfa Toxins) जातात. त्यामुळे लिव्हर कॅन्सर होऊ शकतो, म्हणून खवट शेंगदाणे खाऊ नयेत.

शेंगदाण्यापासून 'पीनट बटर' (Peanut Butter) बनवितात. याचा परदेशात आणि भारतातही वापर करतात. हे बटर पावाला (ब्रेड) लावण्याची पद्धत आहे. हे बटर फ्रीजमध्ये ठेवावे, म्हणजे त्यातील तेल (रॅनसीड) हवा लागून खराब होत नाही. तसेच त्यातील व्हिटॅमिन्सही, नाश पावत नाहीत. या बटरमध्ये मीठ आणि साखर घातलेली असते.

■

१५. तांबड्या भोपळ्याच्या बिया

संस्कृत : काशीफल बीज　　**हिंदी :** –

इंग्रजी : Pumpkin Seeds　　**लॅटिन :** Cucurbita Maxima Seeds

तांबडा भोपळा कापल्यानंतर, त्यातील बिया काढून साफ करून वाळवाव्या. वाळवलेल्या बिया सोलून खाव्या. या बिया तव्यावर भाजून किंवा मायक्रो-ओव्हनमध्ये १६०° ते १७०° फॅ. तपमान देऊनही भाजता येतात. कमी तपमानाला भाजण्याने त्यातील उपयुक्त तेले निष्प्रभ होत नाहीत. वेळ नसल्यास, ओल्या बिया मिक्सरमध्ये ग्राईंड करून त्याचा रस भाज्यांच्या ग्रेव्हीत वापरावा.

पाश्चात्य देशात यांना 'पपिताज' (Pepitas) म्हणतात. पारंपरिक मेक्सिकन रेसिपीजमध्ये यांचा वापर करतात. सॅलड, बर्गर, ओट-पॉरिजमध्येही घातल्या जातात. परदेशात मॉलमध्ये सर्वत्र मिळतात. घरी घट्ट झाकण असलेल्या बाटलीत

रेफ्रिजरेटरमध्ये ठेवाव्यात. बाजारातून आणलेल्या बिया दोन महिन्यांच्या आत वापराव्या.

जुन्या बिया 'रॅनसिड' (Rancid) होतात. या बिया अमेरिका, मेक्सिको, भारत आणि चीनमध्ये मिळतात.

आधुनिक दृष्टिकोनातून १०० ग्रॅम बियांमध्ये ५८४ कॅलरी असतात. क्रूड फायबर ०.२ ग्रॅम आहे. प्रोटिन्स २४.३ ग्रॅम, फॅट ४७.२ ग्रॅम, कार्बोहायड्रेट्स १५.६ ग्रॅम असतात.

मिनरल्स : सर्व मिलिग्रॅममध्ये – कॅल्शियम ५०, फॉस्फरस ८३०, आयर्न ५.५, मॅग्नेशियम ५५२

अँटिऑक्सिडंट्स : अ) व्हिटॅमिन – नाहीत.

ब) मिनरल्स : कॉपर १.४४ मि.ग्रॅम, मँगेनीज ३.१२ मि.ग्रॅम, झिंक ७ मि.ग्रॅम

फायटोकेमिकल्स : कॅरॉटिनॉइड्स.

भोपळ्याच्या बियात ओमेगा-३ फॅटीॲसिड्स आहेत. यामुळे हृदयास हितावह आहेत. यातील विपुल फायटेस्टिरॉल, कोलेस्टेरॉल कमी करण्यास मदत करतात. तसेच ही फायटेस्टिरॉल कॅन्सर विरुद्ध लढण्याची क्षमता देतात.

यातील कॅरॅटिनॉइड, हे फायटोकेमिकल आणि ओमेगा-३ फॅटी-ॲसिड्स पुरुषांमधील प्रॉस्टेट ग्रंथीची वाढ होऊ देत नाहीत. या बियांचे तेल प्रॉस्टेट ग्रंथीची वाढ रोखण्यासाठी परदेशात वापरतात.

संधिवात (Arthritis) असलेल्या रुग्णांनाही या बिया उपयुक्त ठरतात.

■

१६. हेजलनट

संस्कृत : – **हिंदी :** –

इंग्रजी : Hazelnut **लॅटिन :** Corylus Avellana

चवीने गोड असलेले हे नट ब्रिटनमध्ये कॉबनट (Cobnut) या नावाने ओळखले जातात.

याचे उत्पादन अमेरिका, इटली, तुर्कस्थान, टर्की आदी देशांत होते.

१०० ग्रॅम हेजलनटमध्ये ६२८ कॅलरी असतात. एकूण फायबर ९.७ ग्रॅम, प्रोटिन १४.९५ ग्रॅम, फॅट ६०.७५ ग्रॅम, कार्बोहायड्रेट १६.७ ग्रॅम.

मिनरल्स : सर्व मिलिग्रॅममध्ये - कॅल्शियम ११४, फॉस्फरस २९०, आयर्न ४.७, मॅग्नेशियम १६३, पोटॅशियम ६८०.

व्हिटॅमिन्स (बी कॉम्प्लेक्स–संकुल) : थायामिन ०.६४३ मि.ग्रॅम, रिबोफ्लाव्हिन

०.११३ मि.ग्रॅम, नियासिन १.८ मि.ग्रॅम, पायरिडॉक्सीन ०.५६३ मि.ग्रॅम, फोलिक ॲसिड ११३ म्यु.जी., पॅन्टोथेनिक ॲसिड ०.९१८ म्यु.जी.

ॲन्टी-ऑक्सिडंट्स : अ) व्हिटॅमिन्स - 'ए' २०१ (आय.यु.) 'ई' १५मि.ग्रॅम, 'सी' ६.३मि.ग्रॅम. (ब) मिनरल्स : कॉपर १.७२५ मि.ग्रॅम, मॅंगेनीज ६.१७ मि.ग्रॅम, झिंक २.४५मि.ग्रॅम.

फायटोकेमिकल्स : बीटाकॅरोटिन, ल्युटिन, झिया झॅनथीन.

या फायटोकेमिकल्समुळे कॅन्सरविरुद्ध लढण्यास मदत होते. एल.डी.एल. कोलेस्टेरॉल कमी होतो आणि एच.डी.एल. कोलेस्टेरॉल वाढतो. यापासून तेल काढतात. स्वयंपाकात व मसाजसाठी ते वापरतात.

टर्कीश (Turkish) आणि जॉर्जियन पाककृतीत वापर होतो. फ्रेंच डेझर्ट केकमध्ये वापरतात. चॉकलेटमध्येही वापर होतो.

यामध्ये ग्लूटेन नाही; त्यामुळे ग्लूटेन ॲलर्जी असलेले रुग्ण खाऊ शकतात.

■

६

शाकवर्ग

१. अळकुड्या

संस्कृत : आलुकी, कच्छवी
हिंदी : आरवी
इंग्रजी : Colocasia
लॅटिन : Colocasia antiquorum

आलुकी बलकृत्स्निग्धा गुर्वी हृत्कफनाशिनी।
विष्टम्भकारिणी तैले तलिताऽतिरुचिप्रदा।। (भा.प्र.)

अळकुड्या पचण्यास जड आणि बल्य आहेत. यामुळे मलावरोध होतो.

१०० ग्रॅम अळकुड्यात ९७ कॅलरी असतात. क्रूड फायबर १ ग्रॅम, प्रोटिन्स ३ ग्रॅम, फॅट ०.१ ग्रॅम, कार्बोहायड्रेट्स २१ ग्रॅम असतात.

सर्व इसेन्शियल अमायनो ॲसिड्स अल्प प्रमाणात आहेत.

मिनरल्स : सर्व मिलिग्रॅममध्ये – कॅल्शियम ४०, फॉस्फरस १४०, आयर्न ०.४२, मॅग्नेशियम २८, सोडियम ९, पोटॅशियम ५५०, क्रोमियम ०.००५

व्हिटॅमिन्स (बी कॉम्प्लेक्स–संकुल) : थायामिन ०.०९ मि.ग्रॅम, रिबोफ्लाव्हिन ०.०३ मि.ग्रॅम, नियासिन ०.४ मि.ग्रॅम, फोलिक ॲसिड १६ म्यु.जी.

ॲन्टी-ऑक्सिडंट्स : अ) व्हिटॅमिन्स : कॅरॉटिन (व्हिटॅमिन ए) २४ म्यु.जी. ब) मिनरल्स : सर्व मिलिग्रॅममध्ये – कॉपर ०.१८, मॅंगेनीज ०.२८, झिंक ०.३१ ■

२. अळंबी

संस्कृत : छत्रक
हिंदी : –
इंग्रजी : Mushroom
लॅटिन : Agaricus campestris

सर्पच्छत्रकवर्ज्यास्तु बहव्योऽन्याश्छत्रजातयः।
शीतः पीनसकर्त्र्यश्च मधुरा गुर्व्य एव च।। (चरकसूत्र २७)

रस : मधुर **विपाक :** मधुर **वीर्य :** शीत

दोषघ्नता : वात, पित्त शामक, कफवर्धन.

महत्त्वाचे गुण : गुरू, स्निग्ध, पिच्छिल.

चरककालामध्ये अळंबी (मश्रूम) चा वापर केला जात असे. याच्या २००० जाती आहेत. त्यात काही विषारी आहेत आणि काही बिनविषारी आहेत. जास्त मात्रेत खाल्ल्यास आमोत्पत्ती होते. पचण्यास जड. चायनीज फूडमध्ये याचा जास्त वापर केला जातो. आता व्यापारी तत्त्वावर मुद्दाम लागवड केली जाते. धिंगरी अळंबी (ऑयस्टर) पॅडी मश्रूम, बटन मश्रूम अशा जाती प्रसिद्ध आहेत.

बटन मश्रूम : १०० ग्रॅम बटन मश्रूममध्ये प्रोटिन्स २.७४ ग्रॅम, फॅट ०.३७ ग्रॅम आणि कार्बोहायड्रेट्स १.६ ग्रॅम असतात.

मिनरल्स : सर्व मिलिग्रॅममध्ये – कॅल्शियम ०.००२, फॉस्फरस ०.१५, आयर्न ५.९५, पोटॅशियम ०.५

व्हिटॅमिन्स (बी कॉम्प्लेक्स–संकुल) : थायामिन ०.१२ मि.ग्रॅम, रिबोफ्लाव्हिन ०.५२ मि.ग्रॅम, नियासिन ५.८६ मि.ग्रॅम, पॅंटोथेनिक ॲसिड २.३८ मि.ग्रॅम, बायोटिन ०.०१८ मि.ग्रॅम.

ॲन्टी-ऑक्सिडंट्स : अ) व्हिटॅमिन्स : व्हिटॅमिन 'सी' ८.६ मि.ग्रॅम

ब) मिनरल्स : कॉपर १.३५ मि.ग्रॅम, सेलॅनियम असते. आयोडीन १३० ते २३० मि. ग्रॅम / किलोग्रॅम

मश्रूममध्ये ग्लुटामिक ॲसिड नावाचे अमायनो ॲसिड असते. याच्यामुळे इम्युन सिस्टिम चांगली कार्यरत होते.

फायटोकेमिकल्स : १) लेनटीनान (Lentinan) हे पण शरीरातील इम्युनिसिस्टिम सक्षम करते. २) एरीटाडेनीन (Eritadenine) हे फायटोकेमिकल कोलेस्टेरॉल कमी करते.

मश्रूमपासून विषबाधा झाल्यास पोट दुखणे, जुलाब होणे, अशी लक्षणे दिसतात. फायलॉइडीस जातीचे मश्रूम खाल्ल्याने ॲमोटॉक्सिन आणि फायलोटॉक्सिन ही विष द्रव्ये पोटात जातात. यामुळे पोट दुखते, उलट्या-जुलाब होतात. नंतर किडनी आणि लिव्हर बिघडल्यास मृत्यू येऊ शकतो.

'कोप्रिनस' मश्रूम खाऊन मद्यपान केल्यास डोके दुखणे, उलट्या होणे हे त्रास होतात.

'गायरोमित्रा' मश्रूमच्या सेवनाने मळमळ, उलटी होते. रक्तातील 'लाल रक्तपेशी'

विरघळतात. लिव्हरचे कार्य बिघडते. मश्रूम्स विकत घेतानाच खात्रीच्या दुकानातून विकत घ्यावेत.

■

३. अबईची शेंग

संस्कृत : कोलशिम्बि **हिंदी :** सुअरा सेम / बारा-सेम
इंग्रजी : Sword beans **लॅटिन :** Canavali gladista

कोलशिम्बि समीरघ्नी गुर्व्युष्णा कफपित्तकृत्।
शुक्राग्निसादकृद वृष्या रुचिकृद् बद्धविड्गुरू:।। (भा.प्र.)

ही शेंग हिरव्या रंगाची, ६ ते ८ इंच लांब आणि अर्धा इंच रुंद असते. तलवारीप्रमाणे दिसते. कोवळ्या शेंगांची भाजी करावी. शिजवण्यासाठी कुकरचा वापर करावा लागतो. शेंगा चिरून, वाफवल्यावर पाणी काढून टाकावे. फोडणीत कांदा घालून परतावी.

ही भाजी उष्ण वीर्य, कफपित्तकर, वातघ्न आणि शुक्रवर्धक आहे. या भाजीने मळ बांधून येतो. भाजी पचण्यास जड असल्याने अग्निमांद्य असणाऱ्यांनी खाऊ नये.

आधुनिक दृष्टिकोनातून, १०० ग्रॅम अबईच्या शेंगेत ४४ कॅलरी असून क्रूड फायबर १.५ ग्रॅम आहे. प्रोटिन्स २.७ ग्रॅम, फॅट ०.२ ग्रॅम आणि कार्बोहायड्रेट्स ७.८ ग्रॅम आहेत.

मिनरल्स : सर्व मिलिग्रॅममध्ये – कॅल्शियम ६०, फॉस्फरस ४०, आयर्न २, सोडियम २९, पोटॅशियम १८००

व्हिटॅमिन्स (बी कॉम्प्लेक्स–संकुल) : सर्व मिलिग्रॅममध्ये – थायामिन ०.०८, रिबोफ्लाव्हिन ०.०८, नियासिन ०.५

ॲन्टी-ऑक्सिडंट्स : अ) व्हिटॅमिन्स : कॅरॉटिन २४ म्यु.जी., व्हिटॅमिन 'सी' १२ मि.ग्रॅम.

या भाजीत पोटॅशियमचे प्रमाण अतिशय चांगले आहे. ज्यांना पोटॅशियम सेवनावर बंधने आहेत, त्यांनी वैद्यकीय सल्ल्यानुसार ही भाजी खावी.

■

४. काकडी

संस्कृत : त्रपुष **हिंदी :** खीरा
इंग्रजी : Cucumber **लॅटिन :** Cucumis sativus

स्वादु पित्तापहं शीतं रक्तपित्तहरं परम्।
तद्बीजं मूत्रलं शीतं रुक्षं पित्तास्त्रकृच्छ्रजित्।। (भा.प्र.)

रस : मधुर **विपाक :** मधुर **वीर्य :** शीत

महत्त्वाचे गुण : रुक्ष, गुरू **दोषघ्नता :** पित्तशामक, वातकफवर्धक

कच्ची काकडी पित्तशामक आहे. पक्व काकडी किंचित उष्ण आणि पित्तकर असते. काविळीत आणि रक्तपित्तात काकडी खावी. तसेच मूत्रदाह, मुतखडा या व्याधीत काकडी खावी. काकडी कापून डोळ्यांवर त्याच्या चकत्या ठेवतात. कोशिंबीर, सॅलड, भाजीसाठी काकडी वापरली जाते. भोजनाच्या सुरुवातीस काकडी हे फळ खाऊ नये असे 'क्षेमकुतूहल' ग्रंथात वर्णन आहे.

१०० ग्रॅम काकडीत १३ कॅलरी असतात. क्रूड फायबर ०.४ ग्रॅम, प्रोटिन्स ०.४ ग्रॅम, फॅट ०.१ ग्रॅम आणि कार्बोहायड्रेट २.५ ग्रॅम असतात.

मिनरल्स : सर्व मिलिग्रॅममध्ये – कॅल्शियम १०, फॉस्फरस २५, आयर्न ०.६, मॅग्नेशियम १४, सोडियम १०, पोटॅशियम ५०, क्रोमियम ०.००२

व्हिटॅमिन्स (बी कॉम्प्लेक्स–संकुल) : थायामिन ०.०३ मि.ग्रॅम, नियासिन ०.२ मि.ग्रॅम, फोलिक ॲसिड १३ म्यु.जी.

ॲन्टी-ऑक्सिडंट्स : अ) व्हिटॅमिन्स : व्हिटॅमिन 'सी' ७ मि.ग्रॅम

ब) मिनरल्स : कॉपर ०.०९ मि.ग्रॅम, मँगेनीज ०.१४ मि.ग्रॅम, झिंक ०.२३ मि.ग्रॅम

काकडीमध्ये सिलिका हे खनिज असते. ही सिलिका स्नायू आणि हाडांमध्ये असते. या सिलिकेमुळे त्वचेची कांती सतेज राहते. काकडी डाएटिंगसाठी उत्तम आहे. तहान भागते, पोट भरल्याचे समाधान होते.

■

५. कारले

संस्कृत : कारवेल **हिंदी :** करेला
इंग्रजी : Bittergourd **लॅटिन :** Momordica charantia

कारवेल्लं सकटूकं कटूपाकमवातलम्।
दीपनं भेदनं तिक्तं अवृष्यं अहिमं लघु।।

हन्त्यरोचकपित्तास्त्रकफपाण्डुव्रणक्रिमीन्।
श्वासकासप्रमेहार्शः कोठकुष्ठज्वरानपि।। (कै.नि.)

रस : तिक्त, कटू **विपाक :** कटू **वीर्य :** उष्ण

मुख्य गुण : लघु, रुक्ष **दोषघ्नता :** कफपित्तशमन

दीपन, पाचन या गुणांमुळे अरुची, अग्निमांद्य आणि आमदोषांत उपयोगी आहे. याच्या भेदन गुणामुळे मलभेदन होते. अर्श (मूळव्याध), कास, श्वास, ज्वर यामध्ये उपयोगी. प्रमेहात प्रामुख्याने मधुमेहात उपयोगी. नित्य आहारात कारल्याचा समावेश असेल तर मधुमेही रुग्णांमध्ये औषधांची उपयुक्तता वाढलेली दिसते. अवृष्य असल्याने कारल्याचा अतिरेक केल्यास धातूक्षय होतो. कारली हिरवी आणि पांढरी अशा दोन प्रकारची मिळतात.

१०० ग्रॅम हिरव्या कारल्यात ६० कॅलरी असतात. क्रूड फायबर १.७ ग्रॅम, प्रोटिन्स २.१ ग्रॅम, फॅट १ ग्रॅम, कार्बोहायड्रेट्स १०.६ ग्रॅम असतात.

मिनरल्स : सर्व मिलिग्रॅममध्ये – कॅल्शियम २३, फॉस्फरस ३८, आयर्न २, मॅग्नेशियम ३३, सोडियम ३, पोटॅशियम १७१, क्रोमियम ०.००५

व्हिटॅमिन्स (बी कॉम्प्लेक्स–संकुल) : सर्व मिलिग्रॅममध्ये – थायामिन ०.०७ मि.ग्रॅम, रिबोफ्लाव्हिन ०.०६ मि.ग्रॅम, नियासिन ०.४ मि.ग्रॅम.

ॲन्टी-ऑक्सिडंट्स : अ) व्हिटॅमिन्स : कॅरॉटिन (व्हिटॅमिन ए), १२६ म्यु.जी., व्हिटॅमिन 'सी' ९६ मि.ग्रॅम.

ब) मिनरल्स : कॉपर ०.०९ मि.ग्रॅम, मॅंगेनीज ०.०८ मि.ग्रॅम, झिंक ०.३९ मि.ग्रॅम.

पांढऱ्या कारल्यात कॅलरीज कमी असतात. तसेच आयर्न आणि व्हिटॅमिनचे प्रमाण कमी असते.

■

६. कोबी

संस्कृत : पत्रगोभी **हिंदी :** बन्दगोभी

इंग्रजी : Cabbage **लॅटिन :** Brassica oleracea var capitata

पत्रगोभी सरा रुच्या वातला मधुरा गुरूः। (शा. निघंटु)

रस : मधुर, कषाय **विपाक :** मधुर **वीर्य :** शीत

कोबी हे 'रससार' द्रव्य आहे. याचा रस घेणे हे शरीरास हितावह आहे, तसेच सॅलड म्हणून कच्चा कोबी खाणेही चांगले.

आयुर्वेदात स्वरस कल्पनेला महत्त्व आहे.

१) कोबीचा रस १ कप + साखर – आम्लपित्त, तृष्णारोध, उष्माघात (उन्हात जास्त वेळ काम करणे), अतिसार या रोगात रस-क्षीणतेची (Dehydration) लक्षणे असताना उपयोगी. हा रस दिवसातून २ ते ३ वेळा द्यावा.

२) मधुमेही रुग्णांची नेत्रशक्ती कमी होते. त्यासाठी कोबीचा रस किंवा सॅलड याचा वापर आहारात करावा.

कोबी शरद आणि ग्रीष्म ऋतूमध्ये सर्वांनी आहारात नित्य वापरावा. कोबीची भाजी करताना चणाडाळ भिजवून वापरतात. यामुळे पोषणमूल्य वाढतात.

१०० ग्रॅम कोबीमध्ये २७ कॅलरी असतात. एकूण फायबर २.८ ग्रॅम असून, न विरघळणारा २.० ग्रॅम आणि विरघळणारा ०.८ ग्रॅम आहे. प्रोटिन्स १.८ ग्रॅम, फॅट ०.१ ग्रॅम, कार्बोहायड्रेट्स ४.६ ग्रॅम आहेत.

मिनरल्स : सर्व मिलिग्रॅममध्ये – कॅल्शियम ३९, फॉस्फरस ४४, आयर्न ०.८, मॅग्नेशियम ३१, क्रोमियम ०.००५

व्हिटॅमिन्स (बी कॉम्प्लेक्स–संकुल) : थायामिन ०.०६ मि.ग्रॅम, रिबोफ्लाव्हिन ०.०९ मि.ग्रॅम, नियासिन ०.४ मि.ग्रॅम, फोलिक ॲसिड १३.३ म्यु.जी.

ॲन्टी-ऑक्सिडंट्स : अ) व्हिटॅमिन्स : कॅरॉटिन (व्हिटॅमिन ए) १२० म्यु.जी., व्हिटॅमिन 'सी' १२४ मि.ग्रॅम.

ब) मिनरल्स : कॉपर ०.०२ मि.ग्रॅम, मँगेनीज ०.१८ मि.ग्रॅम, झिंक ०.३ मि. ग्रॅम.

फायटोकेमिकल्स : १) सल्फोरॅफेन : हे ब्रेस्ट कॅन्सर रोखण्यास मदत करते. २) आयसोथायोसायनेट्स : हे अन्ननलिका आणि फुफ्फुसाचे कॅन्सर रोखण्यास मदत करते. ३) इनडॉल्स : कॅन्सरविरुद्ध लढण्याची क्षमता वाढवते.

कोबीतील 'टार्टारिक ॲसिड' साखरेचे फॅटमध्ये रूपांतर होणे थांबविते. त्यामुळे वजन वाढत नाही. सॅलड म्हणून स्थूल व्यक्तींना आणि मधुमेहींना उपयोगी भाजी. कॅन्सर रुग्णांनाही उपयोगी.

■

७. कोहळा

संस्कृत : कुष्माण्डम्   **हिंदी :** पेठा
इंग्रजी : Ashgourd   **लॅटिन :** Benincasa hispida

कूष्माण्डं बृंहणं वृष्यं गुरू पित्तास्त्रवातनुत्।
बालं पित्तापहं शीतं मध्यमं कफकारकम्।।
वृध्दं नातिहिमं स्वादु सक्षारं दीपनं लघु।
बस्तिशुध्दिकरं चेतोरोगहृत्सर्वदोषजित्।। (भा.प्र.)

रस : मधुर **विपाक :** मधुर **वीर्य :** शीत

महत्त्वाचा गुण : गुरू

दोषघ्नता : कोहळ्याच्या अवस्थेप्रमाणे दोषघ्नता बदलते.

कोवळा कोहळा : शीत असून पित्तघ्न असतो.

मध्यम तयार झालेला कोहळा : कफकारक आहे.

पूर्णपणे तयार झालेला कोहळा : अतिथंड नसतो, चवीला गोड आणि किंचित खारट असतो. पचायला हलका असतो. त्रिदोषघ्न आहे.

मूत्राशयाची शुद्धी करतो म्हणून मूत्रवहस्रोतसाच्या रोगांवर वापरावा. मानसिक रोगावर उपयोगी. मस्तिष्काला शामक, मेध्य आणि निद्राजनक आहे. कोहळा 'तर्पक' कफाचे पोषण करून, बुद्धीची धारणाशक्ती वाढवून, बुद्धीला स्थिरता आणतो. ग्रहण केलेले ज्ञान साठवण्याची क्षमता वाढते. चंचलता आणि चिडचिडेपणा नाहीसा होऊन मन शांत होते म्हणून व्यवस्थापन, संगणक क्षेत्रात काम करणाऱ्या आणि तणावग्रस्त अवस्थेत काम करणाऱ्यांना कोहळा अत्यंत उपयोगी आहे. कोहळ्याचा रस, कोहळेपाक किंवा पेठा नियमित घ्यावा. कोहळ्याची भाजीही खावी. कोहळ्याच्या बियांच्या मगजाचा लेप चेहऱ्यावर दुधात घालून लावल्यास कांती सुधारते.

कोहळा बृंहण आणि वृष्य असल्याने राजयक्ष्मा (टी.बी.) च्या रुग्णांना कोहळेपाक द्यावा. अधोग आणि उर्ध्वग रक्तपित्तात (म्हणजे कोठूनही रक्तस्राव होत असल्यास) अर्धा कप कोहळ्याचा रस खडीसाखर घालून द्यावा. वृष्य असल्याने गर्भधारणेच्यापूर्वी दांपत्याने कोहळा नियमित सेवन करावा. गर्भधारणेनंतर गर्भवतीने पेठा, कोहळ्याचा रस किंवा वड्या नियमित घ्याव्यात. बाळंतपणातही दूध येण्यासाठी आणि बल्य-बृंहण म्हणून सेवन करावे. हृदय रुग्णांना कोहळा हितावह आहे असे सुश्रुतांनी म्हटले आहे. वेलीवर येणाऱ्या सर्व फळांमध्ये कोहळा चरकांनी श्रेष्ठ मानला आहे. उडदाचे पापड बनविताना उडदाचे पीठ कोहळ्याच्या रसात भिजवतात. त्यामुळे गुणवर्धन होते.

नवरात्रीच्या चवथ्या दिवशी 'कुष्माण्डा' या दुर्गास्वरूपाची उपासना केल्याने सर्व रोग आणि शोक (दुःख) यांचा नाश होतो. दुर्गेला कोहळा आवडतो म्हणून त्याला 'कुष्माण्डा' म्हणतात. यामध्येच या फळाचे पावित्र्य आणि महत्त्व उमजते.

१०० ग्रॅम कोहळ्यात १० कॅलरी असतात. क्रूड फायबर ०.८ ग्रॅम असतो. प्रोटिन्स ०.४ ग्रॅम, फॅट ०.१ ग्रॅम, कार्बोहायड्रेट्स १.९ ग्रॅम आहेत.

मिनरल्स : सर्व मिलिग्रॅममध्ये – कॅल्शियम ३०, फॉस्फरस २०, आयर्न ०.८

व्हिटॅमिन्स (बी कॉम्प्लेक्स–संकुल) : थायामिन ०.०६ मि.ग्रॅम, रिबोफ्लाव्हिन ०.०१ मि.ग्रॅम, नियासिन ०.४ मि.ग्रॅम.

ॲन्टी-ऑक्सिडंट्स : अ) व्हिटॅमिन्स : व्हिटॅमिन 'सी' १ मि.ग्रॅम.

कोहळ्याचा रस डाएटिंग करणाऱ्यांना उपयोगी आहे. डाएटिंगमुळे होणारी जळजळ कोहळ्याने होत नाही. कॅलरीज अतिशय कमी प्रमाणात जातात. पोट भरल्याची भावना राहते. आयुर्वेदिक दृष्टिकोनातून मन आणि शरीरास उपयुक्त. मधुमेही रुग्णांना उपयोगी.

■

८. कंटोली (करटुली)

संस्कृत : कर्कोटी **हिंदी :** खेकसा

इंग्रजी : – **लॅटिन :** Momordica dioica

कर्कोटी मलहृत् कुष्ठहृल्लासारुचिनाशिनी।
श्वासकासज्वरान् हन्ति कटूपाका च दीपनी।। (भा.प्र.)

रस : तिक्त, कटू **विपाक :** कटू **वीर्य :** उष्ण

दोषघ्नता : कफवातशामक

ही फळे हिरवी, पोपटी रंगाची, दीड ते दोन इंच लांबीची असतात. त्यावर मऊ काटे असतात. पावसाळ्यात मिळतात. ही भाजी दीपन आणि अरुचीनाशक असल्याने पावसाळ्यातील अग्निमांद्य आणि वातप्रकोपावर उपयोगी. भेदन गुणामुळे मलावष्टंभावर उपयोगी. तसेच ज्वर, श्वास, कास या रोगात उपयोगी.

१०० ग्रॅम करटोल्यात ५२ कॅलरी असतात. क्रूड फायबर ३ ग्रॅम, प्रोटिन्स ३.१ ग्रॅम, फॅट १ ग्रॅम, कार्बोहायड्रेट्स ७.७ ग्रॅम असतात.

मिनरल्स : सर्व मिलिग्रॅममध्ये – कॅल्शियम ३३, फॉस्फरस ४२, आयर्न ४.६

व्हिटॅमिन्स (बी कॉम्प्लेक्स–संकुल) : थायामिन ०.०५, रिबोफ्लाव्हिन ०.१८ मि.ग्रॅम, नियासिन ०.६ मि.ग्रॅम.

ॲन्टी-ऑक्सिडंट्स : अ) व्हिटॅमिन्स – कॅरॉटिन (व्हिटॅमिन ए) १६२० म्यु.जी.

■

९. गाजर

संस्कृत : गृंजन **हिंदी :** गाजर

इंग्रजी : Carrot **लॅटिन :** Daucus carota

गाजरं मधुरं तीक्ष्णं तिक्तोष्णं दीपनं लघु।
संग्राहि रक्तपित्तार्शोग्रहणी कफवातजित्।। (भा.प्र.)

रस : मधुर, तिक्त **विपाक :** मधुर **वीर्य :** उष्ण

महत्त्वाचे गुण : लघु, ग्राही, तीक्ष्ण **दोषघ्नता :** वात, कफघ्न

गाजराची कोशिंबीर, भाजी आणि हलवा करतात. गाजर संग्राही असल्याने जुलाब आणि ग्रहणी यामध्ये उपयोगी. रक्तपित्त आणि मूळव्याधीत वापरतात.

आधुनिक विचारसरणीप्रमाणे १०० ग्रॅम गाजरात ४८ कॅलरी आहेत. एकूण फायबर ४.४, त्यात न विरघळणारा ३ ग्रॅम, विरघळणारा १.४ ग्रॅम आहे. प्रोटिन्स ०.९, फॅट ०.२ कार्बोहायड्रेट्स १०.६ ग्रॅम आहेत. सर्व इसेन्शियल अमायनो ॲसिड्स यामध्ये आहेत.

मिनरल्स : सर्व मिलिग्रॅममध्ये – कॅल्शियम ८०, फॉस्फरस ५३०, आयर्न १.०३, मॅग्नेशियम १७, सोडियम ३६, पोटॅशियम १०८, क्रोमियम ०.०१७

व्हिटॅमिन्स (बी कॉम्प्लेक्स–संकुल) : थायामिन ०.०४ मि.ग्रॅम, रिबोफ्लाव्हिन ०.०२ मि.ग्रॅम, नियासिन ०.६ मि.ग्रॅम, फोलिक ॲसिड ५ म्यु.जी.

ॲन्टी-ऑक्सिडंट्स : अ) व्हिटॅमिन्स : एकूण कॅरॉटिन (व्हिटॅमिन ए) ८८४० म्यु.जी., बीटा कॅरॉटिन ६४६० म्यु.जी., व्हिटॅमिन 'सी' ३ मि.ग्रॅम

ब) मिनरल्स : कॉपर ०.१ मि.ग्रॅम, मँगेनीज ०.१६ मि.ग्रॅम,
झिंक ०.३६ मि.ग्रॅम.

फायटोकेमिकल्स : १) कॅरॉटिनॉइड्स : यामुळे रक्तवाहिन्यांमध्ये ब्लॉक्स होत नाहीत. हृदयविकारात उपयोगी. मोतीबिंदू न होण्यास मदत होते आणि कॅन्सरविरुद्ध लढण्याची क्षमता येते.

गाजराचा पाला : गाजराच्या पाल्याची भाजी करावी. या पाल्यात आयर्न ८.८ मि.ग्रॅम प्रतिशत आहे आणि व्हिटॅमिन 'सी' ७९ मि.ग्रॅम आहे. या दोन गोष्टींचेच प्रमाण गाजरापेक्षा जास्त आहे. इतर घटक सारखेच आहेत.

गाजरामध्ये बीटाकॅरॉटिन हे फायटोकेमिकल असते. हे गाजराच्या 'सेलवॉल्स' (Cell walls) च्या आत असते. गाजर शिजवण्याने सेलवॉल्स विरघळतात. शिजवताना थोडेसे लोणी घातल्यास हे बीटाकॅरॉटिन लोण्यात विरघळते आणि शरीरास उपयोगी पडते. गाजरे कच्ची न खाता शिजवण्याने फायदा जास्त होतो.

■

१०. गोवारी

संस्कृत : गोपशिम्बी **हिंदी :** गोआर की फल्ली

इंग्रजी : Cluster beans **लॅटिन :** Cyamopsis tetragonoloba

गोपशिम्बी गुरू रुक्षा वातला मधुरा सरा।
रुच्या कफकरी पित्तनाशिनी बलवर्धनी।। (प्रियव्रत)
पत्रमस्याः निशान्ध्यघ्नं पित्तनाशकरं परम्। (शा. निघंटु)

रस : मधुर **विपाक :** मधुर **वीर्य :** शीत

महत्त्वाचे गुण : रुक्ष, सर.

दोषघ्नता : पित्तनाशक, वातकर, कफकर.

कोवळी, मऊ गोवार शेंग श्रेष्ठ मानतात. या भाजीत ओवा आणि लसूण घातल्याने भाजीचे गुण वाढतात. तसेच गोवारीची भाजी दुधात शिजवल्याने, त्याची रुक्षता कमी होते. गोवारीच्या बियांच्या बाह्य आवरणापासून एक प्रकारचा गोंद मिळतो. त्याला 'गोवार गम' (Guar Gum) म्हणतात. पितृपंधरवड्यात गोवारीची भाजी करतात. गोवारीच्या पानांचा रातांधळेपणावर उपयोग होतो, असे 'शा. निघंटुत'मध्ये म्हटले आहे.

१०० ग्रॅम गोवारीमध्ये १६ कॅलरी असतात. क्रूड फायबर ३.२ ग्रॅम, प्रोटिन्स ३.२ ग्रॅम, फॅट ०.४ ग्रॅम, कार्बोहायड्रेट्स १०.८ ग्रॅम आहेत.

मिनरल्स : सर्व मिलिग्रॅममध्ये – कॅल्शियम १३०, फॉस्फरस ५७, आयर्न १.०८, मॅग्नेशियम ४७, क्रोमियम ०.००४

व्हिटॅमिन्स (बी कॉम्प्लेक्स–संकुल) : थायामिन ०.०९ मि.ग्रॅम, रिबोफ्लाव्हिन ०.०३ मि.ग्रॅम, नियासिन ०.६ मि.ग्रॅम, फोलिक ॲसिड ५० म्यु.जी.

ॲन्टी-ऑक्सिडंट्स : अ) व्हिटॅमिन्स : कॅरॉटिन (व्हिटॅमिन ए) १९८ म्यु.जी. व्हिटॅमिन 'सी' ४९ मि.ग्रॅम.

ब) मिनरल्स : कॉपर ०.०८ मि.ग्रॅम, मँगेनीज ०.१ मि.ग्रॅम.

झिंक ०.३६ मि.ग्रॅम.

यातील गोवारगम हा फायबर, कोलेस्टेरॉल कमी करतो. ही भाजी कमी कॅलरीज आणि सर्व ॲन्टी-ऑक्सिडंट्स असल्याने सर्वांना उपयोगी. मलावष्टंभावर उपयोगी.

■

११. घोसाळे

संस्कृत : नेनुआ (महाकोशातकी) **हिंदी :** नेनुआ
इंग्रजी : Ghosala **लॅटिन :** Luffa cylindrica

महाकोशातकी स्निग्धा रक्तपित्तानिलपहा। (भा.प्र.)

घोसाळ्याचे दोन प्रकार असतात. भाजीसाठी जी वापरतो, ती मधुर रसाची असते. औषधात वापरली जाणारी घोसाळी कडू घोसाळी, म्हणून ओळखली जातात. ती कडू म्हणजे तिक्त रसाची असतात.

भाजीची घोसाळी :

रस : मधुर **विपाक :** मधुर **वीर्य :** शीत

महत्त्वाचे गुण : स्निग्ध

दोषघ्नता : पित्तघ्न, वातनाशक

आपण घोसाळ्याची भाजी, कोशिंबीर आणि भजी करतो. ही भाजी पावसाळ्यात खाण्यास हरकत नाही. रक्तपित्तव्याधीत उपयोगी. मधुमेही रुग्णांना उपयोगी.

१०० ग्रॅम घोसाळ्यात १८ कॅलरी असतात. क्रूड फायबर २ ग्रॅम, प्रोटिन्स १.२ ग्रॅम, फॅट ०.२ ग्रॅम, कार्बोहायड्रेट्स २.९ ग्रॅम आहेत.

मिनरल्स : सर्व मिलिग्रॅममध्ये – कॅल्शियम ३६, फॉस्फरस १९, आयर्न १.१

व्हिटॅमिन्स (बी कॉम्प्लेक्स–संकुल) : सर्व मिलिग्रॅममध्ये – थायामिन ०.०२, रिबोफ्लाव्हिन ०.०६, नियासिन ०.४

ॲन्टी-ऑक्सिडंट्स : अ) व्हिटॅमिन्स : कॅरॉटिन १२० म्यु.जी.

कॅलरीज कमी असल्याने वजन कमी करण्यासाठी उपयुक्त भाजी.

■

१२. चिनी कोबी (चायनीज कॅबेज)

संस्कृत : – **हिंदी :** –

इंग्रजी : Chinese Cabbage **लॅटिन :** Brassica Chinensis

या चिनी कोबीचे दोन प्रकार आहेत. १) पालेभाजीसारखी असणारी – त्याला 'ब्रासिका चायनेन्सिस' म्हणतात.

२) गड्ड्यासारखी असणारी – ती 'ब्रासिका पेकिनेन्सिस' होय.

या गड्ड्याची पाने पातळ, लांबट आणि मधली शीर जाड, मांसल असते. रंग हिरवा असतो. पानांच्या कडा झालरीसारख्या असतात. पाने कुरकुरीत, मुलायम आणि लुसलुशीत असतात. कोबीप्रमाणे याची भाजी करतात आणि सॅलड म्हणूनही वापरतात.

१०० ग्रॅम चायनीज कोबीत १४ कॅलरी असतात. प्रोटिन्स १.२ ग्रॅम, फॅट ०.१ ग्रॅम, कार्बोहायड्रेट्स ३ ग्रॅम असतात.

मिनरल्स : सर्व मिलिग्रॅममध्ये – कॅल्शियम ४३, फॉस्फरस ४३, पोटॅशियम २५३.

व्हिटॅमिन्स (बी कॉम्प्लेक्स–संकुल) : रिबोफ्लाव्हिन ०.०४ मि.ग्रॅम, नियासिन ०.६ मि.ग्रॅम.

ॲन्टी-ऑक्सिडंट्स : अ) व्हिटॅमिन्स : कॅरॉटिन (व्हिटॅमिन ए) १५० म्यु.जी., व्हिटॅमिन 'सी' २५ मि.ग्रॅम

■

१३. टोमॅटो

संस्कृत : रक्तवृन्ताक **हिंदी :** टमाटर

इंग्रजी : Tomato **लॅटिन :** Lycopersicon esculentum

ज्ञेयं तु रक्तवृन्ताकं वृन्ताकसदृशं गुणैः।
जीवनीयं विशेषेण बल्यं च परिकीर्त्तितम्।।

रस : मधुर, आम्ल, कषाय **विपाक :** मधुर **वीर्य :** शीत

टोमॅटो जीवनीय आणि बल्य आहे असे वर्णन श्लोकात आहे. वांग्यासारखे त्याचे गुणधर्म आहेत असे म्हटले आहे. आपण हिरवे, कच्चे टोमॅटो आणि लाल पिकलेले टोमॅटो रोज वापरतो. सॅलड, कोशिंबीर, सॉस आणि भाज्यांमध्ये वापर होतो. सार, सूप पण केले जाते.

आधुनिक दृष्टिकोनातून, कच्च्या टोमॅटोचे आणि पिकलेल्या लाल टोमॅटोचे पृथक्करण केले जाते. तुलना करताना पिकलेल्या टोमॅटोमध्ये कॅरॉटिन आणि इतर मिनरल ॲन्टी-ऑक्सिडंट्सचे प्रमाण जास्त आहे. पोषणमूल्यांमध्ये फरक पडत नाही.

१०० ग्रॅम पिकलेल्या टोमॅटोत २० कॅलरी असतात. एकूण फायबर १.७ ग्रॅम असून न विरघळणारा १.२ ग्रॅम आणि विरघळणारा ०.५ ग्रॅम, प्रोटिन्स ०.९ ग्रॅम, फॅट ०.२ ग्रॅम, कार्बोहायड्रेट्स ३.६ ग्रॅम असतात.

मिनरल्स : सर्व मिलिग्रॅममध्ये – कॅल्शियम ४८, फॉस्फरस २०, आयर्न ०.६४, सोडियम १३, पोटॅशियम १४६, क्रोमियम ०.०१५

व्हिटॅमिन्स (बी कॉम्प्लेक्स–संकुल) : थायामिन ०.१२ मि.ग्रॅम, रिबोफ्लाव्हिन ०.०६ मि.ग्रॅम, नियासिन ०.४ मि.ग्रॅम, फोलिक ॲसिड १४ म्यु.जी.

ॲन्टी-ऑक्सिडंट्स : अ) व्हिटॅमिन्स : कॅरॉटिन (व्हिटॅमिन ए) ३५१ म्यु.जी., व्हिटॅमिन 'सी' २७ मि.ग्रॅम.

ब) मिनरल्स : कॉपर ०.१९ मि.ग्रॅम, मॅंगेनीज ०.२६ मि.ग्रॅम, झिंक ०.४१ मि.ग्रॅम.

टोमॅटोमध्ये 'व्हिटॅमिन के' विपुल प्रमाणात असते.

फायटोकेमिकल्स : १) लायकोपेन : प्रोस्टेटच्या कॅन्सरविरुद्ध लढण्याची

क्षमता येते. तसेच लायकोपेन धूम्रपानाने होणाऱ्या, ब्राँकायटिसवर (स्मोकर्स कॉफ) उपयोगी पडते असे जपानमधील संशोधनात सिद्ध झाले आहे. लायकोपेन, टोमॅटो उकडल्याने किंवा उष्णतेने नष्ट होत नाही म्हणून जेली, प्युरी, केचप हे पदार्थ उपयोगी आहेत.

२) कॅरॉटिनॉइड्स : हृदयविकार आणि मोतीबिंदूविरुद्ध लढण्याची क्षमता येते.

३) रुटीन : या फायटोकेमिकलमुळे प्रोटिन्सचे ग्लायकेशन होत नाही. त्यामुळे मधुमेहातील कॉम्प्लिकेशन्स टळतात.

इस्त्राईलमधील संशोधकांना टोमॅटो एक्सट्रॅक्ट हा हायब्लडप्रेशर कमी करतो असे आढळले. अमेरिकन हार्टजर्नलमध्येही ब्लडप्रेशरवर टोमॅटो उपयोगी आहे, असे प्रसिद्ध झाले आहे.

टोमॅटोच्या बियांच्याजवळ जो जेलीसारखा चिकट भाग असतो त्यात सॅलिसिलेट्स असतात. ही सॅलिसिलेट ॲस्पिरिनसारखे कार्य करतात. हृदयविकारात याचा फायदा होतो.

टोमॅटोच्या सालीमध्ये 'लायकोपेन' हे फायटोकेमिकल असते. टोमॅटो शिजवताना तेल किंवा तुपाचा वापर करावा. तेल/तुपात हे लायकोपेन विरघळते. आपण नेहमीच भाजी करताना तेल/तुपाचा वापर करतो.

टोमॅटोमधील क्लोरोजेमिक ॲसिड (Chlorogemic acid) हे धूम्रपानाच्या धुरामधील नायट्रोसमाइन (Nitro samines) निष्प्रभ करते. त्यामुळे कॅन्सर होत नाही.

टोमॅटोमध्ये 'बोरॉन' (Boron) असते. कॅल्शियम, मॅग्नेशियम आणि फॉस्फरस लघवीवाटे शरीराच्या बाहेर टाकले जातात. बोरॉनमुळे यांचे शरीराबाहेर जाण्याचे प्रमाण कमी होते आणि त्यामुळे हाडांचे आरोग्य सुधारण्यास मदत होते.

रजोनिवृत्त स्त्रियांना होणारा 'ऑस्टिओपोरोसिस (Osteoporosis) बोरॉनमुळे बरा होण्यास मदत होते. संधिवातात ही बोरॉनमुळे फायदा होतो.

सर्वांनी टोमॅटोचा सढळ वापर करणे हितावह.

■

१४. ढेंढसे

संस्कृत : डिण्डिशः **हिंदी :** टिंडे
इंग्रजी : Tinda **लॅटिन :** Citrullus vulgaris

डिण्डशो रुचिकृद् भेदी पित्तश्लेष्मापहः स्मृतः।
सुशीतो वातलो रुक्षो मूत्रलाश्चशमरी हरः।। (भा.प्र.)

ढेंढसे शीत, रुक्ष, रुचिकर आहेत. हे कफपित्तघ्न असून वातकर आहेत. यामुळे लघवीचे प्रमाण वाढते आणि भेदन गुणामुळे मुतखड्यावर उपयोगी.

याची भाजी केली जाते.

१०० ग्रॅम ढेंढस्यात २१ कॅलरी आहेत. क्रूड फायबर १ ग्रॅम, प्रोटिन्स १.४ ग्रॅम, फॅट ०.२ ग्रॅम, कार्बोहायड्रेट्स ३.४ ग्रॅम आहेत.

मिनरल्स : सर्व मिलिग्रॅममध्ये – कॅल्शियम २५, फॉस्फरस २४, आयर्न ०.९, मॅग्नेशियम १४, सोडियम ३५, पोटॅशियम २४

व्हिटॅमिन्स (बी कॉम्प्लेक्स–संकुल) : थायामिन ०.०४ मि.ग्रॅम, रिबोफ्लाव्हिन ०.०८ मि.ग्रॅम, नियासिन ०.३ मि.ग्रॅम.

ॲन्टी-ऑक्सिडंट्स : अ) व्हिटॅमिन : कॅरॉटिन (व्हिटॅमिन ए) १३ म्यु.जी., व्हिटॅमिन 'सी' १८ मि.ग्रॅम.

ब) मिनरल्स : कॉपर ०.१२ मि.ग्रॅम.

■

१५. तांबडा भोपळा

संस्कृत : काशीफल, कर्कारु
हिंदी : कद्दू
इंग्रजी : Pumpkin
लॅटिन : Cucurbita maxima

कर्कारुर्ग्राहिणी शीता रक्तपित्तहरा गुरूः।
पक्वा तिक्ताऽग्निजननी सक्षारा कफवातनुत्।। (भा.प्र.)
मिष्टं तुम्बीफलं हृद्यं वृष्यं पित्तापहम् गुरू। (क्षेमकुतूहल)

कोवळा तांबडा भोपळा विषाप्रमाणे आहे असे मानतात. तांबडा जुना भोपळाच भाजीसाठी वापरतात.

रक्तपित्तावर उपयोगी. वृष्य असल्यामुळे सप्तधातू वर्धन होते. टी.बी.च्या रुग्णांना उपयोगी. हृद्य असल्याने, हृदयाला हितावह. पक्व फल श्रमहर असल्याने आजारातून उठलेल्यांना आणि दौर्बल्यात उपयोगी.

याची भाजी, भरीत, घारगे हे पदार्थ नेहमी आणि उपवासाच्या दिवशी वापरले जातात. भोपळ्याच्या बिया सुकवून, आतील मगज बल्य, बृंहण असल्याने त्याचे सेवन करावे. लाल भोपळ्याची खीर आजारातील दौर्बल्यावर द्यावी.

१०० ग्रॅम तांबड्या भोपळ्यात २५ कॅलरी आहेत. क्रूड फायबर ०.७ ग्रॅम, प्रोटिन्स १.४ ग्रॅम, फॅट ०.१ ग्रॅम, कार्बोहायड्रेट ४.६ ग्रॅम आहेत.

मिनरल्स : सर्व मिलिग्रॅममध्ये – कॅल्शियम १०, फॉस्फरस ३०, आयर्न ०.४४, मॅग्नेशियम ३८, सोडियम ६, पोटॅशियम १३९, क्रोमियम ०.००५

व्हिटॅमिन्स (बी कॉम्प्लेक्स–संकुल) : थायामिन ०.०६ मि.ग्रॅम, रिबोफ्लाव्हिन

०.०४ मि.ग्रॅम, नियासिन ०.५ मि.ग्रॅम, फोलिक ॲसिड ३ म्यु.जी.

ॲन्टी-ऑक्सिडंट्स : अ) व्हिटॅमिन्स : कॅरॉटिन (व्हिटॅमिन ए) ५० म्यु.जी., व्हिटॅमिन 'सी' २ मि.ग्रॅम.

ब) मिनरल्स : कॉपर ०.०५ मि.ग्रॅम, मॅंगेनीज ०.०५ मि.ग्रॅम, झिंक ०.२६ मि.ग्रॅम.

फायटोकेमिकल्स : कॅरॉटिनॉइड ही फायटोकेमिकल्स हृदयरोग आणि कॅन्सरविरुद्ध लढण्यास उपयोगी. भोपळ्याच्या बिया आणि त्याचे तेल हे मूत्रमार्गावरील व्याधींवर तसेच बेनाईन प्रॉस्टेटवर उपयोगी. बिया कृमीनाशक असल्याने लहान मुलांमध्ये टेपवर्मवर उपयोगी.

■

१६. तोंडली

संस्कृत : बिम्बी **हिंदी :** कंदुरी
इंग्रजी : Kovai **लॅटिन :** Coccinia cordifolia

बिम्बी फलं स्वादु शीतं गुरू पित्तारत्रवातजित्।
स्तंभनं लेखनं रुच्यं विबन्धाध्मानकारकम्।। (भा.प्र.)

रस : मधुर **विपाक :** मधुर **वीर्य :** शीत
महत्त्वाचे गुण : गुरू

तोंडली कडू आणि गोड अशी दोन प्रकारची असतात. गोड तोंडली भाजीसाठी वापरतात; त्याचा विचार येथे केलेला आहे.

आम्लपित्ताच्या रुग्णांनी अल्पमसाले घालून भाजी खावी. पोट फुगण्याची (आध्मानकारक) शक्यतेमुळे हिंग, मिरी आणि जिरे घालून भाजी करावी. ही भाजी अतिसार, ग्रहणी आणि काविळ या रुग्णांना उपयुक्त. 'लेखन' या तोंडल्याच्या गुणामुळे स्थूल आणि मधुमेही व्यक्तींनी खावी. तोंडल्याने बुद्धिमांद्य येते असा प्रवाद आहे.

१०० ग्रॅम तोंडल्यात १८ कॅलरी असतात. एकूण फायबर २.५ ग्रॅम असून, न विरघळणारा १.५ ग्रॅम आहे आणि विरघळणारा १ ग्रॅम असतो. प्रोटिन्स १.२ ग्रॅम, फॅट ०.१ ग्रॅम, कार्बोहायड्रेट्स ३.१ ग्रॅम आहेत.

मिनरल्स : सर्व मिलिग्रॅममध्ये – कॅल्शियम ४०, फॉस्फरस ३०, आयर्न ०.३८, मॅग्नेशियम ३६, क्रोमियम ०.००४

व्हिटॅमिन्स (बी कॉम्प्लेक्स–संकुल) : थायामिन ०.०७ मि.ग्रॅम, रिबोफ्लाव्हिन

०.०८ मि.ग्रॅम, नियासिन ०.७ मि.ग्रॅम, फोलिक ॲसिड १८ म्यु.जी.

ॲन्टी-ऑक्सिडंट्स : अ) व्हिटॅमिन्स : कॅरॉटिन (व्हिटॅमिन ए) १५६ म्यु.जी., व्हिटॅमिन 'सी' १५ मि.ग्रॅम.

ब) मिनरल्स : कॉपर ०.०७ मि.ग्रॅम, मॅंगेनीज ०.२२ मि.ग्रॅम, झिंक ०.२६ मि.ग्रॅम.

■

१७. दुधी भोपळा

संस्कृत : अलावू   **हिंदी :** लौकी
इंग्रजी : Bottlegourd   **लॅटिन :** Lagenaria vulgaris

मिष्टतुम्बीफलं हृद्यं पित्तश्लेष्मापहं गुरू।
वृष्यं रुचिकरं प्रोक्तं धातूपुष्टि विवर्धनम्।। (भा.प्र.)
वर्चोभेदीन्यलावूनि रुक्षशीतगुरूणि च। (च. सूत्र २७)

रस : मधुर   विपाक : मधुर   **वीर्य :** शीत
महत्त्वाचे गुण : गुरू, रुक्ष   **दोषघ्नता :** कफ, पित्तशामक

चरकांनी दुध्याला 'वर्चोभेदी' म्हणजे अतिसार, या रोगावरचे चांगले औषध सांगितले आहे.

दुधी वृष्य असल्याने धातूपुष्टी होते. हृद्य म्हणजे हृदयाला हितकारक आहे. दुधीला 'गर्भपोषकृत्' अशी संज्ञा (म.नि.) दिली आहे, 'निघंटु आदर्श'मध्ये उल्लेख आहे. म्हणून गर्भिणी स्त्रियांनी अवश्य सेवन करावे. 'स्तनपान करणाऱ्या स्त्रियांनी दुध्याची भाजी, हलवा, वड्या खाव्या.

दुध्याची भाजी, कोशिंबीर आणि दुधी हलवा करतात. कच्च्या दुध्याचा १ ग्लास रस, त्यात तुळशीची आणि पुदिन्याची ३-४ पाने टाकून नियमित घेतल्याने हृदयाच्या रक्तवाहिन्यातील ब्लॉक्स कमी होतात असे निदर्शनास आले आहे. ग्रंथकारांनी हृद्य म्हटलेच आहे.

१०० ग्रॅम दुध्यात १२ कॅलरी असतात. एकूण फायबर २ ग्रॅम असून त्यात न विरघळणारा १.७ ग्रॅम आणि विरघळणारा ०.३ ग्रॅम असतो. प्रोटिन्स ०.२ ग्रॅम, फॅट ०.१ ग्रॅम, कार्बोहायड्रेट २.५ ग्रॅम आहेत.

मिनरल्स : सर्व मिलिग्रॅममध्ये – कॅल्शियम २०, फॉस्फरस १०, आयर्न ०.४६, मॅग्नेशियम २६, सोडियम २, पोटॅशियम ८७, क्रोमियम ०.०४६

व्हिटॅमिन्स (बी कॉम्प्लेक्स–संकुल) : थायामिन ०.०३ मि.ग्रॅम, रिबोफ्लाव्हिन

०.०१ मि.ग्रॅम, नियासिन ०.२ मि.ग्रॅम.

अँन्टी-ऑक्सिडंट्स : ब) मिनरल्स : कॉपर ०.०३ मि.ग्रॅम, मँगेनीज ०.०६ मि.ग्रॅम, झिंक ०.२२ मि.ग्रॅम.

वजन कमी करण्यासाठी आणि हृदयासाठी चांगली भाजी. कॅलरीज कमी असून आयुर्वेदानुसार सप्तधातूवर्धन होते. मधुमेहींनाही उपयोगी.

दुधी भोपळा रस :

दुधी भोपळ्याचा रस पिऊन मृत्यू! अशी बातमी झळकली की नागरिकांमध्ये चर्चा सुरू होते, खरोखर हा रस पिणे लाभदायी आहे का?

कुकरबिटसी (Cucurbitacae) या कुलातील दुधी भोपळा ही भाजी आहे. यामध्ये 'टेट्रासायक्लिक ट्रिटरपिनॉईड कुकरबिटॅसिन' नावाचे रासायनिक द्रव्य असते. याची चव कडवट असते. हे द्रव्य शरीरावर दुष्परिणाम करते. यामुळे उलट्या, जुलाब होऊन जिवाला धोका निर्माण होतो.

दुधी भोपळ्याचा रस काढताना प्रथम लहान तुकड्याची चव बघावी. चव कडू लागल्यास रस काढू नये. हा रस काढल्यावर ताजा घेणे अत्यावश्यक आहे. रस ठेवून दिल्यास आंबट होतो. बाजारात या रसाचे विक्रेते अशा आंबट रसात साखर घालतात. साखर घातलेला रस हितावह नाही. रसामध्ये फिल्टरचे शुद्ध पाणी घालावे. दूषित पाणी घातले गेले, तरी उलट्या, जुलाब होऊ शकतात.

घरी रस काढण्यासाठी दुधी भोपळा कापल्यावर राहिलेला भाग फ्रिजमध्ये ठेवून दुसऱ्या दिवशी रस काढू नये. यामुळे नियमांचे पालन करून स्वच्छ रस काढून लगेच तासाभरात सेवन केल्यास स्थूल, मधुमेही व हृदयविकारग्रस्त नागरिकांना फायदा होतो.

■

१८. दोडके

संस्कृत : राजकोशातकी **हिंदी :** तोरई
इंग्रजी : Ridge gourd **लॅटिन :** Luffa acutangula

राजकोशताकी शीता मधुरा कफवातकृत् ।
पित्तघ्नी दीपनी श्वासज्वरकासकृमिप्रणुत्।। (भा.प्र.)

रस : मधुर **विपाक :** मधुर **वीर्य :** शीत
दोषघ्नता : पित्तघ्न, कफवात वाढवणारे

दोडक्याची भाजी दीपन आहे. त्यामुळे अग्निमांद्य, अरुची यामध्ये वापरावी. पित्तघ्न असल्याने रक्तपित्त आणि इतर पित्तज व्याधीत द्यावी. ही भाजी वातकर असल्याने पावसाळ्यात आजारी माणसाला हितावह नाही. निरोगी लोकांनी पावसाळ्यात लसूण आणि तेल घालून ही भाजी सेवन करावी. दोडक्याच्या भाजीत मिरपूड आणि लिंबाचा रस घातल्याने स्वादिष्ट बनते आणि वातवर्धन हा गुण कमी होतो. दोडक्याची भाजी करताना शिरा काढून, दोडक्याचे तुकडे बत्त्याने थोडेसे कुटावे असे केल्याने दोडका मृदुपाकी होतो. शिजवताना हिंग, आम्ल पदार्थ (आमसूल/चिंच/टोमॅटो) तेल आणि मिरपूड वापरावी. यामुळे भाजी वात आणि पित्तघ्न बनते. मूळव्याधीसाठी हितकर असते. सालांची चटणी अवश्य करावी. दोडक्याचे गोड आणि कडू असे दोन प्रकार असतात. भाजीसाठी गोड दोडके वापरतात.

१०० ग्रॅम दोडक्यात १७ कॅलरी असतात. एकूण फायबर १.९ ग्रॅम, त्यात न विरघळणारा १.४ ग्रॅम आणि विरघळणारा ०.५ ग्रॅम असतो. प्रोटिन्स ०.५ ग्रॅम, फॅट ०.१ ग्रॅम आणि कार्बोहायड्रेट्स ३.४ ग्रॅम असतात.

मिनरल्स : सर्व मिलिग्रॅममध्ये – कॅल्शियम १८, फॉस्फरस २६, आयर्न ०.३९, मॅग्नेशियम ३२, सोडियम ३, पोटॅशियम ५०, क्रोमियम ०.००३

व्हिटॅमिन्स (बी कॉम्प्लेक्स–संकुल) : सर्व मिलिग्रॅममध्ये – रिबोफ्लाव्हिन ०.०१, नियासिन ०.२

ॲन्टी-ऑक्सिडंट्स : अ) व्हिटॅमिन्स : कॅरॉटिन ३३ म्यु.जी., व्हिटॅमिन 'सी' ५ मि.ग्रॅम.

ब) मिनरल्स : कॉपर ०.०८ मि.ग्रॅम, मँगेनीज ०.०७ मि.ग्रॅम, झिंक ०.३८ मि.ग्रॅम, डाएटिंगच्या दृष्टिकोनातून आणि मधुमेही रुग्णांना उत्तम भाजी.

■

१९. नवलकोल

संस्कृत : ग्रन्थिगोभी **हिंदी :** गाँठगोभी

इंग्रजी : Knol-Khol **लॅटिन :** Brassica oleracea var caulorapa

ग्रन्थिगोभी महाबल्या दुर्जरा ग्राहिशीतला। (शा. निघंटु)

नवलकोल गड्डा मधुर असून शीतवीर्य आहे. पचण्यास जड आहे आणि त्याच्या ग्राही गुणामुळे मळ बांधून येतो. बलवर्धक आहे.

१०० ग्रॅम नवलकोलात २१ कॅलरी आहेत. क्रूड फायबर १.५ ग्रॅम, प्रोटिन्स १.१ ग्रॅम, फॅट ०.२ ग्रॅम, कार्बोहायड्रेट्स ३.८ ग्रॅम असतात.

मिनरल्स : सर्व मिलिग्रॅममध्ये – कॅल्शियम २०, फॉस्फरस ३५, आयर्न १.५४, मॅग्नेशियम ३३, सोडियम ११२, पोटॅशियम ३७, क्रोमियम ०.०१९

व्हिटॅमिन्स (बी कॉम्प्लेक्स–संकुल) : थायामिन ०.०५ मि.ग्रॅम, रिबोफ्लाव्हिन ०.०९ मि.ग्रॅम, नियासिन ०.५ मि.ग्रॅम.

ॲन्टी-ऑक्सिडंट्स : अ) व्हिटॅमिन्स : कॅरॉटिन (व्हिटॅमिन ए) २१ म्यु.जी., व्हिटॅमिन 'सी' ८५ मि.ग्रॅम.

ब) मिनरल्स : कॉपर ०.०५ मि.ग्रॅम, मँगेनीज ०.११ मि.ग्रॅम, झिंक ०.२४ मि.ग्रॅम.

फायटोकेमिकल्स : १) सल्फोरॅफेन : हे ब्रेस्टकॅन्सर रोखण्यास मदत करते. २) आयसोथायोसायनेट्स : ही अन्ननलिका आणि फुफ्फुसांच्या कॅन्सरविरुद्ध लढतात. ३) इनडॉल्स : ही कॅन्सरविरुद्ध लढण्याची क्षमता वाढवते.

नवलकोलमुळे थायरॉइड गॉयटर होऊ शकतो. म्हणून ज्यांना 'हायपो थायरॉइडिझम' आहे त्यांनी ही भाजी जास्त खाऊच नये अथवा कच्ची खाऊ नये. चांगली शिजवून खाल्ल्यास त्यातील अपायकारक केमिकल्स निष्प्रभ होतात.

नवलकोलाची पाने : १०० ग्रॅम नवलकोलाच्या पानांमध्ये ४३ कॅलरी असतात. क्रूड फायबर १.८ ग्रॅम, प्रोटिन्स ३.५ ग्रॅम, फॅट ०.४ ग्रॅम आणि कार्बोहायड्रेट्स ६.४ ग्रॅम आहेत.

मिनरल्स : सर्व मिलिग्रॅममध्ये – कॅल्शियम ७४०, फॉस्फरस ५०, आयर्न १३.३

व्हिटॅमिन्स (बी कॉम्प्लेक्स–संकुल) : थायामिन ०.२५ मि.ग्रॅम, नियासिन ३ मि.ग्रॅम.

ॲन्टी-ऑक्सिडंट्स : अ) व्हिटॅमिन्स : कॅरॉटिन (व्हिटॅमिन ए) ४१४६ म्यु.जी., व्हिटॅमिन 'सी' १५७ मि.ग्रॅम.

पानांचे पृथक्करण बघताना त्यातील कॅल्शियम, आयर्न उत्कृष्ट आहे. कॅरॉटिन आणि व्हिटॅमिन 'सी'चे प्रमाणही उत्तम आहे. यामुळे पाने टाकून न देता, इतर पालेभाज्यांप्रमाणे परतून भाजी करावी.

■

२०. पडवळ

संस्कृत : चिचिण्ड　**हिंदी :** चचींडा
इंग्रजी : Snake Gourd　**लॅटिन :** Trichosanthes anguina

चिचिण्डो वातपित्तघ्नो बल्यः पथ्यो रुचिप्रदः।
शोषिणेऽतिहितः किंचिद् गुणैर्न्यूनः पटोलतः।। (भा.प्र.)

पडवळाचे कडू आणि गोड असे दोन प्रकार आहेत. कडू पडवळ औषधासाठी वापरतात आणि गोड भाजीसाठी वापरतात. पडवळाची भाजी वातपित्तघ्न आहे. क्षयरोगात बल्य आणि रुचिकर म्हणून उपयोगी. पडवळाचे सूप ताप आलेल्या रुग्णांना द्यावे. ही भाजी पथ्यकर म्हणून वर्णन केली आहे. या भाजीत मटकी, डाळिंब्या, चणाडाळ ही व्यंजने घातल्याने पोषणमूल्ये वाढतात. काविळीमध्ये पडवळाची भाजी खाल्ल्याने फायदा होतो.

आधुनिक दृष्टिकोनातून, १०० ग्रॅम पडवळात १८ कॅलरी आहेत. एकूण फायबर २.१ असून न विरघळणारा १.६ ग्रॅम आणि विरघळणारा ०.५ ग्रॅम, प्रोटिन्स ०.५ ग्रॅम, फॅट ०.३ ग्रॅम, कार्बोहायड्रेट्स ३.३ ग्रॅम आहेत.

मिनरल्स : सर्व मिलिग्रॅममध्ये – कॅल्शियम २६, फॉस्फरस २०, आयर्न १.५१, मॅग्नेशियम २८, सोडियम २५, पोटॅशियम ३४, क्रोमियम ०.००४

व्हिटॅमिन्स (बी कॉम्प्लेक्स–संकुल) : थायामिन ०.०४ मि.ग्रॅम, रिबोफ्लाव्हिन ०.०६ मि.ग्रॅम, नियासिन ०.३ मि.ग्रॅम, फोलिक ॲसिड ७.५ म्यु.जी.

ॲन्टी-ऑक्सिडंट्स : अ) व्हिटॅमिन्स : कॅरॉटिन ९६ म्यु.जी.

ब) मिनरल्स : कॉपर ०.२७, मँगेनीज ०.१४ मि.ग्रॅम, झिंक ०.३१ मि.ग्रॅम

या पृथक्करणाचा विचार करता, डाएटिंग करणाऱ्यांना तसेच मधुमेही रुग्णांना ही चांगली भाजी आहे.

■

२१. परवर

संस्कृत : पटोल **हिंदी :** परवल
इंग्रजी : Parwar **लॅटिन :** Trichosanthes dioica

पटोलं पाचनं हृद्यं वृष्यं लघ्वग्निदीपनम्।
स्निग्धोष्णं हन्ति कासारत्रज्वरदोषत्रयक्रिमीन्।। (भा.प्र.)

रस : तिक्त, कटू **विपाक :** कटू **वीर्य :** उष्ण
मुख्य गुण : लघु, स्निग्ध.
दोषघ्नता : त्रिदोषघ्न.

परवर २ ते ३ इंच लांबीची, अंडाकार, हिरव्या रंगाची असून त्यावर पांढऱ्या रेषा असतात. कापताना ती तोंडल्यापेक्षा टणक असतात. ही भाजी दीपन, पाचन असल्याने आणि लघु गुणाची असल्याने अग्निमांद्यात उपयोगी. 'वृष्य' असल्याने सप्तधातूवर्धन होते. तिक्तरसाची असून ही भाजी 'वृष्य' आहे. ताप, खोकला आणि कृमीमध्ये उपयोगी. त्रिदोषघ्न असल्याने सर्व प्रकृतीच्या माणसांना उपयोगी.

परवराच्या भाजीला साजूक तुपाची फोडणी द्यावी आणि हिंग घातल्याने भाजी अधिक गुणकारी होते. 'निघंटु'मध्ये नेत्रविकारात, ही भाजी खावी असे सांगितले आहे. हृदयविकारांत उपयोगी.

१०० ग्रॅम परवरात, २० कॅलरी असतात. क्रूड फायबर ३ ग्रॅम आहे. प्रोटिन्स २ ग्रॅम, फॅट ०.३ ग्रॅम आणि कार्बोहायड्रेट्स २.२ ग्रॅम आहेत.

मिनरल्स : सर्व मिलिग्रॅममध्ये – कॅल्शियम ३०, फॉस्फरस ४०, आयर्न १.७, मॅग्नेशियम ९, सोडियम ३, पोटॅशियम ८३

व्हिटॅमिन्स (बी कॉम्प्लेक्स–संकुल) : थायामिन ०.०५, रिबोफ्लाव्हिन ०.०६, नियासिन ०.५

अॅन्टी-ऑक्सिडंट्स : अ) व्हिटॅमिन्स : कॅरॉटिन (व्हिटॅमिन ए) १५३ म्यु.जी., व्हिटॅमिन 'सी' २९ म्यु.जी.

ब) मिनरल्स : कॉपर १.११ मि.ग्रॅम.

डाएटिंग करणाऱ्यांना वजन कमी होताना सर्व धातूक्षयाची भीती असते. ही भाजी वृष्य असल्याने मेद कमी होईल, पण सप्तधातू बलवान राहतील. मधुमेही आणि हृदयविकारात आदर्श भाजी.

■

२२. पार्सेली

संस्कृत : –
हिंदी : –
इंग्रजी : Parsley
लॅटिन : Petroselinum crispum

पार्सेलीच्या दोन जाती आहेत. एकाची पाने सरळ असतात आणि दुसरी वळलेल्या पानांची असते. काही वेळा टर्निप रुटेड पार्सेली (Turnip Rooted) वाढवली जाते, कारण याचे मूळ खाण्यास योग्य असते. पंचतारांकित हॉटेल्समध्ये परदेशी प्रवाशांकरिता प्रसिद्ध आहे.

आहारात पार्सेली सॅलड म्हणून वापरली जाते. यातील हॅंबर्ग (Hambrug) टाईपची पार्सेली 'स्ट्यु'मध्ये आणि सूप्समध्ये वापरली जाते.

१०० ग्रॅम पार्सेलीमध्ये ८७ कॅलरी असतात. क्रूड फायबर १.८ ग्रॅम असतो. प्रोटिन्स ५.९ ग्रॅम, फॅट १ ग्रॅम आणि कार्बोहायड्रेट १३.५ ग्रॅम असतात.

मिनरल्स : सर्व मिलिग्रॅममध्ये – कॅल्शियम ३९०, फॉस्फरस १७५, आयर्न १७.९

व्हिटॅमिन्स (बी कॉम्प्लेक्स–संकुल) : सर्व मिलिग्रॅममध्ये – थायामिन

०.०४, रिबोफ्लाव्हिन ०.१८, नियासिन ०.५

ॲन्टी-ऑक्सिडंट्स : अ) व्हिटॅमिन्स : कॅरॉटिन (व्हिटॅमिन ए) १९२० म्यु.जी., व्हिटॅमिन 'सी' २८१ मि.ग्रॅम.

विपुल कॅल्शियम, आयर्न, कॅरॉटिन आणि व्हिटॅमिन 'सी' असल्याने ही भाजी सॅलड म्हणून वापरावी.

■

२३. फरसबी

संस्कृत : –
हिंदी : बक्ला
इंग्रजी : French beans
लॅटिन : Phaseolus vulgaris

फरसबी कषाय, मधुर रसाची असून कंठशोधक, बुद्धिवर्धक आणि दीपन गुणाची म्हणून ओळखली जाते – **शालिग्राम निघण्टु**

१०० ग्रॅम फरसबीमध्ये २६ कॅलरी असतात. क्रूड फायबर १.८ ग्रॅम, प्रोटिन्स १.७ ग्रॅम, फॅट ०.१ ग्रॅम, कार्बोहायड्रेट ४.५ ग्रॅम आहेत.

मिनरल्स : सर्व मिलिग्रॅममध्ये – कॅल्शियम ५०, फॉस्फरस २८, आयर्न ०.६१, मॅग्नेशियम ३८, सोडियम ४, पोटॅशियम १२०, क्रोमियम ०.००७

व्हिटॅमिन्स (बी कॉम्प्लेक्स–संकुल) : सर्व मिलिग्रॅममध्ये – थायामिन ०.०८, रिबोफ्लाव्हिन ०.०६, नियासिन ०.३, फोलिक ॲसिड १६ म्यु.जी.

ॲन्टी-ऑक्सिडंट्स : अ) व्हिटॅमिन्स : कॅरॉटिन (व्हिटॅमिन ए) १३२ म्यु.जी., व्हिटॅमिन 'सी' २४ मि.ग्रॅम.

ब) मिनरल्स : कॉपर ०.०६ मि.ग्रॅम, मँगेनीज ०.१२ मि.ग्रॅम, झिंक ०.४२ मि.ग्रॅम.

■

२४. फ्लॉवर

संस्कृत : पुष्पगोभी
हिंदी : फुलगोभी
इंग्रजी : Cauliflower
लॅटिन : Brassica oleracea var botrytis

पुष्पगोभी गुरूः स्वाद्वी कफवातहरी मता।
ग्राहिणी बलया चोष्या दुर्जरा च प्रकीर्तिता।। (प्रियव्रत)

रस : मधुर **विपाक :** मधुर **वीर्य :** उष्ण

महत्त्वाचे गुण : गुरू, ग्राही **दोषघ्नता :** कफवात शामक

फ्लॉवरची भाजी बल्य आहे. पचण्यास जड आणि ग्राही असल्याने, मळ बांधून येतो. भारतात सर्वत्र मिळते.

१०० ग्रॅम फ्लॉवरमध्ये ३० कॅलरी असतात. एकूण फायबर ३.७ ग्रॅम, न विरघळणारा २.६ ग्रॅम आणि विरघळणारा १.१ ग्रॅम आहे. प्रोटिन्स २.६ ग्रॅम, फॅट्स ०.४ ग्रॅम, कार्बोहायड्रेट्स ४ ग्रॅम आहेत.

मिनरल्स : सर्व मिलिग्रॅममध्ये – कॅल्शियम ३३, फॉस्फरस ५७, आयर्न १.२३, मॅग्नेशियम १८, सोडियम ५३, पोटॅशियम १३८, क्रोमियम ०.००३

व्हिटॅमिन (बी कॉम्प्लेक्स–संकुल) : सर्व मिलिग्रॅममध्ये – थायामिन ०.०४, रिबोफ्लाव्हिन ०.१, नियासिन १

ॲन्टी-ऑक्सिडंट्स : अ) व्हिटॅमिन्स : कॅरॉटिन (व्हिटॅमिन ए) ३० म्यु.जी., व्हिटॅमिन 'सी' ५६ मि.ग्रॅम.

ब) मिनरल्स : कॉपर ०.१३ मि.ग्रॅम, मॅंगेनीज ०.१ मि.ग्रॅम, झिंक ०.४ मि.ग्रॅम

फायटोकेमिकल्स : १) आयसोथायोसायनेट्स : यामुळे अन्ननलिका आणि फुफ्फुसांच्या कॅन्सरविरुद्ध लढण्याची क्षमता येते. २) सल्फोरॅफेन : या फायटोकेमिकलमुळे ब्रेस्ट कॅन्सरला प्रतिबंध होतो. ३) इनडॉल्स ही फायटोकेमिकल्स कॅन्सरविरुद्ध लढतात.

■

२५. बटाटा

संस्कृत : आलूक **हिंदी :** आलू

इंग्रजी : Potato **लॅटिन :** Solanum tuberosum

आलूकं मधुरश्चोष्णं बल्यं रुचिकरं तथा।
बृंहणं विष्टम्भकरं कफपित्तविवर्धनम्।।

रस : मधुर **विपाक :** मधुर **वीर्य :** उष्ण

दोषघ्नता : कफपित्तवर्धन

बटाटा रुचकर, सप्तधातू वर्धन करणारा आहे. सर्वांना आवडणारी भाजी आहे. १०० ग्रॅम बटाट्यात ९७ कॅलरी आहेत. क्रूड फायबर ०.४ ग्रॅम, प्रोटिन्स १.६ ग्रॅम, फॅट ०.१ ग्रॅम, कार्बोहायड्रेट्स २२.६ ग्रॅम आहेत.

सर्व इसेन्शियल, अमायनो ॲसिड्स यामध्ये आहेत.

मिनरल्स : सर्व मिलिग्रॅममध्ये – कॅल्शियम १०, फॉस्फरस ४०, आयर्न

०.४८, मॅग्नेशियम ३०, सोडियम ११, पोटॅशियम २४७, क्रोमियम ०.००७

व्हिटॅमिन्स (बी कॉम्प्लेक्स–संकुल) : थायामिन ०.१ मि.ग्रॅम, रिबोफ्लाव्हिन ०.०१ मि.ग्रॅम, नियासिन १.२ मि.ग्रॅम, फोलिक ॲसिड ३ म्यु.जी.

ॲन्टी-ऑक्सिडंट्स अ) व्हिटॅमिन्स : कॅरॉटिन (व्हिटॅमिन ए) २४ म्यु.जी. व्हिटॅमिन 'सी' १७ मि.ग्रॅम.

ब) मिनरल्स : कॉपर ०.१६ मि.ग्रॅम, मॅंगेनीज ०.१३, झिंक ०.५३ मि.ग्रॅम.

फायटोकेमिकल्स : १) फिनॉलिक ॲसिड : हे फायटोकेमिकल शरीरातील कारसिनोजेनिक केमिकल्स, पाण्यात विरघळवून शरीराबाहेर फेकतात. त्यामुळे कॅन्सरची शक्यता कमी होते.

२) प्रोटिएज इनहिबिटर्स (Protease Inhibitors) यामुळे कॅन्सर ट्युमरची वाढ कमी होते.

३) सॅपोनिनस : यामुळे प्रतिकारशक्ती वाढते.

बटाटा तळणे – उदा. वेफर्स, चीप्स हे शरीरास घातक आहेत. उकडलेला किंवा भाजीत शिजलेला बटाटा चांगला. बटाट्याच्या सालीसकट काचऱ्या केल्यास उत्तम. काही बटाट्यांच्या सालीचा रंग हिरवट असतो. यामध्ये सोलॅनिन असते. असा बटाटा खाल्ल्याने मळमळ, उलटी, पोटदुखी होते. हिरवट भाग काढून टाकावा.

■

२६. बीट रूट

संस्कृत : – **हिंदी :** चुकन्दर

इंग्रजी : Beet root **लॅटिन :** Beta vulgaris

१०० ग्रॅम बीटमध्ये ४३ कॅलरी असून, एकूण फायबर ३.५ ग्रॅम, न विरघळणारा २.६ ग्रॅम आणि विरघळणारा ०.९ ग्रॅम, प्रोटिन्स १.७ ग्रॅम, फॅट ०.१ ग्रॅम, कार्बोहायड्रेट्स ८.८ ग्रॅम असतात.

इसेन्शियल अमायनो ॲसिड्स : सर्व इसेन्शियल अमायनो ॲसिड्स अल्प प्रमाणात असतात.

मिनरल्स : सर्व मिलिग्रॅममध्ये – कॅल्शियम १८.३ ग्रॅम, फॉस्फरस ५५, आयर्न १.१९, मॅग्नेशियम ९, सोडियम ५९, पोटॅशियम ४३, क्रोमियम ०.०१२

व्हिटॅमिन्स (बी कॉम्प्लेक्स–संकुल) : थायामिन ०.०४ मि.ग्रॅम, रिबोफ्लाव्हिन ०.०९ मि.ग्रॅम, नियासिन ०.४ मि.ग्रॅम.

ॲन्टी-ऑक्सिडंट्स : अ) व्हिटॅमिन्स : व्हिटॅमिन 'सी' १० मि.ग्रॅम.

ब) मिनरल्स : कॉपर ०.२९ मि.ग्रॅम, मँगेनीज ०.१९ मि.ग्रॅम, झिंक ०.९१ मि.ग्रॅम.

फायटोकेमिकल्स : १) बीटा सायनिन : शरीरातील कारसिनोजेनना निष्प्रभ करून कॅन्सरसेलची वाढ होऊ देत नाही. २) सॅपोनिनस ३) अँथोसायनिनस

या दोघांमुळे कोलेस्टेरॉल कमी होतो आणि हृदयरोगास प्रतिबंध होतो.

■

२७. ब्रोकोली

संस्कृत : –		**हिंदी :** –

इंग्रजी : Broccoli		**लॅटिन :** Brassica oleracea var ltalica

इटलीमधून भारतात आलेली ही भाजी हिमाचल प्रदेश, काश्मीर, महाबळेश्वर अशा थंड हवेच्या ठिकाणी लावली जाते.

'ब्रॅसिका' (Brassica) फॅमिलीतील कोबी, फ्लॉवर या भाज्या आपणास माहीत आहेत. त्याच कुळातील ही भाजी आहे. फ्लॉवरसारखाच याचा गड्डा असतो. फक्त रंग जांभळट, निळसर, हिरवा किंवा फिक्कट हिरवा रंग असतो. गड्डा म्हणजे हिरव्या कळ्या आणि त्यांच्या दांड्याचा मांसल भाग होय. ह्याचा उपयोग कोशिंबीर आणि सॅलडमध्ये केला जातो.

७८ ग्रॅम शिजवलेल्या ब्रोकोलीत २२ कॅलरी असून २ ग्रॅम फायबर असतो. प्रोटिन्स २ ग्रॅम, फॅट ०० ग्रॅम आणि कार्बोहायड्रेट्स ४ ग्रॅम असतात.

मिनरल्स : सर्व मिलिग्रॅममध्ये – कॅल्शियम ३६, फॉस्फरस ४६, आयर्न १, मॅग्नेशियम १९, पोटॅशियम २२८

व्हिटॅमिन्स (बी कॉम्प्लेक्स–संकुल) : रिबोफ्लाव्हिन ०.१ मि.ग्रॅम, व्हिटॅमिन बी-६ ०.१ मि.ग्रॅम, फोलिक ॲसिड ३९ म्यु.जी.

ॲन्टी-ऑक्सिडंट्स : अ) व्हिटॅमिन्स : कॅरॉटिन (व्हिटॅमिन ए) १०८ म्यु.जी., व्हिटॅमिन 'सी' ५८ मि.ग्रॅम, व्हिटॅमिन ई १ मि.ग्रॅम.

फायटोकेमिकल्स : १) आयसोथायोसाईनेट्स २) इंडॉल ३) बायोफ्लॅवोनाइड्स ही सर्व फायटोकेमिकल्स कॅन्सरविरुद्ध लढण्याची क्षमता वाढवितात. ४) सल्फोरॅफेन (Sulforaphane) हे फायटोकेमिकल 'हेलिकोबॅक्टरपायलोरी' (Helicobacter Pylori) हा बॅक्टेरिया मारते. या बॅक्टेरियामुळे पोटात अल्सर होतात आणि आमाशयाचे कॅन्सर होऊ शकतात. अल्सरच्या रुग्णांसाठी आदर्श भाजी. ब्रोकोलीमध्ये कोबी, फ्लॉवर यांच्यापेक्षा कॅन्सरविरुद्ध लढण्याची क्षमता जास्त आहे. 'Johns Hopkins

University'cध्ये झालेल्या संशोधनात ब्रोकोलीमुळे त्वचेचा कॅन्सर रोखण्यास मदत होते असे निदर्शनास आले आहे.

■

२८. भेंडी

संस्कृत : भिण्डिका **हिंदी :** भिण्डी

इंग्रजी : Ladies finger **लॅटिन :** Abelmoschus esculentus

भिण्डिकायाः फलं स्वादु महिलांगुलिकोमलम्।
पिच्छिलं गुरू शीतं स्याद्श्लेष्मलं वातपित्तनुत्।
बलवर्णकरं वृष्यं शुक्रवृद्धीकरं परम्। (प्रियव्रत्)

रस : मधुर **विपाक :** मधुर **वीर्य :** शीत

महत्त्वाचे गुण : पिच्छिल, गुरू

दोषघ्नता : वातपित्तशामक, कफवर्धक

भेंडीची भाजी रोजच्या आहारात करतात आणि उपवासासाठीही चालते. भेंडीचा चिकटपणा जाण्यासाठी आमसूल किंवा ताक वापरतात. टोमॅटो घातल्यानेही चिकटपणा कमी होतो. भेंडीच्या भाजीने 'सप्तधातूवर्धन' होते.

१०० ग्रॅम भेंडीमध्ये ३५ कॅलरी असतात. क्रूड फायबर १.२ ग्रॅम, प्रोटिन्स १.९ ग्रॅम, फॅट ०.२ ग्रॅम, कार्बोहायड्रेट्स ६.४ ग्रॅम असतात.

मिनरल्स : सर्व मिलिग्रॅममध्ये – कॅल्शियम ६६, फॉस्फरस ५६, आयर्न ०.३५, मॅग्नेशियम ५३, सोडियम ७, पोटॅशियम १०३, क्रोमियम ०.००५

व्हिटॅमिन्स (बी कॉम्प्लेक्स–संकुल) : थायामिन ०.०७ मि.ग्रॅम, रिबोफ्लाव्हिन ०.१ मि.ग्रॅम, नियासिन ०.६ मि.ग्रॅम, फोलिक ॲसिड २५ म्यु.जी.

ॲन्टी-ऑक्सिडंट्स : अ) व्हिटॅमिन्स : कॅरॉटिन (व्हिटॅमिन ए) ५२ म्यु.जी., व्हिटॅमिन 'सी' १३ मि.ग्रॅम.

ब) मिनरल्स : कॉपर ०.११ मि.ग्रॅम, मँगेनीज ०.१५ मि.ग्रॅम, झिंक ०.४२ मि.ग्रॅम.

भेंडीमध्ये पेक्टीन या सोल्युबल फायबरचे प्रमाण चांगले असते. त्यामुळे कोलेस्टेरॉल कमी होण्यास मदत होते. बद्धकोष्ठतेवर पण उपयोगी.

■

२९. भोपळी मिरची

संस्कृत : – **हिंदी :** सिमला मिर्च
इंग्रजी : Capsicum **लॅटिन :** Capsicum annuum var grossa

रस : कटू **विपाक :** कटू **वीर्य :** उष्ण

महत्त्वाचे गुण : लघु, रुक्ष

दोषघ्नता : अल्प मात्रेत कफवातशामक, अतिमात्रेत पित्तवात प्रकोपी सिमला मिरची हिरवी, पिवळी आणि लाल रंगाची असते. हिरवी मिरची तिखट, पिवळी कमी तिखट, लाल मिरची अगदी कमी तिखट असते.

१०० ग्रॅम सिमला मिरचीमध्ये २४ कॅलरी असतात. एकूण फायबर २.२ ग्रॅम, त्यात न विरघळणारा २ ग्रॅम, विरघळणारा ०.२ ग्रॅम असतो. प्रोटिन्स १.३ ग्रॅम, फॅट ०.३ ग्रॅम आणि कार्बोहायड्रेट्स ४.३ ग्रॅम असतात.

मिनरल्स : सर्व मिलिग्रॅममध्ये – कॅल्शियम १०, फॉस्फरस ३०, आयर्न ०.५६७, मॅग्नेशियम १२, क्रोमियम ०.००६.

व्हिटॅमिन्स (बी कॉम्प्लेक्स–संकुल) : थायामिन ०.५५ मि.ग्रॅम, रिबोफ्लाव्हिन ०.०५ मि.ग्रॅम, नियासिन ०.१ मि.ग्रॅम.

ॲन्टी-ऑक्सिडंट्स : अ) व्हिटॅमिन्स : कॅरॉटिन (व्हिटॅमिन ए) ४२७ म्यु.जी., व्हिटॅमिन 'सी' १३७ मि.ग्रॅम.

ब) मिनरल्स : कॉपर ०.१२ मि.ग्रॅम, मँगेनीज ०.०६ मि.ग्रॅम, झिंक ०.१३ मि.ग्रॅम.

फायटोकेमिकल्स : १) फेनॉलिक ॲसिड

२) स्टिरॉल या दोघांमुळे कॅन्सरविरुद्ध लढण्याची शक्ती येते. ३) ल्युटेन : यामुळे अंधत्व येत नाही.

■

३०. मुळा

संस्कृत : मूलक **हिंदी :** मूली
इंग्रजी : Radish **लॅटिन :** Raphanus sativus

लघुमूलं कटूष्णं स्याद्रुच्यं लघु च पाचनम्।
दोषत्रयहरं स्वर्यं ज्वरश्वास विनाशनम्।
नासिकाकण्ठ रोगघ्नं नयनामयनाशनम्।।

महत्तदेव रुक्षोष्णं गुरू दोषत्रयपदम्।
स्नेहसिद्धं तदेव स्याद् दोषत्रय विनाशनम्।। (भा.प्र.)

रस : कटू **विपाक :** कटू **वीर्य :** उष्ण

मुख्य गुण : रुक्ष, तीक्ष्ण, लघु

दोषघ्नता : कोवळा मुळा-त्रिदोषघ्न, जूनमुळा - त्रिदोषकर

पांढरा आणि लाल मुळा असे दोन प्रकारचे मुळे बाजारात मिळतात. पांढरा मुळा प्रामुख्याने वापरला जातो.

कोवळा मुळा त्रिदोषघ्न आहे, तो कच्चा खावा. तर जून मुळा हा त्रिदोषकर असल्याने त्याला तेल किंवा तुपाचा संस्कार केल्यावर खावा म्हणजे तो त्रिदोषघ्न होतो.

मुळा आणि त्याचा पाला यांची एकत्र भाजी करावी. तसेच त्याच्या शेंगा (डिंगरी) ची पण भाजी ऋतूमध्ये करावी. डिंगऱ्यांचे गुणधर्म मुळ्याप्रमाणेच आहेत.

मुळा घशाला लाभदायक आणि श्वासात (दमा) उपयोगी आहे. तसेच डोळ्यांना हितकारक आहे. दीपन, पाचन असल्याने तोंडाला रुची येते आणि अग्निदीपन होते.

खोकला, ताप या विकारात मूग आणि मुळ्याचे कढण करून काळीमिरी, सैंधव घालून द्यावे.

१०० ग्रॅम पांढऱ्या मुळ्यातून १७ कॅलरी मिळतात. एकूण फायबर २.३ ग्रॅम असून न विरघळणारा १.८ ग्रॅम आणि विरघळणारा ०.५ ग्रॅम आहे.

प्रोटिन्स ०.७ ग्रॅम, फॅट ०.१ ग्रॅम, कार्बोहायड्रेट ३.४ ग्रॅम आहेत.

मिनरल्स : सर्व मिलिग्रॅममध्ये – कॅल्शियम ३५, फॉस्फरस २२, आयर्न ०.४, सोडियम ३३, पोटॅशियम १३८

व्हिटॅमिन्स (बी कॉम्प्लेक्स–संकुल) : सर्व मिलिग्रॅममध्ये – थायामिन ०.०६, रिबोफ्लाव्हिन ०.०२, नियासिन ०.५

ॲन्टी-ऑक्सिडंट्स : अ) व्हिटॅमिन्स : कॅरॉटिन ३ म्यु.जी. व्हिटॅमिन 'सी' १५ मि.ग्रॅम. ब) मिनरल्स : कॉपर ०.४ मि.ग्रॅम.

■

३१. रताळे

संस्कृत : रतालू **हिंदी :** शकरकन्द

इंग्रजी : Sweet potato **लॅटिन :** Ipomoes batatas

आलुकं शीतलं सर्वं विष्टम्भि मधुरं गुरू।
सृष्टमूत्रमलं रुक्षं दुर्जरं रक्तपित्तनुत्।।

कफानिलकरं बल्यं वृष्यं स्तम्भविवर्द्धनम्। (भा.प्र.)

रस : मधुर **विपाक :** मधुर **वीर्य :** शीत

महत्त्वाचे गुण : गुरू, रुक्ष **दोषघ्नता :** पित्तघ्न, कफवातकर

रताळ्याचा कीस, गोड काचऱ्या आणि रताळी उकडून खाण्याची पद्धत आहे. रताळी बल्य आणि वृष्य गुणामुळे सप्तधातूंचे वर्धन करते. यामुळे मलावरोध होतो. पचण्यास जड आहे. रक्तपित्त व्याधीत उपयोगी. शरद ऋतूत खावे.

१०० ग्रॅम रताळ्यात १२० कॅलरी आहेत. क्रूड फायबर ०.८ ग्रॅम, प्रोटिन १.२ ग्रॅम, फॅट ०.३ ग्रॅम, कार्बोहायड्रेट्स २८.२ ग्रॅम आहेत.

सर्व इसेन्शियल अमायनो ॲसिड्स यामध्ये आहेत.

मिनरल्स : सर्व मिलिग्रॅममध्ये – कॅल्शियम ४६, फॉस्फरस ५०, आयर्न ०.२१, मॅग्नेशियम २७, सोडियम ९, पोटॅशियम ३९३, क्रोमियम ०.००६

व्हिटॅमिन्स (बी कॉम्प्लेक्स–संकुल) : थायामिन ०.०८ मि.ग्रॅम, रिबोफ्लाव्हिन ०.०४ मि.ग्रॅम, नियासिन ०.७ मि.ग्रॅम, फोलिक ॲसिड ४३ म्यु.जी., व्हिटॅमिन बी६ (पायरीडॉक्सिन) विपुल असते.

ॲन्टी-ऑक्सिडंट्स : अ) व्हिटॅमिन्स : कॅरॉटिन (व्हिटॅमिन ए) ६ म्यु.जी., व्हिटॅमिन 'सी' २४ मि.ग्रॅम, व्हिटॅमिन 'ई' ६.९ आय.यू.

ब) मिनरल्स : कॉपर ०.०२ मि.ग्रॅम, मँगेनीज ०.२२ मि.ग्रॅम, झिंक ०.११ मि.ग्रॅम,

फायटोकेमिकल्स : कॅरॉटिनॉइड्स : हृदयविकार आणि कॅन्सरविरुद्ध लढण्याची क्षमता वाढवते.

रताळ्यामध्ये प्लँटस्टेरॉल असल्याने कोलेस्टेरॉल कमी होतो. तसेच यातील 'पेक्टीन' हा सोल्युबल फायबर कोलेस्टेरॉल कमी करतो. उत्कृष्ट बी-६ या व्हिटॅमिनचा स्रोत आणि सर्व ॲन्टी-ऑक्सिडंट्स असल्याने ऋतूमध्ये अवश्य खावे.

■

३२. लेट्युस (सॅलड पत्ता)

संस्कृत : – **हिंदी :** –

इंग्रजी : Lettuce **लॅटिन :** Lactuca sativa

युरोपमधून, भारतात स्थिरावलेला लेट्युस फिक्कट हिरव्या रंगाचा कोबीसारखा गड्डा असतो. हिवाळी हंगामात येणारी भाजी आहे. आता हरितगृहात वर्षभर पीक घेता येते.

या भाजीचे बरेच उपप्रकार किंवा जाती आहेत. १) क्रिस्पहेड किंवा आईसबर्ग २) बटरहेड ३) बिब टाईप ४) कॉस किंवा रोमेन ५) स्टेम लेट्युस ६) मेसलन मिक्स ग्रीन्स.

परदेशात आणि भारतात आईसबर्ग लेट्युसला जास्त मागणी आहे. कोबीसारखा दिसणारा, पण पाने अतिशय पातळ असून त्यांच्या कडा कुरतडलेल्या असतात. तोंडात टाकल्यावर गोड, रसाळ आणि कुरकुरीत लागतात. सॅलडसाठीच वापर केला जातो.

१०० ग्रॅम लेट्युसमध्ये २१ कॅलरी असतात. क्रूड फायबर ०.५ ग्रॅम, प्रोटिन्स २.१ ग्रॅम, फॅट ०.३ ग्रॅम आणि कार्बोहायड्रेट्स २.५ ग्रॅम असतात.

मिनरल्स : सर्व मिलिग्रॅममध्ये – कॅल्शियम ५०, फॉस्फरस २८, आयर्न २.४, मॅग्नेशियम ३०, सोडियम ५८, पोटॅशियम ३३

व्हिटॅमिन्स (बी कॉम्प्लेक्स–संकुल) : थायामिन ०.०९ मि.ग्रॅम, रिबोफ्लाव्हिन ०.१३ मि.ग्रॅम, नियासिन ०.५ मि.ग्रॅम.

ॲन्टी-ऑक्सिडंट्स : अ) व्हिटॅमिन्स : कॅरॉटिन (व्हिटॅमिन ए) ९९० म्यु.जी., व्हिटॅमिन 'सी' १० मि.ग्रॅम.

ब) मिनरल्स : कॉपर ०.०८ मि.ग्रॅम.

■

३३. वांगे

संस्कृत : वृन्ताक | **हिंदी :** बैंगन

इंग्रजी : Brinjal/Egg plant | **लॅटिन :** Solanum melongena

वृन्ताकं स्वादु तीक्ष्णोष्णं कटूपाकमपित्तलम्।
ज्वरवातबलासघ्नं दीपनं शुक्रलं लघु।
तद् बालम् कफपित्तघ्नं वृद्धं पित्तकरं गुरू।। (भा.प्र.)

रस : मधुर, तिक्त **विपाक :** कटू **वीर्य :** उष्ण

दोषघ्नता : वातनाशक, पित्तकारक

वांग्याचे काळे आणि पांढरे असे प्रकार सांगितले आहेत. काळे वांगे हृदयाला बळ देणारे, भूक वाढविणारे, शुक्रवृद्धिकर आणि पचण्यास हलके असते. पांढरे वांगे काळ्या वांग्याप्रमाणेच गुण असणारे, पण मूळव्याधीमध्ये अत्यंत हितकारक मानले आहे. वांग्याची भाजी करताना वांगे देठासहितच वापरावे असे 'क्षेमकुतूहल'

ग्रंथात म्हटले आहे. भाजी करताना भरपूर तेल, हिंग आणि आम्लपदार्थ वापरावा. आंबट चुक्याचा वापर वांग्यामध्ये करण्यास सांगितले आहे. वांग्याची भाजी वातूळ असा व्यवहारात गैरसमज आहे. खरोखर ही वातघ्न भाजी आहे.

चातुर्मासात वांगी न खाण्याचा प्रघात आहे. वांगे पित्तकर असल्याने शरद ऋतूत ते खाऊ नये. पण वर्षाऋतूत ते वातघ्न म्हणून खावे.

उडीद, दही, मासे आणि वांगी ही कफपित्तकर द्रव्ये आहेत म्हणून ती एकत्र खाऊ नयेत. उदा. दहीवडा, मासे आणि दही ही विरुद्ध अन्नाची उदाहरणे आहेत. मेनू ठरविताना वांग्याच्या भाजीबरोबर, दहीवडा ठेवू नये.

१०० ग्रॅम वांग्यात २४ कॅलरी असतात. एकूण फायबर ६.३ ग्रॅम असून त्यात न विरघळणारा ४.६, विरघळणारा १.७ ग्रॅम आहे. प्रोटिन्स १.४ ग्रॅम, फॅट ०.३ ग्रॅम, कार्बोहायड्रेट ४ ग्रॅम असतात.

मिनरल्स : सर्व मिलिग्रॅममध्ये – कॅल्शियम १८, फॉस्फरस ४७, आयर्न ०.३८, मॅग्नेशियम १५, सोडियम ३, पोटॅशियम २००

व्हिटॅमिन्स (बी कॉम्प्लेक्स–संकुल) : थायामिन ०.०४ मि.ग्रॅम, रिबोफ्लाव्हिन ०.११ मि.ग्रॅम, नियासिन ०.९ मि.ग्रॅम, फोलिक ॲसिड ५ म्यु.जी.

ॲन्टी-ऑक्सिडंट्स : अ) व्हिटॅमिन्स : कॅरॉटिन (व्हिटॅमिन ए) ७४ म्यु.जी., व्हिटॅमिन 'सी' १२ मि.ग्रॅम.

ब) मिनरल्स : कॉपर ०.१२ मि.ग्रॅम, मॅंगेनीज ०.१३ मि.ग्रॅम, झिंक ०.२२ मि.ग्रॅम.

फायटोकेमिकल्स : १) ॲन्थोसायनिन २) आयसोफ्लॅवोन्स

३) फ्लॅविनॉल्स – या फायटोकेमिकल्समुळे अन्ननलिकेचे कॅन्सर, आतड्यांचे कॅन्सर याविरुद्ध लढण्याची क्षमता वाढते. हृदयविकाराविरुद्ध उपयोगी.

या फायटोकेमिकल्समुळे मेंदूची कार्यक्षमता वाढते. स्मृती सक्षम होते. वृद्धत्व निरोगी राहण्यास मदत होते.

■

३४. शलगम

संस्कृत : सलयम **हिंदी :** शलगम
इंग्रजी : Turnip **लॅटिन :** Brassica rapa

शलयमं मधुरं लघु रोचनं, ज्वरहरं च सरं मृदु दीपनम्।
शमयति त्रिविकारमनुष्णकम्, हिततमं सततं जठरार्तिषु।। (प्रियव्रत)

रस : मधुर **विपाक :** मधुर **वीर्य :** अनुष्ण

मुख्य गुण : लघु, सर, मृदु **दोषघ्नता :** त्रिदोषघ्न

'शलगम' हे झाडाचे मूळ आहे. याचा रंग सफेद, लालसर आणि जांभळट असतो. साधारण बीटरुटसारखेच असतात. याची भाजी करतात.

१०० ग्रॅम शलगममध्ये २९ कॅलरीज आहेत. क्रूड फायबर ०.९ ग्रॅम, प्रोटिन्स ०.५ ग्रॅम, फॅट ०.२ ग्रॅम, कार्बोहायड्रेट्स ६.२ ग्रॅम असतात.

मिनरल्स : सर्व मिलिग्रॅममध्ये – कॅल्शियम ३०, फॉस्फरस ४०, आयर्न ०.४

व्हिटॅमिन्स (बी कॉम्प्लेक्स–संकुल) : थायामिन ०.०४ मि.ग्रॅम, रिबोफ्लाव्हिन ०.०४ मि.ग्रॅम, नियासिन ०.५ मि.ग्रॅम.

ॲन्टी-ऑक्सिडंट्स : अ) व्हिटॅमिन्स : व्हिटॅमिन 'सी' ४३ मि.ग्रॅम

शलगमची पाने (शलगम का साग) १०० ग्रॅम शलगमच्या पानांमध्ये ६७ कॅलरी असतात. क्रूड फायबर १ ग्रॅम, प्रोटिन्स ४ ग्रॅम, फॅट १.५ ग्रॅम, कार्बोहायड्रेट्स ९.४ ग्रॅम आहेत.

मिनरल्स : सर्व मिलिग्रॅममध्ये – कॅल्शियम ७१०, फॉस्फरस ६०, आयर्न २८.४

व्हिटॅमिन्स (बी कॉम्प्लेक्स–संकुल) : थायामिन ०.३१ मि.ग्रॅम, रिबोफ्लाव्हिन ०.५७ मि.ग्रॅम, नियासिन ५.४ मि.ग्रॅम.

ॲन्टी-ऑक्सिडंट्स : अ) व्हिटॅमिन्स : कॅरॉटिन (व्हिटॅमिन ए) ९३९६ म्यु.जी., व्हिटॅमिन 'सी' १८० मि.ग्रॅम.

फायटोकेमिकल्स : १) आयसोथायोसायनेट्स : ही अन्ननलिका आणि फुफ्फुसांच्या कॅन्सरविरुद्ध उपयोगी. २) सल्फोरॅफेन : हे ब्रेस्ट कॅन्सर रोखण्यास मदत करते.

३) इनडॉल्स : कॅन्सरविरुद्ध लढण्यास मदत करते.

शलगमच्या पानांच्या भाजीत उत्तम कॅल्शियम, विपुल आयर्न, व्हिटॅमिन 'सी' आणि कॅरॉटिन असल्याने या पानांची भाजी खावी.

■

३५. शेवाळे

संस्कृत : शैवाल **हिंदी :** –

इंग्रजी : Spirulina **लॅटिन :** Ceratophyllum demersum

शैवालं तुवरं तिक्तं मधुरं शीतलं लघु।

स्निग्धं दाहतृषापित्तरक्तज्वरहरं परम्।। (भा.प्र.)

रस : कषाय, तिक्त, मधुर **विपाक :** कटू **वीर्य :** शीत

महत्त्वाचे गुण : लघु, स्निग्ध

दोषघ्नता : त्रिदोषशामक, विशेषत: पित्तशामक

'चरक' कालामध्ये या वनस्पतीचा वापर, चरकांनी विविध रोगांमध्ये केला होता. रक्तपित्त चिकित्सेत, कुष्ठरोगात चरकांनी वापर केला आहे. खोकला (कास) या व्याधीत शैवालाची धुरी देण्यास सांगितले आहे. पित्तरोगात शैवालाचा बस्ती दिलेला आहे, तर आश्चर्यकारक म्हणजे हृद्यरोग चिकित्सेत शैवालसिद्ध घृत चरकांनी वापरले आहे. यानंतर ही वनस्पती दुर्लक्षित झाली. शेवाळ्याचा स्वरस १० ते २० मि.लि. दिला जातो.

आधुनिक दृष्टिकोनातून, १०० ग्रॅम स्पिरुलीना पावडरमध्ये प्रोटिन्स ७० ग्रॅम, फॅट ६ ग्रॅम आणि कार्बोहायड्रेट्स १५ ग्रॅम आहेत.

मिनरल्स : सर्व मिलिग्रॅममध्ये – कॅल्शियम १३१, आयर्न ५० मि.ग्रॅम.

व्हिटॅमिन्स (बी कॉम्प्लेक्स–संकुल) : व्हिटॅमिन बी१२ – २०० मायक्रोग्रॅम, व्हिटॅमिन बी-१२ असलेली ही एकमेव वनस्पती आहे.

ॲन्टी-ऑक्सिडंट्स : अ) व्हिटॅमिन्स : कॅरॉटिन २०० म्यु.जी.

१९६२ साली आफ्रिकेतील आदिवासी जमातीतील माणसे धडधाकट शरीरयष्टीची आणि दीर्घायुषी दिसून आली. त्यांचे निरीक्षण केले असता ते तळ्यातील शेवाळे गोळा करून ते वाळवून खात असत. शेवाळे म्हणजेच 'स्पिरुलीना'वर संशोधन करताना ही संजीवनी आहे असे सिद्ध झाले. यामध्ये विपुल प्रोटिन्स आणि १८ अमायनो ॲसिड्स आहेत. व्हिटॅमिन बी-१२ आणि उत्तम आयर्न आहे हे दिसून आले.

स्पिरुलीना पावडर आणि कॅप्सूल या स्वरूपात समतोल आहारासाठी वापरतात. खेळाडूंना देण्यात येणाऱ्या एनर्जी फूडमध्ये स्पिरुलीना असते. सौंदर्य प्रसाधनातही याचा वापर केला जातो.

स्पिरुलीना हृदयाचे आजार, हाय कोलेस्टेरॉल आणि कॅन्सरविरुद्ध लढण्यास उपयोगी पडते.

स्पिरुलीना स्प्रेड्राइड (Spray dried) पावडर २.५ ग्रॅम रोज तांदळाच्या आणि गव्हाच्या खाद्यपदार्थात वापरून त्याच्या परिणामांचे संशोधन, 'डिपार्टमेंट ऑफ फूड अँड न्युट्रिशन, एम.एस. युनिव्हर्सिटी बडोदा' येथे केले गेले. त्या वेळी ब्लडशुगर नियंत्रित होण्यासाठी उपयोग होतो आणि कोलेस्टेरॉल, ट्रायग्लिसराइड कमी होण्यास मदत होते असे सिद्ध झाले आहे.

■

३६. साबुदाणा (टॅपिओका)

संस्कृत : –　　**हिंदी :** –
इंग्रजी : Sago　　**लॅटिन :** –

'टॅपिओका' या कंदाचा केरळमध्ये आहारात वापर करतात. या कंदापासूनच साबुदाणा बनविला जातो. साबुदाणा उपवासाचा पदार्थ म्हणूनच ओळखला जातो. याची खिचडी, वडे, थालिपीठ आणि खीर हे पदार्थ केले जातात.

रस : मधुर　**विपाक :** मधुर　**वीर्य :** शीत

महत्त्वाचे गुण : स्निग्ध, गुरू

दोषघ्नता : वातपित्तशामक, कफवर्धन

उपवासाच्या दिवशी आपण आहारात याचा समावेश करतो. त्याचप्रमाणे आजारी माणसाला आणि वृद्धांना याची लापशी दिली जाते. कफवर्धक असल्याने स्थूल आणि मधुमेहींनी आहारात घेऊ नये.

आधुनिक दृष्टिकोनातून १०० ग्रॅम साबुदाण्यात ३५१ कॅलरी आहेत. फायबर नसतो. प्रोटिन्स ०.२ ग्रॅम, फॅट ०.२ ग्रॅम आणि कार्बोहायड्रेट्स ८७.१ ग्रॅम असतात.

मिनरल्स : सर्व मिलिग्रॅममध्ये – कॅल्शियम १०, फॉस्फरस १०, आयर्न १.३

साबुदाणा म्हणजे वनस्पतींनी साठा करून ठेवलेले स्टार्च आहे. कार्बोहायड्रेटचे रूपांतर करून वनस्पती स्टार्च या स्वरूपात साठा करतात. मानव कार्बोहायड्रेट्स ऊर्जेकरता वापरून राहिलेले कार्बोहायड्रेट 'ग्लायकोजेन' या स्वरूपात साठवतो आणि अन्न मिळाल्यास याचे प्रथम विघटन होते. म्हणूनच मधुमेही रुग्णांनी साबुदाण्यापासून शक्यतो दूर राहावे.

■

३७. सुरण

संस्कृत : सुरण　　**हिंदी :** जिमिकन्द
इंग्रजी : Yam elephant　　**लॅटिन :** Amorphophallus campanulatus

सूरणो दीपनो रुक्षः कषायः कण्डुकृत् कटूः।
विष्टम्भी विशदो रुच्यः कफार्शः कृन्तनो लघुः।। (भा.प्र.)

रस : कटू, कषाय　**विपाक :** कटू　**वीर्य :** उष्ण
महत्त्वाचे गुण : लघु, रुक्ष, तीक्ष्ण　**दोषघ्नता :** कफवातशामक

सर्व कंदांमध्ये सुरण हा श्रेष्ठ मानला आहे. कुष्ठ, रक्तपित्त आणि इतर त्वचारोग असतील तर त्या व्यक्तींनी खाऊ नये. सुरणाची भाजी करताना चिंचेचा कोळ, लिंबू, आमसूल, ताक अशा आंबट पदार्थांचा वापर केल्याने, घशाला खाज येत नाही. हा दीपन, पाचन असल्याने अरुची, अग्निमांद्य, यकृत-प्लीहावृद्धी यामध्ये उपयोगी आहे. मूळव्याधीवर सुरण हे उत्तम औषध आहे. हा सुरणाचा प्रभाव आहे, म्हणून मूळव्याध असणाऱ्यांनी त्याचे नित्य सेवन करावे.

१०० ग्रॅम सुरणमध्ये ७९ कॅलरी असतात. क्रूड फायबर ०.८ ग्रॅम, प्रोटिन्स १.२ ग्रॅम, फॅट ०.१ ग्रॅम, कार्बोहायड्रेट्स १८.४ ग्रॅम आहेत.

मिनरल्स : सर्व मिलिग्रॅममध्ये – कॅल्शियम ५०, फॉस्फरस ३४, आयर्न ०.६

व्हिटॅमिन्स (बी कॉम्प्लेक्स–संकुल) : थायामिन ०.०६ मि.ग्रॅम, रिबोफ्लाव्हिन ०.०७ मि.ग्रॅम, नियासिन ०.७ मि.ग्रॅम.

ॲन्टी-ऑक्सिडंट्स : अ) व्हिटॅमिन्स : कॅरॉटिन (व्हिटॅमिन ए) २६० म्यु.जी.

■

३८. सेलरी

संस्कृत : – **हिंदी :** –

इंग्रजी : Celery leaves **लॅटिन :** Apium graveolens

सेलरीच्या पानांचा सूप आणि सॅलडमध्ये उपयोग करतात.

१०० ग्रॅम सेलरीच्या पानात ३७ कॅलरी असतात. क्रूड फायबर १.४ ग्रॅम असतो. प्रोटिन्स ६.३ ग्रॅम, फॅट ०.६ ग्रॅम, कार्बोहायड्रेट्स १.६ ग्रॅम असतात.

मिनरल्स : सर्व मिलिग्रॅममध्ये – कॅल्शियम २३०, फॉस्फरस १४०, आयर्न ६.३, मॅग्नेशियम ५२, सोडियम ३५, पोटॅशियम २१०

व्हिटॅमिन्स (बी कॉम्प्लेक्स–संकुल) : रिबोफ्लाव्हिन ०.११ मि.ग्रॅम, नियासिन १.२ मि.ग्रॅम.

ॲन्टी-ऑक्सिडंट्स : अ) व्हिटॅमिन्स : कॅरॉटिन (व्हिटॅमिन ए) ३९९० म्यु.जी., व्हिटॅमिन 'सी' ६२ मि.ग्रॅम. ब) मिनरल्स : कॉपर ०.३ मि.ग्रॅम.

■

३९. हादग्याची फुले

संस्कृत : अगस्तीपुष्प **हिंदी :** अगस्त का फूल

इंग्रजी : Agathi flowers **लॅटिन :** Sesbania Aegyptiaca

अगस्तिकुसुमं शीतं चाथुर्थिक निवारणम्।
नक्तान्ध्यनाशनं तिक्तं कषायं कटूपाकि च।।
पीनसश्लेष्मपित्तघ्नं वातघ्नं मुनिभिर्मतम्। (भा.प्र.)

रस : तिक्त, कषाय **विपाक :** कटू **वीर्य :** शीत
दोषघ्नता : त्रिदोषघ्न

हादग्याची फुले पांढरी आणि गुलाबीसर रंगाची असतात. त्याबरोबरच कोवळी फळेही येतात. फुले आणि फळांची भाजी करता येते. यातील केशर काढून टाकून, फुले चिरून ताकामध्ये शिजवावीत. हिंगयुक्त तुपाची फोडणी द्यावी, असे 'क्षेमकुतूहल' ग्रंथात वर्णन आहे. फुले तेलावर परतून हिंग, मोहरी, हळद, मिरची, बेसन घालून करता येते.

हादग्याच्या फुलांची भाजी अतिसार, अजीर्ण, संग्रहणी आणि कृमीमध्ये उपयोगी असते. चवथ्या दिवशी येणाऱ्या तापावर म्हणजे मलेरियावर उपयोगी. 'सुश्रुतां'नी वर्णन करताना टी.बी. (राजयक्ष्मा) वर उपयोगी म्हटले आहे. जुन्या सर्दीवर ही भाजी फायदेशीर आहे. रातांधळेपणावर या भाजीचा उपयोग होतो असे वर्णन आहे.

१०० ग्रॅम हादग्याच्या फुलात २६ कॅलरी असतात. क्रूड फायबर ०.८ ग्रॅम, प्रोटिन्स १ ग्रॅम, फॅट ०.५ ग्रॅम, कार्बोहायड्रेट्स ४.४ ग्रॅम आहेत.

मिनरल्स : सर्व मिलिग्रॅममध्ये – कॅल्शियम ९, फॉस्फरस ५

■

४०. पालेभाज्या

पालेभाज्यांकडे वजन कमी करण्याचे साधन आणि मलोत्सर्जनासाठी उपयुक्त एवढ्या दोन गोष्टींसाठीच बघितले जात असे.

विज्ञानाच्या प्रगतीत पालेभाज्यातील फॅट्स बाजूला करून त्याचा अभ्यास केल्यावर यामध्ये ओमेगा-३ फॅटी ॲसिड्स आहेत हे सिद्ध झाले. यामधून अल्फा लायनोलेनिक इसेन्शियल फॅटी ॲसिड मिळते हे सिद्ध झाले. ओमेगा-३ फॅटी ॲसिडचे महत्त्व अनन्यसाधारण आहे. त्यामुळे पालेभाज्यातून मिळणाऱ्या १ ग्रॅमपर्यंतच्या फॅट्सनासुद्धा महत्त्व आले. कारण त्या सर्वांना परवडणाऱ्या आणि सहज मिळणाऱ्या आहेत.

पालेभाज्यातील प्रोटिन्सचे पृथक्करण केल्यावर त्यातून लायसिन, सिस्टिन आणि मेथिओनिन ही महत्त्वाची अमायनो ॲसिड्स शरीरास मिळतात, असे लक्षात आले. त्यामुळे पालेभाज्यातील २ ते ७ ग्रॅम प्रोटिन्सही महत्त्वाची ठरली.

पालेभाज्या म्हणजे कॅरॉटिन, बीटा कॅरॉटिन, व्हिटॅमिन 'सी', फोलिक ॲसिड,

आयर्न आणि कॅल्शियम याचा खजिना आहे. यामुळेच रोजच्या आहारात ५० ग्रॅम पालेभाजी घेणे अपरिहार्य आहे.

पालेभाजी शिजवताना उघडी किंवा झाकण ठेवून शिजवली जाते. भाजी फक्त ७ मिनिटे शिजवावी. पालेभाजी वापरण्यापूर्वी स्वच्छ धुवून, नंतर चिरून ताजीच वापरावी. शिजवताना सोडा घालू नये आणि शिजवताना झाकण ठेवावे.

पालेभाज्यांमध्ये चणाडाळ, मूगडाळ, तूरडाळ, मटार, शेंगदाणे, काजू घालण्याची प्रथा आहे. यामुळे पोषणमूल्य वाढून उपयुक्तता वाढते. ताकात पालेभाजी करण्याची प्रथाही चांगली आहे. त्यामुळे मेथिओनिन, सिस्टिन या अमायनो ॲसिड्सचे प्रमाण वाढते आणि लिव्हरचे आरोग्य सुधारण्यास मदत होते. जरुरीप्रमाणे पालेभाजीत चिंचेचा कोळ घातल्याने, कॅल्शियम ऑक्झलेटचे क्रिस्टल विरघळून पालेभाजीमुळे घसा खवखवत नाही.

मूल होण्यास उत्सुक असलेल्या स्त्रियांनी, गर्भधारणेच्या आधीपासूनच पालेभाज्या नियमित खाव्या. पालेभाज्यातील फोलिक ॲसिडचे विपुल प्रमाण, गर्भाच्या मज्जासंस्थेची निरोगी वाढ होण्यास मदत करते. गर्भधारणेनंतर पहिले १५ दिवस महत्त्वाचे असतात. या काळातच मज्जासंस्थेची वाढ नीट न झाल्यास गर्भात दोष उत्पन्न होतात. तसेच फोलिक ॲसिडच्या अभावाने मेगॅलोब्लास्टिक ॲनिमिया होतो. गर्भारपणातील ॲनिमिया प्रसूतीमध्ये त्रासदायक ठरतो. कच्च्या कोथिंबीरीतून १.३टक्के आयर्न शोषले जाते, तर शिजवलेल्या कोथिंबिरीतून ८टक्के आयर्न शोषले जाते. म्हणून त्या शिजवूनच खाव्यात. शिजवलेल्या पालेभाज्यांमुळे त्यातील आयर्नचे शोषण चांगले होते, असे संशोधनात दिसून आले आहे.

आयुर्वेदिक दृष्टिकोनातून, चरकाचार्यांनी 'सूत्रस्थानाच्या २७व्या अध्यायात' पालेभाज्या आणि फळभाज्या यांचा 'शाकवर्ग' दुसरा 'हरितवर्ग' वर्णन केला आहे. या हरितवर्गात मुळा, गाजर, आले, कांदा, लसूण, शेवगा, कोथिंबीर, ओवा, बडीशेप, तिरफळ, लिंबू, काळे जिरे, काळी तुळस या आपल्या रोजच्या वापरातील भाज्या आणि मसाल्याच्या पदार्थांचा समावेश आहे.

शाकवर्ग आणि हरितवर्गातील सर्व भाज्या या सुकलेल्या, कोमेजलेल्या, किडलेल्या, फार दिवसांच्या आणि बे-मोसमी (म्हणजे नेहमीच्या ऋतूप्रमाणे न आलेल्या) अशा असतील, तर त्यांचा खाण्यासाठी वापर करू नये. त्यांना 'अग्राह्य' म्हटले आहे.

शाकवर्गातील पालेभाज्या आणि फळभाज्या या नेहमी वाफवून, पाणी काढून टाकून, तूप किंवा तेलाची फोडणी देऊन मग वापराव्या. त्या कच्च्या खाऊ नये असे म्हटले आहे.

हरित वर्गातील भाज्या आणि मसाल्याचे पदार्थ धुवून, कच्चे खावे असे

संहितेत सांगितले आहे.

आजही कोथिंबीर, आले, लसूण, कांदा, गाजर, मुळा धुवून कच्चा, सॅलड अथवा कोशिंबिरीच्या स्वरूपात आपण खातो. आधुनिक विज्ञान ही आहारद्रव्ये कच्ची खावी असा आग्रह धरते. ज्यामुळे कोलेस्टेरॉल, ब्लडशुगर नियंत्रित होते.

पालेभाज्यांचे वर्णन करताना चरकांनी प्रत्येक भाजीचे गुणधर्म वर्णन केले आहेत. 'जीवन्ती' ही श्रेष्ठ भाजी आणि 'सरसू' ही हीन भाजी मानली आहे. या सर्व गोष्टींचा विचार करताना पालेभाज्या खाऊ नयेत असे आयुर्वेदात म्हटले आहे, असा प्रवाद निर्माण करणे बरोबर नाही, असे असते तर त्यांच्या ग्राह्याग्राह्यतेचा सविस्तर विचारच ग्रंथात केला गेला नसता.

■

४१. अळूची पाने

संस्कृत : ढेहीका

हिंदी : आर्वी का साग

इंग्रजी : Colocasia leaves

लॅटिन : Colocasia-anti-quorum

ढेहिका वातला रूक्षा शीता गुर्वी विषापहा।
सुस्विन्ना रोचनी हृद्या अस्विन्ना कण्ठकर्तरी।। (क्षेमकुतूहल)

ढेहीका म्हणजे अळू होय. ही भाजी रुक्ष, वातकारक, पचण्यास जड आणि शीत वीर्य आहे. ह्या भाजीला हृद्य आणि विषनाशक म्हटले आहे. हृदयाला हितकारक आणि मनाला तृप्ती देणारी आहे. नीट न शिजवली गेल्यास, 'कंठकर्तरी' म्हणजे घशास खवखव करते. 'क्षेमकुतूहल' ग्रंथात आंबट ताकामध्ये हिंगाची फोडणी देऊन भाजी शिजवावी म्हटले आहे. आता आपण आंबट चुका, चिंचेचा कोळ वापरतो. त्यामुळे घशाला खवखव होत नाही. आंबट चुक्याने भाजीच्या गुणांचे वर्धन होते आणि डाळ-दाणे, काजू घातल्याने पोषणमूल्य वाढतात. ही भाजी अवश्य खावी.

१०० ग्रॅम अळूच्या पानात ५६ कॅलरी असतात. एकूण फायबर ६.६ ग्रॅम असून न विरघळणारा ५.१ ग्रॅम आणि विरघळणारा १.५ ग्रॅम असतो. प्रोटिन्स ३.९ ग्रॅम, फॅट १.५ ग्रॅम, कार्बोहायड्रेट्स ६.८ ग्रॅम असतात.

मिनरल्स : सर्व मिलिग्रॅममध्ये कॅल्शियम २२७, फॉस्फरस ८२, आयर्न १०.

व्हिटॅमिन्स (बी कॉम्प्लेक्स–संकुल) : सर्व मिलिग्रॅममध्ये – थायामिन ०.२२, रिबोफ्लाव्हिन ०.२६, नियासिन १.१

ॲन्टी-ऑक्सिडंट : अ) व्हिटॅमिन : एकूण कॅरॉटिन १५,७०० म्यु.जी.,

बीटा कॅरॉटिन ५९२०, व्हिटॅमिन 'सी' १२ मि.ग्रॅम.

अळूच्या भाजीत आयर्न, कॅरॉटिन, बीटा कॅरॉटिन यांचे प्रमाण विपुल आहे.

■

४२. अंबाडी

संस्कृत : माचिका | **हिंदी :** पिटवा

इंग्रजी : Gogu | **लॅटिन :** Hibiscus cannabinus

अम्बष्ठा मधुरा तिक्ता लघ्वम्ला रसपाकयोः।
कफपित्तहरा कण्ठया पक्वातीसारनाशिनी।। (कै.नि.)

रस : आम्ल, मधुर, तिक्त **विपाक :** आम्ल **वीर्य :** शीत

मुख्य गुण : लघु **दोषघ्नता :** कफपित्तशामक

अंबाडीची भाजी आंबट असल्याने शिजवल्यावर पाणी काढून टाकतो. त्याने आंबटपणा कमी होतो. या भाजीला लसणाची फोडणी दिली जाते. लसणामध्ये कटू, तिक्त, मधुर, कषाय आणि लवण हे पाच रस आहेत. अंबाडीतील आम्लरस लसणावर संस्कार करतो आणि त्यामुळे भाजीचे गुण वाढतात. ही भाजी 'कंठ्य' असल्याने घशास चांगली तसेच अतिसाराच्या (जुलाब) पक्व अवस्थेत उपयोगी.

१०० ग्रॅम अंबाडीत ५६ कॅलरी असतात. एकूण फायबर ३.८ ग्रॅम असून त्यात न विरघळणारा २.६ ग्रॅम आणि विरघळणारा १.२ ग्रॅम आहे. प्रोटिन्स १.७ ग्रॅम, फॅट १.१ ग्रॅम, कार्बोहायड्रेट्स ९.९ ग्रॅम आहेत.

मिनरल्स : सर्व मिलिग्रॅममध्ये – कॅल्शियम १७२, फॉस्फरस ४०, आयर्न २.२८, मॅग्नेशियम ६६, क्रोमियम ०.००५

व्हिटॅमिन्स (बी कॉम्प्लेक्स–संकुल) : सर्व मिलिग्रॅममध्ये – थायामिन ०.०७, रिबोफ्लाव्हिन ०.३९, नियासिन १.१

ॲन्टी-ऑक्सिडंट्स : अ) व्हिटॅमिन्स : एकूण कॅरॉटिन

१७,७०० म्यु.जी., बीटा कॅरॉटिन ६९७० म्यु.जी., व्हिटॅमिन 'सी' २० मि.ग्रॅम.

ब) मिनरल्स : कॉपर ०.०८ मि.ग्रॅम, मँगेनीज ०.३ मि.ग्रॅम, झिंक ०.२७ मि.ग्रॅम.

ॲन्टी-ऑक्सिडंट्सचा विचार करता विपुल कॅरॉटिन आणि इतर ॲन्टी-ऑक्सिडंट्स असल्याने आरोग्यास उपयुक्त भाजी.

■

४३. आंबट चुका

संस्कृत : चुक्र **हिंदी :** चुका
इंग्रजी : Ambat chuka **लॅटिन :** Rumex vesicarius

चुक्रा त्वम्लतरा स्वाद्वी वातघ्नी कफपित्तकृत्।
रुच्या लघुतरा पाके वृन्ताकेनातिरोचनी।। (भा.प्र.)

रस : आम्ल **विपाक :** आम्ल **वीर्य :** उष्ण

महत्त्वाचे गुण : लघु **दोषघ्नता :** वातनाशक, कफपित्त प्रकोपक

चुक्याची भाजी फार आंबट असते. त्यामुळे विशेषत: अळूच्या भाजीत घशाची होणारी खवखव कमी करण्यासाठी याचा चांगला उपयोग होतो.

'क्षेमकुतूहल' ग्रंथात वांगे आणि आंबट चुका यांची भाजी तिळाच्या तेलात, हिंग घालून करावी असे सांगितले आहे. आंबट चुक्याची पाने दीपन, यकृत उत्तेजन आणि भेदन असल्याने यकृताचे विकार आणि मलावष्टंभात उपयोगी पडते. चरकांनी अर्श (मूळव्याध) चिकित्सेत वापरली आहे. ग्रहणी आणि काविळीतही वापरतात. वातगुल्मातही उपयोगी पडते.

आधुनिक दृष्टिकोनातून, १०० ग्रॅम आंबट चुक्यामध्ये १५ कॅलरी आहेत. एकूण फायबर ३.२ ग्रॅम असून, न विरघळणारा २.४ ग्रॅम आणि विरघळणारा ०.८ ग्रॅम असतो. प्रोटिन्स १.६ ग्रॅम, फॅट ०.३ ग्रॅम आणि कार्बोहायड्रेट्स १.४ ग्रॅम असतात.

मिनरल्स : सर्व मिलिग्रॅममध्ये – कॅल्शियम ६३, फॉस्फरस १७, आयर्न ०.७५, मॅग्नेशियम १२३, क्रोमियम ०.००६

व्हिटॅमिन्स (बी कॉम्प्लेक्स–संकुल) : थायामिन ०.०३ मि.ग्रॅम, रिबोफ्लाव्हिन ०.०६ मि.ग्रॅम, नियासिन ०.२ मि.ग्रॅम, फोलिक ॲसिड ४० म्यु.जी.

ॲन्टी-ऑक्सिडंट्स : अ) व्हिटॅमिन्स : कॅरॉटिन (टोटल) ९४०० म्यु.जी. बीटा कॅरॉटिन २८०० म्यु.जी., व्हिटॅमिन 'सी' १२ मि.ग्रॅम.

ब) मिनरल्स : सर्व मिलिग्रॅममध्ये – कॉपर ०.०४, मॅंगेनीज ०.४, झिंक ०.२७

ॲन्टी-ऑक्सिडंट म्हणून अतिशय उत्तम भाजी आहे.

■

४४. करडई

संस्कृत : कुसुम्भ **हिंदी :** कुसुमसाग
इंग्रजी : Safflower leaves **लॅटिन :** Carthamus tinctorius

रुक्षोष्णमम्लं कौसुम्भं गुरू पित्तकरं सरम्। (चरक १४८)

करडईच्या पानांना काटे असतात. पाने चिरून, तेलावर परतून लसणाची फोडणी देऊन भाजी करतात. या भाजीच्या 'सर' गुणामुळे मलावष्टंभ दूर होतो. पित्तकर असल्याने पित्तप्रधान प्रकृतीच्या व्यक्तींनी सावधानतेने खावी. कास रोगनाशक आहे. रात्रीच्या वेळी आणि ग्रीष्म ऋतूत खाऊ नये.

१०० ग्रॅम करडईच्या भाजीत ३३ कॅलरीज 'ए' असतात. प्रोटिन्स २.५ ग्रॅम, फॅट ०.६ ग्रॅम, कार्बोहायड्रेट्स ४.५ ग्रॅम आहेत.

मिनरल्स : सर्व मिलिग्रॅममध्ये – कॅल्शियम १८५, फॉस्फरस ३५, आयर्न ५.७, मॅग्नेशियम ५१, सोडियम १२६, पोटॅशियम १८१

व्हिटॅमिन्स (बी कॉम्प्लेक्स–संकुल) : सर्व मिलिग्रॅममध्ये – थायामिन ०.०४, रिबोफ्लाविन ०.१

ॲन्टी-ऑक्सिडंट्स : अ) व्हिटॅमिन्स : कॅरॉटिन ३५४० म्यु.जी., व्हिटॅमिन 'सी' १५ मि.ग्रॅम.

ब) मिनरल्स : कॉपर ०.२२ मि.ग्रॅम. या भाजीत आहेत. लायसिन ६१० आणि मेथिओनिन ६० अमायनो ॲसिड्स असतात. यामुळे सर्व ऋतूमध्ये ही भाजी अवश्य खावी.

■

४५. घोळ

संस्कृत : लोणिका, लोणी — **हिंदी :** कुल्फा

इंग्रजी : – — **लॅटिन :** Portulaca oleracea

लोणी रूक्षा स्मृता गुर्वी वालश्लेष्महरी पटुः।
अर्शोघ्नी दीपनी चाम्ला मन्दाग्निविषनाशिनी।। (भा.प्र.)

'घोळ' ही रूक्ष, गुरू, दीपन या गुणांची आहे. आम्लरसयुक्त आहे. वात आणि कफशामक आहे. ही विषघ्न आहे. दीपन गुणामुळे मंदाग्नीवर उपयोगी. चरकाचार्यांनी मूळव्याध (अर्श) चिकित्सेत वापरली आहे.

मोठी घोळ : ही दुसरी जात आहे. ही आम्ल रसाची, सर गुणाची, उष्ण वीर्याची आहे. यामुळे कफपित्त शमन होते. वातवर्धन होते. ही भाजी तोतरेपणावर उपयोगी पडते. श्वास, कासात फायदा होतो. तसेच प्रमेह,गुल्म (गाठ) आणि नेत्ररोगात उपयोगी पडते. ही भाजी तेलावर परतून, तांदळाचे पीठ लावून करतात किंवा तुपावर हिंग आणि आले याबरोबर परतून ताक घालून शिजवावी.

१०० ग्रॅम घोळीच्या भाजीत २७ कॅलरीज असतात. क्रूड फायबर १.३ ग्रॅम, प्रोटिन २.४ ग्रॅम, फॅट ०.६ ग्रॅम आणि कार्बोहायड्रेट्स २.९ ग्रॅम आहेत.

मिनरल्स : सर्व मिलिग्रॅममध्ये – कॅल्शियम १११, फॉस्फरस ४५, आयर्न १४.८, मॅग्नेशियम १२०, सोडियम ६७, पोटॅशियम ७१६

व्हिटॅमिन्स (बी कॉम्प्लेक्स–संकुल) : सर्व मिलिग्रॅममध्ये – थायामिन ०.१, रिबोफ्लाव्हिन ०.२२, नियासिन ०.७

ॲन्टी-ऑक्सिडंट्स : अ) व्हिटॅमिन्स : कॅरॉटिन २२९२ म्यु.जी. व्हिटॅमिन 'सी' २९ मि.ग्रॅम.

ब) मिनरल्स : कॉपर ०.१९ मि.ग्रॅम.

या भाजीत आयर्न, पोटॅशियम आणि कॅरॉटिन, व्हिटॅमिन 'सी' यांचे प्रमाण चांगले आहे.

■

४६. चवळीची पाने

संस्कृत : राजमाषपत्र — **हिंदी :** लोबिया के पत्ते

इंग्रजी : Cowpea leaves — **लॅटिन :** Vigna Catjang

१०० ग्रॅम चवळीच्या पानात ३८ कॅलरी असतात. क्रूड फायबर १.२ ग्रॅम असते. प्रोटिन्स ३.४ ग्रॅम, फॅट ०.७ ग्रॅम आणि कार्बोहायड्रेट ४.१ ग्रॅम असतात.

मिनरल्स : सर्व मिलिग्रॅममध्ये – कॅल्शियम २९०, फॉस्फरस ५८, आयर्न २०.१

व्हिटॅमिन्स (बी कॉम्प्लेक्स–संकुल) : सर्व मिलिग्रॅममध्ये – थायामिन ०.०५, रिबोफ्लाव्हिन ०.१८, नियासिन ०.६

ॲन्टी-ऑक्सिडंट : अ) व्हिटॅमिन : कॅरॉटिन ६७०२ म्यु.जी., व्हिटॅमिन 'सी' ४ मि.ग्रॅम.

या भाजीत आयर्न (लोह) आणि कॅरॉटिन विपुल आहे.

■

४७. चाकवत

संस्कृत : वास्तूक — **हिंदी :** बथुआ

इंग्रजी : Bathua leaves — **लॅटिन :** Chenopodium album

कटूर्विपाके कृमिहा मेधाग्निबलवर्धनः।
सक्षारः सर्वदोषघ्नो वास्तूकः रोचनः सरः।। (सु. सू. ४६/२६०)

रस : कटू **विपाक :** कटू **वीर्य :** उष्ण
महत्त्वाचे गुण : लघु, सर **दोषघ्नता :** त्रिदोषघ्न

चाकवताचे दोन प्रकार असतात. एक लहान पानांचा चाकवत, याची पाने पांढरी असतात. लाल मोठ्या पानांचा चाकवत हा दुसरा प्रकार. या लाल पानांच्या चाकवताला 'गौड वास्तूक' म्हणतात.

'क्षेमकुतूहल' ग्रंथात ही भाजी ताकात, तेल, हिंग, मीठ, मीरपूड घालून करावी असे म्हटले आहे.

ही भाजी प्लीहा, मूळव्याध, रक्तपित्त, कृमी यावर उपयोगी आहे. अग्निदीपन करते. पचण्यास हलकी, रूचकर आणि बुद्धिवर्धक आहे. कावीळ आणि ग्रहणी रोगात विशेष उपयोगी आहे.

१०० ग्रॅम चाकवतात ३० कॅलरी मिळतात. क्रूड फायबर ०.८ ग्रॅम आहे. प्रोटिन्स ३.७ ग्रॅम, फॅट ०.४ ग्रॅम, कार्बोहायड्रेट्स २.९ ग्रॅम.

मिनरल्स : सर्व मिलिग्रॅममध्ये – कॅल्शियम १५०, फॉस्फरस ८०, आयर्न ४.२

व्हिटॅमिन्स (बी कॉम्प्लेक्स–संकुल) : थायामिन ०.०१ मि.ग्रॅम, रिबोफ्लाव्हिन ०.१४ मि.ग्रॅम, नियासिन ०.६ मि.ग्रॅम.

अ‍ॅन्टी-ऑक्सिडंट्स : अ) व्हिटॅमिन्स : कॅरॉटिन १७४० म्यु.जी. व्हिटॅमिन 'सी' ३५ मि.ग्रॅम.

यामध्ये लायसिन ७५० मि.ग्रॅम आहे. त्यामुळे अमायनो अ‍ॅसिड विपुल आहे. तसेच मेथिओनिन हे अमायनो अ‍ॅसिड लिव्हर निरामय ठेवण्यासाठी उपयोगी पडते. त्यामुळेच ताकातील चाकवताची भाजी ही आरोग्याच्या दृष्टीने परिपूर्ण आहे. ■

४८. टाकळा

संस्कृत : चक्रमर्द प्रपुन्नाट **हिंदी :** चकुंडा
इंग्रजी : Cassia tora **लॅटिन :** Cassia tora

प्रपुन्नाटो लघुः स्वादुः वातश्लेष्महरः परः।
तिक्तः कण्ड्वामयहरः कासकुष्ठकृमीञ्जयेत्।। (क्षेमकुतूहल)

ही भाजी पचण्यास हलकी, स्वादिष्ट, तिक्तरसयुक्त असते. यामुळे वात, कफ शमन होते. ती त्वचारोग, कास, श्वास आणि कृमी या रोगांवर उपयोगी पडते.

याची पाने उकळून घेऊन, पिळून घ्यावीत. त्यात सैंधव, दही, मोहरीची पावडर घालून घ्यावी किंवा पाण्यात शिजवून मसाला आणि सैंधव मिसळून भाजी खावी.

पावसाळ्यात ही भाजी मिळते. वर्षाऋतूतील वातप्रकोपाच्या शमनासाठी सर्वांना ही भाजी उपयोगी आहे. स्थूल व्यक्तींनी पावसाळ्यात मुद्दाम ही भाजी खावी, वजन कमी करण्यास मदत करते.

१०० ग्रॅम टाकळ्यात ४९ कॅलरी आहेत. क्रूड फायबर २.१ ग्रॅम आहे. प्रोटिन्स ५ ग्रॅम, फॅट ०.८ ग्रॅम आणि कार्बोहायड्रेट्स ५.५ ग्रॅम आहेत.

मिनरल्स : सर्व मिलिग्रॅममध्ये – कॅल्शियम ५२०, फॉस्फरस ३९, आयर्न १२.४

व्हिटॅमिन्स (बी कॉम्प्लेक्स – संकुल) : थायामिन ०.०८ मि.ग्रॅम, रिबोफ्लाविन ०.१९ मि.ग्रॅम, नियासिन ०.८ मि.ग्रॅम.

ॲन्टी-ऑक्सिडंट्स : अ) व्हिटॅमिन्स : कॅरॉटिन १०१५२ म्यु.जी. व्हिटॅमिन 'सी' ८२ मि.ग्रॅम.

कॅल्शियम, आयर्न, कॅरॉटिन (व्हिटॅमिन ए) आणि व्हिटॅमिन 'सी' मुबलक असल्याने, ऋतूमध्ये मिळाल्यास अवश्य खावी.

■

४९. पालक

संस्कृत : पालक्या

हिंदी : पालक

इंग्रजी : Spinach

लॅटिन : Spinacia oleracea

पालक्या पिच्छिला गुर्वी श्लेष्मला भेदिनी हिमा।

रस : मधुर **विपाक :** मधुर **वीर्य :** शीत

मुख्य गुण : गुरू **दोषघ्नता :** पित्तघ्न, कफकर

पालकाची ताकात शिजवून, परतून भाजी करतात. आवडीप्रमाणे चणाडाळ, शेंगदाणे घालतात. पंजाबी पद्धतीत मटार, पनीर, बटाटा ही व्यंजने वापरतात. ह्या भाजीत उत्तरेत बाळंतशेपा किंवा बडीशेप घालण्याची पद्धत आहे. पालकाची कोवळी देठे वापरावीत.

रक्तपित्त या विकारात आणि ग्रहणीमध्ये पालक लाभदायक आहे. गर्भिणी स्त्रियांनी पालकाची भाजी किंवा सूप नित्य घ्यावे.

१०० ग्रॅम पालकाच्या भाजीत २६ कॅलरी असतात. एकूण फायबर २.५ ग्रॅम असून न विरघळणारा १.८ ग्रॅम आणि विरघळणारा ०.७ ग्रॅम आहे. प्रोटिन्स २ ग्रॅम, फॅट ०.७ ग्रॅम, कार्बोहायड्रेट्स २.९ ग्रॅम आहे.

मिनरल्स : सर्व मिलिग्रॅममध्ये – कॅल्शियम ७३, फॉस्फरस २१, आयर्न १.१४, मॅग्नेशियम ६४, सोडियम ५८, पोटॅशियम २०६, क्रोमियम ०.००५

व्हिटॅमिन्स (बी कॉम्प्लेक्स–संकुल) : थायामिन ०.०३ मि.ग्रॅम, रिबोफ्लाव्हिन ०.२६ मि.ग्रॅम, नियासिन ०.५ मि.ग्रॅम, फोलिक ॲसिड ५१ म्यु.जी.

ॲन्टी-ऑक्सिडंट्स : अ) व्हिटॅमिन्स : टोटल कॅरॉटिन ९४४० म्यु.जी., बीटा कॅरॉटिन २७४० म्यु.जी., व्हिटॅमिन 'सी' २८ मि.ग्रॅम

ब) मिनरल्स : कॉपर ०.१ मि.ग्रॅम, मँगेनीज ०.५६ मि.ग्रॅम, झिंक ०.३ मि.ग्रॅम

व्हिटॅमिन 'के' विपुल असते.

फायटोकेमिकल्स : कॅरॉटिनॉइड्स ही फायटो केमिकल्स आहेत. यांनी हृदयविकार आणि कॅन्सर विरुद्ध लढण्यास मदत होते.

सर्व अमायनो ॲसिड्स असलेली भाजी आहे. लायसिन ४००, सिस्टिन ८० आणि मेथिओनिन ११० मि.ग्रॅम आहेत. यामुळे ही आरोग्यदायी भाजी होय.

■

५०. पांढरा माठ

संस्कृत : श्वेत मारिष | **हिंदी :** मरसा

इंग्रजी : Rajgira leaves | **लॅटिन :** Amaranthus paniculatus

मारिषो मधुरः शीतो विष्ठम्भी पित्तनुद् गुरूः।
वातश्लेष्मकरो रक्तपित्तनुद विषमाग्निजित्।। (भा.प्र.)

रस : मधुर **विपाक :** मधुर **वीर्य :** शीत

महत्त्वाचे गुण : गुरू, विष्टंभी

दोषघ्नता : पित्तशामक, वातकफकारक

पांढऱ्या माठाच्या भाजीला काहीजण राजगिऱ्याची भाजी म्हणतात. हा पित्तशामक असल्याने पित्ताच्या रक्तपित्त, कामला या रोगांमध्ये ही भाजी उपयोगी पडते. विषम-अग्नी असल्यास ही भाजी त्याचे शमन करते. ही मलावरोध करणारी आहे.

१०० ग्रॅम पांढऱ्या माठात ६७ कॅलरी असतात. क्रूड फायबर २.१ ग्रॅम, प्रोटिन्स ५.९ ग्रॅम, फॅट १ ग्रॅम, कार्बोहायड्रेट्स ८.६ ग्रॅम असतात.

मिनरल्स : सर्व मिलिग्रॅममध्ये – कॅल्शियम ५३०, फॉस्फरस ६०, आयर्न १८.४

व्हिटॅमिन्स (बी कॉम्प्लेक्स–संकुल) : सर्व मिलिग्रॅममध्ये – थायामिन ०.०१, रिबोफ्लाव्हिन ०.२४, नियासिन १.१

ॲन्टी-ऑक्सिडंट्स : अ) व्हिटॅमिन्स : कॅरॉटिन १४,१९० म्यु.जी., व्हिटॅमिन 'सी' ८१ मि.ग्रॅम.

कॅरॉटिन विपुल आहे. व्हिटॅमिन 'सी' आणि कॅल्शियम, आयर्न यांचे प्रमाण उत्तम आहे. ॠतूमध्ये अवश्य खावी.

■

५१. लाल माठ

संस्कृत : रक्तमारिष **हिंदी :** मरसा
इंग्रजी : Amaranth tender **लॅटिन :** Amaranthus gangeticus

रक्तमार्षो गुरूर्नाति सक्षारः मधुरः सरः।
शेष्मलः कटूकः पाके स्वल्पदोष उदीरितः।। (भा.प्र.)

रस : मधुर **विपाक :** कटू **वीर्य :** शीत

महत्त्वाचे गुण : लघु, सर

दोषघ्नता : पित्तशामक, अल्प प्रमाणात कफकारक

पांढऱ्या माठाच्या तुलनेत, लाल माठ हा जास्त चांगला आहे. ही भाजी पचण्यास हलकी आहे. लघु आणि सर गुणाची असल्याने मलावरोधात उपयोगी. सर्व प्रकृतीच्या व्यक्तींना उपयोगी.

१०० ग्रॅम लाल माठापासून ४५ कॅलरी मिळतात. एकूण फायबर ४ ग्रॅम असून, न विरघळणारा ३.१ ग्रॅम आणि विरघळणारा ०.९ ग्रॅम आहे. प्रोटिन्स ४ ग्रॅम, फॅट ०.५ ग्रॅम, कार्बोहायड्रेट्स ६.१ ग्रॅम आहेत.

मिनरल्स : सर्व मिलिग्रॅममध्ये - कॅल्शियम ३९७, फॉस्फरस ८३, आयर्न ३.४९, मॅग्नेशियम १२२, सोडियम २३०, पोटॅशियम ३४१, क्रोमियम ०.००७

व्हिटॅमिन्स (बी कॉम्प्लेक्स–संकुल) : थायामिन ०.०३ मि.ग्रॅम, रिबोफ्लाव्हिन ०.३ मि.ग्रॅम, नियासिन १.२ मि.ग्रॅम, फोलिक ॲसिड ४१ म्यु.जी.

ॲन्टी-ऑक्सिडंट्स : अ) व्हिटॅमिन्स : टोटल कॅरॉटिन २०,१६० म्यु.जी., बीटा कॅरॉटिन ८३४० म्यु.जी., व्हिटॅमिन 'सी' ९९ मि.ग्रॅम.

ब) मिनरल्स : कॉपर ०.०८ मि.ग्रॅम, मँगेनीज ०.३६ मि.ग्रॅम, झिंक ०.१८ मि.ग्रॅम.

यातील सर्व ॲन्टी-ऑक्सिडंट्स उच्च प्रतीची आहेत. पांढऱ्या माठापेक्षा, लाल माठ अधिक लाभदायक आहे. या माठाच्या देठांची भाजी मुद्दाम करावी.

लाल माठामध्ये सर्व इसेन्शियल अमायनो ॲसिड्स आहेत. सिस्टिन आणि

मेथिओनिन ही लिव्हरला आरोग्यदायक असलेली सल्फर अमायनो ॲसिड्स आहेत.

■

५२. भारंगी

संस्कृत : पद्मा, ब्राह्मणयष्टिका **हिंदी :** –
इंग्रजी : – **लॅटिन :** Clerodendum serratum

भार्गी तु कटूतिक्तोष्णा कासश्वासविनाशनी।
शोफव्रणकृमिघ्नी च दाहज्वरनिवारिणी।। (रा. निघंटु ३)

रस : कटू, तिक्त **विपाक :** कटू **वीर्य :** उष्ण
दोषघ्नता : कफवातघ्न

भारंगीची भाजी पावसाळ्यात मिळते. याची पाने दाते असलेली आणि खरखरीत असतात. भारंगीची भाजी धुऊन, चिरून, वाफवून त्याचे पाणी काढून टाकले जाते. यामध्ये व्यंजन म्हणून वाल किंवा पावटे (भिजवलेले) टाकतात. फोडणी देऊन मीठ, गूळ, तिखट टाकून शिजवतात.

ही भाजी खोकला, दमा या रोगांवर उपयोगी पडते. अग्निदीपन होऊन पचनास मदत होते आणि कृमी नाश करणारी आहे. यामुळे मलावष्टंभ होत नाही. पावसाळ्यातील वातप्रकोप आणि अग्निमांद्यावर उपयोगी आहे.

भारंगीची भाजी कफ, मेदनाशक आहे. व्रण शोधक असल्याने मधुमेहाच्या रुग्णांनी खावी. मधुमेहातील जखम लवकर भरण्यास मदत करते.

■

५३. मायाळू

संस्कृत : उपोदिका **हिंदी :** पोई
इंग्रजी : Mayalu **लॅटिन :** Basella rubra

स्वादुपाकरसा वृष्या वातपित्तमदापहा।
उपोदिका सरा स्निग्धा बल्या श्लेष्मकरी हिमा।। (सु.सू. ४६/२५९)

रस : मधुर **विपाक :** मधुर **वीर्य :** शीत
महत्त्वाचे गुण : स्निग्ध, सर
दोषघ्नता : वातपित्तघ्न, कफकर

मायाळूची भाजी बल्य आणि वृष्य असल्याने सप्तधातूवर्धन होते. निद्रा चांगली येते. पित्ताच्या व्याधी म्हणजे रक्तपित्त, कामला या विकारात उपयोगी. अर्श चिकित्सेत (मूळव्याध) चरकांनी वापरली आहे. ही भाजी मदनाशक आहे. 'मदा'मुळे बुद्धीचा लोप होतो. तमोगुण वाढतो. मदकारी द्रव्ये म्हणजे निरनिराळी मद्य, अफू, भांग ही होत. मद्य किंवा अफूने तमोगुण वाढला असता ही भाजी खावी. मायाळूची भजी आणि भाजी करतात.

१०० ग्रॅम मायाळूमध्ये ३२ कॅलरी असतात. एकूण फायबर २.५ ग्रॅम असून न विरघळणारा १.६ ग्रॅम आणि विरघळणारा ०.९ ग्रॅम असतो. प्रोटिन २.८ ग्रॅम, फॅट ०.४ ग्रॅम, कार्बोहायड्रेट्स ४.२ ग्रॅम असतात.

मिनरल्स : सर्व मिलिग्रॅममध्ये – कॅल्शियम २००, फॉस्फरस ३५, आयर्न १० मि.ग्रॅम.

व्हिटॅमिन्स (बी कॉम्प्लेक्स–संकुल) : सर्व मिलिग्रॅममध्ये – थायामिन ०.०३, रिबोफ्लाव्हिन ०.१६, नियासिन ०.५

अँन्टी-ऑक्सिडंटस : अ) व्हिटॅमिन्स : टोटल कॅरॉटिन ९३६०, बीटा कॅरॉटिन २८४० म्यु.जी., व्हिटॅमिन 'सी' ८७ मि.ग्रॅम. या भाजीत कॅरॉटिन, व्हिटॅमिन 'सी' आणि आयर्न विपुल आहे.

■

५४. मुळ्याचा पाला

संस्कृत : मूलक पत्र **हिंदी :** मूली का साग
इंग्रजी : Radish leaves **लॅटिन :** Raphanus sativus

पाचनं लघु रुच्योष्णं पत्रं मूलकजं नवम्।
स्नेहसिद्धं त्रिदोषघ्नम् असिद्धं कफपित्तकृत्।। (भा.प्र.)

मुळ्याची कोवळी पाने पचण्यास हलकी, रुचकर आणि उष्ण वीर्याची असतात. ही पाने तेल किंवा तूप म्हणजे स्नेहाचा संस्कार केला असता 'त्रिदोषघ्न' बनतात. म्हणजेच वात, पित्त, कफ शमन होते. पण तेल, तूप न वापरता शिजवल्यास कफ, पित्त वाढते. भाजी करताना पाल्याबरोबर मुळा पण घालावा.

१०० ग्रॅम मुळ्याच्या पाल्यात २८ कॅलरी आहेत. क्रूड फायबर १ ग्रॅम, प्रोटिन ३.८ ग्रॅम, फॅट ०.४ ग्रॅम, कार्बोहायड्रेट्स २.४ ग्रॅम असतात.

मिनरल्स : सर्व मिलिग्रॅममध्ये – कॅल्शियम २६५, फॉस्फरस ५९, आयर्न ०.०९, मॅग्नेशियम २२, क्रोमियम ०.००२

व्हिटॅमिन्स (बी कॉम्प्लेक्स–संकुल) : सर्व मिलिग्रॅममध्ये – थायामिन ०.१८, रिबोफ्लाव्हिन ०.४७, नियासिन ०.८

अँन्टी-ऑक्सिडंट्स : अ) व्हिटॅमिन्स : कॅरॉटिन ५२९५ म्यु.जी., व्हिटॅमिन 'सी' ८१ मि.ग्रॅम.

ब) मिनरल्स : कॉपर ०.०२ मि.ग्रॅम, मॅंगेनीज ०.०१ मि.ग्रॅम, झिंक ०.०८ मि.ग्रॅम.

विपुल अॅन्टी-ऑक्सिडंट्स असलेली ही भाजी सर्वत्र मिळते. नेहमी आहारात समावेश करावा.

मुळ्याच्या पाल्यामध्ये सिलिकॉन आहे. त्यामुळे स्नायुबंध (Tendon), त्वचा, नखे, आणि हाडांचे आरोग्य चांगले राहते.

■

५५. मेथी

संस्कृत : मेथिका **हिंदी :** मेथीसाग

इंग्लिश : Fenugreek leaves **लॅटिन :** Trigonella Foenumgraecum

मेथिका दीपनी हृद्या बद्धविट्कृमिशुक्रनुत्। (क्षेमकुतूहल)

रस : कटू **विपाक :** कटू **वीर्य :** उष्ण

दोषघ्नता : वातकफघ्न

मेथीच्या पानांची भाजी ही अग्निदीपक आहे. कास-श्वास रोगावर उपयोगी पडते. यामुळे पोटातील जंत होण्याची प्रवृत्ती कमी होते. पण अतियोगाने शुक्रधातू कमी होतो. हृदयाला हितकारक आहे. मधुमेही रुग्णांनी नेहमी मेथीची भाजी खावी. तसेच बाळंतिणींनी मेथीची भाजी किंवा मेथीचे लाडू खावेत, कारण मेथी वातघ्न आहे.

१०० ग्रॅम मेथीच्या भाजीत ४९ कॅलरी असतात. एकूण फायबर ४.७ ग्रॅम असून न विरघळणारा ३.२ ग्रॅम आणि विरघळणारा १.५ ग्रॅम असतो. प्रोटिन्स ४.४ ग्रॅम, फॅट ०.९ ग्रॅम, कार्बोहायड्रेट्स ६ ग्रॅम असतात.

मिनरल्स : सर्व मिलिग्रॅममध्ये – कॅल्शियम ३९५, फॉस्फरस ५१, आयर्न १.९३, मॅग्नेशियम ३३, सोडियम ७६, पोटॅशियम ३१, क्रोमियम ०.००६

व्हिटॅमिन्स (बी कॉम्प्लेक्स–संकुल) : सर्व मिलिग्रॅममध्ये – थायामिन ०.०४, रिबोफ्लाव्हिन ०.३१, नियासिन ०.८

अँन्टी-ऑक्सिडंट्स : अ) व्हिटॅमिन्स : कॅरॉटिन २३४० म्यु.जी., व्हिटॅमिन 'सी' ५२ मि.ग्रॅम.

ब) मिनरल्स : कॉपर ०.१ मि.ग्रॅम, मॅंगेनीज ०.२३ मि.ग्रॅम, झिंक ०.३६ मि.ग्रॅम.

ग्रंथकारांनी मेथीला हृद्य म्हटले आहे. आधुनिक पृथक्करणातील कॅरॉटिनचा विचार करताना ते सार्थक आहे असे वाटते. या भाजीत लायासिन ३०० आणि मेथिओनिन ९० मि.ग्रॅम ही अमायनो ॲसिड्स आहेत. मेथीमध्ये 'ओमेगा-३' फॅटी ॲसिड्स असतात. त्यामुळे आरोग्याच्या दृष्टिकोनातून ही भाजी चांगली असते.

मेथीमध्ये सिलीकॉन (Silicon) आहे. त्यामुळे स्नायुबंध (Tendon), त्वचा, नखे आणि हाडांचे आरोग्य चांगले राहते.

■

५६. मोहरीची भाजी

संस्कृत : सर्षपपत्र
हिंदी : सरसों का साग
इंग्रजी : Mustard leaves
लॅटिन : Brassica campestris

कटूकं सार्षपं शाकं बहुमूत्रमलं गुरू।
आम्लपाकं विदाहि स्यादुष्णं रूक्षं त्रिदोषकृत्।।
सक्षारलवणं तीक्ष्णं स्वादु शाकेषु निन्दितम्। (भा.प्र.)

रस : कटू, लवण **विपाक** : आम्ल **वीर्य** : उष्ण

महत्त्वाचे गुण : तीक्ष्ण, रूक्ष

दोषघ्नता : वात, पित्त, कफ वाढविते (त्रिदोषकर).

मोहरीची भाजी म्हणजे, 'सरसों का साग' ही उत्तर भारतातील थंडीच्या दिवसात मक्याच्या रोटीबरोबर खाल्ली जाणारी भाजी सर्वत्र प्रसिद्ध आहे. मोहरीची पाने उष्ण, तीक्ष्ण, रुक्ष आणि विदाही असल्याने त्रिदोषकारक आहेत. यामुळेच पालेभाजीत पालक आणि चंदनबटवा या भाज्या मिसळून तूप, लोण्याचा सढळ वापर करून बनवितात. यातील पालक आणि तूप मधुर आणि शीत वीर्याचे असल्याने मोहरीमधील उष्ण, तीक्ष्ण, रुक्ष आणि विदाही गुण कमी होतात. तसेच मका मधुर असून कफपित्त शामक असल्याने मक्याच्या रोटीबरोबर खातात. भाजी करताना मसाले फार वापरू नये. 'चरकांनी' ही भाजी 'निकृष्ट' मानली आहे.

आधुनिक दृष्टिकोनातून १०० ग्रॅम मोहरीच्या पानांमध्ये ३४ कॅलरी आहेत. क्रूड फायबर ०.८ ग्रॅम आहे. प्रोटिन्स ४ ग्रॅम, फॅट ०.६ ग्रॅम आणि कार्बोहायड्रेट्स ३.२ ग्रॅम आहेत.

मिनरल्स : सर्व मिलिग्रॅममध्ये – कॅल्शियम १५५, फॉस्फरस २६, आयर्न १६.३

व्हिटॅमिन्स (बी कॉम्प्लेक्स–संकुल) : थायामिन ०.०३ मि.ग्रॅम.

ॲन्टी-ऑक्सिडंट्स : अ) व्हिटॅमिन्स : कॅरॉटिन २६२२ म्यु.जी. व्हिटॅमिन 'सी' ३३ मि.ग्रॅम.

■

५७. शेपू

संस्कृत : शतपुष्पी **हिंदी :** सोवा / सोआ

इंग्रजी : Shepu **लॅटिन :** Peucedanum graveolens

शतपुष्पा लघुस्तीक्ष्णा पित्तकृद दीपनी कटूः।
उष्णा ज्वरानिलश्लेष्मव्रणशूलाक्षिरोग हृत्।। (भा.प्र.)

रस : कटू, तिक्त **विपाक :** कटू **वीर्य :** उष्ण

महत्त्वाचे गुण : लघु, तीक्ष्ण

दोषघ्नता : वात कफनाशक, पित्तकारक

दीपन गुणामुळे उदरशूलात उपयोगी आहे. भूक वाढते. रुचकर आहे. ज्वरामध्ये उपयोगी, नेत्ररोगात उपयोगी आहे. शेपूच्या बियांना 'बाळंतशेपा' म्हणतात.

शेपूची पाने धुवून, चिरून, तेलावर कांदा, लसूण फोडणीत टाकून भाजी परतावी. नंतर तिखट, मीठ घालावे. मुगाची किंवा चण्याची डाळ ही भाजीत घालतात. मध्यप्रदेशात शेपू आणि पालक यांची एकत्र भाजी करतात. रुचकर लागते. समप्रमाणात घेतल्याने शेपूचा उग्रपणा कमी होतो.

१०० ग्रॅम शेपूमध्ये ३७ कॅलरी असतात. क्रूड फायबर १.१ ग्रॅम, प्रोटिन ३ ग्रॅम, फॅट ०.५ ग्रॅम, कार्बोहायड्रेट्स ५.२ ग्रॅम असतात.

मिनरल्स : सर्व मिलिग्रॅममध्ये – कॅल्शियम १९०, फॉस्फरस ४२, आयर्न १७.४

व्हिटॅमिन्स (बी कॉम्प्लेक्स–संकुल) : सर्व मिलिग्रॅममध्ये – थायामिन ०.०३, रिबोफ्लाव्हिन ०.१३, नियासिन ०.२

ॲन्टी-ऑक्सिडंट्स : अ) व्हिटॅमिन्स : कॅरॉटिन ७१८२ म्यु.जी.

आयर्न आणि कॅरॉटिन उत्कृष्ट आहे. ऋतूमध्ये अवश्य खावी. यामध्ये लायासिन ४५० आणि मेथिओनिन २० मि.ग्रॅम, ही दोन अमायनो ॲसिड्स असल्याने भाजीचे गुण वाढतात.

■

५८. हरणदोडी / हरणवेल

संस्कृत : जीवन्ती **हिंदी :** डोरी
इंग्रजी : – **लॅटिन :** Leptadenia reticulata

चक्षुष्या सर्वदोषघ्नी जीवन्ती मधुरा हिमा।
शाकानां प्रवरान्यूनां द्वितीया किंचिदेवतु।। (घ. निघंटु)

रस : मधुर **विपाक :** मधुर **वीर्य :** शीत
दोषघ्नता : त्रिदोषघ्न

याच्या पानांची आणि कोवळ्या शेंगांची भाजी करतात. ही भाजी सर्व भाज्यांमध्ये श्रेष्ठ मानली आहे.

कोवळी पालेभाजी ताकात शिजवून हाताने कुस्करून त्याचे गोळे करावे. हे गोळे तेलात हिंग घालून त्यावर परतून नंतर ताकाबरोबर शिजवावे असे 'क्षेमकुतूहल' ग्रंथात म्हटले आहे.

जीवंती, सप्तधातू वर्धन करते. ही रसायन आहे. डोळ्यांना हितकारक तसेच न्युमोनिया, टी.बी. या श्वसनमार्गाच्या विकारावर उपयोगी आहे. अतिसारात डाळिंबाच्या रसाबरोबर याची पाने वाटून देतात. चरकाचार्यांनी मूळव्याधीमध्ये ही भाजी खाण्यास सांगितली आहे. मध्यप्रदेश, गुजरात, काठेवाड येथे मिळते.

■

५९. हरभरापाला

संस्कृत : चणकशाक **हिंदी :** चणासाग
इंग्रजी : Bengalgram leaves **लॅटिन :** Cicer Arietinum

स्वादुपाकरसं शाकं दुर्जरं हरिमन्थजम्। (सु.सू. ४६)
रूच्यं चणकशाकं स्याद् दुर्जरं कफवातकृत्।
आम्लं विष्टम्भजनकं पित्तनुद् दन्तशोथहृत्।। (भा.प्र.)

रस : मधुर, आम्ल **विपाक :** मधुर **वीर्य :** शीत
दोषघ्नता : पित्तशामक, कफवात वर्धन

ही भाजी पचण्यास जड आहे. मलावरोध होतो. दंतशोथ म्हणजे हिरड्यांची सूज आणि दात दुखत असल्यास, या भाजीने फायदा होतो. भाजी पित्तशामक आहे.

हरभऱ्याची पालेभाजी फारच आंबट असते. पाण्याने धुऊन आंबटपणा कमी

करून मगच वापरावी. अजीर्णावर ही पालेभाजी उपयोगी पडते.

हरभऱ्याचे पीक थंडीत येते. पहाटे पानावर पडलेले दव फडक्यावर जमा करतात. हे फडके पिळल्यावर जे द्रव जमते, त्याला हरभऱ्याची 'आंब' म्हणतात. ही आंब १ चमचा ३ वेळा दिवसात घेतल्यास भूक चांगली लागते, गुबारा नाहीसा होतो.

१०० ग्रॅम हरभऱ्याच्या पाल्यामध्ये ९७ कॅलरी असतात. क्रूड फायबर २ ग्रॅम, प्रोटिन्स ७ ग्रॅम, फॅट १.४ ग्रॅम आणि कार्बोहायड्रेट्स १४.१ ग्रॅम असतात.

मिनरल्स : सर्व मिलिग्रॅममध्ये – कॅल्शियम ३४०, फॉस्फरस १२०, आयर्न २३.८

या भाजीत प्रोटिन्स, कॅल्शियम आणि आयर्न उत्तम आहे.

■

६०. शेवगा

संस्कृत : शोभांजन, शिग्रु
हिंदी : सहिजनपत्ता
इंग्रजी : Drumstick leaves
लॅटिन : Moringa oleifera

शिग्रुः कटूः कटूः पाके तीक्ष्णोष्णो मधुरो लघुः।
दीपनो रोचनो रुक्षः क्षारस्तिक्तो विदाहकृत्।।
संग्राही शुक्रलो हृद्यः पित्तरक्तप्रकोपणः।
चक्षुष्यः कफपित्तघ्नो विद्रधिश्वयथुकृमीन्।।
मेदोपचीविषप्लीहगुल्मगण्डव्रणात् हरेत्। (भा.नि.)

रस : मधुर, तिक्त, कटू **विपाक :** कटू **वीर्य :** उष्ण

महत्त्वाचे गुण : लघु, रुक्ष, तीक्ष्ण

दोषघ्नता : कफवातघ्न, पित्तप्रकोपक

शेवग्याचे पांढऱ्या फुलांचा आणि तांबड्या (लाल) फुलांचा अशा दोन जाती आहेत. पांढऱ्या फुलांचा कटू म्हणजे तिखट, तर लाल फुलांचा मधु (गोड) असतो.

शेवग्याच्या पानांची, फुलांची आणि शेंगांची भाजी केली जाते.

शेवगा दीपन, पाचन आणि संग्राही, कृमिघ्न असल्याने अरुची, अग्निमांद्य, पोटदुखी (शूल), उदररोग आणि कृमि रोगात वापरतात. अग्निदीपनासाठी शेवग्याच्या पानांची आणि शेंगांची भाजी नेहमी खाण्यात ठेवावी.

तीक्ष्ण आणि उष्ण असल्याने मेदाचे पचन आणि शोषण होऊन स्थौल्य कमी होते. ही भाजी 'हृद्य' म्हणजे हृदयाला हितावह आणि नेत्रांना (चक्षुष्य) पण हितावह आहे. पित्तप्रकोपक असल्याने रक्तपित्त आणि पित्तप्रकोप असताना शेवगा खाऊ नये.

शेवग्याच्या पानांची आणि शेंगाची भाजी मधुमेही रुग्णांनी खावी. शेवग्याच्या शेंगांचे पिठले मधुमेहींनी अवश्य खावे.

१०० ग्रॅम शेवग्यात ९२ कॅलरी असतात. एकूण फायबर ९ ग्रॅम असून, न विरघळणारा ६.८ आणि विरघळणारा २.२ ग्रॅम आहे. प्रोटिन्स ६.७ ग्रॅम, फॅट १.७ ग्रॅम आणि कार्बोहायड्रेट्स १२.५ ग्रॅम आहेत.

मिनरल्स : सर्व मिलिग्रॅममध्ये – कॅल्शियम ४४०, फॉस्फरस ७०, आयर्न ०.८५, मॅग्नेशियम ४२, पोटॅशियम २५९, क्रोमियम ०.०१

व्हिटॅमिन्स (बी कॉम्प्लेक्स–संकुल) : सर्व मिलिग्रॅममध्ये – थायामिन ०.०६, रिबोफ्लाव्हिन ०.०५, नियासिन ०.८

ॲन्टी-ऑक्सिडंट्स : अ) व्हिटॅमिन्स : एकूण कॅरॉटिन ४२,००० म्यु.जी., बीटा कॅरॉटिन १९६९० म्यु.जी., व्हिटॅमिन 'सी' २२० मि.ग्रॅम.

ब) मिनरल्स : कॉपर ०.०७ मि.ग्रॅम, मँगेनीज ०.३७ मि.ग्रॅम, झिंक ०.१६ मि.ग्रॅम

शेवग्याच्या पानांचे पृथक्करण बघताना उत्कृष्ट फायबर, चांगली प्रोटिन्स आणि फॅट, कॅल्शियमचे प्रमाण चांगले आहे.

ॲन्टी-ऑक्सिडंट्स म्हणून कॅरॉटिन आणि बीटा कॅरॉटिन, व्हिटॅमिन 'सी' सर्वात जास्त आहे. ॲन्टी-ऑक्सिडंट मिनरल्सही आहेत. कुपोषणाची समस्या सोडविण्यासाठी ही झाडे लावून पानांची भाजी खाल्ल्यास कुपोषणाचा प्रश्न सुटु शकतो. गर्भवतींना ही भाजी मुद्दाम द्यावी. आयुर्वेदाने हृद्य आणि चक्षुष्य म्हटले आहे. ते कॅरॉटिनकडे बघताना सिद्ध होत आहे.

शेवग्याच्या शेंगांमध्येही हेच गुणधर्म आहेत. पण कॅरॉटिन आणि व्हिटॅमिन 'सी'चे प्रमाण शेंगांमध्ये पानांपेक्षा कमी आहे. या शेंगा सांबार, आमटी, कढी आणि पिठल्यात मुद्दाम वापराव्यात आणि भाजीही करावी.

■

७

फलवर्ग

१. फळे

'फळ' म्हणजे झाडाच्या बीजांभोवतीचे आल्हाददायक, खाण्यास योग्य, बघताच तोंडाला पाणी सुटेल असे संरक्षक कवच. याला अपवाद म्हणजे काजू. येथे बी फळाच्या बाहेरच असते.

आयुर्वेदात कच्च्या फळांचे आणि पक्व फळांचे वेगवेगळे गुणधर्म वर्णन केलेले आहेत. पक्व फळ मधुर, किंचित आम्ल, आल्हाद आणि स्फूर्ती देणारे असते. हा सामान्य नियम आहे. याला अपवाद म्हणजे बेलफळ, ते कच्चे असतानाच आरोग्यदायी आहे.

फलवर्गाचे वर्णन करताना चरकांनी 'द्राक्षा फलोत्तमा' असे म्हटले आहे. तर सुश्रुतांनी डाळिंब, आवळा, द्राक्ष, खजूर, फालसा आणि रायणी यांचे 'प्रशस्त फळे' असे वर्णन केले आहे. यावरून तुलनात्मक अभ्यास करण्याची पद्धत होती असे दिसते.

भारतात फळांचा राजा म्हणून आंब्याचा उल्लेख 'धन्वंतरी निघंटु', 'भावप्रकाश' या ग्रंथात येऊ लागला. ऋतूमध्ये मिळणारी ताजी फळे खावी हे तत्त्व सांगताना मनुका मात्र ताज्या द्राक्षांपेक्षा गुणकारी असे म्हटले आहे.

रोजच्या भोजनसमयी जठराग्नी प्रदीप्त होण्यासाठी मधुर, आम्ल रसाची फळे खाऊन मग भोजनास सुरुवात करावी, असे सांगताना डाळिंब प्रशस्त मानले आहे. पण केळे आणि काकडी यांचा निषेध केला आहे.

आधुनिक दृष्टिकोनातून कच्च्या फळातील स्टार्चचे, फळ पिकत असताना ग्लुकोज आणि फ्रुक्टोजमध्ये रूपांतर होते आणि त्याला माधुर्य प्राप्त होते. फळांमध्ये सायट्रिक, मॅलिक आणि टार्टारिक ही सेंद्रिय ॲसिड्स असतात. या ॲसिड्समुळे फळांना स्वाद येतो.

या फळांमध्ये न विरघळणारा 'सेल्युलोज' हा फायबर असतो. त्याचा मलावष्टंभावर

उपयोग होतो, तर विरघळणाऱ्या 'पेक्टिन' या फायबरमुळे कोलेस्टेरॉल कमी होतो. तसेच दातांचे आरोग्य या चघळचोथ्यामुळे चांगले राहते.

फळांमधील नैसर्गिक सॅलिसिलेट्समुळे हृदयाचे संरक्षण ॲस्पिरिनप्रमाणे होते. फळांमध्ये कॅल्शियम, फॉस्फरस, आयर्न, मॅग्नेशियम ही खनिजे असतात जी शरीरास आवश्यक आहेत.

लिंब, मोसंबी, खरबूज, कलिंगड, फालसा इत्यादी फळांचे रस किंवा सरबते उन्हाळ्यात तृष्णाशमनासाठी आपण साखर, मीठ घालून घेतो. निसर्गानेच या फळांमध्ये पोटॅशियमचे प्रमाण विपुल ठेवले आहे. आपण चवीकरिता मीठ घालून सोडियमही उपलब्ध करतो.

फळांमध्ये व्हिटॅमिन्स असतात. लिंब, आवळा, पेरू यातील व्हिटॅमिन 'सी' हे शरीरास उपयुक्त आहे. याच्या अभावाने स्कर्व्ही हा रोग होतो, हे अठराव्या शतकात समजले. कॅरॉटिन म्हणजे व्हिटॅमिन 'ए' हे पण आंबा, पपया आणि टोमॅटोमध्ये विपुल असते.

१९७५मध्ये ताज्या फळांचा आणि भाज्यांचा हृदयविकारामध्ये फायदा होतो, याबद्दल संशोधनपर लेख प्रसिद्ध झाला आहे. त्या वेळी व्हिटॅमिन 'सी', व्हिटॅमिन 'ई' आणि 'ए' ही ॲन्टी-ऑक्सिडंट्स आहेत हे माहीत होते. ॲन्टी-ऑक्सिडंट यंत्रणेत या व्हिटॅमिन्सबरोबर झिंक, कॉपर, मँगेनीज आणि सेलेनियम ही खनिजे काम करतात हे समजून आले.

याखेरीज फळांमध्ये कॅरॉटिन्स, फ्लेवोनाइड्स, फायटेट्स, लायकोपेन, अँथोसायनिन, इलॅजिक ॲसिड इत्यादी रसायने असतात. ही रसायने फळांना आकर्षक रंग, स्वाद आणि रुची देतात. या रसायनांना 'फायटोकेमिकल्स' म्हणतात. ही फायटोकेमिकल्स ॲन्टी-ऑक्सिडंट्ससारखेच कार्य करतात. यामुळेच अल्झायमर, पार्किन्सन, कॅन्सर, हृदयविकार, मोतीबिंदू इत्यादी रोगांविरुद्ध लढण्याची क्षमता येते.

पपई आणि पीच या फळांतील ल्युटीन, झिआझॅन्थीन या फायटोकेमिकल्समुळे सांध्यातील कुर्चांची (कार्टिलेज) हानी कमीत कमी राखण्यास साहाय्य होते असे आढळून आल्याचे 'आर्थ्रायटिस रिसर्च अँड थेरपी' या जर्नलमध्ये प्रसिद्ध झाले आहे.

१९९५-९६ पासून फळांमधील ॲन्टी-ऑक्सिडंट क्षमता मोजण्याच्या विविध पद्धती विकसित झाल्या. तसेच ॲन्टी-ऑक्सिडंट क्षमतेने शरीराला वार्धक्य येण्याची क्रिया मंदावते आणि नवतारुण्य येते असे शास्त्रज्ञ म्हणू लागले आहेत.

'रसायन' ही आयुर्वेदातील कल्पना म्हणजे चिरतारुण्य आणि धी, धृती, स्मृती टिकवण्यासाठीच आहे. आवळा आणि हिरडा या दोन फळांच्या रसायन गुणधर्माबद्दल ग्रंथात विस्तृत माहिती आहे. च्यवनऋषींनी आवळ्यापासून बनविलेला 'च्यवनप्राश सेवन' करून दीर्घायुष्य मिळवले, ही कथा आपणास माहीत आहे. आज जगभर

च्यवनप्राशाची कीर्ती पसरली आहे. २१व्या शतकात फळे, भाज्या आणि कंदमुळे यामधील फायटोकेमिकल्सचे संशोधन, हा शास्त्रज्ञांचा आवडता आणि अग्रक्रमाचा विषय आहे.

फायटोकेमिकल्स फळे आणि भाज्यातून वेगळी करून, 'कॅप्सूल' फॉर्ममध्ये व्यापारी तत्त्वावर विकण्याची औषधी कंपन्यांची इच्छा आहे. पण अशा कॅप्सूल्स गुणकारी नाहीत, हे निदर्शनास येत आहे. फळे म्हणजे निसर्गनिर्मित तयार अन्न (Sun Cooked Food) ते तसेच प्रत्येक ऋतूत ताजे खाल्ल्याने फायटोकेमिकल्स शरीरात प्रभावी ठरतात.

भाज्यांमधील फायटोकेमिकल्स उकळण्याने, शिजविण्याने, मायक्रोवेव्हमध्ये गरम करण्याने नष्ट न होता त्यांची वाढच होते असे टोमॅटो, कोबी, गाजर यावर प्रयोग करून सिद्ध झाले आहे. आवळ्यातील व्हिटॅमिन 'सी' आणि डाळिंब, जांभूळ, स्ट्रॉबेरी, रासबेरी यातील इलॅजिक ॲसिड यावर उष्णतेचा परिणाम होत नाही. त्यामुळे त्यांचे जॅम, सरबत, अवलेह करण्याने त्यातील ॲन्टी-ऑक्सिडंट गुणधर्मही कमी होत नाहीत.

फळांची साल काढण्याने त्यांचे ॲन्टी-ऑक्सिडंट गुणधर्म ५० टक्के कमी होतात, म्हणून सफरचंद सालासकट खावे.

फळे नेहमी स्वच्छ धुऊनच खावीत. कारण त्यावर कीटकनाशकांची फवारणी केलेली असते. आकर्षक, चकचकीत दिसण्यासाठी पाश्चात्त्य देशांतून येणाऱ्या फळांवर वॅक्सचे कोटिंग असते.

आधुनिक आहारशास्त्र, फळांचे ॲन्टी-ऑक्सिडंट गुणधर्म बघून रोज 'पाच फळे खा' असे सांगत आहे. आपल्या भारतीय संस्कृतीचा विचार करताना गणपतीपूजन, सत्यनारायण पूजा आणि इतरही धार्मिक विधींच्या वेळी आपण पाच फळे देवास अर्पण करतो. तसेच गर्भवती स्त्रीची ओटी भरताना ५ फळे किंवा ७,९,११ केळ्यांची फणी ओटीत घातली जाते. याचा अर्थच रोज सर्वांनी आणि विशेषत: गर्भवती स्त्रीने विपुल फळे खावी, असा आपल्या परंपरेचा संदेश आहे. पण दुर्दैवाने गरीब परवडत नाही म्हणून आणि श्रीमंत करवंद, जांभळे, आवळे, बोरे ही फळे त्यांच्या स्टेटसची नाहीत म्हणून खात नाहीत.

पारतंत्र्यात ब्रिटिशांच्या आहारपद्धतीचा प्रभाव म्हणून, जेवणाच्या शेवटी स्वीट डिश घेण्याची प्रथा सुरू झाली. यामध्ये फ्रूटसॅलड, फळांचे आइस्क्रीम अशा डिशेस घेतल्या जाऊ लागल्या.

दूध, दही आणि फळे एकत्र करून मिल्कशेक्स, फ्रूटसॅलड, आइस्क्रीम असे पदार्थ तयार करणे, हे आयुर्वेदात 'विरुद्ध अन्न' ठरते. याच्या सेवनाने दुष्परिणाम जाणवतात.

फळे, ही नुसतीच खाल्ली पाहिजेत. केव्हा खावी, हा प्रश्न सर्वजण विचारतात. याचे शास्त्रीय उत्तर असे आहे की, फळे जेवणाच्या आधी १ तास घ्यावी. पक्वान्न असलेले शाकाहारी जेवण किंवा मांसाहारी जेवण झाले असेल, तर अशा पचनास जड जेवणानंतर, कमीत कमी ३-४ तासांनंतर पोट हलके झाले आहे, असे वाटल्यावर फळे खावी.

या गोष्टीचे शास्त्रीय कारण असे की, फळांमध्ये 'सिंपल शुगर्स' असतात. त्यांचे पचन शरीर आधी सुरू करते. याचवेळी पक्वान्न किंवा मांसाहार घेतलेला असेल तर असे अन्न पोटात पडून राहते आणि फर्मेंट होते. त्यामुळे पोट फुगणे, गॅसेस होणे अशी लक्षणे दिसतात. ही अपचनाची लक्षणे आहेत. यामुळे शरीरास या एकत्रित अन्नाचा फायदा न होता तोटाच होतो.

■

२. अननस

संस्कृत : अनानास **हिंदी :** अनानास
इंग्रजी : Pineapple **लॅटिन :** Ananas comosus

बहुनेत्रफलं चाम्लं कृमिघ्नं मधुरं सरम्।
बल्यं वातहरं रुच्यं श्लेष्मलं तर्पणं गुरू।। (राजवल्लभ निघंटु)

कच्चे फळ - **रस :** आम्ल **विपाक :** आम्ल **वीर्य :** शीत
पक्व फळ - **रस :** मधुर, आम्ल **विपाक :** मधुर **वीर्य :** शीत
दोषघ्नता : वात, पित्तशामक
महत्त्वाचे गुण : गुरू, स्निग्ध

दीपन आणि अनुलोमन या गुणांमुळे अरुची, अग्निमांद्य आणि आम्लपित्त या रोगात उपयोगी. रक्तपित्त शामक असल्यामुळे, रक्तपित्त आणि काविळीमध्ये उपयोगी. लहान मुलांना कृमिघ्न असल्यामुळे जरुर द्यावे. ताजे फळ किंवा मुरांबा वापरावा.

कच्चे फळ अतिमात्रेत गर्भपात करते म्हणून गर्भिणींनी खाऊ नये. अननसाने मूत्रप्रवृत्ती वाढते आणि मुतखडा पडून जाण्यासाठी उपयोग होतो.

१०० ग्रॅम अननसात ४६ कॅलरी असतात. एकूण फायबर २.८ ग्रॅम असून त्यात न विरघळणारा फायबर २.३ आणि विरघळणारा ०.५ ग्रॅम असतो. प्रोटिन्स ०.४ ग्रॅम, फॅट ०.१ ग्रॅम, कार्बोहायड्रेट्स १०.८ ग्रॅम.

मिनरल्स : सर्व मिलिग्रॅममध्ये – कॅल्शियम २०, फॉस्फरस ९, आयर्न

२.४२, मॅग्नेशियम ३३, सोडियम ३४.७, पोटॅशियम ३७, क्रोमियम ०.०११

व्हिटॅमिन्स (बी कॉम्प्लेक्स–संकुल) : थायामिन ०.२ मि.ग्रॅम, रिबोफ्लाव्हिन ०.१२ मि.ग्रॅम, नियासिन ०.१ मि.ग्रॅम, पायरिडॉक्सिन ०.१ मि.ग्रॅम, फोलिक ॲसिड ८ म्यु.जी.

ॲन्टी-ऑक्सिडंट्स : अ) व्हिटॅमिन्स : कॅरॉटिन १८ म्यु.जी., व्हिटॅमिन 'सी' ३९ मि.ग्रॅम.

ब) मिनरल्स : कॉपर ०.१३ मि.ग्रॅम, मॅंगेनीज ०.५६ मि.ग्रॅम, झिंक ०.११ मि.ग्रॅम.

फायटोकेमिकल्स : १) बीटा कॅरॉटिन २) बीटा क्रिप्टोझॅन्थीन ३) लायकोपेन ४) फेरुलिक ॲसिड.

'लायकोपेन' या फायटोकेमिकलमुळे हृदयाला आणि डोळ्याला संरक्षण तसेच कॅन्सरविरुद्ध लढण्याची क्षमता वाढते. फेरुलिक ॲसिडनेही कॅन्सरविरुद्ध लढण्याची क्षमता वाढते.

अननसात ब्रोमोलिन नावाचे एन्झाइम असते. त्याचा पचनास फायदा होतो. अननसामुळे सांधे आणि स्नायूंची सूज कमी होते. याच ब्रोमोलिनमुळे रक्तामध्ये गुठळ्या होत नाहीत. त्यामुळे हार्टअटॅक आणि पॅरालिसिस होण्याची शक्यता कमी होते असे जर्मनीतील अभ्यासात सिद्ध झाले आहे.

'कॅनिंग' करताना अननस उकळल्यामुळे ब्रोमोलिन इन्झाईम नाहीसे होतात. त्यामुळे पचनास मदत होत नाही मात्र व्हिटॅमिन 'सी' फार कमी होत नाहीत.

■

३. अंजीर

संस्कृत : फल्गु   **हिंदी :**

इंग्रजी : Figs   **लॅटिन :** Ficus carica

अंजीरं शीतलं स्वादु गुरूपित्तास्रवातजित्।
तस्मादल्पगुणं ज्ञेयमजीरं लघु तद्गुणैः।। (म.नि.)

रस : मधुर **विपाक :** मधुर **वीर्य :** शीत

दोषघ्नता : वातघ्न, पित्तघ्न

अंजीर ओले आणि सुके अशा दोन प्रकारांचे बाजारात मिळतात. अंजीर पित्तघ्न असल्यामुळे पित्तप्रकोप, सर्वांगदाह आणि रक्तपित्त या व्याधीत उपयोगी.

चरकांनी अंजीराला शरीराचे बृंहण करणारे म्हटले आहे. अंजीर जास्त खाल्ल्यास पोटात दुखते. चावून खाल्ल्याने मलावष्टंभावर उपयोग होतो. गर्भिणी स्त्रियांना

उपयोगी आहे. अंजीर दुधाबरोबर खाऊ नये. टी.बी.च्या (राजयक्ष्मा) रुग्णांनी २ अंजीर १ चमचा ज्येष्ठमध चूर्ण थोडी मिरी आणि सैंधव घालून नियमित २१ दिवस घ्यावे.

१०० ग्रॅम अंजीरात ३७ कॅलरीज असतात. क्रूड फायबर २.२ ग्रॅम, प्रोटिन्स १.३ ग्रॅम, फॅट ०.२ ग्रॅम आणि कार्बोहायड्रेट्स ७.६ ग्रॅम आहेत.

मिनरल्स : सर्व मिलिग्रॅममध्ये – कॅल्शियम ८०, फॉस्फरस ३०, आयर्न १

व्हिटॅमिन्स (बी कॉम्प्लेक्स–संकुल) : थायामिन ०.०६ मि.ग्रॅम, रिबोफ्लाव्हिन ०.०५ मि.ग्रॅम, नियासिन ०.६ मि.ग्रॅम, पायरिडॉक्सिन ०.२ मि.ग्रॅम, फोलिक ॲसिड ९ म्यु.जी.

ॲन्टी-ऑक्सिडंट्स : अ) व्हिटॅमिन्स : कॅरॉटिन १६२ म्यु.जी., व्हिटॅमिन 'सी' ५ मि.ग्रॅम, व्हिटॅमिन 'ई' १ आय.यू.

फायटोकेमिकल्स : १) ॲन्थोसायनिन २) आयसोप्लावोन ३) फ्लॅवनाइड्स

अन्थोसायनिनमुळे, कॅन्सरविरुद्ध लढण्याची क्षमता येते. आयसोफ्लावोनमुळेही कॅन्सरविरुद्ध लढण्याची क्षमता निर्माण होते. कोलेस्टेरॉल कमी होतो. रजोनिवृत्तीची लक्षणे कमी होतात.

■

४. आलुबुखार

संस्कृत : 　　**हिंदी :** आलुबुखारा

इंग्रजी : Plum 　　**लॅटिन :** Prunus domestica

रस : मधुर, आम्ल 　**विपाक :** मधुर 　**वीर्य :** अनुष्ण

आलुबुखाराच्या सुक्या फळाची चटणी तापानंतर येणाऱ्या अरुचीसाठी वापरतात. आलुबुखार ज्वरघ्न आहे.

आलुबुखाराचे गुणधर्म पीचसारखेच आहेत.

प्रमाण : तापासाठी आणि बलवर्धनासाठी रोज ३ ते ५ आलुबुखार घ्यावे. सारक म्हणून १५ ते २० घ्यावे लागतात.

आधुनिक दृष्टिकोनातून १०० ग्रॅम आलुबुखारमध्ये ५२ कॅलरीज आहेत. एकूण फायबर २.८ ग्रॅम असून, त्यात न विरघळणारा १.७ ग्रॅम आणि विरघळणारा १.१ ग्रॅम आहे. प्रोटिन्स ०.७ ग्रॅम, फॅट ०.५ ग्रॅम, कार्बोहायड्रेट्स ११.१ ग्रॅम

मिनरल्स : सर्व मिलिग्रॅममध्ये – कॅल्शियम १०, फॉस्फरस १२, आयर्न ०.६, मॅग्नेशियम १४७, सोडियम ०.८, पोटॅशियम २४७

व्हिटॅमिन्स (बी कॉम्प्लेक्स-संकुल) : सर्व मिलिग्रॅममध्ये – थायामिन ०.०४, रिबोफ्लाव्हिन ०.१, नियासिन ०.३

ॲन्टी-ऑक्सिडंट्स : अ) व्हिटॅमिन्स : कॅरॉटिन १६६ म्यु.जी., व्हिटॅमिन 'सी' ५ मि.ग्रॅम.

ब) मिनरल्स : कॉपर ०.१३ मि.ग्रॅम.

फायटोकेमिकल्स : १) अँथोसायनिन - यामुळे कॅन्सरविरुद्ध लढा देता येतो. हृदयास संरक्षण मिळते.

■

५. आवळा

संस्कृत : आमलकी **हिंदी :** आमला

इंग्रजी : Amla **लॅटिन :** Emblica officinalis

आम्लं समधुरं तिक्तं कषायं कटूकं सरम्।
चक्षुष्यं सर्वदोषघ्नं वृष्यमामलकीफलम्।। (सु.सू. ४६)
रक्तपित्तप्रमेहघ्नं परं वृष्यं रसायनम्। (भा.प्र.)

रस : आम्ल, मधुर, तिक्त, कषाय, कटू **विपाक :** मधुर **वीर्य :** शीत

मुख्य गुण : लघु आणि रुक्ष

दोषघ्नता : त्रिदोषघ्न विशेषत: पित्तशामक

'पद्मपुराणात' आवळा हे विष्णूचे आवडते फळ म्हटले आहे. तुळशीच्या लग्नात तुळशीवृंदावनात आवळे ठेवतात आणि नंतर खाण्यास सुरुवात करतात.

सुश्रुतांनी, 'प्रशस्त फळ' म्हणून मानले आहे, तर चरकांनी जीवनीय, वयस्थापक म्हणून प्रशंसा केली आहे. हे श्रेष्ठ रसायनद्रव्य आहे.

बाह्य उपयोग : आवळा केश्य आणि त्वचेची कांती वाढविणारा असल्याने, आवळ्याच्या रसाने किंवा तेलाने अभ्यंग केल्याने म्हातारपण उशिरा येते.

अभ्यंतर उपयोग : आम्लपित्त, रक्तपित्त, पाण्डुरोग, कावीळ, कुष्ट या रोगात उपयोगी.

शीत वीर्य असल्याने पित्तजज्वर, सान्निपातिक ज्वर यामध्ये आवळ्याचा काढा मध आणि साखरेबरोबर देतात.

व्यवहारात ताप आलेला असताना आवळ्याचा वापर करावा. प्रमेहामध्ये आवळाचूर्ण १ ग्रॅम + हळदपावडर १ ग्रॅम, रोज सकाळी मधाबरोबर (किंवा रस) घ्यावी.

वृष्य म्हणजे शुक्रवर्धन करणारा असल्याने आवळाचूर्ण मध, तूप, साखर याबरोबर घ्यावे. स्त्रियांनीही शुक्रल म्हणून वापर करावा. गर्भावस्थेत प्रजास्थापन गुणामुळे गर्भवृद्धी चांगली होण्यासाठी उपयोगी आहे.

आवळा डोळ्याला हितकारक आहे. तसेच आमपाचक आणि यकृतोत्तेजक असल्याने नियमित सेवन करणे इष्ट होय.

श्रेष्ठ रसायन असल्याने बाल्यावस्थेपासून वृद्धांपर्यंत सर्वांनी नियमित सेवन करावे.

कल्प : च्यवनप्राश, मोरावळा, आवळकाठी

राजयक्ष्मा (टी.बी.)मध्ये च्यवनप्राश उपयुक्त ठरतो.

आधुनिक दृष्टिकोनातून १०० ग्रॅम आवळ्यात ५८ कॅलरी असतात. एकूण फायबर ७.३ ग्रॅम असून, न विरघळणारा ५.८ ग्रॅम आणि विरघळणारा १.५ ग्रॅम आहे.

प्रोटिन्स ०.५ ग्रॅम, फॅट ०.१ ग्रॅम आणि कार्बोहायड्रेट्स १३.७ ग्रॅम आहेत.

मिनरल्स : सर्व मिलिग्रॅममध्ये – कॅल्शियम ५०, फॉस्फरस २०, आयर्न १.२, सोडियम ५, पोटॅशियम २२५

व्हिटॅमिन्स (बी कॉम्प्लेक्स–संकुल) : सर्व मिलिग्रॅममध्ये – थायामिन ०.०३, रिबोफ्लाव्हिन ०.०१, नियासिन ०.२

ॲन्टी-ऑक्सिडंट्स : अ) व्हिटॅमिन्स : कॅरॉटिन ९ म्यु.जी., व्हिटॅमिन 'सी' ६०० मि.ग्रॅम.

आवळ्याच्या गरात गॅलिक ॲसिड असते, त्यामुळे आवळा तुरट लागतो. पण गॅलिक ॲसिड, व्हिटॅमिन 'सी'चे संरक्षण करते. यामुळे आवळा शिजवला, उन्हात वाळवला तरीदेखील आवळ्यातील व्हिटॅमिन 'सी' नष्ट होत नाही, तसेच त्याचे प्रमाण कमी होत नाही. एक वर्षाने आवळकाठीतील व्हिटॅमिन 'सी' मात्र वीस टक्क्यांनी कमी होते.

फायटोकेमिकल्स : १) टॅनिन्स : सिंथेटिक व्हिटॅमिन 'सी' पेक्षा, आवळ्यातील टॅनिन्स, फ्लॅवोनाइड्स आणि नैसर्गिक व्हिटॅमिन 'सी' मुळे L.D.L. कोलेस्टेरॉलचे प्रमाण कमी होणे आणि H.D.L. कोलेस्टेरॉलचे प्रमाण वाढणे हे जास्त प्रभावी असते.

२) फ्लॅवोनाइड्स : रक्तातील शर्करा नियंत्रित करतात आणि हिमोग्लोबिनचे प्रमाण सुधारते.

आवळ्यामुळे ट्युमरचा आकार कमी होतो आणि ट्युमर झालेल्या प्राण्यांचे आयुष्य वाढते. कॅन्सरविरुद्ध लढण्याची क्षमताही वाढते.

■

६. आंबा

संस्कृत : आम्र **हिंदी :** आम
इंग्रजी : Mango **लॅटिन :** Magnifera indica

आमं बालं कषायाम्लं रुच्यं मारुतपित्तकृत्।
तरुणं तु तदत्यम्लं रुक्षं दोषत्रयास्त्रकृत्।। (भा.प्र.)

बाल आंबा म्हणजे कोवळी कैरी होय. हिचे गुण

रस : कषाय, आम्ल **विपाक :** आम्ल **वीर्य :** उष्ण

दोषघ्नता : वातपित्तकर

उन्हाळ्यात कैऱ्यांचे आपण पन्हे करतो. पन्हे करताना गूळ किंवा साखर आणि मीठ वापरतो. त्यात वेलची किंवा केशर, जिरे वापरतात. या सर्व द्रव्यांमुळे पन्हे पित्तकर न होता, तृष्णा आणि दाहशामक होते. मनाला संतोष प्राप्त होतो.

तरुण आंबा : म्हणजे जून झालेला कच्चा आंबा, कैरीची पुढची अवस्था पण पिकण्यास सुरुवात झालेली नसते. हा अतिआम्ल आणि वीर्य उष्ण असते. हा त्रिदोषकर म्हणजे वात, पित्त, कफवर्धक आहे.

पक्व फळ : पिकलेला आंबा :

पक्वं तु मधुरं वृष्यं स्निग्धं बलसुखप्रदम्।
गुरू वातहरं हृद्यं वर्ण्यं शीतमपित्तलम्।
कषायानुरसं वह्निश्लेष्मशुक्रविवर्द्धनम्।। (भा. प्र.)

रस : मधुर अनुरस-कषाय **विपाक :** मधुर **वीर्य :** शीत

महत्त्वाचे गुण : गुरू, स्निग्ध

पिकलेला 'आंबा' शरीराचे सप्तधातू बलवान करतो. त्वचेची कांती आणि वर्ण सुधारतो. हृद्य असल्याने मनाला आल्हाद आणि हृदयाला संरक्षण मिळते. यामुळे जठराग्निचे बल वाढते. 'आमरसपुरी' हे प्रसिद्ध पक्वान्न न आवडणारा विरळा असेल.

दूध आणि आंबा एकत्र घेणे, हे आयुर्वेदास मान्य आहे. पण केळ्याच्या शिकरणाचा 'विरुद्ध अन्न' म्हणून निषेध आहे.

आंबे अतिप्रमाणात खाल्ल्यास अग्निमांद्य, विषमज्वर इत्यादी रोग होतात. म्हणून 'मितभुक्' हे आयुर्वेदिक तत्त्व पाळले पाहिजे.

आधुनिक दृष्टिकोनातून, कैरी आणि पिकलेला आंबा यांच्या पृथक्करणाचे अवलोकन केल्यावर पिकलेला आंबा श्रेष्ठ आहे हे सिद्ध होते. आंबा जितका जास्त पिकतो, तेवढे त्यातील कॅरॉटिनचे प्रमाण वाढते. या कॅरॉटिनचे व्हिटॅमिन 'ए'मध्ये रुपांतर होते आणि

ते लिव्हरमध्ये साठवले जाते. जरी आंबा उन्हाळ्यात दोन-अडीच महिने मिळतो, तरी आपल्या शरीरात आंबा खाल्ल्याने व्हिटॅमिन 'ए'चा वर्षभराचा साठा केला जातो.

आंब्याच्या रायवळ, हापूस, पायरी, तोतापुरी अशा असंख्य जाती आहेत. हापूस, हा महाग असल्याने सर्वांना परवडत नाही. पण स्वस्त तोतापुरी, रायवळमध्येही आंब्यातील सर्व चांगले गुणधर्म असतातच. कॅरॉटिन हे मुख्य द्रव्य, या स्वस्त जातीतूनही मिळतेच म्हणून परवडेल तो आंबा खावा. मधुमेही रुग्णांनी वैद्यकीय सल्ल्यानुसार आंब्याचे सेवन करावे.

कैरी : १०० ग्रॅम कैरीमध्ये ४४ कॅलरीज आहेत. एकूण फायबर ३ ग्रॅम असून, न विरघळणारा १.४ आणि विरघळणारा १.६ ग्रॅम असतो. प्रोटिन्स ०.७ ग्रॅम, फॅट ०.१ ग्रॅम आणि कार्बोहायड्रेट्स १०.१ ग्रॅम असतात.

मिनरल्स : सर्व मिलिग्रॅममध्ये – कॅल्शियम १०, फॉस्फरस १९, आयर्न ०.३३, मॅग्नेशियम १६, सोडियम ४३, पोटॅशियम ८३, क्रोमियम ०.०५

व्हिटॅमिन्स (बी कॉम्प्लेक्स -संकुल) : थायामिन ०.०४ मि.ग्रॅम, रिबोफ्लाव्हिन ०.०१ मि.ग्रॅम, नियासिन ०.२ मि.ग्रॅम.

ॲन्टी-ऑक्सिडंट्स : अ) व्हिटॅमिन्स : कॅरॉटिन ९० म्यु.जी., व्हिटॅमिन 'सी' ३ मि.ग्रॅम.

ब) मिनरल्स : कॉपर ०.०३ मि.ग्रॅम, मॅंगेनीज ०.०७ मि.ग्रॅम, झिंक ०.०७मि.ग्रॅम.

पिकलेला आंबा : १०० ग्रॅम आंब्यात ७४ कॅलरीज असतात. एकूण फायबर २ ग्रॅम, न विरघळणारा १ ग्रॅम आणि विरघळणारा १ ग्रॅम, प्रोटिन्स ०.६ ग्रॅम, फॅट ०.४ ग्रॅम, कार्बोहायड्रेट्स १६.९ ग्रॅम.

इसेन्शियल अमायनो ॲसिड्स : ट्रिप्टोफान, फेनिल ॲलानिन आणि मेथिओनिन असते.

मिनरल्स : सर्व मिलिग्रॅममध्ये – कॅल्शियम १४, फॉस्फरस १६, आयर्न १.३, मॅग्नेशियम २७०, सोडियम २६, पोटॅशियम २०५, क्रोमियम ०.००६

व्हिटॅमिन्स (बी व्हिटॅमिन संकुल) : थायामिन ०.०८ मि.ग्रॅम, रिबोफ्लाव्हिन ०.०९ मि.ग्रॅम, नियासिन ०.०९ मि.ग्रॅम, पायरिडॉक्सिन ०.१ मि.ग्रॅम, फोलिक ॲसिड १४ म्यु.जी.

ॲन्टी-ऑक्सिडंट्स : अ) व्हिटॅमिन्स : कॅरॉटिन २७४३ म्यु.जी., व्हिटॅमिन 'सी' १६ मि.ग्रॅम, व्हिटॅमिन 'ई' १ मि.ग्रॅम.

ब) मिनरल्स : कॉपर ०.११ मि.ग्रॅम, मॅंगेनीज ०.१३ मि.ग्रॅम, झिंक ०.२७ मि.ग्रॅम.

फायटोकेमिकल्स : १) अल्फा कॅरॉटिन २) बीटा कॅरॉटिन ३) बीटा क्रिप्टोझॅनथीन, यामुळे हृदय आणि डोळ्यांचे संरक्षण होते.

■

७. करवंद

संस्कृत : करमर्द **हिंदी :** करोंदा
इंग्रजी : Karonada **लॅटिन :** Carissa carandas

करवंदाचे कच्चे फळ हिरवे असते. त्यातून दुधाप्रमाणे स्राव येतो, त्याला चीक म्हणतात.

कच्चे फळ :

रस : आम्ल **विपाक :** आम्ल **वीर्य :** उष्ण

मुख्य गुण : स्निग्ध, तीक्ष्ण **दोषघ्नता :** वातशामक, कफ-पित्तवर्धक

रुचिकर, दीपन आणि ग्राही असल्याने अरुची, अग्निमांद्य आणि अतिसारात उपयोगी. याचे लोणचे करतात, त्याने भूक वाढते. पचन सुधारते.

पक्वफळ : काळ्या रंगाचे असते.

रस : मधुर **विपाक :** मधुर **वीर्य :** शीत

मुख्य गुण : स्निग्ध, लघु

दोषघ्नता : वात-पित्तशामक

पिकलेल्या फळाचे गुणधर्म, कच्च्या फळाच्या विरुद्ध आहेत. पिकलेले फळ दीपन, पाचन आणि बृंहण करणारे असल्याने, अग्निमांद्य आणि सामान्य दौर्बल्यात उपयोगी असते. रक्तपित्तात आणि पित्तप्रकोपात वापरले जाते.

चरकांनी ‘हृद्य’ गणात याचा उल्लेख केला आहे.

१०० ग्रॅम पिकलेल्या करवंदामध्ये ४२ कॅलरी असतात. क्रूड फायबर १.५ ग्रॅम, प्रोटिन १.१ ग्रॅम, फॅट २.९ ग्रॅम, कार्बोहायड्रेट्स २.९ ग्रॅम असतात.

मिनरल्स : सर्व मिलिग्रॅममध्ये – कॅल्शियम २१, फॉस्फरस २८, पोटॅशियम ३६० बियांमध्ये असते.

अ‍ॅन्टी-ऑक्सिडंट्स : अ) व्हिटॅमिन्स : व्हिटॅमिन ‘सी’ १०० मि.ग्रॅम.

फायटोकेमिकल्स : अँथोसायनिन कॅन्सरविरुद्ध लढण्यास मदत करते.

■

८. कलिंगड

संस्कृत : कालिन्द **हिंदी :** टरबूज
इंग्रजी : Watermelon **लॅटिन :** Citrullus vulgaris

कालिन्दं ग्राहि दृक्‌पित्तशुक्रहृच्छीतलं गुरू।
पक्वं तु सोष्णं सक्षारं पित्तलं कफवातजित्।। (भा.प्र.)

कच्चे फळ :

रस : मधुर **विपाक :** मधुर **वीर्य :** शीत

कलिंगडाचे कच्चे फळ डोळ्याची शक्ती कमी करते आणि शुक्रधातू कमी करते, म्हणून आहारात वापरणे फायद्याचे नाही. हे वर्णन श्लोकाच्या पहिल्या ओळीत आहे.

पिकलेले कलिंगड :

रस : मधुर **विपाक :** मधुर **वीर्य :** उष्ण

दोषघ्नता : कफवातघ्न, किंचित पित्तकर

हे कफघ्न असल्याने स्थूलता कमी करते. उन्हाळ्यात तहान भागविण्यासाठी आणि श्रमहर म्हणून वापरतात. रात्री कलिंगड खाऊ नये.

आधुनिक दृष्टिकोनातून १०० ग्रॅम कलिंगडात १६ कॅलरी आहेत. एकूण फायबर ०.६ ग्रॅम असून, न विरघळणारा ०.३ ग्रॅम आणि विरघळणारा ०.३ ग्रॅम आहे.

प्रोटिन्स ०.२ ग्रॅम, फॅट ०.२ ग्रॅम आणि कार्बोहायड्रेट्स ३.३ ग्रॅम

मिनरल्स : सर्व मिलिग्रॅममध्ये – कॅल्शियम ११, फॉस्फरस १२, आयर्न ७.९, मॅग्नेशियम १३, सोडियम २७.३, पोटॅशियम १६०

व्हिटॅमिन्स (बी कॉम्प्लेक्स–संकुल) : पायरिडॉक्सिन ०.१ मि.ग्रॅम, थायामिन ०.०२ मि.ग्रॅम, रिबोफ्लाव्हिन ०.०४ मि.ग्रॅम, नियासिन ०.१ मि.ग्रॅम, फोलिक ॲसिड २ म्यु.जी.

ॲन्टी-ऑक्सिडंट्स : अ) व्हिटॅमिन्स : व्हिटॅमिन 'सी' १ मि.ग्रॅम

ब) मिनरल्स : कॉपर ०.०५ मि.ग्रॅम.

फायटोकेमिकल्स : लायकोपेन हे फायटोकेमिकल प्रॉस्टेट कॅन्सरविरुद्ध उपयोगी आणि हृदरोगातही उपयोगी.

■

९. कवठ

संस्कृत : कपित्थ **हिंदी :** कैथ

इंग्रजी : Wood-apple **लॅटिन :** Limonia acidissima

कपित्थमामं संग्राहि कषायं लघु लेखनम्।
पक्वं गुरू तृषाहिक्काशमनं वातपित्तजित्।।
स्यादम्लं तुवरं कण्ठशोधनं ग्राहि दुर्जरम्।। (भा.प्र.)

कच्चे फळ : तुरट रसाचे, जुलाब थांबविण्यास उपयोगी आणि शरीराचे लेखन करते, म्हणजे वजन कमी होते.

पिकलेले फळ : आंबट आणि तुरट रसाचे असून तृष्णाशामक, कण्ठशोधक आणि वातपित्तशामक आहे. हे पचण्यास जड आहे. आपण आहारात कवठाची चटणी खातो. कवठाची बर्फीही बनवितात. कवठाची चटणी अग्निमांद्य, मूळव्याध यामध्ये उपयोगी असते. महाशिवरात्रीला शंकराला कवठ वाहतात.

१०० ग्रॅम कवठामध्ये १३४ कॅलरी आहेत. क्रूड फायबर ५ ग्रॅम आहे. प्रोटिन्स ७.१ ग्रॅम, फॅट ३.७ ग्रॅम, कार्बोहायड्रेट्स १८.१ ग्रॅम.

मिनरल्स : सर्व मिलिग्रॅममध्ये – कॅल्शियम १३०, फॉस्फरस ११०, आयर्न ०.४८, मॅग्नेशियम ४१, क्रोमियम ०.००६

व्हिटॅमिन्स (बी कॉम्प्लेक्स–संकुल) : थायामिन ०.०४, रिबोफ्लाव्हिन ०.१७ मि.ग्रॅम, नियासिन ०.८ मि.ग्रॅम.

ॲन्टी-ऑक्सिडंट्स : अ) व्हिटॅमिन्स : कॅरॉटिन ६१ म्यु.जी., व्हिटॅमिन 'सी' ३ मि.ग्रॅम.

ब) मिनरल्स : कॉपर ०.२१ मि.ग्रॅम, मॅंगेनीज ०.१८ मि.ग्रॅम, झिंक ०.४६ मि.ग्रॅम.

■

१०. कागदी लिंबू

संस्कृत : निम्बुक　　**हिंदी :** कागजी नींबू
इंग्रजी : Lemon　　**लॅटिन :** Citrus limon

निम्बूकमम्लं वातघ्नं दीपनं पाचनं लघुः। (भा.प्र.)

रस : आम्ल **विपाक :** मधुर **वीर्य :** अनुष्ण
महत्त्वाचे गुण : लघु, रुक्ष आणि तीक्ष्ण **दोषघ्नता :** त्रिदोषघ्न

आपण जेवताना लिंबाचा रोज उपयोग करतो. त्याच्या दीपन, पाचन गुणामुळे 'आल्या'बरोबर घेतल्यास तोंडातील चिकटपणा नाहीसा होतो. तोंडाला चव येते आणि मनाला आल्हाद होतो. अग्नी प्रदीप्त होऊन पचन सुलभ होते.

आम्लपित्त, उलट्या, जुलाब, ज्वर अशा रोगांमध्ये लिंबाचे सरबत घेण्याची प्रथा आहे आणि तिला शास्त्रीय आधार आहे. उन्हाळ्यात आणि बाहेरून थकून आल्यावर तृष्णाशामक म्हणून उपयोगी. कोणत्याही विषबाधेमध्ये लिंबाचे सरबत उपयोगी पडते. लिंबू औषध म्हणून आणि अनुपान म्हणून उपयोगी आहे.

आधुनिक दृष्टिकोनातून १०० ग्रॅम लिंबात ५७ कॅलरी असतात. क्रूड फायबर १.७ ग्रॅम, प्रोटिन्स १ ग्रॅम, फॅट ०.९ ग्रॅम आणि कार्बोहायड्रेट्स ११.१ ग्रॅम असतात.

मिनरल्स : सर्व मिलिग्रॅममध्ये – कॅल्शियम ७०, फॉस्फरस १०, आयर्न ०.२६, मॅग्नेशियम १९, पोटॅशियम २७०, क्रोमियम ०.००७

व्हिटॅमिन्स (बी कॉम्प्लेक्स–संकुल) : सर्व मिलिग्रॅममध्ये – थायामिन ०.०२, रिबोफ्लाव्हिन ०.०१, नियासिन ०.१, पायरिडॉक्सीन ०.१

ॲन्टी-ऑक्सिडंट्स : अ) व्हिटॅमिन्स : व्हिटॅमिन 'सी' ३९ मि.ग्रॅम.

ब) मिनरल्स : कॉपर ०.०६ मि.ग्रॅम, मॅंगेनीज ०.०७ मि.ग्रॅम, झिंक ०.०७ मि.ग्रॅम.

फायटोकेमिकल्स : १) लायमोनेन : हे ब्रेस्ट कॅन्सर विरुद्ध, लढण्यास मदत करते. पॅनक्रिॲटिक कॅन्सरला जबाबदार असणाऱ्या, 'रास प्रोटिन' (Ras-Protein) हे लायमोनेन निष्प्रभ करते.

२) रुटीन (Rutin) हे फायटोकेमिकल शरीरातील नीला आणि अतिसूक्ष्म नीलांच्या भिंतींना मजबुती देते.

जेवताना गरम भातावर गोडे वरण, साजूक तूप आणि त्यावर आपण लिंबू पिळतो. हे लिंबू कापून लगेच वापरावे. त्यामुळे व्हिटॅमिन 'सी'चे प्रमाण कमी होत नाही. लिंबाचा रस गरम केला असता, व्हिटॅमिन 'सी' निष्प्रभ होते. पोटात अन्न पचन होताना अन्नातील आयर्नचे रेणू मोकळे झाले की, लिंबातील 'ॲस्कॉर्बिक' ॲसिडमुळे या फेरिक आयर्नचे फेरस आयर्नमध्ये रूपांतर होते. लहान आतड्यातून हे फेरस आयर्न शोषले जाते.

लिंबामध्ये सायट्रिक ॲसिड असते. या ॲसिडचे शरीरात कार्बोनेट रेणूत रूपांतर होते. त्यामुळे लघवी अल्कलाईन होऊ लागते. म्हणून उन्हाळ्यात लिंबू सरबत प्यावे.

लिंबातील आणि या कुलातील मोसंबी, संत्री यामुळे ॲलर्जिक ऱ्हायनायटिसचा (Allergic Rhinitis) अटॅक येऊ शकतो.

■

११. केळे

संस्कृत : कदली **हिंदी :** केला

इंग्रजी : Banana **लॅटिन :** Musa paradisiaca

मोचाफलं स्वादु शीतं विष्टम्भि कफकृद् गुरू।
स्निग्धं पित्तास्रतृड्दाहक्षतक्षय समीर जित्।
पक्वं स्वादु हिमं पाके स्वादु वृष्यं च बृंहणम्।
क्षुत्तृष्णानेत्रगदहृन्मेहघ्नं रूचि मांसकृत्।। (भा.प्र.)

रस : मधुर, कषाय **विपाक :** मधुर **वीर्य :** शीत

महत्त्वाचे गुण : गुरू, स्निग्ध

दोषघ्नता : वात, पित्त शामक, कफवर्धक

रामायणात केळ्याचा उल्लेख आहे. केळीच्या झाडात देवाचे अस्तित्व मानतात. म्हणूनच शुभविवाह, गृहप्रवेश, सत्यनारायण पूजा या वेळी केळीचे खांब वापरतात. केळ्याला वंशवृद्धीचे प्रतीक मानतात.

केळी हिरव्या, पिवळ्या आणि लाल सालीची असतात.

कच्चे फळ : अतिसार आणि ग्रहणीच्या निरामावस्थेत भाजी करून खावे. कच्च्या केळ्याला सुंठ लावून अतिसार आणि ग्रहणीत खावी.

पक्व फळ : रस, रक्त, मांस आणि वीर्यवर्धक आहे. नेत्ररोग आणि प्रमेहात उपयोगी आहे. तसेच कास आणि रक्तप्रदरात उपयोगी. सर्वांच्या आवडीची 'केळ्याची शिकरण' आयुर्वेदिक दृष्टिकोनातून विरुद्ध अन्न आहे म्हणून नित्यसेवन करू नये.

केळ्याबरोबर तूप किंवा मध घ्यावं पण दही, ताक घेऊ नये. भोजनाच्या आधी फळे खावीत असे ग्रंथात म्हटले आहे, पण केळे भोजनाच्या आधी निषिद्ध मानले आहे.

केळे आणि वेलदोडा एकत्रित खाल्ल्याने अर्धशिशी बरी होते. ह्याचे सेवन करून अर्धशिशी बरी झाल्यावर, एक आठवडा हा उपक्रम चालू ठेवावा.

सुका खोकला येत असेल तर १ केळे, मध आणि काळी मिरी हे मिश्रण दिवसातून २ वेळा खावे.

आधुनिक दृष्टिकोनातून १०० ग्रॅम केळ्यात ११६ कॅलरीज आहेत. एकूण फायबर १.८ ग्रॅम असून, त्यात न विरघळणारा फायबर १.१ ग्रॅम आणि विरघळणारा ०.७ ग्रॅम आहे. प्रोटिन्स १.२ ग्रॅम, फॅट ०.३ ग्रॅम, कार्बोहायड्रेट्स २७.२ ग्रॅम.

मिनरल्स : सर्व मिलिग्रॅममध्ये – कॅल्शियम १७, फॉस्फरस ३६, आयर्न ०.३६, मॅग्नेशियम ४१, सोडियम ३६.६, पोटॅशियम ८८, क्रोमियम ०.००४

व्हिटॅमिन्स (बी कॉम्प्लेक्स–संकुल) : थायामिन ०.०५ मि.ग्रॅम, रिबोफ्लाव्हिन ०.०८ मि.ग्रॅम, नियासिन ०.५ मि.ग्रॅम, पायरिडॉक्सीन (B6) ०.७ मि.ग्रॅम, फोलिक ॲसिड २३ म्यु.जी.

ॲन्टी-ऑक्सिडंट्स : अ) व्हिटॅमिन्स : कॅरॉटिन ७८ म्यु.जी., व्हिटॅमिन 'सी' ७ मि.ग्रॅम.

ब) मिनरल्स : कॉपर ०.१६ मि.ग्रॅम, मँगेनीज ०.२ मि.ग्रॅम, झिंक ०.१५ मि.ग्रॅम.

फायटोकेमिकल्स : अल्फा कॅरॉटिन आणि बीटा कॅरॉटिन ही कॅरॉटिनॉइड फायटोकेमिकल्स असतात.

केळ्यात प्रोटिन्स १.२ ग्रॅम असली, तरी सर्व इसेन्शियल अमायनो ॲसिड्स त्यात आहेत. पण आहारात नुसतीच केळी असतील, तर कुपोषण होण्याचा धोका असतो. आहारात रोज एक तरी केळे घ्यावे. फक्त मधुमेही रुग्णांनी वैद्यकीय सल्ल्यानुसार ग्रहण करावे.

केळ्यामध्ये 'सिरोटॉनिन' हे द्रव्य असते. त्यामुळे अर्धशिशीच्या रुग्णांनी केळे खाताना काळजी घ्यावी. कारण अर्धशिशीचा अटॅक सिरोटॉनिनचे प्रमाण वाढल्याने येऊ शकतो.

कच्च्या केळामध्ये स्टार्च आणि सेल्युलोज जास्त असते. केळे पिकले की, या स्टार्चचे रूपांतर सुक्रोज, फ्रुक्टोज आणि ग्लुकोज या साध्या रेणूंच्या कार्बोहायड्रेट्समध्ये होते. म्हणूनच कच्चे केळे बद्धकोष्ठ रोगावर देतात तर पिकलेले केळे खाल्ल्याने जुलाब थांबतात. पिकलेल्या केळ्याच्या सेवनाने मोठ्या आतड्यातील ब्युटेरिक ॲसिडचे प्रमाण वाढू लागते. या ॲसिडमुळे आतड्याच्या अस्तराच्या पेशींचे काम व्यवस्थित होते. तसेच आतड्यातील 'बी कोलाय' या जंतूंच्या वाढीला आळा बसतो. केळ्यातील सोडियम आणि पोटॅशियम जुलाबामुळे आलेला थकवा घालवण्यास मदत करतात.

स्वीडनमधल्या 'कॅरोलिन्स्का इन्स्टिट्यूट'मधल्या शास्त्रज्ञांच्या निरीक्षणात असे आढळले की, किडनीच्या कर्करोगाचा धोका केळी नियमित खाल्ल्याने कमी होतो. ४० ते ७६ वयोगटातील ६१ हजार स्त्रियांच्या आहाराचा, १३ वर्षे अभ्यास केल्यानंतर हा निष्कर्ष काढला आहे.

केळ्यामध्ये फ्रुक्टोऑलिगो सॅकराइड्स (Fructo-oligo-saccharides) असतात. यांना F.O.S. म्हणतात. यामुळे मोठ्या आतड्यात परोपकारी जीवाणू वाढतात. यामुळे पचन सुधारते.

मधातही (F.O.S.) असतात. मध आणि केळे एकत्र खाण्याने गुणवर्धन होते. ■

१२. खजूर

संस्कृत : खर्जूर **हिंदी :** खजूर
इंग्रजी : Dates **लॅटिन :** Phoenix dactylifera

क्षतक्षयापहं हृद्यं शीतलं तर्पणं गुरू।
रसे पाके च मधुरं खर्जूरं रक्तपित्तनुत्।। (सु.सू. ४३)

रस : मधुर, कषाय **विपाक :** मधुर **वीर्य :** शीत
मुख्य गुण : गुरू, स्निग्ध **दोषघ्नता :** वात, पित्तशामक

सुश्रुतांनी खजुराला 'प्रशस्त' म्हणून गौरविले आहे, तर चरकांनी 'श्रमहर' म्हणून उल्लेख केलेला आहे. श्रमहर म्हणजे अतिश्रमाने धातूंचा क्षय होतो. अशा वेळी शरीराच्या तर्पणासाठी, सप्तधातूवर्धनासाठी आणि शुक्रधातू बलवान होण्यासाठी खजूर आदर्श आहे. दमा, खोकला, घसा बसलेला असताना तसेच टी.बी.मध्ये खजूर गुणकारी आहे. सर्व पित्तज व्याधीत 'खर्जूरादि घृत' चरकांनी वापरले आहे. तापामध्ये खजूर किंवा खजूरमंथ वापरतात.

बाल्यावस्थेपासून, वृद्धांपर्यंत सर्वांनी नियमित सेवन करावे. 'सर' गुणामुळे बद्धकोष्ठतेत वृद्धांना उपयोगी. खजूर नुसता किंवा दूध, तूप, मधाबरोबर घ्यावा. खजूर हृद्य असल्याने, मनाला आल्हाद वाटतो आणि हृदयास हितावह आहे.

खजुराच्या वृक्षातून, निघणाऱ्या रसाला 'नीरा' म्हणतात. नीरा श्रमहर, बल्य असल्याने दाह, शोष, तृष्णा यामध्ये वापरतात. ताजी शुद्ध नीरा मिळणे कठीण असते, नाहीतर शरीरासाठी ते आरोग्यदायक पेय आहे.

एक ते पाच वर्षापर्यंतच्या बालकांना १-२ खजुरबिया द्याव्या. तरुणांनी ८ ते १० खजुरबिया पचनशक्तीप्रमाणे खाव्या.

३ खजुरबिया अर्धा चमचा तूप, काळी मिरी (सोसेल एवढी) वयोमानाप्रमाणे सकाळी घेतल्याने, वजन वाढते. मलावष्टंभावर उपयोगी.

शुक्रधातू बलवान होण्यासाठी १० खजुरबिया १ चमचा ताजे लोणी पाव चमचा वेलची पूड आणि दुधात उगाळून जायफळ, हे स्त्री-पुरुषांनी घेतल्याने दोघांनाही लाभ होतो.

१०० ग्रॅम सुक्या खजुरात ३१७ कॅलरी आहेत. क्रूड फायबर ३.९ ग्रॅम आहे. प्रोटिन्स २.५ ग्रॅम, फॅट ०.४ ग्रॅम, कार्बोहायड्रेट्स ७५.८ ग्रॅम आहेत.

मिनरल्स : सर्व मिलिग्रॅममध्ये – कॅल्शियम १२०, फॉस्फरस ५०, आयर्न ७.३

व्हिटॅमिन्स (बी कॉम्प्लेक्स–संकुल) : थायामिन ०.०१ मि.ग्रॅम, रिबोफ्लाव्हिन ०.०२ मि.ग्रॅम, नियासिन ०.९ मि.ग्रॅम

ॲन्टी-ऑक्सिडंट्स : अ) व्हिटॅमिन्स : कॅरॉटिन व्हिटॅमिन 'ए' २६ म्यु.जी., व्हिटॅमिन 'सी' ३ मि.ग्रॅम.

खजुरामध्ये 'टायरामिन' (Tyramin) असते. 'डिप्रेशन' या मानसिक व्याधीसाठी जे रुग्ण 'MAO inhibitors' घेत असतील, त्यांना खजुरातील टायरामिनमुळे उच्च रक्तदाबाचा अटॅक येतो. म्हणून त्यांनी खजूर खाऊ नये.

■

१३. खरबूज

संस्कृत : खर्बूज | **हिंदी :** खर्बूज
इंग्रजी : Muskmelon | **लॅटिन :** Cucumis melo

खर्बूजं मूत्रलं बल्यं कोष्टशुद्धिकरं गुरू।
स्निग्धं स्वादुतरं शीतं वृष्यं पित्तानिलापहम्।। (भा.प्र.)

रस : मधुर **विपाक :** मधुर **वीर्य :** शीत

मुख्य गुण : गुरू, स्निग्ध, सर

दोषघ्नता : वातपित्तशामक, विशेषत: पित्तशामक

खरबूज बल्य आणि वृष्य असल्याने, सप्तधातू वर्धन होते. मूत्रल आणि कोष्टशुद्धिकर असल्याने मलप्रवृत्ती चांगली होते आणि मूत्रप्रमाण वाढते. उन्हाळ्यामध्ये पित्तशामक, तसेच तृष्णाशामक म्हणून उपयोगी. त्यामुळे उन्हाळ्यातील थकवा दूर होतो.

१०० ग्रॅम खरबुजापासून, १७ कॅलरी मिळतात. एकूण फायबर ०.८ ग्रॅम असून न विरघळणारा ०.५ ग्रॅम आणि विरघळणारा ०.३ ग्रॅम आहे. प्रोटिन्स ०.३ ग्रॅम, फॅट ०.२ ग्रॅम, कार्बोहायड्रेट्स ३.५ ग्रॅम

मिनरल्स : सर्व मिलिग्रॅममध्ये – कॅल्शियम ३२, फॉस्फरस १४, मॅग्नेशियम ३१, सोडियम १०४, पोटॅशियम ३४१, आयर्न १.४

व्हिटॅमिन्स (बी कॉम्प्लेक्स–संकुल) : थायामिन ०.११ मि.ग्रॅम, रिबोफ्लाव्हिन ०.०८ मि.ग्रॅम, नियासिन ०.३ मि.ग्रॅम, पायरिडॉक्सिन ०.२ मि.ग्रॅम, फोलिक ॲसिड २३ म्यु.जी.

ॲन्टी-ऑक्सिडंट्स : अ) व्हिटॅमिन्स : कॅरॉटिनिन १६९ म्यु.जी., व्हिटॅमिन 'सी' २६ मि.ग्रॅम

ब) मिनरल्स : कॉपर ०.०३ मि.ग्रॅम

खरबुजामध्ये, ॲडोनोसिन हे द्रव्य आहे. त्यामुळे रक्त लवकर गोठत नाही.

हृदयाच्या स्वास्थ्यासाठी उपयोगी. कॅलरीज कमी असल्यामुळे आणि कार्बोहायड्रेट्स कमी असल्याने डाएटिंगसाठी उपयोगी.

■

१४. गुजबेरी

संस्कृत : कर्मरंग **हिंदी :** कमरख
इंग्रजी : Gooseberry **लॅटिन :** Averrhoea carambola

कर्मरङ्गं हिमं ग्राहि स्वाद्वम्लं कफवातहृत्। (भा.प्र.)

रस : मधुर आम्ल **विपाक :** मधुर **वीर्य :** शीत
दोषघ्नता : कफवातघ्न **मुख्य गुण :** ग्राही
महाराष्ट्रात महाबळेश्वरला मिळतात.

आधुनिक दृष्टिकोनातून, १०० ग्रॅम फळात २८ कॅलरी आहेत. क्रूड फायबर ०.८ ग्रॅम, प्रोटिन्स ०.७ ग्रॅम, फॅट ०.१ ग्रॅम आणि कार्बोहायड्रेट्स ६.१ ग्रॅम आहेत.

मिनरल्स : सर्व मिलिग्रॅममध्ये – कॅल्शियम ४ मि.ग्रॅम, फॉस्फरस ११, मॅग्नेशियम ८, पोटॅशियम १४९

व्हिटॅमिन्स : पायरीडॉक्सिन ०.१ मि.ग्रॅम, फोलिक ॲसिड ५ म्यु.जी.

ॲन्टी-ऑक्सिडंट्स : अ) व्हिटॅमिन्स : कॅरॉटिन २२ म्यु.जी., व्हिटॅमिन 'सी' २१ मि.ग्रॅम

फायटोकेमिकल्स : बायोफ्लायोनाइड्समुळे, कॅन्सरविरुद्ध प्रतिकारशक्ती वाढते.

■

१५. चिकू

संस्कृत : **हिंदी :** सपोटा
इंग्रजी : Sapota **लॅटिन :** Achras sapota

१०० ग्रॅम चिकूमध्ये, ९८ कॅलरी असतात. क्रूड फायबर २.६ ग्रॅम, प्रोटिन्स ०.७ ग्रॅम, फॅट १.१ ग्रॅम, कार्बोहायड्रेट्स २१.४ ग्रॅम असतात.

मिनरल्स : सर्व मिलिग्रॅममध्ये – कॅल्शियम २८, फॉस्फरस २७, आयर्न

१.२५, मॅग्नेशियम २५, सोडियम ५.९, पोटॅशियम २६९, क्रोमियम ०.००८

व्हिटॅमिन्स (बी कॉम्प्लेक्स–संकुल) : थायामिन ०.०२ मि. ग्रॅम, रिबोफ्लाव्हिन ०.०३ मि. ग्रॅम, नियासिन ०.२ मि. ग्रॅम.

ॲन्टी ऑक्सिडंट्स : १) व्हिटॅमिन्स : कॅरॉटिन ९७ म्यु.जी; व्हिटॅमिन 'सी' : ६ मि. ग्रॅम.

ब) मिनरल्स : कॉपर ०.०८ मि. ग्रॅम, मँगेनीज ०.६८ मि. ग्रॅम, झिंक ०.१६ मि. ग्रॅम.

■

१६. रेड चेरी

संस्कृत : – **हिंदी :** कश

इंग्रजी : Cherries **लॅटिन :** Prunus cerasus

१०० ग्रॅम चेरीमध्ये ६४ कॅलरी असतात. क्रूड फायबर ०.४ ग्रॅम, प्रोटिन्स १.१ ग्रॅम, फॅट ०.५ ग्रॅम, कार्बोहायड्रेट्स १३.८ ग्रॅम असतात.

मिनरल्स : सर्व मिलिग्रॅममध्ये – कॅल्शियम २४, फॉस्फरस २५, आयर्न ०.५७, मॅग्नेशियम २७, पोटॅशियम ३२०, क्रोमियम ०.००५

व्हिटॅमिन्स (बी कॉम्प्लेक्स–संकुल) : थायामिन ०.०८ मि.ग्रॅम, रिबोफ्लाव्हिन ०.०८ मि.ग्रॅम, नियासिन ०.३ मि.ग्रॅम.

ॲन्टी-ऑक्सिडंट्स : अ) व्हिटॅमिन्स : व्हिटॅमिन 'सी' ७ मि.ग्रॅम

ब) मिनरल्स : कॉपर ०.०८ मि.ग्रॅम, मँगेनीज ०.०८ मि.ग्रॅम, झिंक ०.३३ मि.ग्रॅम.

फायटोकेमिकल्स : १) फेनॉलिक ॲसिड : या फायटोकेमिकलमुळे शरीरातील कारसिनोजेनिक केमिकल्स पाण्यात विरघळून शरीराबाहेर फेकली जातात, त्यामुळे कॅन्सरपासून संरक्षण मिळते.

२) अँथोसायनिन : अमेरिकेतील मिशीगन स्टेट विद्यापीठात संशोधनात असे दिसून आले की, अँथोसायनिन या फायटोकेमिकलमुळे ब्लडशुगर नियंत्रित होते. त्यामुळे मधुमेही रुग्णांना उपयोगी. तसेच हे फायटोकेमिकल कॅन्सरविरुद्ध लढण्यास मदत होते.

■

१७. जर्दाळू

संस्कृत : उरुमाण **हिंदी :** खुमानी
इंग्रजी : Apricot **लॅटिन :** Prunus armeniaca

पित्तश्लेष्मकराण्याहुः स्निग्धोष्णानि गुरूणि च।
बृंहणाण्यनिलघ्नानि बल्यानि मधुराणि च।। सु.सू. ४६

रस : मधुर **विपाक :** मधुर **वीर्य :** उष्ण

दोषघ्नता : वातशामक, कफपित्तवर्धन **मुख्य गुण :** स्निग्ध, गुरू

ओले आणि सुके जर्दाळू मिळतात. यामुळे शरीराचे बृंहण होते. बी फोडून आतील मज्जा (बदामासारखी) खाता येते.

आधुनिक दृष्टिकोनातून, १०० ग्रॅम ओल्या जर्दाळूत ५३ कॅलरी असतात. क्रूड फायबर १.१ ग्रॅम असतो. प्रोटिन्स १ ग्रॅम, फॅट ०.३ ग्रॅम आणि कार्बोहायड्रेट्स ११.६ ग्रॅम असतात.

मिनरल्स : सर्व मिलिग्रॅममध्ये – कॅल्शियम २०, फॉस्फरस २५, आयर्न २.२, पोटॅशियम ४३०

व्हिटॅमिन्स (बी कॉम्प्लेक्स–संकुल) : थायामिन ०.०४ मि.ग्रॅम, रिबोफ्लाव्हिन ०.१३ मि.ग्रॅम, नियासिन ०.६ मि.ग्रॅम, व्हिटॅमिन 'इ १' आय.यू.

ॲन्टी-ऑक्सिडंट्स : अ) व्हिटॅमिन्स : कॅरॉटिन २१६० म्यु.जी., व्हिटॅमिन 'सी' ६ मि.ग्रॅम, व्हिटॅमिन 'इ १'आय.यू.

ब) मिनरल्स : कॉपर ०.११ मि.ग्रॅम.

सुक्या जर्दाळूत, ३०६ कॅलरीज असतात, पण ॲन्टी-ऑक्सिडंट्सचे प्रमाण कमी होते.

फायटोकेमिकल्स : १) बीटा कॅरॉटिन २) लायकोपेन या दोन्हीमुळे कॅन्सर आणि हृदयविकाराविरुद्ध, लढण्याची क्षमता वाढते.

जर्दाळूत नैसर्गिक सॅलिसिलेट असतात. त्यामुळे त्याचे कार्य ॲस्पिरिनप्रमाणे होते. म्हणून हृदयविकाराविरुद्ध लढण्याची क्षमता येते. पाकिस्तानातील हुंजा व्हॅलीतील (Hunza Valley) लोक जर्दाळू नियमित खातात आणि ते दीर्घायुषी असतात. सुके जर्दाळू तयार करताना, सल्फर डाय ऑक्साइडची प्रक्रिया करतात. यामुळे दमा होण्याची शक्यता असते, म्हणून धुवून वापरावेत.

■

१८. जांभूळ

संस्कृत : जंबू **हिंदी :** जामून
इंग्रजी : Jambu fruit **लॅटिन :** Syzygium jambos

जाम्बवं कफपित्तघ्नं ग्राहि वातकरं परम्। च.सू. २७

रस : कषाय, मधुर, आम्ल **विपाक :** कटू वीर्य : शीत
दोषघ्नता : कफपित्तघ्न, अत्यंत वातकर
महत्त्वाचे गुण : गुरू, रुक्ष

जांभळे आम्ल रसामुळे दीपन, पाचन आणि यकृत उत्तेजित करतात. यामुळे फळांचा गर अग्निमांद्य, अजीर्ण, अतिसार आणि प्रवाहिका यामध्ये वापरतात. जांभळातील कषाय (तुरट) रसाने रक्तस्तंभन होते, म्हणजे रक्त जाण्याचे थांबते. त्यामुळे रक्तातिसार आणि रक्तपित्त या व्याधींत उपयोगी. स्त्रियांच्या रक्तप्रदरातही उपयोगी.

जांभळाच्या मधुर रसाला, तुरट रसाची आणि रुक्ष गुणाची जोड मिळाल्याने शरीरातील क्लेदाचे शोषण होते, आणि मेददुष्टी नाहीशी होते. मेदपाचन आणि शोषण होते. त्यामुळे फळाचा गर आणि बी (बीज) यांचा मधुमेहावर उपयोग होतो. रक्तात शर्करेचे प्रमाण कमी होते.

जांभळे उपाशीपोटी खाऊ नयेत, छातीत भरल्यासारखे वाटते. मीठ लावून, अल्प प्रमाणात जांभळे खावीत. दीर्घ उपवास केलेल्यांनी खाऊ नयेत. कषाय आणि आम्लरसयुक्त जांभळे असल्याने दुधाबरोबर घेऊ नयेत.

१०० ग्रॅम जांभळात ६२ कॅलरी असतात. एकूण फायबर ३.५ ग्रॅम असून, न विरघळणारा २.६ ग्रॅम आणि विरघळणारा ०.९ ग्रॅम आहे.

प्रोटिन्स ०.७ ग्रॅम, फॅट ०.३ ग्रॅम, कार्बोहायड्रेट्स १४ ग्रॅम आहेत.

मिनरल्स : सर्व मिलिग्रॅममध्ये – कॅल्शियम १५, फॉस्फरस १५, आयर्न ०.४३, मॅग्नेशियम ३९, सोडियम २६, पोटॅशियम ५५, क्रोमियम ०.००५

व्हिटॅमिन्स (बी कॉम्प्लेक्स–संकुल) : थायामिन ०.०३, रिबोफ्लाव्हिन ०.०१, नियासिन ०.२

अँन्टी-ऑक्सिडंट्स : अ) व्हिटॅमिन्स : कॅरॉटिन ४८ म्यु.जी., व्हिटॅमिन 'सी' १८ मि.ग्रॅम

ब) मिनरल्स : कॉपर ०.०७ मि.ग्रॅम, मँगेनीज ०.१५ मि.ग्रॅम, झिंक ०.१६ मि.ग्रॅम

फायटोकेमिकल्स : १) इलॅजिक ॲसिड, हे उकळण्याने नष्ट होत नाही. २) ॲन्थोसायनिन

कॅन्सरविरुद्ध लढण्याची क्षमता येते. आधुनिक संशोधनात जांभळाच्या बियांमुळे रक्तातील साखरेचे प्रमाण कमी होते, हे सिद्ध झाले आहे. त्यामुळे मधुमेहावर उपयोगी आहे.

■

१९. डाळिंब

संस्कृत : दाडिम

हिंदी : अनार

इंग्रजी : Pomegranate

लॅटिन : Punica granatum

तत्तु स्वादु त्रिदोषघ्नं तृड्दाहज्वरनाशनम्।
हृत्कण्ठमुखदोषघ्नं तर्पणं शुक्रलं लघु।।
कषायानुरसं ग्राहि स्निग्धं मेधाबलप्रदम्।
स्वाद्वम्लं दीपनं रुच्यं किंचित् पित्तकरं लघु।।
आम्लं तु पित्तजनकं आमवातकफापहम्।। (भा.प्र.)

अ) मधुर जातीच्या डाळिंबाचे गुण :

रस : मधुर, कषाय, आम्ल **विपाक :** मधुर **वीर्य :** अनुष्ण, त्रिदोषहारक

ब) आम्ल जातीच्या डाळिंबाचे गुण :

रस : आम्ल **विपाक :** आम्ल **वीर्य :** अनुष्ण

आंबट डाळिंब पित्तकारक. सुश्रुतांनी डाळिंबाला 'प्रशस्त' म्हटले आहे, तर चरकांनी हृद्य म्हटले आहे. डाळिंब भोजनाच्या आधी खाल्ल्याने तोंड स्वच्छ होते, चव येते आणि अग्नी प्रदीप्त होऊन भूक लागते.

पोट बिघडून जुलाब होत असताना किंवा आव पडत असताना, डाळिंबाच्या दीपन, पाचन आणि ग्राही या गुणांमुळे बरे वाटते.

डाळिंब मनाला प्रसन्नता देत असल्याने, मधुर डाळिंब पित्तघ्न असल्याने ताप, रक्तपित्त, रक्ताल्पता (ॲनिमिया) यामध्ये उपयोगी पडते.

डाळिंब मस्तिष्काला बल्य आणि मेध्य असल्याने, मस्तिष्क दौर्बल्यामुळे होणाऱ्या विकारात उपयोगी पडते. शुक्रवर्धक असल्याने, शुक्रधातूची वाढ होते. खोकला आणि दम्यामध्ये उपयोग होतो. 'दाडिमादिघृत' हे औषध हृदयरोग, ॲनिमिया, मूळव्याध या रोगात वापरतात.

गर्भारपणातील उलट्यांमध्ये, डाळिंबाचा रस घ्यावा. तापामध्ये तहान लागणे, लघवीस गरम होणे, अशी लक्षणे असल्यास डाळिंबाचा रस घ्यावा.

आधुनिक विचारसरणीप्रमाणे, १०० ग्रॅम डाळिंबात ६५ कॅलरीज आहेत. एकूण फायबर

२.८ ग्रॅम असून, त्यात न विरघळणारा २.३ ग्रॅम आणि विरघळणारा ०.५ ग्रॅम असतो.

प्रोटिन्स १.६ ग्रॅम, फॅट ०.१ ग्रॅम, कार्बोहायड्रेट्स १४.५ ग्रॅम आहेत.

मिनरल्स : सर्व मिलिग्रॅममध्ये – कॅल्शियम १०, फॉस्फरस ७०, आयर्न १.७९, मॅग्नेशियम ४४, सोडियम ०.९, पोटॅशियम १३३, क्रोमियम ०.०२२

व्हिटॅमिन्स (बी कॉम्प्लेक्स–संकुल) : थायामिन ०.०६ मि.ग्रॅम, रिबोफ्लाव्हिन ०.१ मि.ग्रॅम, नियासिन ०.३ मि.ग्रॅम, पायरिडॉक्सिन ०.२ मि.ग्रॅम, फोलिक ॲसिड ९ म्यु.जी.

ॲंटिऑक्सिडंट्स : अ) व्हिटॅमिन्स : व्हिटॅमिन 'सी' १६ मि.ग्रॅम, व्हिटॅमिन 'ई १' मि.ग्रॅम

ब) मिनरल्स : कॉपर ०.३४ मि.ग्रॅम, मॅंगेनीज ०.७७ मि.ग्रॅम, झिंक ०.८२ मि.ग्रॅम

फायटोकेमिकल्स : १) पॉलिफेनॉल २) इलॅजिक ॲसिड ३) ॲन्थोसायनिन

पॉलिफेनॉल हे फायटोकेमिकल, माणसाच्या मेंदूला इजा झाली असताना, मेंदूचे रक्षण करते. तसेच गर्भावस्थेत मातेचे ब्लडप्रेशर वाढल्याने, बाळाचा रक्तपुरवठा कमी होऊन मेंदूला इजा होण्याची शक्यता असते; त्याचेही रक्षण होते.

अमेरिकेत उंदरांवर प्रयोग करण्यात आले. गर्भावस्थेत उंदरांना डाळिंबाचा रस दिल्यावर त्यांच्या पिल्लांच्या मेंदूचे रक्षण होते, असे सिद्ध झाले आहे.

यामुळे गर्भवती स्त्रियांनी डाळिंबाचे नित्य सेवन करावे किंवा दाडिमावहेह, दाडिमादिघृत घ्यावे. आयुर्वेदात डाळिंबाला 'मेधाबलप्रदम्' म्हटलेच आहे.

इलॅजिक ॲसिड, हे फायटोकेमिकल डाळिंबात सर्वात जास्त असते. यामुळे कॅन्सरविरुद्ध प्रतिकारशक्ती प्राप्त होते. इलॅजिक ॲसिडवर उकळण्याने परिणाम होत नाही. त्यामुळे अवलेह, घृत यामध्ये कॅन्सरविरुद्ध लढण्याची शक्ती असते.

ॲंथोसायनिन हे फायटोकेमिकल L.D.L. कोलेस्टेरॉल कमी करते.

डाळिंब दाण्यातील, विपुल टॅनिनमुळे जुलाब थांबतात, तसेच मॅग्नेशियममुळे जुलाबामुळे येणारा थकवा जाऊन तरतरी येते. डाळिंबाने हिमोग्लोबिन वाढते.

डाळिंबाच्या सेवनाने, सांध्यामधील कूर्चेची झीज होण्याचा वेग कमी होऊन, संधिवात दूर ठेवणे शक्य होते. वार्धक्यामध्ये त्वचेवर येणाऱ्या सुरकुत्या तयार होण्याला डाळिंब प्रतिबंध करते. त्वचेच्या कर्करोगाच्या समस्येवरही डाळिंबाचे सेवन उपयोगी ठरते. वृद्ध पुरुषांना होणाऱ्या प्रोस्टेट ग्रंथीची वाढ आणि प्रोस्टेट कॅन्सर डाळिंबाच्या नियमित सेवनाने रोखता येतो.

उतारवयात उद्‌भवणाऱ्या अल्झायमर अर्थात स्मृतिभ्रंश यावरही डाळिंबाचे सेवन लाभदायी ठरते.

'युनिव्हर्सिटी ऑफ कॅलिफोर्निया' येथील वैज्ञानिक डाळिंबावर संशोधन करत आहेत.

■

२०. ताडगोळे

संस्कृत : तालफळ **हिंदी :** तार
इंग्रजी : Palmyra fruit **लॅटिन :** Borassus flabellifer

रस : मधुर **विपाक :** मधुर **वीर्य :** शीत

दोषघ्नता : वातपित्तशामक **मुख्यगुण :** गुरू, स्निग्ध

ग्रीष्म ऋतूत ही फळे येतात, याचे घड असतात. फळे गोल असतात. फळांची बाह्यत्वचा काहीशी कठीण, तांबूस तपकिरी रेषायुक्त असते. आत पांढरा पारदर्शक बुळबुळीत आणि गोड पाण्याने भरलेला मगज असतो. उन्हाळ्यात ही फळे तहान भागवितात आणि थकवा दूर होतो.

पक्व फळे : हृदय दौर्बल्य आणि शुक्रक्षयात वापरतात.

मधुमेही रुग्णांनी, ताडगोळे खाऊ नयेत.

आधुनिक विचारसरणीप्रमाणे, १०० ग्रॅम ताडगोळ्यात २९ कॅलरी असतात. क्रूड फायबर ०.३ ग्रॅम, प्रोटिन्स ०.६ ग्रॅम, फॅट ०.१ ग्रॅम, कार्बोहायड्रेट्स ६.५ ग्रॅम आहेत.

मिनरल्स : सर्व मिलीग्रॅममध्ये – कॅल्शियम १०, फॉस्फरस २०, आयर्न ०.५

व्हिटॅमिन्स (बी कॉम्प्लेक्स–संकुल) : थायामिन ०.०१ मि. ग्रॅम

रिबोफ्लाव्हिन : ०.०१ मि. ग्रॅम, नियासिन ०.२ मि. ग्रॅम.

अँटिऑक्सिडंट्स : अ) व्हिटॅमिन्स : व्हिटॅमिन 'सी' ४ मि. ग्रॅम.

२१. तुती

संस्कृत : तूद **हिंदी :** तूत
इंग्रजी : Mulberry **लॅटिन :** Morus sp

तूदं पक्वं गुरू स्वादु हिमं पित्तानिलापहम्।
तदेवामं गुरू सरमम्लोष्णं रक्तपित्तकृत्।। (भा.प्र.)

तुतीचे कच्चे फळ चवीला आंबट असून, उष्ण असल्याने पित्तप्रकोप होतो. म्हणून रक्तपित्तात वापर करत नाहीत.

पक्वफळ :

रस : मधुर **विपाक :** मधुर **वीर्य :** शीत

दोषघ्नता : पित्तघ्न, वातशामक

पक्वफळाचे गुणधर्म, कच्च्या फळाच्या विरुद्ध आहेत. पित्तशामक असल्याने रक्तपित्तव्याधीत, उन्हाळ्यातील दाह, मूत्रदाह यामध्ये वापरतात. हृद्यरोगात याचे सरबत देतात. शीत, बृंहण आणि शुक्रल असल्याने, ग्रीष्म ऋतूत शरीराचे बल वाढविणे आणि वृष्य म्हणून उपयोगी.

आधुनिक दृष्टिकोनातून, १०० ग्रॅम तुतीतून ४९ कॅलरी मिळतात. क्रूड फायबर १.१ ग्रॅम आहे. प्रोटिन्स १.१ ग्रॅम, फॅट ०.४ ग्रॅम आणि कार्बोहायड्रेट्स १०.३ ग्रॅम आहेत.

मिनरल्स : सर्व मिलिग्रॅममध्ये – कॅल्शियम ७०, फॉस्फरस ३०, आयर्न २.३

व्हिटॅमिन्स (बी कॉम्प्लेक्स–संकुल) : थायामिन ०.०४ मि.ग्रॅम, रिबोफ्लाव्हिन ०.१३ मि.ग्रॅम, नियासिन ०.५ मि.ग्रॅम, फोलिक ॲसिड ४ म्यु.जी.

ॲन्टी-ऑक्सिडंट्स : अ) व्हिटॅमिन्स : कॅरॉटिन ५७ म्यु.जी., व्हिटॅमिन 'सी' १२ मि.ग्रॅम.

फायटोकेमिकल्स : १) ॲन्थोसायनिन्स : यामुळे सिरम कोलेस्टेरॉल आणि ट्रायग्लिसराइड्स कमी होतात. ॲथेरोस्क्लेरोसिसची प्रक्रिया कमी होते, असे 'तैवान'मधील संशोधनात निदर्शनास आले आहे.

■

२२. द्राक्षे

संस्कृत : द्राक्षा **हिंदी :** अंगुर
इंग्रजी : Grapes **लॅटिन :** Vitis vinifera

तेषां द्राक्षा सरा स्वर्या मधुरा स्निग्धशीतला।
रक्तपित्तज्वरश्वास तृष्णादाहक्षयापहा।। (च.सू. ४७)

रस : मधुर **विपाक :** मधुर **वीर्य :** शीत
दोषघ्नता : वात-पित्तघ्न **मुख्य गुण :** स्निग्ध, मृदु, सर

द्राक्षांचे रंगावरून हिरवी, काळी आणि लालसर काळी असे प्रकार आढळतात. तसेच बियांसहित आणि बिया नसलेली असे दोन प्रकार आढळतात. आयुर्वेदाने सबीज द्राक्षे श्रेष्ठ मानली आहेत आणि बिया नसलेली अल्पगुणी मानली आहेत. चरकांनी द्राक्षांना 'अतिशय हितकारक' असे म्हटले आहे.

द्राक्षे तहान भागवतात. 'सर' गुणामुळे वाताचे अनुलोमन होते आणि बद्धकोष्ठता बरी होते. फुफ्फुसांना बलदायक आणि कफ नि:सारक असल्याने, फुफ्फुसांच्या

सर्व व्याधीत, खोकला, दमा आणि टी.बी. यामध्ये उपयोगी. हृदयदौर्बल्यातही उपयोगी.

आवाज बसला असताना, घसा दुखत असेल तर फायदा होतो. पित्तशामक असल्याने रक्तपित्त, कावीळ आणि तापामध्ये उपयोगी.

चरकांनी, द्राक्षे वृष्य आहेत असे म्हटले आहे, म्हणजे शुक्रधातूवर्धन होते. स्त्रियांना गर्भारपणी द्राक्षे फायदेशीर ठरतात. द्राक्षे ही जीवनीय असल्याने शरीराचे आणि मनाचे पोषण करतात. आजारपणानंतरच्या दौर्बल्यात द्राक्षे किंवा मनुका खाव्यात. द्राक्षादिघृत आणि द्राक्षासव ही दोन प्रसिद्ध औषधे आहेत. द्राक्षापेक्षा मनुका या अधिक गुणकारी ठरतात. ज्वरात मनुकेचे पाणी देतात.

आधुनिक दृष्टिकोनातून बघताना द्राक्षांच्या निरनिराळ्या जातीत व्हिटॅमिन्स आणि मिनरल्सचे प्रमाण थोडेफार बदलते.

१०० ग्रॅम द्राक्षात ७१ कॅलरीज आहेत. एकूण फायबर १.२ ग्रॅम असून, न विरघळणारा ०.८ ग्रॅम आणि विरघळणारा ०.४ ग्रॅम आहे. प्रोटिन्स ०.५ ग्रॅम, फॅट ०.३ ग्रॅम आणि कार्बोहायड्रेट्स १६.५ ग्रॅग यामध्ये सर्व इसेन्शियल अमायनो ॲसिड्स आहेत.

मिनरल्स : सर्व मिलिग्रॅममध्ये – कॅल्शियम २०, फॉस्फरस ३०, आयर्न ०.५२, मॅग्नेशियम ८२, क्रोमियम ०.००७

व्हिटॅमिन्स (बी कॉम्प्लेक्स–संकुल) : थायामिन ०.०४ मि.ग्रॅम, रिबोफ्लाव्हिन ०.०३ मि.ग्रॅम, नियासिन ०.२ मि.ग्रॅम, पायरिडॉक्सीन ०.१ मि.ग्रॅम, फोलिक ॲसिड ३ म्यु.जी.

ॲन्टी-ऑक्सिडंट्स : अ) व्हिटॅमिन्स : कॅरॉटिन ३ म्यु.जी., व्हिटॅमिन 'सी' १ मि.ग्रॅम

ब) मिनरल्स : कॉपर ०.२ मि.ग्रॅम, मॅंगेनीज ०.११ मि.ग्रॅम, झिंक ०.१ मि.ग्रॅम

फायटोकेमिकल्स : द्राक्षांमधील १) टर्पेन २) रेसव्हेराट्रॉल

३) फेनॉलिक ॲसिड ही फायटोकेमिकल्स, कॅन्सरच्या ट्युमरची वाढ कमी करतात आणि कॅन्सरविरुद्ध प्रतिकारशक्ती वाढवितात. फ्लॅवोनाइड या फायटोकेमिकलमुळे H.D.L. कोलेस्टेरॉल वाढतो आणि हृदयाला संरक्षण मिळते.

द्राक्षांच्या बियातील ल्युकोॲंथोसायनीन, हे फ्लॅवोनाइड फ्री रॅडिकल्सविरुद्ध लढा देते आणि हृदयसंरक्षक म्हणून काम करते. द्राक्षामध्ये सॅलिसिलेट असतात. ही ॲस्पिरिनसारखे काम करतात. रक्त गोठत नाही, प्लेटलेट्स चिकटत नाहीत. त्यामुळे हार्टअटॅक येत नाही.

द्राक्षांवर पेस्टिसाइड्स मारलेली असतात आणि सल्फर डायऑक्साइड ट्रिटमेंट दिलेली असते. त्यामुळे द्राक्षे आणि मनुका धुवून स्वच्छ करून खावीत. बियासुद्धा खाव्यात. सल्फर डाय ऑक्साइडमुळे दम्याचा त्रास होण्याची शक्यता असते.

पिकलेल्या द्राक्षांमध्ये ग्लुकोज असते. या ग्लुकोजचे जठरामध्ये त्वरित शोषण होते, पचनाची जरुरी नसते. त्यामुळे तापाच्या रुग्णांना आणि रुग्णशय्येला खिळून असलेल्या रुग्णांना, त्वरित ऊर्जा मिळण्यास उपयोगी पडते. द्राक्षांचा मधुमेही रुग्णांनी जपून वापर करावा.

द्राक्षे, बेदाणे आणि मनुका यामध्ये 'बोरॉन' असते. या बोरॉनमुळे ऑस्टिओपोरॉसिस न होण्यास मदत होते.

■

२३. नासपाती

संस्कृत : अमृतफल   **हिंदी :** –
इंग्रजी : Pears   **लॅटिन :** Prunus persica

अमृतफलं लघु वृष्यं सुस्वादु त्रीन्हरेद्दोषान्।
देशेषु मुद्गलानां बहुलं तल्लभ्यते लोकैः।। (भावप्रकाश)

अमृतफल म्हणजे नासपाती होय. हे मुघल देशात म्हणजे काबुल अफगाणिस्तान येथे मिळते.

रस : मधुर **विपाक :** मधुर **वीर्य :** शीत

महत्त्वाचा गुण : लघु **दोषघ्नता :** त्रिदोषघ्न

वृष्य असल्याने, शुक्रधातू वर्धन होते. त्रिदोषघ्न असल्याने प्रशस्त फळ.

१०० ग्रॅम नासपातीमध्ये ५२ कॅलरीज आहेत. एकूण फायबर ४.३ ग्रॅम असून न विरघळणारा फायबर ४ ग्रॅम आणि विरघळणारा ०.३ ग्रॅम, प्रोटिन्स ०.६ ग्रॅम, फॅट ०.२ ग्रॅम, कार्बोहायड्रेट्स ११.९ ग्रॅम.

मिनरल्स : सर्व मिलिग्रॅममध्ये – कॅल्शियम ८, फॉस्फरस १५, आयर्न ०.५, मॅग्नेशियम ७, सोडियम ६.१, पोटॅशियम ९६

व्हिटॅमिन्स (बी कॉम्प्लेक्स–संकुल) : थायामिन ०.०६ मि.ग्रॅम, रिबोफ्लाव्हिन ०.०३ मि.ग्रॅम, नियासिन ०.२ मि.ग्रॅम, फोलिक ॲसिड १२ म्यु.जी.

ॲन्टी-ऑक्सिडंट्स : अ) व्हिटॅमिन्स : कॅरॉटिन २८ म्यु.जी., व्हिटॅमिन 'ई १' मि.ग्रॅम.

ब) मिनरल्स : कॉपर ०.४ मि.ग्रॅम.

फायटोकेमिकल्स : अल्फा कॅरॉटिन आणि बीटा कॅरॉटिन ही कॅरॉटिनॉइड फायटोकेमिकल्स आहेत.

■

२४. पपई

संस्कृत : एरण्डकर्कटी **हिंदी :** पपीता
इंग्रजी : Papaya **लॅटिन :** Carcia papaya

रस : मधुर **विपाक :** मधुर **वीर्य :** उष्ण

दोषघ्नता : कफवातशामक

महत्त्वाचे गुण : लघु, स्निग्ध

कच्च्या फळाची भाजी करतात. ती दीपन, पाचन असल्याने, अग्निमांद्यात उपयोगी. पक्व फळ पित्तहर असल्यामुळे, आम्लपित्त आणि पचनाच्या तक्रारीमध्ये वापरावे. गर्भावस्थेत कच्ची किंवा पिकलेली पपई खाऊ नये. गर्भपात होण्याची शक्यता असते.

आधुनिकदृष्ट्या, पिकलेल्या १०० ग्रॅम पपईत ३२ कॅलरीज आहेत. क्रूड फायबर ०.८ ग्रॅम आहे.

प्रोटिन्स ०.६ ग्रॅम, फॅट ०.१ ग्रॅम आणि कार्बोहायड्रेट्स ७.२ ग्रॅम आहेत. यामध्ये प्रोटिन्स कमी आहेत पण लायसिन, ट्रिप्टोफान आणि मेथिओनिन ही तीनच इसेन्शियल अमायनो ॲसिड्स आहेत.

मिनरल्स : सर्व मिलिग्रॅममध्ये – कॅल्शियम १७, फॉस्फरस १३, आयर्न ०.५, मॅग्नेशियम ११, सोडियम ६, पोटॅशियम ६९

व्हिटॅमिन्स (बी कॉम्प्लेक्स–संकुल) : थायामिन ०.०४ मि.ग्रॅम, रिबोफ्लाव्हिन ०.२५ मि.ग्रॅम, नियासिन ०.२ मि.ग्रॅम, फोलिक ॲसिड २९ म्यु.जी.

ॲंटिऑक्सिडंट्स : अ) व्हिटॅमिन्स : कॅरॉटिन ६६६ म्यु.जी., व्हिटॅमिन 'सी' ५७ मि.ग्रॅम, व्हिटॅमिन 'इ १' मि.ग्रॅम.

ब) मिनरल्स : कॉपर ०.२ मि.ग्रॅम.

फायटोकेमिकल्स : १) बीटा क्रिप्टोझॅन्थीन २) बीटा कॅरॉटिन

३) ल्युटिन ही फायटोकेमिकल्स हृदय, डोळे यांचे संरक्षण करतात. पपईमधील 'पपेन' या एन्झाइममुळे अन्नपचन चांगले होते. ४) लायकोपेन– प्रोस्टेटच्या कॅन्सरविरुद्ध लढण्याची क्षमता येते.

■

२५. पपनस

संस्कृत : मधुकर्कटी **हिंदी :** चकोतरा
इंग्रजी : Pummelo **लॅटिन :** Citrus maxima

मधुकर्कटिका स्वाद्वी रोचना शीतला गुरूः।
रक्तपित्तक्षयश्वासकासहिक्काभ्रमापहा।। (भा.प्र.)

रस : मधुर **विपाक :** मधुर **वीर्य :** शीत

मुख्य गुण : गुरू

दोषघ्नता : पित्तघ्न

दमा, खोकला, क्षय आणि उचकी लागणे या रोगात उपयोगी आणि पित्तघ्न असल्याने रक्तपित्त रोगात विशेष उपयोगी.

आधुनिक दृष्टिकोनातून, १०० ग्रॅम पपनसात ४४ कॅलरी आहेत. क्रूड फायबर ०.६ ग्रॅम आहे. प्रोटिन्स ०.६ ग्रॅम, फॅट ०.१ ग्रॅम आणि कार्बोहायड्रेट्स १०.२ ग्रॅम

मिनरल्स : सर्व मिलिग्रॅममध्ये – कॅल्शियम ३०, फॉस्फरस ३०, आयर्न ०.३

व्हिटॅमिन्स (बी कॉम्प्लक्स संकुल) : थायामिन ०.०३, रिबोफ्लाव्हिन ०.०३, नियासिन ०.२

अॅन्टी-ऑक्सिडंट्स : कॅरॉटिन १२० म्यु.जी., व्हिटॅमिन 'सी' २० मि.ग्रॅम

■

२६. पीच

संस्कृत : आरुक **हिंदी :** आडू

इंग्रजी : Peach **लॅटिन :** Amygdalis persica

नात्युष्णं गुरू सपक्वं स्वादु प्रायं मुखप्रियम्।
बृहणं जीर्यति क्षिप्रं नातिदोषलमारुकम्।। (च.सू. २७)
आरुकाणि च हृद्यानि मेहार्शोनाशनानि च। (घ.नि.)

रस : मधुर **विपाक :** मधुर **वीर्य :** अनुष्ण

दोषघ्नता : पित्तघ्न **महत्त्वाचे गुण :** गुरू

पिकलेले पीच गोड असते. रसरक्तादि धातूंची वाढ करते. प्रमेहात आणि मूळव्याधीमध्ये उपयोगी. जिभेला चव आणणारे, मनाला आल्हाद देणारे, तसेच हृदयाला हितकारक आहे.

१०० ग्रॅम पीचमध्ये, ५० कॅलरीज असून, एकूण फायबर १.६ ग्रॅम, त्यात न विरघळणारा १.१ ग्रॅम, विरघळणारा ०.५ ग्रॅम आहे. यामध्ये प्रोटिन्स १.२ ग्रॅम, फॅट ०.३ ग्रॅम आणि कार्बोहायड्रेट्स १०.५ ग्रॅम आहेत.

मिनरल्स : सर्व मिलिग्रॅममध्ये – कॅल्शियम १५, फॉस्फरस ४१, आयर्न २.४, मॅग्नेशियम २१, सोडियम २, पोटॅशियम ४५३

व्हिटॅमिन्स (बी कॉम्प्लेक्स–संकुल) : थायामिन ०.०२ मि.ग्रॅम, रिबोफ्लाव्हिन ०.०३ मि.ग्रॅम, नियासिन ०.५ मि.ग्रॅम, फोलिक ॲसिड ३ म्यु.जी.

ॲन्टी-ऑक्सिडंट्स : अ) व्हिटॅमिन्स : व्हिटॅमिन 'सी' ६ मि.ग्रॅम, व्हिटॅमिन 'इ १' मि.ग्रॅम

ब) मिनरल्स : कॉपर ०.०६ मि.ग्रॅम

फायटोकेमिकल्स : १) अल्फा कॅरॉटिन २) बीटा कॅरॉटिन ३) बीटा क्रिप्टोझॅन्थीन ४) ल्युटीन ५) झिया झॅन्थीन ही फायटोकेमिकल्स असल्याने, हृदयाचे संरक्षण होते. सोल्युबल फायबर पेक्टीनमुळे, कोलेस्टेरॉल कमी होते.

पीचमध्ये सॅलिसिलेट असतात. याची ॲलर्जी येऊ शकते. ही सॅलिसिलेट, ॲस्पिरिनसारखे कार्य करतात आणि हृदयाचे संरक्षण होते.

पीचमध्ये बोरॉन असते, त्यामुळे ऑस्टिओपोरोसिस न होण्यास मदत होते.

■

२७. पेरू

संस्कृत : आमरुद **हिंदी :** अमरुद
इंग्रजी : Guava **लॅटिन :** Psidium guajava

अमरोश्च फलं शीतं मलद्रवकरं मतम्।
सरं दाहं रक्तपित्तं कामलां मूत्रकृच्छकम्।
मूत्राश्मरीं च हन्तीति मुनिभिः परिकीर्तितम्।। (नि.र.)

रस : मधुर, कषाय **विपाक :** मधुर **वीर्य :** शीत

दोषघ्नता : पित्तघ्न, कफकर

काही पेरूंचा गर पांढरा असतो तर काहींचा गुलाबी. आतील बियांचे प्रमाणही कमीजास्त असते. पिकलेल्या पेरूला एक सुगंध येतो. फळ म्हणून, तसेच रायते, मुरांबा आणि पेरूचा ज्यूस करून वापरतात.

पेरू रिकाम्यापोटी खाऊ नये. काही लोकांना पेरूने सर्दी होते. पेरू पित्तघ्न असल्यामुळे, रक्तपित्त आणि काविळीत उपयोगी. मूत्रल असल्याने मूत्रदाह, मुतखडा यामध्ये उपयोगी. 'सर' गुणाचे आणि मलद्रव करणारे पेरू आहेत. त्यामुळे आमशोधन होते. गर्भवती स्त्रियांनी खावा. कफकर असल्याने वसंत ऋतूत खाऊ नये.

१०० ग्रॅम पेरूमध्ये ५१ कॅलरीज आहेत. एकूण फायबर ८.५ ग्रॅम असून न विरघळणारा ७.१ ग्रॅम आणि विरघळणारा १.४ ग्रॅम आहे. प्रोटिन्स ०.९ ग्रॅम, फॅट ०.३ ग्रॅम, कार्बोहायड्रेट्स ११.२ ग्रॅम आहेत.

मिनरल्स : सर्व मिलिग्रॅममध्ये – कॅल्शियम १०, फॉस्फरस २८, आयर्न ०.२७, मॅग्नेशियम २४, सोडियम ५.५, पोटॅशियम ९१, क्रोमियम ०.००९

व्हिटॅमिन्स (बी कॉम्प्लेक्स–संकुल) : थायामिन ०.०३ मि.ग्रॅम, रिबोफ्लाव्हिन ०.०३ मि.ग्रॅम, नियासिन ०.४, पायरिडॉक्सिन ०.१ मि.ग्रॅम, फोलिक ॲसिड १३ म्यु.जी.

ॲन्टी-ऑक्सिडंट्स : अ) व्हिटॅमिन्स : व्हिटॅमिन 'सी' २१२ मि.ग्रॅम, व्हिटॅमिन 'इ १' आय.यू.

ब) मिनरल्स : सर्व मिलिग्रॅममध्ये – कॉपर ०.१४ मि.ग्रॅम, मॅंगेनीज ०.१४ मि.ग्रॅम, झिंक ०.१६ मि.ग्रॅम

फायटोकेमिकल्स : १) लायकोपेन २) बीटा कॅरॉटिन ३) बीटा क्रिप्टोझॅन्थीन ही सर्व कॅरॉटिनॉइड फायटोकेमिकल्स आहेत. यामुळे हृदयास संरक्षण आणि कॅन्सरविरुद्ध लढण्याची क्षमता येते.

पेरूमध्ये असणाऱ्या फायबरमध्ये पेक्टीन असते. त्यामुळे कोलेस्टेरॉल कमी होण्यास मदत होते.

अर्धवट कच्चे पेरू खाण्यात आल्यास पोटात दुखणे, कळ येणे अशी लक्षणे दिसतात. याचे कारण कच्च्या पेरूतील सेंद्रिय ॲसिड्स, आतड्यांच्या अस्तराचा दाह करतात.

पिकलेले फळ खाण्याने त्रास होत नाही. मलावष्टंभावर उपयोगी पडते.

■

२८. फणस

संस्कृत : पनस **हिंदी :** कटहल

इंग्रजी : Jack fruit **लॅटिन :** Artocarpus heterophyllus

पनसं शीतलं पक्वं स्निग्धं पित्तानिलापहम्।
तर्पणं बृंहणं स्वादु मांसलं श्लेष्मलं भृशम्।
बल्यं शुक्रप्रदं हन्ति रक्तपित्तक्षतव्रणान्।। (भा.प्र.)

पक्वफल (पिकलेले गरे)

रस : मधुर **विपाक :** मधुर **वीर्य :** शीत

दोषघ्नता : वातपित्तशामक, कफवर्धन

महत्त्वाचे गुण : स्निग्ध, गुरू

फणसाचे गरे पचण्यास जड असतात. हे रसरक्तादि सप्तधातूंचे बृंहण करतात. पक्वफळ रक्तस्तंभक असल्याने, रक्तपित्तात आणि टी.बी.मध्ये उपयोगी.

अग्निमांद्य असणाऱ्यांनी, फणसाचे गरे जपून खावे. कच्च्या फणसाची आपण भाजी खातो. हा फणस मधुर, तुरट चवीला असतो. पचण्यासही जड असतो. यामुळे कफ आणि मेदाची वाढ होते.

पिकलेल्या गऱ्यांमधील बिया म्हणजे आठळ्या उकडून खातात किंवा भाजी खातात. या मधुर रसाच्या असून, बल्य आणि शुक्रवर्धक आहेत. सशक्त होण्यास बदामासारख्या उपयोगी. उकडलेल्या आठळ्यांचे पाणी फणसाच्या अजीर्णावर उपयोगी पडते.

आधुनिक दृष्टिकोनातून, १०० ग्रॅम पिकलेल्या फणसाच्या गऱ्यांमध्ये ८८ कॅलरी असतात. एकूण फायबर ३.५ ग्रॅम असून न विरघळणारा २.१ ग्रॅम आणि विरघळणारा १.४ ग्रॅम असतो. प्रोटिन १.९ ग्रॅम, फॅट ०.१ ग्रॅम आणि कार्बोहायड्रेट्स १९.८ ग्रॅम असतात.

मिनरल्स : सर्व मिलिग्रॅममध्ये – कॅल्शियम २०, फॉस्फरस ४१, आयर्न ०.५६, मॅग्नेशियम २४, क्रोमियम ०.०१३

व्हिटॅमिन्स (बी कॉम्प्लेक्स–संकुल) : थायामिन ०.०३ मि.ग्रॅम, रिबोफ्लाव्हिन ०.१३ मि.ग्रॅम, नियासिन ०.४ मि.ग्रॅम, पायरिडॉक्सिन ०.१ मि.ग्रॅम, फोलिक ॲसिड १२ म्यु.जी.

ॲन्टी-ऑक्सिडंट्स : अ) व्हिटॅमिन्स : कॅरॉटिन १७५ म्यु.जी., व्हिटॅमिन 'सी' ७ मि.ग्रॅम.

ब) मिनरल्स : कॉपर ०.१२ मि.ग्रॅम, मँगेनीज ०.०६ मि.ग्रॅम, झिंक ०.०७ मि.ग्रॅम.

फायटोकेमिकल्स : १) बीटा कॅरॉटिन २) बीटा क्रिप्टो झॅनथीन ३) लायकोपेन, या तीनही फायटोकेमिकल्समुळे हृदयाचे संरक्षण होते आणि कॅन्सरविरुद्ध क्षमता वाढते.

ऋतूमध्ये मिळाल्यास, गरे आणि आठळ्या तसेच कच्च्या फणसाची भाजी अवश्य खावी.

■

२९. फालसा

संस्कृत : परुषक **हिंदी :** फालसा
इंग्रजी : Phalsa **लॅटिन :** Grewia asiatica

परुषकं कषायाम्लमामं पित्तकरं लघु।

कच्चे फळ : –

आंबट-तुरट रसाचे कच्चे फळ असते. यामुळे पित्तवर्धन होते. अग्निमांद्य,

अतिसार आणि आव या रोगात वापरतात.

तत्पक्वं मधुरं पाके शीतं विष्टम्भि बृंहणम्।
हृद्यन्तु पित्तदाहस्रज्वरक्षयसमीरहृत्।। (भा.प्र.)

पक्वफळ : –

रस : मधुर, आम्ल **विपाक :** मधुर **वीर्य :** शीत

दोषघ्नता : वातपित्तघ्न, कफवर्धक.

सुश्रुतांनी या फळाची प्रशंसा केली आहे. हे फळ मनाला आणि हृदयाला हितकारक आहे. रक्तपित्त, दाह, ज्वर या रोगांमध्ये वापरावे. धातूक्षय आणि क्षयरोगात बल्य म्हणून उपयोगी.

चरकांनी 'फालसा क्वाथ' तर्पणासाठी, म्हणजे शरीरबल वाढण्यासाठी रक्तपित्तव्याधीत वापरला आहे. 'द्राक्षादिघृत' या औषधात फालसा असतो. सर्व पित्तज व्याधीत आणि पित्तज गुल्मात हे घृत वापरतात.

आधुनिक दृष्टिकोनातून, १०० ग्रॅम पिकलेल्या फालसामध्ये ७२ कॅलरी असतात. क्रूड फायबर १.२ ग्रॅम आहे. प्रोटिन्स १.३ ग्रॅम, फॅट ०.९ ग्रॅम, कार्बोहायड्रेट्स १४.७ ग्रॅम.

मिनरल्स : सर्व मिलिग्रॅममध्ये – कॅल्शियम १२९, फॉस्फरस ३९, आयर्न ३.१, मॅग्नेशियम ७२, सोडियम ४.४, पोटॅशियम ३५१

व्हिटॅमिन्स (बी कॉम्प्लेक्स–संकुल) : नियासिन ०.३ मि.ग्रॅम

ॲन्टी-ऑक्सिडंट्स : अ) व्हिटॅमिन्स : कॅरॉटिन ४१९ म्यु.जी., व्हिटॅमिन्स 'सी' २२ मि.ग्रॅम.

ब) मिनरल्स : कॉपर ०.१२ मि.ग्रॅम.

■

३०. बेलफळ

संस्कृत : बिल्व **हिंदी :** बेल
इंग्रजी : Baelfruit **लॅटिन :** Aegle marmelos

बालं बिल्वफलं ग्राहि दीपनं पाचनं कटू।
कषायोष्णं लघु स्निग्धं तिक्तं वातकफापहम्।। (भा.प्र.)

कच्चे बेलफळ :

रस : कटू, तिक्त, कषाय **विपाक :** कटू **वीर्य :** उष्ण

दोषघ्नता : वातकफशमन **मुख्य गुण :** लघु, स्निग्ध आणि तीक्ष्ण

पक्वफल : पिकलेले बेलफळ गोड लागते.

रस : कटू, तिक्त, कषाय, मधुर **विपाक :** कटू **वीर्य :** उष्ण

दोषघ्नता : त्रिदोषकर

सर्व फळे पिकल्यावर खाण्यास, त्यांचे गुण वाढतात त्यामुळे खाण्यास योग्य असतात. याला बेलफळ अपवाद आहे. कच्चे बेलफळ औषधी गुणधर्मयुक्त आहे. पिकलेले बेलफळ खातात, पण त्यात औषधी गुणधर्म राहत नाहीत.

बेलाची पाने आपण शंकराला वाहतो, तर बेलफळाचे हवन केल्याने अज्ञान, दारिद्र्य दूर होते असे 'श्रीसूक्तात' म्हटले आहे. बाजारात बेलाची काचरी म्हणजे, कच्च्या बेलफळाच्या गराचे चूर्ण मिळते. कच्च्या बेलफळगरापासून मुरांबा बनवितात. हा अतिसारात देतात.

कच्चे बेलफळ : दीपन, पाचन, ग्राही आणि कृमिघ्न आहे. यामुळे अग्निमांद्य, अतिसार, प्रवाहिका (डिसेंट्री) आणि ग्रहणी यामध्ये उपयोगी.

मात्रा : चूर्ण १ ते ४ ग्रॅम खडीसाखर आणि मध याबरोबर घ्यावे.

आधुनिक दृष्टिकोनातून, १०० ग्रॅम पिकलेल्या बेलफळात, १३७ कॅलरी आहेत. क्रूड फायबर २.९ ग्रॅम, प्रोटिन्स १.८ ग्रॅम, फॅट ०.३, कार्बोहायड्रेट्स ३१.८ ग्रॅम आहेत.

मिनरल्स : सर्व मिलिग्रॅममध्ये – कॅल्शियम ८५, फॉस्फरस ५०, आयर्न ०.६, पोटॅशियम ६००

व्हिटॅमिन्स (बी कॉम्प्लेक्स–संकुल) : सर्व मिलिग्रॅममध्ये – थायामिन ०.१३, रिबोफ्लाव्हिन ०.०३, नियासिन १.१

ॲन्टी-ऑक्सिडंट्स : अ) व्हिटॅमिन्स : कॅरॉटिन ५५ म्यु.जी., व्हिटॅमिन 'सी' ८ मि.ग्रॅम.

ब) मिनरल्स : कॉपर ०.२१ मि.ग्रॅम.

■

३१. बोरे

संस्कृत : बदर **हिंदी :** बेर

इंग्रजी : Jujuba **लॅटिन :** Zizyphus jujuba

बदरं मधुरं स्निग्धं भेदनं वातपित्तजित्।
तच्छुष्कं कफवातघ्नं पित्तेन च विरुध्यते।। (भा.प्र.)

पक्वफळ : —

रस : मधुर, आम्ल, कषाय **विपाक :** मधुर **वीर्य :** शीत

महत्त्वाचे गुण : गुरू, स्निग्ध, पिच्छिल, भेदन

दोषघ्नता : ताजे बोर (पक्व) : वातपित्तघ्न

वाळलेले बोर (शुष्क) : कफवातघ्न, पित्तकर

बोरांच्या राजबदर, बदर आणि क्षुद्रबदर अशा जाती आहेत. तसेच सौवीर म्हणजे मोठे गोड बोर होय.

बोरांचा, चरक आणि सुश्रुतांनी – हृद्य, हिक्वानिग्रहण आणि श्रमहर असा उल्लेख केलेला आहे.

रामायणात श्रीरामांना शबरीने बोरे दिली होती ती श्रमहर म्हणूनच. 'श्रमहर' म्हणजे अतिश्रमाने धातूंचा क्षय होतो आणि वातप्रकोप होऊन शरीर रुक्ष, खर आणि शुष्क होते. त्या वेळी बोरे सेवन केल्याने मांसधातूचे बृंहण होते आणि वजन वाढते. येथे बोरांच्या स्निग्ध आणि पिच्छिल गुणांचा उपयोग होतो. 'हृद्य' याचा अर्थ मनाला आणि हृदयाला हितकारक असा आहे. आम्लद्रव्ये मनाला उल्हसित करतात. आम्लरस रक्तधातूच्या अग्नीचे बल वाढवून, रक्तनिर्मितीला चालना मिळते आणि हृदयाचे यथायोग्य पोषण होऊन हृदयाचे बळ वाढते. भेदन हा महत्त्वाचा गुण असल्याने प्लीहावृद्धीत उपयोगी पडते.

बोरांचे १) हपुषादिचूर्ण : हे त्रिदोषशामक चूर्ण प्लीहारोग, पांडु, कामला आणि उदर या रोगात उपयोगी.

२) नारायण चूर्ण : यामध्ये रानबोरे असतात. हे विरेचनासाठी वापरतात.

३) यवादिघृत : यामध्ये रानबोरे आहेत. याचा उदररोगात चरकांनी वापर केलेला आहे.

आधुनिक दृष्टिकोनातून १०० ग्रॅम बोरात ७४ कॅलरीज असतात. एकूण फायबर ३.८ ग्रॅम, न विरघळणारा २.८ आणि विरघळणारा १ ग्रॅम असतो.

प्रोटिन्स ०.८ ग्रॅम, फॅट ०.३ ग्रॅम आणि कार्बोहायड्रेट्स १७ ग्रॅम आहेत.

मिनरल्स : सर्व मिलिग्रॅममध्ये – कॅल्शियम ४, फॉस्फरस ९, आयर्न ०.५, मॅग्नेशियम १३, क्रोमियम ०.००७

व्हिटॅमिन्स (बी कॉम्प्लेक्स–संकुल) : थायामिन ०.०२ मि.ग्रॅम, रिबोफ्लाव्हिन ०.०५ मि.ग्रॅम, नियासिन ०.७ मि.ग्रॅम, पायरिडॉक्सिन ०.१ मि.ग्रॅम

ॲन्टी-ऑक्सिडंट्स : अ) व्हिटॅमिन्स : कॅरॉटिन २१ म्यु.जी., व्हिटॅमिन 'सी' ७६ मि.ग्रॅम

ब) मिनरल्स : कॉपर ०.१२ मि.ग्रॅम, मॅंगेनीज ०.१७ मि.ग्रॅम, झिंक ०.१ मि.ग्रॅम

फायटोकेमिकल्स : १) सॅपोनिन्स : यामुळे कॅन्सर विरुद्ध लढण्याची

क्षमता वाढते.

२) फ्लॅवोनाइड्स : कॅन्सरविरुद्ध लढण्याची क्षमता वाढते. प्लेटलेट ॲग्रिगेशन होऊ देत नाही. त्यामुळे हार्टअटॅक न येण्यास मदत होते. रक्तवाहिन्यांत 'प्लाक' तयार होत नाहीत.

चीनमध्ये बोरांचा उपयोग लिव्हरच्या हिपटायटिस आणि सिऱ्होसिस या रोगांवर केला जातो. बोरांमुळे त्वचेची कांती सुधारते, असे दिसून आले आहे.

बोरांच्या बियांवर जगभर संशोधन चालू असून, या बियांमुळे लिव्हरचे आरोग्य सुधारते आणि मानसिक तणावामुळे येणाऱ्या निद्रानाशावर उपयोग होतो असे निदर्शनास येत आहे.

■

३२. मोसंबी

संस्कृत : मिष्टनिम्बुक **हिंदी :** मीठा नींबू
इंग्रजी : Sweet Lime **लॅटिन :** Citrus sinensis

मिष्टनिम्बुफलं स्वादु गुरू मारुतपित्तनुत्।
गलरोगविषध्वंसि कफोक्लेशि च रक्तहृत्।। (भा.प्र.)
शोषारुचितृषाच्छर्दिहरं बल्यं च बृंहणम्।

रस : मधुर **विपाक :** मधुर **वीर्य :** शीत

दोषघ्नता : वातपित्तघ्न **मुख्य गुण :** गुरू

तोंडाला चव नसणे, तहान लागणे, मळमळणे ही लक्षणे असताना, मोसंबी रस द्यावा. तापामध्येही मोसंबी रस देतात. विषजन्यरोग म्हणजे, अन्नबाधेतही रसाचा वापर करावा. रक्तपित्त आणि कावीळ यामध्येही रसाचे सेवन करावे.

१०० ग्रॅम मोसंब्यामध्ये, ४३ कॅलरी असतात. क्रूड फायबर ०.५ ग्रॅम असतो. प्रोटिन्स ०.८ ग्रॅम, फॅट ०.३ ग्रॅम, कार्बोहायड्रेट्स ९.३ ग्रॅम असतात.

मिनरल्स : सर्व मिलिग्रॅममध्ये – कॅल्शियम ४०, फॉस्फरस ३०, आयर्न ०.७, पोटॅशियम ४९०

व्हिटॅमिन्स : बी कॉम्प्लेक्स, घटक नसतात.

ॲन्टी-ऑक्सिडंट्स : अ) व्हिटॅमिन : व्हिटॅमिन 'सी' ५० मि.ग्रॅम

ब) मिनरल्स : कॉपर ०.१७ मि.ग्रॅम

फायटोकेमिकल्स : १) मोनोटर्पेन २) फ्लॅवोनाइड्स ही फायटोकेमिकल्स असतात. कॅन्सरपासून संरक्षण करण्यास मदत करतात.

मोसंबीच्या रसात, सायट्रिक ॲसिड असते. याचे शरीरात कार्बोनेट रेणूत रूपांतर होते आणि लघवी अल्कलाईन होते. यामुळे उन्हाळ्यात मूत्रदाहासाठी उपयोगी होते. रसापेक्षा मोसंबीच्या फोडी खाव्यात, कारण त्यातील फायबरचा उपयोग होतो.

■

३३. रामफळ

संस्कृत : 　　　　**हिंदी :** नोना

इंग्रजी : Bullock's Heart 　　　　**लॅटिन :** Annona Reticulata

रस : मधुर, आम्ल 　**विपाक :** मधुर 　**वीर्य :** शीत

दोषघ्नता : पित्तशामक, कफकर

रामफळ दाहशामक, श्रमहर आणि तृष्णाशामक आहे. महाराष्ट्रात हे फळ मिळते, पण सीताफळाइतके प्रसिद्ध नाही.

१०० ग्रॅम रामफळात, ७० कॅलरी मिळतात. क्रूड फायबर ५.२ ग्रॅम असतो. प्रोटिन १.४ ग्रॅम, फॅट ०.२ ग्रॅम, कार्बोहायड्रेट्स १५.७ ग्रॅम असतात.

मिनरल्स : सर्व मिलिग्रॅममध्ये – कॅल्शियम १०, फॉस्फरस १०, आयर्न ०.६

व्हिटॅमिन्स : रिबोफ्लाव्हिन ०.०७ मि.ग्रॅम, नियासिन ०.६ मि.ग्रॅम.

ॲन्टी-ऑक्सिडंट्स : अ) व्हिटॅमिन्स : कॅरॉटिन ६७ म्यु.जी., व्हिटॅमिन 'सी' ५ मि.ग्रॅम.

■

३४. रायआवळा

संस्कृत : लवलीफल 　　　　**हिंदी :** हरफरौरी

इंग्रजी : Harfarowrie 　　　　**लॅटिन :** Phyllanthus distichus

रायामलं कषायं रुचिदं प्रियमपि तथा चाम्लम्।
तिक्तं रुक्षं विशदं स्वादु सुगन्धि वातलं चोक्तम् ।। निघण्टु रत्नाकर

आंबट, गोड, कडू व तुरट रसाचे रायआवळे वातदोष वाढवितात. त्याचे लोणचे किंवा चटणी करून खातात.

आधुनिक विचारसरणीप्रमाणे १०० ग्रॅम रायआवळ्यात ३२ कॅलरी असतात. क्रूड फायबर १.१ ग्रॅम, प्रोटिन ०.७ ग्रॅम, फॅट ०.६ ग्रॅम, कार्बोहायड्रेट्स ५.९ ग्रॅम आहेत.

मिनरल्स : सर्व मिलिग्रॅममध्ये – कॅल्शियम ६, फॉस्फरस ६

■

३५. रायणी

संस्कृत : राजादन, खिरनी **हिंदी :** खिरनी
इंग्रजी : Rayan **लॅटिन :** Mimusops hexandra

क्षीरिकायाः फलं वृष्यं बल्यं स्निग्धं हिमं गुरू।
तृष्णामूर्च्छामद्भ्रान्तिक्षयदोषत्रयास्रजित्।। (भा.प्र.)

रस : मधुर **विपाक :** मधुर **वीर्य :** शीत
मुख्य गुण : स्निग्ध, गुरू **दोषघ्नता :** वात, पित्त, कफ नाशक

अर्धा इंच लांब (बोटाच्या पेराएवढी), पिकल्यावर जर्द पिवळी दिसणारी ही फळे अतिशय गोड असतात. आत बी असते. ताजी फळे आणि सुकवलेली फळे पण खातात. याचं उत्तर प्रदेश, मध्यप्रदेश आणि गुजरातमध्ये जास्त होते.

उन्हाळ्यात तृष्णाशामक आणि बल्य आणि वृष्य असल्याने, सप्तधातूवर्धक आहेत. धातूक्षयात आणि टी.बी.मध्ये उपयोगी.

रायण्यांवर चीक असतो, म्हणून धुऊन खाव्यात. रायण्या खाल्ल्यावर, एखादेवेळी छाती गच्च होते आणि जीव घाबरा होतो. अशा वेळी मीठ घालून ताक प्यावे.

आधुनिक दृष्टिकोनातून १०० ग्रॅम रायण्यांमध्ये १३४ कॅलरी असतात. प्रोटिन्स ०.५ ग्रॅम, फॅट २.४ ग्रॅम, कार्बोहायड्रेट्स २७.७ ग्रॅम असतात.

मिनरल्स : सर्व मिलिग्रॅममध्ये – कॅल्शियम ८३, फॉस्फरस १७, आयर्न ०.९

व्हिटॅमिन्स (बी कॉम्प्लेक्स–संकुल) : थायामिन ०.०७ मि.ग्रॅम, रिबोफ्लाव्हिन ०.०८ मि.ग्रॅम, नियासिन ०.७ मि.ग्रॅम.

ॲन्टी-ऑक्सिडंट्स : अ) व्हिटॅमिन्स : कॅरॉटिन ४९५ म्यु.जी., व्हिटॅमिन 'सी' १६ मि.ग्रॅम.

■

३६. रासबेरी

संस्कृत : – **हिंदी :** रसबिहारी
इंग्रजी : Raspberry **लॅटिन :** Rubuswallichi

१०० ग्रॅम रासबेरीत ५६ कॅलरी असतात. क्रूड फायबर १ ग्रॅम असतो. प्रोटिन्स १ ग्रॅम, फॅट ०.६ ग्रॅम, कार्बोहायड्रेट्स ११.७ ग्रॅम असतात.

मिनरल्स : सर्व मिलिग्रॅममध्ये – कॅल्शियम ४०, फॉस्फरस ११०, आयर्न २.३

व्हिटॅमिन्स : नियासिन ०.८ मि.ग्रॅम.

ॲन्टी-ऑक्सिडंट्स : अ) व्हिटॅमिन्स : कॅरॉटिन १२४८ म्यु.जी., व्हिटॅमिन 'सी' ३० मि.ग्रॅम.

फायटोकेमिकल्स : १) इलॅजिक ॲसिड : कॅन्सरविरुद्ध लढण्यास मदत करते. उकळण्याने नष्ट होत नाही, टिकाऊ असते. याचा जॅम उपयोगी असतो.

२) अँथोसायनिन : हे तांबड्या रंगाचे फायटोकेमिकल, कॅन्सरविरुद्ध उपयोगी पडते.

रासबेरीमध्ये पेक्टीन हा विरघळणारा फायबर असतो, त्यामुळे कोलेस्टेरॉल कमी होतो.

रासबेरीमध्ये नैसर्गिक सॅलीसिलेट आहेत. ॲस्पिरीनसारखा याचा उपयोग होतो. त्यामुळे हृदयविकाराविरुद्ध लढण्याची क्षमता येते.

■

३७. लीची

संस्कृत : लीची **हिंदी :** लीची

इंग्रजी : Lichi **लॅटिन :** Nephelium litchi

रस : मधुर **विपाक :** मधुर **वीर्य :** उष्ण

दोषघ्नता : वातहर, कफपित्तवर्धन

१०० ग्रॅम लिचीमध्ये, ६१ कॅलरी असतात. क्रूड फायबर ०.५ ग्रॅम, प्रोटिन्स १.१ ग्रॅम, फॅट ०.२ ग्रॅम आणि कार्बोहायड्रेट्स १३.६ ग्रॅम असतात.

मिनरल्स : सर्व मिलिग्रॅममध्ये – कॅल्शियम १०, फॉस्फरस ३५, आयर्न ०.७, मॅग्नेशियम १०, सोडियम १२४, पोटॅशियम १५९

व्हिटॅमिन्स (बी कॉम्प्लेक्स–संकुल) : थायामिन ०.०२ मि.ग्रॅम, रिबोफ्लाव्हिन ०.०६ मि.ग्रॅम, नियासिन ०.४ मि.ग्रॅम

ॲन्टी-ऑक्सिडंट्स : अ) व्हिटॅमिन : व्हिटॅमिन 'सी' ३१ मि.ग्रॅम

ब) मिनरल्स : कॉपर ०.३ मि.ग्रॅम

फायटोकेमिकल्स : १) पॉलीफेनॉल : ही फायटोकेमिकल्स हृदयाचे संरक्षण करतात आणि ब्रेस्ट कॅन्सरविरुद्ध लढण्याची क्षमता वाढते.

■

३८. सफरचंद

संस्कृत : सिम्बितिका **हिंदी :** सेब
इंग्रजी : Apple **लॅटिन :** Malus sylvestris

कषाय मधुरं शीतं ग्राहि सिम्बितिका फलम्। (च. सू. २७)
सेवं समीरपित्तघ्नं बृंहणं कफकृद् गुरू।
रसे पाके च मधुरं शिशिरं रुचिशुक्रकृत्।। (भावप्रकाश)

रस : मधुर, कषाय **विपाक :** मधुर **वीर्य :** शीत
दोषघ्नता : वातपित्तशामक, कफवर्धन
महत्त्वाचे गुण : गुरू, ग्राही, बृंहण

सफरचंदाच्या बृंहण गुणाने सप्तधातू वर्धन होते, म्हणून सामान्य दौर्बल्यात उपयोगी पडते. 'ग्राही' गुणामुळे सफरचंद जुलाब कमी करण्यास मदत करते. आम्लपित्तामध्ये सफरचंद उपयोगी पडते.

१०० ग्रॅम सफरचंदापासून ५९ कॅलरीज मिळतात. एकूण फायबर ३.२ ग्रॅम असून त्यात न विरघळणारा २.३ ग्रॅम आणि विरघळणारा ०.९ ग्रॅम आहेत.

प्रोटिन्स ०.२ ग्रॅम, फॅट ०.५ ग्रॅम, कार्बोहायड्रेट्स १३.४ ग्रॅम, प्रोटिन्सचे प्रमाण अल्प असले, तरी सर्व इसेन्शियल अमायनो ॲसिड्स आहेत.

मिनरल्स : सर्व मिलिग्रॅममध्ये – कॅल्शियम १०, फॉस्फरस १४, आयर्न ०.६६, मॅग्नेशियम ७, सोडियम २८, पोटॅशियम ७५, क्रोमियम ०.००८

व्हिटॅमिन्स (बी कॉम्प्लेक्स–संकुल) : पायरिडॉक्सिन ०.१ मि.ग्रॅम, फोलिक ॲसिड ४ म्यु.जी.

ॲन्टी-ऑक्सिडंट : अ) व्हिटॅमिन : व्हिटॅमिन 'सी' १ मि.ग्रॅम

ब) मिनरल्स : कॉपर ०.१ मि.ग्रॅम, मॅंगेनीज ०.१४ मि.ग्रॅम, झिंक ०.०६ मि.ग्रॅम.

फायटोकेमिकल्स : १) फ्लॅवोनाइड्स : क्वरसेटीन हे L.D.L. कोलेस्टेरॉलचे ऑक्सिडेशन होऊ देत नाही.

फ्लॅवोनाइड्स ही फायटोकेमिकल H.D.L. कोलेस्टेरॉल वाढवितात. रक्तवाहिन्यात ब्लॉक्स होऊ देत नाहीत. या फायटोकेमिकलमुळे, फुफ्फुसाच्या कॅन्सर विरुद्ध प्रतिकारशक्ती येते.

अल्फा कॅरॉटिन, फेनॉलिक ॲसिड ही दोन फायटोकेमिकल्स पण सफरचंदात असतात.

सफरचंदामध्ये पेक्टिन हा सेल्युलर फायबर असतो. त्यामुळे L.D.L. कोलेस्टेरॉल

कमी होतो.

या पेक्टिनबरोबर टॅनिनही सफरचंदात असते. त्यामुळे जुलाब बंद होण्यास मदत होते.

सफरचंदात बोरॉनचे प्रमाण जास्त असते. त्यामुळे मेंदूची विद्युत कार्यशक्ती वाढते. मनाची जागरुकता वाढते. सफरचंद खाण्याने, डेंटल हायजिन सुधारते. रोज सालासकट सफरचंद चावून खाण्याने, सफरचंदातील सौम्य ॲसिड्समुळे आणि त्यातील फायबरमुळे दात शुभ्र, चकचकीत आणि स्वच्छ होतात.

विदेशी सफरचंदे बाजारात मिळतात. ती टिकण्यासाठी त्यावर पेस्टीसाइड्स आणि वॅक्स (मेणाचा) थर दिलेला असतो. म्हणून सफरचंद खाण्यापूर्वी चांगली धुऊन मग सालासकट खावी.

■

३९. संत्रे

संस्कृत : नारंग **हिंदी :** नारंगी
इंग्रजी : Orange **लॅटिन :** Citrus aurantium

आम्लं समधुरं हृद्यं विशदम् भक्तरोचनम्।
वातघ्नं दुर्जरं प्रोक्तं नारंगस्य फलं गुरू।। (सुश्रृत)

रस : मधुर, आम्ल **विपाक :** मधुर **वीर्य :** शीत
दोषघ्नता : वातघ्न **मुख्य गुण :** गुरू, विशद

संत्र्याच्या फोडी आंबटगोड लागतात. त्या हृद्य म्हणजे, मनाला आल्हाद देणाऱ्या आणि हृदयास उपयोगी. विशद गुणामुळे शरीर आणि स्रोतसे स्वच्छ होतात. तसेच मेदाचे लेखन होते, म्हणून स्थौल्य कमी करण्यासाठी उपयोगी होते.

आधुनिक दृष्टिकोनातून, १०० ग्रॅम संत्र्यापासून ४८ कॅलरीज मिळतात. क्रूड फायबर ०.३ ग्रॅम असतो. प्रोटिन्स ०.७ ग्रॅम, फॅट ०.२ ग्रॅम आणि कार्बोहायड्रेट्स १०.९ ग्रॅम आहेत.

मिनरल्स : सर्व मिलिग्रॅममध्ये – कॅल्शियम २६, फॉस्फरस २०, आयर्न ०.३२, मॅग्नेशियम ९, सोडियम ४.५, पोटॅशियम ९.३

व्हिटॅमिन्स : पायरिडॉक्सिन ०.१ मि.ग्रॅम, फोलिक ॲसिड ४० म्यु.जी.

ॲन्टी-ऑक्सिडंट्स : अ) व्हिटॅमिन्स : कॅरॉटिन ११०४ म्यु.जी., व्हिटॅमिन 'सी' ३० मि.ग्रॅम

ब) मिनरल्स : कॉपर ०.५८ मि.ग्रॅम

फायटोकेमिकल्स : १) लायमोनेन, हे ब्रेस्ट कॅन्सरविरुद्ध लढण्याची क्षमता देते. ब्रेस्ट कॅन्सरविरुद्ध याचे टॅमॉक्सिफेन या औषधासारखे कार्य आहे.

२) कॅरॉटिनॉइड्स : मोतीबिंदू होण्याची क्रिया लांबवतात.

३) रुटीन : हे फायटोकेमिकल, ट्युमरची वाढ होऊ देत नाही.

संत्र्याची काही व्यक्तींना ॲलर्जिक रिॲक्शन येऊ शकते.

■

४०. सीताफळ

संस्कृत : सीताफलम् **हिंदी :** शरीफा

इंग्रजी : Custard apple **लॅटिन :** Annona squamosa

सीताफलं तु मधुरं शीतं हृद्यं बलप्रदम्।
तर्पण बृंहणं दाह-रक्तपित्त-मरुत् प्रणुत्।। (ध.निघंटु)

रस : मधुर **विपाक :** मधुर **वीर्य :** शीत

मुख्य गुण : स्निग्ध **दोषघ्नता :** वातपित्तघ्न, कफकर

सीताफळ सप्तधातूंचे वर्धन करते. ते रक्तपित्तशामक आणि दाहशामक आहे. त्यामुळे ऋतूमध्ये, सर्वांनी खावे. काही व्यक्तींना सीताफळाने सर्दी होते. शरद ऋतूमध्ये, पित्ताचा होणारा त्रास कमी करण्यासाठी खावे. रिकाम्या पोटी सीताफळ खाऊ नये.

आधुनिक दृष्टिकोनातून, १०० ग्रॅम सीताफळात १०४ कॅलरी आहेत. एकूण फायबर ५.५ ग्रॅम असून, न विरघळणारा ४ ग्रॅम असून विरघळणारा १.५ ग्रॅम आहे. प्रोटिन्स १.६ ग्रॅम, फॅट ०.४ ग्रॅम आणि कार्बोहायड्रेट्स २३.५ ग्रॅम आहेत.

मिनरल्स : सर्व मिलिग्रॅममध्ये – कॅल्शियम १७, फॉस्फरस ४७, आयर्न ४.३१, मॅग्नेशियम ८४, क्रोमियम ०.०२६

व्हिटॅमिन्स (बी कॉम्प्लेक्स–संकुल) : थायामिन ०.०७ मि.ग्रॅम, रिबोफ्लाव्हिन ०.१७ मि.ग्रॅम, नियासिन १.३ मि.ग्रॅम.

ॲन्टी-ऑक्सिडंट्स : अ) व्हिटॅमिन : व्हिटॅमिन 'सी' ३७ मि.ग्रॅम.

ब) मिनरल्स : सर्व मिलिग्रॅममध्ये – कॉपर ०.४३, मॅंगेनीज ०.६४, झिंक ०.८

सीताफळामध्ये आयर्न विपुल आहे. त्यामुळे वाढत्या वयाच्या मुलांनी आणि स्त्रियांनी मुद्दाम खावे. मधुमेही रुग्णांनी वैद्यकीय सल्ल्यानुसार खावे.

■

४१. स्ट्रॉबेरी

संस्कृत : – **हिंदी :** –
इंग्रजी : Strawberry **लॅटिन :** Fragaria vesca

भारतात थंड हवेच्या ठिकाणी, उदा. नैनिताल आणि महाराष्ट्रात महाबळेश्वर येथे लागवड करतात. आंबटगोड चवीचे, मऊ, नाजुक, लालबुंद आकर्षक रंगाचे हे फळ चटकन खराब होते.

१०० ग्रॅम स्ट्रॉबेरीत ४४ कॅलरी असतात. क्रूड फायबर १.१ ग्रॅम असून, प्रोटिन्स ०.७ ग्रॅम, फॅट ०.२ ग्रॅम आणि कार्बोहायड्रेट्स ९.८ ग्रॅम आहेत.

मिनरल्स : कॅल्शियम ३० मि.ग्रॅम, फॉस्फरस ३० मि.ग्रॅम, आयर्न १.८ मि.ग्रॅम.

व्हिटॅमिन्स (बी कॉम्प्लेक्स–संकुल) : थायामिन ०.०३ मि.ग्रॅम, रिबोफ्लाव्हिन ०.०२ मि.ग्रॅम, नियासिन ०.२ मि.ग्रॅम.

अॅन्टी-ऑक्सिडंट्स : अ) व्हिटॅमिन्स : कॅरॉटिन १८ म्यु.जी., व्हिटॅमिन 'सी' ५२ मि.ग्रॅम.

फायटोकेमिकल्स : १) इलॅजिक अॅसिड : हे फायटोकेमिकल कॅन्सरविरुद्ध लढण्यास मदत करते. हे अॅसिड उकळण्याने नष्ट होत नाही. म्हणून स्ट्रॉबेरीजॅम सर्वांनी खावा.

२) अँथोसायनिन : हे तांबड्या रंगाचे फायटोकेमिकल, कॅन्सरविरुद्ध लढण्यास उपयोगी पडते.

स्ट्रॉबेरीमध्ये, विरघळणारा पेक्टीन फायबर असतो. यामुळे कोलेस्टेरॉल कमी होते. ■

४२. ब्लूबेरी

संस्कृत : – **हिंदी :** –
इंग्रजी : Blue Berry **लॅटिन :** Vaccinium Corymbosum
Vaccinium Angustifolium

ब्लूबेरीच्या दोन प्रजाती आहेत. पहिल्या प्रजातीला व्यवहारात हायबूशबेरी म्हणतात, तर दुसऱ्या प्रजातीला लोबूशबेरी म्हणतात. दोन्ही प्रजातींचे गुणधर्म सारखे आहेत.

उत्तर अमेरिका, कॅनडा, युरोप, ऑस्ट्रेलिया आणि न्यूझीलंडमध्ये उत्पादन

घेतले जाते. अमेरिकेत ताज्या ब्लूबेरी मे ते ऑगस्ट या काळात मिळतात. शेतात पीक तयार झाल्यावर खुडल्यावर कोल्ड स्टोअरेजमध्ये ठेवण्यात येतात.

ताज्या खरेदी करताना त्या घट्ट व गुबगुबीत असाव्यात. गडद जांभळा किंवा निळसर काळा रंग असलेल्या घ्याव्यात. ताज्या जशा खाण्यात येतात त्याप्रमाणे वाळवलेल्याही मिळतात. ताज्या घरी आणल्यावर एक आठवडा फ्रीजमध्ये ठेवता येतात.

ब्लूबेरीची ॲलर्जिक रिॲक्शन काहीजणांना येते. उलट्या, जुलाब, अंगावर पित्त उठणे, सर्दी, डोके दुखणे आदी लक्षणे दिसतात. त्रास झाल्यास खाऊ नये.

अमेरिकन न्यूट्रिशनल डाटा बेसप्रमाणे १०० ग्रॅम ताज्या ब्लूबेरीमध्ये ५७ कॅलरी आहेत. एकूण फायबर २.४ ग्रॅम, प्रोटिन्स ०.७४ ग्रॅम, फॅट ०.३३ ग्रॅम आणि कार्बोहायड्रेट १४.४९ ग्रॅम आहेत.

मिनरल्स : सर्व मिलिग्रॅममध्ये - कॅल्शियम ६, फॉस्फरस १७.८, आयर्न ०.२०, मॅग्नेशियम ६, सोडियम १, पोटॅशियम ७७.

व्हिटॅमिन्स (बी कॉम्प्लेक्स–संकुल) : रिबोफ्लाव्हिन ०.०४१ मि.ग्रॅम, नियासिन ०.४१८ मि.ग्रॅम, पायरिडॉक्सीन ०.०५२ मि.ग्रॅम, फोलिक ॲसिड ६ म्यु.जी., पॅन्टोथेनिक ॲसिड ०.१२४ मि.ग्रॅम.

ॲन्टी-ऑक्सिडंट्स : अ) व्हिटॅमिन्स - 'ए' ५४, 'सी' ९.७ मि.ग्रॅम., व्हिटॅमिन 'ई' ०.६५७ मि.ग्रॅम, व्हिटॅमिन 'के' १९.३ म्यु.जी.

ब) मिनरल्स : कॉपर ०.१ मि.ग्रॅम., मॅंगेनीज ०.५मि.ग्रॅम., झिंक ०.२ मि.ग्रॅम. सेलेनियम ०.५ मि.ग्रॅम.

ब्लूबेरी ताज्या, वाळवलेल्या या स्वरूपात नागरिक खातात. परदेशात फ्रूटसॅलड, आइस्क्रीममध्येही वापरतात.

बेकरी उत्पादनातही वापर होतो. येथे एक गोष्ट लक्षात ठेवणे महत्त्वाचे आहे. ब्लूबेरीला ३५०°F / १७५°C तपमान सहन होत नाही. त्यातील व्हिटॅमिन्स, ॲन्टीऑक्सिडंट्स आदी गोष्टी नाश पावतात; त्यामुळे आरोग्यपूर्ण पाककृतीतच त्यांचा वापर करावा.

ब्लूबेरीमध्ये १. ॲन्थोसायनिन २. रेसन्हेराट्राल ३. क्वरसेटिन ४. झीयाझॅनथिन ही फायटोकेमिकल्स आहेत.

अन्थोसायनिन हे फायटोकेमिकल व्हिटॅमिन 'सी' आणि व्हिटॅमिन 'ई' पेक्षा सक्षम आहे. हे फायटोकेमिकल पाणी आणि फॅट दोन्हीमध्ये विरघळते. त्यामुळे सर्व शरीरात व मेंदूमध्ये याचा प्रवेश पटकन होतो.

ब्लूबेरीच्या नित्य सेवनाने धी धृती स्मृती वाढते. अल्झायमर न होण्यास मदत होते.

ब्लूबेरीच्या नित्य सेवनाने एल.डी.एल. कोलेस्टेरॉल कमी होतो. HDL वाढतो. मधुमेहींची रक्तशर्करा नियंत्रणात राहते. व ग्लायकेशन कमी होते. घशाचे कॅन्सर, ब्रेस्टकॅन्सर आणि कोलन कॅन्सर न होण्यास मदत होते. हृदयाचे आरोग्य चांगले राहते.

■

४३. क्रॅनबेरी

संस्कृत : – **हिंदी :** –
इंग्रजी : Cran berry **लॅटिन :** Vaccinium Macrocarpum
Vaccinium Microcarpum

क्रॅनबेरीच्या दोन प्रजाती आहेत; पहिल्या प्रजातीला Large Cranberry असे म्हणतात. ही अमेरिकेत दिसते. म्हणून हिला अमेरिकन क्रॅनबेरी असेही नाव आहे.

दुसरी प्रजाती उत्तर युरोप, उत्तर आशियामध्ये वाढते. याला Small Cranberry म्हणतात.

कच्च्या क्रॅनबेरी या आंबट, कडवट असल्याने नागरिक खाण्यात पसंती दाखवीत नाहीत. यामुळे यापासून ज्युस, सॉस असे प्रक्रिया केलेले पदार्थ बनवितात. गोड पाक घालून या क्रॅनबेरी वाळवितात व नंतर खाण्यासाठी वापरतात.

इंग्लंडमध्ये नाताळच्या पार्टीत रोस्ट टर्की व क्रॅनबेरी सॉस असा मेनू असतो. तर अमेरिकेत थँक्सगिव्हिंग (Thanks Giving) पार्टीत क्रॅनबेरीची हजेरी असते.

अमेरिकेत ताज्या क्रॅनबेरी ऑक्टोबर ते डिसेंबर महिन्यात मिळतात. तांबड्या गडद रंगाच्या घट्ट क्रॅनबेरी निवडून फ्रिजमध्ये २० दिवस ठेवता येतात.

१०० ग्रॅम ताज्या क्रॅनबेरीमध्ये ५०.६ कॅलरी असतात. फायबर ५.१ ग्रॅम, प्रोटिन्स ०.४ ग्रॅम, फॅट ००, कार्बोहायड्रेट्स १३.४ ग्रॅम,

मिनरल्स : सर्व मिलिग्रॅममध्ये - कॅल्शियम ८.८, फॉस्फरस १४.३, आयर्न ०.३, मॅग्नेशियम ६.६, सोडियम २.२, पोटॅशियम ९३.५

व्हिटॅमिन्स (बी कॉम्प्लेक्स–संकुल) : नियासिन ०.१ मि.ग्रॅम, पायरिडॉक्सीन ०.१ मि.ग्रॅम, फोलिक ॲसिड १.१ मायक्रोग्रॅम

ॲन्टी-ऑक्सिडंट्स : अ) व्हिटॅमिन्स - व्हिटॅमिन 'सी' १४.६ मि.ग्रॅम, व्हिटॅमिन 'ए' ६६.०९४ आय.यु., व्हिटॅमिन 'ई' १.३ मि.ग्रॅम,

ब) मिनरल्स : कॉपर ०.१ मि.ग्रॅम., मॅंगेनीज ०.४ मि.ग्रॅम., झिंक ०.१ मि.ग्रॅम

फायटोकेमिकल्स १) फेनॉलिक ॲसिड्स २) ॲन्थोसायनिन ३) ट्रायटरपेनॉइड्स

एच. पायलोरी (H. Pylory) या बॅक्टेरियामुळे गॅस्ट्रायटिस, अल्सर आणि पोटाचा कॅन्सर होतो. क्रॅनबेरी सेवनाने या बॅक्टेरियाची वाढ थांबते. दातांचे इन्फेक्शन बरे होते.

इन्टेस्टायनल फ्लोरा सुधारतो. बायफीड बॅक्टेरियांची वाढ होते. मूत्रवह स्त्रोतसांचे व्याधी बरे होतात. हृदयाचे आरोग्य चांगले राहते.

■

४४. हिरडा

हिंदी : हरितकी **संस्कृत :** –

इंग्रजी : – **लॅटिन :** Terminalia chebula

रस : कषाय, मधुर, आम्ल, तिक्त, कटू **विपाक :** मधुर **वीर्य :** उष्ण

दोषघ्नता : त्रिदोषहर – हा हिरड्याचा प्रभाव आहे. ग्रंथोक्त ७ जाती आहेत. व्यवहारात तीन प्रकारचा हिरडा उपलब्ध असतो.

१) बाळ हिरडा : झाडावरून कोवळे पडलेले फळ

२) रंगारी हिरडा : हा पूर्ण न पिकलेला असतो. यामध्ये बी असते. रंग तयार करण्यासाठी वापरतात.

३) सुरवारी हिरडा : पूर्ण परिपक्व, काळपट रंगाचा हिरडा, औषधी वापरासाठी उत्तम आहे.

हिरडा चवीला तुरट (कषाय) असतो. याच्या दीपन, पाचन गुणाने आमपाचन होते. अपानवायूला गती येऊन मलमूत्रविसर्जनास मदत करतो. मांसधातूच्या अग्नीची वृद्धी करून, प्रशस्त मांसधातू वर्धन होते. अतिरिक्त प्रमाणात वाढलेला मेद कमी करून, शरीर सुडौल करते. 'मेध्य' असल्याने बुद्धिवर्धन होऊन, इंद्रियांना चपळ करण्याचे काम करतो. यकृतावरील उत्तम औषध आहे. नेत्ररोग आणि त्वचा रोगात उपयोगी आहे.

ऋतूचर्येत, सहाही ऋतूत वर्षभर हिरडा 'रसायन' असल्याने वेगवेगळ्या अनुपानांबरोबर घेण्यास सांगितलेला आहे. येथे प्रत्येक ऋतूतील दोष परिस्थितीप्रमाणे अनुपान बदलून औषधाचे गुणधर्म कसे वाढतील हा विचार प्रत्यक्षात उतरविला आहे.

१) वर्षाऋतू : हिरडा + सैंधव २) शरदऋतू : हिरडा + शर्करा

३) हेमंतऋतू : हिरडा + सुंठ ४) शिशिरऋतू : हिरडा + पिंपळी

५) वसंतऋतू : हिरडा + मध ६) ग्रीष्मऋतू : हिरडा + गूळ

चरकाचार्यांनी सर्व 'पथ्य औषधात श्रेष्ठ' अशी प्रशंसा केली आहे.

हिरडाचूर्ण : १ ते २ ग्रॅम.

कल्प : अभयारिष्ट, पथ्यादिवटी, त्रिफळा

पाश्चात्त्य देशात त्रिफळा आणि हिरडा यावर संशोधन होत आहे. या संशोधनात हिरड्यामध्ये निरनिराळे गुणधर्म दिसून आले.

१) अन्नपचनासाठी जठर आणि आतड्याच्या स्नायूंची आकुंचन आणि प्रसरणशक्ती महत्त्वाची असते. ही शक्ती प्राकृत नसेल तर छातीत जळजळ, बद्धकोष्ठता, पोटात गुबारा धरणे, उलटी होणे अशा तऱ्हेची लक्षणे किंवा व्याधी दिसतात. यासाठी मेटोक्लोप्रामाइड (Metoclopramide) किंवा बेथॅनॉकॉल (Bethanechol) अशी ॲलोपॅथिक औषधे दिली जातात. या औषधांऐवजी हिरडा जास्त प्रभावी दिसत आहे आणि त्याला साइड इफेक्ट्स नाहीत.

२) एच. पायलोरी (H. Pylori) या बॅक्टेरियामुळे, गॅस्ट्रायटिस अल्सर आणि पोटाचा कॅन्सर होऊ शकतो. हिरड्याच्या सेवनाने या बॅक्टेरियाची वाढ थांबते.

३) एस. मुटानस या बॅक्टेरियामुळे दात किडतात. हिरड्याच्या सेवनाने आणि त्याच्या द्रावणाने गुळण्या करण्याने, या बॅक्टेरियाची वाढ थांबते आणि दात किडण्यास प्रतिबंध होतो.

४) हिरड्याच्या, अॅन्टीव्हायरल गुणधर्माने इन्फ्लुएन्झा आणि अप्पर रेस्पायरेटरी डिसीज होत नाहीत.

५) इम्यूनो कॉम्प्रमाईझड् पेशन्ट (Immunocompromised Patients) म्हणजे ज्यांची प्रतिकारशक्ती कमी झाली आहे, अशा रुग्णांना बॅक्टेरिया आणि व्हायरसचा पटकन त्रास होतो आणि रोगाला ते बळी पडतात. हिरड्याच्या सेवनाने, त्यांची प्रतिकारशक्ती वाढते असे निदर्शनास आले आहे.

६) हिरड्याच्या सेवनाने, 'सिरम लिपिड लेव्हल' (Cholesterol) कमी होते असे संशोधनात दिसून आले आहे.

७) कोणत्याही पदार्थाची किंवा औषधाची ॲलर्जी झाल्यास, शरीरात हिस्टॅमिन रिलीज होते आणि त्याची रक्तातील पातळी वाढते. हिरड्याने ही हिस्टॅमिनची पातळी कमी होते असे दिसून आले. ॲलर्जी विरुद्ध उपयोगी पडतो.

हे सर्व संशोधन हिरड्याचे दीपन, पाचन आणि रसायन हे गुणधर्म सिद्ध करत आहे. म्हणूनच 'निरोगी आयुष्यासाठी' हिरड्याचे नित्य सेवन करणे उचित आहे.

हिरड्याकडे औषध म्हणून न बघता, उपयुक्त रसायन गुणधर्म असलेले आहारद्रव्य म्हणून बघणे जरुरीचे आहे.

■

८

मत्स्यवर्ग

मासे जलचर असतात. आपण समुद्रातील म्हणजे, खाऱ्या पाण्यातील मासे खातो. तसेच तळी-तलावातील मासे म्हणजे, गोड्या पाण्यातीलही मासे आहारात लोक घेतात.

ताजे मासे, समुद्रकिनारी असणाऱ्या लोकांना सहज उपलब्ध होतात. मासे शीतगृह आणि शीतपेट्यांतून देशभर प्रवासाच्या साधनांच्या सुधारणांमुळे मिळू शकतात. वाळलेली सुकी मासळीही बाजारात मिळते.

गुरूष्णा मधुरा बल्या बृंहणाः पवनापहाः।
मत्स्याः स्निग्धाश्च वृष्याश्च बहुदोषाः प्रकीर्तिताः।। (चरकसूत्रस्थान)

दोषघ्नता : वातनाशक, कफपित्तवर्धक **वीर्य :** उष्ण

सामान्यतः सर्व मासे मधुर रसाचे असतात. सप्तधातू वाढवितात; तसेच शुक्रवर्धक असतात. मत्स्यवर्गातील 'रोहित' मासा श्रेष्ठ मानला आहे.

शैवालशष्पभोजित्वात् स्वप्नस्य च विवर्जनात्।
रोहितो दीपनीयश्च लघुपाको महाबलः।। (चरक)

रोहित मासे, पाण्यातील शैवाल म्हणजे शेवाळे खातात. हे मासे पचण्यास हलके, अग्निदीपन करणारे आणि शरीर बलवान करणारे असतात.

'भावप्रकाशात', पक्षाघाताच्या रुग्णांना रोहित मासे द्यावे असे म्हटले आहे. तसेच चरकांनी वाजीकरणात रोहित माशाचा वापर केला आहे.

ऋतूचर्येचा विचार करताना, वर्षाऋतूमध्ये समुद्र आणि तलावात तयार होणारे मासे दोष उत्पन्न करणारे असल्याने खाऊ नयेत. या कालाचा विचार करताना, नदीनाल्यातील पाणी खराब असते. तसेच वर्षाऋतूत आपणास अग्निमांद्य असते,

म्हणून मासे खात नाहीत. या कालात समुद्र अशांत असल्याने, मच्छीमारही विश्रांती घेतात. 'चातुर्मास' या कालातच असल्याने, मांसाहार केला जात नाही. शरद ऋतूत झऱ्यात वाढणारे मासे सेवन करावे. शिशिरात तलावातील मासे, हेमंतात विहिरीतील मासे खावे. वसंत आणि ग्रीष्मऋतूत नदीनाल्यातील मासे खावते असे ग्रंथात वर्णन आहे.

दूध आणि मासे हे विरुद्ध अन्न मानले आहे, म्हणून एकत्र खाऊ नयेत. दूध शीतवीर्य आणि मासे उष्णवीर्य आहेत. दूध आणि मासे यांचा विपाक मधुर असल्याने, 'अभिष्यंद' वाढतो आणि त्यामुळे स्त्रोतोरोध होतो.

मासे, दही, उडीद आणि वांगे ही चार कफपित्तकर द्रव्ये आहेत. आहारात एकावेळी एकत्र घेऊ नये.

रोहित मासे, पाण्यातील शेवाळे (शैवाल) खातात. नवीन संशोधनात आफ्रिकेतील आदिवासी जमाती 'शैवाल' खातात. त्यांना आधुनिक जीवनशैलीचे मधुमेह, ब्लडप्रेशर वगैरे विकार होत नाहीत, असे आढळून आले आहे.

'अलास्का'तील लोकांचे मासे, हे मुख्य अन्न आहे. त्यांना कॉरोनरी हार्टडिसीज होत नाही, असे निदर्शनास आले आहे. तेथे मिळणाऱ्या 'सालमन' माशात इपीए आणि डीएचए ही दोन ओमेगा-३ फॅटी ॲसिड्स असतात. या ओमेगा-३ फॅटी ॲसिड्सचा हृदयसंरक्षक म्हणून उपयोग होतो. संशोधनाची प्रगती होत असताना, सर्वच माशांमध्ये 'ओमेगा-३' फॅटी ॲसिड्स असल्याने, आहारात माशांचा समावेश केल्यास लिपिड प्रोफाईल सुधारतो, कोलेस्टेरॉल कमी होते, ब्लड क्लॉट होत नाहीत हे निदर्शनास आले आहे.

माशांमधील डीएचए (DHA) हे ओमेगा-३ फॅटी ॲसिड डिप्रेशन या मानसिक व्याधीच्या रुग्णांना उपयोगी पडते. काही स्त्रियांना बाळंतपणानंतर डिप्रेशन येते. यातही मासे खाण्याने फायदा होतो.

माशांमधून व्हिटॅमिन 'ए' आणि 'डी', फॉस्फरस, फ्ल्युराइड आणि हाडातून कॅल्शियम मिळते. समुद्रातील माशांतून आयोडीन मिळते.

क्वचित्प्रसंगीच मासे आणि माशांच्या तेलामुळे (कॉडलिव्हर ऑइल) व्हिटॅमिन 'ए' आणि 'डी'चा जास्त डोस गेल्यामुळे शरीरावर दुष्परिणाम दिसतात.

मासळी पाण्यात शिजवल्याने, त्यातील आहारमूल्ये कमी होतात. व्हिनिगरमध्ये शिजवण्याने हाडे नरम होऊन, कॅल्शियम उपलब्ध होते.

कोळंबी (प्रॉन्स) ला कवच असते. अशा माशात कोलेस्टेरॉलचे प्रमाण जास्त असते. मासळीच्या प्रोटिन्सची ॲलर्जी येऊ शकते.

काही माशातील हिस्टॅडिन नावाच्या, अमायनो ॲसिडचे विषाणूंमुळे हिस्टॅमिनमध्ये रूपांतर होते. या हिस्टॅमिनमुळे ॲलर्जिक रिॲक्शन (अंगावर पित्त उठणे, खाज

होणे, त्वचा लाल होणे) आल्यासारखे होते. त्यावर अॅन्टी-हिस्टॅमिनिक औषधे घेण्याने बरे वाटते.

टेट्रोडोटॉक्सिन, नावाच्या मासळीतील विषामुळे हातापायांना मुंग्या येणे, पोटदुखी, श्वसनास त्रास अशी लक्षणे दिसतात, असे झाल्यास वैद्यकीय सल्ला घ्यावा.

शंख, शिंपले या प्रकारच्या माशांना 'तिसऱ्या' म्हणतात. यामध्ये साक्सिटॉक्सिन नावाचे विष असते. विशिष्ट ऋतूमध्ये याचे प्रमाण अधिक असते. यामुळे मळमळ, उलटी, मुंग्या येणे, चालताना तोल जाणे, गिळण्यास त्रास होणे वगैरे लक्षणे दिसतात. जिवावर बेतत नाही. 'चिगुआटॉक्सिन' हे विष, विषुववृत्तापासून ३० अंश रेखांशापर्यंत असणाऱ्या काही मासळीत असते. हे मासे बर्फात ठेवण्याने किंवा शिजवण्याने हे विष नष्ट होत नाही, अशी विषबाधित मासळी खाल्ल्याने सहा तासात पोट दुखणे, उलट्या, जुलाब यास सुरुवात होते. अंगाला कंड येऊ लागते. डोळ्यांना प्रकाश सहन होईनासा होतो. अन्नाचे तापमान समजण्यात गोंधळ उडतो. हृदयावर परिणाम होतो, माणूस बेशुद्ध होतो. ही विषबाधित मासळी, आईच्या दुधातून बालकाच्या शरीरात प्रवेश करून, बालकासही त्रास होऊ शकतो. स्त्री-पुरुष शरीरसंबंधातून विषबाधा दुसऱ्या व्यक्तीस होऊ शकते. हा आजार ६ महिन्यापर्यंत त्रास देऊ शकतो. वैद्यकीय सल्ल्यानुसार, हॉस्पिटलमध्ये दाखल होऊन औषधे घ्यावी लागतात.

खेकड्यात, ब्रेव्हेटॉक्सिन नावाचे विष असते. याची लक्षणे 'तिसऱ्या' मधील 'साक्सिटॉक्सिनसारखीच असतात. खेकड्यातील डॉमिनिक ॲसिडमुळे पोट दुखते, उलट्या, जुलाब यांच्या जोडीला विस्मृती हे लक्षण दिसते.

काश्मीरमध्ये वाळवलेला आणि स्मोक्ड (smoked) धुरावर भाजलेला फिश आणि त्याबरोबर सुकवलेल्या भाज्यांची लोणची खाण्याची पद्धत आहे. या पदार्थांमध्ये नायट्रोसामाईन्स (Nitrosamines) असल्याने अन्ननलिकेच्या कॅन्सरचे प्रमाण वाढते.

औद्योगिक प्रदूषणामुळे, मोठाली तळी आणि समुद्रात आलेल्या पाण्यात पारा (Mercury) असतो. पाण्यातील बॅक्टेरिया या पाऱ्याचे रूपांतर मेथिलमर्क्युरीमध्ये (Methylmercury) करतात. हा मेथिलमर्क्युरी शार्क, स्वोअर्ड फिश, किंग मॅकरेल आणि ट्युना या माशांच्या फॅटमध्ये साठविला जातो.

गर्भवती स्त्रियांनी असे प्रदूषित मासे खाल्ल्यास, त्यांना होणाऱ्या मुलांमध्ये जन्मजात विकृती (Birth-defects) दिसतात.

आईच्या दुधातून, बालकाला याची बाधा होऊ शकते. यामुळे बालकाच्या मेंदूची वाढ नीट होत नाही. लहान मुलांनी असे मासे खाल्ल्याने, त्यांच्या वर्तनात दोष (Behavioral effects) निर्माण होतात.

प्रौढांना, या माशांच्या सेवनाने हृदयरोग होण्याची शक्यता वाढते. 'सुशी' (Sushi) ही प्रसिद्ध जपानी डिश कच्च्या माशांचे तुकडे वापरून केली जाते. गोड्या

पाण्यातील किंवा समुद्रातील मासे यासाठी वापरतात. भारतातील मोठ्या शहरात आणि जगभर पंचतारांकित हॉटेल्समध्ये, ही डिश आवडीने खाल्ली जाते.

कच्चे मासे खाल्ल्याने, 'लिस्टेरिया मोनोसायटोजीन्स (Listeria-monocytogenes) या बॅक्टेरियाचे इन्फेक्शन होऊ शकते. तसेच जंतही होण्याची शक्यता असते.

यामुळे गर्भवती स्त्रियांनी आणि ज्यांची प्रतिकार शक्ती (Immune-disorders) कमी आहे, अशा व्यक्तींनी 'सुशी' ही डिश खाऊ नये.

क्र.	माशाचे नाव	प्रोटिन	फॅट	कार्बोहायड्रेट्स	कॅलरी
१.	कतला	१९.५	२.४	२.९	१११
२.	काटा बांगडा	२१.२	१.६	००	९९
३.	कोळंबी	६२.४	३.९	१.९	२९२
४.	खेकडा	११.२	९.८	९.१	१६९
५.	घोळ	१८.४	०.९	००	८२
६.	पापलेट	१७	१.३	१.८	८७
७.	बांगडा	१८.९	१.७	०.५	९३
८.	मांदेली	५२.५	५.४	००	२५९
९.	रावस	२२.२	१.१	३.३	११२
१०.	रोहू	१६.६	१.४	४.४	९७
११.	वाम	१६.१	०.९	६.९	१००
१२.	सुकी कोळंबी	६८.१	८.५	००	३४९
१३.	सुरमई	१९.९	१.४	००	९२
१४.	हलवा	२०.३	२.६	१.५	१११
१५.	सोडे	६०	३.२	४.६	२८७

■

९

मांसवर्ग

१. मांस : आधुनिक व आयुर्वेदिक दृष्टिकोन

आधुनिक दृष्टिकोनातून विचार करताना, शहरांमध्ये मटण मार्केटमध्ये बोकड, कोंबड्या ताज्या कापून त्याचे मांस दिले जाते. तसेच कत्तलखान्यात आधी प्राणी कापून मांस शीतपेटीत ठेवले जाते आणि त्याचा वापर केला जातो. शक्यतो ताजे मांस हे आरोग्यास जास्त चांगले होय. फ्रोझन मांस खाताना, 'कोल्ड स्टोअरेज चेन' जर बरोबर नसेल तर हे मांस दूषित होते. मटण मार्केटमधील स्वच्छता, तसेच कापल्या जाणाऱ्या प्राण्याचे आरोग्य यावर मिळणाऱ्या मांसाची गुणवत्ता अवलंबून असते.

कत्तलखान्यात, प्राण्यांना संप्रेरके देतात. त्यामुळे प्राण्यांचे वजन वाढते. पण या संप्रेरकांमुळे मानवाच्या शरीरात कर्करोग होण्यास मदत होते.

मटणातील लिव्हर, किडनी या अवयवात प्रचंड पेशी असतात. लिव्हर, किडनी खाल्ल्याने या पेशींचे शरीरात विघटन झाल्यावर, रक्तातील युरिक ॲसिडची पातळी वाढते आणि गाउट हा सांध्याचा रोग माणसास होतो.

मटणाच्या अतिरेकाने, मटणातील सॅच्युरेटेड फॅट्स मानवाचे कोलेस्टेरॉल आणि ट्रायग्लिसराइड्स वाढवते. त्यामुळे ब्लडप्रेशर आणि हृदयरोगास आमंत्रण मिळते.

सर्व मांसांचा विचार करताना, त्यात फायबर अजिबात नसतो. फायबरच्या अभावामुळे मांसाहारी व्यक्तींना आतड्याचे कर्करोग जास्त प्रमाणात होतात, असे पाश्चात्य राष्ट्रांमध्ये दिसून आले.

याचे खरे कारण संशोधकांनी आता शोधून काढले आहे. केंब्रिजमध्ये 'डन ह्युमन न्युट्रिशन युनिट'मध्ये डेव्हिड शूकर यांच्या टीमने संशोधन करताना रेड मीट (गाय, बकरी, मेंढ्या, डुक्कर) खाणाऱ्या व्यक्तींच्या मोठ्या आतड्यात 'एन-नायट्रोसो कंपाउंड' नावाची रसायने आढळली. ही रसायने शरीरातील डीएनएशी (DNA) संयोग पावतात त्यामुळे डीएनएचे नुकसान होते आणि कॅन्सरचे प्रमाण वाढते. शाकाहारी लोकांच्या मोठ्या आतड्यांतील पेशींची तुलना मांसाहारी लोकांच्या

आतड्यांतील पेशीशी केली असता, मांसाहारींच्या डीएनएचे नुकसान जास्त झालेले असते असे आढळून आलेले आहे.

कोंबडीच्या मांसाचा विचार करताना, पूर्वी घरी पाळलेल्या कोंबडीचे मांस खाण्यासाठी वापरले जात असे. आता कुक्कुटपालन हा व्यवसाय असल्याने, या कोंबड्यांच्या आहारात पोल्ट्रीमध्ये हॉर्मोन्सचा वापर केला जातो. ही हार्मोन्स कोंबडीच्या शरीरातून म्हणजेच, कोंबडीच्या मटणातून खाणाऱ्याच्या शरीरात जातात. अशा मटणाच्या अतिसेवनाने, वाढीच्या वयाच्या मुलांचा जाडपणा जास्त वाढलेला दिसतो. स्थौल्य हा बालपणाचाच रोग होऊ लागला आहे. जाड आणि अतिमांसाहार करणाऱ्या मुलींना मासिकपाळी ९व्या, १०व्या वर्षीच येते, म्हणजे वयात येण्याची क्रिया लवकर घडते. लवकर वयात आल्याने मुलींमध्ये ॲनिमिया होतो. तसेच ब्रेस्ट आणि ओव्हरीजचा कॅन्सर होण्याची दाट शक्यता असते.

मांसाहार घ्यावा का शाकाहार हा प्रश्न जगभर चर्चिला जात आहे. हे प्रत्येकाने त्यातील दुष्परिणामांची दखल घेऊन स्वतःच ठरविणे इष्ट होय.

आयुर्वेदिक दृष्टिकोनातून विचार करताना :

वेदकालापासून, मानवाच्या आहारात 'मांसाहारा'चा उल्लेख आहे. त्या वेळी शिकार करणे, हा उदरभरणाचा एक मार्ग होता. त्यामुळे आयुर्वेदात शिकार करून खाण्यास योग्य अशा प्राण्यांचे वर्णन आहे. चरक आणि सुश्रुतांनी मांसवर्गाचे निरनिराळे पोटभेद सांगितलेले आहेत.

मानवाच्या शरीरातील मांसधातूचे वर्धन करण्यासाठी, प्राण्यांचे मांस खाणे हा सोपा आणि श्रेष्ठ उपाय आहे असे म्हटले आहे. त्याकाळी गाय, गाढव, उंट, घोडा, चित्ता, सिंह, लांडगा, रानडुक्कर, कोल्हा, अस्वल, हरीण अशा प्राण्यांच्या मांसाचे वर्णन आहे. मोर, कोंबडा, बगळा आदी पक्ष्यांच्या मांसाचेपण वर्णन आहे. आता वन्यजीवन संरक्षणार्थ कायदे झाल्याने, शिकारीला बंदी आहे. त्यामुळे मांसाहारासाठी उपलब्ध असलेल्या प्राण्यांच्या मांसाचा आयुर्वेदिक आणि आधुनिक दृष्टिकोनातून विचार करू या.

'मांस' या शब्दाचा आयुर्वेदिक अर्थ प्राणी मारून, त्याची कातडी काढल्यावर आतील राहणाऱ्या भागास मांस म्हणतात.

मांसं वातहरं सर्वं बृंहणं बलपुष्टिकृत्।
प्रीणनं गुरू हृद्यञ्च मधुरं रसपाकयोः।। (भा.प्र.)

मांसाचे सर्वसामान्य गुणधर्म – रस आणि विपाक मधुर असून, ते शरीराचे बृंहण म्हणजे रस, रक्तादि सप्तधातूंचे वर्धन, संतर्पण करते. ते हृदयाला हितकारक

असते आणि वातनाशक असते. ‘प्रीणन’ म्हणजे मनाला आनंद देणारे असते. चरकांनी श्रेष्ठ बृंहण मानले आहे.

बाल पशु-पक्ष्यांचे मांस गुरू, बलदायी तर वृद्ध पशुपक्ष्यांचे मांस, हे दोष निर्माण करणारे आहे. पक्षांमध्ये पुरुष पक्षाचे मांस श्रेष्ठ मानले आहे, तर पशूंमध्ये स्त्री-पशूचे (मादी) मांस श्रेष्ठ आणि उत्तम सांगितले आहे. पशूंचे ‘ग्राह्य’ मांस आणि ‘त्याज्य’ मांस याबद्दलही ग्रंथात वर्णन आहे.

■

२. कोंबडीचे अंडे

संस्कृत : कुक्कुट अंड **हिंदी :** मुर्गी का अंडा
इंग्रजी : Hen's egg **लॅटिन :** –

नातिस्निग्धानि वृष्याणि स्वादुपाकरसानि च।
वातघ्नान्यति शुक्राणि गुरूण्यण्डानि पक्षिणाम्।। (भावप्रकाश)

‘भावप्रकाशा’तील श्लोकांत पक्ष्यांच्या अंड्याचे सामान्य गुण वर्णन केलेले आहेत. चकोर, मयूर, चटक, कुक्कुट वगैरे पक्ष्यांच्या अंड्यांचे चरकामध्ये वर्णन आहे.

रस : मधुर, **विपाक :** मधुर, **विर्य :** उष्ण

अंडी गुरू असून, वृष्य म्हणजे शुक्रधातू वाढविणारी असतात. चरकामध्ये खोकल्यात उर:क्षतात (टी.बी.) आणि हृदरोगात अंडी उपयोगी असे म्हटले आहे.

कोंबडीच्या अंड्यात १७३ कॅलरी असतात, फायबर नसतो. प्रोटिन्स १३.३ ग्रॅम, फॅट १३.३ ग्रॅम, कार्बोहायड्रेट ०० ग्रॅम.

इसेन्शियल अमायनो ॲसिड्स : नायट्रोजनच्या मिलिग्रॅम प्रतिशत अर्जिनिन ४००, हिस्टिडिन १५०, लायसिन ४४०, ट्रिप्टोफान ९०, फेनिल ॲलानिन ३६०, टायरोसिन २५०, मेथिओनिन २१०, सिस्टिन १४०, थ्रिओनिन ३२०, ल्युसिन ५२०, आयसोल्युसिन ४१०, व्हॅलिन ४५०

मिनरल्स : सर्व मिलिग्रॅममध्ये – कॅल्शियम ६०, फॉस्फरस २२०,आयर्न २.१

व्हिटॅमिन्स (बी कॉम्प्लेक्स–संकुल) : थायामिन ०.१ मि.ग्रॅम, रिबोफ्लाव्हिन ०.४ मि.ग्रॅम, नियासिन ०.१ मि.ग्रॅम, फोलिक ॲसिड ७०.३ म्यु.जी., व्हिटॅमिन बी-१२ १.८ म्यु.जी.

ॲन्टी-ऑक्सिडंट्स : अ) व्हिटॅमिन : कॅरॉटिन ४२० म्यु.जी.

कोंबडीच्या अंड्यांचा जगभर वापर केक्स, पेस्ट्रीज अशा बेकरी उत्पादनात होतो. न्याहारीसाठी आमलेट, फ्राय आणि इतर मांसाहारी पदार्थात पण अंड्याचा

वापर करतात. अंडी कच्ची खावी का शिजवून? हा प्रश्न नेहमीच विचारला जातो. 'एग इमल्शन' म्हणजे दुधात कच्चे अंडे घालून घेणे, ही पद्धत व्यायाम करणाऱ्या व्यक्तींमध्ये रूढ होती.

कोंबड्यांना होणाऱ्या 'सालमोनेला' जंतूंच्या लागणीमुळे कोंबड्यांची अंडी, या जंतूंनी दूषित होतात. त्यामुळे टॉयफाइड रोग कच्चे अंडे खाणाऱ्या, व्यक्तीस होऊ शकतो. बर्ड फ्ल्यूमुळे कोंबडी आणि अंडे सुरक्षित नाही हे सिद्ध झालेले आहे. म्हणून अंडे ७ मिनिटे उकडावे. तसेच फ्रायसाठी दोन्ही बाजूंनी अंडे तळावे, म्हणजे जंतूसंसर्ग होत नाही.

मेयॉनेज (Mayonnaise) आणि कॅसर (Caesar) सॅलड ड्रेसिंग्ज बनविताना कच्ची अंडी वापरतात. यामुळे सालमोनेला, या जंतूंचे इन्फेक्शन होण्याची शक्यता असते. या जंतूमुळेच टायफॉइड होऊ शकतो.

तयार सॅलड ड्रेसिंग्ज मॉलमधून खरेदी करताना, त्यावरील लेबल नीट वाचून मगच विकत घ्यावे. सॅलड ड्रेसिंगमुळे पोट बिघडण्याची शक्यता असते आणि ॲलर्जिक अटॅकही येऊ शकतो.

अंड्यामध्ये ॲव्हिडिन नावाचे प्रोटिन असते आणि 'बायोटिन' नावाचे व्हिटॅमिन असते. या दोघांचा घट्ट संयोग झालेला असतो. हा संयोग कच्चे अंडे खाल्ल्यास, माणसाच्या आतड्यात शोषला जात नाही. त्यामुळे बायोटिन या व्हिटॅमिनचा अभाव होतो आणि त्याची लक्षणेही दिसू लागतात. वजन घटणे, कातडी खरबरीत होणे इत्यादी. अंडे उकडल्याने किंवा शिजवल्याने पचन होताना, बायोटिन आणि ॲव्हिडिन दोन्ही पचण्यास सुलभ होते. म्हणून अंडे नेहमी उकडून किंवा शिजवूनच खावे.

अंड्यातील पांढऱ्या बलकाला 'आल्बुमिन' म्हणतात. यामध्ये चांगल्या प्रतीची प्रोटिन्स असतात. पिवळ्या बलकामधून फॅट्स मिळतात. ही अंड्यातील फॅट 'सॅच्युरेटेड फॅट' असते. त्यामुळे १ अंड्यातून २४८ मि.ग्रॅम कोलेस्टेरॉल मिळते. ज्यांचे कोलेस्टेरॉल आणि ट्रायग्लिसराइड अतिशय वाढलेले आहे, त्यांनी अंडे खाणे टाळावे किंवा त्यातील पांढरा बलकच खावा, पिवळा बलक टाकून द्यावा.

विज्ञानाच्या प्रगतीत कोंबड्यांच्या आहारात बदल करून अंड्यातील फॅट्सचे सॅच्युरेटेड स्वरूप बदलून, अन-सॅच्युरेटेड फॅट्सचे प्रमाण वाढविण्यात आले. सूर्यफुलाच्या बिया किंवा तेल कोंबड्यांना देऊन, हा बदल करण्यात आला. त्यामुळे अशी अन-सॅच्युरेटेड फॅट्स असलेली अंडी, कोलेस्टेरॉल जास्त असलेल्या व्यक्ती खाऊ शकतात.

कोंबड्यांच्या आहारात जवसाचा वापर करून ओमेगा-३ फॅटी ॲसिड जास्त असलेली अंडी तयार होतात. ही अंडी पण मानवास हितकारक ठरतात.

प्रत्येक प्रोटिन किती पचते, याचा मापदंड म्हणजे 'प्रोटिन एफिशियन्सी रेशो' (PER) होय. याला PER म्हणतात. अंड्याचा हा रेशो ३.८ आहे. मासे ३.५, मटण ३.२. शाकाहारी कडधान्यांचा रेशो उडीद १.७, भात १.७ आणि गहू १.३ आहे. दुधाचा PER २.८ आहे. अंड्यातील प्रोटिन्स पचण्यास सोपी आणि ती पूर्ण प्रोटिन्स आहेत. त्यामुळे त्यांचा आहारात समावेश आवश्यक आहे.

अंड्याच्या प्रोटिन्सची काही व्यक्तींना ॲलर्जी असते, त्यांनी अंडे टाळावे.

अंड्याच्या पिवळ्या बलकात 'लेसिथिन' असते. याबद्दलची माहिती 'अन्नातील पोषणतत्त्वे' या प्रकरणातील 'फॅट्स'चे वर्णन करताना दिलेली आहे.

फायटोकेमिकल्स : १) ल्युटीन (Lutein) २) झियाझॅन्थीन (Zeaxanthin) या फायटोकेमिकल्समुळे, डोळ्यातील 'मॅक्युलर डिजनरेशन' होण्याची प्रक्रिया लांबते आणि मोतिबिंदू लवकर होत नाही.

■

३. कोंबडीचे मांस

संस्कृत : कुक्कुट **हिंदी :** मुर्गी
इंग्रजी : Chicken **लॅटिन :** –

कुक्कुटो बृंहणः स्निग्धो वीर्योष्णोऽनिलहृद् गुरूः।
चक्षुष्यः शुक्रकफकृद् बल्यो वृष्यः कषायकः।। (भा.प्र.)

दोषघ्नता : वातशामक, कफवर्धक **वीर्य :** उष्ण

कोंबडीचे मांस, हे रसरक्तादी सप्तधातू वाढविणारे, तुरट (कषाय) रसाचे आणि डोळ्यांना हितकारक असते. चरकांनी श्रेष्ठ बल्य द्रव्य म्हटले आहे.

१०० ग्रॅम कोंबडीच्या मांसात १०९ कॅलरी असतात, फायबर नसतो. प्रोटिन्स २५.९ ग्रॅम, फॅट ०.६ ग्रॅम, कार्बोहायड्रेट ०० ग्रॅम.

इसेन्शियल अमायनो ॲसिड्स : नायट्रोजनच्या मिलिग्रॅम प्रतिशत – अर्जिनिन ३५०, हिस्टिडिन १६०, लायसिन ५००, ट्रिप्टोफान ६०, फेनिल ॲलानिन २५०, टायरोसिन २१०, मेथिओनिन १६०, सिस्टिन ८०, थ्रिओनिन २५०, ल्युसिन ४६०, आयसोल्युसिन ३३०, व्हॅलिन ३२०

मिनरल्स : सर्व मिलिग्रॅममध्ये – कॅल्शियम २५, फॉस्फरस २४५

व्हिटॅमिन्स (बी कॉम्प्लेक्स–संकुल) : रिबोफ्लाव्हिन ०.१४ मि.ग्रॅम, फोलिक ॲसिड ३.२ म्यु.जी.

आता कुक्कुटपालन (पोल्ट्री) हा जगभर चालणारा व्यवसाय झालेला आहे.

यामध्ये पिंजऱ्यात कोंबड्या ठेवलेल्या असतात आणि त्यांना अन्नपाणी दिले जाते, लसीकरण आणि इतर औषधेही रोगप्रतिकाराकरिता दिली जातात. तरीही या कोंबड्यांना 'सालमोनिला' या जंतूंची लागण होते. त्यांची अंडीही या विषाणूंनी दूषित होतात. नुकताच 'बर्ड फ्ल्यू' जगभर थैमान घालून गेला. त्यानेही कोंबड्या दूषित झाल्या होत्या. माणसांनी अशा दूषित कोंबड्यांचे मांस खाणे आरोग्यास हितावह नाही.

■

४. गाईचे मांस

संस्कृत : गोमांस **हिंदी :** –
इंग्रजी : Beef **लॅटिन :** –

गोमांसं सुगुरू स्निग्धं पित्तश्लेष्म विवर्धनम्।
बृंहणं वातहृद् बल्यमपथ्यं पीनसप्रणुत्।। (भा.प्र.)

दोषघ्नता : वातघ्न, कफपित्त वाढवणारे

गोमांस पचण्यास अतिशय जड आहे. ते शरीराचे बृंहण करते, जुनी सर्दी (पीनस) घालवते. चरकांनी कोरडा खोकला, कृशता आणि विषमज्वरात हे वापरण्यास सांगितले आहे.

१०० ग्रॅम गाईच्या मांसात ११४ कॅलरी असतात. फायबर नसतो. प्रोटिन्स २२.६ ग्रॅम, फॅट २.६ ग्रॅम, कार्बोहायड्रेट ००ग्रॅम.

इसेन्शियल अमायनो ॲसिड्स : नायट्रोजनच्या मिलिग्रॅम प्रतिशत – अर्जिनिन ४१०, हिस्टिडिन २००, लायसिन ५४०, ट्रिप्टोफान ७०, फेनिल ॲलानिन २६०, टायरोसिन २२०, मेथिओनिन १६०, सिस्टिन ८०, थ्रिओनिन २८०, ल्युसिन ५१०, आयसोल्युसिन ३२०, व्हॅलिन ३३०

मिनरल्स : सर्व मिलिग्रॅममध्ये – कॅल्शियम १०, फॉस्फरस १९०, आयर्न ०.८, सोडियम ५२, पोटॅशियम २१४

व्हिटॅमिन्स (बी कॉम्प्लेक्स–संकुल) : थायामिन ०.१५ मि.ग्रॅम, रिबोफ्लाव्हिन ०.०४ मि.ग्रॅम, नियासिन ६.४ मि.ग्रॅम, व्हिटॅमिन बी-१२, १.७ म्यु.जी.

ॲन्टी-ऑक्सिडंट्स : अ) व्हिटॅमिन्स : कॅरॉटिन १८ म्यु.जी. व्हिटॅमिन 'सी' २ मि.ग्रॅम.

गाई-बैलाच्या मटणातून 'टिनिया सॅगिनाटा' (Tinia Saginata) नावाचा टेपवर्म होऊ शकतो.

■

५. डुक्कर

संस्कृत : वराह **हिंदी :** सुवर
इंग्रजी : Pork **लॅटिन :** –

स्वेदनं बृंहणं वृष्यं शीतलं तर्पणं गुरू।
श्रमानिलहरं स्निग्धं वाराहं बलवर्धनम्।। (क्षेमकुतूहल ग्रंथ)

दोषघ्नता : वातशामक **वीर्य :** शीत

डुकराचे मांस हे मांसवर्धक, शुक्रधातू वाढविणारे, शीतल, तृप्तीकारक आणि पचण्यास जड असते. याच्या सेवनाने श्रम नाहीसे होतात. हे स्निग्ध आणि बलवर्धक असते.

आयुर्वेदात वर्णन केलेले डुकराचे मांस हे रानडुकराचे आहे. आता वराहपालन (पिगरी) हा व्यवसाय आहे. या डुकरांचे मांस सेवन केले जाते.

१०० ग्रॅम डुकराच्या मांसात ११४ कॅलरी असतात; फायबर नसतो. प्रोटिन्स १८.७ ग्रॅम, फॅट ४.४ ग्रॅम, कार्बोहायड्रेट ०० ग्रॅम.

इसेन्शियल अमायनो ॲसिड्स : नायट्रोजनच्या मिलिग्रॅम प्रतिशत – अर्जिनिन ४१०, हिस्टिडिन १९०, लायसिन ५७०, ट्रिप्टोफान ९०, फेनिल ॲलानिन २८०, टायरोसिन २३०, मेथिओनिन १८०, सिस्टिन ८०, थ्रिओनिन ३१०, ल्युसिन ५२०, आयसोल्युसिन ३४०, व्हॅलिन ३६०

मिनरल्स : सर्व मिलिग्रॅममध्ये – कॅल्शियम ३०, फॉस्फरस २००, आयर्न २.२

व्हिटॅमिन्स (बी कॉम्प्लेक्स–संकुल) : थायामिन ०.०५४ मि.ग्रॅम, रिबोफ्लाव्हिन ०.०९ मि.ग्रॅम, नियासिन २.८ मि.ग्रॅम

ॲंटि-ऑक्सिडंट्स : अ) व्हिटॅमिन 'सी' २ मि.ग्रॅम

डुकराच्या मांसातून टीनिया सोलियम नावाचा टेपवर्म माणसाच्या शरीरात जातो. त्यामुळे सिस्टिसर्कासीस नावाचा एक गंभीर रोग होतो. याकरिता डुकराचे मांस शिजवताना काळजी घ्यावी. चांगले शिजले नसेल तर टेपवर्म शरीरात शिरकाव करू शकतो.

■

६. बकरीचे मांस

संस्कृत : छाग **हिंदी :** –
इंग्रजी : Goat meat (Mutton) **लॅटिन :** –

छागमांसं लघु स्निग्धं स्वादुपाकं त्रिदोषनुत्।
नातिशीतमदाहि स्यात् स्वादु पीनसनाशनम्।।
परं बलकरं रुच्यं बृंहणं वीर्यवर्धनम्।। (भा.प्र.)

रस : मधुर **विपाक** : मधुर **वीर्य :** किंचित शीतल
दोषघ्नता : त्रिदोषघ्न **गुण :** लघु, स्निग्ध

बृंहण, बल्य आणि वीर्यवर्धक असे बकरीचे मांस आहे. त्याने 'पीनस' म्हणजे जुनी सर्दी बरी होते. न व्यायलेल्या बकरीचे मांस सुका खोकला आणि पीनस बरे करते. यामुळे जठराग्नि दीपन होते.

बकरीच्या छोट्या पिल्लाचे (करडू) मांस ज्वरनाशक, पचण्यास लघु आणि हृदयाला हितकारक असते. वृद्ध बकऱ्याचे मांस वातकारक आणि रुक्ष असते. राजयक्ष्म्यामध्ये (T.B.) शेळीचे मांस नियमाने खाण्यास ग्रंथात सांगितले आहे.

१०० ग्रॅम बकरीच्या मांसात १९४ कॅलरी असतात, फायबर नसतो. प्रोटिन्स १८.५ ग्रॅम, फॅट १३.३ ग्रॅम, कार्बोहायड्रेट ०० ग्रॅम.

इसेन्शियल अमायनो ॲसिड्स : नायट्रोजनच्या मिलिग्रॅम प्रतिशत – अर्जिनिन ४३०, हिस्टिडिन १७०, लायसिन ५१०, ट्रिप्टोफान ८०, फेनिल ॲलानिन २५०, टायरोसिन २१०, मेथिओनिन १५०, सिस्टिन ८०, थ्रिओनिन २९०, ल्युसिन ४८०, आयसोल्युसिन ३१०, व्हॅलिन ३२०

मिनरल्स : सर्व मिलिग्रॅममध्ये – कॅल्शियम १५०, फॉस्फरस १५०, आयर्न २.५, सोडियम ३३, पोटॅशियम २७०

व्हिटॅमिन्स (बी कॉम्प्लेक्स–संकुल) : थायामिन ०.१८ मि.ग्रॅम, रिबोफ्लाव्हिन ०.१४ मि.ग्रॅम, नियासिन ६.८ मि.ग्रॅम, व्हिटॅमिन बी-१२ २.८ मायक्रोग्रॅम

ॲन्टी-ऑक्सिडंट्स : अ) व्हिटॅमिन : कॅरॉटिन ९ म्यु.जी. बकरीच्या लिव्हरमध्ये बी-१२ ९०.४ मायक्रोग्रॅम.

■

७. म्हैस

संस्कृत : महिष **हिंदी :** भैंसा
इंग्रजी : Buffalo meat **लॅटिन :** –

महिषस्यामिषं स्वादु स्निग्धोष्णं वातनाशनम्।
निद्राशुक्रपदं बल्यं तनु दार्ढ्यकरं गुरू।
वृष्यंच सृष्टविण्मूत्रं वातपित्तास्त्रनाशनम्।। (भा.प्र.)

दोषघ्नता : वातपित्तनाशक **वीर्य :** उष्ण

म्हशीचे मांस हे शरीराला बलकारक आणि शरीर पुष्ट करणारे, शुक्रधातूवर्धक आहे. तसेच त्याने मलमूत्र साफ होते आणि निद्राजनक आहे.

१०० ग्रॅम म्हशीच्या मांसात, ८६ कॅलरी असतात, फायबर नसतो.

प्रोटिन्स १९.४ ग्रॅम, फॅट ०.९ ग्रॅम, कार्बोहायड्रेट ०० ग्रॅग

मिनरल्स : सर्व मिलिग्रॅममध्ये – कॅल्शियम ३, फॉस्फरस १८९, आयर्न ००

व्हिटॅमिन्स (बी कॉम्प्लेक्स–संकुल) : फोलिक ॲसिड ४.६ म्यु.जी., व्हिटॅमिन बी-१२ १.७ म्यु.जी.

■

१०

दुग्धवर्ग

१. दूध

आयुर्वेदिक ग्रंथात गाय, म्हैस, बकरी, गाढव, हत्ती, उंट, घोडा आणि मेंढी या प्राण्यांच्या दुधाचे वर्णन आहे. या सर्वांच्या दुधाची तुलना करताना चरकाचार्यांनी गायीचे दूध सर्वश्रेष्ठ म्हटले आहे आणि मेंढीचे दूध हीन मानले आहे. आजच्या युगात गाय आणि म्हशीचे दूध आपण रोज वापरतो.

स्वादुपाकरसं स्निग्धमोजस्यं धातूवर्धनम्।।
वातपित्तहरं वृष्यं श्लेष्मलं गुरू शीतलम्। (अष्टांगहृदय)

प्राण्यांच्या दुधाचे सामान्य गुण या श्लोकात दिले आहेत. दूध हे मधुर रस आणि मधुर विपाकी असल्याने वृष्य म्हणजे शुक्रकर, सप्तधातूवर्धन करणारे, शरीराला स्निग्धता आणणारे आणि ओजवर्धन करणारे आहे.

ओजाचे वर्णन करताना १) मधुर २) शीत ३) मृदू ४) स्निग्ध ५) बहल (दाट) ६) श्लक्ष्ण ७) पिच्छिल ८) गुरू ९) मंद १०) प्रसन्न असे दहा गुण आहेत. हेच दहा गुण दुधामध्ये आहेत. त्यामुळे दुग्धसेवनाने ओजवर्धन होते.

या गुणांच्या कसोटीला गाय, म्हैस आणि बकरीचे दूधच उतरते कारण घोडीचे दूध आम्ल, लवण, रुक्ष आणि उष्ण आहे. उंटीणीचे दूध लवण, रुक्ष आणि उष्ण आहे तर मेंढीचे दूध उष्ण आहे. यामुळेच दुधाचा विचार करताना गाय, म्हैस आणि बकरी यांचे दूध इतर प्राण्यांच्या दुधापेक्षा चांगले आहे. ओजवर्धन हे दुधाचे मुख्य, अपेक्षित कार्य आहे. ते गायी-म्हशीच्या दुधाने होते आणि सर्वत्र हे दूध उपलब्धही आहे.

अत्र गव्यं तु जीवनीयं रसायनम्।। (अष्टांगहृदय)

गाय आणि म्हशीच्या दुधाची तुलना करताना, गायीचे दूध 'जीवनीय' म्हणजे

आयुष्याला हितकारक, शरीर, आत्मा आणि मनाचे पोषण करणारे आणि हृद्य असते.

'रसायन' ही संकल्पना आपणास समजावून दिलेली आहे. रसायनामुळे धी, धृती, स्मृती चांगली राहते, तसेच चिरतारुण्य मिळते.

क्षीरघृताभ्यासो रसायनाम्। (चरकसूत्र २५)

गायीचे दूध आणि साजूक तूप यांचे नित्य सेवन करणे म्हणजे रसायन प्रयोग करण्यासारखे आहे.

गायीचे दूध हे 'रसायन' आहे. याबरोबर इतर शतावरीसारखी रसायनद्रव्ये घेतल्याने गुणवर्धन होते. भल्लातक (बिब्बा) हेही रसायन आहे. पण याचा वापर करताना दुधात उकळून 'क्षीरपाक' पद्धतीनेच रसायन प्रयोग करावा लागतो.

दुधात अर्धे पाणी घालून, उकळून या पाण्याची वाफ झाल्यावर राहिलेले मूळचे दूध, हे पचण्यास लघु म्हणजे अत्यंत हलके होते.

दुधात पाणी न घालता उकळल्यास आणि पुढे आटवल्यास, त्यातील गुरू आणि स्निग्ध गुण वाढतो. म्हणूनच बासुंदी पचण्यास जड असते. दूध उकळताना त्यामध्ये पिंपळी, सुंठ किंवा हळद घालून उकळण्याने, दुधाचा कफवर्धन हा दोष नाहीसा होतो आणि ते त्रिदोषघ्न होते.

दूध हे संधानीय असल्याने शस्त्रकर्मानंतर स्नायू, संधिबंध सांधण्यास मदत होते. मोडलेली हाडे जुळण्यास मदत होते आणि नित्य सेवनाने हाडांची झीज होत नाही.

'गर्भस्थापन' असल्याने गर्भिणींनी नित्य सेवन करावे. 'स्तन्यजनन' गुणामुळे बाळंतिणींनी अवश्य सेवन करावे.

जलोदर, आम्लपित्त, रक्तपित्त या व्याधीत उपयोगी आहे. 'जरा निवारण' म्हणजे वृद्धांसाठी दुधाहून दुसरे आदर्श अन्न नाही.

जसे अन्न तुम्ही सेवन कराल, त्याप्रमाणे तुमचा स्वभाव बनतो. म्हणूनच गीतेच्या १७व्या अध्यायात, सात्त्विक आहाराविषयी चर्चा केली आहे. भगवंत सांगतात, की जर दैवी संपत्तीचे लेणे धारण करायचे असेल तर सात्त्विक श्रद्धा पाहिजे आणि या सात्त्विक श्रद्धेसाठी, भोजनपण सात्त्विक पाहिजे. सात्त्विक भोजन देहाचे आणि मनाचे उत्तम पोषण करते. याचे दूध हे आदर्श उदाहरण आहे.

दूध आणि फळे एकत्र करणे हे आयुर्वेदास मान्य नाही. म्हणून केळ्याची शिकरण, निरनिराळे मिल्कशेक घेणे हे विरुद्ध अन्न ठरते. फक्त पिकलेल्या आंब्याचा रस अपवाद आहे. दुधामध्ये बदाम, पिस्ता, चारोळी, वेलची, जायफळ, केशर हे पदार्थ घालून केलेले मसालादूध आयुर्वेदास मान्य आहे. पण अक्रोड किंवा नारळ घालणे हा विरुद्ध अन्नाचा प्रकार होतो.

मटकी, उडीद, पावटा, कुळीथ आणि लसूण यांचा दुधाबरोबर वापर करणे, विरुद्ध अन्न ठरते.

जनावरे दिवसा चरण्यासाठी बाहेर हिंडतात, त्यामुळे सायंकाळचे काढलेले दूध लघु असते आणि रात्री गोठ्यात बसूनच राहिल्याने सकाळी काढलेले दूध तुलनेत गुरू असते.

आंबोण, पेंड खाणाऱ्या जनावरांचे दूध अधिक गुरू आणि अभिष्यन्दी होते.

दूध स्नेहन, विरेचन, नस्य, आलेपन आणि द्रोणी अवगाहन या पंचकर्मात वापरतात.

आधुनिक दृष्टिकोनातून गाय, म्हैस, बकरी या प्राण्यांच्या दुधातून आणि दही, ताकातून व्हिटॅमिन 'बी-१२' मानवास मिळते. जे शाकाहारी दूध हे प्राणिजन्य असल्याने घेत नाहीत, त्यांना व्हिटॅमिन 'बी-१२' चा तुटवडा भासतो. दुधातून फोलिक ॲसिडही मिळते. पण दूध न घेणाऱ्या शाकाहारी व्यक्तींना पालेभाज्यांतून फोलिक ॲसिड मिळत असल्याने, फोलिक ॲसिडचा अभाव जाणवत नाही. व्हिटॅमिन 'बी-१२', फोलिक ॲसिड आणि व्हिटॅमिन 'बी-६' या तिघांचा होमोसिस्टाईन या अमायनो ॲसिडचे प्रमाण नियंत्रित करण्यात महत्त्वाचा वाटा असतो. यातील व्हिटॅमिन 'बी-१२' हे अतिमहत्त्वाचे आहे.

होमोसिस्टाईन या अमायनो ॲसिडची रक्तातील आदर्श पातळी १५ मायक्रोमॉल/लिटर असते. लहानपणापासून ज्या व्यक्ती दूध घेत नाहीत, त्यांच्या रक्तातील होमोसिस्टाईनची पातळी वाढते. ही वाढलेली पातळी धमनीकाठिण्य आणि रक्तवाहिन्यात गुठळ्या निर्माण करते. त्यामुळे तरुण वयातच हार्टअटॅक, पॅरालिसिस अशा रोगांना सामोरे जावे लागते. याकरिता रोज कमीत कमी ३०० मिलिलिटर दुधाचा आहारात समावेश अत्यावश्यक आहे.

ज्येष्ठ नागरिकांमध्ये होमोसिस्टिनची पातळी अधिक असल्याने, बोधन प्रक्रियेशी संबंधित अडचणी निर्माण होतात. स्मरणशक्तीचा ऱ्हास होऊ लागतो आणि स्मृतिभ्रंश (अल्झायमर) हा रोग होतो असे ऑक्सफर्ड विद्यापीठातील संशोधनात आढळले. यामुळे ज्येष्ठ नागरिकांनी दूध, पालेभाज्या आणि फळे नित्य घेणे जरुरीचे आहे.

दुधातून आपणास व्हिटॅमिन 'डी' मिळते. हे व्हिटॅमिन 'डी' दही, लोणी, तूप या दुधापासून तयार होणाऱ्या पदार्थांमध्येही असते.

दूध हा कॅल्शियमचा चांगला स्रोत आहे. दुधातील व्हिटॅमिन 'डी' कॅल्शियमच्या आतड्यातून शोषले जाण्याच्या क्रियेत महत्त्वाचे कार्य करते. या कार्यात अर्जिनिन, ट्रिप्टोफान ही दुधातील अमायनो ॲसिड्स आणि दुधातील लॅक्टोज ही शर्करा पण मदत करते.

आहारात दूध आणि दुग्धजन्य पदार्थांचा समावेश असणाऱ्या, व्यक्तींना कॅल्शियम आणि व्हिटॅमिन 'डी' मिळाल्याने 'टाईप-२' मधुमेह होण्याचा धोका १४ टक्क्यांनी कमी होतो, असे 'जर्नल ऑफ क्लिनिकल एन्डोक्रेनॉलॉजी' या नियतकालिकात म्हटले आहे.

'मेटॅबोलिक सिन्ड्रोम' दूर ठेवावयाचा असेल, तर दूध आणि दुग्धजन्य पदार्थांना पर्याय नाही, असे ब्रिटनमधील 'कार्डिफ विद्यापीठाच्या' तज्ज्ञांनी म्हटले आहे. ही दोन्ही विधाने गाईच्या दुधाबद्दलच आहेत.

दुधामधून फॉस्फरसही आपणास मिळतो आणि तो हाडांच्या बळकटीसाठी आवश्यक आहे. दूध व दुग्धजन्य पदार्थांतून आपणास कारनिटिन हे प्रोटिन मिळते. हे कारनिटिन अॅन्टी-ऑक्सिडंट म्हणून कार्य करते. हृदय व रक्त वाहिन्यांचे कार्य याच्यामुळे प्राकृत राहाते. रजोनिवृत्त स्त्रिया व वृद्धांच्या हाडांना हे बळकटी देते. याच्या सेवनाने वृद्धांचा मेंदू कार्यरत राहतो.

दुधामध्ये चॉकलेट, कोको, ओव्हल्टाइन घालण्याने किंवा चहा, कॉफीत दूध घालण्याने, दुधातील कॅल्शियमवर परिणाम होत नाही. त्यामुळे मुलांना त्यांच्या आवडीचे पेय दुधातून दिल्याने कॅल्शियमची रोजची गरज पुरी होते.

म्हशीच्या दुधात ४ टक्के प्रोटिन्स असतात, तर गायीच्या दुधात साडेतीन टक्के प्रोटिन्स असतात. केसीन, लॅक्टाल्बुमिन आणि लॅक्टोग्लोब्युलिन ही तीन प्रोटिन्स दुधात असतात. ही फर्स्टक्लास प्रोटिन्स आहेत. दूध उकळण्याने केसीन या प्रोटिनचे पचन अधिक सुलभ होते. कारण उकळण्याने केसीनच्या गुठळ्या मऊ होतात आणि जठरातून लहान आतड्याकडे लवकर जातात. दूध उकळल्यावर दुधावर जी साय जमते त्यात साडे-तीन टक्के प्रोटिन्स असतात आणि ३० टक्के फॅट असतात.

दुधावरची साय, स्निग्धता, लोणी काढून जे दूध राहते, त्याला 'स्कीम्ड मिल्क' आणि त्याच्या पावडरला 'स्किम्ड मिल्क पावडर' म्हणतात. या पावडरमध्ये फॅट आणि त्यात विरघळणारी 'ए', 'डी', 'ई', 'के' ही व्हिटॅमिन्स कमी असली तरी प्रोटिन्स, बी कॉम्प्लेक्स-संकुलातील व्हिटॅमिन्स आणि दुग्धशर्करा असते. यामुळे जेथे ताजे दूध मिळत नाही, अशा ठिकाणी या पावडरचा वापर करणे संयुक्तिक आहे. फर्स्टक्लास प्रोटिन्सची गरज भागविण्यासाठी कणकेमध्ये (गव्हाच्या पिठात) स्किम्ड मिल्क पावडर घालून पोळ्या कराव्या, तसेच भाज्यांच्या ग्रेव्ही बनवितानाही वापर करावा. सहा मोठे चमचे स्कीम्ड मिल्क पावडरमध्ये ३५ ग्रॅम प्रोटिन्स असतात. दुधातील प्रोटिन्समध्ये 'मेथिओनिन' हे इसेन्शियल अमायनो अॅसिड विपुल असते, जे तृणधान्य आणि कडधान्यात कमी असते. त्यामुळे दूध-भात, ताक-भात किंवा स्किम्ड मिल्क पावडर कणकेत मिसळून केलेल्या पोळ्या शरीरास सर्व

अमायनो ॲसिड्स पुरवितात.

दुधात सॅच्युरेटेड फॅट २/३ असते, तर अन-सॅच्युरेटेड फॅट १/३ असते. दुधातून लायनोलिक ॲसिड हे इसेन्शियल फॅटी ॲसिड मिळते.

पाश्चात्त्य देशात गायीचे दूधच आहारात वापरले जाते आणि त्याच्यावर भरपूर संशोधनही होत आहे.

दूध हा प्राणिजन्य अन्नघटक आहे. दुधातील सॅच्युरेटेड फॅटचे प्रमाण पाहता सायीसकट दूध घेण्याने आणि दुधापासून बनलेले तूप घेण्याने कोलेस्टेरॉल वाढतो असा समज होता. त्यामुळे सायीसकट दूधाविषयी जनसामान्यात भीती उत्पन्न झालेली आहे. दोन आठवडे, रोज दोन लिटर सायीसकट गायीचे दूध घेणाऱ्या, वेल्समधील (इंग्लंड) व्यक्तींचे कोलेस्टेरॉल कमी झाल्याचे संशोधनात दिसून आले. दोन लिटर दुधातून ८४ ग्रॅम फॅट आणि ६०० मिलिग्रॅम कोलेस्टेरॉल त्यांच्या शरीरात रोज जात होता. यावरून भारतीय नागरिकांनी ३०० मिलिलिटर सायीसकट गाईचे दूध रोज घेण्यास काहीच हरकत नाही असे वाटते.

'इंडियन जर्नल ऑफ न्यूट्रिशन अँड डायेटेटिक्स'च्या डिसेंबर २००५ मधील अंकात गायीच्या दुधातील फॅटसंबंधी विवेचन आले आहे.

गायीच्या दुधात कॉन्ज्युगेटेड लायनोलिक ॲसिड (Conjugated Linoleic Acid) नावाची फॅटी ॲसिड्स असतात यांना सीएलए (CLA) फॅट्स म्हणतात. ही फॅटी ॲसिड्स सी.आय.एस.-९ (CIS-9) आणि ट्रान्स-११ (Trans-11) या स्वरूपाची असतात. यामुळे स्नायूंची वृद्धी होते. तसेच हृदय आणि रोहिण्यांनाही हितकारक आहेत. ब्रेस्ट कॅन्सर, आतड्याचे कॅन्सर आणि त्वचेचे कॅन्सर याविरुद्ध लढण्याची CLA फॅटमध्ये क्षमता आहे.

गायीच्या दुधात १) इकोसापेन्टाओनिक ॲसिड (EPA 20:5:W3) याबरोबरच २) डोकासाहेक्साओनिक ॲसिड (DHA 22:6:W3) ही दोन पॉली अन-सॅच्युरेटेड फॅटी ॲसिड्स अल्प प्रमाणात असतात.

निरोगी माणसाच्या शरीरात, फॅटी ॲसिड्सपासूनही ही बनवली जातात. अनियंत्रित डायबेटिक पेशंटमध्ये ही फॅटी ॲसिड्स बनविण्याची क्षमता कमी होते आणि अंधत्व येते. रेटिना (दृष्टिपटल)मध्ये हे DHA फॅटी ॲसिड असते आणि याच्या अभावानेच अंधत्व येते.

गायीचे दूध रोज पिण्याने दृष्टीचे रक्षण होते. पाश्चात्त्यांचे संशोधन 'गायीचे दूध शरीरास हितावह आहे तसेच गायीचे तूपही हितावह आहे' असे दर्शविते.

दूध हे प्राणिजन्य आहारद्रव्य असल्याने, त्यातील प्रोटिन्स ही फर्स्ट क्लास प्रोटिन्स आहेत. यामध्ये इसेन्शियल अमायनो ॲसिडचे प्रमाणसुद्धा आदर्श आहे, त्यामुळे शरीरात या अमायनो ॲसिड्सचे शोषण आणि वापर १००टक्के होतो.

रोजच्या प्रोटिन्सच्या गरजेच्या ३७ टक्के इसेन्शियल अमायनो ॲसिड्स सुदृढ वाढीसाठी लहान मुलांना लागतात. म्हणूनच शाकाहारी मुलांच्या आहारात दुधाचा समावेश अपरिहार्य आहे.

दूध निरसे किंवा धारोष्ण प्यावे का? असा प्रश्न नेहमी विचारला जातो. विज्ञानाच्या प्रगतीत निरसे दूध जंतुसंसर्गिक असू शकत असे सिद्ध झाल्याने, दूध नेहमीच उकळून घेणे हितावह आहे.

आश्विन महिन्यात, वसुबारस या दिवशी गाय आणि वासराचे आपण पूजन करतो. यावरून आपल्या आयुष्यातील गायीचे महत्त्वाचे स्थान उमगते.

शतपथ ब्राह्मणात **'एतद् वै पयः एव अन्नं मनुष्याणाम्'** असे म्हटले आहे. मानवास दुधाशिवाय निरोगी जीवन दुर्लभ आहे हेच आयुर्वेदिक आणि आधुनिक विवेचनाचे सार आहे.

■

२. मातेचे दूध

संस्कृत : – **हिंदी :** नारी का दूध
इंग्रजी : Human milk **लॅटिन :** –

जीवनं बृंहणं सात्म्यं स्नेहनं मानुषं पयः।
नावनं रक्तपित्ते च तर्पणं चाक्षिशूलिनाम।। (चरक)

रस : मधुर **विपाक :** मधुर **वीर्य :** शीत

जन्मल्याबरोबर लगेच बालकास स्तनपान करावे आणि आज एकविसाव्या शतकातही याचे महत्त्व पटवून दिले जात आहे. मातेचे दूध बालकास सात्म्य असते. ते सप्तधातूंचे 'तर्पण' म्हणजे वाढ करते. 'जीवनीय' आणि 'बृंहण' असल्याने पहिले सहा महिने बालकास आईचे दूधच द्यावे.

पंचकर्म चिकित्सेत नस्य म्हणून वापरतात आणि नेत्ररोगात वापरतात.

१०० मि.लिटर दुधात ६५ कॅलरी असतात. फायबर नसतो. प्रोटिन १.१ ग्रॅम, फॅट ३.४ ग्रॅम, कार्बोहायड्रेट्स ७.४ ग्रॅग असतात.

इसेन्शियल अमायनो ॲसिड्स : नायट्रोजनच्या मिलिग्रॅम प्रतिशत – अर्जिनिन २५०, हिस्टिडिन १७०, लायसिन ४२०, ट्रिप्टोफान ११०, फेनिल ॲलानिन २३०, टायरोसिन २३०, मेथिओनिन १००, सिस्टिन ११०, थ्रिओनिन २९०, ल्युसिन ५२०, आयसोल्युसिन ३३०, व्हॅलिन ३१०

मिनरल्स : सर्व मिलिग्रॅममध्ये – कॅल्शियम २८, फॉस्फरस ११, आयर्न ००

व्हिटॅमिन्स (बी कॉम्प्लेक्स–संकुल) : थायामिन ०.०२ मि.ग्रॅम, रिबोफ्लाव्हिन ०.०२ मि.ग्रॅम, नियासिन ००, फोलिक ॲसिड १.३ म्यु.जी.

ॲन्टी-ऑक्सिडंट्स : अ) व्हिटॅमिन्स : कॅरॉटिन ४१ म्यु.जी., व्हिटॅमिन 'सी' ३ एम.जी.

नैसर्गिक प्रसूतीनंतर, अर्ध्या तासाने बालकास स्तनपान द्यावे. सिझेरियननंतर चार तासांनी द्यावे. पहिल्या तीन दिवस येणाऱ्या दुधास कोलोस्ट्रम (Colostrum) म्हणतात. या पिवळसर रंगाच्या, विपुल प्रोटिन्स असलेल्या दुधात 'झिंक' या खनिजाचे प्रमाण चांगले असते. या झिंकमुळे बाळाच्या मेंदूची वाढ चांगली होते.

मातेच्या दुधातील ॲन्टीबॉडीजमुळे गोवर, फ्ल्यू आणि पोलिओ यांच्याविरुद्ध लढण्याची क्षमता येते.

मातेच्या दुधात, ट्रिप्टोफान आणि सिस्टिन ही सल्फर असणारी अमायनो ॲसिड्स गाई-म्हशीच्या दुधाच्या तुलनेत जास्त असतात. ट्रिप्टोफान या अमायनो ॲसिडचे निकोटिनामाइड अथवा नियासिनमध्ये रूपांतर होते. निकोटिनिक ॲसिडमुळे, मेंदूची कार्यशक्ती चांगली राहते. सिस्टिन या अमायनो ॲसिडमुळे, यकृताच्या पेशींचे कार्य चांगले चालते आणि सिस्टिन हे इन्सुलीन बनण्याच्या प्रक्रियेसाठी आवश्यक असते.

मातेच्या दुधात गाई-म्हशीच्या दुधापेक्षा 'लॅक्टोज' ही दुग्धशर्करा जास्त असते. त्यामुळेच प्राण्यांच्या दुधापेक्षा मातेचे दूध मधुर असते.

बाळाला आई दूध देऊ शकत नसल्यास, नातेवाईक किंवा ओळखीच्या स्त्रीचे दूध बालकास देतात. पाश्चिमात्य देशात मानवी दुधाच्या बँका आहेत.

■

३. गाईचे दूध

संस्कृत : गोदुग्ध **हिंदी :** – गाय का दूध
इंग्रजी : Cow's milk **लॅटिन :** –

गोक्षीरमनभिष्यन्दि स्निग्धं गुरू रसायनम्।
रक्तपित्तहरं शीतं मधुरं रसपाकयोः।
जीवनीयं तथा वातपित्तघ्न परमं मतम्। (सु.सू. ४५)

रस : मधुर **विपाक :** मधुर **वीर्य :** शीत
गुण : स्निग्ध, गुरू

या श्लोकात गाईच्या दुधाचे गुणवर्णन केले आहेत. गाईचे दूध मधुर रसाचे,

मधुर विपाकी आणि गुरू, स्निग्ध गुणांचे असूनही स्रोतोरोध करत नाही (अनभिष्यन्दि) हे महत्त्वाचे आहे. स्रोतोरोध शरीरात होणे, हे रोग निर्मितीचे कारण असते. मधुर, स्निग्ध द्रव्यच शरीराला स्थिरता देतात. गाईचे दूध हे 'श्रेष्ठ जीवनीय' आहे आणि 'रसायन'ही आहे. त्यामुळे बालकापासून वृद्धांपर्यंत आहारात आवश्यकच आहे.

गायीच्या रंगानुसार, दुधाचे गुणधर्म बदलतात. काळ्या गाईचे दूध वातनाशक आणि सर्वोत्तम मानले आहे. पिवळ्या गाईचे दूध पित्त, वातनाशक आहे, तर पांढऱ्या गायीचे दूध कफकारक आहे असे म्हटले आहे.

तसेच पर्वतांवरील म्हणजे डोंगराळ प्रदेशातील गाईंचे दूध हे जास्त गुरू असते, तर समुद्रसपाटीजवळील गायीच्या दुधाचे गुणधर्म वेगळे असतात. गायीच्या आहारविहाराप्रमाणेही दुधाचे गुणधर्म बदलतात.

या विवेचनातून, आपल्या पूर्वजांचा सूक्ष्म विचार दिसून येतो. आता निरनिराळ्या गायींचे दूध एकत्रित करून पाश्चरायझेशन (Pasteurization) झाल्यावर प्लॅस्टिक पिशव्यातून वितरित केले जाते.

गायीच्या दुधाचा उपयोग अतिसार, कामला, प्लीहावृद्धी, रक्तपित्त, गुल्म, ज्वर इत्यादी विकारात केलेला आहे. उदररोग म्हणजे जलोदर असताना, रुग्णास सहा महिने गायीच्या दुधावर ठेवतात. पंचकर्म चिकित्सेत गायीच्या दुधाचा वापर केला जातो.

१०० मिलिलिटर गायीच्या दुधात ६७ कॅलरी असतात, फायबर नसतो. प्रोटिन्स ३.२ ग्रॅम, फॅट ४.१ ग्रॅम आणि कार्बोहायड्रेट्स ४.४ ग्रॅम असतात.

इसेन्शियल अमायनो ॲसिड्स : नायट्रोजनच्या मिलिग्रॅम प्रतिशत – अर्जिनिन २२०, हिस्टिडिन १७०, लायसिन ५००, ट्रिप्टोफान ९०, फेनिल ॲलानिन ३२०, टायरोसिन ३००, मेथिओनिन १६०, सिस्टिन ५०, थ्रिओनिन २८०, ल्युसिन ६००, आयसोल्युसिन ३४०, व्हॅलिन ४००

फॅट : दुधातील फॅट २/३ सॅच्युरेटेड आणि १/३ अन-सॅच्युरेटेड असते.

मिनरल्स : सर्व मिलिग्रॅममध्ये – कॅल्शियम १२०, फॉस्फरस ९०, आयर्न ०.२, सोडियम ७३, पोटॅशियम १४०

व्हिटॅमिन्स (बी कॉम्प्लेक्स–संकुल) : थायामिन ०.०५ मि.ग्रॅम, रिबोपलाव्हिन ०.१९ मि.ग्रॅम, नियासिन ०.१ मि.ग्रॅम, फोलिक ॲसिड ५.६ म्यु.जी., व्हिटॅमिन बी-१२ ०.१४ म्यु.जी., व्हिटॅमिन 'डी' १ मायक्रोग्रॅम.

ॲन्टी-ऑक्सिडंट्स : अ) व्हिटॅमिन्स : कॅरॉटिन (व्हिटॅमिन ए) ५३ म्यु.जी., व्हिटॅमिन 'सी' २ मि.ग्रॅम, व्हिटॅमिन ई ०.१ एम.जी.

गाईच्या दुधाला आणि तुपाला जो पिवळा रंग असतो, तो कॅरॉटिन (व्हिटॅमिन

ए) मुळे असतो. म्हशीच्या दुधापेक्षा गायीच्या दुधात कॅरॉटिन जास्त असते. ■

४. गाईचे ए२ दूध

वेदकालापासून आपल्या खंडप्राय देशात निरनिराळ्या हवामानानुसार २८ ते ३० जातींच्या गायी आहेत. काही जातींची दुग्धोत्पादक क्षमता चांगली आहे, तर काही जाती भारवाही गुणाबद्दल प्रसिद्ध आहेत.

या सर्व भारतीय गायी 'बॉस इंडिकस' (Bos-Indicus) या गोवंशाच्या आहेत. गीर, खिल्लारी, डांगी, लालसिंधी, साहिलवाल, थारपारकर अशी त्यांची नावे आहेत.

युरोप, अमेरिकेत जर्सी, होलस्टीन, प्रिजीयन अशा गायी आहेत. या गायी बॉस-टारस (Bos-Tarus) या गोवंशाच्या आहेत.

स्वातंत्र्यानंतर शासनाच्या दुसऱ्या व तिसऱ्या पंचवार्षिक योजनांनुसार देशातील दुधाचे उत्पन्न वाढण्यासाठी विदेशी गायी आणि विदेशी वळू आयात केले गेले. नंतर भारतीय गायींचे संकरीकरण - (Cross-Breeding) करण्याच्या कामाला वेग आला. संकरित कालवड लवकर वयात येते आणि पहिल्या वेतात दुप्पट दूध देते, असे दिसून आल्याने हे संकरीकरण चालू राहिले. आपण १९६५-७० पासून संकरित गायीचे दूध पिण्यास सुरुवात केली.

वाढलेले कोलेस्टेरॉल हे हृदयविकाराचे कारण ठरल्याने आहारातील लोणी, तूप, अंड्यातील पिवळा भाग, मटणातील फॅट आदी सॅच्युरेटेड फॅट्स बंद करण्याचा सल्ला १९८०-८५ पासून नागरिकांना दिला जाऊ लागला. यामुळे साय काढलेले गायीचे दूध वापरण्यास सुरुवात झाली.

आई स्तनपान देऊ शकत नसेल, तर नवजात मुलाला गायीचे दूध दिले जाते. अशी गायीच्या दुधावर वाढलेली मुले टाइप-१ डायबेटिसची बळी ठरतात, तसेच गायीच्या दुधावर अवलंबून असलेल्या मुलांना फूड ॲलर्जी, लॅक्टोज इनटॉलरन्स असे रोग होतात, असे अभ्यासात दिसून आल्याने १९९२ पासून मुलांना पहिली दोन वर्षे गायीचे दूध देऊ नका, असा सल्ला वैद्यकीय व्यवसायिक देऊ लागले. पहिले सहा महिने मुलास स्तनपान मिळणे अत्यावश्यक आहे, असे सांगण्यास सुरुवात झाली.

ओबेसिटी, डायबेटिस, हायपरटेन्शन, हार्टडिसिज असे रोग तारुण्यातच गाठू लागल्याने जगभर अथक संशोधन चालू आहे. यामुळे शाकाहार की मांसाहार घ्यावा याबद्दल सर्वत्र चर्चा चालू असते.

मांसाहारासाठी पाळलेले पशू-पक्षी व दुधासाठी पाळलेल्या गायींना पाश्चात्त्य देशात जो आहार दिला जातो, त्यात पेस्टिसाईड्स, हर्बीसाईड्स, फंगीसाईड्स, रेडिओॲक्टिव कण असतात. याचबरोबर दुग्धनिर्मिती जास्त होण्यासाठी हार्मोन्सचा वापर केला जातो. सडांना मशीन लावून गायींचे दूध काढले जाते, यामुळे सडांना जखमा होतात. सडांच्या जखमा भरण्यासाठी ॲन्टीबायोटिक्स देण्यात येतात. यामुळे गायीच्या दुधात पस सेल्स (Pus Cells) आणि रक्त असते. असे दूषित दूध पिणे किंवा पशूंचे मास खाणे म्हणजे रोगांना आमंत्रणच!

यामुळेच डॉ. गॅबरील कौसेन (Dr. Gabriel Cousen) यांच्या There is a cure for Diabetes या पुस्तकात आणि डॉ. नील बर्नार्ड (Dr. Neal Barnard) यांच्या Reversing Diabetes या पुस्तकात मधुमेहापासून सुटका करण्यासाठी मांसाहार आणि दूध आणि दुग्धजन्य पदार्थांचा त्याग करावा आणि संपूर्ण व्हेगान शैली अंगीकारावी असे प्रतिपादन केले आहे. याचा भारतातही प्रसार झाला.

मानवाने निव्वळ आर्थिक फायद्यासाठी पशू-पक्षी आणि गायींचे चुकीचे संगोपन केल्याने नियतीने मानवास दिलेले हे बक्षीस (!) आहे.

गाईचे दूधच आहारातून हद्दपार झाले.

या दुधाच्या शोकांतिकेनंतर संशोधनाचे नवे पर्व सुरू होत आहे.

गाईच्या दुधातील प्रोटिन्समध्ये तेरा प्रकारची बीटाकेसिन असतात. या तेरांपैकी 'ए१ बीटाकेसिन' आणि 'ए२ बीटाकेसिन' असे दोन प्रमुख प्रकार आहेत. ज्या गायीच्या दुधात ए१ बीटाकेसिन आहे तिला ए१ म्हणतात, तर जी गाय ए२ बीटाकेसिन दूध देते तिला ए२ म्हणतात. म्हणून गायींचे ए१ आणि ए२ असे वर्गीकरण करतात.

बीटाकेसिन हे प्रोटीन २०९ अमायनो ॲसिड्सपासून बनलेले आहे. यात ए१ बीटाकेसिनमध्ये अमायनो ॲसिड्सच्या साखळीत ६७ व्या क्रमांकावर 'हिस्टीडीन' हे अमायनो ॲसिड असते. या ए१ बीटाकेसिनचे आपल्या अन्नपचनाच्या वेळी हिस्टीडीन अमायनो ॲसिडमुळे 'बीटा-केझो-मॉरफीन ७'मध्ये रूपांतर होते. याला बी.सी.एम.७ असे म्हणतात. याचे पचन होताना आतड्यांमधून रक्तात शोषण झाले की विष तयार होते.

ए२ बीटाकेसिनमध्ये अमायनो ॲसिड्सच्या साखळीत ६७व्या क्रमांकावर प्रोलिन हे अमायनो ॲसिड आहे. याचे अन्नपचन होताना बीटा-केझो-मॉरफीन ५ किंवा ९ मध्ये रूपांतर होते. याचेही आतड्यांमधून शोषण होते; हे विष नाही.

गायीचे ए१ दूध, 'बी.सी.एम.७' या विषामुळे मानवास लाभदायक नाही. याच्या सेवनाने हृदयरोग, मधुमेह टाइप-१, स्वमग्नता, स्वविरोध (अटो इम्युन रोग) असे रोग होतात.

हे सर्व संशोधन न्यूझिलंडच्या डॉ. कीथ वुडफोर्ड (Dr. Keith Woodford) यांनी 'Devil in the Milk' हे पुस्तक लिहून जगासमोर मांडले. त्यांच्या या मांडणीला ए१-ए२ सिद्धान्त (A1 A2 Hypothesis) म्हणतात.

पाश्चात्त्य देशांत गाय ए१ आहे की ए२ हे चाचण्या करून ठरवितात. न्यूझिलंड, ऑस्ट्रेलिया, अमेरिका आदि देशांत ए२ दूध मिळते.

भारतात २००९ मध्ये कर्नाल येथे गुणसूत्रांच्या (डीएनए) आधारे भारतातील गोवंशाचा अभ्यास केला गेला. त्याचे निष्कर्ष प्रकाशित झाले आहेत.

गीर, थारपारकर, लालसिंधी, साहिलवाल, कांकरेज राठी या दुधासाठी प्रसिद्ध भारतीय गायी ए२ (A_2) आहेत, तर मालवी, अमृतमहल आणि निमाणी या कमी दूध देणाऱ्या जातीही ए२ (A_2) आहेत.

आता शेतकरी पशुपालक आपल्या हवामानाला रुळलेल्या देशी गाईंचे संगोपन व प्रजनन कसे करावे याचे प्रशिक्षण घेत आहेत. देशी गायींची संख्या वाढविण्यासाठी आय.व्ही.एफ. तंत्र विकसित केले आहे. यामुळे गायींची संख्या वाढण्यास मदत होईल. शहरांमध्ये आता ए२ दूध मिळते; पण त्याची किंमत सर्वांना परवडत नाही. ए२ दुधाचे मुबलक उत्पादन झाल्यास ही समस्या सुटेल.

■

५. म्हशीचे दूध

संस्कृत : माहिष दुग्ध — **हिंदी :** भैंस का दूध

इंग्रजी : Buffalo's milk — **लॅटिन :** –

माहिषं मधुरं गव्यात्स्निग्धं शुक्रकरं गुरू।
निद्राकरमभिष्यन्दि क्षुधाऽऽ धिक्यहरं हिमम्प्रति,।। (भा.प्र.)

रस : मधुर **विपाक :** मधुर **वीर्य :** शीत

दोषघ्नता : पित्तघ्न, कफकर **महत्त्वाचे गुण :** स्निग्ध, गुरू

म्हशीचे दूध, हे गायीच्या दुधापेक्षा अधिक स्निग्ध असते. ते अभिष्यन्दी असल्याने स्त्रोतोरोध होतो. ज्यांना अतिशय भूक लागते, अग्नी तीक्ष्ण असतो त्यांनी म्हशीचे दूध मुद्दाम प्यावे.

चरकांनी म्हशीचे दूध हे सर्वोत्तम निद्राकर म्हटले आहे म्हणून निद्रानाशाने पीडित व्यक्तींनी रात्री झोपताना हे दूध घ्यावे.

'स्तन्यजनक' म्हणून म्हशीच्या दुधाची स्तुती चरकांनी केली आहे. बाळंतपणात स्त्रियांनी नित्य घ्यावे.

सुश्रुतांनी म्हशीचे दूध गायीच्या दुधापेक्षा अधिक स्निग्ध, गुरू आणि क्लेदकारक म्हटले आहे. त्यामुळे स्थूल व्यक्तींनी सेवनावर बंधन ठेवावे. क्लेदामुळे स्रोतोरोध होतो आणि मेद वाढतो.

चरकाचार्यांनी कामला रोगात 'हरिद्रादिघृत' हा कल्प वापरला आहे. या कल्पासाठी म्हशीचे दूध आणि तूप वापरले आहे. येथे अतिशीत या म्हशीच्या दुधाच्या गुणाचा उपयोग होतो.

पाण्डुरोगातही म्हशीच्या दुधापासून बनविलेले तूप 'पाण्डु-कामला नाशक घृतात' वापरतात.

१०० मिलिलिटर म्हशीच्या दुधात, ११७ कॅलरी आहेत. फायबर नाही. प्रोटिन्स ४.३ ग्रॅम, फॅट ६.५ ग्रॅम आणि कार्बोहायड्रेट्स ५ ग्रॅम असतात.

इसेन्शियल अमायनो ॲसिड्स : नायट्रोजनच्या मिलिग्रॅम प्रतिशत – अर्जिनिन २००, हिस्टिडिन १३०, लायसिन ४९०, ट्रिप्टोफान ९०, फेनिल ॲलानिन २७०, टायरोसिन ००, मेथिओनिन १७०, सिस्टिन ९०, थ्रिओनिन ३००, ल्युसिन ६४०, आयसोल्युसिन ३३०, व्हॅलिन ३८०

मिनरल्स : सर्व मिलिग्रॅममध्ये – कॅल्शियम २१०, फॉस्फरस १३०, आयर्न ०.२, सोडियम १९, पोटॅशियम ९०

व्हिटॅमिन (बी कॉम्प्लेक्स–संकुल) : थायामिन ०.०४ मि.ग्रॅम, रिबोफ्लाव्हिन ०.१ मि.ग्रॅम, नियासिन ०.१ मि.ग्रॅम, फोलिक ॲसिड ३.३ म्यु.जी., व्हिटॅमिन बी-१२ ०.१४ म्यु.जी., व्हिटॅमिन 'डी' ०.१८ मायक्रोग्रॅम

ॲन्टी-ऑक्सिडंट्स : अ) व्हिटॅमिन्स : कॅरॉटिन (व्हिटॅमिन ए)
४८ म्यु.जी., व्हिटॅमिन 'सी' १ मि.ग्रॅम, व्हिटॅमिन ई ०.१ मि.ग्रॅम

■

६. बकरीचे दूध

संस्कृत : अजादुग्ध **हिंदी :** बकरी का दूध
इंग्रजी : Goat's milk **लॅटिन :** –

छागं कषायं मधुरं शीतं ग्राहि तथा लघु।
रक्तपित्तातिसारघ्नं क्षयकासज्वरापहम्।। (भा.प्र.)

रस : कषाय, मधुर **विपाक :** मधुर **वीर्य :** शीत
दोषघ्नता : पित्तघ्न **महत्त्वाचे गुण :** लघु, ग्राही

बकऱ्या आकाराने लहान चणीच्या असतात. झाडाझुडपांची कटू-तिक्त रसाची

(तिखट आणि कडू) पाने हा त्यांचा आहार असतो. चाऱ्यासाठी फिरताना त्यांचा भरपूर व्यायाम होतो. त्यामुळे बकरीचे दूध गाई-म्हशीच्या दुधापेक्षा लघु गुणाचे असते. हे दूध 'ग्राही' गुणाचे असल्याने अतिसार म्हणजे जुलाबात उपयोगी आहे. रक्तपित्तघ्न असल्याने तापामध्ये देता येते. साधा खोकला आणि टी.बी.च्या रुग्णांना अतिशय उपयोगी असते.

सुश्रुतांनी बकरीचे दूध सर्वव्याधीहर असे वर्णन केले आहे आणि शोषरोगात लाभकारक म्हटले आहे. बकरीचे दूध, दही आणि लोणी हे ग्रहणी रोगात पथ्यकर आहे असे योगरत्नाकरांनी म्हटले आहे.

१०० एम.एल. बकरीच्या दुधात, ७२ कॅलरी असतात. फायबर नसतो. प्रोटिन्स ३.३ ग्रॅम, फॅट ४.५ ग्रॅम आणि कार्बोहायड्रेट्स ४.६ ग्रॅम आहेत.

इसेन्शियल अमायनो ॲसिड्स : नायट्रोजनच्या मिलिग्रॅम प्रतिशत – अर्जिनिन २१०, हिस्टिडीन १८०, लायसिन ४७०, ट्रिप्टोफान ८०, फेनिल ॲलानिन २४०, टायरोसिन २००, मेथिओनिन ११०, सिस्टिन ००, थ्रिओनिन ३५०, ल्युसिन ५६०, आयसोल्युसिन २५०, व्हॅलिन ३४०

मिनरल्स : सर्व मिलिग्रॅममध्ये – कॅल्शियम १७०, फॉस्फरस १२०, आयर्न ०.३, सोडियम ११, पोटॅशियम ११०

व्हिटॅमिन्स (बी कॉम्प्लेक्स–संकुल) : थायामिन ०.०५ मि.ग्रॅम, रिबोफ्लाव्हिन ०.०४ मि.ग्रॅम, नियासिन ०.३ मि.ग्रॅम, फोलिक ॲसिड ०.७ म्यु.जी., व्हिटॅमिन बी-१२ ०.०५ म्यु.जी.

ॲन्टी-ऑक्सिडंट्स : अ) व्हिटॅमिन्स : कॅरॉटिन (व्हिटॅमिन ए) ५५ म्यु.जी., व्हिटॅमिन 'सी' १ मि.ग्रॅम

■

७. दही

संस्कृत : दधि **हिंदी :** –
इंग्रजी : Curd **लॅटिन :** –

आम्लपाकरसं ग्राहि गुरूष्णं दधि वातजित्।।
मेदः शुक्रबलश्लेष्मपित्तरक्ताग्निशोफकृत्। (अष्टांगहृदय)

रस : आम्ल, मधुर, कषाय **विपाक :** आम्ल **वीर्य :** उष्ण
दोषघ्नता : वातघ्न, कफ पित्तवर्धन
महत्त्वाचे गुण : गुरू, ग्राही, अभिष्यन्दी

विषमज्वर, पीनस, मूत्रकृच्छ्र आणि ग्रहणी या विकारात उपयोगी पडते.

वैद्यराज, दह्याला शत्रू समजतात असा सामान्य माणसाचा समज आहे. दही 'शोथ' म्हणजे सूज निर्माण करणारे आणि महाअभिष्यन्दी म्हणजे शरीरातील क्लेदाचे प्रमाण वाढवणारे आहे. प्रमेह चिकित्सेत हेतूंचे (कारण) वर्णन करताना, चरकांनी प्रमेहाचे दधीसेवन हे एक कारण सांगितले आहे. येथे दही सेवन करण्याचे नियम न पाळणे आणि अतिमात्रेत रोज दही खाणे असे घडल्यास, स्थौल्य आणि प्रमेह होतो. यातूनच मधुमेह, उच्च रक्तदाब, सांधेदुखी अशा रोगांना आपण आमंत्रण देतो.

दह्यातील 'मंदक' म्हणजे, अदमुरे दही क्लेदाबरोबरच शरीरात दाह उत्पन्न करते आणि वातपित्त प्रकोप होतो. हे स्रोतोमालिन्यात श्रेष्ठ आहे.

दूध हे मधुर, शीत रसायन द्रव्य असून, त्यापासून तयार होणारे दही मात्र आम्ल रस, विपाकी आणि उष्ण मानले आहे. यामुळेच या दह्याचा वापर करताना, आयुर्वेदाने नियम आखून दिले आहेत.

१) शरद, ग्रीष्म आणि वसंत या तीन ऋतूत दही खाणे निषिद्ध आहे.

२) रात्री कधीच दही खाऊ नये.

३) दही कधीही गरम करून खाऊ नये.

४) वर्षा, शिशिर आणि हेमंत ऋतूतही रोज दही खाऊ नये. या ऋतूत दही खावयाचे झाल्यास मुगाचे सूप म्हणजे मुगाचे वरण, मध, गाईचे तूप, खडीसाखर, आवळा यापैकी एका पदार्थाबरोबर मिसळून खावे. असे न करता नुसते दही खाल्ल्यास ज्वर, रक्तपित्त, विसर्प, कुष्ट, पांडु, भ्रम इत्यादी रोग होतात.

आजकालच्या पंजाबी डिशेसमध्ये कांदा, लसूण, टोमॅटो याबरोबर दही घातले जाते आणि ते गरम केले जाते. यामुळे हे पदार्थ आयुर्वेदाच्या दृष्टीने विदाही, अभिष्यन्दी बनून आम्लपित्त, अग्निमांद्य, स्थौल्य या रोगांना आमंत्रण देतात.

उन्हाळ्यात कधीही थंडाव्यासाठी बर्फ घालून, मलई-लस्सी पिण्याची फॅशन आहे. कारण सर्वांचा लस्सी थंड आहे हा गैरसमज आहे. उन्हाळ्यात रात्रीच्या जेवणात शेवटी दहीभात लोक हौसेने खातात आणि याला 'कूलिंग एजंट' म्हणतात. पण रात्रीच्या वेळी ग्रीष्म आणि वसंत ऋतूत असा दहीभात, लस्सी घेणे म्हणजे रोगांना आमंत्रण देणे होय.

चरकांनी दह्याचे वर्णन करताना 'रोचनं' म्हणजे तोंडाला रुची आणणारे, वृष्यं आणि बलवर्धन करणारे म्हटले आहे.

वृष्य आणि बलवर्धन गुणांसाठी दही खायला हवे. पण दही खाण्याचे जे नियम दिलेले आहेत, ते सांभाळून दही खाल्ल्यास शरीराचे बलवर्धन होते. बिनसायीचे गाईचे दही (नि:सारं दधि) हे ग्रहणी रोगात नित्य घ्यावे, असे योगरत्नाकरात म्हटले आहे.

दह्याला ‘मङ्गल्यं’ असे चरकसंहितेत म्हटले आहे. याचा अर्थ दही शुभकारक आहे. घरातील व्यक्ती बाहेरगावी जाताना, निरोपाच्या वेळी हातावर दही देतात अशी परंपरा आहे.

देवाची पंचामृतपूजा करतात आणि पंचामृताचा नैवेद्यही दाखवतात. पंचामृत म्हणजे दूध, दही, तूप, मध आणि साखर हे समप्रमाणात घेतले जाते. म्हणजे पंचामृत पूजा करतानाही ती सकाळी केली जाते आणि दह्याबरोबर तूप, मध, साखर मिसळलेली आहेत म्हणजे दही खाण्याच्या नियमाचे भगवंतासाठीही पालन केले आहे.

असे पंचामृत देवपूजेनंतर सकाळी घरातील सर्वांनी सेवन करावे. ते एक टॉनिकच आहे. गर्भिणी स्त्रिया, वाढीच्या वयाची मुले यांना हे पंचामृत स्मरणशक्ती वाढविण्यास मदत करते. शरीर, हृदय आणि मेंदूचे पोषण होते आणि त्वचेची कांती उजळण्यास मदत करते.

ताज्या दह्यामध्ये मिरी आणि गूळ घालून खाल्ल्याने सर्दी बरी होते. साखर घालून खाल्ल्याने तृष्णा शमन होते.

दही चांगले विरजले गेले, तर त्याला जातदधि म्हणतात. हे वातनाशक असते. याच्यावरची साय शुक्रधातूवर्धन करते, तर दह्यावरील पाण्यास ‘मस्तु’ किंवा ‘दधिमण्ड’ म्हणतात. हे पाणी लघु, दीपन आणि ग्राही आहे. याचा उपयोग अतिसार, ग्रहणीमध्ये होतो.

जे दही नीट लागत नाही, त्याला ‘मंदक’ असे म्हणतात. हे दही त्रिदोषकारक असते असे म्हटले आहे.

दही मधुर, आंबट आणि अतिआंबट अशा तीन प्रकारचे असते. विरजल्यापासूनचा काळ, वापरलेले विरजण आणि ऋतू यावर दह्याचा आंबटपणा अवलंबून असतो.

गायीच्या आणि म्हशीच्या दह्याची तुलना करताना म्हशीचे दही जास्त अभिष्यन्दी आहे.

आधुनिक दृष्टिकोनातून, १०० ग्रॅम गायीच्या दह्यात ६० कॅलरी असतात. फायबर नसतो. प्रोटिन्स ३.१ ग्रॅम, फॅट ४ ग्रॅम आणि कार्बोहायड्रेट ३ ग्रॅम आहेत.

इसेन्शियल अमायनो ॲसिड्स : नायट्रोजनच्या मिलिग्रॅम प्रतिशत – अर्जिनिन २००, हिस्टिडिन १६०, लायसिन ४८०, ट्रिप्टोफान ८०, फेनिल ॲलानिन ३३०, टायरोसिन ३७०, मेथिओनिन १७०, सिस्टिन ६०, थ्रिओनिन ३१०, ल्युसिन ६८०, आयसोल्युसिन ३२०, व्हॅलिन ४७०

मिनरल्स : सर्व मिलिग्रॅममध्ये – कॅल्शियम १४९, फॉस्फरस ९३, आयर्न ०.२, सोडियम ३२, पोटॅशियम १३०

व्हिटॅमिन्स (बी कॉम्प्लेक्स–संकुल) : थायामिन ०.०५ मि.ग्रॅम, रिबोफ्लाव्हिन ०.१६ मि.ग्रॅम, नियासिन ०.१ मि.ग्रॅम, फोलिक ॲसिड ३.३ म्यु.जी., व्हिटॅमिन

बी-१२ ०.१३ मायक्रोग्रॅम

अॅन्टी-ऑक्सिडंट्स : अ) व्हिटॅमिन्स : कॅरॉटिन ३१ म्यु.जी., व्हिटॅमिन 'सी' १ मि.ग्रॅम.

आपण गायीच्या किंवा म्हशीच्या दुधाचे दही बनवितो. त्यासाठी प्रथमतः दूध उकळून ते कोमट होऊ द्यावे. साधारण दुधाचे तपमान २५ ते ३० अंश सेल्सियस आवश्यक असते. या कोमट दुधात विरजण म्हणून दही किंवा ताक घालावे. या दह्यातील लॅक्टोबॅसिल्स बॅक्टेरिया, दुधातील लॅक्टोज नावाच्या साखरेचे विघटन करतात आणि त्यामुळे लॅक्टिक अॅसिड तयार होते. हे आम्ल जास्त प्रमाणात तयार झाल्यास दही जास्त आंबट लागते. या आम्लामुळे दुधातील प्रोटिन्स घट्ट होतात आणि पाण्यात विरघळत नाहीत. यालाच आपण दही म्हणतो. उकळत्या दुधात दह्याचे विरजण घातल्यास, विरजणातील लॅक्टोबॅसिल्स बॅक्टेरिया मरतात आणि दही लागत नाही.

विरजण अतिशय गोड दह्याचे असेल किंवा विरजण जुने झाले असेल तर योग्य त्या जीवाणूंची वाढ, नीट न झाल्याने, पुरेसे लॅक्टिक अॅसिड निर्माण होत नाही आणि दही घट्ट लागत नाही. अशा दह्याला तार सुटते. दुधाच्या तपमानाबद्दल खात्री असेल, तर विरजण बदलणे हा एकच उपाय असतो.

म्हशीच्या दुधाचे दही, गायीच्या दुधाच्या दह्यापेक्षा घट्ट असते. सायीचे दही लावतानाही प्रक्रिया वरीलप्रमाणेच असते. त्यामुळे घरच्या लोण्याला लॅक्टिक आम्लाची थोडी आंबट चव येते.

■

८. ताक

संस्कृत : तक्र   **हिंदी :** छाछ
इंग्रजी : Butter-milk   **लॅटिन :** –

तक्रं लघु कषायाम्लं दीपनं कफवातजित्।
शोफोदरार्शोग्रहणीदोषमूत्रग्रहारुचिः।। (चरक)

ताकाचे वर्णन करताना 'चरकांनी' ताक कषाय, आम्ल रसाचे सांगितले आहे. तर 'सुश्रुतांनी' मधुर, आम्ल, अनुरस, कषाय असे ताकाचे रस सांगितले आहेत.

रस : मधुर, आम्ल, कषाय   **विपाक :** मधुर   **वीर्य :** उष्ण

विपाकाबद्दल सुश्रुतात उल्लेख आहे आणि मधुर विपाक वर्णन केलेला आहे.

महत्त्वाचे गुण : लघु, रुक्ष   **दोषघ्नता :** कफ, वातहर

व्यवहारात आपण सायीच्या दह्याचे आणि साध्या दह्याचे ताक करतो. दह्यापासून ताक बनविताना, दह्यावर 'मंथन' हा संस्कार केला जातो. हा संस्कार नीट होणे महत्त्वाचे आहे. दह्यात पाणी घालून, चमच्याने फिरवून तयार झालेला द्रव पदार्थ ताक नव्हे. मंथन संस्काराने लोणी बाजूला होऊन ताक तयार होते आणि हे ताक लघु गुणाचे, रुक्ष बनते. दह्याचे गुण गुरू आणि अभिष्यन्दी सांगितले आहेत.

दूध, दही, तूप ही द्रव्ये 'वृष्य' (शुक्रल) आहेत. पण दह्यापासून बनणारे ताक अवृष्य आहे, असा सुश्रुतात उल्लेख आहे.

ताकाचे सामान्य गुण वर्णन केले आहेत. पण मधुर ताक कफवर्धक असून त्याने पित्तशमन होते, तर आम्ल म्हणजे आंबट ताक हे वातघ्न आणि पित्तकर असते असे सुश्रुताचे म्हणणे आहे. ताकाच्या गुणात संयोगाने बदल किंवा वृद्धी करता येते. आंबट ताकात सैंधव घातल्याने ताक वातघ्न बनते तर मधुर ताकात साखर घातल्याने पित्तघ्न बनते आणि त्रिकटू (सुंठ, मिरी, पिंपळी) घालून ताक कफघ्न बनते. याच्या संयोगाने ताक त्रिदोषहर बनते.

दैनंदिन वापरात कोथिंबीर, आले, साखर, मीठ घातले जाते. यातील कोथिंबीर त्रिदोषघ्न आहे आणि कोथिंबीर तृष्णाशामक आहे. असा मठ्ठा उन्हाळ्यात पण घेतात. उत्तर प्रदेशात ताकात पुदिना घालतात.

ताक उष्णवीर्य असल्याने रक्तपित्त, मूर्च्छा, भ्रम, दाह, क्षत या व्याधीत आणि दुर्बल व्यक्तींनी उष्णकालात ताक घेऊ नये. निरोगी माणसांनी उष्णकालात मधुर ताक साखर घालून पिण्यास हरकत नाही. शीतकालात 'सुश्रुत ताकास' प्रशस्त मानतात.

अरुची, तृष्णा, उलट्या, अतिसार, प्लीहावृद्धी, गुल्म, विषमज्वर या रोगात ताकाचे सेवन उपयोगी पडते.

कफज मूळव्याधीत लोणी काढलेले ताक प्यावे, तर वातज मूळव्याधीत सस्नेह (लोण्यासहित) ताक घ्यावे.

'ग्रहणी चिकित्सेत' वाग्भटांनी ताक हे ग्रहणी रोगावरील सर्वोत्कृष्ट अन्न आणि औषध आहे असे प्रतिपादन केले आहे. यासाठी वापरायचे ताक पूर्ण विरजल्या गेलेल्या दह्याचे, ताजे केलेले असावे. हे ताक फार आंबट असू नये. असे ताक नियमित घेतल्याने ग्रहणी म्हणजे अल्सरेटिव्ह कोलायटिसमध्ये उपयोगी पडते.

आजच्या धकाधकीच्या जीवनात तणावामुळे अग्निमांद्य, अपचन, गॅसेस होणे आणि कोलायटिसचे रुग्ण पुष्कळच असतात. ताजे ताक रोज पिणे हे क्रमप्राप्त आहे. आयुर्वेदिक गुण आपण जाणताच, पण आधुनिक दृष्टिकोनातूनही त्यातील लॅक्टोबॅसिलाय 'इंटेस्टायनल फ्लोरा' निरोगी ठेवण्यासाठी मदत करतात. आतड्यात बी कॉम्प्लेक्स तयार होते. ताकातील व्हिटॅमिन बी-१२ आणि मेथिओनिन हे

अमायनो ॲसिड महत्त्वाचे आहे.

स्थूल व्यक्तींनी आणि स्थूल मधुमेही रुग्णांनी, ताकाचे नित्यसेवन 'त्रिकटू' घालून करावे.

तूप जास्त सेवन केल्यावर, त्रास होत असेल तर ताक घ्यावे.

ताक आणि केळे, तसेच ताक आणि ताडफळ एकत्र खाणे निषिद्ध मानले आहे. हा विरुद्ध अन्नाचा प्रकार होतो. पंचकर्मात ग्रहणीच्या रुग्णांना बस्तीसाठी ताकाबरोबर दारुहारिद्रा, बेल ही द्रव्ये वापरून बस्ती देतात.

'भावप्रकाश' या ग्रंथात ताकाचे प्रकार सांगितले आहेत. यावरून निरनिराळ्या पद्धतीने ताक बनवून, त्यांच्या गुणांप्रमाणे वापर केला जात असे, असे दिसते.

१) घोल : दही सायीसकट पाणी न घालता घुसळले असता, 'घोल' तयार होते. यामध्ये साखर मिसळल्यावर, हे उत्तम वातपित्तशामक आणि आल्हाददायक होते.

२) मथित : दह्यातील मलई बाजूला काढून, पाणी न घालता घुसळले असता मथित तयार होते. हे कफपित्त नाशक आहे.

३) तक्र : दह्याच्या पाव भाग पाणी घालून घुसळल्यावर तक्र तयार होते. हे तक्र मधुर, कषाय रसाचे, उष्णवीर्य असते. हे 'लघु', 'अग्निदीपक', 'ग्राही' गुणांमुळे अतिसार, ग्रहणी रोगात उपयोगी होते.

४) उदश्वित : या प्रकारात दह्याच्या निमपट पाणी घालून घुसळले जाते. हे अत्यंत आमनाशक मानले आहे.

५) छच्छिका : दही प्रथम घुसळून, त्यातील लोणी काढून, परत त्यात पाणी घालून घुसळले की 'छच्छिका' किंवा 'छाछ' तयार होते. हे छाछ वात, पित्तनाशक, तृष्णाहर, श्रमहर असते.

आधुनिक दृष्टिकोनातून, १०० एम.एल. ताकात १५ कॅलरी आहेत. फायबर नसतो. प्रोटिन्स ०.८ ग्रॅम, फॅट १.१ ग्रॅम आणि कार्बोहायड्रेट्स ०.५ ग्रॅम असतात.

मिनरल्स : सर्व मिलिग्रॅममध्ये – कॅल्शियम ३०, फॉस्फरस ३०, आयर्न ०.१

९. लोणी

संस्कृत : नवनीत **हिंदी :** –
इंग्रजी : Butter **लॅटिन :** –

संग्राहि दीपनं हृद्यं नवनीतं नवोद्धृतम्।
ग्रहण्यर्शोविकारघ्नमर्दितारुचिनाशनम्।। (चरकसूत्र)

रस : मधुर, कषाय, आम्ल **विपाक :** मधुर **वीर्य :** शीत
दोषघ्नता : पित्त, वातघ्न, कफकरमुख्य गुण : संग्राही, दीपन
लोणी दोन प्रकारांनी बनविले जाते.

१) दूध घुसळून जो स्निग्ध भाग मिळतो, त्याला आपण व्यवहारात क्रीम म्हणतो. याला संस्कृतमध्ये 'नवनीत' म्हणतात.

२) सायीचे दही घुसळल्यावर जो घन, स्निग्ध भाग, त्यास लोणी म्हणतात, आणि द्रव भागाला ताक म्हणतात.

दुधापासून बनविलेले क्रीम किंवा लोणी (नवनीत) हे अतिस्निग्ध आणि थंड असून रक्तपित्तशामक, डोळ्याला हितकारक असते.

दह्यापासून बनलेले लोणी क्षय, खोकला, अर्दित, अर्श, ग्रहणी या रोगांमध्ये उपयोगी पडते. हे मेध्य म्हणजे बुद्धिवर्धक आहे आणि मनाला प्रसन्न करणारे आहे.

लहान मुलांनी लोणी रोज खाल्ल्याने विशेष उपयोग होतो. गर्भवती स्त्रीने रोजच्या आहारात लोण्याचा समावेश करावा.

अर्श (मूळव्याध) चिकित्सेमध्ये काळे तीळ आणि लोणी द्यावे असे चरकांनी सांगितले आहे.

डोळ्यांची जळजळ, वाचताना डोके दुखणे, यासाठी १ चमचा लोणी १ चमचा मध १ चमचा त्रिफळाचूर्ण घ्यावे. यानंतर काहीही न घेता (खाता, पिता) झोपावे.

गायीचे लोणी हे अधिक हितकारक आहे. म्हशीचे लोणी हे गुरू आणि मेदवृद्धिकर आहे. 'अर्दित' रोगामध्ये तुपापेक्षाही लोणी जास्त प्रभावी ठरते.

आधुनिक दृष्टिकोनातून, १०० ग्रॅम लोण्यात ७२९ कॅलरी असतात, फायबर नसतो. प्रोटिन्स आणि कार्बोहायड्रेट्स नसतात, फॅट ८१ ग्रॅम असते. कॅरॉटिन ९६० म्यु.जी. असते.

लोणी आणि साजूक तूप गरिबांना परवडत नाही म्हणून आणि श्रीमंत कोलेस्टेरॉल वाढीच्या भीतीने खात नाहीत. स्निग्ध पदार्थ म्हणजे, लोणी खाल्ल्याने वजन वाढते ही भीती असतेच. लोण्यामध्ये सॅच्युरेटेड फॅट्स आहेत, हे सत्य आहे, पण त्या शार्टचेन फॅट्स आहेत, हे समजणे महत्त्वाचे आहे. या फॅट्सचे शोषण पटकन होते आणि त्या रोजच्या ऊर्जेसाठी शरीर वापरते. या साठवल्या जात नाहीत. त्यामुळे वजन वाढत नाही. फक्त खाण्याचा अतिरेक करू नये.

या शार्टचेन फॅट्स, आतड्यांमध्ये रोग निर्माण करणारे बॅक्टेरिआ व्हायरसेस वाढू देत नाहीत. रोग प्रतिकारक शक्ती वाढण्यास मदत करतात.

लोण्यामध्ये ग्लायकोस्पिंगोलिपीड्स (Glycosphingolipids) असतात. यामुळे जुलाब, कोलायटीस हे रोग होत नाहीत. लहान मुले आणि वृद्ध यांना याचा जास्त

उपयोग होतो. यासाठी लोणी किंवा सायीसकट दूध प्यावे.

लोण्यामध्ये मँगेनीज, झिंक, सेलिनियम ही अँन्टीऑक्सिडंट खनिजे असतात. त्याच बरोबर क्रोमियम, आयोडिनही असते. या सर्व खनिजांचे महत्त्व आपणास समजावून दिलेले आहे. लोण्यामध्ये लेसिथिनही असते. कोलेस्टेरॉलच्या चयापचयात हे भाग होते आणि कोलेस्टेरॉलचे नियंत्रण करते.

लोण्यामध्ये फॅट सोल्युबल व्हिटॅमिन्स १) 'ए' २) 'डी' ३) 'ई' ४) 'के' असतात. ही सर्व व्हिटॅमिन्स महत्वाची कार्ये करतात. तसेच पाण्यात विरघळणारी बी-कॉम्प्लेक्स समूहातील व्हिटॅमिन्सचे शोषण करण्यास मदत करतात.

लोण्यातील सॅच्युरेटेड फॅट्स आणि त्यातील व्हिटॅमिन 'ए' आणि 'डी' हाडांच्या उत्तम वाढीसाठी आणि कॅल्शियम हाडांमध्ये व्यवस्थित साठण्यासाठी उपयोगी पडतात.

लोण्यातील सॅच्युरेटेड फॅट्स, त्यातील ओमेगा-३ फॅट्स शरीरातील पेशींमध्ये स्थिर करण्यास उपयोगी पडतात.

सॅच्युरेटेड फॅट्स, यकृताचे दारूच्या दुष्परिणामांपासून संरक्षण करते.

लोण्यामध्ये ट्रान्स व्हॅकेनिक (Vaccenic Acid) अॅसिड आणि रूमेनिक अॅसिड (Rumenic Acid) असतात. ही नैसर्गिक ट्रान्स फॅटीअॅसिड्स आहेत. या अॅसिडमुळे कॅन्सरविरुद्ध लढण्याची शक्ती येते.

तेल रिफाइंड करताना, ३००°C उष्णता दिल्याने ट्रान्स फॅटीअॅसिड तयार होतात आणि मार्गारिन बनविताना हायड्रोजनेशनमुळे, मार्गारिनमध्ये ट्रान्सफॅटी अॅसिड्स बनतात. ही दोन्ही मानवनिर्मित ट्रान्सफॅटी अॅसिड्स शरीराला अपायकारक आहेत. हाच लोणी आणि मार्गारिनमधील फरक आहे.

लोण्यामध्ये CLA फॅट्स असतात. याचे सविस्तर वर्णन 'दूध' प्रकरणात केलेले आहे. यामुळे कॅन्सरविरुद्ध लढण्यास शक्ती येते.

मुला-मुलींची वाढ होत असताना, ती वयात येत असताना त्यांच्या प्रजनन संस्थेची (Male and Female Sexual Characteristics) प्राकृत वाढ होण्यासाठी, लोण्याचा आहारात माफक प्रमाणात समावेश आवश्यक आहे.

■

१०. साजूक तूप

संस्कृत : घृत　　**हिंदी :** –

इंग्रजी : Ghee　　**लॅटिन :** –

शस्तं धीस्मृतिमेधाग्निबलायुः शुक्रचक्षुषाम्।
बालवृद्धप्रजाकान्तिसौकुमार्यस्वरार्थिनाम्।।
क्षतक्षीणपरीसस्पर्शस्त्राग्निलपितात्मनाम्।
वातपित्तविषोन्मादशोषालक्ष्मीज्वरापहम्।।
स्नेहानां उत्तमं शीतं वयसः स्थापनं परम्।
सहस्त्रवीर्यं विधिभिर्घृतं कर्मसहस्त्रकृत्।

रस : मधुर **विपाक :** मधुर **वीर्य :** शीत
दोषघ्नता : वातपित्तघ्न, कफकर

'तूप' हे सर्व स्निग्ध पदार्थात उत्तम मानलेले आहे. ते वयस्थापक म्हणजे त्याच्या नित्य सेवनाने वृद्धत्व उशिरा येते, तारुण्य टिकून राहते आणि मनही तरुण राहते. आयुर्वेदाने तुपाला उत्कृष्ट रसायन म्हटले आहे. चरकांनी श्रेष्ठ वातपित्तशामक म्हणून गौरव केला आहे.

स्मृती, ग्रहणशक्ती आणि ज्ञानशक्ती या तिन्ही गोष्टी साजूक तूप खाल्ल्याने मिळतात. बाल्यावस्थेपासून वृद्धत्वातही टिकून राहतात, म्हणूनच गर्भवतीने रोज तूप खावे.

तूप हे अग्नी प्रदीप्त करत असल्याने, रोज भोजनाचे वेळी घेतल्याने आहाराचे सम्यक् पचन होते. सप्तधातूवर्धन होऊन, 'ओज'वर्धन होते. 'पंचकर्म' उपचारात तुपाला महत्त्व आहे. तसेच व्रणरोपण म्हणजे जखम भरण्यासाठी उपयोगी आहे. क्षतक्षीण, विसर्प, जीर्णज्वर या शारीरिक व्याधींवर आणि मद, अपस्मार, मूर्च्छा, उन्माद या मानसिक व्याधींवरही उपयोगी आहे.

घृत हे 'योगवाही' असल्याने आणि हजारो वीर्यांनी युक्त असल्याने, निरनिराळ्या वनस्पतींनी सिद्ध केल्यावर, प्रत्येक रोगावर सिद्धघृत देता येते. ही संकल्पना हे आयुर्वेदाचे वैशिष्ट्य आहे.

तूप हे तयार झाल्यावर टिकाऊ असते आणि त्यासाठी फ्रीज वगैरेची जरुरी लागत नाही. एक वर्षापर्यंत त्याला 'ताजे' तूप म्हणतात. एक वर्षापासून दहा वर्षापर्यंत 'पुराणघृत' म्हणतात. अकरा ते शंभर वर्षांपर्यंतच्या तुपास 'प्रपुराण घृत' म्हणतात. शंभर ते एकशेदहा वर्षांपर्यंतच्या तुपास 'कुंभसर्पि' अशी संज्ञा आहे. त्यानंतर त्यास 'महाघृत' म्हणतात.

तूप जितके जुने, तेवढा वास उग्र बनतो त्यामुळे आहारात वापरता येत नाही.

रक्तपित्तात मनुकाकल्क सिद्ध घृत वापरतात. पित्तज व्याधींमध्ये द्राक्षादि घृत वापरतात. कफज गुल्मात भल्लातकादि घृत वापरतात. कुष्ट, पांडु, कामला, हृदरोग, अर्श यामध्ये 'महातिक्तक' घृत वापरतात तर राजयक्ष्मा, कास, श्वास,

स्वरभेद यामध्ये 'खर्जुरादि घृत' वापरलेले आहे.

अपस्मार, उन्माद या मानसिक व्याधींत 'पंचगव्यघृत' वापरतात.

या उदाहरणांकडे बघताना तुपाचे हजारो उपयोग आहारद्रव्य आणि औषध म्हणून आहेत हे पटते.

हल्ली बाजारात दूध गरम न करता, कच्च्या दुधापासून घुसळून क्रीम काढले जाते आणि या क्रीमपासून दही न करता क्रीमचे रूपांतर तुपात करतात. हे तूप आयुर्वेदाला मान्य नाही.

आपण दूध तापवून जरा थंड झाल्यावर साय बाजूला करून, या सायीला विरजण लावून, त्यापासून दही बनवितो. हे दही रवीने घुसळून (म्हणजे मंथन करून) नंतर लोणी बाजूला करतो आणि राहिलेल्या द्रव पदार्थाला ताक म्हणतो. हे लोणी मंद आचेवर कढवून त्यापासून तूप बनते. हे तयार झालेले तूप गाळून, चांदीच्या किंवा स्टेनलेसस्टीलच्या भांड्यात ठेवावे. तांब्याच्या भांड्याचा तूप ठेवण्यासाठी वापर करू नये. या पद्धतीने तूप बनविताना दुधावर अग्निसंस्कार केला जातो, सायीवर विरजणाचा एक संस्कार होतो आणि दह्यावर मंथनसंस्कार (घुसळणे) होऊन लोणी तयार होते. या लोण्यावर परत अग्निसंस्कार होतो. अशा तऱ्हेने बनलेले तूप गुणसंपन्न असते.

'भावप्रकाश' या ग्रंथामध्ये गाय, म्हैस, बकरी, उंटीण, घोडी आणि मेंढी या प्राण्यांच्या तुपाचे वर्णन गुणांसहित आहे. सर्व तुपांमध्ये गायीचे तूप सर्वश्रेष्ठ मानले आहे, तर मेंढीचे कनिष्ठ गुणांचे म्हटले आहे.

गाईचे तूप न मिळाल्यास, म्हशीचे घरगुती तूप आहारात वापरावे. पण वनस्पतीतूप म्हणजे 'डालडा' वापरू नये. वैद्य नेहमी सर्वांना 'साजूक तूप खा' म्हणूनच सांगतात, असा गैरसमज समाजात आहे. पण चरकाच्या 'चक्रपाणी' या टीकाकाराने १) दलदलीच्या प्रदेशात राहणाऱ्या लोकांनी २) वसंत ऋतूमध्ये ३) अतिस्थूल व्यक्तींनी ४) कफदोषप्रधान व्यक्तींनी तुपाचे सेवन करणे अपथ्यकारक आहे, असे 'चरकसूत्रस्थान २५/४५' यावर टीका करताना म्हटले आहे.

आधुनिक दृष्टिकोनातून, गाईच्या आणि म्हशीच्या १०० ग्रॅम तुपात, ९०० कॅलरी असतात; फायबर नसतो. फॅट १००टक्के असतात.

गाईच्या तुपात व्हिटॅमिन 'ए' (कॅरॉटिन) ६०० म्यु.जी. आणि म्हशीच्या तुपात व्हिटॅमिन 'ए' २७० म्यु.जी. असते. तसेच ३० मायक्रोग्रॅम व्हिटॅमिन 'डी' असते.

तुपातील फॅट सॅच्युरेटेड असल्याने आणि कॅलरीज जास्त असल्याने, तूप खाल्ल्याने वजन वाढणे, कोलेस्टेरॉल वाढणे आणि हायपरटेन्शन, हृदरोग आदी व्याधी होतात असे अनुमान २०-२५ वर्षांपूर्वी काढले गेले होते. विज्ञानाच्या प्रगतीत, तुपातील 'ओमेगा ३' आणि 'ओमेगा ६' या फॅटी ॲसिड्सचे प्रमाण १:४

आढळून आले. तसेच दुधामध्ये CLA फॅट्स आहेत हे समजले. या दोन्ही गोष्टी तूप, आरोग्यास हितकारक आहे असे सिद्ध करू लागल्या.

मुंबईतील के.ई.एम. हॉस्पिटलमध्ये, डॉ. शरदिनी डहाणूकर यांनी तेल, तूप आणि लोणी याचे प्राण्यांवर आणि माणसांवर होणारे परिणाम अभ्यासून, असा निष्कर्ष काढला की तूप आणि लोण्याने कोलेस्टेरॉल आणि ट्रायग्लिसराइड वाढत नाहीत.

एक चमचा (चहाचा) तुपामध्ये १६ मि.ग्रॅम कोलेस्टेरॉल असते. त्यामुळे सकाळी जेवणात १ चमचा आणि रात्रीच्या जेवणात १ चमचा तूप घेणे, तुपाच्या गुणांकडे बघताना हितकारक आणि आवश्यक आहे. तरीही तुपाचा अतिरेक घातकच ठरतो. गुजरात, राजस्थान आणि पंजाब या राज्यात तुपाच्या अतिरेकामुळे हृदयविकाराचे प्रमाण वाढल्याचे दिसून आले आहे. गुजरातमध्ये लग्नाच्या मेजवानीत माणशी अडीचशे ग्रॅम तूप फस्त होत. त्यामुळे माणसे हृदयरोगाचे बळी ठरतात.

ऋणं कृत्वा घृतं पिबेत्।

हे पूर्वजांनी सांगितलेले वचन, तुपाच्या रसायन गुणाचे महत्त्व विशद करते.

११. खवा

संस्कृत : – **हिंदी :** खोआ/खोया

इंग्रजी : Khoa **लॅटिन :** –

रस : मधुर **विपाक :** मधुर **वीर्य :** शीत

दूध मंद आचेवर कढईत उकळत असताना, सारखे हळूहळू ढवळत राहिले, तर दूध आटत जाते. या क्रियेत दूध भांड्याच्या तळाशी करपणार नाही याची काळजी घ्यावी लागते. दूध आटविल्यावर जो पांढरा घन भाग शिल्लक राहतो, त्याला 'खवा' म्हणतात. हा चवीला फिक्का असतो. नुसता खवा फार खाण्यात येत नाही. यामध्ये साखर घालून निरनिराळ्या तऱ्हेची मिठाई बनविली जाते.

ज्यांना जेवणानंतर तृप्ती जाणवत नाही, त्यांनी जेवताना खव्याचा उपयोग पोळी किंवा करंजी यातून करावा किंवा १० ग्रॅम खवा, खडीसाखर जेवणानंतर खावी.

मैथुनशक्ती कमी झाली असेल तर किंवा कृश व्यक्तींनी वजन वाढण्यासाठी १० ग्रॅम खवा, १० ग्रॅम खडीसाखर आणि एक लवंग एकवीस दिवस घ्यावी. हा प्रयोग वृद्ध, अतिस्थूल व्यक्तींनी करू नये.

१०० ग्रॅम गाईच्या दुधाच्या खव्यात, ४१३ कॅलरी असतात. फायबर नसतो. प्रोटिन्स २० ग्रॅम, फॅट २५.९ ग्रॅम, कार्बोहायड्रेट्स २४.९ ग्रॅम.

मिनरल्स : सर्व मिलिग्रॅममध्ये – कॅल्शियम ९५६, फॉस्फरस ६१३

व्हिटॅमिन्स (बी कॉम्प्लेक्स–संकुल) : थायामिन ०.२३ मि.ग्रॅम, रिबोफ्लाव्हिन ०.४१ मि.ग्रॅम, नियासिन ०.४ मि.ग्रॅम.

अॅन्टी-ऑक्सिडंट्स : अ) व्हिटॅमिन्स : कॅरॉटिन १४९ म्यु.जी., व्हिटॅमिन 'सी' ६ मि.ग्रॅम.

■

१२. पनीर

संस्कृत : छाना　　**हिंदी :** –

इंग्रजी : Channa　　**लॅटिन :** –

दूध उकळताना त्यात थोडासा लिंबाचा रस पिळावा, त्याने दूध नासते, चोथा आणि पाणी बाजूला होते, त्यातील घन भाग गाळून घेतात. या घन भागाला 'पनीर' म्हणतात. गाळलेल्या द्रव भागास 'मोरट' व्हे (whey) ही संज्ञा आहे. या मोरटचा उपयोग परत पनीर करण्यासाठी होतो किंवा इतर भाज्यांमध्ये स्वयंपाकात वापरावे. यामध्ये जीवनसत्त्व असल्याने ते फेकून देऊ नये.

पनीर करताना दूध उकळत असल्याने, त्यातील (जीवाणू) बॅक्टेरिया मरतात. पनीर करताना दूध गरम केल्यावर साय बाजूला करून, लिंबू पिळल्यास पनीर बनते. या पनीरमध्ये फॅटचे प्रमाण कमी असते.

पनीरचा उपयोग स्वयंपाकात निरनिराळ्या भाज्या बनविण्यासाठी, तसेच मिठाई बनविण्यासाठी करतात. चरकांनी किलाट (पनीर) 'नित्य सेवन करू नये' असे सांगितले आहे, कारण ते अतिगुरू आहे. 'पनीर'ला 'कॉटेज चीझ' असे म्हणतात.

१०० ग्रॅम पनीरमध्ये, २६५ कॅलरी असतात. फायबर नसतो.

प्रोटिन्स १८.३ ग्रॅम, फॅट २०.८ ग्रॅम, कार्बोहायड्रेट्स १.२ ग्रॅम.

मिनरल्स : सर्व मिलिग्रॅममध्ये – कॅल्शियम २०८, फॉस्फरस १३८

व्हिटॅमिन्स (बी कॉम्प्लेक्स–संकुल) : थायामिन ०.०७ मि.ग्रॅम, रिबोफ्लाव्हिन ०.०२ मि.ग्रॅम.

अॅन्टी-ऑक्सिडंट्स : अ) व्हिटॅमिन्स : कॅरॉटिन ११० म्यु.जी., व्हिटॅमिन 'सी' ३ मि.ग्रॅम.

■

१३. चीज

संस्कृत : – **हिंदी :** –
इंग्रजी : Cheese **लॅटिन :** –

पाश्चिमात्य देशात सायीसकट दूध (होलमिल्क) किंवा 'स्किम्ड मिल्क' यापासून फर्मेन्टेशनने (खमीरीकरण पद्धतीने) चीज बनवितात. या फर्मेन्टेशनसाठी बॅक्टेरिया (जीवाणू)चा सहभाग असतो. यामध्ये चीज बनविण्याच्या, निरनिराळ्या पद्धती विकसित केल्या गेल्या आहेत. आता ४०० प्रकारचे चीज पाश्चिमात्य देशात मिळते.

चीजचा उपयोग पिझ्झा, सँडविचेस वगैरेमध्ये करतात.

१०० ग्रॅम चीजमध्ये, ३४८ कॅलरी असतात. फायबर नसतो. प्रोटिन्स २४.१ ग्रॅम, फॅट २५.१ ग्रॅम, कार्बोहायड्रेट्स ६.३ ग्रॅम.

मिनरल्स : कॅल्शियम ७९० मि.ग्रॅम, फॉस्फरस ५२० मि.ग्रॅम, आयर्न २.१ मि.ग्रॅम.

ॲन्टी-ऑक्सिडंट्स : अ) व्हिटॅमिन्स : कॅरॉटिन ८२ म्यु.जी.

गाईच्या दुधापासून बनविलेले, चीज खाण्याने फिनलँडमधील रजोनिवृत्त स्त्रियांमध्ये ब्रेस्टकॅन्सरचे प्रमाण अल्प आढळले.

■

१४. योगर्ट

शेकडो वर्षांपूर्वी पूर्व युरोपातील 'टर्किश' आणि 'बल्गेरियन' संस्कृतीत 'योगर्ट' बनविण्याची कला अवगत होती. टर्किश भाषेत 'योगेन (Yogen) या शब्दाचा अर्थ 'घट्ट' (Thick) असा आहे. यावरूनच 'फर्मंटेड' मध्यम घट्ट (Semisolid) दुधाला 'योगर्ट' म्हणण्यास सुरुवात झाली. प्राथमिक अवस्थेत निरनिराळ्या प्राण्यांचे दूध वापरून योगर्ट तयार केले जात असे. याचा पुढे जगभर प्रसार झाला. व्यापारी तत्त्वावर, गायीच्या दुधापासून योगर्ट बनवितात. योगर्ट बनविण्यासाठी सायीसकट दूध स्कीम्ड मिल्क किंवा क्रीमही वापरतात.

योगर्ट बनविताना वापरल्या जाणाऱ्या दुधात ॲन्टीबायॉटिक्स, विषारी केमिकल्स आणि बॅक्टेरिया नाहीत याची खात्री करतात. गाय व्यायल्यावर पहिले काही दिवस येणारा चिक (Colostrum) योगर्टसाठी वापरत नाहीत.

योगर्टची गोडी वाढविण्याठी ग्लुकोज, सुक्रोज आणि अस्पारटेम वापरतात.

स्टॅबिलायझरस म्हणून जिलाटिन, व्हे प्रोटिन्स, कार्बाक्सिमेथिल सेल्युलोज इत्यादी पदार्थ घालतात. नैसर्गिक फळे किंवा त्यांचे बनविलेले अर्क, वास आणि चवीसाठी घातले जातात.

प्रथमत: दूध, स्टॅबिलायझर्स आणि स्वीटनर्स घालून तयार झालेले मिश्रण ८५°C ला ३० मिनिटे गरम करतात. यामुळे हे मिश्रण निर्जंतूक होते, नंतर हे गार करतात. गार झालेल्या मिश्रणांत स्ट्रेप्टोकॉकस - थर्मोफिलस (ST) आणि लॅक्टोबॉसिल्स बल्गेरिकस (LB) या दोन जीवाणूंचे समप्रमाणातील कल्चर टाकतात.

यानंतर या मिश्रणाचे तपमान ४३°C सहा तास ठेवतात, यामुळे या जीवाणूंची वाढ होते. सहा तासात कोअॅग्युलेशन झाले, की यामध्ये फळे किंवा त्यांचे अर्क घालतात. नंतर पॅक करून रेफ्रिजरेटरमध्ये ५°C ला ठेवतात, असे योगर्ट बाजारात विक्रीस येते.

योगर्टचे फायदे वर्णन करताना, तो दुग्धजन्य पदार्थ असल्याने त्यात दुधातील सर्व घटक असल्याने, दुधाचे फायदे मिळतातच त्याच बरोबर त्यातील लॅक्टोबॅसिलाय म्हणजे परोपकारी जीव असल्याने (Probiotics) पचनसंस्थेचे कार्य चांगले होते. (H. Pylori) या जीवाणूंचे इन्फेक्शन होत नाही. रोगप्रतिकारक शक्ती वाढते आणि कोलनकॅन्सर विरुद्ध लढण्याची क्षमता येते.

हे वर्णन बघताना, योगर्ट म्हणजे भारतीय दह्याचा चुलतभाऊ आहे. पण दह्यात कोणतेही स्टॅबिलायझर्स नाहीत आणि परोपकारी जीवाणू विरजणातून नैसर्गिक तयार होतात. हा फरक आहे.

■

११

तैलवर्ग

१. तेल

स्वयंपाक करावयाचे म्हटले, की तेल आलेच. भारतासारख्या खंडप्राय देशात हवामान, उपलब्धता आणि परंपरा यानुसार निरनिराळ्या राज्यात निरनिराळ्या तेलाचा वापर होतो. चरककाली प्रथमत: तिळापासून तेल काढण्याची पद्धत सुरू झाली. आता निरनिराळ्या तेलबिया, भाताचा कोंडा, मका, सोयाबीन यापासून काढलेली तेले आपण वापरतो.

पाश्चात्य देशात हजारो वर्षं 'ऑलिव्ह' या फळापासून काढलेले तेल वापरतात. १९९९ पासून न्यूझीलंडमध्ये अॅव्होकाडो (Avocado) या फळापासूनही तेल काढून वापरण्यास सुरुवात झाली.

प्रत्येक तेलात १. सॅच्युरेटेड फॅट २. मोनो अन-सॅच्युरेटेड फॅट्स आणि ३. पॉली अन-सॅच्युरेटेड फॅट्स असतात.

पॉली अन-सॅच्युरेटेड फॅट्सपैकी 'ओमेगा-३' फॅटी अॅसिड्स किती आहेत आणि 'ओमेगा-६'चे प्रमाण काय आहे हे ही नमूद करतात. 'ओमेगा-३'चे प्रमाण जेवढे जास्त असेल, तेवढे ते तेल हितावह मानतात.

निसर्गत:च या सर्व तेलात फॅट सोल्युबल व्हिटॅमिन्स (A,D,E) असतात. तसेच तेलबियांतील 'फायटोस्टिरॉल' या तेलांमध्ये उतरतात. कोलेस्टेरॉल कमी करण्यासाठी, ही फायटोस्टिरॉल उपयोगी पडतात. व्हिटॅमिन्सचे महत्त्व आपण जाणताच.

स्वयंपाक करताना, तेल फोडणीसाठी व कढईत डीप फ्राईंग म्हणजे तळण्यासाठी आपण वापरतो, तसेच तव्यावर शॅलोफ्राय करतो आणि सॅलड्समध्ये मोहरीचे तेल आणि ऑलिव्ह तेल कच्चे वापरतात.

कढईत तळत असताना, उष्णता जास्त झाल्यास तेलातून धूर येऊ लागतो आणि नंतर तेल पेट घेण्याचा संभव असतो. ज्या वेळी धूर येण्यास सुरुवात होते,

त्याला 'स्मोक पॉईंट' म्हणतात. काही तेलांमधून कमी तपमानाला धूर येऊ लागतो, तर काही तेल जास्त उष्णता सहन करतात. यासाठीच प्रत्येक तेलाचा 'स्मोक पॉईंट' वर्णन करतात. सर्वच रिफाइंड तेलांचा 'स्मोक पॉईंट' जास्त असतो, तर अन्‌रिफाइंड तेलांचा स्मोकपॉईंट कमी असतो.

पाककृती कोणती करावयाची आहे, हे माहीत असेल तर त्याप्रमाणे स्मोकपॉईंट विचारात घेऊन तेलाची तळण्यासाठी निवड करतात.

तळत असताना धूर येऊ लागल्यास, प्रथमत: तळणे बंद करावे. कढई थंड होऊ द्यावी, नंतर दुसरे तेल घेऊन तळणे सुरू करावे. धूर आलेले तेल वापरू नये, कारण तेलातून धूर येऊ लागल्यावर तेलाचे विघटन (Degradation) सुरू होते. या तेलाची चव आणि वास वाईट असतो, तसेच पदार्थाची चवही बदलते.

स्वयंपाकघरातील तळणीच्या धुराने तेथे काम करणाऱ्या माणसांच्या श्वसनावाटे 'कारसिनोजेन' फुप्फुसात जातात. नेहमीच धुराच्या संपर्कात येणाऱ्यांना दमा आणि फुप्फुसाचा कॅन्सर होण्याची शक्यता असते. यासाठीच धुराचा निचरा होण्यासाठी, किचन चिमणी किंवा खिडक्या आवश्यक आहेत.

कढईत पदार्थ तळत असताना, १९०°C (सेंटिग्रेड) पर्यंत डीपफ्राईंग केले तर तेलात हानिकारक घटक तयार होत नाहीत. तेलातील व्हिटॅमिन 'ई' २२०°C (सेंटिग्रेडला) निष्प्रभ होते.

तेलांमधील मोनो अन-सॅच्युरेटेड फॅट्स L.D.L. कोलेस्टेरॉल कमी करतात आणि H.D.L. वर काही परिणाम करत नाहीत. याउलट पॉली अन-सॅच्युरेटेड फॅट्स L.D.L. कोलेस्टेरॉल कमी करतात आणि त्याचबरोबर H.D.L. कोलेस्टेरॉलही कमी होतो. म्हणूनच मोनो अन-सॅच्युरेटेड फॅट्स जास्त असलेली तीळतेल, ऑलिव्ह तेल, शेंगदाणा तेल वापरावी.

पॉली अन-सॅच्युरेटेड फॅट्स जास्त असलेली करडई आणि सूर्यफूल तेले H.D.L. कोलेस्टेरॉल कमी करून, हार्ट अटॅकची शक्यता वाढवतात. त्याचबरोबर त्यांच्या ज्वलनाने शरीरात फ्री रॅडिकल्स जास्त निर्माण होऊन, कॅन्सर होण्याची शक्यता वाढते.

तेलांपासून हायड्रोजनेशन करून वनस्पती तूप आणि मार्गारिन बनवले जाते. या प्रक्रियेत वनस्पती तूप आणि मार्गारिनमध्ये ट्रान्सफॅटी ॲसिड्स तयार होतात. ही शरीराला हानिकारक असल्याने त्यांचा वापर कमी करावा.

पॉली अन-सॅच्युरेटेड फॅटी ॲसिड जास्त असलेली करडई, सोयाबीन आणि सूर्यफूल तेले, तसेच वनस्पतीतूप, मार्गारिन यांच्या नियमित सेवनाने प्रजनन क्षमता आणि समागमाची इच्छा स्त्री-पुरुषात कमी होते, असे दिसून आले आहे. लैंगिक आरोग्य चांगले राहण्यासाठी 'ओमेगा-३' फॅटी ॲसिड्स जास्त असलेली जवस

आणि माश्यांची तेले तसेच मोनोअनसॅच्युरेटेड तीळ, शेंगदाणा तेले उपयोगी पडतात.

तेल-तुपातील भेसळ हा चर्चेचा विषय असतोच. आर्थिक फायद्यासाठी मोहरीच्या तेलात 'आर्जिमॉन तेल' मिसळले जाते. भेसळयुक्त तेल खाल्लेले नागरिक साथीच्या रोगासारखे मृत्युमुखी पडतात. तेलाचा पाऊच किंवा टिनवरील लेबल वाचून, त्यात आर्जिमॉन तेल नाही, याची खात्री करून खरेदी करावी.

ऑक्सिडेशन न झालेले आणि ट्रान्सफॅटी ॲसिड नसलेले तेल म्हणजे फिल्टर्ड तेल किंवा लाकडी घाण्यावरचे तेल होय, अशा तेलाचा आग्रह धरणे हितावह आहे.

मानवास हितावह तेल शोधण्याचा प्रयत्न, शास्त्रज्ञ पुष्कळ वर्षे करीत आहेत. 'कॅनोला तेल' हे त्याचेच उदाहरण आहे. ऑलिव्हतेलातील ओलिक ॲसिड (Oleic-acid) हितावह असल्यामुळे सूर्यफूल आणि करडईची ओलिक ॲसिड समृद्ध बियाणे हायब्रीड पद्धतीने तयार केली आहेत. या नवीन सूर्यफूल आणि करडईची तेले बाजारात येतील. हा सर्व खटाटोप करताना, तेलाला प्रोसेस करताना अतिउष्णता देणे आणि ऑक्सिडाईज करणे हीच मोठी चूक आहे. उष्णता न दिलेली नैसर्गिक तेले, आहारात घेतली पाहिजेत.

पाककृतीत तेला-तुपाचा सढळ वापर केला की, अन्न चविष्ट लागते आणि असे अन्न पोट भरल्याचे समाधान देते. हे सत्य, पण तेल-तुपाशी कमीत कमी संबंध असलेल्या पाककृती आणि या तेलबिया, सुकामेवा नैसर्गिक स्वरूपात आहारात वापरणे जास्त फायदेशीर आहे. जवस, कारळे, तीळ, नारळ, सूर्यफूल, शेंगदाणा यांच्या चटण्यांचे प्रमाण आहारात वाढविणे आणि तळलेले पदार्थ कमी खाणे हा निरोगी राहण्यासाठी उपाय आहे. आपल्या आवडीचे तेल किंवा दोन, तीन तेलांचे मिश्रण अगर आलटून-पालटून दोन तेले वापरताना, दर महिना माणशी अर्धा लिटर ह्या प्रमाणापेक्षा अधिक शक्यतो ग्रहण करू नये.

■

२. जवसाचे तेल

संस्कृत : अतसी **हिंदी :** –
इंग्रजी : Linseed Oil **लॅटिन :** –

आतस्य मधुराम्लं तु विपाके कटूकं तथा।
उष्णवीर्यं हितं वाते रक्तपित्तप्रकोपणम्।। (चरकसूत्र २७)

रस : मधुर, आम्ल **विपाक :** कटू **वीर्य :** उष्ण

दोषघ्नता : वातघ्न, पित्तकर, कफकर

अकोला, नागपूर म्हणजे वऱ्हाडात या तेलाचा वापर करतात. हे तेल तापवण्याऐवजी गरम पदार्थावर घालावे.

आधुनिक दृष्टिकोनातून पृथक्करण केले असताना, या तेलात फॅट्‌सची टक्केवारी सॅच्युरेटेड फॅट्‌स ९ टक्के, मोनो अन-सॅच्युरेटेड फॅट्‌स १९ टक्के, पॉली अन-सॅच्युरेटेड फॅट्‌स ७२ टक्के.

या तेलात प्रामुख्याने पॉली अन-सॅच्युरेटेड फॅट्‌स आहेत, पण त्यात 'ओमेगा-३' फॅटी ॲसिडचे प्रमाण ५८ टक्के आहे.

फायटोस्टिरॉल्सचे प्रमाण ३३८ मिलिग्रॅम /१०० ग्रॅम आहे. अन-रिफाइंड तेलाचा स्मोकपॉईंट १०७°C किंवा २२५°F आहे.

'ओमेगा-३' फॅटी ॲसिड्‌स विपुल असल्याने, हे तेल हृदयास हितावह आहे, पण स्मोक पॉईंटकडे बघताना, तळण्यास उपयोगी पडत नाही. गरम करून पदार्थावर घालता येते.

ज्या रुग्णांना ॲन्टीकोॲग्युलंट (Anticoagulant) ट्रिटमेंट चालू आहे. त्यांनी जवसाचे तेल किंवा चटणी वैद्यकीय सल्ल्याशिवाय घेऊ नये. कारण यामुळे रक्तस्राव होण्याची शक्यता असते.

■

३. ऑलिव्ह तेल

संस्कृत : –
हिंदी : –
इंग्रजी : Olive Oil
लॅटिन : –

आधुनिक दृष्टिकोनातून, पृथक्करण केले असताना या तेलात फॅट्‌सची टक्केवारी सॅच्युरेटेड फॅट्‌स १३ टक्के, मोनो अन-सॅच्युरेटेड फॅट्‌स ७६ टक्के, पॉली अन-सॅच्युरेटेड फॅट्‌स ११ टक्के म्हणजे या तेलात प्रामुख्याने मोनो अन-सॅच्युरेटेड फॅट्‌स आहे. फायटोस्टिरॉल्सचे प्रमाण, १७६ मिलिग्रॅम / १०० ग्रॅम आहे.

या तेलाचा 'स्मोक पॉईंट' एक्स्ट्रा व्हर्जिन तेलाचा (Extra Vargin Oil) १६०°C किंवा ३२०°F आहे.

ग्रीसमध्ये हे तेल ५००० वर्षांपासून वापरत आहेत. ऑलिव्हच्या फळांपासून हे तेल काढले जाते. यामुळे एल.डी.एल. कोलेस्टेरॉल कमी होतो. हे तेल कोलेस्टेरॉलच्या ऑक्सिडेशनला प्रतिबंध करते. हृदयासाठी हितकारक. पदार्थ तळण्यास ऑलिव्ह तेलाचा उपयोग करू नये. सॅलड ड्रेसिंगसाठीच पाश्चात्य देशात वापरतात.

सूर्यप्रकाशामुळे या तेलातील अॅन्टी-ऑक्सिडंट गुणधर्म नष्ट होतात. म्हणून सूर्यप्रकाशापासून दूर आणि गडद रंगाच्या बाटलीत ठेवावे. 'नेपल्स युनिव्हर्सिटीने' केलेल्या शोधात असे दिसून आले की, ऑलिव्ह तेलमधील पॉलीफिनॉल ही फायटोकेमिकल्स ब्लडप्रेशर कमी करण्यास उपयोगी पडतात. त्यातील एक घटक 'ऑलिओकॅनथल' हा संधिवाताच्या वेदनांवर उपयुक्त ठरतो.

दम्याच्या रुग्णांना यातील 'ओमेगा-३' फॅटी अॅसिड्समुळे दमा कमी होण्यासाठी फायदा होतो.

■

४. करडईचे तेल

संस्कृत : कुसुम्भ **हिंदी :** –

इंग्रजी : Safflower Oil **लॅटिन :** –

कुसुम्भतैलमुष्णं च विपाके कटूकं गुरू।
विदाहि च विशेषेण सर्वदोषप्रकोपणम्।। (चरकसूत्र २७)

रस : कटू **विपाक :** कटू **वीर्य :** उष्ण

दोषघ्नता : त्रिदोषकर आहे. म्हणजे त्रिदोष वाढविणारे.

तेलाचे वर्णन करताना चरकांनी 'अहिततम' तैल म्हणून, करडईच्या तेलाचे वर्णन केले आहे, कारण हे त्रिदोष वाढविणारे आहे. सुश्रुतांनीही या तेलाच्या 'विदाही' भावामुळे अहितकारक म्हटले आहे. हे तेल चर्मरोग उत्पन्न करते.

आधुनिक दृष्टिकोनातून पृथक्करण केले असताना या तेलात फॅट्सची टक्केवारी सॅच्युरेटेड फॅट्स १३ टक्के, मोनो अन-सॅच्युरेटेड फॅट्स १७ टक्के, पॉली अन-सॅच्युरेटेड फॅटस ७० टक्के म्हणजे या तेलात प्रामुख्याने पॉली अन-सॅच्युरेटेड फॅट्स आहेत. स्मोक पॉईंट २३२°C किंवा ४५०°F आहे.

या तेलात पॉली अन-सॅच्युरेटेड फॅट्स जास्त आहेत आणि त्यात ओमेगा ६ फॅटी अॅसिड्स विपुल आहेत. 'ओमेगा-३' फॅटी अॅसिड्स अगदी कमी आहेत. याचा ओमेगा-३, ओमेगा-६ रेशो १:१४६ आहे.

त्यामुळे याचा वापर मर्यादित करावा. याच्या ज्वलनाने फ्री रॅडिकल्स जास्त निर्माण होतात, त्यामुळे हृदयास हितावह नाही.

■

५. तीळतेल

संस्कृत : तिल　　**हिंदी :** –
इंग्रजी : Sesame Oil　　**लॅटिन :** –

कषायानुरसं स्वादु सूक्ष्ममुष्णं व्यवायि च।
पित्तलं बद्धविण्मूत्रं न च श्लेष्माभिवर्धनम्।।
वातघ्नेषूत्तमं बल्यं त्वच्यं मेधाग्निवर्धनम्।
तैलं, संयोग संस्कारात् सर्वरोगापहं मतम्।। (चरकसूत्र २७)

रस : मधुर, कषाय, तिक्त　**विपाक :** मधुर　**वीर्य :** उष्ण
दोषघ्नता : उत्तम वातघ्न आणि कफघ्न, पित्तवर्धक
मुख्य गुण : सूक्ष्म, व्यवायी

तीळतेल हे त्वचेची कांती वाढविणारे आणि उत्तम वातघ्न असल्याने अभ्यंगासाठी वापरतात. हे तेल इतर औषधी वनस्पतींनी सिद्ध करूनही वापरले जाते. हे तेल सूक्ष्म आणि व्यवायी गुणाचे असल्याने, सर्व शरीरभर पसरण्याची (स्रोतोगामित्व) क्षमता असते. इतर औषधी वनस्पतींच्या संयोगाने त्रिदोषघ्नही होऊ शकते.

आहारात तीळतेल स्वयंपाकात वापरले जाते. हे तेल अग्नी प्रदीप्त करणारे आणि बुद्धिवर्धक आहे. तीळतेलाने कृश व्यक्तींचे बृंहण होते, म्हणजे बल वाढते तर स्थूल व्यक्तींचे मेदाचे लेखन होऊन, कृशत्व येते असे ग्रंथात वर्णन आहे.

हे तेल उष्ण असल्याने अभ्यंगासाठी आणि आहारात ग्रीष्म ऋतूत (उन्हाळ्यात) वापरू नये. सर्व तेलांमध्ये चरकांनी 'तीळतेल' श्रेष्ठ मानले आहे.

आधुनिक दृष्टिकोनातून पृथक्करण केले असता या तेलात फॅट्सची टक्केवारी सॅच्युरेटेड फॅट्स १५ टक्के, मोनो अन-सॅच्युरेटेड फॅट्स ४२ टक्के, पॉली अन-सॅच्युरेटेड फॅट्स ४३ टक्के म्हणजे या तेलात मोनो अन-सॅच्युरेटेड आणि पॉली अन-सॅच्युरेटेड फॅट्स प्रामुख्याने आहेत.

फायटोस्टिरॉलचे प्रमाण ८६५ मिलिग्रॅम / १०० ग्रॅम आहे. रिफाइंड तेलाचा स्मोक फाईट २१०°C किंवा ४१०°F आहे.

पॉली अन-सॅच्युरेटेड फॅट्समधील ओमेगा-३ आणि ओमेगा-६ रेशो १: ८० आहे.

तीळतेलात मोनो अन-सॅच्युरेटेड आणि पॉली अन-सॅच्युरेटेड सम प्रमाणात आहेत आणि ओमेगा-३ ओमेगा-६ फॅट्सचा रेशो, करडई तेल आणि सूर्यफूल तेलापेक्षा कमी आहे. यातील सॅच्युरेटेड फॅट्समध्ये स्टिअरिक ॲसिड ३.४टक्के असते. या स्टिअरिक ॲसिडने कोलेस्टेरॉल शोषले जात नाही.

तीळ तेलातील ॲन्टीऑक्सिडंट गुणधर्म, तेलाला उष्णता देण्याने निष्प्रभ होत

नाहीत, असे संशोधनात दिसून आले आहे. या तेलात विपुल फायटोस्टिरॉल्स असल्याने, कोलेस्टेरॉल कमी करण्याची शक्ती जास्त आहे.

हे सर्व मुद्दे विचारात घेता, तीळतेलाचा खाद्यतेल म्हणून वापर संयुक्तिक ठरतो.

तीळाचे तेल अॅन्टीव्हायरल, अॅन्टीफंगल गुणधर्माचे असल्याने स्टॅफिलोकॉकस (Staphylococcus) आणि स्ट्रेप्टोकॉकस (Streptococcus) बॅक्टेरियांच्या संसर्गाने होणाऱ्या त्वचा विकारात उपयोगी पडते.

मॅलिग्नंट मेलानोमा (Malignant Melanoma) या स्किन कॅन्सरची वाढ तीळतेलाने थांबते.

प्रखर सूर्यकिरणातील, अल्ट्रा व्हायोलेट किरण (U.V. Rays) आपल्या त्वचेस हानिकारक असतात. प्रखर उन्हात वावरताना, तीळतेल त्वचेस लावले असल्यास त्वचेचे रक्षण होते.

स्विमिंग टँकमधील पाणी क्लोरिनयुक्त असते. त्यामुळे त्वचेला त्रास होतो. तो टाळण्यासाठी पोहण्याच्या आधी अंगाला तीळतेल लावावे.

आयुर्वेदातील तीळतेलाने अभ्यंग करण्याचे महत्त्व या उदाहरणांवरून पटते.

मोठ्या आतड्यांतील काही पेशींना फॅट्सची जरुरी असते. त्यांचे पोषण तीळतेलाने झाले, तर आतड्यांच्या कॅन्सरचे प्रमाण कमी होते. यासाठी तीळतेल किंवा तीळ यांचा आहारात नियमित समावेश करावा. तीळ तेलात 'सेसमॉल' हे फायटोकेमिकल असते.

(The oil from seasame seeds has a superior oxidative stability when compared with other vegetable oils.– page No. 333, Dietetics-4th Edition B. Srilakshmi)

■

६. खोबरेल तेल

संस्कृत : नारिकेल **हिंदी :** नारियल
इंग्रजी : Coconut Oil **लॅटिन :** –

वातपित्तहरं केश्यं श्लेष्मलं गुरू शीतलम्।। (अष्टांगसंग्रह सू. ६)

रस : मधुर **विपाक :** मधुर **वीर्य :** शीत
दोषघ्नता : वातपित्तघ्न, कफवर्धक

खोबरेल तेलाचा वापर दक्षिण भारतात स्वयंपाकात करतात. इतर ठिकाणी या

तेलाचा आहारात वापर केला जात नाही. 'केश्य' असल्याने केसांच्या आरोग्यासाठी उपयोगी, तसेच शीतवीर्य असल्याने अभ्यंगासाठी (अंगाला लावण्यासाठी) शरद आणि ग्रीष्म ऋतूत वापर करावा.

आधुनिक दृष्टिकोनातून पृथक्करण केले असताना या तेलात फॅट्सची टक्केवारी सॅच्युरेटेड फॅट्स ९०टक्के, मोनो अन-सॅच्युरेटेड फॅट्स ७ टक्के, पॉली अन-सॅच्युरेटेड फॅट्स ३ टक्के म्हणजे या तेलात प्रामुख्याने सॅच्युरेटेड फॅट्स आहेत.

फायटोस्टिरॉल्सचे प्रमाण ९१ मिलिग्रॅम / १०० ग्रॅम आहे. या तेलाचा स्मोक फाईट २३२°C किंवा ४५०°F आहे हे तेल थंडीमध्ये गोठते आणि उन्हाळ्यात पातळ असते. याचा मेल्टिंग पॉईंट २४°-२५° आहे.

या तेलाचे ऑक्सिडेशन लवकर होत नाही. त्यामुळे लवकर रॅनसिड (Rancid) होत नाही.

खोबरेल तेलात सॅच्युरेटेड फॅट्स असतात. या फॅट्स मिडियम चेन फॅटी-ॲसिड्स असतात. यांना मिडियम चेन ट्रायग्लिसराइड्स म्हणतात (MCT). यामध्ये 'लॉरिक ॲसिड' (Lauric acid) हे फॅटी ॲसिड असते. आईच्या दुधातही हे फॅटी ॲसिड असते. हे फॅटी ॲसिड ॲन्टीफंगल आणि ॲन्टी बॅक्टेरियल गुणधर्म असलेले असते. यामुळेच नारळाचे तेल किंवा नारळ खाल्ल्याने आतड्यांचे रोग कमी होण्यास मदत होते.

हे लॉरिक ॲसिड, लहान मुलांच्या मेंदूची वाढ करण्यास मदत करते. कमी दिवसाच्या बालकांना (प्रिमॅच्युअर बेबी) म्हणूनच नारळाचे तेल 'फिडिंग ट्यूब' मधून देतात.

लहान मुले घन आहार घेऊ लागल्यावर, १ ते २ चमचे ताजे नारळाचे दूध मुगाच्या खिचडीत किंवा भातात घालावे. दीड ते दोन वर्षांच्या मुलांना नारळाची वडी द्यावी आणि नारळाचा आहारात ५ वर्षापर्यंत वापर करावा. मुलांचा मेंदू ५ वर्षापर्यंत वाढत असतो.

■

७. शेंगदाणा तेल

संस्कृत : भूमिगिर
हिंदी : –
इंग्रजी : Groundnut Oil
लॅटिन : –

तैलं भूमिगिरोत्थं तु गुरूष्णं कफवातहृत्।
स्निग्धं च कटूकं पाके विदाहि पित्तवर्धनम्।। (प्रियव्रत)

रस : मधुर **विपाक :** कटू **वीर्य :** उष्ण

दोषघ्नता : कफवातघ्न, पित्तवर्धक

शेंगदाणा तेल जवळजवळ सर्व भारतात वापरले जाते.

आधुनिक दृष्टिकोनातून पृथक्करण केले असताना, या तेलात फॅट्सची टक्केवारी–

सॅच्युरेटेड फॅट्स २४टक्के, मोनो अन-सॅच्युरेटेड फॅट्स ५०टक्के, पॉली अन-सॅच्युरेटेड फॅट्स २६टक्के म्हणजे या तेलात प्रामुख्याने, मोनो अन-सॅच्युरेटेड फॅट्स आहेत. फायटोस्टिरॉल्सचे प्रमाण २०६ मिलिग्रॅम / १००ग्रॅम, स्मोक पॉईंट २३२°C किंवा ४५०°F आहे.

या तेलाचा वापर सॅलड ड्रेसिंगसाठी ऑलिव्ह तेलासारखा करता येतो. तळण्यासाठी वापर करतात.

मोनो अन-सॅच्युरेटेड फॅट्स असल्याने, L.D.L. कोलेस्टेरॉल कमी होतो आणि H.D.L. तसाच राहतो. हे तेल तीळाचे तेल आणि मोहरीचे तेल यांचे मिश्रण करूनही वापरता येते.

■

८. मोहरीचे तेल

संस्कृत : सर्षप तैल **हिंदी :** सरसो का तेल

इंग्रजी : Mustard-seed Oil **लॅटिन :** –

कटूष्णं सार्षपं तैलं रक्तपित्तप्रदूषणम्।
कफशुक्रानिलहरं कण्डूकोठविनाशनम्।। (चरकसूत्र २७)

रस : कटू **विपाक :** कटू **वीर्य :** उष्ण

दोषघ्नता : कफवातघ्न, पित्तवर्धक**गुण :** तीक्ष्ण, लघु, लेखन

उत्तर भारतात या तेलाचा वापर सढळ हाताने केला जातो. हे तेल तीक्ष्ण आणि उष्ण असल्याने कफघ्न आहे, त्यामुळे मेद कमी होतो. शीत ऋतूत वापरावे. शरद आणि ग्रीष्म ऋतूत वापरू नये, कारण ते तीळ तेलापेक्षा उष्ण आहे.

कंडू, कुष्ट, कृमि या रोगांवर उपयोगी आहे. काश्यप संहितेत उत्तम 'प्लीहघ्न' म्हटले आहे, म्हणजे प्लीहा (spleen) वृद्धीवर उपयोगी.

या तेलाने शुक्रक्षय होतो.

आधुनिक दृष्टिकोनातून पृथक्करण केले असताना, या तेलात फॅट्सची टक्केवारी

सॅच्युरेटेड फॅट्स ८टक्के, मोनो अन-सॅच्युरेटेड फॅट्स ७०टक्के, पॉली अन-सॅच्युरेटेड फॅट्स १३ टक्के, म्हणजे या तेलात प्रामुख्याने, मोनो अन-सॅच्युरेटेड

फॅट्स आहेत. फायटोस्टिरॉल्सचे प्रमाण ६४० मि. ग्रॅम / १०० ग्रॅम आहे.

भारतामध्ये चरककालापासून, या तेलाचा वापर होत आहे. तर युरोप आणि आशिया खंडात शेकडोवर्षे हे तेल दिव्यासाठी वापरत असत.

दुसऱ्या महायुद्धात स्टीम इंजिन्समध्ये ल्युब्रिकंट म्हणून वापर करत असत.

या तेलात इरूसिक (Erucic) ॲसिडचे प्रमाण जास्त असते आणि यामुळे हृदयाच्या कार्यशक्तीची हानी होते, असे निदर्शनास आले होते.

यामुळे १९३६ पासून कॅनडामध्ये या मोहरीच्या बियांची प्रत सुधारण्याचे प्रयत्न सुरू झाले.

कॅनडातील मॅनिटोबा (Manitoba) विद्यापीठात डॉ.बलदूर स्टिफॅनसून (Dr. Baldur Stefansson) यांनी १९६८ साली इरूसिक (Erucic Acid) कमी प्रमाणात असणारी मोहरीची बियाणे तयार केली आणि यापासून तेल काढण्यास सुरुवात झाली. हे तेल हृदयास हितावह ठरले.

भारतात मोहरीच्या तेलात अर्जिमोन मेक्सिकाना (Argemone Mexicana) या बियांपासून काढलेल्या अर्जिमॉन तेल भेसळ करतात.

या अर्जिमोन तेलाला कटकर तेल (Katkar Oil) असा पर्यायी शब्द वापरतात. या अर्जिमॉन तेलाचे दिवे लावण्यासाठी उपयोग करतात. हे विषारी असल्याने खाद्यतेल म्हणून वापरता येत नाही. हे तेल स्वस्त असल्याने, याची भेसळ केली जाते. हे भेसळयुक्त तेल खाण्यात आल्यावर, त्या व्यक्तीच्या दोन्ही पायांवर आणि सर्वांगावर सूज येते. उलट्या, जुलाब सुरू होतात. डोळ्यांतील प्रेशर वाढते. ग्लॉकोमासारखी लक्षणे दिसतात आणि साथीच्या रोगासारखी माणसे मृत्युमुखी पडतात. बंगाल, दिल्ली, मुंबई येथे अशा घटना घडल्या आहेत.

मोहरीचे तेल विकत घेताना बाटली किंवा पाऊचवरचे लेबल वाचावे त्यावर Free from Argemone Oil असे लिहिले असेल, तर विकत घ्यावे.

या तेलात ओमेगा-३ फॅटी ॲसिड आणि ओमेगा-६ फॅटी ॲसिड यांचा रेशो १:५ आहे आणि मोनो अन-सॅच्युरेटेड फॅटी ॲसिड्स विपुल आहेत. याचा वापर हृदयास हितकारक, पण याच्या उग्र वासाची सवय करावी लागते. शेंगदाणा तेल, तीळतेल याचे मिश्रण करून वापरल्यास, वासाचा त्रास होत नाही आणि दोन्ही तेले एकत्र केल्याने आदर्श मिश्रण तयार होते.

मोहरीच्या तेलामध्ये, फेनॉलिक कंपाऊंड्स ही फायटोकेमिकल्स असल्याने ॲन्टी-ऑक्सिडंट गुणधर्म चांगले असतात.

■

९. सूर्यफूल तेल

संस्कृत : –   **हिंदी :** –
इंग्रजी : Sunflower oil   **लॅटिन :** –

आधुनिक दृष्टिकोनातून पृथक्करण केले असताना या तेलात फॅट्सची टक्केवारी–

सॅच्युरेटेड फॅट्स १३टक्के मोनो अन-सॅच्युरेटेड फॅट्स २७टक्के पॉली अन-सॅच्युरेटेड फॅट्स ६०टक्के म्हणजे या तेलात प्रामुख्याने पॉली अन-सॅच्युरेटेड फॅट्स आहेत.

फायटोस्टिरॉल्सचे प्रमाण ३२० मिलिग्रॅम / १०० ग्रॅम आहे. या तेलाचा स्मोक पॉईंट २२७°C किंवा ४४०°F आहे

यामध्ये ६६टक्के लायनोलेइक इसेन्शियल फॅटी ॲसिड असते आणि पॉली अन-सॅच्युरेटेड फॅटी ॲसिड्स (Pufa) असतात. ओमेगा-३ आणि ओमेगा-६ फॅटी ॲसिड रेशो १:१८६ असतो.

या तेलाच्या ज्वलनाने ओमेगा-६चे प्रमाण जास्त असल्याने, फ्री रॅडिकल्स जास्त तयार होतात. परदेशात यापासून मार्गारिन बनवूनही वापरतात. हे तेल रिफाइंड केलेले मिळते. फ्री रॅडिकल्स जास्त तयार होत असल्याने, अति वापर करू नये.

■

१०. मार्गारिन

संस्कृत : –   **हिंदी :** –
इंग्रजी : Margarin   **लॅटिन :** –

'फ्रान्सच्या सम्राट लुईस नेपोलियन' तिसरा याने १८६९ साली सैनिक आणि गरीब जनतेसाठी लोण्याला (Butter) स्वस्त पर्याय जो कोणी शोधून काढेल त्याला बक्षीस जाहीर केले होते.

फ्रेंच केमिस्ट 'हिप्पोलाईट मॅगेमुरीस' (Hippolyte Mege-Mouries) याने 'ओलिओ मार्गारिन' हा पदार्थ व्हेजिटेबल तेलापासून शोधून काढला. पुढे ओलिओ मार्गारिनचे ट्रेडनेम 'मार्गारिन' झाले.

व्यापारी तत्त्वावरती वनस्पती फॅट्सपासून मार्गारिन बनविण्यास सुरुवात झाली. अमेरिकेत आणि कॅनडात प्रथमत: यावर कायदेशीर बंधने होती.

मार्गारिन बनल्यानंतर त्याचा नैसर्गिक रंग पांढरा असतो. लोण्यासारखे पिवळे

दिसण्यासाठी, त्यात पिवळा रंग मिसळला जात असे. हा पिवळा रंग मिसळण्यावरही अमेरिकेत कायदेशीर बंधने होती.

दोन महायुद्धांमध्ये, नैसर्गिक लोण्याचा साठा पुरेसा न मिळाल्यामुळे मार्गारिनची मागणी वाढत गेली आणि नाईलाजाने सरकारला कायदेशीर बंधने शिथील करावयास लागली.

१९३० साली सामान्य अमेरिकन नागरिक एका वर्षात ८ किलो लोणी आणि १ किलो मार्गारिन खात असे. विसाव्या शतकाच्या अखेरीस हे चित्र पालटून अमेरिकन नागरिक ३.६ किलो मार्गारिन आणि १.८ किलो बटर दरवर्षी खाऊ लागला.

वनस्पती तेलांचे हायड्रोजनेशन करून तयार केलेले मार्गारिन, त्यातील विपुल ट्रान्सफॅटी ॲसिड्समुळे शरीरास हितावह नाही. हे समजल्यावर नॉन-हायड्रोजनेटेड मार्गारिन बनविण्यास सुरुवात झाली.

आधुनिक मार्गारिन ॲनिमल फॅट किंवा व्हेजिटेबल फॅटपासून बनते. बनविताना यामध्ये स्किम्डमिल्क, मीठ आणि इमलसिफायर घातलेले असतात. याची चव आणि रंग लोण्यासारखा असतो. यामध्ये ट्रान्सफॅट्स नसतात.

वनस्पती तेले वापरून तयार केलेले आधुनिक मार्गारिन अमेरिकेतील 'व्हेगान' नागरिक पसंत करतात. कारण हे शाकाहारी दुधाचा एक थेंबही घेत नाहीत.

मार्गारिनने कोलेस्टेरॉल वाढतो. हे समजल्यावर त्यात फायटोस्टिरॉल मिसळण्यास सुरुवात झाली. असे फायटोकस्टिरॉलयुक्त मार्गारिन कोलेस्टेरॉल वाढवत नाही, अशी जाहिरात कंपन्या करू लागल्या.

सॅच्युरेटेड फॅट असलेले लोणी खावे, की मार्गारिन खावे याबद्दल चर्चा नेहमीच होत असते. 'दुग्धवर्ग' या प्रकरणात लोण्याबद्दल माहितीत लोण्यापासून मिळणारे फायदे सविस्तर वर्णन केलेले आहेत. प्रत्येकाने नकली लोणी खायचे का नैसर्गिक लोणी खायचे? हे ठरवावे.

■

११. राइस ब्रान तेल

संस्कृत : –　　　　**हिंदी :** –

इंग्रजी : Rice Bran Oil　　　　**लॅटिन :** –

आधुनिक दृष्टिकोनातून, पृथक्करण केले असताना या तेलात फॅट्सची टक्केवारी सॅच्युरेटेड फॅट्स २०टक्के, मोनो अन-सॅच्युरेटेड फॅट्स ४७ टक्के, पॉली अन-सॅच्युरेटेड फॅट्स ३३टक्के, या तेलात प्रामुख्याने मोनो अन-सॅच्युरेटेड फॅट्स आहेत.

फायटोस्टिरॉल्सचे प्रमाण १०५५ मिलिग्रॅम / १०० ग्रॅम आहे. हे सर्व तेलात उत्तम प्रमाण आहे.

या तेलाचा स्मोक पॉईंट २५४°C किंवा ४९०°F आहे. या तेलाचा वापर शॅलोफ्राईंग आणि डीप फ्राईंगसाठी करतात. यामध्ये विपुल व्हिटॅमिन 'ई' असते आणि यातील V-Oryzanol हे अँटिऑक्सिडंट, हृदयासाठी हितकारक आहे.

दक्षिण भारतात याचा वापर करतात. तसेच जपान आणि चीन या देशातही वापरतात.

आंतरराष्ट्रीय स्थरावर राईस ब्रान तेल ७०टक्के आणि करडई तेल ३०टक्के असे मिश्र तेल वापरण्याची प्रथा आहे. भारतातही मिळते.

राईस ब्रान तेल आणि सोयाबीन तेल मिश्र केलेले, तेलही बाजारात मिळते.

■

१२. कॅनोला तेल

संस्कृत : –
हिंदी : –
इंग्रजी : Canola Oil
लॅटिन : –

आधुनिक दृष्टिकोनातून पृथक्करण केले असताना या तेलात फॅट्स टक्केवारी – सॅच्युरेटेड फॅट्स ५टक्के, मोनो अन-सॅच्युरेटेड फॅट्स ५७ टक्के आणि पॉलिअनसॅच्युरेटेड फॅट्स ३८ टक्के आहेत.

या तेलाचा स्मोक पॉईंट २४०°C किंवा ४६४°F आहे. या तेलात मोनो अन-सॅच्युरेटेड फॅट्स आहेत. तसेच पॉली अन-सॅच्युरेटेड फॅटमधील ओमेगा-३ फॅट्सही विपुल आहेत.

'कॅनोला काउन्सिल ऑफ कॅनडाने' (Canola Council of Canada) या तेलाचे वर्णन अतिशय उत्तम तेल असे केले आहे. तसेच अमेरिकन हार्ट-असोसिएशनने हे तेल वापरण्यास मान्यता दिली आहे. यामुळे हार्ट-अटॅक येण्याची शक्यता कमी होते.

मोहरीचे तेल, मोहरीच्या बियांपासून (मोहरीदाणा) काढतात. याचे लॅटिन नाव (Brassica Campestris) आहे. या तेलात इरूसिक ॲसिडचे (Erucic-Acid) प्रमाण जास्त असते, जे हृदयास हितावह नाही. मोहरीच्या झाडाचा चारा त्यातील (Glucosinolates) ग्लुकोसायनोलेट्सचे प्रमाण जास्त असल्याने गुरांना आवडत नाही. यासाठी या दोन्ही गोष्टी कमी असलेले, मोहरीचे नवे वाण १९७४मध्ये कॅनडात तयार करण्यात आले. यामध्ये इरूसिक ॲसिडचे प्रमाण कमी झाल्याने, मानवास हे तेल हितावह आहे. चाराही गुरांना आवडल्याने दुहेरी काम होते.

या नवीन वाणापासून बनविलेल्या, तेलाचे नामकरण 'कॅनोला' करण्यात आले. ज्यामुळे मोहरी किंवा रॅपसीडपासून त्याचे वेगळेपण निदर्शनास येईल. आता या तेलाचा प्रसार अमेरिका, युरोप आणि चीनमध्ये झाला आहे.

■

१३. सरकीचे तेल

संस्कृत : –   **हिंदी :** –
इंग्रजी : Cotton Seed Oil   **लॅटिन :** –

आधुनिक दृष्टिकोनातून, पृथक्करण केले असताना या तेलात फॅट्स टक्केवारी–

सॅच्युरेटेड फॅट्स २२टक्के, मोनो अन-सॅच्युरेटेड फॅट्स २५टक्के, पॉली अन-सॅच्युरेटेड फॅट्स ५३टक्के आहेत.

म्हणजे या तेलात प्रामुख्याने पॉली अन-सॅच्युरेटेड फॅट्स आहेत आणि त्यातील ओमेगा-६ फॅट्सचे प्रमाण जास्त आहे.

फायटोस्टिरॉल्सचे प्रमाण ३२७ मिलिग्रॅम / १०० ग्रॅम आहे.

रिफाइंड तेलाचा स्मोक पॉईंट २१६°C किंवा ४२०°F आहे

पॉली अन-सॅच्युरेटेडचे प्रमाण जास्त असल्याने, ज्वलनाने फ्री रॅडिकल्स जास्त तयार होतात. यामुळे मर्यादित वापर करावा.

■

१४. पामतेल

संस्कृत : –   **हिंदी :** –
इंग्रजी : Palm Oil   **लॅटिन :** –

आधुनिक दृष्टिकोनातून पृथक्करण केले असताना या तेलात फॅट्सची टक्केवारी खालीलप्रमाणे आहे.

सॅच्युरेटेड फॅट्स ४५टक्के, मोनो अन-सॅच्युरेटेड फॅट्स ४४ टक्के, पॉली अन-सॅच्युरेटेड फॅट ११ टक्के म्हणजे या तेलात प्रामुख्याने सॅच्युरेटेड आणि मोनो अन-सॅच्युरेटेड फॅट्स आहेत.

फायटोस्टिरॉलचे प्रमाण ४९ मिलिग्रॅम / १०० ग्रॅम आहे.

(Elaeis guineesis) हे शास्त्रीय नाव असलेल्या पामचं फळ आणि बीच्या मगजापासून हे तेल काढतात, काढल्यावर त्या तेलाचा रंग लाल असतो. त्यात बीटा कॅरॉटीन असते. पण तेल उकळल्यावर रंग जातो. बीटा कॅरॉटीन नष्ट होते.

यामध्ये सॅच्युरेटेड फॅट्स असल्याने, रूम टेंपरेचरला हे तेल थिजते. सॅच्युरेटेड फॅट्स, कोलेस्टेरॉल वाढवतात. यामुळे मर्यादित वापर करतात.

■

१५. सोयाबीन तेल

संस्कृत : – **हिंदी :** –
इंग्रजी : Soyabean Oil **लॅटिन :** –

आधुनिक दृष्टिकोनातून पृथक्करण केले असताना या तेलात फॅट्सची टक्केवारी खालीलप्रमाणे आहे.

सॅच्युरेटेड फॅट्स १५टक्के, मोनो अन-सॅच्युरेटेड फॅट्स २७टक्के, पॉली अन-सॅच्युरेटेड फॅट्स ५८टक्के म्हणजे या तेलात पॉली अन-सॅच्युरेटेड फॅट्स प्रामुख्याने आहेत.

फायटोस्टिरॉल्सचे प्रमाण २२१ मिलिग्रॅम / १०० ग्रॅम आहे.

स्मोक पॉईंट २५७°C किंवा ४९५°F आहे.

तळण्यासाठी हे तेल चालते.

यातील ओमेगा-३ फॅट्स, ओमेगा-६ फॅट्स हा रेशो १:७ आहे. पॉली अन-सॅच्युरेटेड फॅट्स असल्या तरी ओमेगा-३, ओमेगा-६ रेशो कमी असल्याने सूर्यफूल, करडई तेलाचे तुलनेत फ्री रॅडिकल्स कमी निर्माण होतात.

■

१६. ॲव्होकाडो तेल

संस्कृत : – **हिंदी :** –
इंग्रजी : Avocoda Oil **लॅटिन :** –

ॲव्होकाडो तेल हे 'पर्सिया अमेरिकाना' (Persea americana) हे शास्त्रीय नाव असलेल्या ॲव्होकाडो या फळापासून काढतात.

न्युझिलंडमध्ये १९९९ पासून या फळापासून खाद्यतेल म्हणून व्यापारी तत्त्वावर हे तेल काढण्यास सुरुवात झाली. या तेलाचा सौंदर्यप्रसाधने बनविण्यात उपयोग करतात.

आधुनिक दृष्टिकोनातून, पृथक्करण केले असता, या तेलात प्रामुख्याने मोनो अन्‌सॅच्युरेटेड फॅट्स आहेत आणि सॅच्युरेटेड फॅट्स अल्प प्रमाणात आहेत.

यामधील मोनो अन-सॅच्युरेटेड फॅट्स हे ओलिइक ॲसिड (Oleic acid) आहे.

हे ओलिइक ॲसिड ओमेगा-३ फॅटी ॲसिडचे शोषण वाढवतो आणि त्यामुळे L.D.L. कोलेस्टेरॉलचे ऑक्सिडेशन होत नाही. त्यामुळे हार्ट अटॅकचे प्रमाण कमी होते.

■

१७. कॉर्न तेल

संस्कृत : –

हिंदी : –

इंग्रजी : Corn Oil

लॅटिन : –

आधुनिक दृष्टिकोनातून पृथक्करण केले असताना, या तेलात फॅट्सची टक्केवारी – सॅच्युरेटेड फॅट्स १३ टक्के, मोनो अनसॅच्युरेटेड फॅट्स २४ टक्के, पॉली अनसॅच्युरेटेड फॅट्स ५९ टक्के असतात.

या तेलात प्रामुख्याने पॉली अनसॅच्युरेटेड फॅट्स आहेत. फायटोस्टिरॉल्सचे प्रमाण ९६८ मि.ग्रॅम / १०० ग्रॅम आहे.

रिफाइंड तेलाचा स्मोक पॉइंट २३२°C किंवा ४५०°F आहे. या तेलाच्या ज्वलनाने 'फ्री रॅडिकल्स' जास्त तयार होतात. परदेशात यापासून मार्गारिन बनवितात.

फायटोस्टिरॉलचे जास्त प्रमाण कोलेस्टेरॉल कमी करण्यासाठी उपयोगी पडते. हे सत्य आहे, तरीसुद्धा 'फ्री रॅडिकल्स' जास्त तयार होत असल्याने अतिवापर करू नये.

■

१२

मधुरवर्ग

१. गूळ

संस्कृत : – **हिंदी** : गुड
इंग्रजी : Jaggery **लॅटिन** : –

गुडो वृष्यो गुरूः स्निग्धो वातघ्नो मूत्रशोधनः।
नातिपित्तहरो मेदः कफक्रिमिबलप्रदः।। (भावप्रकाश)

रस : मधुर **विपाक** : मधुर **वीर्य** : अतिशीत नाही

दोषघ्नता : वातघ्न, किंचित पित्तशामक, कफवर्धक

गूळ हा गुरू, स्निग्ध असून तो मेदवर्धक आणि कृमिकारक आहे. तसेच तो वृष्य म्हणजे शुक्रधातूवर्धन करणारा आहे. मूत्ररोगात 'मूत्रशोधन' गुणामुळे उपयोगी.

नवीन गूळ : कफवर्धक, कृमिकारक असतो.

जुना गूळ : नव्या गुळाच्या तुलनेत लघु, पथ्यकारक आणि अग्निवर्धन करणारा असतो. याच्या सेवनाने 'अभिष्यंद' होत नाही. रक्तप्रसादन कार्य होते.

हिंदुधर्मात गुळाला पूजेमध्ये महत्त्वाचे स्थान आहे. गूळ-खोबऱ्याचा नैवेद्य दाखविला जातो. धनत्रयोदशीला आणि लक्ष्मीपूजनाला धने-गूळ यांचा प्रसाद असतो. संक्रांत तर तिळगुळाशिवाय साजरी होऊ शकत नाही. ऋतूप्रमाणेदेखील संक्रांतीच्या वेळी गूळ आणि तिळाची शरीरास जरुरी असते. तसेच अजूनही खेड्यामध्ये प्रवासाहून किंवा उन्हातून थकून आलेल्या पाहुण्याचे स्वागत गुळाचा खडा आणि पाणी देऊन केले जाते. उन्हाळ्यात कैरीच्या पन्ह्यात गूळच वापरला जातो, तर पुरणपोळीत, पुरण गुळाचेच बनवितात. रोजच्या स्वयंपाकातही गुळाला महत्त्वाचे स्थान आहे.

गुळाचे सेवन करतान अनुपानाप्रमाणे त्याचे गुणधर्म बदलतात. आल्याचा तुकडा व गूळ एकत्र घेतल्यास कफ दूर होतो. 'गुडार्द्रक योग' याचे वर्णन

चरकाचार्यांनी केले आहे. हृदयरोगी रुग्णांमध्ये याचा उपयोग होतो.

हिरडा आणि गूळ एकत्र घेतल्याने पित्त नष्ट होते. गूळ सुंठेबरोबर थोडे साजूक तूप घालून घेतल्याने, पावसाळ्यात आणि हिवाळ्यात वातनाशक ठरतो. तसेच पावसाळ्यात भूक लागण्यास मदत होते.

उसाचा रस आटवून गूळ तयार केला जातो. या क्रियेत उसातील सर्व खनिजद्रव्ये टिकून राहतात. अशा तऱ्हेने बनविलेला गूळ रंगाला काळसर असतो.

चरककाली गूळ बनविण्याची सांगितलेली पद्धत आणि आज २१व्या शतकात वापरत असलेली पद्धत यामध्ये खूप फरक आहे. गुळाचा दर्जा ६० टक्के उसाच्या प्रतीवर तर उर्वरित गुऱ्हाळातील प्रक्रियेवर अवलंबून असतो.

गूळ तयार करण्यासाठी, १००० ते १२०० लिटर उसाचा रस राहील अशी लोखंडी काहील लागते. या काहिलीत उसाचा रस ओततात. त्याचा पीएच (PH) ५.५ असतो. या रसात १ ते दीड किलो चुना मिसळतात, त्यामुळे पीएच बदलतो. तो पीएच ६.५ होईपर्यंत चुना मिसळला जातो, नंतर रस उकळतात. घट्ट झालेल्या रसास मळी म्हणतात. ही मळी घट्ट होण्यासाठी एक किलो भेंडी घातली जाते. या घट्ट मळीमध्ये गुळाला पिवळा रंग येण्यासाठी, 'हायड्रस' पावडर टाकली जाते. हायड्रस पावडर म्हणजे सल्फर डाय-ऑक्साइड होय. त्यामुळे गुळाला आकर्षक पिवळा रंग येतो. या रंगाच्या नादी लागून गूळ लवकर खपण्यासाठी, शासनाने सांगितलेल्या प्रमाणापेक्षा हायड्रस पावडरचा जास्त वापर केला जातो. या हायड्रस पावडरमध्ये 'अर्सेनिक' असते. अर्सेनिकचे प्रमाण जास्त झाल्यास, त्याचे विषारी परिणाम हा गूळ खाणाऱ्यांवर होतात. हायड्रस न वापरल्यास गुळाला तपकिरी रंग येतो. म्हणून विकत घेताना सर्वांनी पिवळाधमक गूळ न घेता, काळपट तपकिरी गुळाची निवड करावी. हल्ली नैसर्गिक पद्धतीने बनविलेला गूळ मिळतो. उदा. कनक गूळ होय. हा आरोग्यदायी आहे.

गूळ तयार होताना १०५^{0}C तपमानाला काकवी तयार होते, तर ११६^{0}C तपमानाला गूळ तयार होतो.

आधुनिक पृथक्करणात १०० ग्रॅम गुळामध्ये ३८३ कॅलरी असतात, फायबर नसतो.

प्रोटिन ०.४ ग्रॅम, फॅट ०.१ ग्रॅम आणि कार्बोहायड्रेट्स ९५ ग्रॅम असतात.

मिनरल्स : सर्व मिलिग्रॅममध्ये – कॅल्शियम ८०, फॉस्फरस ४०, आयर्न २.६४.

■

२. मध

संस्कृत : मधु　　**हिंदी :** शहद / शहत

इंग्रजी : Honey　　**लॅटिन :** –

मधु शीतं लघु स्वादु रुक्षं ग्राहि विलेखनम्।
चक्षुष्यं दीपनं स्वर्यं व्रणशोधनरोपणम्।।
सौकुमार्यकरं सूक्ष्मं परं स्त्रोतोविशोधनम्।
कषायानुरसं ह्लादि प्रसादजनकं परम्।।
वर्ण्यं मेधाकरं वृष्यं विशदं रोचनं हरेत्। (भावप्रकाश)

रस : मधुर, कषाय　**विपाक :** कटू　**वीर्य :** शीत

दोषघ्नता : कफ, पित्तघ्न, किंचित वातकारक

महत्त्वाचे गुण : लघु, रुक्ष, सूक्ष्म, विशद

मध अग्निदीपन करणारा आहे. त्याच्या लेखन गुणामुळे, कफ आणि मेदाचे लेखन होऊन स्थौल्यहरण होते. सर्व स्त्रोतसांतील स्त्रोतोरोध किंवा अभिष्यंद मधाच्या शोधन आणि लेखन गुणामुळे नाहीसा होतो आणि स्त्रोतस शुद्धी होते. मध लघु, सूक्ष्म आणि योगवाही गुणांचा असल्यामुळे, सर्व शरीरभर पटकन पसरू शकतो. यामुळेच अनुपान म्हणून औषधाबरोबर दिला असता, ते औषध लवकर कार्य करते. मधाच्या नित्य सेवनाने शरीराची कांती आणि आवाज सुधारतो. बुद्धी आणि मेधावर्धन होते.

मध डोळ्यांना हितकारक आहे आणि शुक्रधातूवर्धन करणारा आहे. शरीरावरील जखमांचे शोधन करून, जखमा भरण्यास मदत करतो. तसेच मनाला आल्हाद देतो.

मध गरम करू नये. तसेच उष्ण द्रव्याबरोबर, उष्णकालात उदा. ग्रीष्म ऋतूत वापरू नये.

मध आणि तूप समप्रमाणात वापरू नये ते विरुद्ध अन्न ठरते. पण मध आणि तुपाचे विषम प्रमाणात सेवन केल्यास, शरीरास लाभदायक ठरते. मध गोड लागलं म्हणून जास्त मात्रेत घेऊ नये. त्याने अजीर्ण होऊ शकते आणि ते बरे करणे जड जाते. मध हे अनुपान म्हणून श्रेष्ठ आहे.

चरकांनी मधाचे चार प्रकार वर्णन केलेले आहेत.

माक्षिक, भ्रामर, क्षौद्र, पौत्तिक या मधमाश्यांच्या चार जाती चरककाली असाव्यात. हल्लीच्या काळातही मधमाश्यांच्या चार जाती सांगितल्या आहेत. मधमाशा फुलातील रस शोषून, आपल्या पोळ्यामध्ये जमा करतात.

मधमाश्यांच्या जातीप्रमाणे आणि फुलांच्या प्रकाराप्रमाणे मधाच्या रंगात, वासात,

स्वादात आणि गुणधर्मात फरक असतो. मधमाश्या कोणत्या ऋतूत मध जमा करतात याला पण महत्त्व आहे. वसंत ऋतूत फुललेल्या फुलांपासून जमा केलेला मध, ज्येष्ठ महिन्यात काढला तर तो उत्तम मध समजला जातो.

हल्ली मधुमक्षिका पालनकेंद्रात, व्यावसायिक स्वरूपात मधाचे उत्पादन केले जाते. 'मध' म्हणून साखरेचा पाक बाजारात व्यापारी विकतात. त्यामुळे खात्रीच्या ठिकाणातूनच घ्यावा.

१०० ग्रॅम मधामध्ये ३१९ कॅलरी असतात, फायबर नसतो.

प्रोटिन्स ०.३ ग्रॅम, फॅट ०० ग्रॅम, कार्बोहायड्रेट्स ७९.५ ग्रॅम असतात.

मिनरल्स : सर्व मिलिग्रॅममध्ये – कॅल्शियम ५ मि.ग्रॅम, फॉस्फरस १६ आणि आयर्न ०.६९६ असते. मॅग्नेशियम, सोडियम आणि पोटॅशियम अल्प प्रमाणात असतात.

व्हिटॅमिन्स (बी कॉम्प्लेक्स–संकुल) : थायामिन, रिबोफ्लाव्हिन, नियासिन, पायरिडॉक्सिन, पँटोथेनिक ॲसिड ही सर्व अल्प प्रमाणात असतात.

ॲन्टी-ऑक्सिडंट्स : अ) व्हिटॅमिन 'सी' अल्प प्रमाणात.

ब) मिनरल्स : कॉपर, मँगेनीज आणि झिंक अल्प प्रमाणात.

फायटोकेमिकल्स : १) पायनोसेब्रिन (Pinocembrin) २) टर्पिन्स (Terpens) ३) पॉलीफेनॉल

या पृथक्करणाचा विचार करताना, मधाला साखरेप्रमाणेच फक्त कार्बोहायड्रेट म्हणून तोलता येणार नाही.

मधामध्ये ग्लुकोज आणि फ्रुक्टोज या दोन्ही शर्करा प्रामुख्याने असतात. माल्टोज, सुक्रोज आणि इतर कॉम्प्लेक्स कार्बोहायड्रेट असतात.

मधामध्ये 'क्लॉस्ट्रिडियम बोदुलिनस' या नावाचे जीवाणू असतात. त्यामुळे 'बोटुलिझम' हा रोग होऊ शकतो. म्हणून १ वर्षाखालच्या बालकांना मध देऊ नये. एक वर्षापर्यंतच्या बालकांच्या जठरातील स्राव ॲसिडिक नसतात.

त्यामुळे मध बालकांना दिल्यावर, त्यांच्या जठरात मधातील 'बोटुलिनम'च्या एण्डोस्पोअर्सना वाढण्यास अनुकूल भूमी मिळते आणि त्यांचे विष पसरते. यामुळे बालकांच्या जीवास धोका उत्पन्न होतो.

पृथ्वीच्या उत्तर गोलार्धात निरनिराळ्या प्रकारची विषारी मध मिळतात. त्यातील Mad Honey (मॅड हनी) हा प्रसिद्ध प्रकार आहे. न्युझीलंडमध्येही असा मध मिळतो. १ चमचाभर मध सेवन केल्याने चक्कर, उलट्या, असंबद्ध बडबड आणि फिट्स येऊ लागतात. रुग्ण कोमात जातो.

सर्व जगभर मध उत्पादित केला जातो. विशेषत: टर्की, इजिप्त, युरोप, जर्मनी, न्युझीलंड, ऑस्ट्रेलिया, चीन, अमेरिका आणि भारत या देशात व्यावसायिक

उत्पादन होते. सर्वात जास्त उत्पादन चीन, टर्की आणि अमेरिकेत होते.

मधाचा उपयोग स्वयंपाकात, बेकिंगसाठी, पेस्ट्रीमध्ये आणि चहा आणि बिअरला गोडी आणण्यासाठी वापरतात.

मधाचा ग्लायसेमिक इंडेक्स (G.I.) ३१ ते ७८ आहे.

गेली २७०० वर्षे मधाचा वापर त्वचेला लावण्यासाठी केला जात असे. आता शास्त्रीय बैठकीवर त्यातील अ‍ॅन्टीसेप्टीक आणि अ‍ॅन्टी बॅक्टेरियल गुणधर्म ज्ञात झाले आहेत. मधातील ऑस्मॉटिक परिणामामुळे (Osmotic Effect) विषाणू वाढू शकत नाहीत.

मधाचा PH ३.२ ते ४.५ असल्याने, या अ‍ॅसिडिक PH मुळे, बॅक्टेरिया वाढत नाहीत.

मधातील (Hydrogen Peroxide) हायड्रोजन पेरॉक्साइडमुळे जंतू मरतात आणि जखम भरण्यास मदत होते.

मधाच्या नित्य सेवनाने, त्यातील पॉलीफेनॉल ही फायटोकेमिकल्स कोलायटिसमुळे आतड्यांचे झालेले नुकसान कमी करतात.

तसेच इंटेस्टायनल फ्लोरा प्राकृत करण्याचे म्हणजे मूळ स्वरूपात आणण्याचे काम करते. प्रतिकारशक्ती सुधारते, अन्नपचन सुधारते आणि कोलेस्टेरॉल कमी होतो.

मधामध्ये फ्रुक्टो ऑलिगो-सॅकराइड्स (F.O.S.) असतात. ही द्रव्ये इंटेस्टायनल फ्लोरा मूळ स्वरूपात (प्राकृत) आणण्याचे कार्य करतात. हा फ्लोरा नीट असल्यास आपल्या आतड्यांमध्ये बी-कॉम्प्लेक्स व्हिटॅमिन्स तयार होतात.

मधामध्ये 'बोरॉन' असते. हे बोरॉन शरीरातील कॅल्शियम आणि मॅग्नेशियम लघवीतून बाहेर जाऊ देत नाही. कॅल्शियम आणि मॅग्नेशियम शरीरात राहिल्याने हाडांना ठिसूळपणा (ऑस्टिओ पोरोसिस) येत नाही.

लिंबाचा रस आणि मध एकत्र घेतल्याने, घशाचे रोग (फॅरिन्जायटिस आणि लॅरेन्जायटिस) बरे होतात.

न भरून येणारे डायबेटिक अल्सर्स मधामुळे बरे होतात.

अति उष्णता देऊन चिकन किंवा मटण भाजण्याने (charing) हेट्रोसायक्लिक अ‍ॅरोमेटिक अमाइन्स (HAA) तयार होतात. या HAAमुळे कॅन्सर होतो. मटण किंवा चिकन चार तास मधामध्ये मॅरिनेट केल्यास व नंतर भाजल्यास या हेट्रोसायक्लिक अ‍ॅरारेमॅरिक अमाइन्सचे प्रमाण अल्प असते, असे दिसून आले. कॅन्सर टाळण्यासाठी मटण मधामध्ये मॅरिनेट करावे. मधामधील अँटि-ऑक्सिडंट्स व फायटोकेमिकल्स कॅन्सर विरुद्ध लढण्यास मदत करतात. मधाच्या नित्यसेवनाने आतड्यांचा (कोलन) कॅन्सर न होण्यास मदत होते.

हिंदुधर्मीय, बुद्धधर्मीय आणि ज्यूधर्मीय मधाला पवित्र मानतात.

■

३. साखर

संस्कृत : –　　　　**हिंदी :** शक्कर

इंग्रजी : Sugar　　　　**लॅटिन :** –

सिता सुमधुरा रुच्या वातपित्तास्त्रदाहनुत्।
मूर्च्छाछर्दिज्वरान् हन्ति सुशीता शुक्रकारिणी।। (भावप्रकाश)

रस : मधुर　**विपाक :** मधुर　**वीर्य :** शीत

दोषघ्नता : वातपित्तघ्न

उलटी होत असल्यास, ताप आल्यावर आणि चक्कर येत असेल तर साखर द्यावी. साखर शुक्रधातूवर्धक आहे. चरकाचार्यांनी गुळापेक्षा साखर जास्त शीतगुणाची बनते असे म्हटले आहे.

खडीसाखर, साखर आणि पिठीसाखर असे साखरेचे तीन प्रकार आपण व्यवहारात वापरतो. उसापासून जशी साखर बनविली जाते, तशी काश, शर आणि दर्भ यापासून ही साखर बनवित असत. मध पुष्कळ दिवस ठेवले की खाली साखर जमते, ही पण वापरत असत. तसेच खजूर आणि ताडापासूनही साखर बनविली जात असे.

देवाला आपण पंचामृताचा नैवेद्य दाखवितो, त्यातसुद्धा साखर असतेच. आरोग्यासाठी पंचामृतप्राशन रोज करावे.

भारतात साखर उसापासून बनते. पाश्चिमात्य देशात ती बीटपासून बनवितात. उसापासून स्वच्छ पांढरी साखर बनली म्हणजे, त्यात सुक्रोज हे डायसॅकाराइड असते. सुक्रोजचा रेणु ग्लुकोज आणि फ्रुक्टोजपासून बनतो. आपल्या पोटात सुक्रेज (Sucrase) नावाचे एन्झाइम साखरेचे विघटन करते त्याचे परत ग्लुकोज आणि फ्रुक्टोजमध्ये रूपांतर होऊन आतड्यांमध्ये शोषण होते.

आधुनिक पृथक्करणातून १०० ग्रॅम उसाच्या साखरेत ३९८ कॅलरी असतात. फायबर नसतो.

प्रोटिन्स ०.१ ग्रॅम, फॅट ०० ग्रॅम, कार्बोहायड्रेट्स ९९.४ ग्रॅम.

मिनरल्स : सर्व मिलिग्रॅममध्ये – कॅल्शियम १२, फॉस्फरस १, आयर्न ०.१५५.

चरकातील साखर व हल्लीची रिफाईन्ड साखर यात फरक आहे. आधुनिक स्वच्छ साखरेत फक्त सिंपल कार्बोहायड्रेटसच राहतात. याच्या सेवनाने रक्तशर्करा पटकन वाढते म्हणून साखरेला 'पांढरे विष' मानले जाते.

■

१३

उष्णपेये आणि शीतपेये

१. ऊस (इक्षु, पुण्ड्रक)

संस्कृत : – **हिंदी :** – गन्ना
इंग्रजी : Sugarcane **लॅटिन :** –

इक्षवो रक्त पित्तघ्ना बल्या वृष्याः कफप्रदाः।
स्वादुपाकरसाः स्निग्धा गुरवो मूत्रला हिमाः।। (भावप्रकाश)

रस : मधुर **विपाक :** मधुर **वीर्य :** शीत
महत्त्वाचे गुण : स्निग्ध, गुरू

चरकाचार्यांनी सूत्रस्थान २५मध्ये 'आसवां'चे वर्णन करताना उसाच्या जातींचे वर्णन केले आहे. १) इख २) काण्डेक्षु ३) इक्षुबालिका ४) पॉण्ड्रक असे उसाचे चार भेद सांगितले आहेत. यापासून काण्डासव तयार करत असत. सुश्रुतांनीही निरनिराळ्या जाती वर्णन केलेल्या आहेत आणि भावप्रकाशातही अनेक जातींचे वर्णन त्यांच्या गुणधर्मासहित आहे.

या उसाचा उपयोग चावून खाण्यासाठी आणि त्यापासून रस काढून, त्यावर अग्निसंस्कार करून गूळ आणि साखर तयार करीत असत.

ऊस हा शरीराला बलकारक, शुक्रधातूवर्धन करणारा, कफ वाढविणारा, रक्तपित्तशामक आणि श्रेष्ठ मूत्रल आहे. सुश्रुतांनी या गुणांबरोबर तो कृमिकारक आहे असे म्हटले आहे. उसाचा रस काढल्याबरोबर, लगेच प्यावा. तो जास्त वेळ ठेवल्याने, म्हणजेच शिळा झाल्यावर शरीरास अहितकारक आणि पित्तकारक आहे असे वर्णन आहे.

आधुनिक काळातही आपण उसाचा ताजा रस पितो त्यात आले-लिंबू घातले जाते आणि थंड करण्यासाठी कोणत्याही पाण्यापासून बनवलेला बर्फ घालतात. उसाच्या गुऱ्हाळाजवळ ही उसाची कांडे रस्त्यावर पडलेली असतात. त्यामुळेच

स्वच्छता न पाळल्याने कावीळ, आव, टायफॉइड असे साथीचे रोग होऊ शकतात. स्वच्छतेची काळजी घेतल्यास, मधुमेही आणि स्थूल व्यक्ती सोडून इतरांना रस आरोग्यदायी आहे.

उसाच्या १००मिलिलिटर रसात ३९ कॅलरी असतात, फायबर नसतो.

प्रोटिन्स ०.१ ग्रॅम, फॅट ०.२ ग्रॅम, कार्बोहायड्रेट्स ९.१ ग्रॅम

मिनरल्स : सर्व मिलिग्रॅममध्ये – कॅल्शियम १०, फॉस्फरस १०, आयर्न ०.१ असते.

■

२. कोको

संस्कृत : –
हिंदी : –
इंग्रजी : –
लॅटिन : –

बालगोपाळांना खूश करण्याचे आजी-आजोबांचे सोपे आणि सहज उपलब्ध साधन म्हणजे चॉकलेट. हे पुन्हा-पुन्हा खावेसे वाटणारे चॉकलेट, कोकोपासून बनते. कोको वृक्षाचे शास्त्रीय नाव 'थिओब्रोमा काकाओ' असे आहे आणि त्याचे मूळ स्थान दक्षिण अमेरिका आहे. तेथून आफ्रिका खंडात प्रसार झाला. आता घाना, नायजेरिया, ब्राझील हे कोको बिया निर्यात करणारे मुख्य देश आहेत. आता दक्षिण भारतातही लागवड केली जाते.

कोको वृक्षाच्या पिकलेल्या फळात ३० ते ४० बिया असतात. या बिया वेगळ्या करून आंबवल्या जातात, नंतर उन्हात सुकवितात आणि नंतर दळून पावडर करतात. पावडर करताना बियांतील तैलपदार्थ बाहेर पडतो, याला 'कोकोबटर' म्हणतात. वीस टक्के कोकोबटर पावडरमध्ये तसेच राहते. या कोकोबटरमध्ये 'थिओब्रोमीन' हा घटक असतो आणि अल्प प्रमाणात कॅफीन असते. या थिओब्रोमीनमुळे मज्जासंस्थेला चेतना मिळते, श्वासनलिका विस्तृत होऊन (Dilate) खोकल्यास आराम पडतो. कॅफीनच्या अल्प प्रमाणामुळे मुलांना चहा-कॉफीपेक्षा कोको हे सुरक्षित पेय होय.

कोको बटर ३६°C तपमानाला विरघळते. आपले शरीराचे तपमान ३७.२०°C (अंश) असते. त्यामुळे जिभेवर ठेवल्याबरोबर चॉकलेट मऊ होऊन वितळण्यास सुरुवात होते आणि त्याच्या अनोख्या चवीची मजा घेता येते.

१०० ग्रॅम कोको बियात १२ ग्रॅम प्रोटिन्स, ५० ग्रॅम फॅट आणि ३५ ग्रॅम कार्बोहायड्रेट्स असतात. व्हिटॅमिन बी कॉम्प्लेक्सचे घटक असतात.

फायटोकेमिकल्स : पॉलिफेनॉल हे फायटोकेमिकल कोकोमध्ये असते.

त्यामुळे हृदयविकार आणि कॅन्सरविरुद्ध लढण्याची क्षमता येते.

कोकोमधील 'फ्लॅवोनॉल' या फायटोकेमिकलमुळे त्वचा अधिक मुलायम होते, सूर्यप्रकाशातील घातक घटकांना ती दाद देत नाही आणि लवकर सुरकुत्या पडत नाहीत.

■

३. कॉफी

संस्कृत : – **हिंदी :** –
इंग्रजी : – **लॅटिन :** –

आफ्रिकेतील रानामध्ये मेंढ्या चरत असताना, झाडांची फळेही खात असत. विशिष्ट फळे खाल्ल्यावर, मेंढ्यांची वागणूक बदलते असे एका हुशार मेंढपाळाच्या लक्षात आले. त्याने पण ही फळे खाऊन बघितली तेव्हा त्याला तरतरी आली. मग रोजच तो ही फळे खाऊ लागला. त्याने आपल्या सवंगड्यांना सांगितल्यावर ही बातमी पसरली. आफ्रिकेत या झाडांची लागवड होऊन, त्याच्या बिया वाळवून त्याची पावडर करून वापरण्यास सुरुवात झाली. हीच ती कॉफी होय.

येथून पुढे युरोप नंतर अमेरिकेत याची लागवड सुरू झाली. आता भारतातही कॉफीची लागवड दक्षिणेत करतात.

कॉफीची तीन प्रकारची झाडे असतात. १) अरेबिका २) रोबस्ता ३) लिबेरिका. यामध्ये अरेबिका उच्च प्रतीची मानली जाते.

देशाप्रमाणे कॉफी बनविण्याचे असंख्य प्रकार तयार झाले. उदा. एक्सप्रेसो, कॅफे मोकाह, कॅफे अमेरिकाना, कॉपुचिनो, माकेचिनो आणि लातेसिनो

आपणही नेसकॉफी, फिल्टर कॉफी, जायफळ लावलेली गोडसर कॉफी व्यवहारात पीत असतो.

कॉफीमध्ये चहापेक्षा कॅफिनचे प्रमाण जास्त असते. हे उत्तेजक द्रव्य मेंदू, हृदय आणि मूत्रपिंडाच्या पेशींना उत्तेजित करते. त्यामुळे झोप न येणे, छातीत धडधडणे, नाडीचे ठोके वाढणे, डोके दुखणे अशी लक्षणे, कॉफी जास्त घेतल्याने दिसतात. म्हणून प्रत्येकाने स्वत:ला सोसेल इतकीच कॉफी प्यावी. तसेच संध्याकाळी आणि रात्री जपूनच कॉफी घेणे.

चहाप्रमाणे, कॉफीतही टॅनिन असते. याचा दुष्परिणाम 'चहा'मध्ये वर्णन केलेला आहे. म्हणून जेवणाच्या शेवटी कॉफी घेऊ नये.

जुलाब होत असताना कोरी कॉफी उपयोगी पडते. उच्च रक्तदाब असणाऱ्यांचे ब्लडप्रेशर कॉफीने वाढते. कोरी कॉफी घेण्याची सवय असणाऱ्यांचे, 'होमोसिस्टीन'

या अमायनो ॲसिडचे रक्तातील प्रमाण वाढते आणि त्यामुळे हार्टअटॅक येण्याची शक्यता वाढते.

स्त्रियांमध्ये रजोनिवृत्तीनंतर कॉफीच्या जास्त सेवनाने हाडे ठिसूळ होतात.

एक कप कॉफीतून २ ते ३ मिलिग्रॅम नियासिन मिळते. माणसास रोज ८ ते २५ मिलिग्रॅम नियासिनची जरूर असते. नियासिनच्या कमतरतेने पॅलेग्रा नावाचा रोग होतो.

गर्भवती स्त्रियांनी कॉफी जास्त प्रमाणात घेतल्यास गर्भावर विपरित परिणाम होतात.

कॉफीमुळे तरतरी येणे, उत्साही वाटणे आणि पित्ताशयात खडे होण्याची क्रिया मंदावणे असे अल्प फायदे आहेत. ज्यांना आवडते त्यांनी प्रमाणात कॉफी घेणे हे हितावह होय.

कॉफीत कॅफेस्टॉल (Cafestol), काहवेऑल (Kahweol) ही दोन केमिकल असतात. त्यामुळे लिव्हरमध्ये कोलेस्टेरॉल बनण्याची क्रिया वाढते आणि कोलेस्टेरॉलचे प्रमाण वाढते. म्हणून कोलेस्टेरॉल जास्त असणाऱ्यांनी आणि गर्भवती स्त्रियांनी जास्त घेऊ नये. कॉफी लिव्हर कॅन्सरपासून संरक्षण करते. एक कप कॉफी रोज पिण्याने लिव्हर कॅन्सरचे प्रमाण २३टक्के ने कमी होते, असे 'जर्नल ऑफ हिपॅटॉलॉजी'मध्ये (Hepatology) प्रसिद्ध झाले आहे.

कॉफी पावडरमध्ये 'चिकोरी' हे द्रव्य घातलेले असते.

या चिकोरीमध्ये इनुलिन (Inulin) हे एक कार्बोहायड्रेट असते. तसेच चिकोरीमध्ये फ्रुक्टो ऑलिगो सॅकराइड्स ही (F.O.S.) असतात. इनुलिन आणि एफओएस (F.O.S.) आतड्यातील परोपकारी जिवाणू वाढविण्यास मदत करतात. यामुळे इंटेस्टायनल फ्लोरा सुधारतो.

■

४. गवती चहा (पाती चहा)

संस्कृत : जम्बीर तृण | **हिंदी :** हरी चाय
इंग्रजी : Lemon Grass | **लॅटिन :** –

रोचनो दीपनः तीक्ष्णः सुगन्धिर्मुखशोधनः।
जम्बीरः कफवातघ्नः कृमिघ्नो भक्तपाचनः।।(चरक)

दोषघ्नता : कफवातघ्न

गवती चहा अग्निदीपन करतो आणि पाचन करतो. मुखशोधन करणारा आणि

कृमिघ्न आहे.

गवती चहाने घाम येतो आणि ताप उतरण्यास मदत होते. सर्दी झाली, घसा दुखत असेल त्या वेळी गवती चहा, सुंठ आणि काळी मिरी यांचा काढा घेतात. त्यात खडीसाखर आणि मनुका घालतात. रोजच्या चहामध्येसुद्धा उकळत्या पाण्यात गवतीचहा, आले घातले असता, थंडीत आणि पावसाळ्यात श्वसनसंस्थेचे विकार होत नाहीत.

अमेरिकन केमिकल सोसायटीच्या 'जर्नल ऑफ ॲग्रीकल्चर अँड फुड केमिस्ट्री'ने ४ मे २००५ च्या अंकात गवती चहा आणि कोऱ्या चहाविषयीचे संशोधन प्रसिद्ध झाले आहे.

मधुमेही आणि मोतीबिंदूची नुकतीच सुरुवात असलेल्या उंदरांवर हा प्रयोग करण्यात आला. या उंदरांना तीन महिने हा चहा देण्यात आला आणि नंतर रक्त तपासण्यात आले आणि इतरही तपासण्या केल्या. त्यात रक्तातील साखरेची पातळी खाली आल्याचे दिसले आणि मोतीबिंदू तयार होण्याची प्रक्रिया थंडावल्याचे आढळले.

हृदयविकारावरही या दोन्ही चहांचा उपयोग होतो असे, डॉ.जो व्हिन्सन या पेनसिल्व्हानियाच्या 'युनिव्हर्सिटी ऑफ स्कँडन'च्या संशोधकांचे मत आहे.

■

५. चहा

संस्कृत : –　　**हिंदी :** –
इंग्रजी : –　　**लॅटिन :** –

आजच्या युगातील रावापासून रंकापर्यंत प्रिय आणि सर्वांच्या खिशाला परवडणारे पेय म्हणजे चहा. आधुनिक आदरातिथ्याचे प्रतीक! 'एनी टाईम इज ए टी टाईम' इतके आपल्या शरीरात भिनलेले हे पेय साडेचार हजार वर्षांपूर्वी अपघातानेच निदर्शनास आले. चिनी सम्राट 'शेननंग' याला पाणी उकळून पिण्याची सवय होती. एकदा प्रवासामध्ये त्याचा सेवक एका झाडाखाली, राजासाठी पाणी उकळवित होता. अपघाताने त्या पाण्यात या झाडाची काही पाने पडली आणि पाण्याला सोनेरी रंग आला. हे पाणी सम्राटाने प्यायल्यावर त्याला तरतरी आली आणि त्याला हे सोनेरी पाणी आवडले. पुढे सम्राटाने याचा चीनमध्ये प्रसार केला. या झाडाचे शास्त्रीय नाव 'कॅमेलिया सायनेन्सिस' हे होय. आजची 'चहाची पत्ती' म्हणजे या झाडाची पाने.

चीनमधून जपान, पोर्तुगाल, युरोप आणि अमेरिकेत चहाचा प्रसार झाला. पुढे याची लागवड भारतात झाली आणि आता सर्वात जास्त चहाचे उत्पादन करणारा देश म्हणून भारताकडे जग बघते.

चहामध्ये कॅफीन आणि टॅनिन ही द्रव्ये असतात. कॅफीन हे द्रव्य मेंदू, हृदय आणि मूत्रपिंडाच्यापेशींना उत्तेजक असते. त्यामुळेच चहा घेतल्यावर तरतरी वाटते. कॅफीनचे प्रमाण जास्त झाल्यास झोप न येणे, छातीत धडधडणे आणि डोके जड होणे अशी लक्षणे दिसतात. एक कप चहामध्ये ६० ते २७५ मि.ग्रॅम टॅनिन असते. टॅनिनचेसुद्धा शरीरावर दुष्परिणाम होतात. त्यामुळे लिव्हरच्या कार्यावर परिणाम होतो. चहामध्ये दूध घातल्याने टॅनिन निष्प्रभ होते.

जेवताना किंवा जेवणानंतर लगेच चहा किंवा कॉफी घेऊ नये. कारण चहा किंवा कॉफीतील हे टॅनिन, अन्नातील आयर्न (लोह) बरोबर संयोग पावते आणि आयर्नचे शरीरात होणारे शोषण थांबविते. त्यामुळे ॲनिमिया होण्याचा संभव असतो.

दूध न घालता कोरा चहा प्यायल्यास, कॅलरीज मिळत नाहीत. दूध आणि साखरेमुळे कॅलरीज वाढतात. चहाचे पाच प्रकार आहेत.

१) काळा चहा : यामध्ये चहाच्या पानांवर फर्मेंटेशन क्रिया करून पाने वाळवितात. हाच तो कडक, काळा लोकप्रिय चहा.

२) हिरवा चहा : यामध्ये फर्मेंटेशन प्रक्रिया पानांवर करत नाहीत. जपानी लोकांना असा चहा आवडतो.

३) पांढरा चहा : पाने वाफवून वाळविली जातात. इतर कोठलीही प्रक्रिया करत नाहीत. हा चिनी लोकांना प्रिय आहे.

४) ओलोंग चहा : काळ्या आणि हिरव्या चहाचा सुवर्णमध्य म्हणजे, हा चहा होय. यामध्ये पानांवर अर्धवट फर्मेंटेशन प्रक्रिया करतात. हा चहापण चीनमध्ये प्रसिद्ध आहे.

५) सिल्व्हर निडल् व्हाईट टी (Silver Needle White Tea) : चीनमध्ये १००० वर्ष अतिशय पूज्य मानलेला हा चहा, गेल्या ३ वर्षात युरोपमध्ये एकदम प्रसिद्ध झाला आहे. या चहामुळे चिरतारुण्य लाभते आणि कॅन्सर होत नाही अशा समजुतीमुळे लंडनमध्ये ३० ते ४०$ ला एक कप चहा मिळतो.

चहाच्या पानांमध्ये, बी कॉम्प्लेक्स व्हिटॅमिनचे घटक असतात. तसेच व्हिटॅमिन 'ए' (कॅरॉटिन), व्हिटॅमिन 'ई' आणि व्हिटॅमिन 'सी' ही ॲन्टी-ऑक्सिडंट्स व्हिटॅमिन्स असतात.

फायटोकेमिकल्स : चहामध्ये सॅपोनिन्स, फ्लॅवोनाइड्स, पॉलिफेनॉल्स, कॅटेचिन्स ही फायटोकेमिकल्स असतात.

रोज ३ ते ६ कप चहा प्यायल्यास या फायटोकेमिकल्समुळे आतड्याच्या आणि फुफ्फुसाच्या कर्करोगाचे प्रमाण कमी होते. यामुळे कोरा चहा पिणे हितावह असते. कारण दूध घातल्याने कॅन्सरला प्रतिबंध करणारे पॉलिफेनॉल्स निष्क्रिय होतात.

एक कप चहाने, हृदयाच्या रक्तवाहिन्यांची कार्यक्षमता १५टक्के वाढते. चहातील 'गॅमा अमायनो ब्युटरिक ॲसिड' (GABA) या घटकामुळे रक्तदाब नियंत्रित होतो.

रक्तातील कोलेस्टेरॉलचे प्रमाण आणि L.D.L. कोलेस्टेरॉलचे प्रमाण चहामुळे कमी होते असे संशोधनात सिद्ध होत आहे.

चहामधील फ्लावोनाइड्समुळे अपायकारक बॅक्टेरिया शरीरात वाढत नाहीत. त्यामुळे रोग उत्पन्न होत नाहीत. चहामध्ये थीओफायलीन असतात, त्यामुळे फुफ्फुसातील मार्ग मोकळे होतात. दम्याचा विकार होत नाही. चहातील टॅनिनमुळे तोंडातील बॅक्टेरिया निष्प्रभ होतात. चहातील फ्लोराइडमुळे दातांचे आरोग्य चांगले राहते. चहा मूत्रल असल्याने मूत्राचे प्रमाण वाढते.

नवीन संशोधनात काश्मीरमध्ये प्यायल्या जाणाऱ्या, एका विशिष्ट सॉल्टेड चहामुळे नायट्रोसामाईन कम्पाऊंड्स तयार होऊन, अन्ननलिकेच्या कॅन्सरची शक्यता वाढते.

■

६. नारळाचे पाणी

संस्कृत : नारिकेल जल   **हिंदी :** नारियल जल
इंग्रजी : Coconut water   **लॅटिन :** –

नारिकेलोदकं स्निग्धं स्वादु वृष्यं हिमं लघु।
तृष्णापित्तानिलहरं दीपनं बस्तिशोधनम्।। (अष्टांग हृदय)

रस : मधुर, कषाय **विपाक :** मधुर **वीर्य :** शीत
महत्त्वाचे गुण : लघु, स्निग्ध **दोषघ्नता :** वातपित्तहर

शहाळ्याचे पाणी मधुर आणि तुरट चवीचे असते. ते वृष्य म्हणजे सप्तधातूवर्धन करणारे, शीत आणि स्निग्ध आहे. हे सर्व गुण असूनही ते लघु आहे. हा त्याचा प्रभाव आहे.

शीत वीर्याचे असले, तरी ते दीपन करणारे आहे. तृष्णाहर आणि मूत्रल असल्याने मूत्ररोगात, ज्वरात, उपवासात शस्त्रकर्मानंतर घेण्यासाठी आदर्श पेय आहे.

आधुनिक दृष्टिकोनातून, १०० मिलिलिटर नारळाच्या पाण्यात २४ कॅलरी असतात. फायबर नसतो. प्रोटिन्स १.४ ग्रॅम, फॅट ०.१ ग्रॅम, कार्बोहायड्रेट्स ४.४ ग्रॅम असतात.

मिनरल्स : सर्व मिलिग्रॅममध्ये – कॅल्शियम २४, फॉस्फरस १०, आयर्न ०.१, पोटॅशियम १४०

व्हिटॅमिन्स (बी कॉम्प्लेक्स–संकुल) : थायामिन ०.०१ मि.ग्रॅम, नियासिन ०.१ मि.ग्रॅम.

ॲन्टी-ऑक्सिडंट्स : अ) व्हिटॅमिन्स : व्हिटॅमिन 'सी' २ मि.ग्रॅम.

नैसर्गिक पेय असल्याने प्रवासात मिळाल्यास मिनरल वॉटरपेक्षा चांगले. साधारणत: १ लिटर नारळाच्या पाण्यात १४०० मि.ग्रॅम पोटॅशियम असते. त्यामुळे उलट्या-जुलाब होत असल्यास, शस्त्रकर्मानंतर द्रव पदार्थांवर असणाऱ्या रुग्णास आणि तापामध्ये विपुल पोटॅशियममुळे महत्त्वाचे पेय.

संशोधनात असे दिसून आले आहे की, नारळ आणि नारळाच्या पाण्यात 'आयोडीन' हे खनिज असते. या खनिजाचे महत्त्व, खनिजे प्रकरणात वर्णन केले आहे. गर्भवती स्त्रीस या खनिजाची जरुरी बालकाच्या मेंदूच्या वाढीसाठी उपयोगी असते. गर्भवती स्त्रीने प्रथमपासून आणि डोहाळे लागले असताना नारळाचे पाणी त्यातील पोटॅशियम आणि आयोडिनमुळे घेणे हितावह ठरते.

■

७. नीरा

संस्कृत : – **हिंदी :** –

इंग्रजी : Neera **लॅटिन :** –

खजुराच्या वृक्षातून निघणाऱ्या रसाला 'नीरा' म्हणतात. कालांतराने आंबल्यावर त्याच्यापासून मद्य तयार होते.

रस : मधुर, कषाय **विपाक :** मधुर **वीर्य :** शीत

नीरा मूत्रल आहे. श्रमहर, बल्य आणि बृंहण असल्याने श्रम, क्षय आणि शोषात द्यावी. दाहप्रशमन असल्याने, ज्वरामध्ये देता येते.

आधुनिक दृष्टिकोनातून, १०० मिलिलिटर नीरेमध्ये ४५ कॅलरी आहेत.

प्रोटिन ०.४ ग्रॅम, फॅट ०० ग्रॅम, कार्बोहायड्रेट्स १०.९ ग्रॅम आहेत.

मिनरल्स : सर्व मिलिग्रॅममध्ये – फॉस्फरस १४० मि. ग्रॅम, आयर्न ०.१ मि.ग्रॅम.

व्हिटॅमिन्स (बी कॉम्प्लेक्स–संकुल) : थायामिन ०.२९६ मि.ग्रॅम, रिबोफ्लाव्हिन

०.२६ मि. ग्रॅम, नियासिन २२ मि. ग्रॅम.

ॲन्टी-ऑक्सिडंट्स : १) व्हिटॅमिन्स : व्हिटॅमिन 'सी' ९.६ मि. ग्रॅम

भारत हा एकमेव देश आहे, जिथे नीरेचा पेय म्हणून उपयोग केला जातो. नीरा काढल्यानंतर हवेतील उष्णतेने काही वेळाने आंबते, ती फसफसते, अपारदर्शक होते आणि तिचे रूपांतर ताडीत होते. नीरा आंबू नये, म्हणून त्यात थोडा चुना घालतात. अशी चुनायुक्त नीरा ५-६ तास आंबत नाही. चुना घातल्याशिवाय, नीरा बाजारात विकण्यास बंदी आहे.

नीरा आंबून ताडी तयार झाली की, नीरेतील जीवनसत्त्वे नष्ट होतात. त्यामध्ये ॲसिड आणि अल्कोहोल तयार होते. ही ताडी शरीराला अपायकारक आहे, म्हणून ताजी नीराच प्यावी.

भारताच्या पहिल्या महिला शास्त्रज्ञ डॉ.कमला सोहोनी यांनी नीरेवर संशोधन केले आहे. त्यांना या संशोधनाबद्दल राष्ट्रपती पारितोषिकही मिळाले आहे. 'डहाणू' परिसरातील ६ ते १० वर्ष वयोगटातील मुलांना ५ महिने रोज २५० मिलीलिटर नीरा पिण्यास देऊन त्यांच्या शरीरावर काय परिणाम होतात याचे निरीक्षण आणि संशोधन त्यांनी केले.

या निरीक्षणात मुलांची उंची, वजन, हिमोग्लोबिन वाढले. रोगप्रतिकारशक्ती वाढली असे दिसून आले.

मुलांचे आणि स्त्रियांचे आरोग्य सुधारण्यास पूरक अन्न म्हणून, नीरा उपयोगी आहे. मात्र नीरा हाताळण्यासाठी खूप दक्षता घ्यायला हवी. आंबवलेली नीरा (ताडी) मुलांनी आणि स्त्रियांनी घेतल्यास अनर्थ होण्याची शक्यता आहे.

स्वच्छतेची, भेसळीची काळजी घेऊन, ताजी नीरा घेतल्यास नीरा आरोग्यदायी आहे. ■

८. पाणी (जल)

संस्कृत : सलील **हिंदी :** जल

इंग्रजी : water **लॅटिन :** –

पंचमहाभूतांपैकी एक द्रव स्वरूपातील महाभूत म्हणजे 'जल' होय. सर्व शरीरव्यापी रस, रक्त आणि शुक्र हे तीन महत्त्वाचे धातू द्रवरूपात असतात. हे पाणी वर्षाऋतूत पर्जन्य स्वरूपात आकाशातून पडते. याला 'अंतरिक्षजल' म्हणतात. याचे वर्णन ग्रंथात –

जीवनं तर्पणं हृद्यं ह्लादि बुद्धिप्रबोधनम्।
तन्वव्यक्तरसं मृष्टं शीतं शुच्यमृतोपमम्।।

हे पावसाचे पाणी प्राणधारक, तृप्तीदायक, हृदयाला आल्हाद देणारे, बुद्धीचे प्रबोधन करणारे, अव्यक्त रसयुक्त, शीत, अमृताप्रमाणे शुद्ध असते.

नदीचे पाणी, झऱ्याचे पाणी, विहिरीचे पाणी, हिमजल, दवाचे पाणी अशा पाण्यांचे वर्णन आणि गुणधर्म ग्रंथात दिलेले आहेत.

ऋतूनुसार गुणधर्मामध्ये पडणारा फरकही सांगितला आहे. शरद ऋतूत अगस्ती ताऱ्याच्या प्रकाशामध्ये, तलावातील पाणी निर्मल आणि शुद्ध बनते. याला 'हंसोदक' म्हटले आहे.

त्याकाळी पाणी शुद्ध करण्याची कला अवगत होती. वस्त्रगाळ करणे, तप्तलोहगोळा पाण्यात टाकणे, गोमेद, मोती आदी रत्ने यांनी पाणी स्वच्छ करणे अशा पद्धती होत्या. 'शारंगधर संहितेत' पाणी उकळून आटवावे याबद्दलही माहिती आहे. याला 'उष्णोदक' म्हटले आहे.

या युगात पाणी उकळून पिणे हेच आरोग्यदायी आहे. पाण्याच्या माध्यमातूनच साथीचे रोग पसरतात.

चरकाचार्यांनी याचे वर्णन 'जनपदोद्ध्वंस व्याधी' असे केले आहे. त्यात पाण्यामुळे व्याधी पसरतात, तसेच दूषित पाण्याचेही वर्णन आहे.

जेवणापूर्वी पाणी प्यायल्याने, अग्निमांद्य होऊन कृशता येते. जेवणानंतर पाणी प्यायल्याने स्थूलता येते आणि कफनिर्मिती होते. भोजनाच्यामध्ये पाणी प्यायल्याने शरीर बांधेसूद होऊन, धातूसाम्य राहते.

सुश्रुतांनी 'उष्णजल' हे कफदोषाचे पचन करते, अग्नी प्रदीप्त होतो, आमपाचन होते, लघवी साफ होते आणि ताप, खोकला, दमा बरा होतो असे म्हटले आहे. पीनस (जुनी सर्दी) बरे होते. अष्टांगसंग्रह या ग्रंथात वाग्भटाचार्यांनी पाण्याच्या पचनाचे विवेचन केले आहे. गार पाणी २ प्रहर म्हणजे ६ तासात पचते; गरम करून गार केलेले पाणी १ प्रहरात पचते, तर गरम पाणी अर्ध्या प्रहरात पचते.

यावरून, पाण्याचेही पचन करावे लागते. म्हणूनच पाणी घेण्याचे प्रमाण जेवढे महत्त्वाचे, तेवढेच अतिथंड पाणी पिऊ नये हे महत्त्वाचे. उन्हाळ्यात उकळून गार केलेले वाळा, चंदन सिद्ध पाणी घ्यावे.

पाणी पिण्याचे तांब्या-भांडे चांदीचे असावे. साठवणीसाठी आणि उकळण्यासाठी तांब्याच्या भांड्याचा उपयोग करावा. पाणी उकळताना सोन्याची अंगठी किंवा नाणे टाकून उकळावे. असे सुवर्णसिद्धजल रोज प्यावे. हे त्रिदोषघ्न आणि रसायन आहे. आधुनिक दृष्टिकोनातून जपानी शास्त्रज्ञ सुवर्णाला ॲन्टी-ऑक्सिडंट म्हणतात.

शरीराच्या चयापचयात भाग घेतल्यानंतर मूत्र, स्वेद, पुरीष या मलस्वरूपात

पाण्याचा काही भाग शरीराबाहेर टाकला जातो. म्हणूनच संतुलनासाठी रोज पाणी घ्यावे लागते.

आधुनिक दृष्टिकोनातून, पाण्याचा विचार करताना माणसाच्या शरीरात ५५ ते ६० टक्के पाणी असते. ६० किलो वजनाच्या माणसाच्या शरीरात ३४ लिटर पाणी असते. माणसाच्या शरीरात जेवढी फॅट जास्त तेवढे पाणी जास्त असते. तसेच माणसाच्या शरीरातील सॉल्टचा (मीठ) पाण्याशी संबंध आहे.

शहरांमध्येसुद्धा शुद्ध केलेले पाणी नळांमधून पुरविले जात असले तरी प्रत्येक घरी 'अॅक्वागार्ड'सारखी उपकरणे वापरली जातात. खेड्यांमध्ये नदी किंवा विहिरीचे पाणी वापरावयाचे असेल तर पाणी गाळून, दहा मिनिटे उकळून मगच पिण्यासाठी वापरणे हा निरोगी राहण्यासाठीचा सोपा मार्ग आहे.

शरीरातील प्रत्येक चयापचयाच्या कार्यात, पाण्याचा सहभाग असतो.

प्रत्येक माणसाची पाण्याची गरज ही त्याचे काम आणि ऋतूवर अवलंबून आहे. उन्हाळ्यात गरज वाढते, तर हिवाळ्यात कमी असते. शरीराला पाण्याची गरज लागली, की आपल्याला तहान लागते आणि पाणी प्यायल्यावर मेंदूतील हायपोथॅलॅमसमधील पेशींना संदेश जातो आणि तहान भागते.

पाणी आपल्या शरीरातून श्वसनावाटे, घामातून आणि मलमूत्रातून बाहेर जाते. त्यामुळे प्रत्येक ऋतूत पाण्याची गरज लागते. ती चहा, कॉफी, दूध, ताक, सरबत, फळे या आहारातील पदार्थ आणि पाणी यातून भागवली जाते. १ किलो वजनास ३० एम.एल. पाणी लागते म्हणजे ६० किलो वजनाच्या व्यक्तीस १८०० ते २००० एम.एल. पाणी लागते.

रोज १२०० ते १५०० एम.एल. लघवी होईल एवढे पाणी प्यायले पाहिजे. निरोगी माणसाला फिक्कट पिवळ्या रंगाची लघवी, योग्य प्रमाणात पाणी प्यायल्यास होते. पाणी कमी घेतल्यास लघवीचा रंग लालसर (हाय कलर्ड) होतो.

उन्हाळ्यात मजुरी करणाऱ्या माणसास दर तासाला १ लिटर पाण्याची गरज असते तर उन्हाळ्यात सावलीत बैठे काम करणाऱ्या माणसाला अर्धा लिटर पाणी दर तासाला लागते. यावरून प्रत्येकाची पाण्याची गरज कशी बदलते हे समजते.

■

९. शीतपेये

(सोडा, लेमन, कोकाकोला, पेप्सी इत्यादी)

पोट फुगले किंवा जड झाले की, घरगुती उपाय म्हणून भारतातील खेड्यांमध्येदेखील सोड्याची बाटली पिण्याची प्रथा आहे. त्यामुळे ढेकरा आल्या की, जरा बरे वाटते तर मद्य घेतानाही सोडा मिक्स करतात. हा सोडा म्हणजे पाण्यात अधिक दाबाने मिसळलेला कार्बन डाय-ऑक्साइड होय. बाटलीचे झाकण उघडताच हा वायू फसफसत बाहेर येतो. पूर्वीच्या काळी सोडा, आइस्क्रीम सोडा, लेमन, जिंजर, रासबेरी अशी पेय मिळत असत. या शीतपेयात ब्रोमिनेटेड व्हेजिटेबल तेल मिसळलेले असते. या तेलामुळे कॅन्सर होण्याची शक्यता असते.

प्रगती होताना आणि जग जवळ आल्यामुळे पाश्चिमात्य कोकाकोला, पेप्सी, थम्सअप अशी नवीन शीतपेये गेली ३०-४० वर्षे भारतात मिळतात. या सर्व शीतपेयात फॉस्फरिक ॲसिड असते. यामुळे दातांचे संरक्षककवच कमकुवत होते, हाडे ठिसूळ होतात. हे फॉस्फरिक ॲसिड यकृत आणि आतड्यास हानिकारक आहे. या पेयातील एथिल ग्लायकॉल, हे द्रव्य मेंदू आणि मूत्रपिंड निकामी करू शकते. तसेच शरीरातील कारसिनोजेनचे प्रमाण वाढून कॅन्सरची शक्यता वाढते.

ही शीतपेये फॅक्टरीत बनताना, पाण्याचा भरपूर वापर केला जातो. त्यामुळे भूजल पातळी कमी होऊन, फॅक्टरीजवळील शेतीचे नुकसान होते. या शीतपेयांची मळी (इंडस्ट्रीयल वेस्ट) कॅडियम आणि शिसेयुक्त असते. हे कॅडियम आणि शिसे विषारी धातू आहेत. ते आसपासच्या जमिनीत मिसळल्याने, तेथील भूजल प्रदूषित होते. कॅडियम हे कॅन्सरला निमंत्रण देते, तर शिसे बालकांची बौद्धिक वाढ खुंटवते, ॲनिमिया होतो. गर्भवती स्त्रियांनाही याचा त्रास होतो.

या शीतपेयात, तीन ते पाच कीटकनाशकांचा वापर केलेला असतो. १) लिंडेन : हे श्वसनातून, अन्नातून शरीरात जाऊन फॅटमध्ये जमते. यामुळे लिव्हर, किडनी बिघडतात. तसेच प्रतिकारशक्ती कमी होते.

२) क्लोरोपायरीफास : हे न्युरोटॉक्सिन आहे. यामुळे मेंदू आणि चेतासंस्थेवर परिणाम होतो. तसेच कॅन्सरही होतो. ३) डी.डी.टी. : यामुळे पुरुषांच्या वीर्यावर (सिमेन)वर परिणाम होतो आणि स्त्रियांना ब्रेस्टकॅन्सर होतो.

या कीटनाशकांचे शीतपेयातील सुरक्षित प्रमाण भारतीय मानक संस्थेने निश्चित केलेले आहे. पण शीतपेयांची चाचणी केली असता, या प्रमाणांचे उल्लंघन केलेले आढळते. याबद्दल वर्तमानपत्रात नेहमीच चर्चा होत असते.

ही शीतपेये भोजनाचे वेळी घेतल्याने, अन्नपचन नीट होत नाही आणि कॅन्सरचे प्रमाण वाढते. हे पाश्चिमात्य देशात सिद्ध झाले आहे. तरीही पिझ्झा, बर्गर याबरोबर 'कोम्बो' म्हणून ही शीतपेये घेण्याची युवापिढीत फॅशन आहे.

या सर्व गोष्टींचा विचार करता आदरातिथ्यासाठी किंवा तृष्णाहारक म्हणून लिंबूसरबत, कोकम सरबत, शहाळ्याचे पाणी, संत्री-मोसंबी रस याकडेच आपल्याला वळावे लागेल.

आयुर्वेदशास्त्राने मानवी शरीराशी संबंधित असलेल्या गुणांचे वर्णन करताना, शीतगुणांचे वर्णन केले आहे. शीत आणि अतिशीत पेयांच्या सततच्या सेवनामुळे शरीरावरील होणाऱ्या दुष्परिणामांचे वर्णन केलेले आहे.

शीतगुण संकोच करणारा (आकुंचन करणारा) असल्याने, शरीरामधील विविध मार्गांचे, स्रोतसांचे आकुंचन होऊन स्रोतोरोध निर्माण होतो. हा अवरोध हृदयाला पुरवठा करणाऱ्या रक्तवाहिन्या किंवा मेंदूतील रक्तवाहिन्यांमध्ये होऊ शकतो.

शीतगुणांमुळे अग्नी प्रदीप्त न होता, अग्निमांद्य येते. त्यामुळे अन्नपचन बिघडून, अजीर्ण होते आणि शरीरात आम तयार होतो. आम हा सर्व रोगांचे कारण आहे.

कोक, लेमोनेड असे ३०० मि.लि. शीतपेय जेवताना घेतल्याने, भोजनात जास्त द्रवपदार्थ घेतला जातो. त्यामुळे आयुर्वेदशास्त्राने सांगितल्याप्रमाणे 'जठराच्या २ भाग घन पदार्थ आणि १ भाग द्रवपदार्थ भोजनाच्या वेळी घेऊन, १ भाग रिकामा ठेवावा' या संकल्पनेस धक्का बसतो. त्यामुळे अग्निमांद्य येते, पचन बिघडते.

या शीतपेयाच्या ॲसिडिक PH मुळे गॅस्ट्रिक हायड्रोक्लोरिक ॲसिडचे संतुलन बिघडते आणि पित्तप्रकोप होऊन आम्लपित्तासारखे रोग होतात.

शीतद्रव्यांच्या सतत सेवनाने अजीर्ण, अरुची, अतिसार, ग्रहणी, मूळव्याध हे रोग होतात. प्रमेह होण्यास शीतपेयांचे सेवन हे कारण आहे, यातूनच मधुमेह होतो.

बीजोपघात आणि क्लैब्य (नपुंसकत्व) स्त्रियांना आणि पुरुषांना येते.

आधुनिक आणि आयुर्वेदिक विवेचनाकडे बघताना शीतपेय दोन्ही दृष्टिकोनातून आरोग्यास हानिकारक आहेत म्हणजेच ते 'विरुद्ध अन्न' आहे.

■

१४

मसाले

१. आले आणि सुंठ

संस्कृत : आर्द्रक आणि शुण्ठी **हिंदी :** आद्रक
इंग्रजी : Ginger **लॅटिन :** Zinziber officinale

अद्रिका भेदिनी गुर्वी तीक्ष्णोष्णा दीपनी मता।
कटूका मधुरा पाके रुक्षा वातकफापहा।। (भा.प्र.)

आले वाळवून आणि नंतर त्यावर विशिष्ट प्रक्रिया करून 'सुंठ' तयार होते. ही क्रिया होताना, आल्याच्या आणि सुंठीच्या गुणधर्मात फरक होतो.

आल्याचे गुणधर्म :
रस : कटू **विपाक :** कटू **वीर्य :** उष्ण
मुख्य गुण : गुरू, रुक्ष, तीक्ष्ण
दोषघ्नता : वात, कफघ्न, पित्तकर

सुंठ

रस : कटू **विपाक :** मधुर **वीर्य :** उष्ण
मुख्य गुण : लघु आणि स्निग्ध
दोषघ्नता : वात-कफघ्न, अल्प पित्तकर

आले दीपन, पाचन गुणांचे असल्याने अरुची, अग्निमांद्य, मळमळणे यामध्ये उपयोगी पडते. म्हणून भोजनापूर्वी अर्धा तास आले, मीठ खावे. तसेच आले, आंबेहळद, हळद यांचे लोणचे भोजनात वापरावे. आले आणि गूळ कास, श्वास आणि उचकी लागणे या रोगात उपयोगी पडते.

चरकाचार्यांनी, 'गुडार्द्रक योग' सांगितला आहे. यामध्ये आले, गूळ आणि साजूक तूप एकत्र करून, सकाळी उपाशीपोटी घ्यावे. यामुळे हृदरोग, शोथ (सूज)

यामध्ये उपयोग होतो.

चहामध्ये सकाळी उन्हाळ्याचे दिवस सोडून वापर केल्यास सर्दी, खोकला यामध्ये फायदा होतो.

सुंठ : आमपाचक असल्याने ज्वरामध्ये अनुपान म्हणून वापर करतात. आमवातावर अत्यंत उपयोगी. सुंठीचा 'सौभाग्य-शुंठीपाक' हा प्रसिद्ध कल्प संधिवात, आमवात आणि नवप्रसूत स्त्रियांना गर्भाशयाचे बल वाढण्यास आणि कंबरदुखीसाठी उपयोगी आहे. सुंठ वृष्य असल्याने वाजीकर म्हणून वापर करतात. पाश्चिमात्य देशात आले किंवा सुंठ न वापरता त्यांच्यापासून जिंजेरीन आणि जिंजर तेल हे अर्क काढले जातात. याचा उपयोग शीतपेये, वाईन, बिअर, सूप, बिस्किटे, पाव यांना विशिष्ट चव येण्यासाठी करतात.

आले आणि सुंठ उष्ण, तीक्ष्ण असल्याने रक्तपित्त, पित्तज ज्वर या व्याधीत, शरद आणि ग्रीष्म ऋतूत वापरू नये. सुंठ १० ग्रॅम, तुपावर परतून त्यात वेलची, जायफळ, चारोळी, केशर घालून सकाळी १० दिवस घेणे. यामुळे शुक्रधातू बलवान होतो.

आधुनिक दृष्टिकोनातून, १०० ग्रॅम आल्यात ६७ कॅलरीज असतात. एकूण फायबर ६ ग्रॅम असून न विरघळणारा ४.७ ग्रॅम आणि विरघळणारा १.३ ग्रॅम असतो. प्रोटिन्स २.३ ग्रॅम, फॅट ०.९ ग्रॅम आणि कार्बोहायड्रेट्स १२.३ ग्रॅम असतात.

मिनरल्स : सर्व मिलिग्रॅममध्ये – कॅल्शियम २०, फॉस्फरस ६०, आयर्न ३.५, मॅग्नेशियम ४०५, क्रोमियम ०.०५७

व्हिटॅमिन्स (बी कॉम्प्लेक्स–संकुल) : सर्व मिलिग्रॅममध्ये – थायामिन ०.०६, रिबोफ्लाव्हिन ०.०३, नियासिन ०.६

ॲन्टी-ऑक्सिडंट्स : अ) व्हिटॅमिन्स : कॅरॉटिन ४० म्यु.जी., व्हिटॅमिन 'सी' ६ मि.ग्रॅम

ब) मिनरल्स : सर्व मिलिग्रॅममध्ये – कॉपर ०.७४, मॅंगेनीज ५.५६, झिंक १.९३

फायटोकेमिकल्स : १) झिंजिबेरीन : हे टर्पिन, फायटोकेमिकल आहे. पॅन्क्रिॲटिक कॅन्सरला जबाबदार असणाऱ्या 'रास-प्रोटिन'ला (Ras-protein) हे झिंजिबेरीन निष्प्रभ करते.

२) बीटा आयोनोन, हे फायटोकेमिकल कॅन्सर ट्युमरची वाढ होऊ देत नाही.

संधिवातात सांध्यांना 'प्रोस्टाग्लॅंडिन्स'मुळे सूज येते आणि वेदना होतात. या प्रोस्टाग्लॅंडिन्सच्या निर्मितीस आले आळा घालते. यामुळे आले आणि सुंठ संधिवातात उपयोगी पडते.

'जर्नल ऑफ न्युट्रीशन २०००'मध्ये ब्लड कोलेस्टेरॉलची पातळी आल्याच्या

रसाने कमी होते, असे म्हटले आहे. लंडन येथील सेंट बार्थोलोम्युज (St. Bartholomew's) हॉस्पिटलमधील अभ्यासात, उलटी आणि मळमळ यावर आले उपयोगी आहे, शस्त्रक्रियेनंतर होणाऱ्या उलट्यांवर उपयोगी पडते, असे सिद्ध झाले आहे. आल्यामुळे रक्ताची गुठळी होत नाही.

■

२. केशर

संस्कृत : कुङ्कुम, कुंकुमं **हिंदी :** –
इंग्रजी : Saffron **लॅटिन :** Crocus sativus

कुंकुमं कटूकं तिक्तमुष्णं श्लेष्मसमीरजित्।
व्रणदुष्टिशिरोरोगविषहृत् कायाकान्तिदम्।। (घ.नि.)

रस : कटू, तिक्त **विपाक :** कटू **वीर्य :** उष्ण
महत्त्वाचे गुण : स्निग्ध **दोषघ्नता :** त्रिदोषघ्न

केशराची ताजी फुले उन्हात वाळवून 'केशर' म्हणजे फुलातील पुंकेसर चाळून वेगळे करतात. बाजारात शुद्ध केशर मिळणे कठीण. भेसळ फार असते.

दीपन, पाचन असल्याने अग्निमांद्य, अजीर्ण यामध्ये उपयोगी. केशर हृद्य आहे आणि रक्तशुद्धी करते.

प्रसूतीनंतर, गर्भाशय शोधनार्थ उपयोगी. बाळंतपणात दुधात केशर घालून द्यावे. यामुळे स्तन्यवर्धनही होते.

वर्ण्य गुणामुळे, अंगकांती आणि वर्ण सुधारतो. लहान मुलांमध्ये गोवर बाहेर पडल्याबरोबर केशर १० कांड्या, पाणी ६ चमचे रात्रभर भिजवून यामध्ये साखर किंवा गूळ घालून, सात दिवस खायला द्यावे.

अन्नपदार्थ, उत्तम रंग आणि स्वाद यामुळे खाणाऱ्याचे मन प्रसन्न करतो. हे काम केशराने होते.

कल्प : कुंकुमादिघृत, कुंकुमाद्यतेल

केशरामध्ये, असणाऱ्या क्रोसिन आणि जेन्टीओबायोस या कॅरॉटीनॉइड पिग्मेंट्समुळे त्यांत ॲन्टी-ऑक्सिडंट गुणधर्म आहेत. स्पॅनिश शास्त्रज्ञांनी १९९६ आणि १९९९मध्ये कोलन कॅन्सर निष्प्रभ करण्यासाठी, ही कॅरॉटिनॉइड्स उपयोगी पडतात असे सिद्ध केले.

केशरामुळे मासिकपाळी नियमित होते आणि गर्भधारणा होण्यास मदत होते.

■

३. जायफळ

संस्कृत : जातिफल **हिंदी :** जायफळ
इंग्रजी : Nutmeg **लॅटिन :** Myristica fragrans

जातिफले रसे तिक्तं तीक्ष्णोष्णं रोचनं लघु।
कटूकं दीपनं ग्राहि स्वर्यं श्लेष्मानिलापहम्।।
निहन्ति मुखवैरस्यं मलदौर्गन्ध्य कृष्णताः।
कृमिकासवमिश्वास शोषपीनसहद्रुजः।। (भा.प्र.)

रस : तिक्त, कटू **विपाक :** कटू **वीर्य :** उष्ण

मुख्य गुण : लघु, तीक्ष्ण, स्निग्ध **दोषघ्नता :** कफघ्न, वातघ्न

जायफळ म्हणजे फळातील बी आणि या बीवरील कवच म्हणजे जायपत्री. ही जायपत्री मसाल्यात आपण वापरतो.

तारुण्यपीटिकेसाठी जायफळ दुधात उगाळून चेहऱ्याला लावतात. दीपन, पाचन गुणामुळे मुखदुर्गंधी, अरुची, अग्निमांद्य, अजीर्ण, उलटी यामध्ये जायफळ वापरावे. जायफळ ग्राही असल्याने जुलाब, आव, कोलायटिस यामध्ये कॉफीमधून द्यावे.

जायफळाने आवाज सुधारतो. यासाठी जायफळयुक्त कॉफी प्यावी. याचा खोकला, दमा यावरही उपयोग होतो. जायफळ जास्त मात्रेत घेतल्यास भ्रम, असंबद्ध बडबड अशी लक्षणे दिसतात.

मात्रा : १ ते २ ग्रॅम तेल : १ ते ३ ग्रॅम.

कल्प : जातिफलादि चूर्ण.

व्यवहारात श्रीखंड, खीर आणि कॉफी याला जायफळ उगाळून किंवा पूड करून लावतात. यामुळे गुरू गुणाचे पचण्यास जड असे श्रीखंड आणि खीर पचण्यास सुलभ होते.

१०० ग्रॅम जायफळात ४७२ कॅलरी असतात. क्रूड फायबर ११.६ ग्रॅम असतो. प्रोटिन्स ७.५ ग्रॅम, फॅट ३६.४ ग्रॅम आणि कार्बोहायड्रेट्स २८.५ ग्रॅम असतात.

मिनरल्स : सर्व मिलिग्रॅममध्ये – कॅल्शियम १२०, फॉस्फरस २४०, आयर्न २.०३, मॅग्नेशियम २२९, क्रोमियम ०.२३४

व्हिटॅमिन्स (बी कॉम्प्लेक्स–संकुल) : सर्व मिलिग्रॅममध्ये – थायामिन ०.३३, रिबोफ्लाव्हिन ०.०१, नियासिन १.४

ॲन्टी-ऑक्सिडंट्स : अ) व्हिटॅमिन्स : नाहीत.

ब) मिनरल्स : कॉपर ०.७१ मि.ग्रॅम, मॅंगेनीज १.७८ मि.ग्रॅम, झिंक १.२२ मि.ग्रॅम.

फायटोकेमिकल्स : १) मायरेसिन (Myrecene) नावाचे टर्पिन जायफळात असते. पॅनक्रिॲटिक कॅन्सरला जबाबदार असणारे, रास-प्रोटिन (Ras-Protein) हे मायरेसिन निष्प्रभ करते.

भारतीय शास्त्रज्ञांच्या संशोधनात जायफळाने ब्लड कोलेस्टेरॉल कमी होतो. लिव्हर, हार्टमधील फॅटी डिपॉझिट कमी होतात असे दिसून आले. नायजेरियातील अभ्यासात यामुळे ब्लड क्लॉट होण्याचे प्रमाण कमी होते असे आढळले.

जायफळामध्ये ॲन्टीबॅक्टेरियल गुणधर्म आहेत. अन्नातील 'इ. कोलाय' (E.Coli) हे बॅक्टेरिया यामुळे मरतात. जुलाब होत असतील तर जायफळ लावून कॉफी घ्यावी.

■

४. तमालपत्र

संस्कृत : तमाल **हिंदी :** –
इंग्रजी : – **लॅटिन :** Cinnamomum tamala

पत्रकं मधुरं किंचित् तीक्ष्णोष्णं पिच्छिलं लघुः।
निहन्ति कफवाताशॉहृल्लासारुचिपीनसान्।। (भा.प्र.)

रस : मधुर, कटू, तिक्त **विपाक :** मधुर **वीर्य :** उष्ण

मुख्य गुण : तीक्ष्ण, लघु, स्निग्ध **दोषघ्नता :** कफवातघ्न

दीपन, अनुलोमन असल्याने अग्निमांद्य, अजीर्ण, उदरशूल, अरुची यामध्ये उपयोगी पडते.

तीक्ष्ण आणि उष्ण असल्याने पीनस म्हणजे जुनी सर्दी यामध्ये उपयोगी.

स्त्रीचा वारंवार गर्भपात होत असल्यास गर्भाशय शैथिल्य दूर होण्यासाठी वापरतात.

प्रसूतीनंतर गर्भाशयशोधन म्हणून वापरावे.

मात्रा : चूर्ण १ ते २ ग्रॅम

अग्निमांद्य, अजीर्णासाठी सावलीत वाळवलेल्या पानाचे चूर्ण अर्धा चमचा हिंग पाव चमचा, लिंबूरस २ चमचे, आलेरस १ चमचा हे मिश्रण कोमट पाण्याबरोबर घ्यावे.

तमालपत्र चूर्णाने, मधुमेही माणसाची 'ब्लडशुगर' नियंत्रित होण्यास मदत होते. हे संशोधनात सिद्ध झाले आहे.

■

५. तिरफळ

संस्कृत : तुंबरु **हिंदी :** –
इंग्रजी : – **लॅटिन :** Zanthoxylum-rhetsa

तुंबरु प्रथितं तिक्तं कटूपाकेऽपि तत्कटू।
रुक्षोष्णं दीपनं तीक्ष्णं रुच्यं लघु विदाहि च।। (भा.प्र.)

रस : कटू, तिक्त **विपाक :** कटू **वीर्य :** उष्ण
महत्त्वाचे गुण : रुक्ष, तीक्ष्ण
दोषघ्नता : कफघ्न

तिरफळाची झाडे कोकण, गोवा या भागात असतात. समुद्रकिनारी राहणारे लोक मसाल्यात वापरतात. दीपन, पाचन असल्याने अग्निमांद्य, अजीर्ण आध्मान यामध्ये वापरतात.

अतिसारामध्ये जुलाब थांबण्यासाठी वापरतात. माशाचे पदार्थ बनविताना, उदा. फिशकरी यामध्ये तिरफळाचा वापर केला जातो. यामुळे माशापासून होणारे जुलाब, अजीर्ण हे होत नाही. बाधत नाहीत.

अग्निमांद्य, अजीर्णासाठी तिरफळचूर्ण १/४ चमचा, हिंग १/४ चमचा आणि लिंबाचा रस २ चमचे एकत्र करून जेवताना मध्ये खावे आणि नंतर बाकीचे जेवण करावे.

आमवाताच्या जीर्णावस्थेत १/४ चमचा तिरफळचूर्ण आणि १ चमचा एरंडेल हे रात्री झोपताना घ्यावे. ६ आठवडे घ्यावे. पित्तप्रकृतीच्या व्यक्तींनी पित्तविकारात आणि उष्णकाळात तिरफळ घेऊ नये.

■

६. दगडफूल

संस्कृत : शैलेय **हिंदी :** –
इंग्रजी : – **लॅटिन :** Parmelia - peralata

शैलेयं शिशिरं तिक्तं सुगन्धि कफपित्तजित्।
दाहतृष्णावमिश्वासव्रणदोषविनाशनम्।। (रा.नि.)

रस : तिक्त, कषाय **विपाक :** कटू **वीर्य :** शीत
मुख्य गुण : लघु, स्निग्ध **दोषघ्नता :** कफपित्तशामक

मसाल्यामध्ये आपण दगडफूल वापरतो. दीपन असल्याने उलटी, शोष पडणे, अग्निमांद्य, जुलाब आणि आव यामध्ये उपयोगी पडते.

पित्तशामक असल्याने, ज्वरामध्ये दाह असताना देतात. मुतखडा झाला असेल तर १० ग्रॅम दगडफुलाचा काढा, जिऱ्याचे चूर्ण साखरेबरोबर देतात.

मात्रा : चूर्ण १ ते ३ ग्रॅम.

■

७. दालचिनी

संस्कृत : त्वक् **हिंदी :** दालचिनी
इंग्रजी : Cinnamom **लॅटिन :** Cinnamomum zeylanicum

त्वचं लघुष्णं कटूकं स्वादु तिक्तं च रूक्षकम्।
पित्तलं कफवातघ्नं कण्ड्वामरूचिनाशनम्।।
हृद्बस्तिरोगवातार्शः कृमिपीनसकासजित्। (रा. निघण्टु)

रस : कटू, तिक्त, मधुर **विपाक :** कटू **वीर्य :** उष्ण
मुख्य गुण : लघु, रुक्ष, तीक्ष्ण **दोषघ्नता :** त्रिदोषघ्न

दीपन, पाचन, सुगंधी असल्याने मुखदुर्गंधी दूर करते. तृष्णा, अरुची, आध्मान, उदरशूल, अग्निमांद्य यामध्ये उपयोगी. दंतशूल बरा होतो आणि हिरड्यांना मजबुती येते. त्वचारोगांवर दुधात चंदन आणि दालचिनीचा लेप करून लावतात. यामुळे चेहरा उजळतो. सुरकुत्या कमी होतात.

रुक्ष, लघु, उष्ण, तीक्ष्ण या गुणांनी कफनाशक, कफ पातळ करणे आणि कफदुर्गंधी कमी करणे ही कार्ये होतात. त्यामुळे खोकला, दमा, टी.बी. यामध्ये दालचिनीचे चूर्ण मधाबरोबर वापरतात.

तिक्त रसाने, रक्तशुद्धीकर आणि मधुर रसाने रस, रक्त वृद्धिकर आणि ओजवर्धक असल्याने, हृदयदौर्बल्य तसेच रक्तदुष्टि विकारांवर उपयोगी.

गर्भाशय शैथिल्यात स्त्रियांनी आणि वाजीकर म्हणून पुरुषांनी घ्यावे. वारंवार मलप्रवृत्ती होणे, भूक न लागणे, पोटात गॅस धरणे यावर दालचिनीचूर्ण १ चमचा, सुंठ १ चमचा जेवताना भातात घालून खावे.

मात्रा : चूर्ण १/२ ते १ ग्रॅम **कल्प :** सितोपलादिचूर्ण

भारतीय संशोधकांनी १९९५मध्ये फुफ्फुसांच्या 'फंगल इन्फेक्शन'वर दालचिनीचा उपयोग सिद्ध केला आहे.

दालचिनीपासून अर्क काढून 'Cinnulin, PFTM' (सिन्युलीन, पीएफटीएम) हे

औषध परदेशात हिरो न्यूट्रिशनल्स (Hero-Nutritionals) या कंपनीने तयार केले आहे. हे औषध रक्तातील शर्करा नियंत्रित करते आणि कोलेस्टेरॉलची रक्तातील पातळी आवाक्यात आणते.

दालचिनी फायटो-इस्ट्रोजेनस तयार करण्यास मदत करते. रजोनिवृत्तीच्या वेळी स्त्रियांना होणारी छातीत धडधड होणे, घाम येणे, मनाची अस्थिरता ही लक्षणे यामुळे कमी होतात.

'यु. एस. डिपार्टमेंट ऑफ अॅग्रीकल्चर'ने प्रसिद्ध केलेल्या रिपोर्टमध्ये ल्युकेमिया आणि लिंफोमामधील कॅन्सर सेल्सची झपाट्याने होणारी वाढ, दालचिनीमुळे कमी होते.

अर्धा टी स्पून दालचिनी पावडर आणि १ टी स्पून मध सकाळी न्याहारीच्या आधी रोज घेतल्यास आठवड्याने संधिवातातील वेदना कमी होतात, असे 'कोपनहेगन युनिव्हर्सिटी'तील रुग्णांमध्ये निदर्शनास आले.

■

८. नागकेशर

संस्कृत : नागकेशर **हिंदी :** –
इंग्रजी : – **लॅटिन :** Mesuaferrea

नागपुष्पं कषायोष्णं रुक्षं लघ्वामपाचनम्।
ज्वरकण्डुतृषास्वेदच्छर्दिहल्लासनाशनम्।
दौर्गन्ध्यकुष्ठवीसर्प कफपित्तविषापहम्।। (भा.प्र.)

रस : कषाय, तिक्त **विपाक :** कटू **वीर्य :** किंचित उष्ण
मुख्य गुण : लघु, रुक्ष **दोषघ्नता :** पित्तघ्न, कफघ्न, वातकर

तांबडे नागकेशर चांगले, काळे नागकेशर कनिष्ठ.

नागकेशर दीपन, पाचन असल्याने उलटी, अग्निमांद्य, तहान लागणे, अजीर्ण यामध्ये वापरतात. मुखदाह, मुखदुर्गंधी याकरिताही उपयोग होतो.

घसा बसलेला असताना नागकेशर, वेलची आणि खडीसाखर तोंडात धरावी.

आम्लपित्तात, नागकेशर आणि साखर पाण्यात मिसळून द्यावे. जुलाब, आव, रक्तीआव, मूळव्याध यामध्ये नागकेशर खडीसाखर आणि लोणी याबरोबर द्यावे.

मूत्रदाह, लघवीतून रक्त जाणे यामध्ये नागकेशर वापरावे. स्त्रियांमध्ये रक्तप्रदरात (अंगावरून रक्त जाणे) नागकेशरचूर्ण तुपात भिजवून, सकाळी आणि संध्याकाळी द्यावे.

नागकेशर घामाची दुर्गंधी नाहीशी करते. घाम येणाऱ्या ठिकाणी वस्त्रगाळचूर्ण लावावे.

मात्रा : चूर्ण १ ते ३ ग्रॅम

कल्प : समशर्करा चूर्ण, पुष्यानुगचूर्ण

फायटोकेमिकल्स : प्रो-अॅन्थ्रोसायनिडिन्स (Proantho-cynidins) ही फायटोकेमिकल्स 'प्लेटिलेट अॅग्रीगेशन' कमी करतात. त्यामुळे रक्तवाहिन्यात ब्लॉक्स होत नाहीत, कॅन्सर ट्युमरची वाढ कमी करतात, असे जपानमधील संशोधनात आढळले.

■

९. मिरे

संस्कृत : मरिच **हिंदी :** काली मिर्च

इंग्रजी : Black pepper **लॅटिन :** Piper nigrum

मरिचं कटूकं तीक्ष्णं दीपनं कफवातजित्।
उष्णं पित्तकरं रुक्षं श्वासशूलकृमीन्हरेत्।। (भा.प्र.)

रस : कटू **विपाक :** कटू **वीर्य :** उष्ण

मुख्य गुण : लघु, तीक्ष्ण **दोषघ्नता :** वात-कफघ्न, पित्तकर

'मिरी' अग्निदीपन करणारी असल्याने अग्निमांद्य, अजीर्ण, आध्मान (पोट फुगणे) आणि पोट दुखत असल्यास वापरावी. कृमींमध्ये वापरल्यास उपयोग होतो.

उष्ण, तीक्ष्ण गुणामुळे कफ बाहेर पडतो. त्यामुळे खोकला, दमा, सर्दी यामध्ये मधाबरोबर चाटविल्याने, कफ पातळ होतो आणि दम्याचा वेग कमी होतो.

मिरी योगवाही असल्याने, ज्या पदार्थाबरोबर आपण वापरू, त्या पदार्थाचे आणि स्वतःचे असे दोन्ही गुण, सूक्ष्म स्रोतसांपर्यंत पोचविते. मिरी शरद आणि ग्रीष्म ऋतूत वापरू नये.

मिरे, सुंठ, पिंपळी यांना 'त्रिकटू' म्हणतात. हे 'त्रिकटू चूर्ण' १ ते २ ग्रॅम, मधाबरोबर घेतल्यास, स्थूल व्यक्तींचे वजन कमी होण्यास मदत होते. येथे मिरीमुळे मेदधात्वाग्नि प्रदीप्त होऊन, मेदाचे पचन करून लेखन कार्य होते.

सुंठ, मिरे, पिंपळी, चवक, चित्रक या पंचकोलाचे 'पंचकोलासव' पचनाच्या तक्रारींसाठी वापरतात. मांसाहाराच्या आणि आमरसाच्या अजीर्णासाठी मिरे वापरतात.

१०० ग्रॅम मिरीत ३०४ कॅलरी आहेत. एकूण फायबर ३५.३ ग्रॅम असून न विरघळणारा ३२.४ ग्रॅम आणि विरघळणारा २.९ ग्रॅम आहे. प्रोटिन्स ११.५ ग्रॅम,

फॅट ६.८ ग्रॅम, कार्बोहायड्रेट्स ४९.२ ग्रॅम आहेत.

मिनरल्स : सर्व मिलिग्रॅममध्ये – कॅल्शियम ४६०, फॉस्फरस १९८, आयर्न १२.४, मॅग्नेशियम १७१, क्रोमियम ०.०७४

व्हिटॅमिन्स (बी कॉम्प्लेक्स–संकुल) : सर्व मिलिग्रॅममध्ये – थायामिन ०.०९, रिबोफ्लाव्हिन ०.१४, नियासिन १.४

अँन्टी-ऑक्सिडंट्स : अ) व्हिटॅमिन्स : कॅरॉटिन्स १०८० म्यु.जी.

ब) मिनरल्स : कॉपर १.४२ मि.ग्रॅम, मँगेनीज ४.१४ मि.ग्रॅम, झिंक १.३१ मि.ग्रॅम.

फायटोकेमिकल्स : १) पिपरीडिन २) फायटोस्टेरॉल यामुळे हृदयात ब्लॉक्स निर्माण होण्याची प्रवृत्ती कमी होते. तसेच ब्रेस्ट कॅन्सर विरुद्ध लढण्याची क्षमता येते.

मिरीमध्ये 'चाव्हिसिन' नावाचे द्रव्य असते. यामुळेच मिरीला तिखटपणा येतो. या चाव्हिसिनचा आतड्याच्या अस्तरावर परिणाम होत नाही, त्यामुळे दाह (आग) होत नाही. म्हणून ज्यांना मिरची सहन होत नाही, त्यांनी मिरी घ्यावी.

भारतात १९९० साली, संशोधनात असे दिसून आले, की ऱ्हुमॅटिक अटॅकमध्ये सांधेदुखीवर मिरीचा उपयोग होतो. यातील 'पिपरीन' सांध्यांची सूज (Inflamation) कमी करते. यामुळे ऱ्हुमॅटिझममध्ये, मिरीचे तेल बाहेरून सांध्याला लावतात.

■

१०. लवंग

संस्कृत : देवकुसुम **हिंदी :** लवंग

इंग्रजी : Clove **लॅटिन :** Syzygium aromaticum

लवंगं कटूकं तिक्तं लघु नेत्रहितं हिमम्।
दीपनं पाचनं रुच्यं कफपित्तास्त्रनाशनम्।।
तृष्णां छर्दि तथाध्मानं शूलमाशु विनाशयेत्।
कासं श्वासंच हिक्कांच क्षयं क्षपयति ध्रुवम्।। (भा.प्र.)

रस : तिक्त, कटू **विपाक :** कटू **वीर्य :** शीत

मुख्य गुण : लघु, स्निग्ध, तीक्ष्ण

दोषघ्नता : कफघ्न, पित्तघ्न

लवंगेचे तेल दात दुखत असल्यास वापरतात. तसेच कंबर, इतर सांधे दुखत असल्यास लावतात.

लवंग तोंडात चघळल्याने, मुखशोधन होते आणि दुर्गंधी नाहीशी होते. लवंग दीपन, पाचन आणि रुचिकर असल्याने अग्निमांद्य, अजीर्ण, अरुची, उलटी, पोट फुगणे, पोट दुखणे यावर उपयोगी पडते. या सर्व रोगात लवंगेचा काढा वापरतात.

लवंग तीक्ष्ण, तिक्त, कटू असल्याने खोकला, दमा यामध्ये कफ बाहेर पडण्यास उपयोगी. लवंगेने कफाची दुर्गंधीही नाहीशी होते. यामध्ये लवंगेचे चूर्ण मधाबरोबर घ्यावे. लवंग डोळ्यांना हितकारक आहे. लवंगादिचूर्ण, लवंगादिवटी आणि अविपत्तिकरचूर्ण ही प्रसिद्ध औषधे आहेत.

मात्रा : चूर्ण १ ते २ ग्रॅम घ्यावे.

भोजनानंतर लवंग किंवा लवंगयुक्त विडा घेतल्याने, पचनाच्या तक्रारी दूर होतात.

१०० ग्रॅम लवंगांमध्ये २८६ कॅलरीज असतात. एकूण फायबर ३५.१ ग्रॅम असून न विरघळणारा २८.९ ग्रॅम आणि विरघळणारा ६.२ ग्रॅम आहे. प्रोटिन्स ५.२ ग्रॅम, फॅट ८.९ ग्रॅम आणि कार्बोहायड्रेट्स ४६ ग्रॅम असतात.

मिनरल्स : सर्व मिलिग्रॅममध्ये – कॅल्शियम ७४०, फॉस्फरस १००, आयर्न ११.७, मॅग्नेशियम १३०, क्रोमियम ०.०५६

व्हिटॅमिन्स (बी कॉम्प्लेक्स–संकुल) : थायामिन ०.०८ मि.ग्रॅम, रिबोफ्लाव्हिन ०.१३ मि.ग्रॅम

ॲन्टी-ऑक्सिडंट्स : अ) व्हिटॅमिन्स : कॅरॉटिन २५३ म्यु.जी.

ब) मिनरल्स : कॉपर १.०१ मि.ग्रॅम, मॅंगेनीज ४.७५ मि.ग्रॅम, झिंक १.४७ मि.ग्रॅम

लवंगेत 'युजेनॉल' नावाचे द्रव्य असते. दात दुखत असताना, दातांखालील मज्जातंतूंना युजेनॉलमुळे बधिरपणा येतो आणि दात दुखी थांबते. रुटकॅनल निर्जंतुक करण्यासाठी, लवंगेचे तेल वापरतात. युजेनॉल चवीला तिखट आहे. हे पोटातील आतड्याचा दाह करते, म्हणून लवंग जास्त प्रमाणात घेऊ नये. 'नॅशनल एनव्हायरनमेंट इंजिनिअरिंग रिसर्च इन्स्टिट्यूट', नागपूर येथील संशोधनात, लवंगेतील जंतुघ्नगुण पाणी स्वच्छ आणि पिण्यास योग्य करते असे दिसून आले.

तैवानमध्ये करण्यात आलेल्या अभ्यासात, लवंगेतील युजेनॉलमुळे रक्त गोठण्याची प्रक्रिया लांबते, त्यामुळे हृदय संरक्षण होते. तसेच लवंगेत असलेल्या टॅनिन्स आणि फ्लॅवोनाइड्समुळे कॅन्सरविरुद्ध लढण्याची क्षमता येते.

१९९५मध्ये डॉ. हुल्डा रेगेर क्लार्क यांना असा शोध लावला, की 'फ्लूक्स' हा फ्लॅटवर्म, माणसाच्या आतड्यात असलेला परोपजीवी कॅन्सरला कारणीभूत ठरतो. याची अंडी मारण्याची शक्ती लवंगेमध्ये आहे.

■

११. वेलदोडा

संस्कृत : एला | **हिंदी :** इलायची
इंग्रजी : Cardamom | **लॅटिन :** Elettaria cardamomum

रसे तु कटूका शीता लघ्वी वातहरी मता।
एला सूक्ष्मा कफश्वासकासार्शो मूत्रकृच्छ्रहृत्।। (भा.प्र.)
सूक्ष्मैला शीतला स्वादी हृद्यारोचन दीपनी। (घ.नि.)

वेलदोडा – याला 'सूक्ष्मऐला' म्हणतात.

रस : कटू, मधुर **विपाक :** मधुर **वीर्य :** शीत

महत्त्वाचे गुण : लघु, स्निग्ध, सूक्ष्म **दोषघ्नता :** वात, पित्त, कफघ्न

बृहद एला : बडी इलायची, मोठी वेलची याचा वापर फक्त मसाल्यात करतात. ही उष्ण, रुक्ष असते आणि कफघ्न आहे.

एला / वेलदोडा : दात दुखत असल्यास तेलाचा बोळा ठेवतात. सुगंधी, दीपन आणि पाचन या तीन गुणांनी मुखदुर्गंधी, उलटी, अरुची, अग्निमांद्य, आध्मान, उदरशूल यामध्ये वापरतात. खोकला, दमा यामध्ये मधाबरोबर वेलची चूर्ण द्यावे किंवा तुपाबरोबर द्यावे.

वेलची शीत असल्याने सर्वांगदाह, मूत्रदाह, रक्तप्रदर, रक्तपित्त यामध्ये वापरतात. धन्याजिऱ्याच्या पाण्याबरोबर वेलची चूर्ण घ्यावे.

मात्रा : १ ते २ ग्रॅम **कल्प :** एलादीचूर्ण, एलादी क्वाथ

१०० ग्रॅम वेलदोड्यात २२९ कॅलरी असतात. एकूण फायबर २३ ग्रॅम असून त्यात न विरघळणारा २०.४ ग्रॅम आणि विरघळणारा २.६ ग्रॅम आहे. प्रोटिन्स १०.२ ग्रॅम, फॅट २.२ ग्रॅम, कार्बोहायड्रेट्स ४२.१ ग्रॅम आहेत.

मिनरल्स : सर्व मिलिग्रॅममध्ये – कॅल्शियम १३०, फॉस्फरस १६०, आयर्न ४.६, मॅग्नेशियम १७३, क्रोमियम ०.०३१

व्हिटॅमिन्स (बी व्हिटॅमिन संकुल) : थायामिन ०.२२ मि.ग्रॅम, रिबोफ्लाव्हिन ०.१७ मि.ग्रॅम, नियासिन ०.८ मि.ग्रॅम

ॲन्टी-ऑक्सिडंट्स : अ) व्हिटॅमिन्स : नाहीत.

ब) मिनरल्स : कॉपर ०.४७ मि.ग्रॅम, मँगेनीज ८.९२ मि.ग्रॅम, झिंक २.८ मि.ग्रॅम

सरबत, मुरांबे, मिठाई, श्रीखंड यामध्ये वेलची वापरतात.

'सेंट्रल फूड टेक्नॉलॉजीकल रिसर्च इन्स्टिट्यूट', म्हैसूर येथील संशोधनात वेलदोड्याच्या अर्काने, प्लेटीलेट ॲग्रीगेशन कमी होते आणि लिपिड पेरॉक्सिडेशनही कमी होते असे आढळले.

■

१२. ओवा

संस्कृत : यवानी **हिंदी :** अजवान
इंग्रजी : Omum **लॅटिन :** Trachyspermum ammi

यवानी पाचनी रूच्या तीक्ष्णोष्णा कटूका लघु।
दीपनी च तथा तिक्ता पित्तला शुक्रशूलहृत्।
वातश्लेष्मोदरानाहगुल्मप्लीहकृमिप्रणुत्।। (भा.प्र.)

रस : कटू, तिक्त **विपाक :** कटू **वीर्य :** उष्ण

दोषघ्नता : वातघ्न, कफघ्न, पित्तकर

मुख्य गुण : लघु, तीक्ष्ण, स्निग्ध

व्यवहारात पोट फुगले किंवा दुखले की ओव्याच्या पुरचुंडीने शेकतात, तसेच ओव्याचे तेल पोटावर चोळतात. ओवा दीपन, पाचन गुणांचा असल्याने अरुची, अग्निमांद्य, अजीर्ण झाले असता ओवा आणि सैंधव एकत्र खावे.

ओवा कृमिघ्न असल्याने, कृमी झाल्यास घ्यावा. यकृत (लिव्हर) आणि प्लीहा (स्प्लीन) वृद्धी किंवा कार्य नीट करत नसल्यास ओवा वापरतात. तसेच जलोदर झाला असल्यास ओवा ताकाबरोबर घ्यावा.

दमा, खोकला आणि दुर्गंधीयुक्त कफ पडत असेल, तर ओवा उपयोगी पडतो. १ चमचा दोन वेळा जेवणानंतर खाणे. बाळंतिणीला ताप येत असेल, योनीदुष्टी असेल तर गर्भाशय शोधनासाठी ओवा गुणकारी ठरतो. बाळंतिणीची कंबर आणि पोटदुखी ओव्याने बरी होते. तिला विड्यामध्ये ओवा घालून द्यावा.

उन्हाळ्यात आणि शरद ऋतूत ओव्याचा वापर जपून करावा. अतिमात्रेत ओवा शुक्रधातूचा क्षय करतो. 'मुखवास' म्हणून ओवा, बडीशेप, ज्येष्ठमध, खडीसाखर, सैंधव एकत्र चूर्ण नियमित घ्यावे.

आधुनिक विचारसरणीनुसार, १०० ग्रॅम ओव्यात ३६३ कॅलरी असतात. एकूण फायबर ४७.२ ग्रॅम असून, न विरघळणारा ४३.९ आणि विरघळणारा ३.३ ग्रॅम आहे.

प्रोटिन्स १७.१ ग्रॅम, फॅट २१.८ ग्रॅम, कार्बोहायड्रेट्स २४.६ ग्रॅम आहेत.

मिनरल्स : सर्व मिलिग्रॅममध्ये – कॅल्शियम १५२५, फॉस्फरस ४४३, आयर्न १२.५, मॅग्नेशियम १४१, क्रोमियम ०.०५७

व्हिटॅमिन्स (बी कॉम्प्लेक्स–संकुल) : थायामिन ०.२१ मि.ग्रॅम, रिबोफ्लाव्हिन ०.२८ मि.ग्रॅम, नियासिन २.१ मि.ग्रॅम.

अँन्टी-ऑक्सिडंट्स : अ) व्हिटॅमिन : कॅरॉटिन ७१ म्यु.जी.

ब) मिनरल्स : कॉपर ०.९६ मि.ग्रॅम, मॅंगेनीज ३.४ मि.ग्रॅम, झिंक ४.५२ मि.ग्रॅम

ओव्यामध्ये कॅल्शियम, फॉस्फरस आणि आयर्न विपुल आहे. तसेच अँन्टी-ऑक्सिडंट्सचे प्रमाणही चांगले आहे. त्यामुळे आपल्याकडील परंपरागत बाळंतपणातील ओव्याचा वापर संयुक्तिक ठरतो आणि मुखवास म्हणून अल्पमात्रेत नियमित घेणे हितावह आहे.

■

१३. खसखस

संस्कृत : अहिफेन बीज **हिंदी :** पोस्तादाना

इंग्रजी : Poppyseeds **लॅटिन :** Popaver somniferum

खसबीजानि बल्यानि वृष्याणि सुगुरूणिच।
जनयन्ति कफं तानि शमयन्ति समीरणम्।। (भा.प्र.)

रस : मधुर, कषाय **विपाक :** मधुर **वीर्य :** अनुष्ण

महत्त्वाचे गुण : गुरू, स्निग्ध **दोषघ्नता :** वातशामक, कफवर्धक

अफू (अहिफेन) च्या फळातील बीजाला 'खसखस' म्हणतात. हे बीज रंगाने पांढरे किंवा काळपट असते.

स्वयंपाकात आपण खसखस वापरतो. जुलाब होत असताना 'स्तंभक' म्हणून खसखशीची खीर द्यावी. सूतिकेला खसखशीची खीर बल्य आणि स्तन्यवर्धक म्हणून देतात, यामुळे झोपही येते, त्याचा बाळंतिणीस उपयोग होतो. बल्य आणि वृष्य गुणाने सप्तधातूवर्धन होते. दौर्बल्यात खीर सर्वांनी घ्यावी.

१०० ग्रॅम खसखशीत ४०८ कॅलरी असतात. एकूण फायबर ३३.६ ग्रॅम असून त्यात न विरघळणारा २२.४ आणि विरघळणारा ११.२ ग्रॅम असतो. प्रोटिन्स २१.७ ग्रॅम, फॅट १९.३ ग्रॅम आणि कार्बोहायड्रेट्स ३६.८ ग्रॅम आहेत.

मिनरल्स : सर्व मिलिग्रॅममध्ये – कॅल्शियम १५८४, फॉस्फरस ४३२, आयर्न १५.८, मॅग्नेशियम २५७, क्रोमियम ०.१०८

अँन्टी-ऑक्सिडंट्स : अ) व्हिटॅमिन - नाहीत.

ब) मिनरल्स : कॉपर ०.६३ मि.ग्रॅम, मॅंगेनीज ४.३१, झिंक ४.३४ मि.ग्रॅम

आधुनिक पृथक्करण बघताना, खसखशीमध्ये प्रोटिन्स, कॅल्शियम, फॉस्फरस आणि आयर्न विपुल आहे. परंपरागत खसखशीची खीर आजारातून उठल्यावर, अशक्तपणासाठी आणि बाळंतिणीस उपयुक्त टॉनिक आहे.

पाश्चात्य देशातील खसखशीचे दाणे आकाराने जरा मोठ असतात. रंग राखाडी-

निळसर असतो. या बियांचे तेलही काढतात. या बीयांचा वापर ब्रेड, केक्स, पेस्ट्रीज यामध्ये करतात. संशोधनात असे निदर्शनास आले आहे, की यामध्ये ओमेगा-३ फॅटी ॲसिड्स विपुल आहेत. याचबरोबर लायनोलिक इसेन्शियल फॅटी असिडही आहे. या फॅटी असिड्समुळे हृदयाचे कार्य चांगले चालते आणि ब्रेस्ट कॅन्सर विरुद्ध लढण्याची क्षमता येते.

खसखशीत 'आयोडीन' असते. आयोडिनच्या अभावाने 'गॉयटर' हा रोग होतो. याबद्दल चर्चा 'खनिजे' या प्रकरणात केली आहे. आधुनिक दृष्टिकोनातूनही प्रसूत स्त्रीने खसखशीची खीर घेणे हितावह ठरते.

■

१४. कारळे

संस्कृत : **हिंदी :** कालातील, रामतील
इंग्रजी : Niger seeds **लॅटिन :** Guizotia abyssinica

१०० ग्रॅम कारळ्यात ५१५ कॅलरीज आहेत. क्रूड फायबर १०.९ ग्रॅम, प्रोटिन्स २३.९ ग्रॅम, फॅट ३९ ग्रॅम, कार्बोहायड्रेट्स १७.१ ग्रॅम.

मिनरल्स : सर्व मिलिग्रॅममध्ये – कॅल्शियम ३००, फॉस्फरस २२४, आयर्न ५६.७

व्हिटॅमिन्स (बी कॉम्प्लेक्स–संकुल) : थायामिन ०.०७ मि.ग्रॅम, रिबोफ्लाव्हिन ०.९७ मि.ग्रॅम, नियासिन ८.४ मि.ग्रॅम.

आपण कारळ्याची चटणी करतो, तसेच मसाल्यासारखा, कारळ्याचा वापर भाजीत केला जातो. त्यातील कॅल्शियम, फॉस्फरस, विपुल आयर्न आणि फायबर हितावह आहेत.

■

१५. जवस (अळशी)

संस्कृत : अतसी **हिंदी :** अलसी
इंग्रजी : Linseed Seeds **लॅटिन :** Linum usitatissimum

अतसी मधुरा तिक्ता स्निग्धा पाके कटूर्गुरुः।
उष्णा दृक्शुक्रवातघ्नी कफपित्तप्रकोपिणी।। (भा.प्र.)

रस : मधुर, तिक्त **विपाक :** कटू **वीर्य :** उष्ण

मुख्य गुण : गुरू, स्निग्ध, पिच्छिल

दोषघ्नता : वातघ्न, कफपित्तप्रकोपक

महाराष्ट्रात अळशीचे तेल खानदेशात स्वयंपाकात वापरण्याची पद्धत आहे. आपण जवसाची चटणी खातोच. श्रावणी सोमवारी जवसाची शिवामूठ असते. बाळंतिणीच्या खोलीत इतर द्रव्यांबरोबर जवस ठेवावे, असे चरकांनी सांगितले आहे.

जवस पित्तप्रकोपक असल्याने, उन्हाळ्यात आणि शरद ऋतूत खाऊ नये.

१०० ग्रॅम जवसात, ५३० कॅलरी असतात. क्रूड फायबर ४.८ ग्रॅम, प्रोटिन्स २०.३ ग्रॅम, फॅट ३७.१ ग्रॅम, कार्बोहायड्रेट्स २८.९ ग्रॅम आहेत.

मिनरल्स : सर्व मिलिग्रॅममध्ये – कॅल्शियम १७०, फॉस्फरस ३७०, आयर्न २.७

व्हिटॅमिन्स (बी कॉम्प्लेक्स–संकुल) : थायामिन ०.२३ मि.ग्रॅम, रिबोफ्लाव्हिन ०.०७ मि.ग्रॅम, नियासिन १ मि.ग्रॅम

ॲन्टी-ऑक्सिडंट्स : अ) व्हिटॅमिन : कॅरॉटिन ३० म्यु.जी.

फायटोकेमिकल्स : १) लिगनान्स (Lignans) हे फायटोकेमिकल जवसात आहे. हे फायटोस्टिरॉलप्रमाणे काम करते. त्यामुळे पुरुषातील प्रॉस्टेट ग्रंथीचा कॅन्सर होत नाही. स्त्रियांमध्ये ब्रेस्ट आणि ओव्हरीजच्या कॅन्सरविरुद्ध लढण्याची क्षमता येते. आतड्याच्या कॅन्सरचे प्रमाणही याच्या सेवनाने कमी होते.

फायटोस्टेरॉलमुळे, हार्ट ब्लॉक्स न होण्यास मदत होते. जवसातील ओमेगा-३ फॅटी ॲसिड्स आपणास अति उपयोगी आहेत. मासे न खाणाऱ्या शाकाहारी लोकांनी ओमेगा-३ फॅटी ॲसिडसाठी, जवसाची लसूण घालून केलेली चटणी रोज खाणे इष्ट. जवसाची चटणी खाल्ल्याने त्यातील फायबर आणि फायटोकेमिकल्स नैसर्गिक स्वरूपात मिळतात. तेलाचा वापर केल्याने फायबर मिळत नाही.

जवसाची चटणी किंवा तेल खाल्ल्याने L.D.L. कोलेस्टेरॉल कमी होतो.

ज्या रुग्णांना ॲन्टीकोॲग्युलंट (Anti Coagulant) ट्रिटमेंट चालू आहे, त्यांनी जवसाची चटणी किंवा जवसाचे तेल वैद्यकीय सल्ल्याशिवाय घेऊ नये. कारण जवसाच्या सेवनाने रक्तस्त्राव होण्याची शक्यता असते.

जवसात ३३८ मि. ग्रॅम / १०० ग्रॅम फायटोस्टिरॉल असते. यामुळे कोलेस्टेरॉल कमी होते.

■

१६. तीळ

संस्कृत : तिल **हिंदी :** तिल

इंग्रजी : Gingelly seeds **लॅटिन :** Sesamum indicum

स्निग्धोष्णो मधुरस्तिक्तः कषायः कटूकस्तिलः।
त्वच्यः केश्यश्च बल्यश्च वातघ्नः कफपित्तकृत्।। च.सू. २७

रस : मधुर, कषाय, तिक्त, कटू **विपाक :** मधुर **वीर्य :** उष्ण

मुख्य गुण : गुरू, स्निग्ध **दोषघ्नता :** वातशामक, कफपित्त प्रकोपी

तीळ दीपन आहेत. त्यामुळे अग्निमांद्य आणि उदरशूलामध्ये उपयोगी. बल्य आणि शुक्रधातू वाढविणारे असल्याने सप्तधातूवर्धन होते. सूतिकेला तिळाचे लाडू द्यावे, त्यामुळे स्तन्य वाढते. तसेच वातघ्न असल्याने, कंबर दुखण्यावर उपयोगी. तीळ मेध्य आहेत. म्हणून धी, धृती, स्मृती वाढण्यास उपयोगी. ते संधानकर असल्याने हाडे मोडल्यावर आणि इतर शस्त्रकर्मानंतर स्नायू संधानासाठी तिळाचे सेवन करावे.

मार्गशीर्षाच्या कृष्णपक्षापासून, पौष महिन्याच्या पौर्णिमेपर्यंतच्या काळाला 'धुंधुरमास' म्हणतात. सौभाग्यवती बायका देवळात तीळ आणि तांदूळ वाहतात. या कालात बाजरीची तीळ लावलेली भाकरी खाण्याची प्रथा आहे. तसेच मकर संक्रांतीचे वेळी तीळगूळ खातात आणि एकमेकास वाटतात.

श्रावणी सोमवारी तिळाची शिवामूठ असते. असे हे पवित्र, गुणी तीळ रोज १ चहाचा चमचा, आवळकाठी आणि भृंगराज म्हणजे माकारस याबरोबर घेतल्यास शंभर वर्षे निरोगी जगता येते असे योगरत्नाकर ग्रंथात म्हटले आहे. तीळतेलाची माहिती तेलप्रकरणात आहे.

आहारात पांढरे तीळ वापरतात. औषधात काळे तीळ वापरतात, कारण काळे तीळ अधिक गुणकारी आहेत.

१०० ग्रॅम तिळात, ५६३ कॅलरी आहेत. क्रूड फायबर २.९ ग्रॅम, प्रोटिन्स १८.३ ग्रॅम, फॅट ४३.३ ग्रॅम आणि कार्बोहायड्रेट्स २५ ग्रॅम असतात.

सर्व इसेन्शियल अमायनो ॲसिड्स तिळात आहेत.

इसेन्शियल फॅटी ॲसिड्स : १) लिनोलिक ओमेगा-६ : १६ ग्रॅम

२) अल्फा लायनोलेनिक ॲसिड (ओमेगा-३) : ०.४ ग्रॅम

मिनरल्स : सर्व मिलिग्रॅममध्ये – कॅल्शियम १४५०, फॉस्फरस ५७०, आयर्न ९.३, क्रोमियम ०.०८७

व्हिटॅमिन्स (बी कॉम्प्लेक्स–संकुल) : थायामिन १.०१ मि.ग्रॅम, रिबोफ्लाव्हिन ०.३४ मि.ग्रॅम, नियासिन ४.४ मि.ग्रॅम, फोलिक ॲसिड ५१ म्यु.जी.

ॲन्टी-ऑक्सिडंट्स : अ) व्हिटॅमिन्स : कॅरॉटिन ६० म्यु.जी.

ब) मिनरल्स : कॉपर २.२९ मि.ग्रॅम, मँगेनीज १.३२ मि.ग्रॅम, झिंक १२.२० मि.ग्रॅम.

फायटोकेमिकल : सिसमॉल (Sesamol) हे फायटोकेमिकल कॅन्सर आणि हृदयविकाराविरुद्ध लढा देते.

अर्जिनिन या अमायनो ॲसिडचे ७५० हे विपुल प्रमाण तिळात असल्याने रक्तवाहिन्या रुंदावतात आणि प्लेटलेटचे पुंजके जमत नाहीत. तसेच नायट्रिक ऑक्साइड हा गॅस तयार होतो. हे आधुनिक वर्णन बघताना, तीळतेलाला वापरलेला 'योगवाही' हा शब्द सार्थ वाटतो.

यामधील मेथिओनिन या अमायनो ॲसिडचे १८० हे प्रमाण, दुधातील मेथिओनिनपेक्षाही जास्त आहे. मेथिओनिनपासून कोलिन शरीरात तयार होते. तसेच सिस्टिन हे अमायनो ॲसिडही, शरीरात मेथिओनिनपासूनच बनते. लिव्हरच्या निरामय कार्यासाठी मेथिओनिन, कोलिन आणि सिस्टिन आवश्यक आहेत. यामुळेच तिळाचे महत्त्व समजते आणि त्याला पावित्र्य का दिले आहे? हे कळते!

■

१७. सूर्यफूल बी

संस्कृत : –
हिंदी : –
इंग्रजी : Sunflower seeds
लॅटिन : Helianthus annus seeds

महाराष्ट्रात सूर्यफूलाची लागवड केली जाते. या बियांपासून तेल काढतात.

ह्या बिया काळ्या रंगाच्या असतात. खेड्यामध्ये शेतकरी याची चटणी करून खातात. बिया तव्यावर भाजून तडतडायला लागल्यावर, उतरवून गार कराव्या. नंतर त्यात ५० ग्रॅम बियांना ८ते१० लसूण पाकळ्या घालून चवीप्रमाणे लाल तिखट, मीठ घालून मिक्सरमध्ये चटणी करावी. प्रथम मिक्सरमध्ये बिया दळून घ्याव्यात, नंतर लसूण, तिखट, मीठ घालून चटणी करावी. ती ४-५ दिवस पुरेल एवढीच चटणी करावी. चटणी जास्त काळ ठेवल्यास त्यातील तेलाचे ऑक्सिडेशन होते.

आधुनिक दृष्टिकोनातून १०० ग्रॅम सूर्यफूल बीमध्ये ५७० कॅलरीज असतात. एकूण फायबर १०.५ ग्रॅम, प्रोटिन्स २२.७८ ग्रॅम, फॅट ४९.५७ ग्रॅम आणि कार्बोहायड्रेट्स १८.७६ ग्रॅम असतात.

मिनरल्स : सर्व मिलिग्रॅममध्ये – कॅल्शियम ११६, फॉस्फरस ७०५, आयर्न ६.७७, मॅग्नेशियम ३५४, सोडियम ३, पोटॅशियम ६८९

व्हिटॅमिन्स (बी कॉम्प्लेक्स–संकुल) : थायामिन २.२९, रिबोफ्लाव्हिन ०.२५, नियासिन ४.५, पॅंटोथेनिक ॲसिड ६.७५

व्हिटॅमिन बी ६ : ०.७७, फोलिक ॲसिड २२७ म्यु. जी.

अ‍ॅन्टी-ऑक्सिडंट्स : १) व्हिटॅमिन्स : व्हिटॅमिन 'सी' १.४ मि. ग्रॅम, व्हिटॅमिन 'ई' ३४.५० मि. ग्रॅम २) मिनरल्स : मँगेनीज २.०२ मि. ग्रॅम, झिंक ५.०६ मि.ग्रॅम.

भाजलेल्या सूर्यफूलाच्या टरफल काढलेल्या बिया आपण जसे चणे, शेंगदाणे खातो त्याप्रमाणे स्टेडियमवर मॅचेस बघताना इस्राईल, टर्की, बल्गेरिया, स्पेन, चायना आणि अमेरिकेच्या काही भागात नागरिक खातात. याला 'स्टेडियम फूड' म्हणतात.

बेकरीमध्ये केक आणि ब्रेडमध्ये या बिया वापरतात. या बियांपासून परदेशात 'सनफ्लॉवर बटर' तयार करतात. हे बटर सँडविचेस करताना वापरतात.

सूर्यफूल बिया, पाळीव पक्ष्यांना खाद्य म्हणून देतात.

या बियांमध्ये सर्व घटक उत्तम आहेत. यामध्ये फायटोस्टिरॉल असतात. जी कोलेस्टेरॉल कमी करतात. यातील फॅट्स प्रामुख्याने पॉली अन-सॅच्युरेटेड फॅट्स आहेत. सूर्यफूल तेलापेक्षा या बियांची चटणी शरीरास लाभदायक आहे.

■

१८. मेथीबी

संस्कृत : मेथिका **हिंदी :** मेथीबीज
इंग्रजी : Fenugreek seeds **लॅटिन :** Trigonellafoenum graecum

मेथिका कटूरुष्णा च रक्तपित्तप्रकोपनी।
अरोचकहरा दीप्तिकरी वातप्रणाशिनी।। (ध.नि.)

रस : कटू **विपाक :** कटू **वीर्य :** उष्ण

मुख्य गुण : लघु, स्निग्ध

दोषघ्नता : वात कफघ्न, पित्तप्रकोपक, रक्तप्रकोपक मेथ्या (मेथीबी), कसुरी मेथी यांचा स्वयंपाकात वापर करतो. दीपन, पाचन, अनुलोमन असल्याने अरुची, अग्निमांद्य, उदरशूल यामध्ये वापरतात.

प्रसूतीनंतर वाढलेल्या वाताने होणारी कंबरदुखी, अंगदुखी यासाठी आणि स्तन्यजनन म्हणून मेथीबी घालून तयार केलेले, कणकेचे लाडू सूतिकेला उपयोगी. यामुळे गर्भाशयस्राव पण शुद्ध होतो.

मेदोहर म्हणून स्थौल्यामध्ये मेथीबी चूर्ण उपयोगी पडते. मधुमेहासाठीही उपयोगी. अतिमात्रेत धातूक्षय होतो. पित्तप्रकोप होतो.

मात्रा : चूर्ण १ ते ३ ग्रॅम

आधुनिक दृष्टिकोनातून, १०० ग्रॅम मेथीबीमध्ये ३३३ कॅलरीज असतात. एकूण फायबर ४८.६ ग्रॅम असून, न विरघळणारा २८.६ ग्रॅम आणि विरघळणारा २० ग्रॅम असतो. प्रोटिन्स २६.२ ग्रॅम, फॅट ५.८ ग्रॅम आणि कार्बोहायड्रेट्स ४४ ग्रॅम आहेत.

इसेन्शियम फॅटी ॲसिड्स : १) लिनोलिक (ओमेगा ६) ३.४ ग्रॅम

२) अल्फा लायनोलेनिक (ओमेगा-३) १.९० ग्रॅम

मिनरल्स : सर्व मिलिग्रॅममध्ये – कॅल्शियम १६०, फॉस्फरस ३७०, आयर्न ६.५, मॅग्नेशियम १२४, सोडियम १९, पोटॅशियम ५३०, क्रोमियम ०.०६४

व्हिटॅमिन्स : (बी कॉम्प्लेक्स–संकुल) : थायामिन ०.३४ मि.ग्रॅम, रिबोफ्लाव्हिन ०.२९ मि.ग्रॅम, नियासिन १.१ मि.ग्रॅम, फोलिक ॲसिड १४.५ म्यु.जी.

ॲन्टी-ऑक्सिडंट्स : अ) व्हिटॅमिन्स : कॅरॉटिन ९६ म्यु.जी.

ब) मिनरल्स : कॉपर ०.७१ मि.ग्रॅम, मॅंगेनीज १.०३ मि.ग्रॅम, झिंक ३.०८ मि.ग्रॅम.

फायटोकेमिकल्स : १) सॅपोनिन्स : हे फायटोकेमिकल रक्तातील फॅट्स म्हणजे लिपिड्स कमी करते. त्यामुळे लिव्हरमधील कोलेस्टेरॉलचा साठा कमी होतो.

सॅपोनिनन्स फायटोकेमिकल कॅन्सरविरुद्ध लढण्यास मदत करते.

मेथीबी, मधील विपुल फायबरमुळे बाइल ॲसिड्स मलावाटे बाहेर टाकण्याची क्रिया भराभर होते. हे बाइल ॲसिड बाहेर गेल्यामुळे, कोलेस्टेरॉल कमी होण्यास मदत होते.

मेथीबीमधील ट्रायगोनेलिन हे अल्कलॉइड ब्लडशुगर कमी करते.

मेथीमध्ये असलेले ४ हायड्रॉक्सी आयसोल्युसिन, हे अमायनो ॲसिड रक्तातील साखरेचे प्रमाण कमी करते. मेथी खाल्ल्याने, मोतीबिंदू लवकर होत नाही.

सर्व आरोग्यदायी फायद्यांसाठी मोड आलेली मेथी, चहाचा १ चमचा चावून चावून खावी. अंकुरित मेथीमध्ये सर्व व्हिटॅमिन्सचे प्रमाण वाढते आणि व्हिटॅमिन 'सी' आणि 'ई' तयार होते.

कच्ची अंकुरित मेथी खाल्ल्याने, व्हिटॅमिन्सचा नाश होत नाही.

गव्हाच्या कणकेमध्ये १ किलोस ५० ग्रॅम मेथीपावडर टाकून त्याच्या पोळ्या करण्याची पद्धत आहे.

मेथी पालेभाजी कोलेस्टेरॉल आणि ब्लडशुगर कमी करत नाही. सर्व गुण मेथीबीमध्ये आहेत.

इन्सुलिन डिपेन्डंट (I.D.D.M.) आणि नॉनइन्सुलिन डिपेंडंट (N.I.D.D.M.)

मधुमेही रुग्णांनी ब्रेकफास्ट, लंच आणि डिनरच्या आधी ७ ग्रॅम दरवेळी भिजवलेली मेथीबी किंवा मेथीपावडर पाण्यातून किंवा ताकाबरोबर घ्यावी. याबरोबर पेशंटनी त्यांची नेहमीची मधुमेहाची औषधे चालू ठेवावी लागतात असा सल्ला आधुनिक आहारतज्ज्ञ देतात. (Text Book of Human Nutrition - Bamaji Rao Reddy)

■

१९. जिरे

संस्कृत : जीरक **हिंदी :** जिरा
इंग्रजी : Cumin Seeds **लॅटिन :** Cuminum cyminum

जीरकत्रितयं रुक्षं कटूष्णं दीपनं लघु।
संग्राही पित्तलं मेध्यं गर्भाशयविशुद्धिकृत्।
ज्वरघ्नं पाचनं वृष्यं बल्यं रुच्यं कफापहम्।
चक्षुष्यं पवनाध्मानगुल्मच्छर्द्यतिसारहृत्।। (भा.प्र.)

रस : तिक्त, कटू, मधुर **विपाक :** कटू **वीर्य :** उष्ण

मुख्य गुण : लघु, रुक्ष, तीक्ष्ण **दोषघ्नता** : त्रिदोषघ्न

जिऱ्याचे सफेत जिरे, शहाजिरे (काळेजिरे) आणि कलौजी जिरे असे तीन प्रकार आहेत. आपण स्वयंपाकात सफेत जिरे वापरतो. उत्तर भारतात कलौजीचा वापर स्वयंपाकात करतात. शहाजिरे मसाल्यात आणि औषधात वापरतात. साधारणत: जिऱ्याप्रमाणेच इतर दोघांचे गुणधर्म आहेत.

दीपन, पाचन या गुणांमुळे अग्निमांद्य, आध्मान, अजीर्ण, उदरशूल, अरुची यामध्ये उपयोगी.

ग्राही गुणामुळे अतिसार (जुलाब) या व्याधीत उपयोगी. मध, तूप आणि जिरे एकत्र करून द्यावे. उलटी होत असल्यासही हे औषध उपयोगी.

चक्षुष्य आणि मेध्य असल्याने डोळे आणि मेंदूस उपयोगी. बल्य आणि वृष्य असल्याने सप्तधातूवर्धन होते. कटूपौष्टिक म्हणून जिरे, तूप रोज सेवन करावे. प्रसूत स्त्रियांना स्तन्यवृद्धीसाठी गूळ जिरे एकत्र द्यावे. गर्भाशयशोथ आणि गर्भाशयमुखावरील व्रण भरून येण्यासाठी बाळंतीण स्त्रियांना उपयोगी. गूळ, जिरे घ्यावे.

मात्रा : चूर्ण १ ते ३ ग्रॅम, **कल्प :** जीरकाद्यचूर्ण, जीरकाद्यरिष्ट

१०० ग्रॅम जिऱ्यामध्ये ३५६ कॅलरीज असतात. एकूण फायबर ३० ग्रॅम

असून, न विरघळणारा २५.२ आणि विरघळणारा ४.८ ग्रॅम असतो.

प्रोटिन्स १८.७ ग्रॅम, फॅट १५ ग्रॅम आणि कार्बोहायड्रेट्स ३६.६ ग्रॅम आहेत.

मिनरल्स : सर्व मिलिग्रॅममध्ये – कॅल्शियम १०८०, फॉस्फरस ५११, आयर्न ११.७, मॅग्नेशियम ४७५, सोडियम १२६, पोटॅशियम ९८०

व्हिटॅमिन्स (बी कॉम्प्लेक्स–संकुल) : सर्व मिलिग्रॅममध्ये – थायामिन ०.५५, रिबोफ्लाव्हिन ०.३६, नियासिन २.६

ॲन्टी-ऑक्सिडंट्स : अ) व्हिटॅमिन्स : कॅरॉटिन ५२२ म्यु.जी., व्हिटॅमिन 'सी' ३ मि.ग्रॅम

ब) मिनरल्स : कॉपर ०.७१मि.ग्रॅम, मँगेनीज १.०२मि.ग्रॅम, झिंक २.६६मि.ग्रॅम

फायटोकेमिकल्स : १) फ्लावोनाइड्स : रक्तवाहिन्या आणि हृदयाला संरक्षण मिळते. डॅनिश शास्त्रज्ञांना १९८९मध्ये असे आढळले की, जिऱ्यामुळे प्लेटलेट ॲग्रीगेशन कमी होते, त्यामुळे रक्त गोठण्याची क्रिया होत नाही. यामुळे ब्लॉक्स तयार होत नाहीत. हृदयाला संरक्षण मिळते.

२) लॅमोनिन : यामुळे यकृतातील, काही एन्झाईम्स कार्यप्रवण होतात आणि कॅन्सरजनक पदार्थ निष्प्रभ करून कॅन्सरला दोन हात दूर ठेवतात. तसेच जिऱ्यामुळे प्रोस्टेटचा कॅन्सर होण्याची शक्यता कमी होते, असे एका अभ्यासात आढळून आले आहे. ■

२०. मोहरी

संस्कृत : राजिका — **हिंदी :** राई

इंग्रजी : Mustard seeds — **लॅटिन :** Brassica nigra

राजिका कफवातघ्नी तीक्ष्णोष्णा रक्तपित्तनुत्।
किंचिद् रूक्षाग्निदा कण्डूकुष्ठकोष्ठ क्रिमीन् हरेत्।। (भा.प्र.)

रस : कटू **विपाक :** कटू **वीर्य :** उष्ण

मुख्य गुण : तीक्ष्ण, रुक्ष **दोषघ्नता :** कफवातघ्न, पित्तकर

मोहरीचा लेप प्ल्युरसी, ब्राँकायटिस, संधिवात, पक्षाघात यामध्ये वापरतात. मोहरी दीपन, पाचन असल्याने अरुची, अजीर्ण, अग्निमांद्य यामध्ये वापरतात.

बीजचूर्ण : १ ते ३ ग्रॅम

फोडणीसाठी मोहरी आपण रोज वापरतो. तसेच लोणच्यासाठी वापरतात. मोहरी फेसून कोशिंबिरीत वापरतात आणि सॅलड ड्रेसिंगसाठी वापरतात.

१०० ग्रॅम मोहरीत, ५४१ कॅलरी असतात. एकूण फायबर १३.६ ग्रॅम

असून, न विरघळणारा १०.२ ग्रॅम आणि विरघळणारा ३.४ ग्रॅम असतो. प्रोटिन्स २० ग्रॅम, फॅट ३९.७ ग्रॅम आणि कार्बोहायड्रेट्स २३.८ ग्रॅम

इसेन्शियल फॅटी ॲसिड्स : १) लिनोलिक (ओमेगा-६) : ५ ग्रॅम

२) अल्फा लायनोलेनिक (ओमेगा-३) : ३.५ ग्रॅम.

मिनरल्स : सर्व मिलिग्रॅममध्ये – कॅल्शियम ४९०, फॉस्फरस ७००, आयर्न ७.९, क्रोमियम ०.०६३

व्हिटॅमिन्स (बी कॉम्प्लेक्स–संकुल) : थायामिन ०.६५ मि.ग्रॅम, रिबोफ्लाव्हिन ०.२६ मि.ग्रॅम, नियासिन ४ मि.ग्रॅम

ॲन्टी-ऑक्सिडंट्स : अ) व्हिटॅमिन : कॅरॉटिन १६२ म्यु.जी.

ब) मिनरल्स : कॉपर ०.८३ मि.ग्रॅम, मँगेनीज २.५६ मि.ग्रॅम, झिंक ४.८० मि.ग्रॅम

फायटोकेमिकल्स : आयसोथायोसायनेट्स (Isothiocyanates) हे फायटोकेमिकल कॅन्सर सेलची वाढ होऊ देत नाही.

■

२१. कढीपत्ता

संस्कृत : कैडर्य **हिंदी :** मीठानिम

इंग्रजी : Curry leaves **लॅटिन :** *Murraya koenigii*

रस : तिक्त, कटू, कषाय **विपाक :** कटू **वीर्य :** शीत

महत्त्वाचे गुण : स्निग्ध, लघु **दोषघ्नता :** वात-कफनाशक

कढीपत्ता रोजच्या स्वयंपाकात आमटी, कढी, पोहे, रसम, उपमा, चिवडा यामध्ये वापरतात. यामुळे अन्नपचनास मदत होते, याच्या दीपन, पाचन गुणामुळे अरुची, अग्निमांद्य, अजीर्ण यामध्ये उपयोगी. आव पडत असली तर पाने वाटून द्यावी. दक्षिण भारतात कढीपत्त्याचा वापर जास्त आहे. खोबरेलतेलात कढीपत्त्याची पाने चुरून, उकळून हे तेल केसांना लावतात. त्यामुळे केस दाट आणि चमकदार होतात.

१०० ग्रॅम कढीपत्त्यामध्ये, १०८ कॅलरी असतात. एकूण फायबर १६.३ ग्रॅम असून न विरघळणारा १३.४ ग्रॅम आणि विरघळणारा २.९ ग्रॅम असतो.

प्रोटिन्स ६.१ ग्रॅम, फॅट १ ग्रॅम, कार्बोहायड्रेट्स १८.७ ग्रॅम आहेत.

मिनरल्स : सर्व मिलिग्रॅममध्ये – कॅल्शियम ८३०, फॉस्फरस ५७, आयर्न ०.९३, मॅग्नेशियम ४४, क्रोमियम ०.००६

व्हिटॅमिन्स (बी कॉम्प्लेक्स–संकुल) : थायामिन ०.०८ मि.ग्रॅम, रिबोफ्लाव्हिन ०.२१ मि.ग्रॅम, नियासिन २.३ मि.ग्रॅम, फोलिक ॲसिड २३.५ म्यु.जी.

ॲन्टी-ऑक्सिडंट्स : अ) व्हिटॅमिन्स : कॅरॉटिन २१,००० म्यु.जी., बीटा कॅरॉटिन ७११० म्यु.जी., व्हिटॅमिन 'सी' ४ मि.ग्रॅम.

ब) मिनरल्स : कॉपर ०.१ मि.ग्रॅम, मँगेनीज ०.१५ मि.ग्रॅम, झिंक ०.२ मि.ग्रॅम

भारतभर कढीपत्त्याचा वापर होतो. पण दाक्षिणात्य लोक जास्त वापरतात. रसम, सांबार यामध्ये कढीपत्ता असलाच पाहिजे. भाताबरोबर रोज त्याची चटणीही लागतेच. तामिळनाडूमध्ये कैरीच्या लोणच्यात कढीपत्ता घालतात. आग्नेय आशियात कढीपत्ता वापरला जातो. फ्रान्समध्ये, त्याला 'ऑरेंज जस्मीन' म्हणतात. युरोपात च्युईंगम, सरबते, केक, आइस्क्रीम आणि केकमध्ये वापरतात. श्रीलंकेत मटणाच्या रश्यात वापरतात.

मधुमेहामध्ये अन्नपचन होताना, कढीपत्त्याच्या पानांमुळे पिष्टमय पदार्थातून (कार्बोहायड्रेट्स) शर्करा तयार होण्याची क्रिया हळू किंवा मंद केली जाते. त्यामुळे रक्तातील साखर एकदम वाढत नाही. रोज दहा कढीपत्त्याची पाने चावून खाल्ल्यास वजन आणि मधुमेह ताब्यात राहतो.

उच्च रक्तदाब आणि वाढलेला कोलेस्टेरॉल कमी होतो. रातांधळेपणावर कढीपत्ता उपयोगी आहे. तामिळनाडू सरकारच्या योजनेत २ ग्रॅम कढीपत्ता आणि शेवग्याच्या शेंगांची भुकटी कुपोषित बालकांना आहारात देतात.

■

२२. धने आणि कोथिंबीर

संस्कृत : धान्यक **हिंदी :** धनिया, हरा धनिया
इंग्रजी : Coriander **लॅटिन :** Coriandrum sativum

धान्यकं कासतृड्छर्दीज्वरहृच्चक्षुषो हितम्।
कषायं तिक्तमधुरं हृद्यं रोचनदीपनम्।। (घ.नि.)

रस : कषाय, तिक्त, मधुर **विपाक :** मधुर **वीर्य :** उष्ण
मुख्य गुण : लघु, स्निग्ध **दोषघ्नता :** त्रिदोषघ्न

कोथिंबिरीचे फळ म्हणजे धने. दोन्ही आपण स्वयंपाकात वापरतो. हिरव्या कोथिंबिरीचा विशिष्ट गंध आणि आल्हाददायक रंग पदार्थ सजवतो, तर धने मसाला म्हणून वापरले जातात.

तोंड आले असताना, कोथिंबिरीच्या रसाने गुळण्या करतात. धने दीपन, पाचन असल्याने अरुची, अग्निमांद्य, अजीर्ण, उलटी, आव, जुलाब, पोटदुखी यामध्ये

वापरतात. धन्याचे पाणी थंड करून द्यावे. धने कृमिघ्न आहेत आणि मूळव्याधीवरही उपयोगी पडतात.

दमा, खोकला, ज्वरातील दाह यामध्ये धन्याच्या काढ्यात साखर घालून द्यावी.

धन्याची साल काढून दुधात खीर करतात. ही खीर भ्रम, स्मृतिऱ्हास यावर उपयोगी आहे.

धन्याचा काढा साखर घालून मूत्रदाह, मुतखडा यावर उपयोगी पडतो. तसेच धने आणि जिरे यांचा काढापण देतात.

हृद्य म्हणजे मनाला आल्हाद देणे, हे कार्य कोथिंबीर करते तर धने हृदयाला उपयोगी आहेत. नेत्राला धने आणि कोथिंबीर हितकारक आहेत. बिब्बा उतला असताना त्वचेवर कोथिंबिरीचा रस लावावा आणि पोटातूनही रस घ्यावा.

आधुनिक दृष्टिकोनातून १०० ग्रॅम धन्यात २८८ कॅलरी असतात. एकूण फायबर ४७.४ ग्रॅम, न विरघळणारा ४२.५ ग्रॅम आणि विरघळणारा ४.९ ग्रॅम असतो.

प्रोटिन्स १४.१ ग्रॅम, फॅट १६.१ ग्रॅम, कार्बोहायड्रेट्स २२ ग्रॅम आहेत.

मिनरल्स : सर्व मिलिग्रॅममध्ये – कॅल्शियम ६३०, फॉस्फरस ३९३, आयर्न ७.१, मॅग्नेशियम २३९, सोडियम ३२, पोटॅशियम ९९०, क्रोमियम ०.०५०

व्हिटॅमिन्स (बी कॉम्प्लेक्स–संकुल) : थायामिन ०.२२ मि.ग्रॅम, रिबोफ्लाव्हिन ०.३५ मि.ग्रॅम, नियासिन १.१ मि.ग्रॅम, फोलिक ॲसिड २७.४ म्यु.जी.

ॲन्टी-ऑक्सिडंट्स : अ) व्हिटॅमिन्स : कॅरॉटिन ९४२ म्यु.जी.

ब) मिनरल्स : कॉपर १.०१मि.ग्रॅम, मॅंगेनीज १.६७ मि.ग्रॅम, झिंक ३.२६मि.ग्रॅम

कोथिंबिरीची धन्याशी तुलना करताना कोथिंबिरीमध्ये कॅरॉटिन ६९१८ म्यु.जी. म्हणजे धन्याच्या ६ पट आहे आणि यामध्ये व्हिटॅमिन 'सी' १३५ मि.ग्रॅम आहे.

इतर सर्व घटक, धन्यापेक्षा अल्प प्रमाणात आहेत. सहज उपलब्ध होणारी कोथिंबीर सर्वांना परवडणारीही आहे. त्यातील कॅरॉटिन आणि व्हिटॅमिन 'सी' च्या प्रमाणामुळे ती रोजच्या आहारातील अत्यावश्यक घटक आहे.

या घटकांचा विचार करता, कोथिंबिरीला आयुर्वेदात हृद्य आणि चक्षुष्य म्हटलेले सार्थ वाटते.

भारतातील प्राण्यांवरील संशोधनात १९९७ साली असे दिसून आले आहे की, धन्यामुळे कोलेस्टेरॉल कमी होतो. तसेच बॅक्टेरिया आणि फंगल जीवाणूंनी होणाऱ्या रोगांवर धने उपयोगी पडतात.

धन्यामध्ये लायमोनेन (Limonene) हे फायटोकेमिकल असते. यामुळे कॅन्सरविरुद्ध लढण्याची क्षमता येते.

■

२३. पुदिना

संस्कृत : पूतिहा **हिंदी :** पुदिना
इंग्रजी : Mint **लॅटिन :** Mentha spicata

पूतिहा कटूरुष्णश्चरोचनो दीपनो लघुः।
हन्ति वातकफाध्मानशूलच्छर्दिकृमीस्तथा।। (प्रि.नि.)

रस : कटू **विपाक :** कटू **वीर्य :** उष्ण

मुख्य गुण : लघु, तीक्ष्ण **दोषघ्नता :** कफ, वात शामक

दीपन आणि रोचन या गुणाचा असल्याने, पुदिना अरुची, अग्निमांद्य, उलटी, पोट फुगणे आणि कृमींमध्ये वापरतात.

पुदिन्याचा वास आणि चव मनाला आल्हाददायक असल्याने, चटणीमध्ये वापर केला जातो. तसेच ताकालाही पुदिना लावण्याची पद्धत आहे, यामुळे पचन सुधारते. सॉस, जॅम, गोळ्या, चॉकलेट आणि टूथपेस्टमध्ये पुदिन्याचे तेल वापरतात.

१०० ग्रॅम पुदिन्यात ४८ कॅलरी असतात. एकूण फायबर ६.३ ग्रॅम असून न विरघळणारा ५ ग्रॅम आणि विरघळणारा १.३ ग्रॅम असतो. प्रोटिन्स ४.८ ग्रॅम, फॅट ०.६ ग्रॅम, कार्बोहायड्रेट्स ५.८ ग्रॅम असतात.

मिनरल्स : सर्व मिलिग्रॅममध्ये – कॅल्शियम २००, फॉस्फरस ६२, आयर्न १५.६, मॅग्नेशियम ६०, क्रोमियम ०.००८

व्हिटॅमिन्स (बी कॉम्प्लेक्स–संकुल) : थायामिन ०.०५ मि.ग्रॅम, रिबोफ्लाव्हिन ०.२६ मि.ग्रॅम, नियासिन १ मि.ग्रॅम, फोलिक ॲसिड ९.७ म्यु.जी.

ॲन्टी-ऑक्सिडंट्स : अ) व्हिटॅमिन्स : कॅरॉटिन १६२० म्यु.जी. व्हिटॅमिन 'सी' २७ मि.ग्रॅम.

ब) मिनरल्स : कॉपर ०.१८ मि.ग्रॅम, मॅंगेनीज ०.५७ मि.ग्रॅम, झिंक ०.४४ मि.ग्रॅम.

विपुल आयर्न, उत्तम ॲन्टी-ऑक्सिडंट्स या आधुनिक दृष्टिकोनातून आणि दीपन, पाचन या आयुर्वेदिक कल्पनेतून पुदिन्याचा आहारात नित्य समावेश जरुरी आहे.

■

२४. कांदा

संस्कृत : पलांडु **हिंदी :** प्याज
इंग्रजी : Onion **लॅटिन :** Allium cepa

स्वादुः पाके रसेऽनुष्णः कफकृन्नाति पित्तलः।
हरेत केवलं वातं बलवीर्यकरो गुरूः।। (भा.प्र.)

रस : मधुर, कटू **विपाक :** मधुर **वीर्य :** अनुष्ण शीत

महत्त्वाचे गुण : तीक्ष्ण, स्निग्ध.

दोषघ्नता : वातशामक, कफदोषवर्धक, पित्तप्रकोप (अनुष्ण वीर्य असल्याने) करत नाही.

दीपन, रुचिकर असल्याने अरुची, अग्निमांद्य यामध्ये उपयोगी. आले आणि कांद्याचा रस एकत्र देतात.

अर्श म्हणजे मूळव्याध यामध्ये कांदा दह्याबरोबर देतात.

कांदा स्निग्ध आणि तीक्ष्ण असल्याने, वातजकास (खोकला), श्वास (दमा) यामध्ये कांदा आणि साखर एकत्र द्यावे.

कांदा स्निग्ध आणि मधुर असल्याने शरीराचे बल आणि शुक्र वाढवितो. वाजीकर म्हणूनही वापरतात.

कांदा मनाचे रज आणि तम हे दोष वाढवितो. म्हणून अति मात्रेत कांदा निषिद्ध आहे. ग्रीष्म ऋतूत कच्च्या कांद्याचे नित्य सेवन करावे.

सुश्रुतांनी, कांद्याचे वर्णन करताना स्थिरधातूकर्ता आणि मेधावर्धक असे सूत्रस्थानात (सु.अ. ४६) वर्णन केले आहे.

आधुनिक दृष्टिकोनातून, १०० ग्रॅम कांद्यात ५० कॅलरीज आहेत. क्रूड फायबर ०.६ ग्रॅम, प्रोटिन १.२ ग्रॅम, फॅट ०.१ ग्रॅम आणि कार्बोहायड्रेट्स ११.१ ग्रॅम असतात.

मिनरल्स : सर्व मिलिग्रॅममध्ये – कॅल्शियम ४७, फॉस्फरस ५०, आयर्न ०.६, मॅग्नेशियम १६, सोडियम ४, पोटॅशियम १२७, क्रोमियम ०.००९

व्हिटॅमिन्स (बी कॉम्प्लेक्स–संकुल) : थायामिन ०.०८ मि.ग्रॅम, रिबोफ्लाव्हिन ०.०१ मि.ग्रॅम, नियासिन ०.४ मि.ग्रॅम, फोलिक ॲसिड १.५ म्यु.जी.

ॲन्टी-ऑक्सिडंट्स : अ) व्हिटॅमिन्स : व्हिटॅमिन 'सी' ११ मि.ग्रॅम

ब) मिनरल्स : कॉपर ०.१८ मि.ग्रॅम, मँगेनीज ०.१८ मि.ग्रॅम, झिंक ०.४१ मि.ग्रॅम

फायटोकेमिकल्स : १) ॲलीसिन : हे फायटोकेमिकल, कॅन्सरसेल विरुद्ध लढा देते आणि लिव्हरमधील कोलेस्टेरॉलचे उत्पादन कमी करते.

२) सॅपोनिन : आतड्यांमधील कॅन्सरला मदत करणाऱ्या, एन्झाईम्सचा नाश करते.

३) फ्लॅवोनाइड्स : कॅन्सरविरुद्ध लढा देते.

४) ॲलिल सल्फाइड : हृदयाच्या रक्तवाहिन्यात ब्लॉक्स होऊ देत नाही. रक्ताच्या गुठळ्या होऊ देत नाही. कॅन्सरविरुद्धही लढा देते.

कच्चा कांदा जास्त गुणकारी आहे. उकडल्याने फायटोकेमिकल्सची, ताकद

कमी होते. अर्धा कच्चा कांदा रोज खाल्ल्यास H.D.L. कोलेस्टेरॉलचे प्रमाण वाढते, हृदयाचे संरक्षण होते.

■

२५. मिरची

संस्कृत : लंका
हिंदी : मिर्च
इंग्रजी : Chillies
लॅटिन : Capsicum annuum

लंका तीक्ष्णा कटूष्णाऽति लालास्त्रावकरी मता।
विदाहजननी पित्तकारिणी कफवातहत्।।

रस : कटू **विपाक :** कटू **वीर्य :** उष्ण

मुख्य गुण : लघु, रुक्ष, तीक्ष्ण

दोषघ्नता : अल्पमात्रेत कफवातशामक, अतिमात्रेत पित्तवात प्रकोपी

मिरची हा स्वयंपाकाचा आवश्यक घटक आहे. भारतीय जेवण मिरचीशिवाय पूर्ण होत नाही. हिरवी मिरची किंवा लाल मिरचीचे तिखट हे प्रत्येक भाजीत आणि मटणाच्या रश्यात लागतेच.

अल्पमात्रेत मिरची दीपन, पाचन आणि अनुलोमन असल्याने अरुची, अग्निमांद्य, अनाह, विषुचिकेत हिंग आणि कापूराबरोबर गोळी करून देतात.

मिरची 'लेखन' कार्य करत असल्याने, मेदोरोगात (स्थौल्य) वापर करतात.

आधुनिक दृष्टिकोनातून, १०० ग्रॅम हिरव्या मिरचीत, २९ कॅलरी असतात. क्रूड फायबर ६.८ ग्रॅम आहे.

प्रोटिन्स २.९ ग्रॅम, फॅट ०.६ ग्रॅम, कार्बोहायड्रेट्स ३ ग्रॅम असतात.

मिनरल्स : सर्व मिलिग्रॅममध्ये – कॅल्शियम ३०, फॉस्फरस ८०, आयर्न ४.४, मॅग्नेशियम २७२, क्रोमियम ०.०४

व्हिटॅमिन्स (बी कॉम्प्लेक्स–संकुल) : थायामिन ०.१९ मि.ग्रॅम, रिबोफ्लाव्हिन ०.३९ मि.ग्रॅम, नियासिन ०.९ मि.ग्रॅम, फोलिक ॲसिड ६ म्यु.जी.

ॲन्टी-ऑक्सिडंट्स : अ) व्हिटॅमिन्स : कॅरॉटिन १७५ म्यु.जी., व्हिटॅमिन 'सी' १११ मि.ग्रॅम

ब) मिनरल्स : कॉपर १.४ मि.ग्रॅम, मँगेनीज १.३८ मि.ग्रॅम, झिंक १.७८ मि.ग्रॅम

वाळवलेली लाल मिरची कुटून, त्याचे तिखट तयार करतात. कॅलरी फायबर, प्रोटिन्स, फॅट आणि कार्बोहायड्रेट्स तसेच सर्व मिनरल्स, व्हिटॅमिन्स या सर्वांचे

प्रमाण लाल तिखटात, हिरव्या मिरचीपेक्षा जास्त असते. पण ॲन्टी-ऑक्सिडंट्सचे प्रमाण अल्प होते.

मिरचीमध्ये 'कॅपसॅसिन' हे फायटोकेमिकल आहे. यामुळे जास्त मात्रेत आतड्यांच्या अस्तराचा दाह होतो. या फायटोकेमिकलमुळे रक्तातील, कोलेस्टेरॉलचे प्रमाण कमी होते आणि रक्तातील गुठळ्या कमी होतात.

हिरवी मिरची सामान्य जनांचा कॅरॉटिन आणि व्हिटॅमिन 'सी' चा स्त्रोत आहे.

■

२६. लसूण

संस्कृत : रसोन **हिंदी :** लसन

इंग्रजी : Garlic **लॅटिन :** Allium sativum

स्निग्धोष्णतीक्ष्णः कटूपिच्छिलश्च गुरूः सरः स्वादुरसश्च बल्यः।
वृष्यश्च मेधास्वरवर्णचक्षुर्भग्नास्थिसन्धानकरो रसोनः।।
हृद्रोगजीर्णज्वरकुक्षिशूलविबन्धगुल्मारुचिकासशोषान्।।
दुर्नामकुष्ठानलसादजन्तुसमीरणश्वासकफांश्च हन्ति।। (सु.सू.)

रस : कटू, तिक्त, कषाय, मधुर, लवण. हे पाच रस लसणाच्या सर्वांगामध्ये आहेत. यामध्ये आम्ल रस नाही.

विपाक : कटू **वीर्य :** उष्ण

महत्त्वाचे गुण : स्निग्ध, पिच्छिल, गुरू, सर

दोषघ्नता : कफघ्न, वातघ्न, पित्तकर

अमृताच्या पृथ्वीवर पडलेल्या थेंबापासून, लसणाची उत्पत्ती झाली असे पुराणात सांगितलेले आहे.

लसणामध्ये आम्लरस नाही. याचा संस्कार होऊन गुणवृद्धी व्हावी, म्हणून लसूण पाकळ्या ताकात भिजवून नंतर स्वयंपाकात वापराव्या.

दीपन, पाचन, शूलघ्न आणि अनुलोमक असल्याने अरुची, अग्निमांद्य, अजीर्ण, उदरशूल या रोगात तुपात भाजलेला लसूण देतात.

ग्रहणी, अतिसार, प्रवाहिका या रोगात ताकाला लसूण लावून घेण्याची प्रथा आहे.

स्निग्ध, तीक्ष्ण, कंठ्य असल्याने सर्दी, खोकला, दमा, आवाज बसणे आणि टी.बी.मध्ये उपयोगी. यातील कफाची दुर्गंधी कमी होते आणि कफ पातळ होऊन बाहेर पडतो.

लसूण, उत्तम आमपाचक असल्याने आमवातात उपयोगी. पिच्छिल गुणामुळे तुटलेली हाडे, स्नायू हे लवकर सांधले जातात.

लसूण तीक्ष्ण आणि उष्ण असल्याने पाचही वातांचे शमन करतो, म्हणून सर्व वातव्याधींवर उत्तम औषध. पक्षाघातात वापरतात.

रसायन या गुणामुळे बुद्धी, स्मृती वाढते, नेत्रबळ वाढते. सप्तधातूंचे पोषण होऊन शरीरबळ वाढते. पित्तप्रकृती, गर्भिणी आणि रक्तपित्ताच्या रुग्णांना लसूण औषध म्हणून देऊ नये. शरद आणि ग्रीष्म ऋतूत लसूण खाऊ नये. वर्षा ऋतूत अवश्य खाणे.

दूध आणि लसूण हे विरुद्ध अन्न आहे, म्हणून घेऊ नये. पण चरकांनी लसूणाच्या चौपट दूध आणि पाणी घेऊन उकळावे. हे सिद्ध दूध – याला 'लशूनक्षीर' म्हणतात. हे उदावर्त, गृध्रसी, विषमज्वर, हृद्रोग आणि शोथ या रोगात उपयोगी पडते. विरुद्ध अन्नसुद्धा व्याधी महिमा म्हणून चरकांनी सेवन करण्यास सांगितले आहे.

आधुनिक दृष्टिकोनातून १०० ग्रॅम लसूण पाकळ्यात १४५ कॅलरी असतात. एकूण फायबर ५.१ असून त्यात न विरघळणारा २.६ ग्रॅम आणि विरघळणारा २.५ ग्रॅम असतो.

प्रोटिन्स ६.३ ग्रॅम, फॅट ०.१ ग्रॅम, कार्बोहायड्रेट्स ३० ग्रॅम आहेत.

मिनरल्स : सर्व मिलिग्रॅममध्ये – कॅल्शियम ३०, फॉस्फरस ३१०, आयर्न १.२, मॅग्नेशियम ७१, क्रोमियम ०.०२

व्हिटॅमिन्स (बी कॉम्प्लेक्स–संकुल) : थायामिन ०.०६मि.ग्रॅम, रिबोफ्लाव्हिन ०.२३मि.ग्रॅम, नियासिन ०.४मि.ग्रॅम

अँन्टी-ऑक्सिडंटस : अ) व्हिटॅमिन : व्हिटॅमिन 'सी' १३ मि.ग्रॅम,

ब) मिनरल्स : कॉपर ०.६३ मि.ग्रॅम, मॅंगेनीज ०.८६ मि.ग्रॅम, झिंक १.९३ मि.ग्रॅम

फायटोकेमिकल्स : १) अजोन : यामुळे रक्त गोठण्याच्या प्रक्रियेवर परिणाम होतो. ब्लॉक्स तयार होत नाहीत. रक्तवाहिन्या रुंद होतात, त्यामुळे अँजायना होत नाही.

२) अॅलील सल्फाइड : याचे कार्य अजोनप्रमाणेच आहे.

३) सॅपोनिन्स : हे फायटोकेमिकल कॅन्सरविरुद्ध, लढण्याची क्षमता वाढवते.

लसणात अॅलॅसिन नावाचे प्रतिजैविक असते. यामुळे लसणाला दर्प येतो. हे अनेक जीवाणूंच्या विरुद्ध उपयोगी ठरते. सन १९९९मध्ये जपानमधील संशोधनात डिसेंट्री, कोलायटिस आणि टायफॉइड या रोगांना कारणीभूत जीवाणूंविरुद्ध लसूण उपयोगी पडतो, असे सिद्ध झाले आहे.

या ॲलॅसिनमुळे एल.डी.एल. कोलेस्टेरॉल कमी होतो. म्हणून रोज ३ ते ४ लसूण पाकळ्या घ्याव्यात. यापेक्षा जास्त खाऊ नयेत. लसूण कच्ची खाल्ल्याने फायदा जास्त होतो.

लसणाचे प्रदीर्घ सेवन केल्याने विषारी परिणाम दिसतात. यासाठी 'Aged Garlic Extract' (A.G.E.) असा प्रॉडक्ट अमेरिकेत बनविला आहे. हा पुष्कळ दिवस घेतला, तरी दुष्परिणाम दिसत नाहीत. यामुळे मधुमेही रुग्णांमध्ये कॉम्प्लिकेशन्स वाढत नाहीत.

A.G.E. याच्या प्रदीर्घ सेवनाने रक्तातील होमोसिस्टिन, या अमायनो ॲसिडची लेव्हल कमी होते. त्यामुळे हार्ट अटॅक येत नाही. अमेरिकेत, 'सोसायटी फॉर न्युट्रिशनच्या जर्नल'मध्ये हे संशोधन २००६मध्ये प्रसिद्ध झाले आहे.

लसणामध्ये फ्रुक्टो ऑलिगो सॅकराइड्स (F.O.S.) असतात. ही एफओएस आपल्या आतड्यातील परोपकारी जीवाणू वाढविण्यास मदत करतात, परोपकारी जीवाणूंमुळे आतड्यात व्हिटॅमिन्स तयार होतात.

■

२७. नारळ

संस्कृत : नारिकेल **हिंदी :** नारीयल

इंग्रजी : Coconut **लॅटिन :** Cocos nucifera

नारिकेलं गुरू स्निग्धं पित्तघ्नं स्वादु शीतलम्।
बलमांसप्रदं हृद्यं बृंहणं बस्तिशोधनम्।। (सुश्रृत सूत्र)

विशेषतः कोमलनारिकेलं निहन्ति पित्तज्वरपित्तदोषान्।
तदेव जीर्ण गुरूपित्तकारि विदाहि विष्टम्भि मतं भिषग्भिः।। (भा.प्र.)

रस : मधुर **विपाक :** मधुर **वीर्य :** शीत

महत्त्वाचे गुण : गुरू, स्निग्ध

दोषघ्नता : वात, पित्त शामक (कोवळा नारळ)

सुके खोबरे पित्तप्रकोपक आणि विदाही (जळजळ करणारे) असते. आपल्या धर्मात नारळाला महत्त्वाचे स्थान आहे म्हणून त्याला 'श्रीफळ' म्हणतात.

नारळ हा बल्य आणि बृंहण करणारा आहे, त्यामुळे सप्तधातूवर्धन होते. कोवळा नारळ पित्तशामक असल्याने, रक्तपित्तात वापरतात. कोवळा नारळ आध्मान (पोटफुगी) कमी करतो आणि मलाचे अनुलोमन करतो. आम्लपित्तातही वापरता येतो.

स्वयंपाकात कोवळे खोबरे आणि सुके खोबरेही आपण वापरतो. सुके खोबरे उष्ण, विदाही आणि पित्तकारक आहे.

१०० ग्रॅम सुक्या खोबऱ्यात, ६६२ कॅलरी आहेत. क्रूड फायबर ६.६ ग्रॅम असून, प्रोटिन्स ६.८ ग्रॅम, फॅट ६२.३ ग्रॅम आणि कार्बोहायड्रेट्स १८.४ ग्रॅम आहेत.

मिनरल्स : सर्व मिलिग्रॅममध्ये – कॅल्शियम ४०० मि.ग्रॅम, फॉस्फरस २१० मि.ग्रॅम, आयर्न ७.८ मि.ग्रॅम

व्हिटॅमिन्स (बी कॉम्प्लेक्स–संकुल) : थायामिन ०.०८ मि.ग्रॅम, रिबोफ्लाव्हिन ०.०१ मि.ग्रॅम, नियासिन ३ मि.ग्रॅम, फोलिक ॲसिड १५.३ म्यु.जी.

ॲन्टी-ऑक्सिडंट्स : अ) व्हिटॅमिन्स : व्हिटॅमिन 'सी' ७ मि.ग्रॅम

ब) मिनरल्स : कॉपर १ मि.ग्रॅम, मँगेनीज ६.२४ मि.ग्रॅम, झिंक ५ मि.ग्रॅम

१०० ग्रॅम ओल्या खोबऱ्यात, सुक्या खोबऱ्याच्या तुलनेत कॅलरी ४४४ आहेत. क्रूड फायबर ३.६ ग्रॅम आहेत. प्रोटिन्स ४.५ ग्रॅम, फॅट ४१.६ ग्रॅम, कार्बोहायड्रेट्स १३ ग्रॅम आहेत, म्हणजे कॅलरी २१८ ने कमी झाल्या आणि फॅट २१ ग्रॅमने कमी झाली.

नारळातील फॅट ही 'सॅच्युरेटेड फॅट' आहे. त्यामुळे ओले खोबरे वापरणे हितावह आहे. ओल्या खोबऱ्याचेच, आपण स्वयंपाकात दूध वापरतो. तेव्हा त्यातील फायबर नाहीसा होतो. कॅलरी तेवढ्याच राहतात.

नारळामधील सॅच्युरेटेड फॅट्समुळे, आपण नारळ खात नव्हतो. डॉ. मेरी एनिंग (Dr. Mary Enig) यांच्या संशोधनाने, नारळ म्हणजे 'श्रीफळाला' परत मानाचे स्थान मिळत आहे. यामध्ये लॉरिक ॲसिड (Lauric-Acid) नावाची मिडियम चेन सॅच्युरेटेड फॅट आहे. मिडियम चेन फॅट्स, या रोज लागणाऱ्या शरीराच्या ऊर्जेसाठी वापरल्या जातात. यामुळे कोलेस्टेरॉल वाढत नाही आणि वजनही वाढत नाही. फक्त खाण्याचा अतिरेक नसावा. या लॉरिक ॲसिडचे, पचनानंतर शरीरात मोनोलॉरिनमध्ये (Monolaurin) रूपांतर होते. या मोनोलॉरिनमुळे इन्फ्ल्यूएन्जा, हार्पिस आणि एच.आय.व्ही. या रोगांच्या व्हायरसेस निष्प्रभ होतात.

एच पायलोरी (H-Pylori) आणि लिस्टेरिया (Listeria) हे बॅक्टेरिया मरतात आणि जी.आर.डियासिस निर्माण करणारा, प्रोटोझोआ निष्प्रभ होतो. नारळ, नारळाचे तेल आणि नारळाचे पाणी या सर्वांमध्ये 'आयोडीन' असल्याने हायपोथिरॉडिझमच्या रुग्णांना फायदा होऊन वजन कमी होते. गर्भवती माता, स्तनदा आणि लहान मुलांच्या आहारात लॉरिक ॲसिड आणि आयोडिनमुळे नारळाचा समावेश आवश्यक ठरतो.

नारळामध्ये ९१ मिलिग्रॅम / १००० ग्रॅम फायटोस्टिरॉल्स असतात. त्यामुळे कोलेस्टेरॉल कमी होण्यास मदत होते.

■

२८. चिंच

संस्कृत : अम्लिका **हिंदी :** इमली

इंग्रजी : Tamarind **लॅटिन :** Tamarindus indica

अम्लिकाम्ला गुरूर्वातहरी पित्तकफास्त्रकृत्।
पक्वा तु दीपनी रुक्षा सरोष्णा कफवातनुत्।। (भा.प्र.)

कच्ची चिंच (हिरवी)

रस : आम्ल **विपाक :** आम्ल **वीर्य :** उष्ण

दोषघ्नता : पित्त आणि कफाचा प्रकोप करते. वातहर या चिंचेची आपण चटणी करतो.

स्वयंपाकात आपण पिकलेली चिंच साल काढून, ऊन देऊन नंतर मीठ लावून ठेवून वापरतो.

पिकलेल्या चिंचेचे गुणधर्म :

रस : मधुर, आम्ल **विपाक :** आम्ल **वीर्य :** उष्ण

दोषघ्नता : कफ, वात शामक

पिकलेली चिंच दीपन, पाचन असल्याने अरुची, अग्निमांद्य, तृष्णा यामध्ये उपयोगी. चिंचेचे पाणी हृदयविकार आणि ज्वरात देतात. चिंच आणि दूध हे विरुद्ध अन्न आहे, वापरू नये.

१०० ग्रॅम चिंचेत २८३ कॅलरी असतात. क्रूड फायबर ५.६ ग्रॅम असतो. प्रोटिन्स ३.१ ग्रॅम, फॅट ०.१ ग्रॅम कार्बोहायड्रेट्स ६७.४ ग्रॅम आहेत.

मिनरल्स : सर्व मिलिग्रॅममध्ये – कॅल्शियम १७०, फॉस्फरस ११०, आयर्न १७, मॅग्नेशियम ४१, क्रोमियम ०.०५६

व्हिटॅमिन्स (बी कॉम्प्लेक्स–संकुल) : रिबोफ्लाव्हिन ०.०७ मि.ग्रॅम, नियासिन ०.७ मि.ग्रॅम.

ॲन्टी-ऑक्सिडंट्स : अ) व्हिटॅमिन्स : कॅरॉटिन ६० म्यु.जी., व्हिटॅमिन्स ३ मि.ग्रॅम.

ब) मिनरल्स : कॉपर ०.२ मि.ग्रॅम, मॅंगेनीज ०.५५ मि.ग्रॅम.

चिंचेचा आंबटपणा टार्टारिक ॲसिडमुळे असतो, त्यामुळे सौम्य रेचक म्हणून काम करते.

मेक्सिकोमध्ये संशोधनात, आतड्याच्या इन्फेक्शनवर चिंच उपयोगी पडते असे सिद्ध झाले आहे.

चिंचेच्या अतिसेवनाने आम्लपित्त होते. कफ, खोकला, घशाचे विकार असणाऱ्या

व्यक्तींनी चिंच खाऊ नये. शरद ऋतूत चिंचेचा वापर टाळावा.

१०० ग्रॅम भाजलेल्या चिंचोक्यात, ३८७ कॅलरी असतात. क्रूड फायबर १ग्रॅम असतो. प्रोटिन्स १६.१ ग्रॅम, फॅट ७.३ ग्रॅम, कार्बोहायड्रेट्स ६४.१ग्रॅम आहेत.

मिनरल्स : सर्व मिलिग्रॅममध्ये – कॅल्शियम १२१, फॉस्फरस २३७

■

२९. कोकम्

संस्कृत : वृक्षाम्ल　　**हिंदी :** –

इंग्रजी : Garcinia indica　　**लॅटिन :** Garcinia indica

पक्वं तु गुरू संग्राहि मधुराम्लरसं तथा।
अल्पोष्णं रोचनं रुच्यं दीपनं वातनाशनम्।
तृष्णार्शोग्रहणीगुल्मशूलहृद्रोगजन्तुजित्।। (भा.प्र.)

पक्वफळ :

रस : मधुर, आम्ल　**विपाक :** आम्ल　**वीर्य :** अल्पउष्ण

मुख्यगुण : गुरू　**दोषघ्नता :** पित्तघ्न

कोकणात पिकलेली मोठ्या टोमॅटोच्या आकाराची, डाळिंबी रंगाची फळे ग्रीष्म ऋतूत मिळतात. यांना 'रातांबे' म्हणतात. या पक्वफळाच्या रसापासून, कोकम सरबत बनविले जाते, तर या फळाची साल वाळवून 'आमसुल' बनविली जातात. फळांच्या बियांपासून जे तेल निघते याला 'आमसुल तूप' म्हणतात.

कोकम, दीपन आणि वातानुलोमक असल्याने शोष (तृष्णा), अरुची, अग्निमांद्य, आव, पोटदुखी यामध्ये वापरतात. कोकम पित्तशामक असल्याने, ताप आणि त्यातील दाह याकरिता कोकम सरबत वापरतात.

'भावप्रकाश ग्रंथात' हृदयरोगावर कोकम वापरावे असे म्हटले आहे. मूळव्याधीमध्येही कोकमचा उपयोग होतो. अमसुलाचे तूप, हे पायाच्या भेगांना लावतात. हे टी.बी.मध्ये आणि दौर्बल्यात खडीसाखरेबरोबर देतात.

चरकांनी हृद्य गणामध्ये वृक्षाम्ल म्हणजे कोकमची गणना केली आहे. म्हणजे मनाला आणि हृदयाला हे हितकारक आहे. तसेच, कोकम आणि पिकलेली चिंच यांची तुलना करताना, चरकांच्या मते कोकम चिंचेपेक्षा गुणकारी आहे.

कोकमची चटणी, सोलकढी (सार, सरबत) करतात. तसेच फिशकरी, आमटी करताना वापरतात. आम्लपित्तामध्ये चिंच वापरता येत नाही. अशावेळी या रुग्णांनी, कोकम वापरावे. अंगावर पित्त उठल्यास सर्वांगाला कोकमाचे पाणी लावावे आणि

कोकम सरबतही प्यावे. अजीर्णामध्ये कोकमच्या पाण्यात काळी मिरी, मीठ घालून जेवताना प्यावे.

आधुनिक दृष्टिकोनातून, आमसुलाच्या १०० ग्रॅम फळामध्ये ५-१० ग्रॅम मॅलिक ॲसिड असते. थोड्या प्रमाणात सायट्रिक ॲसिड आणि फॉस्फरिक ॲसिड असते. यामध्ये हायड्राक्सिसायट्रिक ॲसिडपण असते. याला एचसीए म्हणतात. हे महत्त्वाचे ॲसिड आहे. यामुळे आहारातील साखरेचे (कार्बोहायड्रेट्सचे) फॅटमध्ये (मेद) होणारे रूपांतर थोपविले जाते. त्यामुळे शरीरात फॅट वाढत नाही, स्थौल्य येत नाही.

पाश्चिमात्य देशात कोकमला लोकप्रियता मिळाली आहे. फ्रान्स, स्पेन, इटली, जर्मनी येथे या फळाला 'फॅटबर्निंग' किंवा ॲन्टी-ओबेसिटी करता उपयुक्त फळ अशी उपाधी लागू झाली आहे.

या फळात अँथोसायनिन हे फायटोकेमिकल आहे. हे फायटोकेमिकल एल.डी.एल. कोलेस्टेरॉल कमी करते आणि रक्तातील शर्करा नियंत्रित करण्यास मदत करते. तसेच कॅन्सरविरुद्ध लढण्याची क्षमता वाढविते.

या फळात 'गार्सिनॉल' नावाचे दुसरे फायटोकेमिकल सापडले आहे. या फायटोकेमिकलमुळे प्रोटिन्सच्या पचनामध्ये तयार होणारे, विषारी पदार्थ तयार होत नाहीत. मधुमेही रुग्णांमधील मधुमेहाचे दुष्परिणाम टळतात असे 'अमेरिकन सोसायटी फॉर न्युट्रिशन' मार्च २००६ च्या अंकात प्रसिद्ध झाले आहे. गार्सिनॉलवर 'क्वायोटो (Kyoto) युनिव्हर्सिटी जपान,' येथे संशोधन चालू आहे. उंदरांमध्ये कॅन्सर सेल्सची वाढ थांबते आणि कॅन्सर लवकर होत नाही, असे दिसून आले आहे.

कोकम सरबताचे गुण, पाश्चात्यांनीसुद्धा ओळखले आहेत. त्यामुळे जेवताना कोकाकोला घेण्याऐवजी कोकम सरबत घेतले, तर शरीराची हानी न होता फायदाच होईल.

■

३०. पिंपळी

संस्कृत : पिप्पली **हिंदी :** पिपल
इंग्रजी : **लॅटिन :** Piper longum

शुष्क, म्हणजे 'सुकलेली पिंपळी' वापरतात.

रस : कटू **विपाक :** मधुर **वीर्य :** अनुष्ण
दोषघ्नता : कफघ्न, वातशामक, पित्तकर
मुख्य गुण : लघु, स्निग्ध, तीक्ष्ण

पिंपळी कटू रसामुळे अग्निदीपन करते. यामुळे अरुची, अग्निमांद्य, अजीर्ण यावर उपयोगी. ती अनुलोमक असल्याने, 'उदरशूल' म्हणजे पोटदुखीवर उपयोगी.

पिंपळी रस, रक्त आणि शुक्रधातूची वृद्धी करते. कटू (तिखट) रसात्मक द्रव्ये अवृष्य असतात, पण 'पिंपळी' याला अपवाद आहे. ती वृष्य आणि रसायन आहे.

पिंपळी प्लीहावृद्धीवर उपयोगी पडते. तसेच जलोदर (उदर) या रोगांवरही उपयोगी.

श्वास, कास या प्राणवह स्रोतासारख्या रोगांवरही उपयोगी.

'सीतोपलादी चूर्ण' या खोकल्यावरच्या प्रसिद्ध औषधात पिंपळी आहे. श्वास, कासवर पिंपळीचूर्ण मध आणि तुपाबरोबर घ्यावे.

पिंपळी 'मेध्य' आहे.

गर्भवती स्त्रियांनी पिंपळी घेऊ नये.

बाळंत स्त्रियांना गर्भाशय शोधनासाठी उपयोगी, सूतिकाज्वरातही उपयोगी. पिंपळी 'स्तन्य' वाढविते.

पिंपळी योगवाही असल्याने, इतर द्रव्यांना सूक्ष्मातिसूक्ष्म स्रोतसात पोहोचविते.

सुंठ, मिरे, पिंपळी यांना 'त्रिकटू' म्हणतात. स्थूलता कमी करण्यासाठी १ ते २ ग्रॅम त्रिकटू चूर्ण मधाबरोबर घ्यावे.

पिंपळी वत्सकादि गणातील द्रव्य आहे. मधुमेही रुग्णांनी भाज्या आणि मांसाहार शिजवताना पिंपळी, सुंठ, मिरे, जिरे, ओवा, हिंग, वेलदोडा हे वत्साकादि गणातील मसाले मुद्दाम वापरावे. यांनी मधुमेही रुग्णांच्या वाढलेल्या, द्रव कफ दोषाचे शोषण होते.

मधुमेही रुग्णांच्या अजीर्ण, अग्निमांद्य या तक्रारींसाठी सुंठ, मिरे, पिंपळी, चवक, चित्रक या पंचकोलांचे पंचकोलासव घ्यावे. स्थूल व्यक्तींनीही आपला आहार बनविताना पिंपळीचा उपयोग करावा.

आधुनिक दृष्टिकोनातून, १०० ग्रॅम पिंपळीमध्ये, ३१० कॅलरी आहेत. क्रूड फायबर ८.५ ग्रॅम असून, प्रोटिन ६.४ ग्रॅम, फॅट २.३० ग्रॅम आणि कार्बोहायड्रेट्स ६५.८ ग्रॅम आहेत.

मिनरल्स : सर्व मिलिग्रॅममध्ये – कॅल्शियम १२३०, फॉस्फरस १९०, आयर्न ६२.१

२००६ साली तामिळनाडूतील मदुराई येथील, 'के.एम. (K.M.) कॉलेज ऑफ फार्मसीमध्ये उंदरावर प्रयोग केल्यावर असे दिसून आले की, 'लिव्हर फायब्रोसिस' पिंपळीमुळे कमी होते.

■

३१. हळद

संस्कृत : हरिद्रा **हिंदी :** हल्दी
इंग्रजी : Turmeric **लॅटिन :** Curcuma domestica

हरिद्रा कटूकातिक्ता रुक्षोष्णा कफपित्तनुत्।
वर्ण्या त्वग्दोषमेहास्त्रशोथपाण्डुव्रणापहा।। (भा.प्र.)

रस : कटू, तिक्त **विपाक :** कटू **वीर्य :** उष्ण
मुख्य गुण : लघु, रुक्ष **दोषघ्नता :** कफघ्न, पित्तशामक

भारतीय संस्कृतीत देवाला आपण हळद कुंकू वाहतो आणि हे स्त्रीच्या सौभाग्याचे लेणे आहे.

हळद वर्ण सुधारते आणि त्वचेचे आरोग्य चांगले ठेवते. कोठेही जखम झाल्यास, हाताशी काही औषध नसल्यास हळदीचे चूर्ण लावावे.

मुखदुर्गंधी असल्यास आणि तोंड आल्यास हळद आणि पाणी उकळून त्याच्या गुळण्या कराव्या. आवाज बसला असल्यास हळद आणि मध एकत्र घ्यावे. खोकला आणि दमा यामध्ये हळद आणि मध एकत्र घ्यावे. पांडुरोग म्हणजे ॲनिमियात रस आणि रक्तधातूगत आमाचे हळदीने पाचन झाल्याने, ॲनिमिया बरा होतो. यासाठी हळद आणि दूध एकत्र प्यावे.

स्थूल व्यक्तींनी हळद आणि मध एकत्र घेतल्याने, हळदीच्या लेखन गुणाने मेदधातू प्राकृत होऊन स्थौल्य कमी होते.

प्रमेहातील, हळद हे मुख्य औषध आहे. मधुमेही रुग्णांनी हळद १ ग्रॅम, आवळाचूर्ण १ ग्रॅम आणि १ चमचा मध नित्य सेवन करावे.

सूतिकेमध्ये 'गर्भाशय-शोधना'साठी सूतिकाज्वरात हळद दुधामध्ये घालून द्यावी. यामुळे दूधही चांगले येते. **मात्रा :** चूर्ण १ ते २ ग्रॅम

ॲलर्जीसाठी, हळद १ चमचा गरम पाण्याबरोबर दिवसातून ३ वेळा घ्यावी.

१०० ग्रॅम हळदीमध्ये, ३४९ कॅलरी आहेत. एकूण फायबर २० ग्रॅम असून, न विरघळणारा १७.६ आणि विरघळणारा २.४ ग्रॅम आहे. प्रोटिन्स ६.३ ग्रॅम, फॅट ५.१ ग्रॅम, कार्बोहायड्रेट्स ६९.४ ग्रॅम आहेत.

मिनरल्स : सर्व मिलिग्रॅममध्ये – कॅल्शियम १५०, फॉस्फरस २८२, आयर्न ६७.८, मॅग्नेशियम २७८, क्रोमियम ०.०६९

व्हिटॅमिन्स (बी कॉम्प्लेक्स–संकुल) : थायामिन ०.०३ मि.ग्रॅम, नियासिन २.३ मि.ग्रॅम, फोलिक ॲसिड १० म्यु.जी.

ॲन्टी-ऑक्सिडंट्स : अ) व्हिटॅमिन्स : कॅरॉटिन ३० म्यु.जी.

ब) मिनरल्स : कॉपर ०.३९ मि.ग्रॅम, मॅंगेनीज ८.३८ मि.ग्रॅम, झिंक, २.७२मि.ग्रॅम

फायटोकेमिकल : करक्युमिन

'जर्नल ऑफ न्यूरोसायन्स' आणि 'जर्नल ऑफ बायालॉजिकल केमिस्ट्री'मध्ये असे म्हटले आहे की 'अल्झायमर्स' (विसराळूपणा) या वृद्धांना होणाऱ्या रोगात वृद्धांच्या मेंदूमध्ये बीटा ॲमिलॉइड नावाच्या प्रोटिन्सची पुटे चढतात. हळदीमधील करक्युमिन ही पुटे चढू देत नाही आणि अल्झायमर रोखण्यास मदत होते.

ऑस्ट्रेलियातील सूर्यप्रकाश अतितीव्र असल्याने, त्वचेच्या कर्करोगाची संख्या बरीच आहे. कर्करोगाच्या पेशींच्या वाढीला 'एन.एफ. (कप्पा-बी)' नामक प्रथिनांची जरुरी असते. 'करक्युमिन' या प्रथिनांची वाढ होऊ देत नाही, कर्करोग पेशी मरतात.

ही दोन्ही उदाहरणे हळदीचे नित्य सेवन उपयुक्त आहे हे सिद्ध करतात. तिचा लेखन गुण उपयुक्त ठरतो. हळदीमुळे जठराचा दाह कमी होतो, म्हणून आपण फोडणीत हळद, तिखट एकत्र टाकतो. हळदीने अन्नातील बॅक्टेरिया निष्प्रभ होतात. दूध हे रसायन असल्याने, त्याबरोबर नित्य हळद घेतल्याने, हळदीचे गुणवर्धन होते.

पुण्यातील 'नॅशनल सेंटर फॉर सेल सायन्स' या संस्थेत संशोधनात असे दिसून आले, की मधुमेही रुग्णांमध्ये रोज अर्धा चमचा हळद घेतल्याने, रक्तातील साखरेचे वाढलेले प्रमाण कमी होते.

अतिधूम्रपानाने फुफ्फुसाचा कॅन्सर होतो. रोज १.५ ग्रॅम हळद सेवन केल्यास धूम्रपान करणाऱ्या व्यक्तीमध्ये फुफ्फुसाच्या कॅन्सरचे प्रमाण घटते.

'जर्नल ऑफ न्युट्रिशनमध्ये प्रसिद्ध झाले आहे की, बोस्टन येथील टफ्ट्स (Tufts) युनिव्हर्सिटीत परीक्षणात असे निदर्शनास आले आहे, की हळदीच्या 'करक्युमिन' या फायटोकेमिकलमुळे 'फॅट' टिश्यूची वाढ उंदीर आणि माणसाच्या सेल कल्चरमध्ये कमी होते. त्यामुळे वजनातील वाढ कमी होते, स्थौल्य कमी होते.

■

३२. हिंग

संस्कृत : हिंगू **हिंदी :** हिंग

इंग्रजी : Asafoetida **लॅटिन :** Ferula foetida

हिंगूष्णं पाचनं रुच्यं तीक्ष्णं वातबलासहृत्।
शूलगुल्मोदरानाहक्रिमिघ्नं पित्तवर्द्धनम्।
स्त्रीपुष्पजननं बल्यं मूर्च्छापस्मारहृत्परम्।। (भा.प्र.)

रस : कटू **विपाक :** कटू **वीर्य :** उष्ण

मुख्य गुण : लघु, स्निग्ध, तीक्ष्ण

दोषघ्नता : कफघ्न, वातघ्न, पित्तकर

'हिंग' म्हणजे झाडाचा चीक आहे. झाडाला खाचे देऊन, हा जमा करतात. हिंगाचे काळा आणि पांढरा असे दोन प्रकार असतात. पांढरा म्हणजे हिरा हिंग, हा श्रेष्ठ होय. हिंग दीपन, पाचन आणि रुचिकर असल्याने अग्निमांद्य आध्मान, उदरशूल यामध्ये वापरतात.

कृमींचा नाश हिंगामुळे होतो.

तीक्ष्ण आणि उष्ण गुणांनी खोकला, दमा, उचकी यामध्ये वापरतात. प्रसूत स्त्रियांना गर्भाशयशोधनासाठी उपयोग होतो.

वातघ्न असल्याने मूर्च्छा, अपस्मार आदी वातव्याधीत वापर करतात. पित्तप्रकृतीच्या माणसांनी अल्प प्रमाणात वापरावा.

हिंग, तुपात परतल्याने त्याची शुद्धी होते, असाच हिंग नेहमी वापरावा.

मात्रा : चूर्ण १२५ ते २०० मिलिग्रॅम

कल्प : हिंग्वाष्टकचूर्ण, हिंगुकर्पूरवटी

१०० ग्रॅम हिंगामध्ये २९७ कॅलरी असतात. क्रूड फायबर ४.१ ग्रॅम असतो. प्रोटिन्स ४ ग्रॅम, फॅट १.१ ग्रॅम, कार्बोहायड्रेट्स ६८ ग्रॅम आहेत.

मिनरल्स : सर्व मिलिग्रॅममध्ये – कॅल्शियम ६९०, फॉस्फरस ५०, आयर्न ३९.४, मॅग्नेशियम ८०, क्रोमियम ०.०७९

व्हिटॅमिन्स (बी कॉम्प्लेक्स–संकुल) : रिबोफ्लाव्हिन ०.०४ मि.ग्रॅम, नियासिन ०.३ मि.ग्रॅम.

ॲन्टी-ऑक्सिडंट्स : अ) व्हिटॅमिन्स : कॅरॉटिन ४ म्यु.जी.

ब) मिनरल्स : कॉपर ०.४३ मि.ग्रॅम, मॅंगेनीज १.१२ मि.ग्रॅम, झिंक ०.८३ मि.ग्रॅम.

हिंगाचा उग्र वास, त्यातील तेलामुळे असतो. या तेलामुळे जठराच्या अस्तराला चालना मिळून, पोटातील वायू ढेकरामार्फत बाहेर येतो.

हिंगामधील फायबरमध्ये डिंक आणि रेझीन्स असतात. यामुळे आतड्यातील वायू गुदमार्गे सरण्यास मदत होते.

■

३३. मीठ

संस्कृत : लवण   **हिंदी :** नमक

इंग्रजी : Salt   **लॅटिन :** –

चवीला खारट असले, तरी स्वयंपाकात याची हजेरी लागल्याशिवाय पदार्थाला

चवच येत नाही.

आयुर्वेदात मिठाच्या पाच जाती सांगितलेल्या आहेत. १) सैंधव (शेंदेलोण) २) सौवर्चल (पादेलोण) ३) बीड लवण ४) सांबर लवण ५) समुद्र मीठ

१) सैंधव (शेंदेलोण) : हे चरकाचार्यांनी सर्व लवणात उत्तम मानले आहे. सिंधू नदीच्या काठी, तसेच हिमाचल प्रदेशात मंडी जिल्ह्यात हे मिळते.

हे सैंधव त्रिदोषशामक आहे. अग्निदीपन करणारे, हृद्य आणि नेत्रांना हितकारक आहे. यामुळे विदाह म्हणजे जळजळ होत नाही. जेव्हा मीठ वर्ज्य करण्याचा सल्ला दिला जातो, त्या वेळी समुद्रमिठाऐवजी, हे सैंधव वापरण्यास सांगतात.

२) सौवर्चल (पादेलोण) : जमिनीतून काढले जाते. हे अग्निदीपक, पाचक, तोंडाला रुची आणणारे आणि कृमिघ्न आहे.

३) बीड लवण : विद्वानांमध्ये याच्या उत्पत्तीविषयी मतभेद आहेत. अजीर्ण, कफरोगावर उपयोगी.

४) सांबर लवण : राजस्थानात सांबर सरोवराचे पाणी उन्हाळ्यात सुकल्यावर त्यापासून मिळते. अतिशय खारट असते. तसेच तीक्ष्ण आणि उष्ण असते. कफनाशक आणि वातहारक आहे. यामुळे पित्त वाढते.

५) समुद्र मीठ : हेच मीठ आपण व्यवहारात रोज वापरतो.

रस : तिक्त, मधुर, **विपाक :** मधुर **वीर्य :** अल्प उष्ण

हे अविदाही आहे. वातनाशक, कफकारक आहे.

आधुनिक दृष्टिकोनातून, मीठ म्हणजे सोडियम क्लोराइड (NaCl) होय. आहारातून घेतल्यावर, लहान आतड्यात याचे शोषण होते. पण यामुळे, या मिठातील सोडियम हा क्षार शोषला जातो आणि त्याचवेळी साखर (म्हणजे ग्लुकोज) शोषली जाते. मधुमेही रुग्णांत याला महत्त्व आहे. म्हणूनच मधुमेही रुग्णांनी मीठ मर्यादित प्रमाणात घ्यावे, नाहीतर त्याबरोबर जास्त ग्लुकोज शोषला जाऊन, ब्लडशुगर वाढते.

आपल्या शरीरात २३५ ग्रॅम मिठाचा साठा असतो. रोज आपल्याला ३ ते ४ ग्रॅम मीठ लागते. ज्या व्यक्तींना अतिशय घाम येतो, त्यांना किंवा उन्हाळ्यात सर्वांना मीठ जास्त लागते. ब्लडप्रेशर, हृदयरोगी, मूत्रविकार यामध्ये मर्यादित प्रमाणात मीठ खाण्याचा सल्ला दिला जातो. त्यामुळे पापड, लोणची, टोमॅटो केचप, खारवलेले मासे, फरसाण हे पदार्थ जास्त खाऊ नयेत.

आपल्या शरीराला १५० मायक्रोग्रॅम आयोडिनची रोजची गरज असते. हे आयोडीन समुद्रातील मीठ आणि मासे यामधून आपणास मिळते. तसेच भाजीपाला आणि फळे यामध्येही ते असते. जमिनीच्या कसावरती भाजीपाला आणि फळांमधील आयोडिनचे प्रमाण बदलते. आयोडीन शरीराला कमी मिळाल्यास, थायरॉइड या

ग्रंथीचे कार्य बिघडते आणि मानेवर थायरॉइड गॉयटर दिसू लागतो.

पूर्वी काश्मीर ते नागाहिल्स या पट्ट्यातील जमिनीत आयोडीन कमी असे, त्यामुळे थायरॉइड गॉयटरचे प्रमाण तेथे जास्त असे. आधुनिक सर्वेक्षणात उत्तरेकडील राज्ये आणि गुजरात, मध्यप्रदेश, महाराष्ट्र, आंध्र प्रदेश, केरळ आणि तामिळनाडू या भागातील जमिनीतही आयोडिनचे प्रमाण घटलेले आढळले. त्यामुळे भारत सरकारने १९९२ साली मिठामध्ये, आयोडीन मिसळण्याचा कायदा केला. आपण सध्या जे मीठ खातो, ते आयोडाइज्ड सॉल्ट आहे.

आयोडीन कमी पडण्याने जसे विकार होतात, त्याप्रमाणे जास्त घेतल्यासही दुष्परिणाम दिसतात. त्यामुळे मिठाचा वापर अल्पप्रमाणातच करणे हितावह आहे.

■

३४. बडीशेप

संस्कृत : मिश्रेया **हिंदी :** सौंफ

इंग्रजी : Aniseed **लॅटिन :** Foeniculum vulgare

तिक्ता स्वादुर्हिमा वृष्या दुर्नामक्षयजित्मिशि।
क्षतक्षीणहिता बल्या वातपित्तास्रदोषजित्।। (ध.नि.)

रस : मधुर, तिक्त, कटू **विपाक :** कटू **वीर्य :** शीत

महत्त्वाचे गुण : लघु, स्निग्ध **दोषघ्नता :** वातघ्न, पित्तघ्न

दीपन, पाचन असल्याने तृष्णा (तहान, शोष), उलटी, अग्निमांद्य, अजीर्ण, पोट फुगणे, पोटात दुखणे, पोटात मुरडा झाला असल्यास बडीशेप खावी. बडीशेप भाजून केलेले चूर्ण ३ चमचे गरम पाण्यासह चार वेळा दिवसातून घ्यावे.

लहान मुलांचे पोट फुगणे, पोटात कळ आल्याने रडणे अशावेळी बडीशेपेचा अर्क द्यावा.

बाळंतीणीने स्तन्यजनन म्हणून दूध वाढण्यासाठी बडीशेप नियमित खावी.

बडीशेप मेध्य आणि दृष्टिशक्तिवर्धक आहे. म्हणून खडीसाखर, बडीशेप, ज्येष्ठमध, ओवा, सैंधव एकत्र रोज मुखवास म्हणून खावे.

मूत्रदाह, मुतखडा यामध्ये बडीशेपेचा काढा घ्यावा.

खोकल्यावर बडीशेपेचे चूर्ण, खडीसाखर घ्यावे.

मात्रा : चूर्ण १ ते ३ ग्रॅम.

कल्प : मिश्रेयादिचूर्ण, ग्राईप वॉटर.

■

३५. बाळंतशेपा

संस्कृत : शतपुष्पा **हिंदी :** सोवा / सोआ
इंग्रजी : Anethumsowa **लॅटिन :** Anethum sowa

शतपुष्पा लघुस्तीक्ष्णा पित्तकृद्दीपनी कटूः।
उष्णा ज्वरानिलश्लेष्मव्रणशूलाक्षिरोगहृत् ।। (भा.प्र.)

रस : कटू **विपाक :** कटू **वीर्य :** उष्ण
मुख्य गुण : लघु, रुक्ष, तीक्ष्ण
दोषघ्नता : कफघ्न, वातघ्न, पित्तकर

दीपन, पाचन, अनुलोमन असल्याने अरुची, अजीर्ण, अग्निमांद्य आणि पोटात दुखत असल्यास बाळंतशेपा घ्यावा.

प्रसूतीनंतर पोट दुखणे, कंबर दुखणे या लक्षणांसाठी उपयोगी. तसेच स्तन्यजनक या गुणामुळे बाळंतिणीस दूध चांगले येते. प्रसूतीनंतर गर्भाशयशोधनासाठी उपयोगी असल्याने सूतिकाज्वर येत नाही. १-१ चमचा चूर्ण जेवणानंतर घ्यावे. गर्भारपणी बाळंतशेपा उष्ण असल्याने घेऊ नयेत.

मात्रा : चूर्ण १/२ ते १ ग्रॅम.

■

३६. कात

संस्कृत : खदिर **हिंदी :** –
इंग्रजी : – **लॅटिन :** Acacia catechu

रस : तिक्त, कषाय **विपाक :** कटू **वीर्य :** शीत
महत्त्वाचे गुण : रुक्ष, लघु **दोषघ्नता :** कफ-पित्तनाशक

खैराच्या सालीचा काढा गाळून आणि आटवून 'कात' तयार करतात. नैसर्गिकरित्याही उन्हाळ्यात पाझरून झाडाच्या त्वचेवर किंवा ढोलीत कात जमा होतो.

'कात' दंतमंजन म्हणून वापरल्याने, हिरड्यांना बळकटी येते. पू आणि रक्त येण्याचे थांबते. कफज खोकला आणि घसा बसलेला असताना, कात उपयोगी पडतो. स्वरयंत्रास बळ मिळते. कातामुळे अस्थिधातूचे पोषण होते, अस्थींना काठिण्य येते.

तिक्त कषाय रस आणि रुक्ष गुणांमुळे मेदधातूवर लेखनकार्य होऊन मेद कमी होतो. कफज, पित्तज प्रमेहात उपयोगी, कात मुखदुर्गंधी नाहीशी करतो.

■

३७. चुना

विड्याच्या पानाला चुना लावून, कात घालून विडा तयार केला जातो. विड्याचे पान आणि चुना एकत्र खाल्ल्यानेद्ध कॅल्शियमचे शोषण चांगले होते.

विडा खाण्यापूर्वी आणि नंतर दोन तास चहा, कॉफी घेऊ नये. चहा आणि कॉफीतील ऑक्झलेटमुळे कॅल्शियमचा ऑक्झलेटशी संयोग होऊन आतड्यात कॅल्शियम ऑक्झलेट तयार होतो. या कॅल्शियम ऑक्झलेटचे शोषण होत नाही आणि मलरूपाने ते बाहेर पडते. चुना वात, कफनाशक आहे.

■

३८. सुपारी

संस्कृत : पूग **हिंदी :** सुपारी
इंग्रजी : Arecanut **लॅटिन :** Areca-catechu

पूगं गुरू हिमं रुक्षं कषायं कफपित्तजित्।
मोहनं दीपनं रुच्यं आस्यवैरस्यनाशनम्।। (भा.प्र.)

रस : कषाय, मधुर **विपाक :** कटू **वीर्य :** शीत

महत्त्वाचे गुण : गुरू, रुक्ष **दोषघ्नता :** कफपित्तनाशन

सुपारी उकळली असता त्रिदोषशामक. सुपारी ही तुरट (कषाय) रसाची आणि रुक्ष असल्याने खाताना, कंठात अवरोध होऊन जीव घाबरा होतो. ही रुचीकर, मुखवैशद्यकर, लालास्त्रावकर, दीपन, मुखदुर्गंधीहर असल्याने जेवणानंतर सेवन केल्याने उपयोगी पडते. दीपन गुणामुळे अग्निमांद्यावर उपयोगी आहे. ही कृमिहरही आहे.

आधुनिक दृष्टिकोनातून १०० ग्रॅम सुपारीत २४९ कॅलरी आहेत. क्रूड फायबर ११.२ ग्रॅम, प्रोटिन ४.९ ग्रॅम, फॅट ४.४ ग्रॅम, कार्बोहायड्रेट्स ४७.२ ग्रॅम असतात.

मिनरल्स : सर्व मिलिग्रॅममध्ये – कॅल्शियम ५०, फॉस्फरस १३०, आयर्न १.५, मॅग्नेशियम ६६, क्रोमियम ०.४७३

ॲन्टी-ऑक्सिडंट्स : अ) व्हिटॅमिन्स : कॅरॉटिन ३ म्यु.जी.

बी) मिनरल्स : कॉपर ०.९२ मि.ग्रॅम, मँगेनीज १.४६ मि.ग्रॅम, झिंक ०.८१ मि.ग्रॅम.

चिकण्या सुपारीत कॉपर, मँगेनीज, झिंकचे प्रमाण वाढते.

■

३९. विड्याचे पान

संस्कृत : नागवल्ली / तांबूलपत्र **हिंदी :** पान का पत्ता
इंग्रजी : Betel leaves **लॅटिन :** Piper betle

ताम्बूलं विशदं रुच्यं तीक्ष्णोष्णं तुवरं सरम्।।
वश्यं तिक्तं कटू क्षारं रक्तपित्तकरं लघु।
बल्यं श्लेष्मास्य दौर्गन्ध्य मलवात श्रमापहम्।। (भावप्रकाश)

रस : तिक्त, कटू, कषाय **विपाक :** कटू **वीर्य :** उष्ण

महत्त्वाचे गुण : विशद, लघु, सर

दोषघ्नता : कफघ्न, वातघ्न, पित्तकर

विड्याचे पान, मुखदुर्गंधी नाहीशी करते. कटू, तिक्त, कषाय रसाने तसेच यामधील विशद गुणाने पचनास मदत करते. विड्याचे पान खाल्ल्याने श्रमहरण होते.

१०० ग्रॅम विड्याच्या पानात, ४४ कॅलरी असतात. क्रूड फायबर २.३ ग्रॅम, फॅट ०.८ ग्रॅम, कार्बोहायड्रेट्स ६.१ ग्रॅम असतात.

मिनरल्स : सर्व मिलिग्रॅममध्ये कॅल्शियम २३०, फॉस्फरस ४०, आयर्न १०.६, मॅग्नेशियम ४४७, क्रोमियम ०.१३७

व्हिटॅमिन्स (बी कॉम्प्लेक्स–संकुल) : थायामिन ०.०७ मि.ग्रॅम, रिबोफ्लाव्हिन ०.०३ मि.ग्रॅम, नियासिन ०.७ मि.ग्रॅम

अ‍ॅन्टी-ऑक्सिडंट्स : अ) व्हिटॅमिन्स : कॅरॉटिन ५७६० म्यु.जी., व्हिटॅमिन 'सी' ५ मि.ग्रॅम

ब) मिनरल्स : कॉपर २.३२ मि.ग्रॅम, मॅंगेनीज ४.४७ मि.ग्रॅम, झिंक ३.४४ मि.ग्रॅम

■

४०. विडा - तांबूल

मनसो हर्षदं श्रेष्ठं रतिदं मदकारकम्।।
मुखरोगकृमिहरं ताम्बूलं रुचिकारकम्। (क्षेमकुतूहल)

भोजनोत्तर विडा खाण्याची भारतीय परंपरा आहे. रोजचा विडा बनविताना, त्यामध्ये चुना, सुपारी आणि कातच घातला जातो. पण मेजवानीच्या किंवा सणासुदीच्या दिवशी सुग्रास आणि जड जेवण झाल्यावर, जो विडा दिला जातो त्यामध्ये साध्या विड्यापेक्षा खोबरे, वेलदोडा, कंकोळ, जायफळ, गुंजेचा पाला वगैरे मसाल्याचे

साहित्य घातले जाते.

'त्रयोदशगुणी विडा' जुन्या काळापासून प्रसिद्ध आहे. त्यात विड्याच्या पानात सुपारी, कात, लवंग, जायफळ, केशर, खोबरे, कापूर, कंकोळ, जायपत्री, वेलदोडा, बदाम, चुना आणि कस्तुरी घातली जाते.

विड्याचे पान, सुपारी आणि कात ही आयुर्वेदिक दृष्टिकोनातून कषाय, तिक्त, कटू रसाची द्रव्ये आहेत. यामुळे भोजनाच्या शेवटी विडा खाल्ल्याने, पचनास मदत होते. मुखशुद्धी होते आणि ही कृमीहर द्रव्ये असल्याने, कृमी होत नाहीत आणि सेवनाने रुची वाढते.

विड्याचे गुणधर्म वर्णन करताना, विडा हा हर्ष उत्पन्न करणारा म्हणजे भोजनोत्तर मनाला जेवणाचे समाधान वाढविणारा आणि कामोत्तेजक असे केले आहे.

विडा कामोत्तेजक आणि शृंगाररसाशी त्याचा संबंध आल्याने, तसेच खाल्ल्यावर तोंड रंगत असल्याने समाजातील सर्व थरात तो मान्य झाला नाही. या विड्यामध्ये तंबाखू केव्हा अंतर्भूत झाली ते समजलेच नाही. तंबाखूच्या गुणांचे परीक्षण करता, ती ओजाच्या विरुद्ध आहे. आयुर्वेद तंबाखूस विष मानते.

आधुनिक शास्त्रासही, तंबाखूच्या वाईट गुणांची कल्पना आहे. आपण 'तंबाखू विरोधी दिन'ही साजरा करतो.

पानाचे व्यसन असणारे रस्ते आणि जिने रंगवत समाजविरोधी काम करत असतात. अशा या विड्यातील पान आणि सुपारी या दोन वस्तू पवित्र आणि मंगल आहेत. गणेशपूजन, सत्यनारायण किंवा इतर धार्मिक कृत्यात पानसुपारी अग्रणी असते. राजदरबारात शौर्य दाखविण्यासाठी, पैजेचा विडा उचलण्याची पद्धत होती आणि मानाचा विडाही दिला जात असे.

विड्याचे पान आणि सुपारी यांच्या आधुनिक पृथक्करणाकडे बघताना, भारतीय परंपरेने विड्याला देवपूजेत दिलेले स्थान उचित आहे हे सिद्ध होते.

विड्याच्या पानात, मॅग्नेशियम हे मिनरल ४४७ मिलिग्रॅम प्रतिशत आहे. सर्व आहारद्रव्यांपेक्षा, हे प्रमाण जास्त आहे. आपल्या शरीरातील हाडे, दात यांच्या मजबुतीसाठी, स्नायूंच्या प्राकृत कार्यासाठी, शरीराच्या प्रतिकारशक्तीसाठी (इम्यून सिस्टिम) मॅग्नेशियम आवश्यक आहे. याच्या अभावाने क्रॉनिक फटिग सिंड्रोम होतो, म्हणजे व्यक्ती सदैव थकलेलीच असते. हृदयाच्या प्राकृत कार्यासाठी मॅग्नेशियम जरुरीचे असते, नाहीतर हृदयाचे ठोके अनियमित होतात. गर्भारपणी मॅग्नेशियमच्या अभावाने ब्लडप्रेशर वाढते.

या सर्व गोष्टींचा विचार करताना तरुण, वृद्ध स्त्रीपुरुषांना मॅग्नेशियमसाठी विड्याचे पान खाणे आवश्यक आहे.

विड्याच्या पानात कॅरॉटिन (व्हिटॅमिन ए), व्हिटॅमिन 'सी', व्हिटॅमिन 'ई' ही

ॲन्टी-ऑक्सिडंट व्हिटॅमिन्स आणि कॉपर, झिंक, मँगेनीज ही ॲन्टी-ऑक्सिडंट मिनरल्स विपुल आहेत. ही सर्व म्हणजेच शरीराची ॲन्टी-ऑक्सिडंट यंत्रणा, जी फ्री रॅडिकल्सविरुद्ध सामना करून आपले तारुण्य टिकवितात. पानातील कात आणि चुना म्हणजे कॅल्शियम हाडे मजबूत होण्यासाठी, उपयोगी आहेत.

या दृष्टिकोनातूनही, विड्याचे पान हे रोज खाण्यास योग्य ठरते.

सुपारीमध्येही कॉपर, मँगेनीज आणि झिंक ही ॲन्टी-ऑक्सिडंट्स आहेत.

क्रोमियमचे ०.४७३ मि.ग्रॅम हे सुपारीतील प्रमाण, सर्व आहारद्रव्यात श्रेष्ठ आहे.

क्रोमियम शरीराची प्रतिकारशक्ती वाढवते. क्रोमियममुळे, ब्लडशुगर नियंत्रित होते. इन्सुलिनचा डोस कमी होतो. 'ॲथेरोस्क्लेरोसिस' उशिरा होते.

गर्भारपण म्हणजे 'ऑक्सिडेटिव्ह स्ट्रेस' असे वर्णन आधुनिक शास्त्र करते. यामुळे स्त्रियांना आहारातून ॲन्टी-ऑक्सिडंट्स आणि फायटोकेमिकल्स जास्त प्रमाणात घेणे क्रमप्राप्त असते, यासाठी विडा उपयोगी आहे.

गर्भारपणी आणि सूतिका अवस्थेत स्त्रियांनी आपल्या आहारातील झिंकचे प्रमाण वाढविणे आवश्यक आहे. आपणास रोज १५ मि.ग्रॅम झिंक पुरते. पण गर्भारपणी २७ मि.ग्रॅमपर्यंत झिंक घेणे जरूर असते.

'झिंक' मातेकडून बाळाला वारेमधून (Placenta) मिळत असते. पोटातील गर्भाच्या मेंदूची आणि कवटीची वाढ योग्य होण्यासाठी, झिंक आवश्यक आहे. विड्याच्या पानात झिंक विपुल आहे आणि त्यात वेलदोडा, लवंग घालण्याने झिंकचे प्रमाण आणखीन वाढते. यामुळेच गर्भिणी स्त्रियांनी आणि सूतिकावस्थेत विडा लवंग, वेलदोडा, बदाम, केशर आणि ओले खोबरे घातलेला, तसेच त्यात गुलकंद घालून रोज खाल्ला तर आईचे आणि बालकाचे आरोग्य चांगले राहील.

ज्यांना विडा रंगण्याची भीती वाटते आणि आवडत नाही, त्यांनी विड्याचे पान, सुपारी, लवंग, वेलदोडा, केशर, बदाम घालून सेवन करावे.

सर्वांनी दिवसातून, एक वेळा तरी आपल्या आवडीप्रमाणे विडा सजवून खावा, पण विड्याचे व्यसन लागणेही चांगले नाही.

■

४१. ज्येष्ठमध

संस्कृत : मधुयष्टी **हिंदी :** मुलेठी
इंग्रजी : Liquorice **लॅटिन :** Glyceriza Glabra

रस - मधुर विपाक - मधुर वीर्य - शीत

मुख्य गुण - गुरू स्निग्ध दोषघ्नता - पितघ्न, वातघ्न, कफवर्धक

ज्येष्ठमध स्निग्ध मधुर आणि कण्ठ्य आहे. खोकला, घसा बसणे यात उपयोगी, चिकट कफ बाहेर पडण्यास मदत होते.

आम्लपित्त, पेपटीक अल्सर, घशाची जळजळ यांवर उपयोगी, रसधातूचे पोषण करते. शुक्रधातू आणि ओजवर्धन होत असल्याने तारुण्य टिकून राहते. शरीराचा वर्ण आणि कांती सुधारते.

मात्रा - चूर्ण १ ते २ ग्रॅम.

आधुनिक दृष्टिकोनातून ज्येष्ठमधामध्ये अल्डोस्टेरोन (Aldosterone) हे हार्मोन उद्दीप्त करण्याची क्षमता असल्याने शरीरात सोडियम आणि पाणी साचण्यास सुरुवात होते. पोटॅशियम मात्र शरीरात साठत नाही. यामुळे शरीरास सूज येते. रोज २० ग्रॅम ज्येष्ठमध घेतल्यास हृदय, लिव्हर, किडनी यांच्यावर ताण येऊन यांचे कार्य बिघडू शकते. यामुळेच ज्यांना वरील अवयवांच्या व्याधी असतील त्यांनी ज्येष्ठमध अतिमात्रेत सेवन करू नये.

आधुनिक संशोधनात ज्येष्ठमधामध्ये ११ फायटोकेमिकल्स सापडली आहेत. यातील प्लॅवोनाइड्स प्लावोन ही ॲन्टी-बॅक्टेरिअल, ॲन्टी-व्हायरल असल्याने श्वसन संस्थेच्या रोगांवर उपयोगी पडतात.

ग्लाबरॉल (Glabrol) हे फायटोकेमिकल कोलेस्टेरॉल कमी करते आणि रक्तशर्करा नियंत्रणास मदत करते. तसेच अन्नवह स्रोतसाच्या कॅन्सरविरुद्ध लढण्यासही मदत होते. ज्येष्ठमध अल्प मात्रेत बहुगुणी आहे.

मुखवास किंवा सुपारी म्हणून खाली वर्णन केलेला मुखवास रोज खाल्ल्यास फायबर, ॲन्टी-ऑक्सिडंट्स, फायटोकेमिकल्स भरपूर मिळाल्याने फायदा होतो.

५०० ग्रॅम बडिशेप + ३० ग्रॅम ओवा हे मिश्रण तव्यावर भाजून थंड करावे. यामध्ये ज्येष्ठमध ५० ग्रॅम + लवंग २५ ग्रॅम + वेलची सालासह २५ ग्रॅम + दालचिनी २५ ग्रॅम + जायपत्री १० ग्रॅम + खडीसाखर २० ग्रॅम + कातरलेली सुपारी ५० ग्रॅम + सैंधव १० ग्रॅम. असे सर्व घटक घालून हे मिश्रण मिक्सरमध्ये घेऊन पूड करावी येथे सैंधव आपल्या स्वादानुसार कमी-जास्त करता येते. हा मुखवास रोज खाल्ल्यास कोलेस्टेरॉल, कॅन्सर आदि रोगांविरुद्ध लढता येते.

■

१५

परदेशी मसाले

१. बोरेज

संस्कृत : – **हिंदी :** –
इंग्रजी : Borage **लॅटिन :** Borago Officinalis

हे झाड मूळचे सिरीयामधील, याचे दुसरे नाव 'स्टार फ्लावर' आहे. उत्तर आफ्रिका, दक्षिण अमेरिका आणि एशिया मायनॉरमध्ये लागवड करतात.

झाड २ ते ३ फूट उंच असते, पाने २-६ इंच लांब असतात. हिरव्या पानांवर लव असते. याला निळी सुंदर फुले येतात.

कोवळ्या ताज्या पानांना काकडीसारखी चव असते. निरनिराळ्या सॅलड्समध्ये वापरतात.

जर्मन, इटालियन आणि स्पॅनिश खाद्यसंस्कृतीत पानांची भाजीही करतात. जर्मनीत सुप्समध्येही वापर होतो. प्रसिद्ध जर्मन ग्रीन सॉसमध्ये बोरेज असते.

इटलीत राव्हिओली (Ravioli) आणि पानसोटी (Pansoti) पास्तामध्ये वापर होतो.

पोलंडमध्ये घरकिन्स (Gherkins)च्या लोणच्यात वापरतात. क्रिम व कॉटेज चीझमध्ये बोरेज घालून सँडविचेस बनवितात. बोरेजची निळी फुले डेझर्ट (Desserts) व केक डेकोरेट करण्यासाठी वापरतात. उन्हाळ्यात पीम्मस (Pimms) या पेयांत बोरेजची निळी फुले वापरण्याची परंपरा आहे. ही फुले खाण्यास गोड व मधासारखी लागतात.

बोरेजची ताजी पाने, लिंबाचा रस आणि साखर हे मिश्रण ब्लेंडरमध्ये फिरवून गाळतात. याला 'बोरेज लेमोनेड' म्हणतात. हेही उन्हाळ्यात सरबत म्हणून घेतात.

इराणमध्ये चहा बनविताना बोरेजची ताजी पाने घालतात बोरेजची पाने औषध म्हणून वापरावयाची असतील, तर त्याचे शरीरावर होणारे परिणाम लक्षात घेणे महत्त्वाचे आहे. आपल्या लिव्हरला ही पाने चांगली नाहीत. लिव्हरचे कार्य बिघडते,

दुष्परिणाम (टॉक्सिक) परिणाम दिसतात.

बोरेजच्या बियांपासून तेल काढतात, याला 'बोरेज ऑइल' किंवा 'स्टार फ्लावर तेल म्हणतात. या तेलात जी.एल.ए. फॅट असते, हे फॅट फूड सप्लिमेंट म्हणून देतात, यामुळे कोलेस्टेरॉल कमी होतो. इन्सुलिनचे कार्य सुधारते आणि रोग प्रतिकारशक्ती वाढते.

१०० ग्रॅम ताज्या बोरेजच्या पानांत २१ कॅलरीज असतात, फायबर नसतात. प्रोटिन्स २ ग्रॅम, फॅट १ ग्रॅम, कार्बोहायड्रेट्स ३ ग्रॅम आहेत.

मिनरल्स : सर्व मिलिग्रॅममध्ये - कॅल्शियम ९३, फॉस्फरस ५३, आयर्न ३.३, मॅग्नेशियम ५२, सोडियम ८०, पोटॅशियम ४७०

व्हिटॅमिन्स (बी कॉम्प्लेक्स – संकुल) : थायामिन ०.०६ मि.ग्रॅम, रिबोफ्लाविन ०.१५ मि.ग्रॅम, नियासिन ०.९ मि.ग्रॅम, पॅन्टोथेमिक ॲसिड ०.०४१ मि.ग्रॅम, पायरिडॉक्सिन ०.०८४ मि.ग्रॅम

ॲन्टी-ऑक्सिडंट्स : अ) व्हिटॅमिन्स : व्हिटॅमिन 'ए' ४२०० आ.यु. व्हिटॅमिन 'सी' ३५ मि.ग्रॅम

ब) मिनरल्स : कॉपर ०.१३ मि.ग्रॅम, मॅंगेनीज ०.३४ मि.ग्रॅम, झिंक ०.२ मि.ग्रॅम

■

२. बेसिल

संस्कृत : –
हिंदी : –
इंग्रजी : Sweet Basil
लॅटिन : Ocimum Basilicum

'बेसिल' या ग्रीक शब्दाचा अर्थ 'राजा' (King) होय. सेंट हेलन (St. Helen) आणि त्यांचे चिरंजीव सेंट कॉनस्टंटटाइन (St. Constantine) यांना जेथे होली क्रॉस (Holy cross) मिळाला, त्या जागी प्रथम बेसिल उगवली अशी कथा सांगतात. आपल्या पवित्र तुळशीची (Occimum Santum) ही चुलत बहीण.

इटली, फ्रान्स, तैवान, थायलंड, व्हिएतनाम, कंबोडिया आणि लाओसमध्ये खाद्यसंस्कृतीत 'बेसिल' वापरतात. घरोघरी याची रोपे ताज्या बेसिलसाठी लावली जातात. याची चव व सुवास इटली व फ्रान्समध्ये फार आवडतो. त्याचे वर्णन इंग्रजीत असे आहे – 'The green leaves have a tantalizingly heady aroma and pungent flavour.' ताजी कोवळी पाने तुकडे करून अगदी शेवटी पाककृतीत टाकतात यामुळे चव, सुवास व रंग टिकून राहतो. ताजी पाने उकळत्या पाण्यात बुडवून नंतर फ्रीजमध्ये ठेवून वापरण्याची प्रथा आहे.

इटली आणि फ्रेंच स्वयंपाकात टोमॅटो शिजविताना बेसिल हमखास वापरतात. टोमॅटो व बेसिलचे अतुट नाते आहे. निरनिराळी सॅलड्स व सॉसेसमध्ये ही बेसिल असतेच.

सर्वांत प्रसिद्ध म्हणजे इटालियन पेस्टो (Italian Pesto). पेस्टो बनविताना फक्त बेसिलची पाने सुरीने बारीक केली जातात इतरवेळी हाताने तोडली जातात. सुरीने बारीक करण्याने रंगहीन होतात असा समज आहे.

पेस्टो किंवा पारंपरिक इटालियन सॉस पास्तासाठी बनवितात. यात २५ ग्रॅम चिलगोझे (Pine Nuts) परतून घेतात. ५० ग्रॅम बारीक चिरलेली बेसिल व त्याबरोबर लसणाच्या दोन-तीन पाकळ्या बारीक चिरून टाकतात व स्वादानुसार मीठ खलात घालतात. खलबत्यात ह्यांची कुटून पेस्ट केली जाते व नंतर यात ऑलिव्ह तेल घालतात.

इंडोनेशियातील बेसिलला लिंबासारखा वास येतो. याला 'लेमन बेसिल' म्हणतात. कच्ची कोबी चिरतात, त्यात बारीक कापलेली काकडी घालतात व त्यात बेसिल बारीक चिरून टाकतात नंतर मोड आलेली कडधान्ये घालून हे मिश्रण हलवितात. थोडक्यात भारतीय कोशिंबीर करतात. तळलेल्या माशांबरोबर ही कोशिंबीर खाण्याची प्रथा आहे.

अपचन, अरुची अग्निमांद्य, मानसिक ताण, निद्रानाश अशा लक्षणांकरिता बेसिलचा चहा उपयोगी पडतो. बेसिलमध्ये फायटो इस्ट्रोजेन आहेत, त्यामुळे रजोनिवृत्त स्त्रियांना हा चहा घेतल्यास त्यांच्या तक्रारीवर उपयोगी पडतो.

१०० ग्रॅम ताज्या बेसिल पानांत २३ कॅलरी असतात. एकूण फायबर १.६० ग्रॅम आहे. प्रोटिन्स ३.१५ ग्रॅम, फॅट्स ०.६४ ग्रॅम आणि कार्बोहायड्रेट्स २.६५ ग्रॅम आहेत.

मिनरल्स : सर्व मिलिग्रॅममध्ये – कॅल्शियम १७७, आयर्न ३.१७, मग्नेशियम ६४

व्हिटॅमिन्स (बी कॉम्प्लेक्स-संकुल) : थायामिन ०.०३४ मिलिग्रॅम, पायरिडॉक्सिन ०.१५५ मि.ग्रॅम, रिबोप्लाविन ०.०७६, नियासिन ०.९०२ मि.ग्रॅम, फोलेट ६८ म्यु. जी, पॅन्टोथेनिक ॲसिड ०.२०९ मि.ग्रॅम

ॲन्टी-ऑक्सिडंट्स : अ) व्हिटॅमिन्स : व्हिटॅमिन 'ए' ५२७५ आय. यु. व्हिटॅमिन 'सी' १८ मि.ग्रॅम, व्हिटॅमिन 'ई' ०.८६ मि.ग्रॅम.

ब) मिनरल्स : कॉपर ३.८५ मि. ग्रॅम, मॅंगेनीज १.१५ मि. ग्रॅम, झिंक ०.८१ मि.ग्रॅम.

फायटोकेमिकल्स : १) विपुल बिटाकॅरोटीन २) क्रिप्टोझॅन्थीन ३) ल्युटिन ४) झियाझॅन्थीन

विपुल अ‍ॅन्टी-ऑक्सिडंट्स व फायटोकेमिकल्स मुळे कॅन्सर विरुद्ध लढण्याची क्षमता येते. हृदयाला संरक्षण मिळते.

■

३. थाइम

संस्कृत : –　　**हिंदी :** बन अजवान

इंग्रजी : Thyme　　**लॅटिन :** Thymus Vulgaris

मेडिटेरेनीयन (Mediterranean) विभागातील हे 'क्षुप' रोमन लोकांनी ब्रिटनमध्ये आणले. आता अमेरिकेतही याची लागवड होते.

थाइमचे झाड १२-१५ इंच उंचीचे असते. पाने १/८ इंच लांब आणि १/१६ इंच रुंद असतात. ग्रीन ग्रे रंगाच्या पानांची मागील बाजू पांढरट असते. पानांवर गडद ठिपके असल्यास किंवा पाने पिवळी असल्यास वापरू नये.

ताजी पाने चविष्ट असतात, त्यात पोषण मुल्येही जास्त असतात. ताजी पाने ओलसर पेपर टॉवेलमध्ये गुंडाळून फ्रीजमध्ये ठेवावी.

वाळलेली थाइमची पाने बाजारात मिळतात घट्ट बुचाच्या काचेच्या बाटलीत पाने भरून ठेवावी. बाटली कोरड्या थंड व प्रकाश नसलेल्या वातावरणात ठेवावी सहा महिने पाने टिकतात. याची फुले लव्हेंडर किंवा तांबडी पांढरट रंगाची असतात. फुले सुवासिक असतात. आइस्क्रीम व सॅलड्समध्ये वापर होतो. ह्या फुलांपासून मध तयार करतात. हा 'थाइमहनी' स्वंयपाकात वापरणे मानाचे समजतात.

फ्रेंच, इटालियन, ग्रीक, पर्शियन, स्पॅनिश आणि अमेरिकन खाद्य संस्कृतीत थाइमचा वापर होतो. मटण, चिकन शिजविताना वापरतात.

आमलेट, स्क्रंबल्ड एग्जमध्येही थाइम सुवासाने लज्जत वाढविते.

फ्रान्समध्ये ताजे थाइम, परसेलीची पाने आणि बे-लिव्हज यांची एकत्र पुरचुंडी करतात. सॉस, सुप्स (Soups) आणि स्टूज (Stews) बनविताना ही पुरचुंडी त्यात टाकली जाते. पदार्थ बनत आला की, पुरचुंडी काढून टाकतात. या पुरचुंडीला 'बुके गार्नी' (Bouquet Garni) हे प्रसिद्ध नाव आहे.

सॅलड्स बनविताना थाइम आणि बेसिलची पाने वापरण्याची प्रथा आहे. यामुळे नुसती चव व सुगंध वाढतो, असे नाही तर कच्ची सॅलड्स खाल्याने पोट बिघडत नाही. आंघोळीच्या पाण्यात थाइमची पाने टाकल्याने त्वचेला फायदा होता. थाइमचे तेल अंगाला लावण्याने त्वचेची कांती वाढते.

मनोरुग्णांनी अंगाला तेल लावल्यास मानसिक संतुलन वाढते. अपचन, खोकला अशा लक्षणांत थाइमचा चहा उपयोगी पडतो.

गर्भवती स्त्रियांनी थाइमचा चहा घेऊ नये. थाइमच्या पानांना लिंबाचा वास येत असला की, या पानांना 'लेमन थाइम' म्हणतात.

१०० ग्रॅम ताज्या थाइमच्या पानांत १०१ कॅलरी असतात. एकूण फायबर १४ ग्रॅम असतो. प्रोटिन्स ५.५६ ग्रॅम, फॅट्स १.६८ ग्रॅम, कार्बोहायड्रेट्स २४.४५ ग्रॅम असतात.

मिनरल्स : सर्व मिलिग्रॅममध्ये - कॅल्शियम ४०५, आयर्न १७.४५, मॅग्नेशियम १६०, सोडियम ९, पोटॅशियम ६०९

व्हिटॅमिन्स (बी कॉम्प्लेक्स-संकुल) : थायामिन ०.४८ मि.ग्रॅम, रिबोफ्लाविन ०.४७१ मि.ग्रॅम, नियासिन १.८२८ मि.ग्रॅम, पायरिडॉक्सिन ०.३४८ मि.ग्रॅम, फोलेट ४५ म्यु. जी.

ॲन्टी-ऑक्सिड्स : अ) व्हिटॅमिन्स : व्हिटॅमिन 'ए' ४७७१ आय. यु. व्हिटॅमिन 'सी' १६० मि.ग्रॅम.

ब) मिनरल्स : मँगेनिझ १.७१९ मि.ग्रॅम, झिंक १.८१ मि.ग्रॅम.

फायटोकेमिकल्स : १) बीटाकॅरोटीन : यामुळे घसा, तोंड व फुप्फुसाच्या कॅन्सर व्द्धि लढण्याची क्षमता येते.

२) फेनॉलिक ॲसिड : शरीरातील कारसिनोजेनिक केमिकल्स पाण्यात विरघळून शरीराबाहेर फेकली जातात. कॅन्सरपासून संरक्षण.

३) ल्युटिन आणि झियाझॅन्थीन : यांनी हृदयाचे संरक्षण होते.

■

४. ओरेगानो

संस्कृत : – **हिंदी :** मिरझान जोश

इंग्रजी : Oregano **लॅटिन :** Origanum Vulgare

या सुगंधी झाडाची लागवड 'अॅफरोडाइटी' (Aphrodite) या ग्रीक देवतेने ऑलिंपस डोंगरावर केली. नव-वधुवरांना ग्रीक व रोमन संस्कृतीत या झाडाचे मुकुट घालण्याची प्रथा होती. पुढे याची लागवड ग्रीस, इटली, टर्की, अमेरिका व काश्मीरमध्ये होऊ लागली. ओरेगानोची पाने ऑलिव्ह ग्रीन रंगाची असतात, लांबी ३-४ मि.मीटर असते. ओरेगानोला 'वाइल्ड मारजोराम' म्हणतात. दक्षिण इटलित 'ओरेगानो' वापरण्याची पद्धत आहे, तर उत्तर इटलीत 'मारजोराम'ला पसंती देतात.

ओरेगानोच्या ताज्या पानांपेक्षा वाळलेली पाने जास्त सुगंधी असतात त्यांच्या विशिष्ट चवीमुळे पाककृतीची लज्जत वाढते म्हणून वाळलेली पाने जास्त महत्त्वाची ठरतात.

टर्कीश पाककृतीत मटणाला सुगंध देण्यासाठी वापरतात, व कबाबात ही याचा वापर होतो.

फिलीपाइन्समध्ये बीफ उकळताना त्याचा उग्र दर्प जाण्यासाठी ओरेगानो घालण्याची पद्धत आहे.

ग्रीसमध्ये ग्रीन सॅलड्समध्ये चवीसाठी याचा उपयोग करतात. इटालियन पाककृतीत नुडल्स, पास्ता, पिझ्झा आणि सुप्समध्ये हे असतेच. याला जगभर 'पिझ्झा स्पाइस' असे टोपण नाव आहे.

सॅलड्स, सॉस व सॅन्डविचेस वर कोथिंबिरीप्रमाणे भुरभुरण्याची प्रथा आहे. यातील विपुल आयर्न अनिमियाच्या रुग्णांना फायदेशीर ठरते. इटलीत मटण, चिकन, अंडी आणि चीझच्या पाककृतीत ओरेगानोशिवाय डीश परिपूर्ण होत नाहीत.

बेकरी प्रॉडक्ट्स व मद्यनिर्मितीत सुगंधासाठी वापर होतो. ओरेगानोचा चहा अरुची, अपचन, गुबारा आणि खोकल्यासाठी देतात. ओरेगानोचे तेलात थायगॉल असते. यातील अॅन्टी-बॅक्टेरियल गुणधर्मामुळे दातदुखीसाठी वापर होतो. सुजलेल्या सांध्यांना याच्या पुरचुंडीने शेकण्याने फायदा होतो.

औषध म्हणून गर्भवती, स्तनदा मातांनी घेऊ नये. उच्चरक्तदाबाचे व हृदयरुग्णांनी वैद्यकीय सल्ल्याशिवाय घेऊ नये.

१०० ग्रॅम सुकलेल्या ओरेगानो पानांत ३०६ कॅलरीज आहेत. एकूण फायबर ४३ ग्रॅम आहे. प्रोटिन्स ११ ग्रॅम, फॅट्स १० ग्रॅम आणि कार्बोहायड्रेट्स ६४ ग्रॅम असतात.

मिनरल्स : सर्व मिलिग्रॅममध्ये - कॅल्शियम १५७६, फॉस्फरस २००, आयर्न ४४, मॅग्नेशियम २७०, सोडियम १५, पोटॅशियम १६६९

व्हिटॅमिन्स (बी कॉम्प्लेक्स-संकुल) : थायामिन ०.३४१ मि.ग्रॅम, रिबोफ्लाविन ०.३२ मि.ग्रॅम, नियासिन ६.२२ मि.ग्रॅम, फोलेट २७४ म्यु. जी.

अॅन्टी-ऑक्सिडंट्स : अ) व्हिटॅमिन्स : व्हिटॅमिन 'ए' ६९०३ आय. यु. व्हिटॅमिन 'सी' ५० मि.ग्रॅम, व्हिटॅमिन 'ई' १८.८६ मि.ग्रॅम.

ब) मिनरल्स : कॉपर ०.९४३ मि.ग्रॅम, मॅंगेनीज ४.६६७ मि.ग्रॅम, झिंक ४.४३ मि.ग्रॅम, सेलेनियम ५.९ मायक्रोग्रॅम.

फायटोकेमिकल्स : १) विपुल बीटाकॅरोटीन २) बीटाक्रिप्टोझॅन्थीन यामुळे हृदयाचे संरक्षण होते. कॅन्सर विरुद्ध लढण्याची क्षमता येते.

■

५. चाइव्हस

संस्कृत : – **हिंदी :** –
इंग्रजी : Chives **लॅटिन :** Allium Schoenoprasum

युरोप, अमेरिका, आशिया, चीन, तैवान आणि जपानमध्ये याची लागवड होते. चाइव्हस ही कांद्याची सर्वात लहान प्रजाती. गवताप्रमाणे दिसणाऱ्या याच्या पाती अरुंद असतात. गडद हिरव्या रंगाच्या या पाती एक ते दीड फूट उंच वाढतात, यांना जांभळी फुले येतात. ताजी कोवळी पाने मंद सुगंधासाठी स्वयंपाकात वापरतात. जून पानांना उग्रवासामुळे पसंती कमी असते. कोवळी पाने गार पाण्यात धुऊन पुसून फ्रीजमध्ये ठेवावी. पाने बारीक कापून पाककृती बनत आली की अगदी शेवटी टाकावी. याचा आकर्षक हिरवारंग पाककृतीचे सौंदर्य वाढवितो व मंद सुगंध तोंडाला पाणी सुटण्यास मदत करतो. वाळलेली पानेही स्वयंपाकात वापरतात. फुलांचा वापर गार्निशिंगसाठी करतात.

फ्रान्स आणि स्विडनमध्ये चिकन, फिश, अंड्याच्या पाककृतीत वापरतात. सॅलड्स, सॅन्डवीच आणि पॅनकेकमध्ये ही वापर होतो.

चीन, तैवान, जपानमध्ये डंपलिंग (Dumplings)cध्ये वापरतात, तर पोलंडमध्ये क्वार्क चीझ (Quark Cheese) बरोबर सर्व्ह करतात.

मफीन, बिस्किट्स पिझ्झा अशा बेकरी उत्पादनात ही चाइव्हस आढळतात.

चाइव्हस, चेरिल, पर्सेली आणि टेरेगान ही मसाल्याची चौकडी फ्रेंच खाद्य संस्कृतीचा मुख्य आधारस्तंभ आहे.

१०० ग्रॅम ताज्या चाइव्हसच्या पानांत ३० कॅलरीज आहेत. एकूण फायबर २.५ ग्रॅम आहे. प्रोटिन्स ३.२७ ग्रॅम, फॅट्स ०.७३ ग्रॅम, कार्बोहायड्रेट्स ४.३५ ग्रॅम असतात.

मिनरल्स : सर्व मिलिग्रॅममध्ये - कॅल्शियम ९२, फॉस्फरस ५८, आयर्न १.६, मॅग्नेशियम ४२, सोडियम ३, पोटॅशियम २९६

व्हिटॅमिन्स (बी कॉम्प्लेक्स-संकुल) : थायामिन ०.०७८ मि.ग्रॅम, रिबोफ्लाविन ०.११५ मि.ग्रॅम, नियासीन ०.६४७ मि.ग्रॅम, पायरिडॉक्सिन ०.१३८ मि.ग्रॅम, फोलेट १०५ म्यु. जी.

ॲन्टी-ऑक्सिडंट्स : अ) व्हिटॅमिन्स : व्हिटॅमिन 'ए' ४३५३ आय. यु. व्हिटॅमिन 'सी' ५८.१ मि.ग्रॅम, व्हिटॅमिन 'ई' ०.२१ मि.ग्रॅम

ब) मिनरल्स : कॉपर ०.१५७ मि.ग्रॅम, मॅंगेनीज ०.३७३ मि.ग्रॅम, झिंक ०.५६ मि.ग्रॅम, सेलेनियम ०.९ म्यु. जी.

फायटोकेमिकल्स : लसणात असलेली ॲलिल सल्फाइड आणि अल्किल सल्फोक्साइड (Alkyl Sulfoxides) ही ऑरगॅनो सल्फर कंपाउंड आहेत.

१) ॲलिल सल्फाइड : हृदयाच्या रक्तवाहिन्यांत ब्लॉक्स होऊ देत नाही. रक्तात गुठळ्या होऊ देत नाही, कॅन्सर विरुद्ध लढा देते.

यातील विपुल ॲन्टी-ऑक्सिडंट्स फ्री रॅडिकल्स विरुद्ध सामना देतात.

चाईव्हसमध्ये 'फ्रुक्टो ऑलिगो सॅकराइड्स' (F.O.S) असतात. ही एफ.ओ.एस. आपल्या आतड्यातील परोपकारी जीवाणू वाढविण्यास मदत करतात, परोपकारी जीवाणूंमुळे आतड्यात व्हिटॅमिन्स तयार होतात.

■

६. टेरागॉन

संस्कृत : –   **हिंदी :** नागदौना

इंग्रजी : Tarragon   **लॅटिन :** Artemisia Dracunculus

टेरागॉन किंवा ड्रॅगॉन्स-वॉर्ट (Dragon's-Wort)ची झाडे पूर्व युरोप, मध्य आणि पूर्व आशिया, उत्तर अमेरिका आणि भारतात आढळतात. हे झाड ४ ते ५ फूट वाढते, पाने ग्लॉसी ग्रीन रंगाची असतात. पाने दोन ते तीन इंच लांब असतात. याला पिवळी फुले येतात.

फ्रेंच टेरागॉनची पाने गोड व सुवासिक असतात याला फुले क्वचित येतात, तर रशियन टेरागॉनची पाने चवीला कडवट असतात व सुगंधी नसतात.

फ्रान्समध्ये टेरागॉनची ताजी पाने स्वयंपाकात वापरतात. ताजी पाने सावलीत वाळवूनही वापरतात.

टेरेगॉन चिकन, मटण, मासे आणि अंड्याच्या पाककृतीत वापरतात. या पानांनी व्हिनेगर सुगंधित करतात, तर टेरेगॉनयुक्त ऑलिव्ह तेल मटण, चिकन आणि फिश सॅलड्सची चव वाढविते.

स्लोव्हेनियात (Slovenia) पोटिका हा केक टेरागॉन घालून बनवितात.

आर्मेनिया, जॉर्जिया, रशिया आणि युक्रेनमध्ये तरहून (Tarhun) हे सुगंधी शीतपेय बनविताना टेरागॉनचा वापर होतो.

लोणी, टेरागॉन, लिंबाचा रस, मीठ व मिरे एकत्र करून टेरागॉन बटर बनवून, फ्रीजमध्ये ठेवून ऐनवेळी पाक कलेत वापरतात. टेरेगॉनच्या पानांपासून तेल काढतात या तेलात युजेनॉल (Eugenol) हे द्रव्य आहे. दातदुखीसाठी हे तेल उपयोगी पडते टेरागॉनच्या पानांचा चहा निद्रानाशावर वापरतात.

१०० ग्रॅम वाळलेल्या टेरागॉनमध्ये २९५ कॅलरीज असतात. एकूण फायबर

७ ग्रॅम असतो. प्रोटिन्स २३ ग्रॅम, फॅट्स ७ ग्रॅम, कार्बोहायड्रेट्स ५० ग्रॅम असतात.

मिनरल्स : सर्व मिलिग्रॅममध्ये कॅल्शियम ११३९, फॉस्फरस ३१३, आयर्न ३२.३, मॅग्नेशियम ३४७, सोडियम ६२, पोटॅशियम ३०२०

व्हिटॅमिन्स (बी कॉम्प्लेक्स-संकुल) : थायामिन ०.२५१ मि.ग्रॅम, रिबोफ्लाविन १.३३९ मि.ग्रॅम, नियासिन ८.९५ मि.ग्रॅम, पायरिडॉक्सिन २.४१ मि.ग्रॅम, फोलेट ०.२७४ म्यु. जी.

ॲन्टी-ऑक्सिडंट्स : अ) व्हिटॅमिन्स : व्हिटॅमिन 'ए' ४२०० आय. यु. व्हिटॅमिन 'सी' ५० मि.ग्रॅम.

ब) मिनरल्स : कॉपर ०.६७७ मि.ग्रॅम, मँगेनिज ७.९६७ मि.ग्रॅम, झिंक ३.९ मि.ग्रॅम, सेलेनियम ४.४ मायक्रोग्रॅम.

फायटोकेमिकल्स : बीटाकॅरोटिन

यामुळे रक्तवाहिन्यामध्ये ब्लॉक्स होत नाहीत.

डोळ्यांचे आरोग्य चांगले राहाते.

रक्तशर्करा नियंत्रित करण्यास मदत होते.

कोलेस्टेरॉल कमी होतो.

■

७. अंजेलिका

संस्कृत : – **हिंदी :**

इंग्रजी : Garden Angelica **लॅटिन :** Angelica Archangelica

नार्वे, डेन्मार्क, ग्रीनलँड, फिनलँड, स्वीडन आणि फ्रान्समध्ये या झाडाची लागवड होते. पूर्ण वाढलेले झाड सहाफूट उंच असते. पाने हिरव्या रंगाची सुवासिक असतात. झाडाला दोन वर्षांनी पिवळट हिरवी सुवासिक फुले येतात. या झाडाची मुळे, कोवळ्या फांद्या आणि पाने खातात. फांद्यांना व मुळांना गोड सुवास येतो. यातील काही प्रजाती विषारी असतात त्यामुळे खातरी केल्यावर सेवन करावे.

सामी संस्कृतीत सुवासिक पाने रेनडीयरचे दूध सुगंधी करण्यासाठी वापरतात.

कापलेली पाने फिशपाककृतीत वापरतात. कॉटेज चीझमध्ये घालण्याची प्रथा आहे.

फ्रूट सॅलड, ग्रीन सॅलड्समध्ये पानांचा वापर होतो. याच्या हिरव्या फांद्यांना साखरेचे वेष्टन देऊन कुकीज व केक डेकोरेट करतात.

स्वीट्स व मिठाई बनविताना फांद्या आणि बिया वापरतात. खोड व मूळापासून तेल काढतात. तेलाला ज्येष्ठमधासारखा वास येतो. अत्तरे बनविण्यासाठी हे तेल

उपयोगी आहे.

मासिकपाळीत स्त्रियांच्या ओटीपोटात दुखते, त्या वेळी ही पाने उपयोगी पडतात. गर्भवती स्त्रियांनी या पानांचे सेवन करू नये.

मधुमेही रुग्णांनी या पानांचा खाण्यासाठी वापर करू नये.

■

८. लेमन बाम

संस्कृत : – **हिंदी :** –

इंग्रजी : Lemon Balm **लॅटिन :** Melissa Officinalis

दक्षिण युरोप व उत्तर आफ्रिकेत हे झाड आढळते. झाड दोन ते तीन फूट वाढते. याच्या हिरव्या रंगाच्या पानांना पुदिना आणि लिंबासारखा मंद सुगंध येतो.

याची ताजी व वाळलेली पाने वापरण्याची प्रथा आहे. फार जुन पाने कडवट असतात म्हणून कोवळी पाने निवडावी. पानांना लेमन सेंट (Lemon Scent) सारखा वास येतो. पाने चुरून अंगाला चोळतात. यामुळे डासांपासून संरक्षण होते.

'लेमन बाम' पानांचा हर्बल टी गरम किंवा थंड घेतात.

हर्बल टी, खोकला, अपचन, गॅसेस वर लाभदायक. हा चहा घेण्याने मानसिक तणाव कमी होते. नैराश्य नाहीसे होते, मूड सुधारतो. नियमित चहा घेतल्यास अल्झायमरच्या रुग्णांमध्ये गुणकारी ठरतो. यातील विपुल अँन्टी-ऑक्सिडंट्समुळे निरोगी दिर्घायुष्य मिळते. हायपो थायरॉइडिझमच्या रुग्णांना थायरॉक्सिन (Thyroxine)च्या गोळ्या चालू असतात अशा रुग्णांनी हा चहा घेऊ नये. थायरॉक्सिन औषध निष्प्रभ होते. लेमन बाम फ्रूट सॅलड्स, ग्रीन सॅलड्समध्ये वापरतात. फिश मारिनेट करण्याकरिता वापरण्याची प्रथा आहे. तर चिकन डिशेस बनविताना पाने अगदी शेवटी वापरल्याने छान सुगंध दरवळतो.

आइस्क्रीममध्ये सुवासासाठी मुद्दाम वापरतात. लेमन बाम चहा झोपण्यापूर्वी घेण्याने निद्रानाशावर गुणकारी ठरतो.

सॉसेजेस बनविताना वापरल्याने, सॉसेजस लवकर खराब होत नाहीत. लेमन बाममध्ये युजेनॉल (Eugenol) असते. हे अँन्टी-बॅक्टेरियल गुणधर्म असलेले द्रव्य आहे. लेमन बाममधील टॅनिन्समध्ये अँन्टी-व्हायरल गुणधर्म आहेत. या सर्वांचा फुडप्रिझरव्हेटीव म्हणून उपयोग होतो.

■

९. चेरविल

संस्कृत : – **हिंदी :** –

इंग्रजी : Garden Chervil **लॅटिन :** Anthriscus Cerefolium

कॉकेशस भागात उगम, पुढे रोमन्स लोकांनी युरोपात प्रसार केला. झाडे १६-३० इंच उंच असतात. पिसासारखी ताजी पाने खुडल्यावर पटकन निस्तेज होतात. ताज्या पानांना बडीशेप व ज्येष्ठमधासारखा मंद वास येतो. ताजी पाने शक्यतो स्वयंपाकात वापरावी किंवा तोडलेली ताजी पाने फ्रीजमध्ये ठेवावी. पाने सुकवून ही वापरण्याची प्रथा आहे.

चेरविल, चाईव्ह, परसेली आणि टॅरेगान अशी चार पाने एकत्र करून फ्रेंच खाद्य संस्कृतीत वापरतात. फ्रान्समध्ये ऑमलेट आणि माशाच्या पाककृतीत उदमेखुन याचा वापर होतो. सॅलड्समध्ये ही वापरतात.

चेरविलच्या पानांचा चहा घसा बसणे, खोकला यावर उपयोगी. किडनी स्टोन व उच्च रक्तदाबाच्या रुग्णांना चहा घेतल्याने फायदा होतो.

१०० ग्रॅम वाळलेल्या चेरविलच्या पानांत २३७ कॅलरी असतात. एकूण फायबर ११.३ ग्रॅम आहे. प्रोटिन्स २३.२ ग्रॅम, फॅट्स ३.९ ग्रॅम, कार्बोहायड्रेट्स ४९.१ ग्रॅम असतात.

मिनरल्स : सर्व मिलिग्रॅममध्ये कॅल्शियम १३४६, फॉस्फरस ४५०, आयर्न ३१.९५, मॅग्नेशियम १३०, सोडियम ८३, पोटॅशियम ४७४०

व्हिटॅमिन्स (बी कॉम्प्लेक्स-संकुल) : थायामिन ०.३८ मि.ग्रॅम, रिबोफ्लाविन ०.६८ मि.ग्रॅम, नियासिन ५.४ मि.ग्रॅम, पायरिडॉक्सिन ०.९३ मि.ग्रॅम, फोलेट २७४ म्यु. जी.

अँन्टी-ऑक्सिडंट्स : अ) व्हिटॅमिन 'अे' २९३ आय. यु., व्हिटॅमिन 'सी' ५०मि.ग्रॅम.

ब) मिनरल्स : कॉपर ०.४४ मि.ग्रॅम, मँगेनीज २.१ मि.ग्रॅम, झिंक ८.८ मि.ग्रॅम, सेलेनियम २९.३ म्यु. जी.

■

१०. बादियान

संस्कृत : – **हिंदी :** अनासफल, बादियान खटाई

इंग्रजी : Star Anise **लॅटिन :** Illicum Verum

दक्षिण चीन, उत्तर व्हिएतनाम आणि भारतात लागवड होते. झाड १५ मीटरपर्यंत उंच वाढते. याची फळे चांदणीच्या आकाराची असतात, त्यांना आठ पाकळ्या असतात प्रत्येक पाकळीत बी असते. वाळलेली फळे ब्राऊन रंगाची असतात. फळांची बियांसकट पावडर करतात व रोजच्या मसाल्यात वापरली जाते. चीनमध्ये रोजच्या स्वयंपाकात 'चायनीज फाइव्ह स्पाइस पावडर' (Chinese five spice powder) वापरण्याची पद्धत आहे. या प्रसिद्ध मिश्रणाचे घटक १) सेजवान मिरे २) बादियान ३) दालचिनी ४) लवंग ५) बडीशेप असे असतात. हे सर्व सम प्रमाणात घेऊन यांची पावडर केली जाते.

बादियान कोबी, लालभोपळा या भाज्यांच्या पाककृतीत चीनमध्ये वापरतात, तसेच मटण, माशांचे पदार्थ बनवितानांही वापरतात. बादियानला बडीशेप आणि ज्येष्ठमधासारखा वास येतो, यामुळे जिंजर ब्रेड आणि चॉकलेट केकमध्ये वापर होतो. बिस्कीटे बनविताना मध आणि बादियान वापरण्याची पद्धत आहे. हॉट चॉकलेट आणि चहा बनविताना बादियानची पावडर मिसळतात. बादियान घातलेला चहा १) अरुची २) अग्निमांद्य ३) संधिवात ४) मुखदुर्गंधी ५) इन्फ्लुएन्झा या रोगांवर उपयोगी ठरतो.

बादियानमध्ये शिकिमिक ॲसिड (Shikimic acid) असते. आधुनिक संशोधनात असे आढळले आहे. हे ॲसिड स्वाइन इन्फ्लुएन्झा बरे करते. यामुळे याच्यापासून बनविलेल्या गोळ्या स्वाइन फ्लूच्या साथीत वापरतात. इन्फ्लुएन्झाच्या साथीत बादियानयुक्त चहा पिण्याने फायदा होतो. भारतात काळा मसाला आणि पंजाबी गरम मसालामध्ये बादियान घालतात. बिर्याणी बनविताना मुद्दाम वापर करावा. चुईंगम आणि टुथपेस्ट बनविताना बादियान वापरतात.

■

११. ऑल स्पाइस

संस्कृत : – **हिंदी :** कबाब चीनी

इंग्रजी : All spice **लॅटिन :** Pimenta Dioica

मध्य अमेरिकेतील सदाहरित रेन फॉरेस्ट आणि कॅरेबियन आयलंडमध्ये ही झाडे असतात. आता भारतात केरळ, कर्नाटक आणि ओरिसातही याची लागवड करतात.

झाडाची कच्ची हिरवी फळे तोडून सूर्य प्रकाशात वाळवतात. वाळलेली फळे ब्राऊन रंगाची असतात. फळामध्ये दोन बीया सापडतात. यांना दालचिनी, जायफळ आणि लवंग यांचा मिश्र सुगंध येतो. फळांची पावडर करून मसाला म्हणून वापरतात. पावडरचा सुगंध जास्त दिवस टिकत नाही. नेहमी ताजी पावडरच वापरावी.

कॅरेबियन आयलंडमध्ये ऑल स्पाइस, मीरे व इतर मसाले, मटण, चिकन यांना कोरडे चोळून लावतात व नंतर मटण, चिकन बारबेक्यु करतात. अशा मसाल्यांना 'जमैकन जर्क स्पाईस' म्हणतात.

पॅलेस्टाइनमध्ये पाककृतीत हा ऑल स्पाइस मुख्य घटक असतो. अमेरिकेत डेझर्टमध्ये वापरतात. ग्रेट ब्रिटनमध्ये मांसाहारी डिशेस आणि केकमध्ये वापर करतात, जर्मनीत व्यावसायिक तत्त्वावर बेकऱ्यांमध्ये सॉसेजस बनविण्यासाठी वापर होतो. ऑल स्पाइसपासून मिळणाऱ्या तेलात युजेनॉल आहे. हे अँन्टी-बॅक्टेरियल गुणधर्म असलेले तेल दांत व हिरड्यांना उपयोगी पडते.

१०० ग्रॅम ऑल स्पाइसमध्ये २३६ कॅलरी आहेत. फायबर २१.६ ग्रॅम आहे. प्रोटिन्स ६.०९ ग्रॅम, फॅट्स ८.६९ग्रॅम, कार्बोहायड्रेट्स ७२.१२ ग्रॅम आहेत.

मिनरल्स : सर्व मिलिग्रॅममध्ये - कॅल्शियम ६६१, फॉस्फरस ११३, आयर्न ७.०६, मॅग्नेशियम १३५, सोडियम ७७, पोटॅशियम १०४४

व्हिटॅमिन्स (बी कॉम्प्लेक्स-संकुल) : थायामिन ०.१०१ मि.ग्रॅम, रिबोफ्लाविन ०.०६३ मि.ग्रॅम, नियासिन २.८६० मि.ग्रॅम, पायरिडॉक्सिन ०.२१० मि.ग्रॅम, फोलेट ८.३६ म्यु. जी.

अँन्टी-ऑक्सिडंट्स : अ) व्हिटॅमिन्स : व्हिटॅमिन 'ए' ५४० आ. यु., व्हिटॅमिन 'सी' ३९.२ मि.ग्रॅम.

ब) मिनरल्स : कॉपर ०.५५३ मि.ग्रॅम, मॅंगेनीज २.९४३ मि.ग्रॅम, झिंक १.०१ मि.ग्रॅम.

■

१२. सेज

संस्कृत : – **हिंदी :** सिफाकस

इंग्रजी : Sage **लॅटिन** : Salvia Officinallis

मूळचे दक्षिण युरोपातील झाड. पाने एक इंच रुंद अडीच इंच लांब असतात. पाने ग्रे ग्रीन रंगाची असून मागील बाजू पांढरी असते, त्यावर लहान केस असतात. फुले निळी-जांभळी असतात. स्वयंपाकात वापरण्यासाठी ताज्या पानांना जास्त पसंती असते फुले येण्याअगोदर पाने जास्त सुवासिक असतात, ह्या अवस्थेत पाने खुडून सावलीत वाळवून ठेवतात. याची पावडर ही करतात. ही पावडर प्रकाश नसलेल्या वातावरणात बंद बाटलीत सहा महिने टिकते.

ताजी पाने फ्रीजमध्ये ३-४ आठवडे टिकतात. डुकराचे आणि बदकाचे मटण शिजवताना पाने वापरतात. शाकाहारी पदार्थ बनविताना टोमॅटो, लसूण, सेजची पाने

आणि ऑलिव्ह तेल एकत्र करून वापरण्याची प्रथा आहे.

अमेरिकेत महत्त्वाच्या समारंभामध्ये टर्की (Turky) शिजवताना त्यांत सेजची पाने घालण्याची प्रथा आहे.

ब्रिटनमध्ये याचा उपयोग चीझच्या पाककृतीत करतात. सेज डर्बी चीझ प्रसिद्ध आहे. सॅन्डविचेस, सॅलड्समध्ये सेज घालतात. खोकला, घसा बसणे, अरुची, भूक न लागणे अशी लक्षणे असल्यावर सेजच्या पानांचा चहा पितात. ८-१० पाने उकळत्या पाण्यात टाकून त्यात लेमन-ज्यूस व साखर घालतात. असा चहा एक कप बनतो. रजोनिवृत्त स्त्रियांनी हा चहा नियमित घेतल्यास त्यांना फायदा होतो. या चहाने मेंदू तरतरीत होतो, मनाची एकाग्रता वाढते. याला 'विचारवंतांचा' चहा म्हणतात.

हा चहा अल्झायमर आणि मधुमेही रुग्णांना उपयोगी असतो. गर्भवती महिलांनी व एपिलेप्सीच्या रुग्णांनी घेऊ नये. या सेजच्या पानांचे तेल संधिवातावर लाभदायक असते.

१०० ग्रॅम पावडर केलेल्या सेजच्या पानात ३१५ कॅलरी आहेत. फायबर ४०.३ ग्रॅम आहे. प्रोटिन्स १०.६३ ग्रॅम, फॅट्स १२.७५ ग्रॅग, कार्बोहायड्रेट्स ६०.७३ ग्रॅम आहेत.

मिनरल्स : सर्व मिलिग्रॅममध्ये - कॅल्शियम १६५२, आयर्न २८.१२, मॅग्नेशियम ४२८, सोडियम ११, पोटॅशियम १०७०

व्हिटॅमिन्स (बी कॉम्प्लेक्स-संकुल) : थायामिन ०.७५४ मि.ग्रॅम, रिबोफ्वाव्हिन ०.३३६ मि.ग्रॅम, नियासीन ५.७२० मि.ग्रॅम, पायरिडॉक्सिन २.६९० मि.ग्रॅम, फोलेट २७४ म्यु. जी.

ॲन्टी-ऑक्सिडंट्स : अ) व्हिटॅमिन्स : व्हिटॅमिन 'ए' ५९०० आय. यु. व्हिटॅमिन 'सी' ३२.४ मि.ग्रॅम, व्हिटॅमिन 'ई' ७.४८ मि.ग्रॅम.

ब) मिनरल्स : कॉपर ०.७५७ मि.ग्रॅम, मँगेनिझ ३.१३३ मि.ग्रॅम, झिंक ४.७० मि.ग्रॅम.

फायटोकेमिकल्स : १) बीटा कॅरोटीन - हृदय विकार आणि मोतीबिंदू विरुद्ध लढण्याची क्षमता येते २) ल्युटिन ३) झियाझॅन्थीन

■

१३. समर साव्होरी

संस्कृत : –　　**हिंदी :** –

इंग्रजी : Summer Savory　**लॅटिन :** Satureja Hortensis

'साव्होरी' या झाडाचे दोन प्रकार आहेत, एक समर साव्होरी व दुसरी विंटर साव्होरी (Satureja Montana).

समर आणि विंटर साव्होरीचे झाड ४०-६० से.मी. वाढते. पाने डार्क ग्रीन असतात. ही झाडे पूर्व युरोप आणि अमेरिकेत वाढतात.

समर साव्होरीची पाने बल्लवाचार्य पाककृतीसाठी जास्त पसंत करतात, कारण या पानांना आल्हाददायक सुगंध असतो व चव गोड असते, तर विंटर साव्होरीची पानांना झोंबणारा तिखट वास येतो आणि चव थोडीशी कडवट असते.

दोन्ही साव्होरीच्या पानांपासून तेल काढतात. या तेलात थायमॉल (Thymol) हा मुख्य घटक असतो. या थायमॉलमुळे ॲन्टी-सेप्टीक आणि ॲन्टी-फंगल गुणधर्म या पानांत येतात. साव्होरीमध्ये 'कारव्हाकॉल' (Carvacol) असते, त्यामुळे ईकोलाय आणि बॅसिल्स सेरियस या जीवाणूंची अन्नात वाढ होत नाही. अन्नामुळे आपणाला बाधा होत नाही. अन्न पटकन खराब होत नाही व त्याला एक छान चव येते.

हंगेरी, जर्मनी, फ्रान्स, ग्रीक, पोलंड, इटली आणि अमेरिकन खाद्य संस्कृतीत दोन्ही साव्होरीचा वापर होतो.

साव्होरीची ताजी आणि वाळवलेली पाने वापरतात. रोमानियन पाककलेत सारमाले (Sarmale) या कोबीच्या प्रसिद्ध भाजीत वापर करतात.

बल्गेरियात डायनिंग टेबलावर मीठ, पापरिका (मिरी) आणि साव्होरी असते. या तिघांच्या मिश्रणाला 'शारेनासॉल' (Sharenasol) म्हणजे 'कलरफूल साल्ट' म्हणतात. याचा सढळ हाताने वापर करतात.

वरील सर्व देशांमध्ये मास, अंडी आणि चीझ पासून बनणाऱ्या विविध खाद्य पदार्थात साव्होरी वापरतात.

टोमॅटो सूप आणि ग्रीनपीज सूपमध्ये आवर्जून घालतात, तर सॉसेजेस (Sausages) बनविताना गोड चवीसाठी 'समर-साव्होरी' वापरतात. .

१०० ग्रॅम वाळवून पावडर केलेल्या समर साव्होरीमध्ये २७२ कॅलरीज असतात. प्रोटिन्स ६.७३ ग्रॅम, फॅट्स ५.९१ ग्रॅम, कार्बोहायड्रेट्स ६८.७३ ग्रॅम असतात.

मिनरल्स : सर्व मिलिग्रॅममध्ये - कॅल्शियम २१३२, फॉस्फरस १४०, आयर्न ३७.८८, मॅग्नेशियम ३७७, सोडियम २४, पोटॅशियम १०५१.

व्हिटॅमिन्स (बी कॉम्प्लेक्स-संकुल) : थायामिन ०.३६६ मि.ग्रॅम, रिबोफ्लाव्हिन ०.४७१ मि.ग्रॅम, नियासिन ४.०८० मि.ग्रॅम, पायरिडॉक्सिन १.८१० मि.ग्रॅम.

ॲन्टी-ऑक्सिडंट्स : अ) व्हिटॅमिन्स : व्हिटॅमिन 'ए' ५३१० आ. यु., व्हिटॅमिन 'सी' ५० मि.ग्रॅम.

ब) मिनरल्स : कॉपर ०.८४७ मि.ग्रॅम, मॅंगेनिझ ६.१०० मि.ग्रॅम, झिंक ४.३० मि.ग्रॅम., सेलेनियम ४.६ म्यु. जी.

घसा बसणे, अपचन गॅसेस यासाठी समर साव्होरीच्या पानांचा चहा घेतात. मधुमेही रुग्णांना लागणारी तहान या चहाने कमी होते.

■

१४. लोव्हेज

संस्कृत : – **हिंदी :** –
इंग्रजी : Lovage **लॅटिन :** Levisticum Officinale

युरोप, दक्षिण आणि पश्चिम आशियात झाडे असतात. झाड अडीच मीटर उंच वाढते. पानांचा रंग हिरवा किंवा पिवळट हिरवा असतो. फुले पिवळी किंवा हिरवी पिवळ्या रंगाची असतात. पाने, बिया व मुळे आहारात वापरतात.

याच्या पानांना, फांद्यांना आणि बियांना सेलरी प्रमाणे वास येतो.

पानांचा वापर सॅलड्समध्ये करतात. मुळे किसून सॅलड्समध्ये घालतात. नुसत्या मुळांची भाजीही करतात. लोव्हेजयुक्त व्हिनेगर बनवितात.

ताजी लोव्हेजची पाने उकळत्या पाण्यात बुडवून (Blanch) लगेच काढून नंतर फ्रीजमध्ये ठेवावी. ८-१० दिवस वापरता येतात झाडाच्या कोवळ्या फांद्या उकळत्या पाण्यात टाकून नंतर बारीक तुकडे करतात व चीझ सॉसमध्ये घालून कोशिंबिरीसारखे बनवून खातात.

पाव, बिस्किटे बनविताना लोव्हेजच्या बिया त्यांत घालतात.

लोव्हेजची पाने युरिनरी इन्फेक्शन झाले असताना उपयोगी. ही पाने मूत्रल आहेत. लोव्हेजच्या पानांचा चहा घसा बसणे, ब्रॉन्काइटिस, अपचन या लक्षणांवर उपयोगी पडतो. गर्भवती महिलांनी हा चहा घेऊ नये.

■

१५. रॉकेट

संस्कृत : – **हिंदी :** –
इंग्रजी : Rocket **लॅटिन :** Eruca Sativa

रॉकेट किंवा अरुगुला (Arugula) या नावाने ओळखतात. हे मूळचे मेडिटरेनिअन (Mediterranean) विभागातील पुढे मध्य युरोप आणि अमेरिकेत प्रसार झाला. झाड ३ फूट उंच वाढते. हिरवी लांबट रसाळ पाने असतात. झाडाला फुले पांढरी किंवा जांभळी असतात. याच्या बियांपासून तेल काढतात. पानांना मंद गोड पण मिरीसारखा वास येतो.

रॉकेटच्या पानांना सॅलड व्हेजिटेबल अशी उपाधी आहे. लेट्युसची पाने न मिळाल्यास कोणत्याही सॅलडमध्ये आवडीप्रमाणे वापरली जातात. कोवळी पाने अक्रोडच्या तेलाबरोबर सॅलडमध्ये वापरतात, तर जून पाने थोडी कडू असल्याने व्हाइट वाइन व्हिनेगरबरोबर वापरण्याची प्रथा आहे. चीझबरोबर याची पाने मुद्दाम चव आणि वासासाठी खातात. कोवळी पाने सॅन्डविच आणि बर्गरमध्येही वापरतात. पाने उकडून इतर पालेभाज्यांबरोबर ही वापरतात.

रॉकेटच्या बिया मोहरी दाण्या ऐवजी सॅलड्समध्ये व भाज्यांमध्ये घालतात.

१०० ग्रॅम कच्च्या रॉकेटच्या पानांत २५ कॅलरीज आहेत. फायबर १.६ ग्रॅम आहे. प्रोटिन्स २.५८ ग्रॅम, फॅट्स ०.६६ ग्रॅम, कार्बोहायड्रेट्स ३.६५ ग्रॅम आहेत.

मिनरल्स : सर्व मिलिग्रॅममध्ये - कॅल्शियम १६०, फॉस्फरस ५२, आयर्न १.४६, मॅग्नेशियम ४७, सोडियम २७, पोटॅशियम ३६९.

व्हिटॅमिन्स (बीकॉम्प्लेक्स-संकुल) : थायामिन ०.०४४ मि.ग्रॅम, रिबोफ्लाविन ०.०८६ मि.ग्रॅम, नियासिन ०.३०५ मि.ग्रॅम, पायरिडॉक्सिन ०.०७३, पॅन्टोथेनिक ॲसिड ०.४३७ मि.ग्रॅम, फोलेट ९७ म्यु. जी.

ॲन्टी-ऑक्सिडंट्स : अ) व्हिटॅमिन्स : व्हिटॅमिन 'ए' २३७३ आय. यु. व्हिटॅमिन 'सी' १५ मि.ग्रॅम, व्हिटॅमिन 'ई' ०.४३ मि.ग्रॅम.

ब) मिनरल्स : सर्व मिलीग्रॅममध्ये कॉपर ०.०७६, मँगेनीज ०.३२१, झिंक ०.४७, सेलेनियम ०.३

फायटोकेमिकल्स : १) सल्फोरॅफेन २) आयसो थायो सायनेट्स

ब्रेस्टकॅन्सर आणि फुप्फुसाचे कॅन्सर विरुद्ध लढण्याची क्षमता येते. सौदी अरेबियातील संशोधनात याच्या पानांच्या वापराने पेपटीक अल्सर बरा होण्यास मदत होते.

रॉकेट हे ब्रॅसिका कुलातील झाड आहे. ब्रॅसिका कुलातील फ्लावर, कोबी, ब्रोकोली इत्यादी भाज्यांप्रमाणे ही भाजी आणि या भाजीच्याबियासुद्धा हायपो थायरॉइडच्या रुग्णांनी शक्यतो खाण्याचे टाळावे.

■

१६. कारवे सिड्स

संस्कृत : – **हिंदी :** –
इंग्रजी : Carway seeds **लॅटिन :** Carum Carvi

पश्चिम आशिया, उत्तर आफ्रिका आणि युरोपात ही झाडे असतात. कारवे सिड्स ही खरोखर फळे आहेत, यांना पर्शियन क्युमिन (Persion Cumin) असे

दुसरे नाव आहे. ब्राऊन रंगाची फळे असतात. पाककृती करताना या फळांची पावडर करून वापरतात, तसेच तव्यावर परतूनही ऐनवेळी पदार्थांत घालतात.

जर्मनीत रायब्रेडमध्ये वापर होतो, तसेच चीझ आणि सूप्समध्येही वापरले जाते.

युरोपियन खाद्य संस्कृतीत जास्त वापर आहे. ब्रिटिश कारवे सीड केक प्रसिद्ध आहे.

मध्य आशियायी देशात रमझानमध्ये 'कारवे पुडिंग' बनवितात. कारवे तेल, साबण आणि परफ्युमसमध्ये वापरतात. याच्या मुळांची भाजी गाजराप्रमाणे उकडून करतात.

१०० ग्रॅम कारवे सीडसमध्ये ३३३ कॅलरीज आहेत. फायबर ३८ ग्रॅम आहे. प्रोटिन्स १९.७७ ग्रॅम, फॅट्स १४.५९ ग्रॅम, कार्बोहायड्रेट्स ४९.९० ग्रॅम.

मिनरल्स : सर्व मिलिग्रॅममध्ये - कॅल्शियम ६८९, फॉस्फरस ५६८, आयर्न १६.२, मॅग्नेशियम २५८, सोडियम १७, पोटॅशियम १३५१

व्हिटॅमिन्स (बी कॉम्प्लेक्स-संकुल) : थायामिन ०.३८३ मि.ग्रॅम, रिबोफ्लाविन ०.३७९ मि.ग्रॅम, नियासिन ३.६०६ मि.ग्रॅम, पायरिडॉक्सीन ०.३६० मि.ग्रॅम, फोलेट १० म्यु. जी.

ॲन्टी-ऑक्सिडंट्स : अ) व्हिटॅमिन्स : व्हिटॅमिन 'ए' ३६३ आ. यु., व्हिटॅमिन 'सी' २१ मि.ग्रॅम, व्हिटॅमिन 'ई' २.५ मि.ग्रॅम.

ब) मिनरल्स : कॉपर ०.९१० मि.ग्रॅम, मँगेनीज १.३ मि.ग्रॅम, झिंक ५.५ मि.ग्रॅम.

फायटोकेमिकल्स : १) बीटा कॅरॉटिन २) क्रिप्टोझॅनथीन

डोळ्यांना व हृदयाला संरक्षण मिळते.

■

१७. बे-लीफ

संस्कृत : – **हिंदी :** –

इंग्रजी : Bay-leaf **लॅटिन :** Lalirus Nobilis

मूळचे मेडिटरेनिअन विभागातील पुढे युरोप, अमेरिका, टर्कीमध्ये प्रसार झाला. बे-लीफ किंवा बे-लॉरेल (Bay Laurel) अशा नावाने जगभर ओळखतात. भारतीय तमालपत्रा प्रमाणे दिसते. भारतीय तमालपत्राचा वास दालचिनी सारखा असतो, तर बे-लीफचा वास पाइन आणि लेमनसारखा असतो.

ताजी पाने चुरगळली तर वास येतो, पण सावलीत नीट वाळवलेली बे-लीफ पाने चुरगळली तर सुवास जास्त येतो. हीच पाने जुनी झाली की वास कमी येतो.

बे-लीफची पाने पाककृतीत वापरली तरी पाककृती वाढण्याआधी ही पाने

काढावी व नंतर पाककृती वाढावी. फ्रेंच पाककृतीत बे-लीफ, थाइम आणि पारसेली अशा तीन पानांची पुरचुंडी पाककृती करताना वापरतात. या पुरचुंडीला 'बुके गार्नी' (Bouquet Garni) असे प्रसिद्ध नाव आहे. पदार्थ पूर्ण शिजल्यावर ही पुरचुंडी काढून टाकतात.

बे-लीफचा वापर सूप्स, स्ट्यू, मटण, मासे आणि शाकाहारी भाज्यांमध्ये फ्रेंच संस्कृतीत करतात.

स्वीट ब्रेड, कस्टर्ड आणि क्रीम्समध्ये ही बे-लीफ घालतात. बे-लीफच्या पानांचे तेल काढतात. या पानांचा चहा ही करतात. या पानांचे तेल आणि चहा गर्भवतींनी घेऊ नये, गर्भपात होण्याची शक्यता असते. बे-लीफमुळे रक्तशर्करा नियंत्रित होते.

१०० ग्रॅम वाळलेल्या पानांत ३१३ कॅलरी असतात. फायबर २६.३ ग्रॅम आहे. प्रोटिन्स ७.६१ ग्रॅम, फॅट्स ८.३६ ग्रॅम, कार्बोहायड्रेट्स ७४.९७ ग्रॅम.

मिनरल्स : सर्व मिलिग्रॅममध्ये - कॅल्शियम ८३४, फॉस्फरस ११३, आयर्न ४३, मॅग्नेशियम १२०, सोडियम २३, पोटॅशियम ५२९

व्हिटॅमिन्स (बीकॉम्प्लेक्स-समुह) : रिबोफ्लाविन ०.४२१ मि.ग्रॅम, नियासिन २.००५ मि.ग्रॅम, फोलेट १८० म्यु. जी.

ॲन्टी-ऑक्सिडंट्स : अ) व्हिटॅमिन 'ए' ६१५५ आ. यु., व्हिटॅमिन 'सी' ४६ मि.ग्रॅम.

ब) मिनरल्स : कॉपर ०.४१६ मि.ग्रॅम, मॅंगेनीज ८.१६७ मि.ग्रॅम, झिंक ३.७० मि.ग्रॅम, सेलेनियम २.८ म्यु. जी.

■

१८. सोरेल

संस्कृत : – **हिंदी :** –

इंग्रजी : Sorrel **लॅटिन :** Rumax Acetosa

युरोप आणि उत्तर अमेरिकेत लागवड करतात. सोरेल किंवा गार्डन सोरेल या नावाने ओळखतात. झाड ६० सेंटीमीटर उंच असते. पाने आयताकृती असतात. पानांना लिंबासारखा वास असतो आणि चव आंबट असते. पानांचा वापर स्वयंपाक करताना पाककृती शिजत आली की शेवटी करतात, पाने जास्त शिजली तर उष्णतेने त्यांचा गडद तजेलदार हिरवा रंग नाहीसा होतो, पाककृतीचे सौंदर्य कमी होते.

फ्रान्समध्ये सुप्स, सॅलड्स आणि सॉसेस करताना यांना पसंती देतात. फ्रान्समधील अक्स हर्ब (Aux Herb) हे सूप प्रसिद्ध आहे.

रशिया व युक्रेनमध्ये शाव (Shav) नावाचे सूप यापासून बनवितात.

बेल्जियममध्ये मॅश पोटॅटोमध्ये (Mashed Potato) 'सोरेल' घालतात.

सोरेलच्या पानांत ऑक्झॅलिक ॲसिड (Oxalic Acid) असते, यामुळे जास्त मात्रेत या पानांचे सेवन करू नये.

गर्भवती, स्तनदा स्त्रियांनी आणि लहान मुलांनी ही पाने खाऊ नयेत. किडनी स्टोनच्या रुग्णांनी या पानांचा वापर करू नये.

१०० ग्रॅम सोरेलमध्ये २४ कॅलरी असतात. फायबर ०.८ ग्रॅम, प्रोटिन्स २ ग्रॅम, फॅट्स ०.७ ग्रॅम आणि कार्बोहायड्रेट २.४ ग्रॅम असतात.

मिनरल्स : सर्व मिलिग्रॅममध्ये - आर्यन २.४, मॅग्नेशियम १०३, कॅल्शियम ४४, फॉस्फरस ६३, सोडियम ४, पोटॅशियम ३९०

व्हिटॅमिन्स (बीकॉम्प्लेक्स-संकुल) : थायामिन ०.०४ मि.ग्रॅम, पायरिडॉक्सिन ०.१२ मि.ग्रॅम, फोलिक ॲसिड ०.१३ म्यु. जी.

ॲन्टी-ऑक्सिडंट्स : अ) व्हिटॅमिन्स : व्हिटॅमिन 'ए' २४०० आय. यु., व्हिटॅमिन 'सी' ४८ मि.ग्रॅम.

ब) मिनरल्स : कॉपर ०.१३१ मि.ग्रॅम, मँगेनीज ०.३४९ मि.ग्रॅम, झिंक ०.२ मि.ग्रॅम.

फायटोकेमिकल्स : फ्लॅवोनाइडस : कॅन्सर विरुद्ध लढण्याची क्षमता वाढते. रक्तवाहिन्यात ब्लॉक्स तयार होत नाहीत.

■

१९. गलांगल

संस्कृत : कुलंज **हिंदी :** कुलंजन
इंग्रजी : Galangal **लॅटिन :** Alpinia Galanga

चायना, जावा, थायलंड आणि इंडोनेशियात लागवड होते. 'ग्रेटर गलांगल' आणि 'लेसर गलांगल' असे दोन प्रकार आहेत.

भारतीय आले यासारखेच हे असते. याचा बाहेरील थर (स्कीन) आल्यापेक्षा घट्ट असतो, पटकन निघत नाही, त्यामुळे सुरीने कापताना कठीण जाते. आले आतून पिवळट असते, तर गलांगल आतून पांढरे असते. गलांगलचा आतील काही भाग गुलबट असतो. सुवासिक गलांगलची चव गोडसर, पण आल्यापेक्षा तीव्रता कमी असते. चवीला मिरचीसारखा झटका असल्याने खाल्ल्यावर खोकला येतो.

ताज्या गलांगलच्या चकत्या किंवा काडेपेटीतील काड्याप्रमाणे बारीक काड्या करून स्वयंपाकात वापरतात. वाळलेल्या गलांगलची पावडर 'लाओस पावडर'

(Laos Powder) या नावाने बाजारात मिळते. सुंठीच्या पावडरप्रमाणे लाओस पावडर स्वयंपाकात वापरतात.

थायलंडमध्ये स्वयंपाक घरातील हा मानाचा व आवश्यक घटक आहे. थायलंडमधील प्रसिद्ध टॉम यम कुंग सूप (Tom yum koong soup) आणि थायी कोकनट सूपमध्ये गलांगल वापरतात. मुख दुर्गंधी, अरुची, अग्निमांद्य, मळमळणे आणि बद्धकोष्टता यासाठी गलांगलचा चहा घेण्याची प्रथा रशियात आहे. मैथुन शक्ती वाढण्यासाठी गलांगल उपयोगी ठरते.

गलांगल अति मात्रेत सेवन केल्यास पोटात आग होणे आणि परसाकडे रक्त पडणे अशा तक्रारी दिसतात. गलांगलमध्ये ॲन्टी-बॅक्टेरियल आणि ॲन्टी-फंगल गुणधर्म आहेत. रशियात व्हिनेगर बनविण्यासाठी आणि मद्य निर्मितीत वापर करतात.

पोलंडमधील गलांगलयुक्त व्होडका हे मद्य प्रसिद्ध आहे. गलांगल पावडरच्या २५० मि.ग्रॅमच्या कॅप्सूल मिळतात, तसेच टिंक्चर गलांगल बाजारात मिळते. याचा उपयोग वैद्यकीय मार्गदर्शनाखालीच करावा.

■

२०. रोजमेरी

संस्कृत : –   **हिंदी :** –

इंग्रजी : Rosemary   **लॅटिन :** Rosmarinus Officinalis

सेंट्रल आशिया, साउथ ईस्ट आशिया, दक्षिण आफ्रिका, युरोप, अमेरिका आणि ऑस्ट्रेलियामध्ये लागवड करतात. सुईप्रमाणे दिसणारी, सुगंधी सदाहिरवी रोजमेरीची पाने असतात. रोजमेरीला पांढरी, गुलाबी, निळी, जांभळी फुले येतात.

ताजी पाने सुवासिक व जास्त गुणकारी असल्याने स्वयंपाकात वापरावी, ताजी न मिळाल्यास वाळवलेली पाने वापरावी. दोन्ही प्रकारची पाने फ्रीजमध्ये ठेवल्याने फायदा होतो. कडू-गोड व लिंबाप्रमाणे रोजमेरीची चव असते.

टोमॅटो सॉस, सुप्स, भाज्या यामध्ये वापर करतात. आमलेट व इतर अंड्याच्या डिशेसमध्ये घोळण्याची प्रथा आहे. पोर्क, लॅम्ब, चिकन भाजताना (Barbecuing) रोजमेरीची पाने टाकतात. ही पाने जळल्याने मोहरीसारखा सुगंध येतो व लज्जत वाढते.

रोजमेरीची फुले सॅलड्समध्ये वापरतात.

रोजमेरीची पाने अंघोळीच्या पाण्यात टाकण्याने त्वचेचे आरोग्य सुधारते. याचा शांपू केसांना लावतात. रोजमेरीचे तेल केसांना लावण्याने केस गळणे कमी होते.

रोजमेरीचा चहा, ब्रॉन्काइटिस, अस्थमा, अपचन यासाठी घ्यावा. रोजमेरीचा

चहा नियमित घेण्याने धी, धृती, स्मृती वाढण्यास उपयोग होतो. रोगप्रतिकारशक्ती वाढते.

रोजमेरीचा चहा गर्भवती आणि एपिलेप्सिच्या रुग्णांनी घेऊ नये. रोजमेरीने आयर्न शोषण कमी होते. यामुळे अनिमियाच्या रुग्णांनी हा चहा घेऊ नये.

१०० ग्रॅम वाळलेल्या रोजमेरीत ३३१ कॅलरीज आहेत. एकूण फायबर ४३ ग्रॅम आहे. प्रोटिन्स ५ ग्रॅम, फॅट्स १५ ग्रॅम, कार्बोहायड्रेट्स ६४ ग्रॅम आहेत.

मिनरल्स : सर्व मिलिग्रॅममध्ये - कॅल्शियम १२८०, फॉस्फरस ७०, आयर्न २९.२५, मॅग्नेशियम २२०, सोडियम ५०, पोटॅशियम ९५५.

व्हिटॅमिन्स (बी कॉम्प्लेक्स-संकुल) : थायामिन ०.५१४ मि.ग्रॅम, रिबोफ्वाव्हिन ०.४२८ मि.ग्रॅम, नियासिन १.०० मि.ग्रॅम, पायरिडॉक्सिन १.७४ मि.ग्रॅम, फोलेट ३०७ म्यु. जी.

ॲन्टी-ऑक्सिडंट्स : अ) व्हिटॅमिन्स : व्हिटॅमिन 'ए' ३१२८ आ. यु., व्हिटॅमिन 'सी' ६१.२ मि.ग्रॅम.

ब) मिनरल्स : कॉपर ०.५५ मि.ग्रॅम, मँगेनिझ १.८६७ मि.ग्रॅम, झिंक ३.२३ मि.ग्रॅम, सेलेनियम ४.६ म्यु. जी.

फायटोकेमिकल्स : कार्नोसॉल (Carnosol) या फायटोकेमिकल्समुळे ॲथेरो स्क्लेरोसिसची प्रक्रिया कमी होते. कार्नोसॉल लिव्हर, ब्रेस्ट, जठराच्या कॅन्सर विरुद्ध लढण्यास मदत करते.

कार्नोसॉलचे जास्त प्रमाणात सेवन केल्यास किडनीचे कार्य बिघडते. मर्यादित वापरच फायदेशीर आहे.

■

१६

गर्भवतीचा आहार

विवाह ठरल्यावर वधू-वरांनी भविष्यात अपत्य केव्हा पाहिजे याची चर्चा करून, दोघांनी प्रसन्न मनाने अपत्य प्राप्तीसाठी तयारी करणे हितावह आहे.

दोघांनी वैद्यकीय सल्ला घेऊन, प्रथमत: आपले वजन आणि उंची मापन करून 'बॉडी-मास इंडेक्स' (B.M.I.) किती आहे? हे जाणून घ्यावे.

$$\text{बॉडी-मास इंडेक्स (B.M.I.)} = \frac{\text{वजन किलोमध्ये}}{\text{मीटरमधील उंचीचा वर्ग}}$$

बॉडी-मास इंडेक्स (B.M.I.) आपण कृश, का स्थूल आहोत, हे समजण्यास उपयोगी ठरतो. पतिपत्नी कृश असल्यास, त्यांना वजन वाढविण्याचा सल्ला देतात. स्थूल किंवा अतिस्थूल असल्यास वजन कमी करावे लागते. गर्भधारणेसाठी पुरुष बीज आणि स्त्री बीजाची आवश्यकता असते. कृश पुरुषामध्ये शुक्रधातू बलवान नसतो, तर अतिस्थूल पुरुषांमध्ये नुसताच मेदधातू वाढल्याने, शुक्रधातू अशक्त होतो आणि मैथुन शक्ती कमी होते.

कृश स्त्री असल्यास, तिचे वजन वाढलेच पाहिजे. B.M.I. १८पेक्षा कमी असला तर, कृश स्त्रीला कुपोषित मूल होते. तर अति स्थूल स्त्रीला गर्भधारणा होणे कठीण आणि गर्भारपणानंतर येणारे बाळंतपण कठीणच असते.

यासाठी दोघांनी व्यायाम, योगासने-प्राणायाम नियमित करणे, गर्भधारणेसाठी आवश्यक ठरते. दोघांनी ॲनिमिया, रक्तदाब, मधुमेह, एच.आय.व्ही. यांच्या तपासण्या करून घ्याव्या. स्त्रीला हायपो थायरॉइडिझम, एपिलेप्सी असे विकार असल्यास त्याचे उपचार करून घ्यावे.

"गर्भधारणेच्या आधी स्त्रीने व्हिटॅमिन 'डी' आणि व्हिटॅमिन 'बी१२' यांच्या रक्तातील पातळ्या तपासून घ्याव्या. पातळ्या कमी असल्यास या व्हिटॅमिनच्या

गोळ्या अगर इंजेक्शन्स वैद्यकीय मार्गदर्शनानुसार घेणे अपरिहार्य आहे.''

स्त्रीच्या दृष्टिकोनातून ॲनिमिया, मधुमेह, ब्लडप्रेशर, हायपो थायरॉइडिझम आणि एपिलेप्सी या रोगांवर उपचाराने उत्तम नियंत्रण असणे, गर्भधारणेस, गर्भवाढीस आणि बाळंतपणासाठी महत्त्वाचे ठरते. जन्मजात व्यंग असलेली मुले, अनियंत्रित मधुमेहाने होतात.

दोघांचा ब्लडग्रुप माहीत असणे आणि स्त्री आर.एच. निगेटिव्ह असल्यास जास्त काळजी घेणे जरुरीचे आहे.

स्त्रीने गर्भधारणेपूर्वीच जंताचे औषध घ्यावे, कारण गर्भारपणी ते घेता येत नाही. 'जंत' हे स्त्री-पुरुषांच्या ॲनिमियाचे भारतात मुख्य कारण आहे. जंतांनी मळमळ, उलट्या, पोट दुखणे आणि त्यामुळे जेवण न जाणे अशी लक्षणे दिसतात. गर्भारपणी जंत, ॲनिमिया आणि कुपोषण निर्माण करतात.

अन्नातील पोषण तत्त्वांची माहिती आपणास पुस्तकात करून दिलेलीच आहे. या पोषण तत्त्वातील अभाव किंवा कमतरता गर्भावर निरनिराळे परिणाम करतो.

यामुळेच प्रत्येक पोषणतत्त्वाचे गर्भारपणातील महत्त्व स्त्रीला माहीत असल्यास ती स्वत:च समतोल आहार तयार करून घेऊ शकेल.

ग्लायकेशन, जैविक घड्याळ (बायॉलॉजिकल क्लॉक) व ॲसिड बेस बॅलन्स (Acid-Base Balance) ही प्रकरणे स्त्रीने गर्भधारणेपूर्वीच वाचावी.

कार्बोहायड्रेट्स

तांदूळ, गहू, ज्वारी, बाजरी ही तृणधान्ये आणि साखर-गूळ, मध यामधून रोज लागणारी कार्बोहायड्रेट्स मिळतात.

तांदूळ, गहू हे पॉलिश केल्याने नि:सत्त्व होतात आणि त्याचे परिणाम आपण भोगत आहोत. म्हणूनच हातसडीचा अगर कमी पॉलिश केलेला तांदूळ आणि गव्हाचीच कणीक वापरली पाहिजे. मैदा आणि त्याचे पदार्थ गर्भाला कुपोषित करतील, म्हणून ब्रेड, पिझ्झा, बिस्किटे यांचा वापर टाळणे इष्ट आहे. विपुल आयर्नसाठी पोहे आणि साळीच्या लाह्या खाव्या. नाचणी, ज्वारी, बाजरी, आहारात आलटून-पालटून घ्यावी. नाचणीमध्ये कॅल्शियम विपुल आहे, जे हाडांसाठी उपयोगी आहे. तर त्यातील ॲन्टी-ऑक्सिडंट्स कॉपर, मँगेनीज, झिंक बाळाच्या वाढीस उपयोगी पडते. यातील मेथिओनिन हे अमायनो ॲसिड, दुधातील मेथिओनिनपेक्षाही जास्त आहे. मेथओनिन गर्भाच्या वाढीस उपयोगी आहे. यापासूनच 'टॉरिन (Taurine) हे अमायनो ॲसिड बनते. जे मातेच्या दुधात असते. बाळाच्या मेंदूच्या

वाढीस, हे 'टॉरिन' आवश्यक आहे. म्हणूनच गर्भारपणी आणि बाळंत झाल्यावर नाचणीची भाकरी, लाडू, खीर घ्यावी.

बाजरीमध्ये विपुल आयर्न आणि उत्तम अँन्टी-ऑक्सिडंट्स – कॉपर, मँगेनीज, झिंक आहेत. ज्वारी-बाजरीच्या पिठाची आवडीनुसार भाकरी मधूनमधून घ्यावी.

कार्बोहायड्रेट्स मिळणारे आणखी एक स्रोत म्हणजे बटाटे, रताळी, अळकुड्या सुरण, बीट इत्यादी कंद होय.

बटाट्याचा वापर सालासकट केल्याने, त्यातील पोषण मूल्ये मिळतात. बटाट्याच्या सालासकट काचऱ्या करण्याची आपल्याकडे पद्धत आहे. बटाटा उकडून वापरावा. बटाटा तळण्याने शरीरास हानिकारक बनतो. बटाटेवडे, सामोसे, भजी टाळावी.

रताळे सालासकट उकडून खावे. त्यात व्हिटॅमिन बी ६ विपुल आहे. मूळव्याध, फिशर इत्यादी गर्भारपणी होणाऱ्या विकारांसाठी सुरणाची भाजी अवश्य खावी. बीटाच्या उकडलेल्या चकत्या किंवा कोशिंबीर हितावह आहे.

साखर आणि गुळाचा विचार करताना, गर्भवती स्त्रीने प्रथमपासून गुळाला प्राधान्य द्यावे. नैसर्गिक पद्धतीने बनविलेला गूळ उदा. 'कनक गूळ' वापरावा. शेंगदाण्याची चिक्की, तीळगूळ, गूळ खोबरे, राजगिरा लाडू, कणकेच्या गूळ पापडीच्या वड्या मधल्या वेळच्या खाण्यात घ्यावात. गुळामध्ये साखरेपेक्षा कॅल्शियम आणि आयर्न जास्त असते. एक चमचा मध रोज घेतल्याने अन्नपचन सुधारते.

कार्बोहायड्रेट्समधून, रोज लागणारी ऊर्जा म्हणजे कॅलरीज आपणास मिळतात. गर्भवती स्त्रीस जास्त कॅलरीजची जरूर असते. घरकाम करणाऱ्या स्त्रीस रोज १८७५ कॅलरीज लागतात. गर्भारपणी ३०० कॅलरी जास्त लागतात. मजुरी करणाऱ्या स्त्रीस (Heavy worker) २९२५ कॅलरीज लागतात. गर्भारपणी तिलाही ३०० कॅलरी जास्त घ्याव्या लागतात.

गर्भारपणी ज्या स्त्रीस मधुमेह (Gestational Diabetis) होतो. तिच्या कार्बोहायड्रेट्सच्या सेवनावर मर्यादा येतात. त्यामुळे तज्ज्ञांच्या मार्गदर्शनाखालीच आहारातील बदल करावेत.

प्रोटिन्स

मांसाहार घेणाऱ्या स्त्रीला मटण, चिकन, अंडी, मासे आणि दूध यामधून प्राणिजन्य प्रोटिन्स मिळतात. या प्रोटिन्समध्ये सर्व इसेन्शियल अमायनो अ‍ॅसिड्स असल्याने ही 'फर्स्ट-क्लास' प्रोटिन्स गणली जातात. त्यामुळेच प्रोटिन-मालन्यूट्रीशन मांसाहार करणाऱ्या व्यक्तींमध्ये कमी दिसते. फक्त दारिद्र्यरेषेखालील गरिबांना

मांसाहार महाग असल्याने परवडत नाही. त्यामुळे गरीबच मालन्यूट्रीशनचे बळी ठरतात.

मटणातून, आयर्न 'हीम' या स्वरूपात मिळते. यामध्ये शरीरात शोषण सुलभ होते. ॲनिमियाच्या रुग्णांना याचा उपयोग होतो. मटणातील फॅट्स सॅच्युरेटेड असल्याने जास्त खाणे हितावह नाही. मटण पचण्यास जड असल्याने आणि त्यात घातलेल्या मसाल्यांमुळे गर्भारपणी पचनास त्रास होतो. यासाठी मटणसूप घ्यावे.

अंड्यातील पिवळ्या बलकात व्हिटॅमिन बी १२ असते. हे व्हिटॅमिन गर्भाच्या वाढीस उपयुक्त आहे. तसेच अंड्यातील 'लेसिथिन' मेंदूच्या पेशी बनविण्यासाठी उपयुक्त असते. बाळाच्या फुफ्फुसातील 'सरफॅक्टंट'साठी लेसिथिनची आवश्यकता असते. त्यामुळे जन्मल्यावर फुफ्फुसांचे कार्य चांगले चालते. अंडे कच्चे खाऊ नये.

माश्यांकडे बघताना, प्रोटिन्सबरोबर त्यातील फॅट्स शरीरास हितावह आहेत. मटणापेक्षा पचण्यास सुलभ, पण मासळी दूषित असेल तर उलट्या-जुलाब होतात म्हणून गर्भारपणी जपून खावी.

दूध हे शाकाहारी आणि मांसाहारी स्त्रियांना घेता येते. दुधात उत्कृष्ट प्रोटिन्स आहेत. त्याचबरोबर हितावह फॅट्स आहेत. सर्व बी-कॉम्प्लेक्स आणि बी-१२ व्हिटॅमिन्स, व्हिटॅमिन्स 'ए' आणि 'डी' असून सोडियम, पोटॅशियम, मॅग्नेशियम, आयोडीन, कॉपर ही मिनरल्स आहेत. दूध हे कॅल्शियमचा उत्कृष्ट स्रोत आहे. आयर्न आणि व्हिटॅमिन 'सी' हे दोनच घटक दुधात कमी असतात. दूध हे पूर्णान्नच आहे.

सर्व प्राणिजन्य प्रोटिन्समध्ये पचण्यास सोपे, सर्व ठिकाणी मिळणारे आणि दुर्गम ठिकाणी पावडरच्या स्वरूपात उपलब्ध असणारे दूध हे श्रेष्ठ द्रव्य होय.

शाकाहारी स्त्रियांना कडधान्यांवरच प्रोटिन्सकरिता अवलंबून राहावे लागते. वनस्पतिजन्य प्रोटिन्समध्ये सर्व इसेन्शियल अमायनो ॲसिड्स नसतात. तृणधान्यात लायसिन कमी असते, म्हणूनच तृणधान्य आणि कडधान्य एकत्र घ्यावे लागते. याबरोबर दूध, ताक घेतल्याने, मेथिओनिन या इसेन्शियल अमायनो ॲसिडची उणीव भरून निघते. आपण रोज वरण-भात, मुगाची खिचडी, दूधभात, ताकभात घेतो. याला शास्त्रीय आधार आहे.

या तत्त्वानुसारच कणकेमध्ये सोयाबीनचे पीठ किंवा गहू दळताना त्यात हरभरे घालावे. त्याचबरोबर मेथी दाणे घातल्याने गुणवर्धन होते.

तृणधान्याबरोबर कडधान्ये घेतल्याने 'ग्लायसेमिक इंडेक्स' (GI) कमी होतो. म्हणूनच आहारात भात आणि पोळी बरोबर मोड आलेल्या, कडधान्यांची सालासकट उसळ खावी.

मूग, तूर, मटकी, मसूर ही कडधान्ये पचण्यास हलकी आहेत. चवळी, राजमा, छोले, वाटाणे पचण्यास जड आणि गॅस उत्पन्न करणारी आहेत.

भारताच्या दक्षिण भागात इडली, डोसा यामध्ये तांदळाबरोबर, उडदाचा वापर होतो. तर उत्तरेत राजमा आणि छोले जास्त वापरले जातात. लहानपणापासून स्त्रीला आहारातील जी कडधान्ये सात्म्य असतील, ती तिने गर्भारपणी घ्यावी.

मूग मात्र पचण्यास सुलभ असल्याने, न विसरता वापरावे. हरभरे किंवा छोले स्त्रियांना हळदीकुंकवाच्या वेळी देतात. तसेच नवरात्रात कुमारिकांना देतात. मोड आलेल्या हरभऱ्यात व्हिटॅमिन 'सी' आणि व्हिटॅमिन 'पी' बायोफ्लेवीनाइड्स (BIOFLAVINOIDS) असते. या व्हिटॅमिन 'पी'मुळे रक्तवाहिन्यांच्या आणि सूक्ष्म रक्तवाहिन्यांच्या भिंती मजबूत होतात. तसेच ब्लडप्रेशर वाढले असल्यास व्हिटॅमिन 'पी' उपयोगी पडते.

रक्तस्राव झाल्यास तो कमी होतो. या गुणांमुळे गर्भारपणी अंकुरित हरभरे, चणे रोज खावे. गर्भारपणाचा मधुमेह असल्यास, 'ग्लायसेमिक इंडेक्स' कमी करण्यासाठी ते अत्यावश्यक आहेत. हरभऱ्यातून कॅल्शियम, फॉस्फरस, आयर्न, कॉपर, मँगेनीज आणि झिंक विपुल प्रमाणात मिळते. फोलिक ॲसिडचे प्रमाणही उत्तम आहे

राजमा या कडधान्यात 'ओमेगा-३' फॅटी ॲसिड्स आहेत. यामुळे याचा समावेश मधून-मधून करावा.

बदाम, काजू, पिस्ते, अक्रोड, चारोळी या महाग सुक्या मेव्यातून २० ग्रॅम/ १०० ग्रॅम प्रोटिन्स मिळतात. यामध्ये 'ओमेगा-३' फॅटी ॲसिड्स असतात. बदाम तर 'मेध्य' म्हणजे बुद्धिवर्धक म्हणून प्रसिद्ध आहेत. यांचा समावेश आहारात हितावह आहे. बाजारात 'मगज' या नावाने मिळणाऱ्या, कलिंगडाच्या बिया सुक्यामेव्यापेक्षा स्वस्त पण गुणकारी आहेत. यामधून प्रोटिन्स ३४ ग्रॅम/१०० ग्रॅम मिळतात. या बिया रोज एक चमचा खाव्या. भाज्यात ग्रेव्ही करण्यासाठीही वापरतात.

शेंगदाणे, तीळ आणि कारळे यामधूनही २०-२५ ग्रॅम/ १०० ग्रॅम प्रोटिन्स मिळतात.

शेंगदाण्यातून लेसिथिन आणि फॅट्स मिळतात. फोलिक ॲसिडही मिळते. तसेच कॉपर, मँगेनीज, झिंक ही ॲन्टी-ऑक्सिडंट्स मिळतात. १० ग्रॅम कच्चे शेंगदाणे जरूर खावे.

कारळे, यामध्ये कॅल्शियम, फॉस्फरस आणि विपुल आयर्न आहे. चटणी करावी, मसाल्यातही वापर करावा.

तीळ, भारतात तिळाला धार्मिक महत्त्व आहे. यामधून प्रोटिन्स, फॅट्स, कॅल्शियम, फॉस्फरस, आयर्न आपणास मिळते. यामध्ये फोलिक ॲसिडही विपुल आहे. झिंक सर्वोत्तम तर कॉपर आणि मँगेनीजही मिळते. तिळात 'लेसिथिन' आहे. याचे महत्त्व आधी वर्णन केलेले आहेच.

तिळात 'मेथिओनिन' हे महत्त्वाचे अमायनो ॲसिड विपुल आहे. या मेथिओनिनचे

महत्त्व 'नाचणी' हे तृणधान्य वर्णन करताना सांगितले आहेच. मेथिओनिनमुळे मातेच्या यकृताचे कार्य उत्तम चालते.

तिळातील 'अर्जिनिन' हे अमायनोॲसिड, रक्तवाहिन्या रुंद करण्यास उपयोगी पडते. प्लेटलेटचे पुंजके जमू देत नाही आणि नायट्रिक ऑक्साइड (NO) हा गॅस तयार होतो. या गॅसमुळे ब्लडप्रेशर कमी होण्यास मदत होते.

गर्भारपणात वाढणारे ब्लडप्रेशर आणि सूज यांची परिणती 'प्रेग्नसी टॉक्सिमिया' आणि 'इक्लामशिया' यामध्ये होते. बाळास आय.यु.जी.आर. (I.U.G.R.) ही होतो. आहारातील तिळाच्या वापरामुळे हे न होऊ देण्यास मदत होते.

गर्भधारणेच्या आधीपासूनच रोज एक चमचा तीळ खावे. जास्त खाल्ल्यास तीळ सारक आहेत.

राजगिऱ्यातील प्रोटिन्स पचण्यास सुलभ आहेत. त्यात लायसिन हे अमायनो ॲसिड विपुल आहे. तर आयर्न, कॅल्शियम, फॉस्फरस आणि मॅग्नेशियम उत्तम असल्याने लाह्या, खीर किंवा लाडू या स्वरूपात वापरावा.

अहळीवमधे आणि गोडांबी यातून २५ ग्रॅम/१००ग्रॅम प्रोटिन्स मिळतात. अहळीवमध्ये कॅल्शियम, फॉस्फरस, मॅग्नेशियम असून सर्वांत जास्त आयर्न असलेले हे आहार दव्य आहे.

दिवस राहण्याच्या आधी, ॲनिमिया बरा करण्यासाठी अहळीवाची खीर किंवा लाडू खावे.

अहळीव आणि गोडांबी उष्ण असल्याने, गर्भारपणी आपण याचा वापर करत नाही. स्त्री बाळंत झाल्यावरच अहळीव आणि गोडांबी दिली जाते.

प्रोटिन्सच्या कमतरतेने माता कुपोषित राहतेच, पण बाळही कमी वजनाचे आणि वाढ खुंटलेले (आय.यु.जी.आर.) जन्मते. आय.यु.जी.आर. होऊ न देणे अति महत्त्वाचे आहे. कारण असे बालक जन्माला आल्यास त्याला तरुणपणीच ब्लडप्रेशर, किडनीचे रोग, मधुमेह आणि हृदय विकार यांना सामोरे जावे लागते.

भारतीय स्त्रीला, रोजच्या आहारात ५० ग्रॅम प्रोटिन्सची गरज आहे. गर्भारपणी १५ ग्रॅम जास्त प्रोटिन्स घ्यावी लागतात. म्हणजेच ६५ ग्रॅम प्रोटिन्सची जरुरी आहे.

फॅट्स

याबद्दलचे सविस्तर विवेचन 'अन्नातील पोषण तत्त्वे' या प्रकरणात आलेले आहे. येथे गर्भवतीच्या दृष्टिकोनातून तूप आणि तेलाची आपण चर्चा करू या.

गाय आणि म्हशीच्या दुधातील स्निग्धांशातून साय, क्रीम, लोणी आणि तूप हे पदार्थ बनतात. हे दुग्धजन्य पदार्थ 'सॅच्युरेटेड फॅट्स' आहेत. कोलेस्टेरॉल वाढण्याची

भीती आणि वजन वाढण्याच्या धोक्यामुळे सर्वजण यांना टाळतात. 'लोफॅट' दूध वापरण्याकडे सर्वांचा कल असतो.

यामधील सॅच्युरेटेड फॅट्स या शॉर्ट चेन आहेत. त्यांचा रोजच्या ऊर्जेसाठी उपयोग होतो आणि ज्वलन झाल्याने या फॅट्स शरीरात साठविल्या जात नाहीत. यामुळे कोलेस्टेरॉलही वाढत नाही. फक्त अतिरेक करून वाटीभर तूप दररोज खाऊ नये.

या लोणी-तुपातील फॅट्सचे ओमेगा-३ आणि ओमेगा-६ प्रमाण १:३ असे आहे, जे आदर्श आहे.

शॉर्ट चेन फॅट्स, बॅक्टेरिया आणि व्हायरसेस विरुद्ध लढण्यास मदत करतात, रोगप्रतिकार शक्तीही वाढते.

गायीच्या दुधात 'कॉनज्युगेटेड लायनोलिक ॲसिड' (CLA Fats) नावाची फॅटी ॲसिड्स असतात. या फॅट्स शरीराला हितावह आहेत. गायीच्या दुधात १) इकोसापेन्टाओनिक ॲसिड (EPA) २) डोकासाहेक्साओनिक ॲसिड (DHA) या फॅट अल्प प्रमाणात असतात. या फॅट गर्भाच्या मेंदूच्या वाढीस उपयोगी आहेत. यामुळेच गाईचे दूध श्रेष्ठ ठरते. ते न मिळाल्यास म्हशीचे दूध आणि त्याचे लोणी, तूप वापरावे.

दही आणि ताकातील लॅक्टोबॅसिलाय 'इंटेस्टायनल फ्लोरा' निरोगी ठेवण्यास मदत करतात. ज्यांना दूध आवडत नाही किंवा पचत नाही. त्यांनी ताजे ताक प्यावे, पनीर, चीज, आवडत असल्यास, मधून-मधून घेण्यास हरकत नाही.

भारतीय संस्कृतीत गाय आणि तिचे दूध पवित्र मानले आहे. दूध, दही, तूप, मध आणि साखर समप्रमाणात घेतले की, 'पंचामृत' तयार होते. सकाळी देवाला त्याचा नैवेद्य दाखवितात, असे पंचामृत गर्भवतीने सकाळी घ्यावे. त्यातील मधामध्ये फ्रुक्टो-ऑलिगो-सॅकराइड्स (F.O.S.) असतात. ही द्रव्ये इंटेस्टायनल फ्लोरा प्राकृत करण्याचे काम करतात. म्हणजेच दही आणि मधामुळे पचन सुधारते.

खोबरेल तेल आणि नारळ : यामधील फॅट्स सॅच्युरेटेड आहेत. या मिडियमचेच ट्रायग्लिसराइड्स (MCT) आहेत. त्यांचे शोषण पटकन होते, ऊर्जेसाठी ज्वलन होते. त्यामुळे या फॅट्सही शरीरात साठविल्या जात नाहीत आणि वजन वाढत नाही. या फॅट्स बॅक्टेरियाविरुद्ध लढतात आणि प्रतिकारशक्ती वाढविण्यास मदत होते. यामधील ओमेगा-३ आणि ओमेगा ६ या फॅटी ॲसिड्सचे प्रमाण १:४ आहे, जे उत्तम आहे. नारळामध्ये ५०टक्के 'लॉरिक ॲसिड' ही सॅच्युरेटेड फॅट आहे. ही फॅट बालकाच्या मेंदूच्या वाढीस उपयुक्त आहे. यामुळे गर्भारपणी आणि बाळंतपणात नारळाचा समावेश अवश्य करावा.

केरळात, स्वयंपाकात नारळाचे तेल वापरण्याची प्रथा आहे. आपण ओला नारळ आणि सुके खोबरे वापरतो. सुक्या खोबऱ्यात जास्त स्निग्धांश आहे.

नारळामध्ये कॅल्शियम, फॉस्फरस, आयर्न, कॉपर, झिंक आणि मँगेनीज विपुल असल्याने, तेलापेक्षा नारळाचा वापर गर्भारपणी जरूर करावा. ओला नारळ आणि कोथिंबीर भाज्यांवर घातल्याने जेवताना मन प्रसन्न होते.

कुपोषित मुलांना नारळाचे तेल आहारात देतात. मुलांचा मेंदू जन्मल्यापासून, पहिली दोन वर्षे वाढत असतो. यामुळे स्तनपान देणाऱ्या स्त्रीच्या आहारात नारळ आवश्यक आहे. मूल वर्षभराचे झाल्यावर त्याला गूळ, खोबरे, नारळाच्या वड्या अशा स्वरूपात नारळ खाण्यास द्यावा.

शहाळ्याचे पाणी गर्भारपणी जमल्यास रोज घ्यावे, डोहाळ्यांचा त्रास होत असेल, तर निश्चितच घेतले पाहिजे. यातील पोटॅशियम आणि आयोडीन उपयोगी पडते.

नारळाला आपल्या संस्कृतीत मानाचे स्थान आहे. या विवेचनावरून ते योग्यच आहे असे दिसते.

तेले

माशापासून ओमेगा-३ पॉली अनसॅच्युरेटेड फॅटी ॲसिड्स मिळतात. यामधील १) इकोसापेन्टाओनिक ॲसिड (EPA) २) डोकासाहेक्साओनिक ॲसिड्स (DHA) ही फॅटी ॲसिड्स इतर मांसाहारातून मिळत नाहीत. फक्त गायीच्या दुधातून अल्प प्रमाणात मिळतात.

सोयाबीन, मेथी दाणे, जवस, राजमा, बदाम, अक्रोड, हिरव्या पालेभाज्या यामध्ये अल्फा लायनोलिक ओमेगा-३ फॅटी ॲसिड (ALA) मिळते. या ओमेगा-३ फॅटी ॲसिडपासून आपले शरीर EPA आणि DHA ही फॅटी ॲसिड्स तयार करते.

यामुळेच आहारात ५० ग्रॅम पालेभाज्या रोज खाव्यात असा सल्ला देतात. आणि कणकेमध्ये सोयाबीन पीठ आणि मेथी दाणा पीठ घालून पोळ्या करणे हितावह आहे.

या DHA फॅटी ॲसिडमुळे गर्भाच्या मेंदूची वाढ चांगली होते आणि बुद्ध्यांक (IQ) वाढण्यास उपयोगी पडते. बाळ कुपोषित राहत नाही आणि वजनही उत्तम वाढते. बाळंतपण पूर्ण दिवसांचे होण्यास मदत होते. बाळाच्या डोळ्यांनाही हे हितावह आहे.

DHA मुळे स्त्रीला बाळंतपणानंतर 'मानसिक डिप्रेशन' न येण्यास मदत होते. या सर्व फायद्यांचा विचार करून मासे किंवा कॉडलिव्हर तेल गर्भारपणी घ्या असा सल्ला देतात. मासे ज्या स्त्रियांना चालतात, त्यांनी ते प्रदूषित नाहीत हे बघून खावे.

भारतात रोजच्या स्वयंपाकात मोहरीचे तेल, सोयाबीन तेल, शेंगदाणा तेल, कॉर्न तेल, तीळ तेल, करडई तेल आणि सूर्यफूल तेल अशी तेले आवडीप्रमाणे वापरली जातात.

या सर्व तेलातील ओमेगा-३ फॅटी ॲसिड्स आणि ओमेगा-६ फॅडी ॲसिड्सचे प्रमाण महत्त्वाचे ठरते. ओमेगा-६चे प्रमाण जेवढे जास्त, तेवढी जास्त फ्री रॅडिकल्स शरीरात निर्माण होतात आणि शरीराची हानी होते.

करडई आणि सूर्यफूल तेलात, ओमेगा-६चे प्रमाण अतिशय जास्त असल्याने, गर्भारपणी ही तेले हितावह नाहीत.

तिळाच्या तेलात ओमेगा-६चे प्रमाण ८० आहे. पण आधुनिक संशोधन तिळाच्या तेलाबद्दल 'It has superior oxidative stability when compared with other vegitable oils.' असे म्हणते. त्यामुळे तीळ तेल गर्भारपणी वापरावे.

मोहरी, सोयाबीन, कॉर्न, शेंगदाणा यांची तेले आवडीप्रमाणे गर्भारपणी वापरण्यास हरकत नाही. कोणतेच तेल आदर्श नसल्याने दोन तेले एकत्र करून किंवा आलटून-पालटून वापरावी.

तेलबियांपासून मिळणाऱ्या तेलांत, कोलेस्टेरॉल नसतोच. त्यामुळे फसव्या जाहिरातीवर विश्वास ठेवू नये. सर्वच तेले फिल्टर केलेली वापरावी. रिफाइंड तेले शरीराला हानिकारक असतात, म्हणून वापरू नयेत.

परदेशातून आलेले, 'ऑलिव्ह तेल' तळण्यास उपयुक्त नाही. फक्त सॅलड ड्रेसिंगला वापरता येते. गर्भारपणी वापरण्यास हरकत नाही. फक्त महाग असल्याने सर्वांना परवडत नाही.

आपल्याला तृणधान्ये, कडधान्ये यामधून लायनोलिक ओमेगा-६ फॅटी ॲसिड मिळते.

मासे, राजमा, मेथीदाणे, सोयाबीन, जवस, हिरव्या पालेभाज्या, सुकामेवा यामधून अल्फा-लायनोलिनिक ओमेगा-३ फॅटी ॲसिड मिळते. तसेच आहारात २-३ चमचे साजूक तूप घेतल्यास, ओमेगा-३ फॅटी ॲसिड वाढण्यास मदत होते.

जवसाची चटणी गर्भारपणी घेताना थोडा धोका संभवतो, जवसाने ब्लिडिंग टेंडन्सी वाढते. बाळंत झाल्यावर ही चटणी अवश्य खावी. तळण्यासाठी आणि स्वयंपाकातील तेलाचा वापर जेवढा कमी करू तेवढे ओमेगा-६चे प्रमाण कमी होते. यासाठीच करंज्या, बटाटेवडे, सामोसे, भजी, शेव, पापड वगैरे तळलेले पदार्थ नेहमीच आणि विशेषत: गर्भारपणी टाळणे आवश्यक आहे. 'वनस्पती तूप' गर्भारपणी टाळणे इष्ट होय. बिस्किटे, केक, यामध्ये वनस्पती तूप असते, म्हणून हे पदार्थही टाळावे.

स्त्रीच्या आहारात २० ग्रॅम फॅट्स रोज घेतल्या पाहिजेत. तर गर्भारपणी ३० ग्रॅम फॅट्स घ्याव्या लागतात. म्हणजेच फॅट्सचे प्रमाण वाढवावे लागते. बाळंतपणात

हे प्रमाण आणखीन वाढवावे लागते. बाळाला स्तनपान करत असताना, रोज ४५ ग्रॅम फॅट्स लागतात.

■

पाण्यात विरघळणारी व्हिटॅमिन्स

याला बी कॉम्प्लेक्स समूह म्हणतात. यामधील फोलिक ॲसिड अतिमहत्त्वाचे आहे.

१. फोलिक ॲसिड : गर्भधारणा झाल्यावर पहिल्या महिन्यातच म्हणजे दिवस राहिले आहेत, हे कळण्याआधीच गर्भाची 'न्युरलट्यूब' तयार होते. न्युरल ट्यूब हा मज्जासंस्थेचाच भाग आहे. याची वाढ नीट न झाल्यास, 'स्पायना बायफिडा' (Spina bifida) 'ॲननकेफली' (Anencephaly) असे दोष गर्भात निर्माण होतात.

हे दोष निर्माण होऊ नयेत, म्हणून स्त्रियांनी फोलिक ॲसिड गर्भधारणेच्या आधीपासूनच घेण्यास सुरुवात करावी. रोज १०० यु.जी. फोलिक ॲसिड लागते. पण गर्भधारणेसाठी आणि गर्भारपणी ४०० यु.जी. लागते. स्तनदा मातेस १५० यु.जी. लागते. फोलिक ॲसिडच्या अभावाने ॲबॉर्शन, कमी दिवसाचे मूल आणि कमी वजनाचे मूलही होते. गर्भारपणी फोलिक ॲसिड कमी पडल्यास, 'प्रेग्नन्सी टॉक्सिमिया' होण्याची शक्यता वाढते.

फोलिक ॲसिडच्या अभावाने, स्त्रीला 'मेगालोब्लास्टिक ॲनिमिया' होतो. आहारातील विपुल 'फोलिक ॲसिड' असलेली द्रव्ये याप्रमाणे –

सर्व तृणधान्ये : विशेष गहू, नाचणी सर्व कडधान्ये : विशेष हरभरा, मूग, चवळी, उडीद सर्व पालेभाज्या : उल्लेखनीय कोथिंबीर, कढीपत्ता, पालक, कोबी, इतर महत्त्वाची : शेंगदाणे, बदाम, तीळ, सुके खोबरे, हळद आणि केळे.

२) व्हिटॅमिन बी-१२ : याच्या अभावाने मातेला पर्निशस ॲनिमिया आणि मेगॅलोब्लास्टिक ॲनिमिया होतो. नवीन संशोधनात असे दिसून आले आहे, की गर्भारपणी याच्या अभावाने गर्भावर परिणाम होतो. नवजात बालकास तरुणपणीच मधुमेह होण्याची शक्यता वाढते, कधी कमी दिवसाचे मूल जन्मते. स्त्रीच्या आहारातून रोज १ मायक्रोग्रॅम बी-१२ मिळणे आवश्यक असते. गर्भारपणीही १ मायक्रोग्रॅम रोज पुरते. स्तनपान देणाऱ्या स्त्रीस १.५ ते २ मायक्रोग्रॅमची जरूर असते.

स्त्रोत : मटण, मासे, अंडी आणि दूध या पदार्थातूनच आपल्याला व्हिटॅमिन बी-१२ मिळते. शाकाहारी स्त्रीला बी-१२ साठी दुधावरच अवलंबून राहावे लागते. ज्यांना दूध पचत नाही. त्यांनी दही किंवा ताक रोज घ्यावे. यामध्ये बी-१२ असते. दुधात सुंठ आणि हळद घालून उकळून प्यावे.

३) व्हिटॅमिन बी-६ : याच्या अभावाने प्रेग्नन्सी टॉक्सीमिया होण्याची भीती असते. गर्भारपणातील उलट्यांसाठी हे व्हिटॅमिन उपयोगी पडते, तसेच रक्तातील तांबड्या पेशी सशक्त करण्यात मदत होते. आहारातून रोज २ मि.ग्रॅमची जरूर असते, तर गर्भवतीस २.५ मि.ग्रॅम लागते. स्तनपान देणाऱ्या स्त्रीस २.५ मि.ग्रॅमच पुरते.

स्रोत : मासे, अंडी, दूध, हरभरा, मूग, सोयाबीन, कोबी, रताळी, बीट, केळी.

४) रिबोफ्लाव्हिन : याच्या अभावाने गर्भाच्या हातापायांच्या हाडांची, तसेच छातीच्या फासळ्यांची वाढ नीट होत नाही. रोज १ ते १.५ मि.ग्रॅम जरुरी असते. गर्भवतीस १.७ मि.ग्रॅम लागते. स्तनपान देणाऱ्या मातेस १.७ मि.ग्रॅम पुरते.

स्रोत ; नाचणी, बाजरी, ज्वारी, सर्व कडधान्ये आणि डाळीतून, अळू, बीटची पाने, कढीपत्ता, नारळ, तीळ, कारळे.

५) व्हिटॅमिन 'सी' : याच्या अभावाने, गर्भवतीची पाणमोटली लवकर फुटते (Premature rupture of membranes) प्री इक्लामशिया आणि इक्लामशिया होण्याची शक्यता वाढते. रोजची गरज ४० मि.ग्रॅमची असते. गर्भवतीस ४०मी.ग्रॅमच पुरते. स्तनदा मातेस ८० मि.ग्रॅम रोज लागते.

स्रोत : मोड आलेली कडधान्ये, लिंब, संत्री, मोसंबी, पेरू, टोमॅटो, बोरे, आवळ्यामध्ये सर्वांत जास्त व्हिटॅमिन 'सी' असते. आवळ्यावर उष्णतेचा परिणाम होत नाही. शिजवला किंवा उन्हात वाळवला तरी व्हिटॅमिन 'सी' नष्ट होत नाही. वर्षभर आवळकाठी, मोरावळा, आवळा पेठा, च्यवनप्राश या स्वरूपात घेता येतो. ■

स्निग्धपदार्थात विरघळणारी व्हिटॅमिन्स

१) व्हिटॅमिन 'ए' : 'रेटीनॉल' म्हणजेच व्हिटॅमिन 'ए'. हे दूध, लोणी, अंड्याचा पिवळा बलक, माश्यांची लिव्हर आणि मटणातील फॅटमधून आपणास मिळते. या व्हिटॅमिन 'ए'ची रोजची स्त्रीची गरज ६०० मायक्रोग्रॅम आहे. गर्भारपणी ६०० मायक्रोग्रॅमच पुरते. स्तनपान देणाऱ्या मातेस ९५० मायक्रोग्रॅमची जरूर असते.

व्हिटॅमिन 'ए' जास्त घेतल्यास, त्याचे विषारी परिणाम दिसतात, म्हणून वैद्यकीय मार्गदर्शनाखाली घ्यावे.

'बीटा कॅरॉटिन' या वनस्पती आणि फळे यापासून मिळणाऱ्या द्रव्याचे आपल्या शरीरात व्हिटॅमिन 'ए'मध्ये रूपांतर होते आणि शरीरात बीटा कॅरॉटिन या रूपातही राहते. व्हिटॅमिन 'ए' प्रमाणेच (रेटीनॉल) हे बीटा कॅरॉटिनही अॅन्टीऑक्सिडंट कार्य

करते. स्त्रीची रोजची गरज २४०० मायक्रोग्रॅम आहे, गर्भारपणी एवढेच पुरते. स्तनदा मातेस ३८०० मायक्रोग्रॅमची गरज असते.

स्त्रोत : शेवगा, मेथी, लाल माठ, कढीपत्ता, अळू, पुदिना, आंबटचुका, पालक या हिरव्या पालेभाज्यातून मिळते. आंबा, फणसाचे गरे, बोरे, टोमॅटो, कवठ, अननस, केळ, पपई, फालसा, रायणी या फळातून मिळते. तर गाजर आणि रताळ्यातूनही मिळते. बाजरी, ज्वारी, मका, नाचणी, हरभरा, मूग, तूर, मसूर आणि सोयाबीन यामध्ये असते. 'बीटा कॅरॉटिन' या ॲन्टीऑक्सिडंटला चालू शतकात अतिशय महत्त्व आले आहे. म्हणूनच याचा आहारात रोज समावेश अत्यावश्यक आहे. व्हिटॅमिन 'ए' आणि बीटा कॅरॉटिनच्या अभावाने गर्भारपणी ब्लडप्रेशर वाढते, सूज येते आणि प्रेग्नन्सी टॉक्सिमिया होतो. बाळंतपणात आणि लवकर गर्भपात झाल्यास रक्तस्त्राव जास्त होऊन आईच्या प्राणावर बेतते. म्हणूनच स्त्रियांनी हिरव्या पालेभाज्या आणि केशरी फळे खाणे अत्यावश्यक आहे.

२) व्हिटॅमिन 'डी' : मटणातील फॅट, मासे, अंड्याचा पिवळा बलक, दूध आणि लोणी यामधून व्हिटॅमिन 'डी' मिळते. निसर्गात, कोवळ्या उन्हात बसल्याने आपल्या त्वचेखाली व्हिटॅमिन 'डी' तयार होते.

व्हिटॅमिन 'डी'मुळे कॅल्शियमचे शोषण चांगले होते.

व्हिटॅमिन 'डी'च्या अभावाने स्त्रीला 'ऑस्टिओमलेशिया' होतो आणि बालकास रिकेट्स होण्याची शक्यता असते.

व्हिटॅमिन 'डी'चे प्रमाण जास्त झाल्यास बाळाच्या मेंदूची वाढ खुंटते.

३) व्हिटॅमिन 'के' : मासे, अंड्याचा पिवळा बलक, पालक, कोबी, फ्लॉवर, नवलकोल, मेथी, अळू, टोमॅटो, मका आणि सोयाबीनमध्ये असते. गर्भारपणी याचा अभाव झाल्यास स्त्रीच्या शरीरातील रक्त गोठण्याची क्रिया बिघडते. गर्भपाताचे वेळी आणि बाळंतपणात रक्तस्त्राव जास्त होतो. नवजात बालकालाही रक्त गोठण्याची क्रिया बिघडल्याने रक्तस्त्राव होतो.

४) व्हिटॅमिन 'ई' : गर्भपाताची सवय असणाऱ्या आणि मूल न होणाऱ्या स्त्रियांना व्हिटॅमिन 'ई' च्या समावेशाने फायदा होतो. व्हिटॅमिन 'ई' च्या अभावाने 'प्रेग्नन्सी टॉक्सिमिया' होतो, यासाठी 'व्हिटॅमिन 'ई' आणि 'सी' एकत्र दिल्याने ब्लडप्रेशर वाढत नाही. स्त्रीस ८ मिलिग्रॅम व्हिटॅमिन 'ई' रोज लागते. तर गर्भारपणी १० मिलिग्रॅम पुरते. स्तनदा मातेस १२ मिलिग्रॅम लागते.

स्त्रोत : प्राण्यांची लिव्हर, अंडी, लोणी, मका, शेंगदाणे, तीळ, सोयाबीन, अंकुरित गहू, सुकामेवा यामध्ये असते.

■

खनिजे (Minerals)

१) आयर्न : याच्या अभावाने स्त्रीस ॲनिमिया होतो. ॲनिमिक स्त्रीस होणारे मूल कमी वजनाचे, वाढ खुंटलेले (I.U.G.R.) बुद्ध्यांक कमी असणारे होते आणि असे मूल स्पर्धेत मागे पडते.

ॲनिमिक स्त्रीला बाळंतपणात रक्तस्राव झाल्यास जिवावर बेतते. स्त्रीस रोज ३० मि. ग्रॅम आयर्न लागते. गर्भारपणी ३८ मि.ग्रॅमची जरूर असते. स्तनदा मातेसही ३८ मि.ग्रॅम पुरते.

मटण, मासे यामधील 'हिम' स्वरूपातील आयर्न शरीरात चांगले शोषले जाते. कडधान्यातील आयर्न, फायटेट आणि टॅनिनमुळे कमी शोषले जाते. अंकुरित कडधान्यात फायटेट आणि टॅनिन कमी होतात. त्यामुळे त्यातील 'आयर्न'चे शोषण सुलभ होते.

स्रोत : मटण, मासे, हळद, कारळे, पिंपळी, विड्याचे पान, अळू, शेपू, राजगिरा, तीळ, नारळ, खसखस, सर्व पालेभाज्या, मोड आलेली कडधान्ये या सर्वांत विपुल असते. अहळीवात तर सर्वोत्तम आहे.

२) कॅल्शियम : गर्भारपणी बाळाच्या हाडांची नीट वाढ होण्यासाठी गरज असते. कॅल्शियमच्या अभावाने स्त्रीला ब्लडप्रेशर, सूज अशी लक्षणे दिसतात आणि प्रेग्नन्सी टॉक्सिमिया होतो.

कॅल्शियमच्या अभावाने कमी दिवसाचे, कमी वजनाचे आणि कुपोषित मूल जन्मास येते. बालकाला फिट्स येतात (टिटनी) आणि पुढे रिकेट्स होण्याची शक्यता असते.

कॅल्शियमच्या अभावाने बाळंतपणात ऑस्टिओमलेशिया (Osteomalacia) होतो. स्त्रीचे रक्त गोठण्याची क्रिया कॅल्शियमच्या अभावाने बिघडून, रक्तस्राव जास्त होण्याची शक्यता असते. स्त्रीस दररोज ४०० मिलीग्रॅम कॅल्शियमची जरूर असते. तर गर्भवतीस आणि स्तनदा मातेस १००० मिलीग्रॅमची जरूर असते.

स्रोत : नाचणी आणि राजगिरा या तृणधान्यात उत्तम कॅल्शियम असते. कडधान्यात कुळीथ, सोयाबीन, राजमा यामध्ये उत्तम आहे. तर हरभरा, मटकी, उडीद यामध्ये विपुल असते. सर्व पालेभाज्यातून कॅल्शियम मिळते. मेथी, तांबडा माठ, कढीपत्ता, अळूची पाने, पुदिना, मुळ्याची पाने यामध्ये उल्लेखनीय आहे. अहळीव, खसखस, तीळ, सुके खोबरे यातही विपुल असते. दूध हा सर्वांनाच कॅल्शियमचा निसर्गाने दिलेला खजिना आहे. दुधात कॅल्शियमबरोबर व्हिटॅमिन 'डी' असल्याने, कॅल्शियमचे शोषण चांगले होते. यासाठीच गर्भारपणी आणि बाळंतपणी

दूध ३०० ते ५०० एम.एल. आहारात असणे अत्यावश्यक ठरते.

३) आयोडीन : याच्या अभावाने अ‍ॅबॉर्शन, मृत मूल जन्माला येणे, जन्मजात विकृती असणे आणि बालकाला क्रेटिनिझम (Cretinism) होतो. बाळाच्या मेंदूच्या वाढीस आणि बुद्ध्यांकासाठी आयोडिनची गरज असते.

१५० म्यु.जी. रोज स्त्रीस लागते, गर्भारपणी २५ म्यु.जी. जास्त पाहिजे. बाळंतपणात ५० म्यु.जी. जास्त लागते.

स्त्रोत : मासे, दूध, आयोडाइझ्ड मीठ, शिंगाडा, नारळ आणि खसखस.

भारतात नागरिकांमध्ये आयोडिनच्या अभावाने गॉएटरचे प्रमाण वाढल्याने, आयोडिनयुक्त मीठ देण्यास सरकारने सुरुवात केली. स्त्रियांनी हेच मीठ गर्भधारणेच्या आधीपासून वापरावे.

४) मॅग्नेशियम : याच्या अभावाने स्त्रीस गर्भारपणी ब्लडप्रेशर वाढते, सूज येते आणि फीट्‌स येतात. यालाच 'एक्लामशिया' म्हणतात. या रोगात दुर्लक्ष झाल्यास प्राणावर बेतते.

मूल कमी दिवसाचे, कमी वजनाचे आणि वाढ खुंटलेले (I.U.G.R.) असते. कॅल्शियमच्या शोषणासाठी मॅग्नेशियमची जरुरी असते.

स्त्रोत : सर्व तृणधान्ये, राजगिरा, ज्वारी, नाचणीमध्ये उल्लेखनीय.

सर्व कडधान्ये, विशेषत: सोयाबीन, मटकी, चवळी आणि कुळीथ. सुंठ, विड्याचे पान, हळद, खसखस, अहळीव, खोबरे, सुकामेवा यामध्ये असते. स्त्रीस रोजची गरज २८० मि.ग्रॅम असते. गर्भारपणी आणि बाळंतपणात ३५० मि.ग्रॅम लागते.

३) झिंक : प्रजनन कार्यात याचा महत्त्वाचा सहभाग असतो. प्रोटिन्सच्या चयापचयात भाग घेते, अ‍ॅन्टीऑक्सिडंट म्हणून काम करते. गर्भारपणी याच्या अभावाने कमी वजनाचे, कुपोषित आणि कमी दिवसाचे बाळ जन्माला येते. बाळाची वाढ खुंटते (I.U.G.R.) बाळामध्ये जन्मजात विकृती होतात.

नेहमीच्या आहारात १५ मि.ग्रॅम लागते, तर गर्भारपणी आणि स्तनदा मातेस २७ मि.ग्रॅमची जरुरी असते.

स्त्रोत : आपल्या आहारातील सर्व तृणधान्यातून, सर्व कडधान्यातून झिंक मिळते. विशेष उल्लेखनीय – हरभरा, चवळी, सोयाबीन होत.

विड्याचे पान, नारळ, खसखस, बदाम, शेंगदाणे यामध्ये विपुल आहे. सर्वोत्तम प्रमाण तिळामध्ये आहे. म्हणूनच १ चमचा तीळ रोज खावेत. मटण, मासे, अंड्यातील पिवळा बलक यामध्ये असते.

४) कॉपर : हे पण अ‍ॅन्टीऑक्सिडंट म्हणून कार्य करते. याच्या अभावाने स्त्रीला हायपोक्रोमिक अ‍ॅनिमिया होतो. कमी दिवसाचे, कमी वजनाचे, कुपोषित मूल

जन्माला येते. १ ते २ मि. ग्रॅम रोजची गरज असते.

स्त्रोत : मासे, प्राण्यांची लिव्हर, किडनी या मांसाहारातून मिळते. शाकाहारींना सर्व तृणधान्यातून उल्लेखनीय – बाजरी, सर्व कडधान्यातून हरभरा, कुळीथ, वाटाणा यामध्ये विपुल असते.

नारळ, तीळ, विड्याचे पान आणि सुपारी यामध्ये उल्लेखनीय आहे. सर्वोत्तम सुपारीत आहे.

५) मँगेनीज : हेही ॲन्टीऑक्सिडंट म्हणून कार्य करते. गर्भारपणी याच्या अभावाने कुपोषित मूल जन्माला येते आणि वाढ खुंटलेली (I.U.G.R.) असते. आहारातून रोज ५ मि.ग्रॅमची जरुरी असते.

स्त्रोत : सर्व तृणधान्यातून मिळते, उल्लेखनीय नाचणीत असते. सर्व कडधान्यातही असते. विपुल प्रमाण मुगात आहे. तीळ, खसखस, नारळ, विड्याचे पान, सुपारी, हळद, सर्वोत्तम प्रमाण सुंठेत आहे. यासाठीच गर्भवतीने दुधातून सुंठ आणि हळद घ्यावी.

अन्नातील पोषण द्रव्ये आणि त्यांचे गर्भावर होणारे परिणाम, आपण आत्तापर्यंत बघितले. ही आधुनिक विचारसरणी झाली. आता आपण आयुर्वेदिक विचारधारा बघू या.

विवाहानंतर गर्भधारण होण्यापूर्वी दोघांनी आयुर्वेदिक तज्ज्ञाकडून तपासणी करून घ्यावी. या तपासणीत दोघांना काही रोग असतील तर त्याची वैद्य चिकित्सा करतात. स्त्रीचे आर्तव आणि पुरुषाचे शुक्र हे दूषित नाही ना, याबद्दल खात्री केली जाते. दोघांची जरुरीप्रमाणे स्नेहन, स्वेदन, वमन, विरेचन आणि बस्ती या पंचकर्मापैकी चिकित्सा केली जाते. स्त्री-पुरुषांच्या शरीराची शुद्धी करणे आणि दोघांच्या बीजातील दोष नाहीसे करणे, असा दुहेरी फायदा पंचकर्माने मिळतो.

गर्भावस्थेत पंचकर्म म्हणजे, शोधन ही चिकित्सा करता येत नाही. पंचकर्माने वात, पित्त, कफ हे त्रिदोष संतुलित होतात, सामता निघून जाते.

यानंतर 'रसायन' चिकित्सा दोघांना दिली जाते. 'रसायन' संकल्पना आपणास माहीत आहेच. रसायनाने रसधातूची प्रशस्त वाढ होते आणि सप्तधातूंचे वर्धन होते. गर्भधारणेसाठी, दोघांचा शुक्रधातू बलवान असणे जरुरीचे असते. हे कार्य रसायन द्रव्ये करतात.

आवळा, शतावरी, अश्वगंधा, पिंपळी, ज्येष्ठमध, लोह, ताम्र ही रसायन द्रव्ये आहेत. श्रेष्ठ रसायन द्रव्य म्हणजे गाईचे दूध आणि तूप होय.

दोघांनी शतावरी आणि अश्वगंधा चूर्ण दुधातून घ्यावे. ज्येष्ठमध चूर्ण मधाबरोबर घेता येते. तर आवळा हा मोरावळा, च्यवनप्राश, आवळकाठी या स्वरूपात घेता येतो.

शुक्रधातू वाढण्यास कफवर्धक आहार घ्यावा लागतो. कफवर्धनासाठी मनुका, खारीक, अंजीर, बदाम, खसखस, दूध, लोणी, तूप यांचा समावेश आहारात करावा. दूध सद्यः शुक्रकर म्हटले आहे.

रसायन द्रव्ये स्मरणशक्ती, मेधा आणि चिरतारुण्य टिकवून ठेवतात. स्मरणशक्ती आणि मेधा वाढविणाऱ्या द्रव्यांना 'मेध्य' म्हणतात. डाळिंब, मध, तीळ, बदाम ही मेध्य द्रव्ये मानतात, दूध आणि तूप ही श्रेष्ठ मेध्य द्रव्ये आहेत. या मेध्य द्रव्यांचा वापर गर्भधारणा होण्याआधीपासूनच स्त्रीच्या आहारात अत्यावश्यक आहे.

आधुनिक विचारसरणीचे विवेचन करताना, माशातील फॅटपासून डीएचए ॲसिड हे फॅटी ॲसिड मिळते. गर्भवती स्त्रीने मासे खाल्ल्याने किंवा कॉडलिव्हर तेल घेतल्याने या (DHA) फॅटी ॲसिडमुळे होणाऱ्या बालकाच्या मेंदूची वाढ चांगली होऊन, बालकाचा 'बुद्ध्यांक' (IQ) चांगला होण्यास मदत होते. म्हणजे 'मेध्य' कार्यच घडते असे संशोधनात निदर्शनास आले आहे.

मासे किंवा कॉडलिव्हर तेल सर्वच स्त्रिया घेऊ शकत नाहीत. शाकाहारी स्त्रिया यांचा विचारही करू शकत नाहीत. गाईच्या दुधात अल्प प्रमाणात DHA फॅटी ॲसिड असते. डाळिंब, मध, तीळ, बदाम ही द्रव्य शाकाहारी आणि मांसाहारी स्त्रियांना निश्चितच आवडतील. त्यामुळे आहार द्रव्य म्हणून घेण्यास सोपी आणि बाळाचा बुद्ध्यांक वाढविण्यास मदत करणारी अशी ही द्रव्ये आहेत.

स्त्रीने गर्भधारणेच्या आधीच गर्भस्थापक म्हणून, गर्भधारणा सुलभ करणारी आहार द्रव्ये घेण्यास सुरुवात केल्यास गर्भधारणा आणि गर्भाची वाढ चांगली होते.

आवळा, शतावरी, अश्वगंधा, हळद, शिंगाडा, मकाणे, दुधी भोपळा, कोहळा ही गर्भस्थापनेचे कार्य करतात. आवळा, शतावरी, अश्वगंधा कशी घ्यावी हे सांगितले आहे. शिंगाड्याची आणि मकाण्याची खीर घ्यावी. दुधी हलवा, दुध्याची भाजी, खीर खावी. कोहळ्याची भाजी किंवा पेठा नित्य घ्यावा. दुधात हळद घालून, रोज एकदातरी घ्यावे.

गर्भधारणेच्या आधी माता कुपोषित असून चालत नाही. तिचे बलवर्धन म्हणजे तिच्या शरीराचे बृंहण झाले पाहिजे. या संकल्पनेत मांसधातूची प्रशस्त वाढ अपेक्षित आहे. बृंहणात शरीराचा आकार वाढला, तरी अवास्तव मेदवृद्धी होत नाही. स्त्री ज्या प्रदेशात नेहमी राहते. त्या प्रदेशातील पशू-पक्ष्यांचे मांस आणि मासे ही श्रेष्ठ बृंहण द्रव्ये सांगितली आहेत; कारण हे मांस त्या स्त्रीस 'सात्म्य' असते.

आधुनिक दृष्टिकोनातून, फर्स्टक्लास प्रोटिन्स असलेली द्रव्य म्हणजे मांसाहार होय. प्रोटिन्स योग्य मात्रेत घेतल्याने कुपोषण दूर होते. यासाठी गर्भधारणा होण्याच्या आधी मांसाहारी स्त्रियांनी मांसाहार करून आपले शरीर बलवान करावे. गर्भवती झाल्यावर गुरू, उष्ण, विदाही, तीक्ष्ण आहार घेता येत नाही. मांसाहार पचण्यास

गुरू म्हणजे जड, उष्णवीर्य आणि त्यातील मसालेही उष्णता, तीक्ष्णता वाढवितात.

शाकाहारी स्त्रियांना आंबा, फणसाचे गरे, मनुका, खजूर, अंजीर, दुधी भोपळा, कोहळा, शतावरी, अश्वगंधा, नारळ, बदाम ही द्रव्ये बृंहणासाठी उपयोगी पडतात. ही शाकाहारी द्रव्ये गर्भारपणीही घेता येतात.

स्त्री आणि पुरुष बीजाच्या संयोगाने गर्भ धारणा होते. गर्भधारणा होत असतानाच त्यात चैतन्यतत्त्व येते आणि गर्भ मनाने युक्त होतो. या संकल्पनेत गर्भाचे पोषण म्हणजे, शारीरिक प्रशस्त वाढ आणि गर्भाच्या मनाचे पोषण. ही दुहेरी जबाबदारी स्त्रीने घ्यावयाची असते. मनाच्या पोषणासाठी 'जीवनीय' आहारद्रव्ये सांगितली आहेत. ही द्रव्ये बालकापासून वृद्धांपर्यंत सात्म्य असतात. या द्रव्यांनी ओजाचे पोषण आणि वर्धन होते, मन प्रसन्न राहते. यामध्ये सर्वश्रेष्ठ द्रव्य गाईचे दूध होय. गहू, मनुका, आवळा, ज्येष्ठमध ही इतर द्रव्ये आहेत.

गर्भाच्या मनाच्या पोषणासाठी स्त्रीचे सात्विक आचरण आणि घरातील प्रसन्न वातावरण मदत करते. प्रसन्न वातावरणासाठी पती आणि घरातील इतर नातेवाइकांचे सहकार्य अपेक्षित आहे. गर्भारपणी शोक, क्रोध यापासून बाजूला राहिल्यास स्वत:चे आणि गर्भाचे पोषण चांगले होते.

हृदयाला आणि मनाला हितकारक द्रव्यांना 'हृद्य' द्रव्ये म्हणतात. या द्रव्यांनी मन उल्हसित होते आणि प्रसन्नता येते. गर्भारपणी स्त्रीची प्रसन्नता सातत्याने राहणे, गर्भाच्या पोषणास अत्यावश्यक असते.

आंबा, डाळिंब, बोरे, करवंद, लिंबू, कोकम, नारळाचे पाणी, चंदन, वाळा, गुलाब, चाफा आणि बकुळीची फुले ही हृद्य द्रव्ये आहेत. ही फळे गर्भारपणी नित्य खावी. लिंबू, कोकम, वाळा यांचे सरबत घ्यावे. शहाळ्याचे पाणी प्यावे. गुलकंद खावा. चंदन चूर्ण पाण्यात टाकून, उकळून प्यावे. गुलाब, चाफा आणि बकुळीची फुले केसात माळावीत.

रोजचा आहार किंवा भोजन घेताना काय खबरदारी घ्यावी, याबद्दल पुस्तकात 'भोजनविधी', 'अष्टौआहारविधिविशेषायतन' आणि 'विरुद्धअन्न' या प्रकरणात समजावून दिलेले आहे.

समतोल आहारासाठी मधुर, आम्ल, लवण, कटू, तिक्त, कषाय या षड्रसांचा आहार आपण रोज घेतो. गर्भवती स्त्रीने षड्रसांपैकी कोणत्याही एक रसाचा अतिरेक केल्यास गर्भावर परिणाम होतो, असे सांगितले आहे. 'मधुर'रसाच्या अतिसेवनाने गर्भ स्थूल, मुका आणि प्रमेही होतो. 'आंबट'रसाच्या अतिसेवनाने त्वचारोग, डोळ्यांचे विकार आणि रक्तपित्त ह्या व्याधी बालकास होतात.

'लवण'रसाच्या अति सेवनाने बाळाचे केस अकाली पांढरे होतात आणि शरीराला लवकर सुरकुत्या पडतात. 'तिक्त' म्हणजे कडू पदार्थ जास्त खाल्ल्याने

बाळ कमी वजनाचे, कुपोषित होते. 'कटू' म्हणजे तिखट पदार्थाच्या जास्त सेवनाने अशक्त मूल जन्माला येऊन, त्याला मुले होत नाहीत.

'कषाय' म्हणजे तुरट रसाच्या अतिसेवनाने बाळाचा रंग काळवंडतो आणि बाळाचे अन्नपचन होण्यास त्रास होतो.

त्याकाळीही अन्नद्रव्यांचे गर्भावर परिणाम होतात याची कल्पना होती आणि याची काळजी कशी घ्यावी याबद्दल ग्रंथात मार्गदर्शनही केलेले आहे.

गर्भिणीने गर्भधारणेच्या पहिल्या दिवसापासून, अन्न कोणते घ्यावे याबद्दल सांगताना –

शुष्कं पर्युषितं कुथितं क्लिन्नं चान्नं नोपभुंजीत।

(सुश्रृत शा. १०-३)

असे वचन आहे. याचा अर्थ वाळलेले, शिळे, कुजलेले, आंबलेले असे अन्न खाऊ नये. संसारात स्त्रियांना नेहमीच उरलेले अन्न दुसऱ्या दिवशी न टाकता खाण्याची सवय असते. यामुळे जागरूक राहून रोज ताजे अन्नच खावे. फ्रीजमध्ये २-४ दिवस ठेवलेले अन्नही खाऊ नये. याचेच पुढे विवेचन करताना सुश्रुतांनी सांगितले आहे.

"**हृद्यं द्रवमधुरप्रायं स्निग्धं दीपनीयसंस्कृतं च भोजनं भोजयेत्** ।"

(सुश्रुत शारीर १०-३)

गर्भारपणाच्या काळात रूचकर, मनाला आवडणारे, स्निग्ध, मधुर, द्रव आणि दीपनीय म्हणजे अग्निदीपन करणाऱ्या द्रव्यांनी संस्कार केलेले अन्न रोज घ्यावे.

'मधुर' याचा अर्थ फक्त पक्वान्न नाही, तर मधुर रसाची तांदूळ, गहू, दूध, तूप, लोणी, चारोळी, शिंगाडा, खजूर, द्राक्षे इत्यादी आहार द्रव्ये घ्यावीत. भोजन तयार करताना घोसाळी, दोडकी, तोंडली, कोहळा, दुधी, गोवारी, भेंडी, इ. भाज्या बनविताना मसाल्याचे पदार्थ आणि साजूक तुपाची फोडणी दिल्याने, दीपनीय संस्कार होतात. अशा तऱ्हेचा आहार घेतल्याने पोषण चांगले होते.

मासिक पाळी चुकल्याबरोबर गर्भधारणेची शंका येताच, स्त्रीने काय करावे याचे चरकांनी विवेचन केले आहे.

प्रथमे मासे शंकिता चेद् गर्भमापन्ना, क्षीरमनुपस्कृतं मात्रावच्छीतं काले काले पिबेत् । सात्म्यंमेव च पुनर्भोजनं सायंप्रातश्च भुत्र्जीत ।

या वचनाचा अर्थ, गर्भधारणेची शंका येताच, स्त्रीने गार दूध योग्य प्रमाणात थोडे थोडे प्यावे. सकाळी आणि संध्याकाळी स्वतःला सात्म्य असेल असे भोजन करावे.

थोडक्यात पण अति महत्त्वाचा संदेश स्त्रियांना, या वचनाने दिलेला आहे. हा संदेश या युगालाही लागू पडतो.

'प्रेग्नन्सी टेस्ट'मुळे स्त्रीला गर्भधारणा झाली आहे, हे समजणे सोपे आहे आणि आपण गर्भवती आहोत, हे समजल्याने आचरण करण्याची जबाबदारी सुरू होते.

गर्भधारणा होताच काही स्त्रियांना मळमळणे, घशाशी जळजळणे, अन्नावर इच्छा नसणे, अशी लक्षणे दिसू लागतात. या लक्षणांचा विचार करताना 'गार दूध' हे आदर्श द्रव्य आहे. ही लक्षणे 'ॲसिडिटी' झाल्याचे दर्शवितात. आधुनिक दृष्टिकोनातून, ॲसिडिटी झाली म्हणजे गार दूध घेण्यास सांगतात, तर आयुर्वेदिक दृष्टिकोनातून पित्तप्रकोपावरचे दूध हे श्रेष्ठ औषध आहे. मळमळणे, घशाशी येणे, या लक्षणांनी स्त्री भोजन करू शकली नाही, तर ती उपाशी राहील. गार दूध थोडे-थोडे घेतल्याने तिला थकवा येणार नाही.

स्त्रीने तिला सोसेल एवढे सात्म्य भोजन करावयाचे आहे. 'सात्म्य' या शब्दाचा अर्थ समजावून घेणे महत्त्वाचे आहे. शाकाहारी स्त्रीचे सात्म्य मांसाहारी स्त्रीपेक्षा वेगळे असेल. हे सात्म्य देश आणि प्रदेशाप्रमाणे बदलेल. या युगात आंतरधर्मीय, आंतरराष्ट्रीय विवाह होत आहेत. शाकाहारी स्त्री, मांसाहारी कुटुंबाची सून असते, तर कधी मांसाहारी स्त्री शाकाहारी कुटुंबाची सून बनते. केरळमध्ये लहानपणापासून वाढलेल्या मुलीला रोज मासे खावयाची सवय असते. ती जेव्हा राजस्थानी शाकाहारी कुटुंबाची सून होते. त्या वेळी गर्भारपणी काय खावे? हा प्रश्न येतो. भारतात रोजचे जेवण सर्व कुटुंबासाठी बनविले जाते, त्यात सर्वांच्या आवडी-निवडीचा विचार असतो. गर्भारपण ही महत्त्वाची घटना असल्याने, सर्व कुटुंबाने तिला सात्म्य असणारे भोजन कसे मिळेल ते बघावे. यामुळे ती प्रसन्न राहील आणि कुपोषण न होता नवजात बालक निरोगी, बुद्धिमान जन्मेल, सर्वच आजी-आजोबांना असे नातवंड हवे असते.

गर्भधारणेच्या पहिल्या महिन्यापासून ते नवव्या महिन्यापर्यंत गाईचे दूध, लोणी आणि तूप रोजच्या भोजनाबरोबर घ्यावे, असे चरकांनी म्हटले आहे. याच बरोबर मधही घ्यावा असे सांगितले आहे.

सुश्रुतांनी भाताबरोबर दूध, दही आणि तूप घ्यावे असे म्हटले आहे. चवथ्या महिन्यात मांसरस म्हणजे मटण सूप घ्यावे, असे त्यांचे मत आहे.

समतोल आहारासाठी सर्वच स्त्रियांनी दूध, लोणी, तूप याचे आहारात प्रमाण वाढवावे. असा चरक आणि सुश्रुतांचा मतप्रवाह आहे. प्राण्याचे मांस, हे श्रेष्ठ बृंहण म्हणजे बलदायक आहे असे सांगितलेले आहे. मग मांसाहाराची निवड न करता दूधच सर्वोत्तम का? हा प्रश्न स्त्रिया विचारतात.

आधुनिक आणि आयुर्वेदिक विवेचनात, दुधाबद्दल सविस्तर चर्चा केलेली

आहे. दूध, लोणी, तूप ही श्रेष्ठ रसायन द्रव्ये आहेत, त्यामुळे रसधातू चांगला निर्माण होतो. मटण, मासे ही दुधाप्रमाणे, फर्स्टक्लास प्रोटिन्स देणारी द्रव्ये आहेत. पण मटण पचनास जड आणि गर्भवतीस गर्भाच्या भारामुळे अन्न लवकर पचत नाही. मटण, मासे, अंडी उष्णही आहेत. ही द्रव्ये रसायन नाहीत, म्हणून शीत, मधुर आणि अग्निदीपन करणारे दूध, तूप गर्भारपणी श्रेष्ठ द्रव्य ठरतात.

वजन वाढण्याच्या भीतीने आधुनिक स्त्रिया लोणी, तुपाला हात लावत नाहीत. पण गर्भारपणी स्त्रीचे वजन १२ किलोपर्यंत वाढते. शरीरात फॅट साठवली जाते. ही फॅट सूतिकेला स्तनपानासाठी उपयोगी पडते. यासाठीच दूध, लोणी, तूप ज्यात ओमेगा-६ आणि ओमेगा-३ फॅटी अॅसिड्सचे प्रमाण ३:१ आहे. हे घेणे उचित होय.

सुश्रुतांनी ४ थ्या महिन्यात, मांसरस म्हणजे मटणसूप घेण्यास सांगितले आहे. पहिले तीन महिने गर्भ स्थिर नसतो. म्हणून ४ थ्या महिन्यात फार तिखट, मसालेदार नसलेले, पचण्यास लघु मटणसूप घ्यावे. गर्भारपणी माता कुपोषित असेल आणि तिला समतोल आहार न मिळाल्यास (I.U.G.R.) आय.यु.जी.आर. म्हणजे बाळाची गर्भातील वाढ खुंटते. असे मूल पटकन दगावण्याची शक्यता जास्त आणि जगले तरी तरुणपणीच ब्लडप्रेशर, मधुमेह या रोगांचे बळी ठरते. त्यासाठी मातेस प्रोटिन्स योग्य प्रमाणात मिळालीच पाहिजेत.

आयुर्वेदातही 'उपविष्टक नागोदर' या नावाने गर्भारपणीचा अपुऱ्या आहाररसामुळे होणारा रोग वर्णिलेला आहे. येथे गर्भ सुकत जातो, गर्भाची वाढ होत नाही. या रोगाचे हल्लीच्या आय.यु.जी.आर.शी साम्य आहे. या नागोदराचे वातज, पित्तज, कफज असे तीन प्रकार वर्णन केलेले आहेत. प्रत्येकाची स्वतंत्र चिकित्सा सांगितलेली आहे.

त्यांची चिकित्सा सांगताना, पित्तज नागोदरात मांसरसाचा वापर केलेला आहे. जलचर प्राण्यांचे मांस, अंडी खाण्यास सांगितले आहे.

कफज नागोदरातही मांस खाण्यास सांगितले आहे. यावरून असे दिसते की, मटण, अंडी असा प्रोटिनयुक्त मांसाहार गर्भाच्या वाढीस जरूर लागल्यास देत असत.

आता शीत आणि उष्ण पेयांकडे वळताना – कोकाकोला, लिमका इत्यादी शीत पेये स्त्रिया घेत असतात. ही पेये हानिकारक आहेत. गर्भारपणी टाळावी. त्या ऐवजी कोकम, लिंबू, कैरीचे पन्हे, फळांचे रस, नारळाचे पाणी घ्यावे. जे गर्भास हितावह आहेत.

चहा, कॉफी ही उष्ण पेय ब्रेकफास्ट किंवा जेवणानंतर लगेच घेण्याची प्रथा आहे. या चहा वा कॉफीतील 'टॅनिन' अन्नातील आयर्नचे शोषण होण्यास अडथळा

निर्माण करते. आयर्नचे शोषण न झाल्यास ॲनिमिया होतो. आयर्नच्या गोळ्या घेतल्यावरही लगेच चहा, कॉफी घेऊ नये. दिवसातून १ ते २ कपापेक्षा अधिक चहा किंवा कॉफी घेऊ नये.

मद्यपानाबद्दल न बोलणेच बरे. गर्भवतीने याच्यापासून बाजूलाच राहावे. हृदयात दोष असलेले, कमी वजनाचे, वाढ खुंटलेले मूल मद्यपानाने होते. तंबाखू खाणे आणि धूम्रपान या दोन्ही गोष्टी गर्भास हानिकारक आहेत. स्त्रीने या गोष्टी वर्ज्य कराव्यात. नवऱ्याच्या चेन स्मोकिंगचा पत्नी बळी ठरते, म्हणून गर्भवतीने याचीही काळजी घ्यावी. तंबाखूमुळे कमी वजनाचे, वाढ खुंटलेले मूल होते.

या आधुनिक आणि आयुर्वेदिक विवेचनातून स्त्रीस गर्भारपणी आहार कसा घ्यावा आणि आचरण कसे ठेवावे याचा बोध होईल, सुदृढ, बुद्धिमान अपत्य प्राप्ती होईल.

■

गर्भवतीचा आहार

मानवाला ओबेसिटी, टाईप टू डायबेटिस, हायपर टेंशन, हृदयरोग (C.H.D) अशा व्याधी तारुण्यातच गाठू लागल्यावर जगभर याच्या कारणावर संशोधन सुरू झाले. व्यायामाचा अभाव, पर्यावरणाचा असमतोल, रात्रीची कमी झोप, पोल्युशन व गुणसूत्रांमधील दोष या पलीकडे काय? हे शोधत असताना प्रो. डॉ. डेव्हिड बार्कर (Pro. Dr. David Barkar) यांनी १९८६ मध्ये इंग्लंडमध्ये 'फीटल ओरिजीन ऑफ ॲडल्ट डिसीज' (Fetal Origin of Adult Disease) हे हायपोथेसिस मांडले. यावर साधकबाधक चर्चा होऊन आता याला जगभर मान्यता मिळाली आहे आणि सर्व जगभर आणि भारतातही यावर अविरत संशोधन चालू आहे व यातील नवनवीन पैलू समजत आहेत.

गर्भधारणा झाली की, गर्भाची वाढ सुरू होते आणि ४० आठवड्यांत वाढ पूर्ण झाली की, स्त्रीची प्रसुती होते. जर स्त्री ४० आठवड्यांच्या आधी प्रसुत झाली तर आपण त्याला प्रीटर्म डिलिव्हरी म्हणतो आणि अशी नवजात बालके कमी वजनाची जन्मतात. यामध्ये किती आठवड्यांची गर्भधारणा आहे, यावर बाळाचे वजन अवलंबून असते.

गर्भधारणा झाल्यावर गर्भाची आदर्श वाढ झाली नाही आणि गर्भावस्थेत वाढ खुंटली तर आपण त्याला आय.यु.जी.आर. असे म्हणतो. येथे प्रसुती ४० आठवड्यांची होऊन या नवजात बालकाचे वजन वाढ खुंटल्यामुळे कमी असते.

भारतामध्ये नवजात बालकाचे कमीतकमी वजन जन्माच्या वेळी २.५ किलो

पाहिजे. तर युरोपमध्ये मात्र ३.५ किलो हा मापदंड आहे. प्रत्येक देशाचा बालकाच्या वजनाचा मापदंडाचा आकडा वेगळा आहे. नवजात बालकाचा जन्म झाल्यावर ते एक वर्षाचे होईपर्यंत त्याला इन्फन्ट (Infant) म्हणतात आणि पहिल्या एक वर्षापर्यंतच्या वजनाच्या प्रगतीवर लक्ष ठेवले जाते.

वरील दोन्ही कारणांनी कमी वजनाची बालके जन्मली तर त्यांना वारंवार इन्फेक्शन होणे आणि मृत्यू होण्याची शक्यता वाढते. तसेच त्यांची रोगप्रतिकार शक्ती (Immune Function) आणि मेंदू व बुद्धी यांची वाढही (Intellectual Development) नीट होत नाही.

डॉ. डेव्हिड बार्कर यांच्या मते अशी जन्माच्या वेळी कमी वजन असलेली बालकेच मोठेपणी आधी वर्णन केलेल्या रोगांना तारुण्यातच बळी पडतात.

यामध्ये जर कमी वजन असलेली मुलगी जन्मली तर मोठी झाल्यावर तिचे लग्न झाल्यावर ती पुढे कमी वजनाच्या मुलाला जन्म देते आणि हे दुष्टचक्र अव्याहत चालू राहते. यामुळे स्त्रीची गर्भवती अवस्था फार महत्त्वाची आहे.

गर्भाचे आदर्श सम्यक पोषण होण्यासाठी १) स्त्रीचे आरोग्य २) स्त्रीची एन्डोक्राइन सिस्टिम (Endocrine System) ३) व्यायाम ४) रात्रीची पुरेशी झोप ५) मानसिक संतुलन ६) व्यसने ७) चौरस समतोल आहार ८) प्लासेंटाचे आरोग्य या सर्व गोष्टींचा विचार करावा लागतो. कारण नुसता समतोल आहार घेतला तरी त्याचे नीट पचन आणि सर्व पोषणतत्त्वांचे शोषण नीट होऊन वारेमार्फत त्याचा सतत नीट पुरवठा होणे महत्त्वाचे असते.

गर्भाच्या वाढीसाठी पूर्वी कॅलरीयुक्त प्रोटिन्सचा नीट पुरवठा होण्याला महत्त्व असे. म्हणजेच कार्बोहायड्रेट फॅट व प्रोटिन्सवर भर असे. आता संशोधनाच्या प्रगतीने या बरोबर सर्व व्हिटॅमिन्स आणि खनिजेही महत्त्वाची ठरली आहेत. यांनाच मायक्रोन्युट्रीअंट्स म्हणतात.

ज्या वेळी गर्भवती स्त्रीस असा सर्व पोषक घटकयुक्त आहार मिळत नाही त्यावेळी तिच्या शरीरात काही बदल घडतात. वाढणाऱ्या गर्भामधील मेंदूला प्राधान्य दिले जाते आणि त्याला जास्त रक्तपुरवठा केला जातो, तर गर्भाच्या लिव्हर, किडनी आणि पॅनक्रियाज या उदरातील अवयवांना कमी रक्तपुरवठा होतो. यामुळे लिव्हर, किडनी, पॅनक्रियाज यांची वाढ नीट होत नाही. यांच्यामध्ये रचनात्मक आणि चयापचयाचे म्हणजेच (Structural and Metabolic) बदल घडतात. असे बदल घडलेले, नीट आदर्श वाढ न झालेले वरील अवयव असलेले बालक जन्माला येते. जन्मल्यावर नव्या वातावरणात ॲडजेस्ट होताना मिळणाऱ्या आहारात सर्व पोषक तत्त्वे असतील तर हे बालक झपाट्याने वाढते आणि स्थूल होते. वयाच्या चौथ्या वर्षीच इन्शुलिन अवरोध सुरू होतो.

या बालकांच्या किडनीमध्ये नेफ्रॉनची संख्या कमी असल्याने लहानपणीच हायपर टेंशन, तारुण्यात किडनी नीट न काम करणे आणि पुढे डायलिसिस अशा चक्रामध्ये या व्यक्तींचे आयुष्य जाते. तर काही बालकांना मधुमेह, हृदयरोग यांना सामोरे जावे लागते.

आता भारतात मधुमेहाचे प्रमाण वाढल्याने मधुमेही स्त्रिया गर्भवती राहतात. तसेच काही स्त्रियांना गर्भवती राहिल्यावर मधुमेहाचे निदान होते. दोन्ही प्रकारांमध्ये स्त्रीने मधुमेहाचे पथ्य व औषधोपचार, मधुमेहतज्ज्ञ, आहारतज्ज्ञ आणि स्त्रीरोगतज्ज्ञ यांच्या मार्गदर्शनानुसार करणे जरूर असते. यामुळे स्त्रीचे बाळंतपण व होणाऱ्या बालकाचे आरोग्य दोन्ही गोष्टींना फायदा होतो. मधुमेही स्त्रियांना जास्त वजनाची (Fetal Macrosomia) बालके होतात. या जास्त वजनाच्या बालकांना भविष्यात ओबेसिटी आणि टाईप टू डायबेटिस होण्याचा धोका जास्त असतो.

आधुनिक संशोधनाने असे सिद्ध होत आहे की, व्हिटॅमिन 'ए', व्हिटॅमिन 'बी६' आणि झिंक या खनिजांच्या अभावाने गर्भाच्या स्प्लीन आणि थायमस ग्रंथींची वाढ नीट होत नाही. यामुळे या बालकांची इम्युन सिस्टिम सक्षम नसते. ही बालके भविष्यात अटोइम्युन रोगाची बळी ठरतात.

व्हिटॅमिन 'ए' वर गर्भाच्या हृदय, फुप्फुसे, किडणी व पॅनक्रीआजची वाढ अवलंबून असते. यामुळे व्हिटॅमिन 'ए' व बीटा कॅरॉटिन यांचा आहारात समावेश अत्यावश्यक ठरतो.

वरील सर्व विवेचनावरून गर्भवतीच्या आहार आणि विहाराचे महत्त्व आपणास समजेल.

जगभर चाललेल्या या सर्व संशोधनात पुण्याच्या डॉ. चित्तरंजन याज्ञिक (Dr. Chittaranjan Yadnyik) यांचे मोलाचे योगदान आहे.

■

१७

सूतिकेचा आहार

स्त्री प्रसूत झाली, की पहिले काही दिवस सूतिकागृहातच राहते. नैसर्गिक प्रसूती झाली असेल, तर अन्नपान लवकर सुरू होते. शस्त्रकर्म (सिझेरीयन) झाले असेल, तर पहिले दोन दिवस ग्लुकोज-सलाईन (I.V. Fluids) चालू असते. वैद्यकीय सल्ल्यानुसार तोंडावाटे प्रथम द्रव पदार्थ आणि नंतर आहार सुरू होतो.

प्रसूत झाल्यावर, लगेचच स्तनपान अर्भकास दिले जाते. सिझेरीयन झाले असेल तर चार तास स्तनपान लांबते.

सूतिकेच्या आहाराचा विचार करताना १) मातेचे स्वत:चे पोषण २) नवजात बालकाचे पोषण ३) स्तन्य (दूध) तयार करण्याच्या प्रक्रियेसाठी लागणारी ऊर्जा, अशा तीन गोष्टींसाठी ऊर्जा लागते. आपणास ऊर्जा अन्नातील कार्बोहायड्रेट्सच देतात.

घरकाम करणाऱ्या स्त्रीस रोज १८७५ कॅलरीज लागतात. सूतिकेला यापेक्षा ५५० किलो कॅलरीज रोज पहिले सहा महिने वाढवाव्या लागतात. म्हणजे तिला २४२५ कॅलरीज रोज लागतात. सहा महिन्यांची बाळंतीण झाली की, पुढील सहा महिने रोज ४०० कॅलरी जास्त लागतात. म्हणजेच २२७५ कॅलरीज लागतात.

त्याचप्रमाणे मजुरी करणाऱ्या स्त्रीला रोज २९२५ कॅलरीज लागतात. तिच्या कॅलरीज, घरकाम करणाऱ्या स्त्रीप्रमाणे वाढवाव्या लागतात. याचा अर्थ असा आहे की, सूतिकेस गर्भारपणापेक्षा कॅलरीज जास्त लागतात.

प्रोटिन्सचा विचार करताना, स्त्रीस रोज ५० ग्रॅम प्रोटिन्स लागतात. तर प्रसूतीनंतर पहिले सहा महिने २५ ग्रॅम वाढवावे लागतात, म्हणजे ७५ ग्रॅम लागतात. पुढील सहा महिने १८ ग्रॅम रोजची वाढ करावी लागते.

गर्भारपणापेक्षाही फॅट्स वाढवाव्या लागतात. रोजची गरज ४५ ग्रॅम असते आणि बाळंत झाल्यापासून, १ वर्ष तेवढीच गरज असते.

आहारातील सर्वच पोषणद्रव्यांचे विवेचन आणि महत्त्व 'गर्भवतीचा आहार' या प्रकरणात केले आहे. सिंहावलोकन केल्यास व्हिटॅमिन ए, इ, व्हिटॅमिन 'सी', व्हिटॅमिन बी-१२ आणि आयोडिन यांचेही प्रमाण गर्भारपणापेक्षा वाढवावे लागते. तर व्हिटॅमिन बी-६, रिबोफ्लाव्हिन, फोलिक ॲसिड या व्हिटॅमिन्सचे प्रमाण गर्भारपणा एवढेच ठेवले तरी चालते. खनिजांचा विचार करताना आयर्न, कॅल्शियम, मॅग्नेशियम, झिंक, कॉपर, मँगेनीज यांचेही प्रमाण गर्भवतीच्या आहाराप्रमाणेच राहते.

'स्तन्य' म्हणजे, दूध निर्मितीस जास्त पाण्याची गरज भासते. कारण ५०० ते १००० मि.लिटर दुग्धनिर्मिती रोज होत असते. ही गरज दूध, चहा, कॉफी, ताक, फळांचे रस आणि पाणी यांनी भरून काढतात. स्तनपानाच्या आधी स्त्रीने दूध, ताक, फळाचा रस घ्यावा. चांगल्या स्तन्य निर्मितीसाठी काही पथ्य पाळणे आवश्यक असते. प्रसूतीनंतर स्त्रीस जंतूसंसर्ग होण्याची शक्यता असते आणि यामुळे ताप आल्यास स्त्रीच्या आहाराचे प्रमाण कमी झाल्याने, स्तन्य निर्मिती कमी होते. स्त्रीला कोणताही मानसिक ताण असेल, तरीही स्तन्य निर्मिती कमी होते. धूम्रपान करणाऱ्या स्त्रीचीही स्तन्यनिर्मिती कमी असते. म्हणूनच धूम्रपान वर्ज्य आहे.

चहा, कॉफी या पेयांतील कॅफिनही स्तन्य निर्मिती कमी करते. रोज दोन कपच चहा किंवा कॉफी घेणे योग्य होय.

आई झोपेची किंवा मन:शांतीची औषधे घेत असल्यास, त्याचा परिणाम बाळावर होऊन बाळाची दूध ओढण्याची क्रिया मंदावते.

संततिनियमनासाठी 'संतति-प्रतिबंधक' गोळ्या (Oral-contraceptives) स्त्री घेत असल्यास स्तन्य निर्मिती कमी होते.

आधुनिक स्त्री, प्रसूतीची रजा घेतल्यानंतर परत कामावर रुजू होते. बांधेसूद दिसण्यासाठी व्यायाम आणि डाएटिंग करून, वजन कमी करण्याची तिला घाई असते. या वजन कमी करण्याच्या नादात, स्तन्य निर्मिती कमी होते. पहिले सहा महिने मुलाचा आहार मातेचे दूधच असतो.

आधुनिक शास्त्र असे सांगते की, मुलास कमीत कमी ३ महिने मातेचेच दूध मिळणे अत्यावश्यक आहे, ते न मिळाल्यास अशा बालकांना तरुणपणीच मधुमेहाला सामोरे जावे लागते.

मातेचे दूध कमी मिळाल्याने, जन्मत: असलेले बालकाचे तीन किलो वजन सहाव्या महिन्याला दुप्पट म्हणजे ६ किलो होऊ शकत नाही. म्हणजेच कुपोषण सुरू होते. बालकास पहिले सहा महिने मातेचे दूध अत्यावश्यक असल्याने स्त्रीचा आहार आणि तिचे वजन कमी करण्याची प्रक्रिया याचा समतोल साधता आला पाहिजे.

नैसर्गिक प्रसूती झाली असेल, तर १५ दिवसांनी हलका व्यायाम सुरू करावा. सिझेरीयन झाले असेल, तर दीड महिना व्यायाम करू नये.

आयुर्वेदिक दृष्टिकोनातून, प्रसूतीमध्ये प्रसूतिवेदना, रक्तस्राव आणि मानसिक ताण याचा परिपाक म्हणजे धातूक्षय आणि दौर्बल्य होय. स्त्री अतिशय थकते, वातप्रकोप होतो आणि शरीर रुक्ष होते. यासाठी स्नेहपान म्हणजे तेल / तूप पिण्यास देतात.

आजची आधुनिक स्त्री वातप्रकोप आणि रुक्षता अनुभवते, दौर्बल्य आणि झालेला धातूक्षय तिला समजतो. पण मनापासून तेल किंवा तूप पिण्यास तयार होत नाही. स्नेहपान ही संकल्पना अमलात आणण्यासाठी मऊभात, मुगाची खिचडी यावर साजूक तूप घालून खाण्यास द्यावे. प्रसूतीनंतर स्नेहपानाबरोबर ओवा, जिरे, मिरे, पिंपळी आणि सुंठ या मसाल्याच्या पदार्थांपैकी इष्ट त्या द्रव्यांचे चूर्ण वापरण्यास ग्रंथात सांगितले आहे. म्हणजेच तेल, तूप या द्रव्यांनी सिद्ध करता येतात.

पहिल्या दिवशी चहा, कॉफी, दूध ही पेय आणि नंतर साजूक तूप घातलेला मऊ भात, मुगाची खिचडी जिरे आणि तुपाची फोडणी करून बनवून द्यावी. प्रसूतीच्या दुसऱ्या दिवसापासून स्त्रीचा रोजचा सात्म्य आहार म्हणजेच, भात, पोळी किंवा भाकरी, वरण, भाज्या, कोशिंबिरी सुरू कराव्यात. या भाज्या बनविताना ओवा, जिरे, मिरे आणि हळद यांचा वापर करावा. हे अन्न ताजे, गरम, नियमित वेळेला स्त्रीने घ्यावे. उकळून कोमट असलेले पाणी पिण्यासाठी नित्य वापरावे.

पहिले पाच दिवस मधल्या वेळच्या खाण्यासाठी खसखस, अहळीव, मकाणे, रवा, राजगिरा, शिंगाडे यांच्या खिरी आलटून-पालटून वापराव्या. खिरींसाठी शक्यतो नैसर्गिक पद्धतीने बनविलेला गूळ उदा. कनक गूळ वापरावा.

पिंपळीचा विचार करताना, ती वातशामक आणि रसायन द्रव्य आहे. पिंपळी प्रशस्त रसधातू निर्माण करून, धातूक्षय बरा करण्यास मदत करते, स्तन्य निर्मिती वाढविते, गर्भाशयाचे शोधन आणि आकुंचन करते.

सुंठ वातशामक आणि आमपाचक आहे. सुंठेमुळे रसधातू चांगला निर्माण होतो. गर्भाशय म्हणजे आर्तववह स्रोतातील वातप्रकोप कमी होतो. स्त्रियांची दुखणारी कंबर बरी होण्यास मदत होते. यामुळे सूतिकेला अत्यंत उपयोगी आहे. सुंठ, पिंपळी आणि गूळ समभाग घेऊन त्यात तूप घालून गोळ्या बनवाव्या. सकाळी १, संध्याकाळी १ याप्रमाणे गरम पाण्याबरोबर दीड महिना घ्याव्या.

सूतिकेला रोज ३ ते ४ कप दूध देण्याची प्रथा आहे आणि आधुनिक शास्त्रही दूध घेण्यास सांगते. या दुधात सुंठ, पिंपळी घालून, उकळून हे सिद्ध दूध घ्यावे, हे दूध पचनास चांगले.

शतावरी हे रसायन द्रव्य, 'शतावरी कल्प' या स्वरूपात दुधात घालून प्यावे. यामुळे 'स्तन्य' निर्मिती वाढते आणि स्त्रीचे दौर्बल्य कमी होण्यास मदत होते.

पाच दिवसानंतर कुळथाचे आमसूल घालून, साजूक तुपाची फोडणी दिलेले कढण घेण्यास ग्रंथात सांगितले आहे. कुळीथ उष्ण असल्याने, वातशामक आहे. गर्भाशयाचे शोधन करतात. ज्वरघ्न असल्याने सूतिकेस ताप येत नाही. आधुनिक दृष्टिकोनातून कुळीथात विपुल प्रोटिन आणि कॉपर, मँगेनीज, झिंक असून कॅल्शियम, मॅग्नेशियम आणि आयर्न ही चांगले आहेत. हे सर्व घटक सूतिकेस हितावहच आहेत. रोज कुळीथाचा कंटाळा आला, तर मूग, मटकी यांचेही कढण ज्वरघ्न असून, स्त्रीच्या दौर्बल्यास उपयोगी आहे.

मांसाहारी स्त्रियांनी मांसाहार केव्हा सुरू करावा हा प्रश्न उद्‌भवतो. चरकांच्या मते पाचव्या दिवसापासून मांसरस म्हणजे मटण किंवा चिकन सूप सुरू करावे, तर वृद्धवाग्भट म्हणतात. सूप बाराव्या दिवसापासून द्यावे.

मांसाहाराऐवजी दोन्ही आचार्यांनी 'सूप' वापरण्यास सांगितले आहे. कारण ते पचण्यास लघु आहे. सूपामध्ये जास्त मसाले घालू नयेत. सूप मधून-मधून घ्यावे.

दोडकी, पडवळ, दुधी, तोंडली, भेंडी, माठ, मेथी, पालक या ऋतूप्रमाणे मिळणाऱ्या भाज्या आणि 'काश्यप संहितेत' उल्लेखलेल्या कोहळा, मुळा, काकडी या भाज्या आलटून-पालटून रितीरिवाजाप्रमाणे कराव्या.

लसूण वातशामक असूनही चरक, सुश्रुतांसारख्या आचार्यांनी गर्भिणी आणि सूतिकेसाठी लसणीचा उल्लेख केलेला नाही. काश्यपसंहितेत लसूण-कल्पाध्यायांत सूतिका, गर्भिणी आणि शिशू या अवस्थांमध्ये लसणाचा निषेध केला आहे. औषध म्हणून वापरताना, जास्त प्रमाणात लसूण आपल्या शरीरात जातो. भाज्या बनविताना इतके जास्त प्रमाण आपण वापरत नाही. लसूण पित्तप्रकोप करतो आणि तमोगुण वाढतो. गर्भिणी आणि सूतिकेचा आहार मधुर, स्निग्ध आणि सात्त्विक पाहिजे. यामुळेच आयुर्वेदिय दृष्टिकोनातून, गर्भिणी आणि सूतिकेने लसूण वापरू नये, असा सल्ला देतात. ज्या स्त्रियांना भाज्यांमध्ये चवी किंवा स्वादासाठी लसूण आवडतो. त्यांनी अल्पप्रमाणात वापरावा. पण पित्तप्रकोप होणार नाही आणि अन्न विदाही बनणार नाही याची काळजी घ्यावी. शरद आणि ग्रीष्म या उष्ण ऋतूत पित्तप्रकोप होत असल्याने, गर्भवती आणि सूतिकेच्या आहारात या ऋतूत लसूण टाळावा.

हळद प्राकृत रसधातू निर्माण करते, स्तन्यातील दोष दूर करून प्राकृत स्तन्य, म्हणजे चांगले दूध येते. हळद गर्भाशय शोधन करून, गर्भाशय पूर्ववत होण्यास मदत करते. यासाठी स्त्रियांनी हळद आणि सुंठ दुधात घालून, उकळून दिवसातून एक वेळा तरी घ्यावी.

गर्भारपणी मधुमेह (Gestational Diabetes) झाला असेल किंवा स्त्री अतिस्थूल

असेल, तर अशा स्त्रियांनी बाळंत झाल्यावर रोज एकदा १ ग्रॅम हळद + १ ग्रॅम आवळा चूर्ण मधातून दीड महिना घ्यावे.

आपल्या संस्कृतीतील, बाळंतिणीसाठी देण्यात येणाऱ्या पाककृतींविषयी समजावून घेऊ या.

खसखशीची खीर सूतिकेला दिली जाते. आयुर्वेदिय दृष्टिकोनातून, खसखस वातशामक, स्तन्यवर्धक आणि बल्य आहे. यामुळे सूतिकेला झोपही येते, जी आवश्यक आहे. आधुनिक दृष्टिकोनातून, खसखशीत २१ ग्रॅम प्रोटिन्स सर्वोत्तम कॅल्शियम, विपुल मॅग्नेशियम आणि आयर्न आहे. तसेच खसखशीत ओमेगा-३ फॅट्स आणि आयोडिन आहे. हे सर्व घटक सूतिकेस आवश्यक आहेत.

अहळीवाचा खीर आणि लाडू या रूपात वापर करतात. अहळीव हे द्रव्य वातशामक, स्तन्यवृद्धिकर आहे. स्त्रियांची दुखणारी कंबर बरी होते. आधुनिक दृष्टिकोनातून, सर्वोत्तम आयर्न असलेले हे द्रव्य ॲनिमियासाठी उपयोगी आहे. यामध्ये प्रोटिन्स२५ ग्रॅम आणि कॅल्शियम, मॅग्नेशियम विपुल आहे. हे सर्व घटक सूतिकेस आवश्यक आहेत.

मेथीचे लाडू : मेथी ही वातशामक, स्तन्यजनक आहे. आधुनिक दृष्टिकोनातून, त्यात उपयुक्त ओमेगा-३ फॅटी ॲसिड्स आणि फायबर आहे.

पारंपरिक डिंक लाडूमध्ये, डिंक, खसखस, सुके खोबरे, गोडांबी, खारीक, बदाम आणि साखर ही घटकद्रव्ये असतात. यामध्ये काजू, पिस्ते, चारोळी हा सुकामेवाही काहीजण वापरतात.

आयुर्वेदिक दृष्टिकोनातून, ही सर्व द्रव्ये सप्तधातूंचे वर्धन करतात. यामधील बदाम 'मेध्य' आहेत. बाळाच्या मेंदूच्या वाढीस उपयोगी तर गोडांबी वातशामक असून, स्त्रीच्या दुखणाऱ्या कंबरेस उपयोगी पडते. आधुनिक दृष्टिकोनातून बदाम, गोडांबी, खसखस, काजू, पिस्ता, चारोळी यातून चांगली प्रोटिन्स मिळतात, तर डिंकाने कोलेस्टेरॉल कमी होतो. सुक्या खोबऱ्यातील 'लॉरिक ॲसिड' आणि बदामातील ओमेगा-३ फॅटी ॲसिड बाळाच्या मेंदूच्या वाढीस उपयोगी पडतात. सुक्या खोबऱ्यात कॅल्शियम, आयर्न, मँगेनीज, झिंक विपुल आहे. हे घटकही मातेस आणि बालकास उपयोगी पडतात.

जग जवळ आल्याने, कितीतरी भारतीय कुटुंबे परदेशात राहत असतात. परदेशात पोळीऐवजी आहारात ब्रेडचा वापर होतो. ब्रेड गर्भवती किंवा प्रसूत स्त्रीने खावा का नाही? असा प्रश्न उद्‌भवतो. नेहमीच ताज्या कणकेच्या पोळ्या किंवा रोटी या भारतीय स्त्रीस सात्म्य आहेत; पण पोळी मिळालीच नाही, तर ब्राऊन ब्रेड किंवा मल्टीग्रेन ब्रेडचा समावेश आहारात करावा.

भारतात असणाऱ्या, स्त्रियांनी प्राधान्याने पोळी किंवा रोटी घ्यावी. बदल म्हणून

कधीतरी घरचे लोणी लावून बनविलेली, आपल्या आवडीची सँडविचेस खावी.

बाळंतपणात आवर्जून पारंपरिक सुपारी किंवा विडा जेवणानंतर खाण्याची पद्धत आहे. यामधील ओवा, बाळंतशेपा, बडीशेप हे तीनही घटक अन्नाचे पचन करतात. स्तन्य निर्मिती वाढते, गर्भाशय शोधन होते आणि गर्भाशय पूर्ववत होण्यास मदत होते. बाळंतशेपा उष्ण असल्याने, गर्भारपणी खात नाहीत. सुपारी, धन्याची डाळ, लवंग, वेलदोडे, दालचिनी आणि जायफळ ही द्रव्ये मुखदुर्गंधी नाहीशी करतात. अन्न पचनास उपयोगी आहेत. ज्येष्ठमध हे रसायन द्रव्य, स्त्रीच्या शरीरास आलेल्या रुक्षतेवर आणि दौर्बल्यावर उपयोगी पडते. स्त्रीच्या शरीराचे पोषण होते.

सुके खोबरे आणि खसखस याचे विवेचन केलेले आहे. अशी सुपारी खातात, तसेच ही द्रव्ये विड्याच्या पानात घालून, विडा बनवून बाळंतिणीस देतात. विड्याचे पान मुख दुर्गंधी नाहीशी करते, अन्नपचनास मदत करते.

आधुनिक दृष्टिकोनातून, या सर्व द्रव्यांत कॉपर, मँगेनीज, झिंक ही ॲन्टी ऑक्सिडंट मिनरल्स उत्तम आहेत, जी मातेस आणि बालकास उपयोगी आहेत.

पारंपरिक पाककृती आणि विडा यांना शास्त्रीय बैठक आहे. स्त्रियांनी बाळंतपणात भोजनात यांचा समावेश जरूर करावा.

बाळंतिणीला तीळ तेल, खोबरेल तेल किंवा सरसू (मोहरी)चे तेल लावून मसाज करतात आणि नंतर गरम पाण्याने स्नान घालून नंतर शेक देतात. यालाच आयुर्वेदात 'स्नेह-स्वेद' म्हणतात. यामुळे वातप्रकोप कमी होतो आणि त्वचेचा खरखरीतपणा जाऊन मृदुता येते, स्त्रीचे बल वाढते.

स्त्री बाळंतपणानंतर परत सुदृढ, बांधेसूद आणि कांतिमान होण्यासाठी ४ महिने लागतात. हा काळ महत्त्वाचा असतो. पथ्यकर आहार आणि विहार घेतल्यास इप्सित साध्य होते.

■

१८

मातेच्या दुधाचे माहात्म्य

सृष्टीतील सर्व सस्तन प्राण्यांची अपत्ये जन्मल्यावर, मातेचे दूध पितात. गाय, म्हैस, बकरी इत्यादी प्राण्यांच्या दुधाचा आपल्या आहारात आपण रोज समावेश करतो. प्रत्येक प्राण्याच्या दुधाचे वेगवेगळे गुणधर्म आहेत. ते दूध त्या प्राण्याच्या अपत्यासाठी हितावह असते. हा निसर्ग नियम आहे. गाय, बकरीची पाडसे, जन्मल्यावर लगेच स्तनपान करतात आणि स्वत:च्या पायावर उभे राहून आपला चाराही शोधू लागतात.

बालकाचा जन्म झाल्यावर पहिले सहा महिने आईच्या दुधावरच सर्वस्वी अवलंबून असते. घन आहारासाठी दातही नसतात. या काळात त्याच्या मेंदूची वाढ झपाट्याने होत असते आणि शरीराची वाढ हळूहळू होत असते. मानवाच्या मेंदूच्या वाढीसाठी, मातेच्या दुधात विशेष किंवा खास प्रोटिन्स, फॅट्स आणि कार्बोहायड्रेट्स निसर्गत: असतात. ही गायीच्या, म्हशीच्या आणि बकरीच्या दुधात याच स्वरूपात नसतात. विवेचनात आपण मातेच्या दुधाचे माहात्म्य समजावून घेऊ. यासाठी आईचे दूध आणि गायीचे दूध यातील फरक समजणे आवश्यक आहे.

स्त्री प्रसूत झाल्यावर पहिले २-३ दिवस अल्पप्रमाणात स्तनातून पिवळ्या रंगाचा स्राव येतो. याला कोलोस्ट्रम (Colostrum) म्हणतात. जन्मल्यावर लगेचच स्तनपानास सुरुवात करणे, अपत्याच्या दृष्टीने हितावह असते. मातेचे शस्त्र कर्म सिझेरीयन झाले असल्यास स्तनपान चार तास लांबते.

या कोलोस्ट्रममध्ये प्रोटिन्स, झिंक आणि कॅरॉटिनचे प्रमाण विपुल असते. यामध्ये देवी, गोवर, इनफ्ल्यूएन्झा, पोलिओ या रोगांच्या प्रतिकारासाठी ॲन्टीबॉडीज असतात. 'कोलोस्ट्रम' हे एक जन्मलेल्या बाळाचे पहिले इम्युनायझेशन आहे, जे बाळाला मिळालेच पाहिजे.

कमी दिवसाचे, कमी वजनाचे जन्मलेले मूल, अतिदक्षता विभागात ठेवतात.

त्याला सलाईन किंवा ग्लुकोज शिरेतून देतात. या अवस्थेतही कोलोस्ट्रमचे दोन-चार थेंब बाळाला चाटवणे हितावह असते.

१०० मि.लिटर आईच्या आणि गायीच्या दुधातून ६७ कॅलरीज मिळतात. आईच्या दुधात 'लॅक्टोज' हे ऊर्जा देणारे, कार्बोहायड्रेट ७ ग्रॅम आहे. तर गायीच्या दुधात हे ४.५ ग्रॅम असते. या लॅक्टोजमुळेच आईचे दूध जास्त मधुर असते. या लॅक्टोजमुळे मॅग्नेशियम आणि कॅल्शियमचे शोषण चांगले होते.

मातेच्या दुधातील गॅलॅक्टोज (Galactose) बाळाच्या सर्व नर्व्हजवरील, मायलीनचे कव्हर बनविण्याचे काम करते. यामुळे मेंदूला संदेश पोहचविणे, हे काम चांगले होते.

प्रोटिन्सचा विचार करताना, आईच्या दुधात १.१ ग्रॅम प्रोटिन्स आहेत, तर गायीच्या दुधात ३ ग्रॅम प्रोटिन आहेत. गायीच्या दुधातील 'केसिन' या स्वरूपातील प्रोटिन्स ८०टक्के 'अल्फा केसिन' या स्वरूपात असतात. या अल्फा केसिनची घट्ट गुठळी होते. जी पचण्यास जड असते. गायीच्या दुधातील अल्फा केसिनची ॲलर्जी येते.

मातेच्या दुधातील केसिनची गुठळी मऊ असते आणि लवकर पचते.

व्हे प्रोटिनचा विचार करताना, आईच्या दुधात ८०टक्के लॅक्टाल्बुमिन (Lactalbumin) आणि लॅक्टो-फेरिन (Lacto-ferrin) असते. हे लॅक्टो-फेरिन बॅक्टेरियाची वाढ होऊ देत नाही आणि 'आयर्न'ला बांधून ठेवते. त्यामुळे 'इ-कोलाय' या बॅक्टेरियांना आयर्न मिळत नाही आणि त्यांची वाढ थांबते. लॅक्टो-फेरिनमुळे आयर्न, झिंक आणि मॅग्नेशियमचे बालकाच्या शरीरात शोषण चांगले होते.

मातेच्या दुधात 'टॉरिन (Taurine) हे अमायनो ॲसिड, गायीच्या दुधापेक्षा जास्त प्रमाणात असते. बाळाच्या मेंदूच्या विकासासाठी आणि डोळ्यांतील दृष्टिपटलाच्या वाढीसाठी हे उपयोगी असते.

मातेच्या दुधात, प्रोटिन्सचे विघटन करणारी एन्झाईम्स असतात. या एन्झाईम्स मुळे प्रोटिनचे विघटन होऊन, बाळाच्या आतड्यात ती पचण्यास सोपी होतात.

गायीच्या दुधातील प्रोटिन विघटन करणारी, एन्झाईम्स दूध उकळल्याने नष्ट होतात. त्यामुळे गायीचे दूध पचण्यास जड होते.

एखादी स्त्री ७व्या, ८व्या महिन्यातच बाळंत झाली (Pre-term delivery) तर तिला येणाऱ्या दुधातील प्रोटिन्सचे प्रमाण २.२ ग्रॅम असते. याचबरोबर या दुधात मॅग्नेशियम, कॉपर, आयर्न आणि झिंक यांचेही प्रमाण जास्त असते. ही निसर्गाने केलेली व्यवस्था आहे, असे कमी दिवसाचे मूल, आईच्या दुधावर वाढताना सहा आठवड्यानंतर प्रोटिन्सचे प्रमाण १.३ ग्रॅम होते. याचा अर्थच बालकाला पाहिजे, तसे दूध आईचे शरीर निर्माण करते.

फॅट्सचा विचार करताना, आईच्या दुधात एकोसा पेंटाओनिक फॅटी ॲसिड

EPA आणि डोकासा हेग्झाओनिक ॲसिड (DHA) ही विपुल असतात. हे DHA फॅटी ॲसिड मेंदूच्या वाढीस जरुरीचे असते. ही दोन्ही फॅटी ॲसिड्स गायीच्या दुधात आणि पावडरच्या दुधात अतिशय अल्प प्रमाणात असतात.

मातेच्या दुधात कार्निटीन (Carnitine) असते. हे फॅटी ॲसिडच्या चयापचयात सहभागी होते. त्याचाही मेंदूच्या वाढीस उपयोग होतो.

मातेच्या दुधात बालकास लागणारी सर्व व्हिटॅमिन्स असतात. गायीच्या दुधातील व्हिटॅमिन्सचे प्रमाण दूध उकळण्याने कमी होते, म्हणून आईचेच दूध बाळाला मिळाले पाहिजे.

दुर्दैवाने आई मृत पावली किंवा आईस कॅन्सर, थायरॉइडची औषधे चालू असतील, तर आई दूध देण्यास असमर्थ ठरते.

आई मनोरुग्ण असून, तिला लिथियम (Lithium) हे औषध चालू असेल तरीही ती स्तनपानास अपात्र ठरते. अशा वेळी नाईलाजाने बाळाच्या दुधाच्या पुरवठ्यासाठी दुसरे पर्याय शोधावे लागतात.

कुटुंबातील दुसऱ्या स्त्रीने बाळाला स्वत:चे स्तन्य पाजण्याची जबाबदारी उचलली तर गायीच्या किंवा पावडरच्या दुधापेक्षा जास्त चांगले. परदेशात यासाठीच मातेच्या दुधाच्या बँका स्थापन झाल्या आहेत. अशा बँकेतील दुधाला 'Frozen - Banked Breast Milk' असे म्हणतात. या साठवलेल्या दुधातील कोलेस्टेरॉलचे ऑक्सिडेशन होते आणि ते दूषितही बनते. याचा अर्थच मातेचे दूध स्तनपानानेच बाळाला मिळणे योग्य होय.

बाळाच्या दुष्टिकोनातून, स्तनपानामुळे नुसता आदर्श आहारच बाळाला मिळत नाही, तर आई आणि मुलातील प्रेमाचे एक अतूट नाते निर्माण होते. बाळाला शारीरिक ऊब मिळते. सुरक्षिततेची भावना निर्माण होते, जी पुढील जीवनात त्याचे व्यक्तिमत्त्व घडण्यास उपयुक्त ठरते.

स्तनपानाचे आईलाही काही फायदे होतात. गर्भाशयाचे आकुंचन चांगले होऊन, रक्तस्राव कमी होतो. आईच्या शरीरातील साठलेली फॅट कमी होते. तिला भविष्यात ब्रेस्ट आणि ओव्हरीजचा कॅन्सर होण्याची शक्यता कमी होते.

व्यवसाय किंवा नोकरीसाठी घराबाहेर जावे लागणाऱ्या स्त्रियांना स्तनपान देणे जड जाते. पण कमीत कमी ३ महिने स्तनपान दिल्यास बाळाला भविष्यात तरुणपणी मधुमेहास सामोरे जावे लागत नाही.

शास्त्रीयदृष्ट्या ६ महिने स्तनपान देऊन हळूहळू द्रव आहार सुरू केल्यास बाळाचे कुपोषण टळते. हल्ली एक किंवा दोनच अपत्ये होत असल्याने समजूतदार स्त्रियांनी सुदृढ बालकासाठी स्तनपान देण्यास वेळ काढावा.

■

१९

लंघन – उपवास

आयुर्वेदात अतिस्थूलत्व आणि अतिकृशत्व हे प्राकृत शरीराचे लक्षण मानलेले नाही, अशा व्यक्ती नेहमीच रोगाने ग्रासलेल्या असतात. त्यांना सतत औषधोपचाराची जरुरी लागते. त्यांना निरोगी करण्यासाठी म्हणजे स्थूल व्यक्तीची स्थूलता कमी करणे आणि कृश व्यक्तींचे वजन वाढवून प्राकृत होण्यासाठी, चरक-संहितेत 'लंघन आणि बृंहण' असा एक अध्याय आहे.

आयुर्वेदिक मतानुसार, अतिकृश माणूस बृंहण चिकित्सेने प्राकृत होणे शक्य असते, पण स्थूल व्यक्तींना कृश करणे कठीण जाते.

ओबेसिटीने, २१व्या शतकात जगाला विळखा घातला आहे. विज्ञानाची प्रगती होऊनही लठ्ठपणावर ठोस उपाय सापडलेला नाही.

अतिस्थूलांसाठी लंघन ही कल्पना विशद करताना १) वमन २) विरेचन ३) नस्य ४) बस्ती हे 'शोधन' उपचार, रुग्ण बलवान आणि दोषही जास्त प्रमाणात प्रकुपित असतील, तरच करण्यास सांगितले आहेत.

त्रिदोष जास्त बिघडलेले नसतील, तर 'शमन' उपचार सांगितले आहेत.

५) क्षुधा निग्रह : याचा अर्थ भोजन न करणे. पोट बिघडणे, ताप येणे अशा अवस्थांमध्ये आपण जेवण देत नाही, फक्त द्रव पदार्थ देतो. त्याला व्यवहारात आपण लंघन म्हणतो.

६) तृष्णा निग्रह : याचा अर्थ तहान लागली, तरी पाणी न पिणे किंवा कमी प्रमाणात घेणे. आयुर्वेदात, उदर रोग (जलोदर) आणि शोथ म्हणजे सर्वांगाला सूज आलेली असताना, कमी पाणी आणि इतर द्रव पदार्थ घेण्याचा सल्ला देतात. आधुनिक शास्त्रातही, किडनीचे कार्य बिघडले असेल, तर पाणी किंवा द्रव पदार्थ घेण्यावर मर्यादा येतात.

७) पाचन : त्रिदोष बिघडले की शरीराला सामता येते, अग्निमांद्य होते. आहार

रसाचे नीट पचन न झाल्याने, अपक्व आहाररस तयार होतो. आहाररसाचे सम्यक पाचन होण्यासाठी, आमपाचक औषधांचा वापर करतात, सर्व मसाल्याचे पदार्थ पाचनकर्म करतात; पण आले, सुंठ आणि लसूण ही उत्तम आमपाचक मानतात.

८) व्यायाम : व्यायाम करण्याने अग्नी प्रदीप्त होतो, भूक लागते आणि अन्नाचे पचन सुधारते. सामता जाऊन, शरीराला लाघव प्राप्त होते, उत्साह वाढतो, मन प्रसन्न होते, वजन कमी होण्यास मदत होते.

या युगातही स्थूल व्यक्तींना, 'एरोबिक' व्यायाम वजन कमी करण्यासाठी सांगतात.

९) मारुत सेवा : मोकळ्या जागी वाऱ्यात बसून शुद्ध हवा घेणे असा याचा अर्थ. सकाळी फिरण्याचा किंवा टेकडी चढण्याचा व्यायाम केल्यास, निसर्ग सान्निध्यात शुद्ध प्राणवायू मिळतो.

१०) आतप सेवा : कोवळ्या उन्हात बसणे.

या चार 'शोधन' आणि सहा 'शमन' अशा दहा प्रकारांनी, लंघन चिकित्सा स्थूल व्यक्तींसाठी करता येते. लंघन याचा अर्थ उपवास, असे आपण व्यवहारात मानतो. पण त्याची व्याप्ती किती मोठी आहे, हे या विवेचनावरून समजते.

लंघनास योग्य व्यक्तीचे वर्णन करताना : १) प्रमेह २) अतिस्थूल ३) नेत्ररोग ४) शिरोरोग ५) त्वचारोग ६) अजीर्ण अशा रोगाने ग्रस्त व्यक्तींनी, लंघन-चिकित्सा घ्यावी असे म्हटले आहे.

१) प्रमेह : आयुर्वेदात प्रमेहाचे वीस प्रकार सांगितले आहेत. त्यात 'मधुमेह' हा वातज प्रमेहाचा प्रकार वर्णन केला आहे.

आधुनिक विज्ञान असे सांगते की, मधुमेही व्यक्तींनी उपाशी राहू नये. दर ३-४ तासांनी काही तरी खावे. पण आधुनिक विज्ञानानुसार, स्थूल मधुमेहींना वजन कमी करण्याचा सल्ला देतात. त्यासाठी कॅलरी-रिस्ट्रीक्टेड आहार घेण्यास सांगतात. कृश आणि स्थूल दोन्ही मधुमेहींना व्यायाम अत्यावश्यकच सांगितला आहे. म्हणजे 'लंघन' चिकित्साच घडते.

लंघनास अयोग्य कोण? याचे विवेचन करताना,

१) लहान मुले २) गर्भवती ३) वृद्ध ४) अतिकृश ५) दुर्बल ६) क्षयरोगी यांनी लंघन चिकित्सा करू नये, असे सांगितले आहे.

लंघन चिकित्सा सुरू केल्यावर, योग्य प्रमाणात चिकित्सा झाल्यास रुग्णामध्ये ही लक्षणे दिसतात. १) शरीरात लाघव उत्पन्न होते. २) तहान-भूक नियमित लागते. ३) श्वसन करताना धाप लागणे, खोकला येणे अशी लक्षणे न दिसता श्वसन सहज होते. ४) छातीत धडधड वगैरे न होता, हृदय स्पंदन प्राकृत होते. ५) मलमूत्र विसर्जन वेळच्या वेळी, योग्य प्रमाणात होते. ६) उत्साह वाढतो.

या उलट लंघनाचा अतिरेक झाल्यास – १) चक्कर येणे २) तहान जास्त प्रमाणात लागणे ३) आवाज क्षीण होणे ४) मल-मूत्र वेग कमी होणे ५) तोंडाला चव नसणे ६) झोप न येणे ७) अतिशय थकवा जाणवणे ८) मन स्थिर न राहणे अशी लक्षणे दिसतात.

अशी लक्षणे दिसू लागल्यास, लंघन चिकित्सा थांबवावी लागते. रोजची आहाराची मात्रा किती असावी म्हणजे प्रत्येक जेवण किती घ्यावे? यासंबंधी 'मात्राशितीयमध्यायं' असा चरकसंहितेत अध्याय आहे. प्रत्येक व्यक्तीने रोज अग्निबल बघून आहार घ्यावा, असे आयुर्वेदात सांगितले आहे. उदा. रोज दोन पोळ्या आणि भात आमटी-भाजी बरोबर घेईन असे म्हणता येत नाही. पावसाळ्यात, अग्निमांद्य असताना जेवण कमी घ्यावे लागेल, तर हेमंत ऋतूत अग्नी प्रदीप्त असल्याने, भूक जास्त असल्याने, अन्न जास्त घ्यावे लागेल.

रोजचे अन्न पदार्थ निवडताना, अन्न पचण्यास हलके म्हणजे लघु असावे. मूग हे कडधान्य लघु आहे. तर वाल, राजमा पचण्यास जड म्हणजे गुरू आहेत. मुगाची उसळ थोडी जास्त खाल्ली तरी चालेल पण वाल, राजमा यांची उसळ जास्त खाल्ल्यास पोट जड होते. हाच तर-तम विचार करून, अग्निबल चांगले राहण्यासाठी लघु आहारांवर भर द्यावा.

एकदा जेवण पूर्ण झाले की, त्यानंतर, आग्रहापोटी किंवा एखादा पदार्थ आवडतो म्हणून खाऊ नये. त्यातसुद्धा गुरू आहार म्हणजे मिठाई, पक्वान्न असे पदार्थ जेवणानंतर घेऊ नयेत. त्याने अग्निमांद्य येते.

आयुर्वेदात सकाळी आणि संध्याकाळी असे दोन वेळाच जेवावे. त्यातसुद्धा संध्याकाळचे भोजन हलके असावे, अशी संकल्पना आहे. दुपारचे जेवण १२ ते १च्या दरम्यान घ्यावे, तर रात्रीचे जेवण ८ पर्यंत घ्यावे. न्याहारी घेण्याची प्रथा नाही.

रात्रीचे जेवण ८ वाजता घेतल्यानंतर, दुसऱ्या दिवशी दुपारी १२ वाजेपर्यंत म्हणजे १६ तास उपवास घडत असे.

सायं प्रातर्मनुष्याणां भोजनं वेदनिर्मितम्।
नान्तराभोजनं कुर्यात् उपवासी तथा भवेत्।।

सकाळी आणि संध्याकाळी असे दोन वेळा भोजन करणे वेदसंमत आहे. याशिवाय मधे-मधे काहीही खाल्ले नाही, तर त्याने मनुष्याला उपवासाचेच फळ मिळते.

यत् किंचित् लाघवकरं देहे तत् लंघनम् ।

ज्याने शरीराला हलकेपणा निर्माण होतो, ते म्हणजे लंघन होय. जेवणानंतर

आपल्या शरीराला हलकेपणा किंवा 'लाघव' राहील एवढेच जेवण नेहमी घेतले आणि जेवणाच्या वेळेवरच जेवण घेतले, तर अग्निमांद्य होत नाही. बल, वर्ण आणि सुखी आयुष्य मिळते.

या सर्व विवेचनावरून लंघनाबद्दल आयुर्वेदिक दृष्टिकोन, समजण्यास मदत होईल.

लंघन किंवा उपवास यास इंग्लिशमध्ये 'फास्टिंग' म्हणतात.

१) आपण जेवल्यानंतर, ३ तासांच्या काळाला 'फेड स्टेट' (Fed State) म्हणतात.

२) ३ तासापासून १२ ते १८ तासांपर्यंत उपाशी राहिल्यास 'अर्ली फास्टिंग स्टेट' (Early fasting state) म्हणतात.

३) घेतलेल्या जेवणापासून दोन दिवस म्हणजे ४८ तास उपाशी राहिल्यास 'फास्टिंग स्टेट' (Fasting state) म्हणतात.

४) यानंतरही उपाशी राहिल्यास 'स्टारव्हेशन' (Starvation) किंवा 'लाँगटर्म फास्टिंग (Long term fasting) म्हणतात.

शरीराची कार्ये चालण्यासाठी, ऊर्जा आणि पाणी यांची नितांत आवश्यकता असते. आपणास ऊर्जा प्राधान्याने कार्बोहायड्रेट्स आणि फॅट्स पुरवितात. त्यात सुद्धा कार्बोहायड्रेट्स यांचा नंबर पहिला असतो. शरीराच्या धारणेसाठी प्रोटिन्सची आवश्यकता असल्याने, शरीर प्रोटिन्सचा ऊर्जेसाठी वापर नेहमी करत नाही. तर आपत्कालीन अवस्थेत दुसरा पर्याय नसल्यास, प्रोटिन्सचे विघटन करून ऊर्जा मिळवली जाते.

आपण जेवतो त्या वेळी कार्बोहायड्रेट्स, फॅट, प्रोटिन्स आहारात असतात. जेवल्यानंतर घेतलेल्या कार्बोहायड्रेट्सपासून ग्लुकोज तयार होऊन, हा ग्लुकोज ऊर्जेसाठी वापरला जातो. रक्तातील ग्लुकोजचे प्रमाण वाढल्याबरोबर, इन्शुलिन स्त्रवण्यास सुरुवात होते आणि रक्तात याचे प्रमाण वाढते. हे इन्शुलिन शरीरातील सर्व पेशींना ग्लुकोज पुरविते आणि जेवणानंतर दोन तासांत रक्तातील वाढलेल्या ग्लुकोजचा निचरा होतो. रक्तशर्करेचे प्रमाण खाली येते. यासाठीच आपण जेवणानंतर दोन तासांनी ब्लडशुगर मधुमेहाच्या निदानासाठी तपासतो. पहिल्या जेवणानंतर दोन तासांनंतरही आपण काहीच खाल्ले नाही, तर नवा ग्लुकोज शरीराला न मिळाल्याने पूर्वी शरीरामध्ये लिव्हर आणि स्नायूंमध्ये ग्लायकोजेन या स्वरूपात साठविलेला ग्लुकोज, ग्लायकोजेनचे विघटन करून लिव्हर ऊर्जेसाठी वापरण्यास सुरुवात करते.

लिव्हरमधील ग्लायकोजेन, शरीराच्या गरजांसाठी २४ तास पुरते. आपण उपाशी अवस्थेत झोपलो तरीसुद्धा मेंदू कार्यरत राहण्यासाठी, सतत ऊर्जा लागत

असल्याने लिव्हरमधील ग्लायकोजेनचा साठा वापरला जात असतो. ६०टक्के ग्लायकोजेन मेंदूच्या कामासाठी लागते.

स्नायूंमधील ग्लायकोजेन आपण उपाशी असताना जे चलनवलन करतो, त्या क्रियांसाठी स्नायूंना लागते. स्नायूचे ग्लायकोजेन, प्रत्येक स्नायूला स्वत:साठीच वापरता येते. उदा. हातामधील बायसेप्स या स्नायूला आकुंचन प्रसरणासाठी, स्वत: साठविलेलेच ग्लायकोजेन वापरावे लागते. हातातील इतर स्नायू ते घेऊ शकत नाहीत आणि स्वत:कडील ग्लायकोजेन दुसऱ्याला देऊ शकत नाहीत. स्नायूमधील ग्लायकोजेन उपवास चालू असताना व्यायाम केला नाही तरीसुद्धा पहिल्या २४ तासांत ५०टक्के वापरले जाते.

लिव्हरमधील ग्लायकोजेन, जेव्हा मेंदूला ऊर्जा देण्यात कमी पडू लागते, तेव्हा लिव्हर अमायनो ॲसिड्सचे विघटन करून मेंदूला आणि शरीराला ऊर्जा पुरवते. साधारणत: १८ तास उपवास झाला की, 'मसलप्रोटिन्स'च्या विघटनाला सुरुवात होते. त्याच वेळेला शरीरातील साठवलेली फॅट विघटन होण्यास सुरुवात होऊन, फॅटपासूनही ऊर्जा मिळवण्याचा प्रयत्न सुरू होतो. हे फॅटचे विघटन सुरू झालेले असताना शरीरातील खालील हार्मोन्सचे प्रमाण वाढलेले असते. १) कॉर्टिझॉल (Cortisol) २) ए.सी.टी.एच. (ACTH) ३) एपिनेफ्रिन (Epinephrine) आणि हे वाढलेले प्रमाण फॅटच्या विघटनास मदत करते.

प्राण्यांवर आणि स्वयंसेवकांवर केलेल्या प्रयोगांमध्ये तसेच रमझान पाळणाऱ्या १८ ते ३५ वयोगटातील मुस्लीम नागरिकांचे निरीक्षण करताना, उपवासाच्या काळात काही निरीक्षणे नोंदवली गेली —

उपवासामुळे रक्तातील 'टी-३' (T-3) या थायरॉइड हार्मोनची पातळी कमी होते आणि त्यामुळे शरीराचे तपमान कमी होते. शरीर कमीत कमी ऊर्जा वापरण्याचा प्रयत्न करते.

ग्रोथ हार्मेन (HGH) आणि इन्शुलिन लाईक ग्रोथ फॅक्टर (IGF) यांची पातळी वाढलेली असते. या दोन हार्मोन्समुळे टिश्यू रिपेअर डीएनए रिपेअर आणि लायपॉलिसिस (Lypolysis) म्हणजे फॅटचे विघटन या क्रिया वाढतात.

फॅटच्या विघटनामुळे, बीटा-हायड्रॉक्सी ब्युटारेट (B.H.B.) या किटोन बॉडीजचे रक्तातील प्रमाण वाढते B.H.B. पार्किन्सोनिझम आणि अल्झायमर या रोगांविरुद्ध लढा देण्यास उपयोगी पडते. तर या B.H.B. ने इन्शुलिन रेझिस्टन्स कमी होतो. फ्री रॅडिकल्समुळे होणारे नुकसान कमी होते.

रमझानमधील उपवासामुळे, स्त्री आणि पुरुषांमध्ये (IL-6, CRP) आणि होमोसिस्टाईन यांच्या रक्तातील पातळ्या कमी झालेल्या आढळल्या. त्याचा फायदा हृदय आणि रक्तवाहिन्यांना होतो. हार्ट अटॅक येण्याचे प्रमाणही कमी होते.

फास्टिंगमुळे रक्तातील शर्करेची पातळी कमी राहते आणि इन्शुलिन सिक्रिशनचे प्रमाण कमी होते. यामुळे इन्शुलिन सेन्सिटिव्हिटी वाढते. रक्तातील शर्करेचे प्रमाण कमी झाल्यामुळे ॲडव्हान्स ग्लायकेशन एंड प्रॉडक्ट्स (AGEs) ची निर्मिती कमी होते. ही कमी झालेली निर्मिती वृद्धत्वाची प्रक्रिया लांबवते.

आयुर्वेदकाळापासून निरोगी दीर्घायुष्यासाठी आणि धी-धृती-स्मृती शाबूत राहण्यासाठी मानव उपाययोजना शोधून काढत आहे.

अतिस्थूलांसाठी लंघन, हे चिकित्सा तंत्र आयुर्वेदाने सांगितले. ते आपण पाहिलेच.

आधुनिक विज्ञान, प्राणी आणि मानव यांनी 'फास्टिंग' केल्याने काय घडते? यावर संशोधन करत आहे. यासाठी निरोगी स्वयंसेवकांना त्यांच्या तपासण्या करून त्यांच्या आहारातील रोजच्या कॅलरीज ठरवितात. त्यालाच 'रेकमेन्डेड डेली अलाउन्स' (R.D.A.) म्हणतात.

अशा स्वयंसेवकांना रोजच्या कॅलरीजच्या २५ टक्के कमी कॅलरीज दिल्या, तर काय घडते त्याची निरीक्षणे करतात.

काही स्वयंसेवकांना २५ ते ५० टक्के कॅलरीज एक दिवसाआड किंवा मधून मधून कमी देतात आणि शरीरावर होणाऱ्या परिणामांचा अभ्यास करतात.

या सर्व अभ्यासावरून असे निदर्शनास आले आहे की, १८ ते २४ तासांपर्यंतचे उपोषण किंवा नेहमीच २५ टक्के कमी कॅलरी घेणे, शरीरास फायदेशीर ठरते.

आयुर्वेदाने पोटाचे ४ भाग मानून, त्यातील २ भाग घनपदार्थ म्हणजे पोळी, भात, उसळी इ. घ्यावे. १ भाग द्रव पदार्थ म्हणजे सूप, वरण, ताक, पाणी घ्यावे आणि १ भाग वायूसंचरणासाठी, पचनासाठी आवश्यक त्या हालचाली व्यवस्थित होण्यासाठी रिकामा ठेवावा, असे प्रत्येक भोजन घेताना आचरण करावे, असे सांगितले आहे. यापुढे जाऊन **'हित भुक्, मित भुक्, ऋतू भुक्'** असे सांगितले आहे. हे महत्त्वाचे आहे.

म्हणजेच लहानपणापसून उच्चरक्तदाब, मधुमेह, हृदयरोग होण्याच्या आधीपासूनच शरीराला लंघनाची शिस्त लावल्याने, अतिस्थूलता येतच नाही.

आता उपवासाचे विज्ञान समजल्यावर, त्याची धार्मिक बाजू समजावून घेऊ.

व्यवहारात 'उपवास' शब्दाचा संबंध आपण व्रत-वैकल्याशी जोडतो. हिंदू, मुसलमान, जैन इत्यादी धर्माचे लोक धार्मिक उपवास करतात. चातुर्मास, संकष्टी चतुर्थी, एकादशी, महाशिवरात्र, रोजे आणि पर्युषण ही त्याची काही उदाहरणे आहेत.

'उपवास' हा संस्कृत शब्द आहे. 'उप' म्हणजे जवळ आणि 'वास' म्हणजे

वसणे किंवा राहणे, असा अर्थ आहे. स्वत:च्या बरोबर म्हणजे अंतरात्म्याच्या बरोबर किंवा जवळ राहणे हा त्याचा खरा अर्थ आहे.

'आत्मा' म्हणजे प्रत्येकाच्या शरीरातील भगवंताचा अंश असे गीतेत सांगितले आहे. त्याचा अर्थच भगवंताच्या अंशाजवळ राहणे, भगवंताचे स्मरण करणे म्हणजे उपवास करणे.

आयुर्वेदातही चक्रपाणी या टीकाकाराने उपवासाची व्याख्या सांगितली आहे.

उपावृत्तस्य पापेभ्य: सहवासो गुणै: सह ।
उपवासो स विज्ञेयो न शारीरविशोषणम् ।।

पापकर्मापासून निवृत्त होऊन, परमेश्वरापाशी चित्त एकाग्र करणे याला 'उपवास' म्हणतात. 'उपवास' म्हणजे शरीर शोषण नव्हे.

शरीराला क्लेष देऊन म्हणजेच अतिकडक उपवास, अन्न आणि पाणी वर्ज्य करणे ज्याला 'निर्जळी उपवास' म्हणतात, असे करणे अपेक्षित नाही.

परमेश्वराशी चित्त एकाग्र करण्यासाठी शरीर निरोगी, उत्साही पाहिजे. शरीरात लाघव पाहिजे, म्हणजेच शरीरात सामता असून चालत नाही.

सत्त्व, रज, तम हे मनाचे गुण आहेत. ज्या गुणाचे प्राधान्य असेल तसे त्या माणसाचे व्यक्तिमत्त्व असते. सत्त्व गुण वाढवून, रज-तमावर विजय मिळवता आला तरच व्यक्ती सात्त्विक बनते.

सात्त्विकच माणूस परमेश्वरापाशी चित्त एकाग्र करण्याची इच्छा करतो. यासाठी ध्यान-धारणा करावी लागते.

सात्त्विकता वाढण्यासाठी, आहारही सात्त्विक पाहिजे. ज्ञानेश्वरांनी असे म्हटले आहे.

म्हणौनि सात्त्विकु रसु सेविजे ।
तैं सत्त्वाची वाढी पाविजे ।।
राजसा तामसा होईजे । येरी रसीं ।।

(अध्याय १७ वा -११८)

असा आहार नित्य घेतला की काय होते हे सांगताना ते पुढे म्हणतात.

ऐसा सात्त्विकु आहारू ।
परिणामला थोरु । करी हा उपकारु । सबाह्यासी ।।

(अध्याय१७ वा-१३७)

सात्त्विक आहार घेणारी व्यक्ती अंतर्बाह्य पूर्णपणे बदलते. सात्त्विक आहार, आयुष्य स्थिर करणारा, बुद्धी, शक्ती वाढविणारा, सुख आणि प्रेम वर्धन करणारा

असतो. हा आहार मनाला आणि हृदयाला आल्हाद देणारा असतो. हे विवेचन करताना ज्ञानेश्वरांनी झाडावर उन्हाने पूर्ण पिकलेली, स्वादिष्ट, रसाळ, निरनिराळी ऋतूप्रमाणे तयार झालेली फळे, ही सात्त्विक आहाराचे द्योतक सांगितली आहेत.

नुसता फल आहार, उपवासाच्या दिवशी घेतला तरी ऊर्जा आणि पाणी यापासून मिळते.

ऋतूमध्ये तयार झालेली ताजी फळे सर्वोत्तम, पण वर्षभर केळी आणि लिंबू हीच उपलब्ध होऊ शकतात.

मनुका किंवा बेदाणे वर्षभर सर्वत्र मिळतात. चरकांनी त्यांना जीवनीय, हृदय, श्रमहर आणि विषघ्न म्हटले आहे. त्यात श्रेष्ठत्व सिद्ध होते. तसेच खजूर, खारिक, जर्दाळू ही पण व्रतांमध्ये घ्यावी.

आंबा पोळी, फणसपोळी, मोरावळा, कोहळ्याचा पेठा हे फळांपासून बनविलेले पदार्थ, उपवासाला प्रवासातही वापरता येतात.

लिंबू सरबत, कोकम सरबत, चंदन, वाळा सरबत, फालसा, आवळा सरबत ही सरबते वर्षभर वापरता येतात.

तर ताजा, स्वच्छ बर्फ न घातलेला ऊसाचा रस मधुमेही आणि स्थूल व्यक्ती सोडून सर्वांनी घ्यावा.

शहाळ्याचे पाणी अग्निदीपन करणारे, शरीराला लाघव आणणारे, सप्तधातूवर्धक असे हे बहुगुणी पेय सर्वांना चालते.

लिमका, ऑरेंज, कोकाकोला वगैरे शीतपेये घेण्याची फॅशन आली आहे. पण ही पेये शरीराला हितावह नाहीत.

आधुनिक दृष्टिकोनातून, मन:शांतीसाठी आणि मेडीटेशनसाठी 'मॅग्नेशियम' हे मिनरल उपयोगी पडते. ईश्वर चिंतनासाठी मन:शांतीची जरुरी असते. विपुल मॅग्नेशियम असलेली सीताफळ, द्राक्षे-मनुका, फालसा, डाळिंब, केळी, अननस, फणस आणि पेरू ही फळे उदमेखून खावीत.

लालभोपळा, कोहळा, काकडी यांचा उपवासाच्या दिवशी भाजी, कोशिंबीर यासाठी उपयोग होतो. कोहळ्याचा रसही काढून प्यावा.

सुक्यामेव्याचा विचार करताना बदाम, पिस्ता, काजू, अक्रोड, चारोळी ही ओमेगा-३ फॅटी ॲसिड आणि उत्तम मॅग्नेशियम असलेली ड्रायफ्रूट्स १० ग्रॅम पर्यंत घेतल्यास हितावह. सर्वांना परवडणारा शेंगदाणा आपण वापरतोच.

काजू, बदाम, शेंगदाणे खारावून किंवा तळून खाऊ नयेत. शिंगाडा, सुरण, अळकुड्या, बटाटे, रताळी ही उपवासाला आपण खातोच. ही उकडून, भाजून किंवा भाजी करून खावी. त्यातील बटाटा तळून वेफर्स किंवा चिप्स या स्वरूपात खाऊ नयेत.

साबुदाणा हा लापशी, खिचडी या स्वरूपात घ्यावा, पण साबुदाणा वडा टाळावा. राजगिरा हे पूर्णान्न असल्याने लाह्या, लाडू खावे.

अहळीवाची खीर, लाडू आवडत असल्यास घ्यावे, यामध्ये सर्वोत्तम आयर्न आणि मॅग्नेशियम असून प्रोटिन्सही भरपूर आहेत.

वऱ्याचे तांदूळ हे तृणधान्य भात, खांडवी, थालिपीठ, खीर या प्रकारे खाता येते.

चरककालापासून गायीचे दूध आपण वापरतो. हे दूध रसायन आहे आणि श्रेष्ठ सात्त्विक अन्न आहे. त्यापासून तयार होणारे ताक, लोणी, तूप, दही हे पदार्थ उपवासाच्या दिवशी घेता येतात.

साजूक तुपाऐवजी, उपवासाच्या दिवशी वनस्पतीतूप वापरणे सुरू झाले. हे हानिकारक आहे. म्हणून शक्यतो साजूक तूपच वापरावे.

दूध, तूप, दही यांचा पंचामृतात वापर होतो.

बासुंदी, श्रीखंड, रसमलाई, पनीर, पेढे, बर्फी हे पदार्थ उपवासाच्या दिवशी खाण्याची पद्धत रुजू झाली आहे. पचण्यास जड असे हे पदार्थ, मनाचा राजसगुणच वाढवतील, त्याने सात्त्विकता वाढणार नाही. त्यासाठी दूध किंवा ताकच उपवासाचे दिवशी घ्यावे.

धार्मिक पावित्र्य असलेला मध, अग्निदीपक स्रोतोरोध दूर करणारा आहे. त्याने बुद्धिवर्धन होते. मनाला आल्हाद होतो आणि शरीराला लाघव येते. आधुनिक दृष्टिकोनातून मधाने आतड्यांचे आरोग्य सुधारते. त्यातील 'बोरॉन' हे शरीराला उपयोगी आहे आणि त्यात फायटोकेमिकल्सही आहेत. त्यासाठी मध, पंचामृत किंवा मध, लिंबू-पाणी या स्वरूपात घ्यावा.

उपवासाच्या अन्नघटकांची चर्चा आपण केली. परमेश्वर चिंतनासाठी साात्त्विक, शांत मन अपेक्षित आहे आणि शरीरात लाघव पाहिजे, सामता असून चालत नाही. हे तत्त्व अंगीकारण्यासाठी ताजी फळे, खजूर, मनुका, फळांची सरबते, दूध, ताक, राजगिऱ्याच्या लाह्या, मध, उकडलेले रताळे, बटाटे अशा वस्तूच घेऊन आणि कॅलरी रिस्ट्रिक्शन ठेवून व्रतवैकल्य केली पाहिजेत. त्याने मनाचे पावित्र्य आणि निरामय शरीर मिळेल.

व्रतवैकल्ये करताना, नेहमीच इष्ट देवतेचे पूजन करून शेवटी आरती करून सांगता होते.

आरती, भजन, प्रार्थना या स्वरूपात परमेश्वराचे स्तवन करणाऱ्या व्यक्तींना मधुमेह, ब्लडप्रेशर या व्याधींचा त्रास कमी होतो, असे संशोधनात निदर्शनास आले आहे. त्यामुळे रोजच प्रार्थना करावी.

■

२०

शाकाहार की मांसाहार

प्राणी जगतात (Animal Kingdom) सर्व प्राण्यांकडे बघताना वाघ, सिंह, कोल्हे, कुत्रा हे मांसाहारी प्राणी आहेत. तर बैल, घोडा, हत्ती, उंट हे शाकाहारी प्राणी आहेत. सृष्टीच्या उत्पत्ती आणि उत्क्रांतीत हे प्राणी निर्माण झाले, पण त्यांचा आहार बदलला नाही.

आता डिस्कव्हरी चॅनेलवर बघताना वाघ किंवा सिंह शिकार करताना आपणास त्यातील क्रौर्य समजते. येथे शिकारीसाठी त्यांची सर्व शक्ती, बुद्धिमत्ता पणाला लावली जाते.

शाकाहारी घोडा मात्र शक्तीचे प्रतीक मानले जाते, आपण 'हॉर्स पॉवर' हाच शब्द व्यवहारात वापरतो. उत्क्रांतीतील जो हुशार प्राणी, मानव त्याच्या फायद्यासाठी घोडा, हत्ती, उंट, गाढव, बैल हे शाकाहारी प्राणीच ओझी वाहण्याचे काम करतात आणि यातून शाकाहारी प्राणीही शक्तिमान असतात हे समजते.

मानवाची उत्पत्ती जरी शाकाहारी माकडापासून झाली आहे. तरी मानव मात्र वेदकालापासून मांसाहार घेत आहे. आयुर्वेदातही निरनिराळे पशुपक्षी आणि जलचर मासे यांच्या मांसाच्या गुणधर्माविषयी सविस्तर वर्णन आहे. खाण्यासाठी ग्राह्य आणि अग्राह्य मांस कसे ओळखावे? याचे वर्णन आहे आणि वर्षभराच्या सहा ऋतूत कोणते मांस खाल्ल्याने फायदा होतो त्याचे मार्गदर्शनही आहे.

जगभर शाकाहारी आणि मांसाहारी अशी माणसे दिसतात. दोन्ही पक्ष 'गाझा आहार निरोगी आणि दीर्घायुषी राहण्यासाठी कसा उपयोगी पडतो', याची चर्चा करतात.

काही व्यक्ती वनस्पतिजन्य म्हणजे भाज्या, फळे, तृणधान्ये, कडधान्ये अशा आहारावर जगातात. त्यांना 'व्हेगान्स' (Vegans) म्हणतात.

वनस्पतिजन्य आहाराबरोबर, दूध आणि दुग्धजन्य पदार्थ जे घेतात त्यांना 'लॅक्टोव्हेजिटेरियन' म्हणतात.

वनस्पतिजन्य आहाराबरोबर फक्त अंडी घेणाऱ्यांना 'ओव्होव्हेजिटेरियन' म्हणतात. वनस्पतिजन्य आहाराबरोबर मासे खाणाऱ्यांना, 'पेस्कोव्हेजिटेरियन' म्हणतात, असे खवय्यांचे जगभर वर्गीकरण सापडते.

आपण 'मांसाहारी' म्हणजे 'नॉन-व्हेजिटेरियन' असा शब्द व्यवहारात वापरतो. पण भारतात रोज मांसाहार दिवसभर घेणाऱ्या व्यक्ती विरळच. सामाजिक चालीरिती आणि सांपत्तिक क्षमतेमुळे मांसाहार मर्यादित स्वरूपातच घेतला जातो. तर मांसाहारी लोक चार्तुमासही व्रतवैकल्यासाठी पाळतात. त्यामुळे भारतातील नागरिक 'मिश्र-आहारी' म्हणजेच 'फ्लेक्सिटेरियन' म्हणावे लागतील.

शारीरिक स्तरावरही शाकाहारी आणि मांसाहारी प्राण्यांमध्ये काही भेद आहेत. शाकाहारी प्राण्यांची नखे रुंद असतात. दात जाड आणि पसरट असतात तर मांसाहारी प्राण्यांची नखे तीक्ष्ण आणि दात अणकुचीदार असतात, जे भक्ष्यांचे शरीर फाडण्यास आणि लचके तोडण्यास मदत करतात.

शाकाहारी प्राण्यांचा जबडा वर-खाली, डावीकडे आणि उजवीकडे हलू शकतो आणि पुढे मागेही हालतो. त्याचा उपयोग अन्नाचे नीट चर्वण करण्यासाठी होतो.

मांसाहारी प्राण्याचा जबडा फक्त वर खाली हालतो. ते मांसाचे तुकडे चर्वण न करता गिळून टाकतात.

मांसाहारी प्राण्यांच्या आतड्यांची लांबी, त्याच्या पाठीच्या कण्याच्या लांबीच्या सहा पट असते. शाकाहारी प्राण्यांच्या आतड्याची लांबी, त्यांच्या पाठीच्या कण्याच्या लांबीच्या सुमारे बारा पट इतकी मोठी असते. ही आतड्याची जास्त लांबी, अन्न जास्त काळ आतड्यात टिकून राहण्यास जबाबदार असते.

मांसाहारी अन्न जास्त वेळ आतड्यांमध्ये राहिल्यास कुजते आणि त्यापासून विषारी द्रव्ये निर्माण होतात. माणसाच्या आतड्यांची लांबी जास्त असल्याने मांस कुजण्याचीच शक्यता जास्त असते.

मांसाहारी प्राण्याचे यकृत (लिव्हर) आणि मूत्रपिंड (किडणी) शाकाहारी प्राण्यांच्या तुलनेत मोठे असतात. मांसाहारामुळे निर्माण होणारे, त्याज्य पदार्थ शरीराबाहेर टाकण्यासाठी मांसाहारी प्राण्याची यकृत आणि मूत्रपिंड जास्त सक्षम असतात.

अन्न खाल्ल्यावर तोंडातल्या लाळेत कार्बोहायड्रेट्सच्या पचनासाठी 'टायलिन' हे एन्झाइम शाकाहारी प्राण्यात असते. मांसाहारीच्या लाळेत 'टायलिन' नसते.

शाकाहारी प्राण्यांच्या लाळेची रासायनिक स्थिती (PH) अल्कलीकडे झुकणारी असते आणि जठरातील हायड्रोक्लोरिक ॲसिडची तीव्रता बरीच कमी असते.

मांसाहारींच्या लाळेची रासायनिक स्थिती (PH) आम्लतेकडे झुकणारी असते. जठरातील हायड्रोक्लोरिक ॲसिडही जास्त तीव्र असल्याने मांसाहार सहज पचविते.

या सर्व शारीरिक भेदांचा विचार करता, मानवाचे शरीर शाकाहारी आहारासाठी

जास्त योग्य वाटते.

अभ्यास असे सांगतो की, मांसाहारींच्या तुलनेत शाकाहारी लोकांमध्ये हिमोग्लोबीनचे (HB) प्रमाण कमी असते. म्हणजेच शाकाहारींमध्ये ॲनिमियाचे प्रमाण जास्त असते. ॲनिमियाचे मुख्य कारण आहारातील लोहाची (आयर्न) कमतरता होय.

पालेभाज्या, डाळी, कडधान्ये, फळे आणि सुकामेवा यामध्ये विपुल आयर्न असते. पण त्याच्या उत्तम शोषणासाठी त्याचबरोबर लिंबू, आवळा नियमित खावा लागतो. म्हणूनच वरण-भातावर लिंबू पिळतो, तर आमटीमध्ये आमसूल किंवा चिंच घातली जाते. लिंबू, आवळा, आमसूल, चिंच त्यातील व्हिटॅमिन 'सी' आयर्नच्या शोषणास मदत करते.

मांसाहारातील आयर्न हीम (Heme Iron) स्वरूपात असते. हे 'हीम' आयर्न शरीरात पटकन शोषले जाते.

मांसाहाराबरोबर, जर पालेभाज्या खाल्ल्या तर हे 'हीम आयर्न' पालेभाज्यातील आयर्नच्या शोषणासही मदत करते. यासाठीच अंड्यातील पिवळा बलक, मासे आणि मटण या 'हीम' आयर्नच्या स्त्रोताबरोबर पालेभाज्या आणि डाळी खाल्ल्यास त्यातील आयर्नचे शोषण उत्तम होते. पालेभाज्यातून मिळणाऱ्या फायबरने मांसाहारातील उणिवा टाळण्यास मदत होते.

सर्व खेळाडूंना आणि विशेषत: स्त्री-खेळाडूंना ॲनिमिया टाळण्यासाठी, क्रीडा शिक्षक आणि आहार तज्ज्ञ मांसाहाराचा सल्ला देतात.

चरकांनी सूत्र स्थानामध्ये 'स्वस्थहितद्रव्ये' सांगितली आहेत. त्यात शाकाहारी द्रव्यांबरोबर, काळ्या हरणाचे मांस, लावा पक्ष्याचे मांस, रानडुकराची चरबी आणि रानकोंबड्याची चरबी ही मांसाहारी द्रव्ये शरीराला हितकारक आहेत असे म्हटले आहे. त्याने वात, पित्त, कफ, दोष, प्रकोप होत नाही. दोष समस्थितीत राहतात. त्यांचा आहारात समावेश करावा असे चरकांचे म्हणणे आहे.

वनसंरक्षण कायद्यामुळे हरीण, डुक्कर यांच्या शिकारीस बंदी आहे. आपण व्यवहारात डुक्कर आणि कोंबड्याची जी चरबी खातो. ती पाळलेल्या डुकरांची आणि पोल्ट्रीतील बंदिस्त कोंबडीची असते. ह्या मांसाचे आणि आयुर्वेदिय काळातील जंगलात स्वैर विहार करणाऱ्या, प्राण्यांच्या मांसाचे गुणधर्म वेगळे आहेत. यामुळेच एकविसाव्या शतकात बकरी, मेंढी या चरणाऱ्या प्राण्यांचे मांस आणि घरी पाळलेल्या कोंबडीचे मांस थोडेफार चरकांना अपेक्षित असलेल्या मांसाशी जुळते आहे. हे मांससुद्धा निरोगी प्राण्याचे आणि ताजे खाल्ले पाहिजे. कोल्ड स्टोरेजमध्ये साठविलेले, मांस पर्युषित कुजलेले, शीळे असल्याने ते शरीरास हितकारक असे आयुर्वेद मानत नाही.

प्राणी शिकार करून मांस खातात. ते कच्चे आणि ताजे असते. माणूस मात्र

मांस शिजवून आणि प्रक्रिया करून खातो. मांसाहार शिजवला की, त्या प्रक्रियेत हानिकारक रसायने निर्माण होतात. उदा. हेटेरोसायक्लिक अमाईन्स (Heterocyclic Amines) या अमाईन्समुळे, लिव्हरवर दुष्परिणाम होतात. कर्करोग होऊ शकतो.

शाकाहारी प्रणालीचे प्रवर्तक, प्राणिमात्रांची हत्या म्हणजे अमानुष क्रौर्य मानतात. या युगात मांसाहारी माणूस स्वत: शिकार करत नाही, त्यामुळे त्याला हे क्रौर्य समजतच नाही. पण तो 'हायप्रोटिन' डाएटसाठी मांसाहार घेण्याचे समर्थन करतो. मांस, मासे आणि अंडी यामधील प्रोटिन्स ही फर्स्टक्लास प्रोटिन्स मानली जातात. त्यात सर्व इसेन्शियल अमायनो ॲसिड्स आहेत. त्यामुळे कुपोषण होत नाही असा मांसाहारीचा दावा असतो.

अंड्याबद्दल विचार करताना, मुक्त विहार करणाऱ्या आणि नैसर्गिक अन्न खाणाऱ्या कोंबडीचे अंडे हे आरोग्यदायी आहे. आयुर्वेदकालात अशी अंडी मिळत असत. येथे कोंबडी अन्न शोधताना चालल्याने तिला व्यायाम घडतो. तर बंदिस्त पिंजऱ्यातील कोंबडीच्या अंड्याचे गुणधर्म वेगळे असल्याने, ते शरीरास तितकेसे हितावह नाही.

परदेशात फार्मलेड (Farm Laid) कंट्रीफ्रेश (Country Fresh) फ्री रेंज (Free Range) अशी लेबले असलेली अंडी विकत मिळतात. याचा अर्थ असा असतो की, पोल्ट्रीमध्ये कोंबडीस दिवसा पिंजऱ्यातून बाहेर काढून चरण्यासाठी सोडतात. येथे या कोंबडीस व्यायाम मिळतो आणि त्याचा फायदा होतो. ही कल्पना पाश्चात्य देशात रुजू झाली आहे.

कोंबडीला जवस, सूर्यफूल बीया, सुकी मासळी असा आहार देतात आणि अंड्यातील हानिकारक फॅट्स कमी करण्याचा प्रयत्न करतात.

अंड खाल्ल्याने प्राणिहत्या होत नाही, अंड्याला प्राण्यासारख्या वेदना समजत नाहीत आणि अंडे शाकाहारीच आहे, असे प्रतिपादनही मांसाहारी लोक करतात. अंड्यातील पांढरा बलक म्हणजे नुसती प्रोटिन्स असल्याने, प्रोटिन्सकरिता आहारतज्ज्ञ याचा वापर करतात. वजन कमी करण्यासाठी स्थूल व्यक्तीला पांढरा बलक खाण्याचा सल्ला देतात.

प्राण्याचे दूध आहारात, आयुर्वेद कालापासून वापरण्याची प्रथा आहे. पाश्चात्त्य देशात गायीचे दूध वापरतात. भारतात प्रामुख्याने गायीचे आणि म्हशीचे दूध वापरले जाते. दुधातील प्रोटिन्सही फर्स्टक्लास प्रोटिन्स आहेत. स्थूल व्यक्ती आणि कोलेस्टेरॉलच्या भीतीने सर्वजण लो-फॅट दूध पसंत करतात. दुधातील क्रीम आणि फॅट बाजूला करता येते. सायीसकट दूध हे खरोखर पूर्णान्न आहे.

'व्हेगान्स' जे दूध आणि दुधाचे पदार्थ घेत नाहीत, त्यांना व्हिटॅमिन 'बी-१२' इतर आहारातून मिळत नाही. शाकाहारींना 'बी-१२' साठी दुधावरच अवलंबून

राहावे लागते.

ब्रिटिश मेडिकल असोसिएशनच्या 'लॅन्सेट' या जगप्रसिद्ध नियतकालिकातील लेखात 'दुग्धजन्य शाकाहार हा सर्वोत्तम' असे प्रसिद्ध झाले आहे.

याचा अर्थच मांसाहारापेक्षा, गायीचे दूधच आहारात असणे जास्त चांगले.

चरकाचार्यांनीही मांसाहाराला श्रेष्ठ बृंहण द्रव्य म्हटले आहे. बृंहण म्हणजे शरीर पुष्ट करणे, येथे मेदवृद्धी अपेक्षित नाही.

मांसाहारातील प्रोटिन्सनी हेच कार्य होते.

गायीच्या दुधाला मात्र 'जीवनीय आणि रसायन' अशा उपाधी दिल्या आहेत. जीवनीय म्हणजे शरीराबरोबर आत्मा आणि मन यांचे पोषण करणारे द्रव्य.

'रसायन' म्हणजे रसधातू आणि इतर धातूंची प्रशस्त वाढ करणारे द्रव्य. रसायन द्रव्याने तारुण्य टिकते, दीर्घायुष्य मिळते आणि त्याच बरोबर स्मरणशक्ती, मेधा, शरीराचा वर्ण आणि रोग प्रतिकारशक्ती उत्तम राहते. प्राणिजन्य अन्न घटकांत चरकांनी गायीचे दूध आणि तूप ही श्रेष्ठ मानली आहेत. रोज त्यांचे सेवन करावे असे सांगितले आहे. याचा स्पष्ट अर्थ मांसापेक्षा दूध श्रेष्ठ ठरते.

स्त्रीला गर्भधारणा झाल्यापासून, पहिले सहा महिने शक्यतो गायीचे दूध, लोणी, तूप, आहारात प्रामुख्याने असावे असे चरकांनी सांगितले आहे.

सुश्रुतांनी मात्र चवथ्या महिन्यांत मांसरस (सूप) घ्यावा असे म्हटले आहे. याचा अर्थ सूप हे पचायला हलके आहे, त्यामुळे दिले तरी चालते. पण पचनास जड मांसाहार मात्र सांगितलेला नाही.

गर्भावस्थेतसुद्धा प्राणिजन्य दुधालाच महत्त्व दिले आहे. मानवाचा जन्म झाल्यावर पहिले सहा महिने आईचे किंवा गायीचे दूधच नवजात बालकाला द्यावे लागते.

दूध हे सात्विक पूर्णान्न आहे. शरीराचे आणि मनाचे पोषण त्याने होते. यावरून दुधाचे माहात्म्य समजते.

मांस, मासे, अंडी आणि दूध यापासून मानवास होणारे फायदे आणि तोटे याचे सविस्तर वर्णन 'मांसवर्ग आणि दुग्धवर्ग' या प्रकरणामध्ये केलेले आहे. ते आवर्जून वाचावे, येथे त्याची पुनरुक्ती टाळली आहे.

मांसाहार उपलब्ध होण्यासाठी, पशूपक्ष्यांना अन्नधान्यावर पोसावे लागते. एक किलो मांस तयार करण्यासाठी, पशूपक्ष्यांना काही किलो अन्नधान्य घालावे लागते. हेच अन्न कित्येक शाकाहारींचे पोट भरू शकते. म्हणजेच पशूपक्ष्यांच्या आहारासाठी जमिनीतून जास्त पीक काढावे लागते, यामुळे पर्यावरणाची हानी होते.

जगभर मनुष्यवस्ती वाढल्याने दुधाची आणि मांसाची मागणी वाढली. मानवी खाद्याच्या वाढलेल्या मागणीसाठी गाई, शेळ्या, मेंढ्या, डुकरे आणि कोंबड्या यांची पद्धतशीर पैदास करण्याची केंद्रे सुरू झाली.

हे सर्व प्राणी 'हरित वायू' मोठ्या प्रमाणात वातावरणात सोडतात. कार्बन डायऑक्साइड, मिथेन, नायट्रस ऑक्साइड, क्लोरोफ्लोरो कार्बन इ. वायूंचा समावेश 'हरित वायू'मध्ये होतो. या हरित वायूमुळे पृथ्वीवरील ओझोनचा सुरक्षित थर विरळ होऊन सूर्याचे अतिनील (UV Rays) पृथ्वीवर मोठ्या प्रमाणात खेचले जातात. यामुळे पर्यावरण बिघडते.

या प्राण्यांची संख्या मर्यादित करणे, पर्यावरणाच्या रक्षणासाठी क्रमप्राप्त आहे. म्हणजेच जगभर मांसाहार कमी करून शाकाहारी बनणे. याशिवाय मानवास पर्याय नाही.

शाकाहारामध्ये वनस्पतींचा वापर होतो. वनस्पतींनाही जीव असतो. पण वनस्पतींमध्ये प्राण्यांप्रमाणे विकसित चेतासंस्था नसते, त्यामुळे त्यांना तोडून खाताना वेदना होत नाहीत, त्यामुळे हिंसा कमी होते.

जन्मभर शाकाहारी राहण्यासाठी प्रोटिन्स, आयर्न आणि व्हिटॅमिन्सयुक्त समतोल आहार मिळण्यासाठी अन्नातील सर्व पोषणमूल्ये योग्य प्रमाणात घेणे जरुरी असते. नाहीतर ॲनिमिया, कुपोषण आणि व्हिटॅमिन्सच्या अभावांना तोंड द्यावे लागते. जनतेमध्ये त्यासाठी प्रबोधनाची आवश्यकता आहे.

आता मानसिक स्तरावर विचार करताना, मांसाहाराने हिंसा आणि क्रौर्य वाढते असा दावा केला जातो. कॅलिफोर्नियातील स्टॅन्डफोर्ड विद्यापीठात संशोधनात असे आढळले आहे, की मांसाहार घेणाऱ्या व्यक्तींमध्ये हिंसक प्रवृत्ती जास्त असते. श्रीमती किरण बेदींनी तिहार जेलमध्ये कट्टर मांसाहार करणाऱ्या, हिंस्र प्रवृत्तीच्या कैद्यांच्या आहारात बदल केला. त्यांना शाकाहारावर ठेवल्यानंतर त्यांच्यामधील हिंसक वृत्ती कमी झाली. ''ऑल इंडिया इन्स्टिट्यूट ऑफ मेडिकल सायन्सेस''ने श्रीमती किरण बेदींच्या या प्रयोगाला मान्यता दिली आहे.

या सर्व विवेचनाचे सार म्हणजे, शाकाहाराने माणूस सात्त्विकतेकडे झुकतो.

गीतेच्या १७व्या अध्यायात सात्त्विक, राजस आणि तामस असे आहाराचे तीन प्रकार सांगितले आहेत. आहाराप्रमाणे माणसाचा स्वभाव बनतो. उत्तम आरोग्यासाठी सात्त्विक आहारच आवश्यक आहे. हा आहार **''आयुः सत्त्वबलारोग्य सुख प्रीती विवर्धना''** असतो. म्हणजे आयुष्य आणि स्वास्थ्य वाढविणारा, निरामय आरोग्य देणारा, सौख्याची वृद्धी करणारा, जीवनावरचे प्रेम (आसक्ती नव्हे) जोपासणारा सात्त्विक आहार असतो.

गीतेतील या सात्त्विक आहाराच्या विवेचनाला ज्ञानेश्वरांनी अति सुरस केले आहे.

आंगे साने परिणाम थोरु । जैसे गुरूमुखीचे अक्षरु ।
तैशी अल्पी जिही अपारु । तृप्ती राहे ।।

(ज्ञा. अ. १७ ओवी १२९)

सात्त्विक आहार शरीर स्वास्थ्य देऊन मन प्रसन्न करतो. त्यामुळे आत्मचिंतन, मनन याला चालना मिळते. अंत:करण पावित्र्याने भरून जाते आणि जीव आत्मस्वरूपाच्या अनुभूतीसाठी सिद्ध होतो.

रासायनिक खते आणि कीटकनाशकांचे फवारे मारलेले शाकाहारी अन्न, मांसाहाराप्रमाणे प्रदूषित असते, शिवाय पोषक घटकांचे संतुलन नसते. म्हणून (ऑरगॅनिक Organic) अन्नाचा आग्रह धरला पाहिजे.

डॉ. गॅबरील कौसन (Dr. Gabriel Cousens) यांच्या "There is a cure for Diabetes" या पुस्तकात आणि डॉ. नील बरनार्ड (Dr. Neal Barnard) यांच्या Reversing Diabetes या पुस्तकात प्रदूषण, पेस्टीसाइड्स आणि प्राण्यांना दिलेली हार्मोन्समुळे मटण, चिकन, मासे, अंडी आणि दूध हे प्राणिज अन्नघटक दूषित होतात. या दूषित आहार घटकातील प्रोटीन्स आणि फॅट्स मानवाच्या रक्तातील साखरेची पातळी पटकन वाढवतात. हेच मधुमेह झपाट्याने वाढण्याचे मुख्य कारण आहे, असे म्हटले आहे. यासाठी मांसाहार व दूध आणि दुग्धजन्य पदार्थांचा त्याग करून, संपूर्ण शाकाहारी (Vegan) जीवनशैली सुचवली आहे. याने उत्तम मधुमेह नियंत्रण होते. मधुमेहच सर्व इतर रोगांचे कारण असल्याने निरोगी दिर्घायुष्यासाठी शाकाहारी बनावे.

कच्च्या पालेभाज्या, फळे यांचे न गाळलेले रस, कच्ची सॅलड्स, मोड आलेली कडधान्ये, सुकामेवा यांचा आहारात समावेश केल्यास यातून सर्व पोषणमूल्ये असलेला संतुलित आहार मिळतो. कुपोषण होत नाही.

शाकाहारी आणि मांसाहारी यांच्या मधला वाद कधीही संपणार नाही. माणसा-माणसातील स्नेह, प्रेम, आपुलकी व्यक्त करण्यासाठी 'स्नेहभोजना'चा उपयोग होतो. विवाह, संमेलने, सण साजरे करताना खाद्य-संस्कृतीचा उपयोग होत असतो.

शाकाहार घ्यावयाचा की मांसाहार ही प्रत्येकाची वैयक्तिक आवड-निवड आहे. आवड जपण्याचे स्वातंत्र्य प्रत्येकाला मिळालेच पाहिजे. फक्त फायदे-तोटे पारखून स्वत:च्या निर्णयास स्वत: जबाबदार राहणे, हे जीवन सुखी करण्यासाठी उपयोगी ठरते.

■

२१

मधुमेहींचा आहार (आधुनिक दृष्टिकोन)

डायबेटिस मेलिटस (Diabetes Mellitus) असे शास्त्रीय नाव असलेल्या रोगास 'मधुमेह' असे व्यवहारात आपण म्हणतो. या रोगाचे 'इन्शुलिन डिपेंडंट डायबेटिस मेलिटस' (I.D.D.M.) म्हणजेच टाइप-१ (Type-1) डायबेटिस हा एक प्रकार आणि नॉन-इन्शुलिन डिपेंडंट डायबेटिस मेलिटस (N.I.D.D.M.) म्हणजेच टाइप-२ (Type-2) डायबेटिस हा दुसरा प्रकार, असे वर्गीकरण करतात.

आपल्या पोटातील पॅनक्रीआज (स्वादुपिंड) या ग्रंथीत इन्शुलिन तयार होते. हे इन्शुलिन रक्तातील शर्करेचे (ग्लुकोजचे) नियंत्रण करते. शरीरातील पेशींना त्यांच्या निरनिराळ्या क्रियांसाठी ऊर्जेची गरज भासते. आपण जेवल्यानंतर कार्बोहायड्रेट्सचे पचन होऊन, शर्करा म्हणजे ग्लुकोज तयार होतो. हा ग्लुकोज रक्तावाटे पेशींपर्यंत पोहोचविला जातो. पेशींच्या आवरणातून ग्लुकोजचा शिरकाव होण्यासाठी इन्शुलिन मदत करते. इन्शुलिन नसेल किंवा इन्शुलिनला असलेल्या प्रतिरोधाने ग्लुकोज पेशींमध्ये शिरकाव करू शकत नाही. पेशींना ग्लुकोज हे इंधन ऊर्जेसाठी वापरता येत नाही. रक्तातील ग्लुकोजची पातळी वाढत जाते. एका मर्यादेच्यावर ही पातळी वाढली आणि रक्त तपासणीत तसे निदर्शनास आले, तर त्या व्यक्तीस 'मधुमेह' झाला आहे असे निदान करतात. या वाढलेल्या रक्तातील ग्लुकोजचा निचरा शरीर, मूत्रावाटे बाहेर टाकून करते. त्यामुळेच लघवीमध्ये ग्लुकोज किंवा शर्करा आढळते.

इन्शुलिनची जरुरीएवढी रास्त निर्मिती होणे आणि इन्शुलिनला प्रतिरोध नसणे यावर ब्लडशुगरचे नियंत्रण अवलंबून असते.

आपण जेवल्यावर कार्बोहायड्रेट्सचे रूपांतर ग्लुकोज म्हणजे शर्करेत झाल्यावर रक्तातील शर्करा वाढत जाते. रक्तातील शर्करेची पातळी वाढत आहे, हे समजल्यावर स्वादुपिंड इन्शुलिन निर्मिती जास्त प्रमाणात करतो. तयार झालेले इन्शुलिन ही पेशींकडे पोहचवून रक्तातील शर्करेचा निचरा होतो आणि पातळी खाली येऊन

पूर्ववत होते. पेशी आपल्या क्रियांसाठी शर्करा वापरतात. उरलेली शर्करा पेशी आणि स्नायूंमध्ये ग्लायकोजेन या स्वरूपात साठविली जाते, ते ग्लायकोजेन जरुरीप्रमाणे इंधन म्हणून वापरले जाते. यावरून आपणास समजेल की, मधुमेह नसलेल्या व्यक्तीच्या रक्तातील जेवणानंतर वाढलेली रक्तशर्करेची पातळी दोन तासांनी शर्करा पेशी आणि स्नायुंकडे पोहोचल्यावर पूर्ववत होते. म्हणूनच जेवणानंतर दोन तासांनी ब्लडशुगर तपासतात. शर्करेची पातळी वाढलेली राहिली, तर 'मधुमेहा'चे निदान करतात.

फास्टिंग ब्लडशुगर १४० मि.ग्रॅम असेल किंवा रँडम ब्लडशुगर २०० मि. ग्रॅमच्या वर असेल, तर मधुमेह झाला आहे असे निदान करतात. लघवीतील साखरेच्या तपासणीवर निदान अवलंबून नसते.

लहान मुलात काय किंवा मोठ्या व्यक्तीत काय, जेव्हा मधुमेहाची सुरुवात होते त्या वेळी इन्शुलिन आपले कार्य करत नसल्याने, पेशींना ग्लुकोज मिळत नाही आणि तो लघवीवाटे बाहेर जात असतो. या ग्लुकोज बरोबरच सोडियम, पोटॅशियम, मॅग्नेशियम इ. क्षार आणि त्याबरोबर शरीरातील पाणीही बाहेर गेल्याने वरचेवर लघवी होते आणि लघवीचे प्रमाणही वाढते. रुग्णास सारखी तहान आणि भूक लागते. रुग्णाने भुकेसाठी जास्त आहार घेऊनही, वजन घटतच चाललेले असते थकवा वाटत असतो.

शरीर ऊर्जेसाठी ग्लुकोज ऐवजी फॅट्स आणि प्रोटिन्स या पर्यायी इंधनाकडे वळते. फॅट्समुळे शरीरात किटोन बॉडीज तयार होतात. त्यांचा निचरा श्वासावाटे झाल्याने, रुग्णाच्या श्वासास एक विशिष्ट गोड (Fruity odour) वास येतो. त्यात रुग्ण बेशुद्धही होण्याची शक्यता असते. लहान मुलातील टाइप-१ (Type-1) मधुमेहामध्ये असे ॲसिडोसिसचे प्रमाण आणि रुग्ण बेशुद्ध होण्याची शक्यता जास्त असते.

आता विज्ञानाच्या प्रगतीने आणि प्रबोधनामुळे रुग्ण बेशुद्ध किंवा सिरियस होण्याइतकी अवस्था निरक्षर किंवा दुर्गम भागातच आढळते. शहरी वातावरणात थकवा वाटणे, वजन कमी होणे, तहान जास्त लागणे आणि वरचेवर लघवीला होणे ही लक्षणे असतानाच निदान होऊन औषधे सुरू होतात.

आता आपण मधुमेहाच्या प्रकारांकडे पाहू.

१) इन्शुलिन डिपेंडंट (टाइप-१) डायबेटिस : हा पॅनक्रियाजच्या व्हायरस इन्फेक्शन किंवा ऑटोइम्युनिटीमुळे बालवयातच होतो. त्यात पॅनक्रियाजमध्ये इन्शुलिन निर्मिती होत नाही. मुलाला जन्मभर इन्शुलिन इंजेक्शनवरच अवलंबून राहावे लागते. त्यात ॲसिडोसिस होऊन बेशुद्ध होण्याची भीती जास्त असते. बालरुग्णाचे वाढीचे वय असल्याने, त्याचा आहार, इन्शुलिनचा डोस हे रुग्णाची शारीरिक आणि

मानसिक वाढ नीट होण्यासाठी महत्त्वाचे असते. डॉक्टर आणि पालकांना तारेवरची कसरत करावी लागते.

२) नॉन-इन्शुलिन डिपेंडंट (टाइप-२) डायबेटिस : हा मध्यम वयात किंवा उतार वयात होतो. म्हणूनच 'चाळिसावं वरीस धोक्याचं' म्हणतात. या प्रकारात इन्शुलिनची निर्मिती पॅनक्रियाजमध्ये कमी होते. या रुग्णांना 'सल्फॉनिलयुरिया' आणि 'बायग्वानाइड' यापैकी गोळ्या सुरू करतात. गोळ्या, आहार नियंत्रण आणि व्यायामाने हे रुग्ण बरीच वर्षं निरोगी आयुष्य जगतात. इन्शुलिन निर्मितीच होण्याचे थांबल्यास काही वर्षांनी रुग्णास गोळ्यांऐवजी 'इन्शुलिन' दिले जाते. नियमित तपासण्या करत असताना, मधुमेह तज्ज्ञ रोगाचे नियंत्रण चांगले होण्यासाठी गोळ्या बदलतात. काही रुग्णांना मळमळ, जळजळणे, उलट्या आणि भूक न लागणे अशी लक्षणे दिसतात. तर कोणाला त्वचेवर पित्त उठल्यासारखे रॅशेस येतात, अंगाला खाज सुटते. काही रुग्णांना गोळ्या चालू असताना काविळीची लक्षणे दिसतात अशा तऱ्हेची लक्षणे, दिसू लागल्यास मधुमेह तज्ज्ञाशी संपर्क साधावा.

या टाइप-२ डायबेटिसमध्ये अनुवंशिकतेचा सहभाग जास्त असतो. रुग्णाचे आईवडील, काका-मामा, आत्या-मावशी अशा जवळच्या नातेवाइकांना मधुमेह झाल्याचा इतिहास असतो. त्यातील बहुतांशी रुग्ण स्थूल असतात, तर काही कृश असतात.

या टाइप-२ डायबेटिस रुग्णांमध्ये पोटावरील वाढलेली चरबी म्हणजेच सुटलेले पोट (सेंट्रल ओबेसिटी) हे जास्त धोकादायक आहे. अशा व्यक्तींमध्ये इन्शुलिन अवरोधाचे प्रमाण बरेच जास्त असते. त्याच बरोबर वाढलेले ब्लडप्रेशर असणे आणि रक्तातील कोलेस्टेरॉल ट्रायग्लिसराइड या हानिकारक मेदांची पातळी वाढणे, हृदयाच्या रक्तवाहिन्यांमध्ये ब्लॉक निर्माण होणे अशा विकृती दिसतात. या विकृतींच्या समुच्चयास 'मेटॅबोलिक सिंड्रोम' किंवा 'सिंड्रोम-एक्स' असे म्हणतात.

भारतातील लोकांमध्ये तसेच परदेशात असलेल्या भारतीयांमध्येही या सिंड्रोमचे प्रमाण वाढत आहे. १४-१५ वर्षांच्या लठ्ठ मुलांना, आता तारुण्यातच मधुमेह ग्रासत आहे. या सर्वांचे कारण आधुनिक जीवनशैली, फास्ट जंक फूड आणि व्यायामाचा अभाव ही आहेत. त्यात जीवघेण्या स्पर्धेचा मानसिक ताण आला, की आणखीनच शरीर खिळखिळे होते.

३) गर्भारपणी होणारा मधुमेह (Gestational Diabetes Mellitus- GDM):

गर्भारपणी पॅनक्रियाजला जास्त इन्शुलिन निर्माण करावे लागल्याने ताण पडतो. पॅनक्रियाज ही इन्शुलिनची निर्मिती करू न शकल्यास स्त्रीची रक्तशर्करेची पातळी वाढते. गर्भारपणच्या २४ ते २८व्या आठवड्यात ब्लडशुगरची तपासणी प्रत्येक गरोदर स्त्रीने करून घ्यावी. मधुमेहाचे निदान झाल्यास इन्शुलिन घ्यावे लागते.

गर्भारपणाच्या मधुमेहामुळे स्त्रीस सूज येणे, ब्लडप्रेशर वाढणे ही लक्षणे दिसतात. 'इक्लामशिया' होण्याची शक्यता वाढते, प्रीमॅच्युअर डिलिव्हरी होऊ शकते. पूर्ण दिवसाचे बाळंतपण झाल्यास, साडेतीन किलोपेक्षा अधिक वजनाचे मूल जन्मते. मुलाला जन्मजात विकृती असण्याची शक्यता असते.

गर्भारपणच्या मधुमेहात, स्त्रीला ॲसिडोसिस किंवा किटोसिस झाल्यास गर्भाच्या मेंदूवर परिणाम होऊन, मुलाचा बुद्ध्यांक कमी होतो. यासाठी आहार नियोजन, इन्शुलिनचा डोस आणि व्यायाम यांच्या संतुलनाने ब्लडशुगर नियंत्रित असणे अत्यावश्यक आहे. त्यामध्ये स्त्री अति स्थूल असेल, तर काळजी जास्त घ्यावी लागते.

बाळंतपणानंतर अशा स्त्रीची ब्लडशुगर पूर्ववत (नॉर्मल) होते, पण भविष्यात या स्त्रियांना मधुमेह होतो.

मधुमेह असलेल्या स्त्रीस अपत्य हवे असेल तर तिने गर्भधारणेच्या आधीपासूनच मधुमेहावर नियंत्रण मिळवणे जरुरीचे आहे. मधुमेह नियंत्रित होईपर्यंत, संततिनियमन करणे आवश्यक आहे.

मधुमेह तज्ज्ञ आणि स्त्रीरोग तज्ज्ञ या दोघांची परवानगी मिळाल्यावर, गर्भधारणा होऊन द्यावी. गर्भधारणेचा काळ आणि बाळंत होईपर्यंत आहार आणि औषधयोजना यास अतिशय महत्त्व आहे. तरच बाळंतपण सुखावह होईल आणि निरोगी अपत्य मिळेल.

एखाद्या व्यक्तीस मधुमेह एकदा झाला की, आयुष्यभर पुरून उरणारा रोग आहे. आयुर्वेद, ॲलोपथी, होमिओपॅथी अशा निरनिराळ्या पॅथींमध्ये मधुमेह कायमचा बरा करण्याची उपचार पद्धती नाही.

हजारो वर्षे हा रोग जगभर आहे. विज्ञानाच्या संशोधनात नियंत्रणासाठी निरनिराळी औषधे येत आहेत. पण जगभर त्याचे प्रमाण दिवसेंदिवस वाढतच आहे. भारतातही याचे प्रमाण वाढलेले आहे.

त्यासाठीच सामान्य जनतेला मधुमेहाबद्दल माहिती असणे आवश्यक आहे.

मधुमेहाचे उपचार हे १) आहार योजना २) व्यायाम ३) औषधोपचार ४) मधुमेहासंबंधी रुग्णाचे आणि नातेवाइकांचे प्रशिक्षण अशा चार आधारस्तंभांवर अवलंबून आहेत. चारही स्तंभांना सारखेच महत्त्व आहे.

मधुमेहाचा आहार सांगताना प्रत्येक व्यक्तीचा आहार, त्याचे १) लिंग २) वय ३) वजन किंवा शरीरयष्टी ४) व्यवसाय यावर अवलंबून आहे. सर्व गोष्टींचा विचार करून व्यक्तीने रोज किती कॅलरीज घ्याव्या हे ठरते आणि त्यातील प्रोटिन्स, फॅट्स, कार्बोहायड्रेट्सचे प्रमाण सांगतात.

उदाहरणार्थ एका रुग्णास दिवसभरात १८०० एकूण कॅलरी द्याव्या असे

आहारतज्ज्ञाने सांगितले, तर त्याची दिवसभराची विभागणी सामान्यत: याप्रमाणे असते– दिनक्रम पहाटे उठल्यावर चहा, कॉफीने सुरू होतो. चहा किंवा कॉफी बिनसाखरेची घ्यावी. त्यानंतर साधारणत: आठ ते साडेआठच्या दरम्यान न्याहरी घ्यावी. त्यानंतर सकाळी साडेदहा ते ११ वाजेपर्यंत एखादे फळ खावे. या सकाळच्या सत्रामध्ये ६०० कॅलरी वापरल्या जातात. म्हणजेच १/३ कॅलरी संपल्या.

दुपारच्या सत्रात – दुपारी १ वाजता जेवण, दुपारी ४ वाजता चहा आणि स्नॅक्स संध्याकाळी ६ वाजता एक फळ. यासाठीही ६०० कॅलरी खर्च होतात.

तिसरे सत्र म्हणजे रात्री आठ-साडेआठचे जेवण आणि रात्री १०वाजता झोपताना दूध-बिस्किट किंवा सुकामेवा देतात. या सत्रातही ६०० कॅलरी वापरल्या जातात.

या आहार योजनेकडे बघताना, सकाळी उठल्यापासून रात्री झोपेपर्यंत दर २-३ तासांनी थोडे-थोडे खावयाचे आहे. भारतीय जीवनशैलीचा विचार करताना पुष्कळजण अधे-मधे न खाता आणि न्याहरीही न करता दोन वेळा पोटभर जेवतात. ही पद्धत मधुमेह झाल्यावर उपयोगी नाही. चार वेळा थोडं-थोडं खाल्ल्याने अन्न पचनानंतर रक्तातील ग्लुकोज एकदम वाढत नाही आणि तयार झालेल्या इन्शुलिनला रक्तातील ग्लुकोजचा निचरा करणे कठीण जात नाही. रक्तशर्करेची पातळी नियंत्रित राहणे सोपे जाते.

काही भारतीय रोजची देवपूजा, पोथीपाठ झाल्याशिवाय अन्न ग्रहण करत नाहीत. अशा व्यक्तींनीही देवाच्या पुजेची वेळ पहाटेचा चहा झाल्यावर, न्याहरीच्या आधी घ्यावी किंवा न्याहरी केल्यानंतर देवपूजा करावी.

मधुमेहाशी जमवून घेणे हे महत्त्वाचे आहे. तसेच मधुमेही रुग्णांनी उपास करावा का? असा प्रश्न येतो. कडक उपवास, व्रत-वैकल्य करू नयेत. उपवासाच्या दिवशीही वऱ्याचे तांदूळ, राजगिरा लाही आणि लाडू, दूध, ताक, फळे असे पदार्थ घ्यावे. तळलेले पापड, बटाट्याचा चिवडा, साबुदाणा वडा असे पदार्थ घेऊ नयेत. उकडलेला बटाटा किंवा रताळे घ्यावे. हे पदार्थही दर २-३ तासांनी घ्यावेत, उपवासाच्या दिवशी मधुमेहाची औषधे घ्यावी. बर्फी, पेढे, आइस्क्रीम, श्रीखंड, बासुंदी असे पदार्थ घेऊ नयेत. हे खाणे म्हणजे 'एकादशी, दुप्पट खाशी' होय.

भारतीय मधुमेही स्त्रियांनी आपली जेवणाची वेळ चुकवू नये. 'कुटुंबातील सर्वांचे जेवण झाल्यावर, मुले आणि नवरा जेवल्याशिवाय जेवणे म्हणजे पाप' अशी मनोधारणा सोडावी. कुटुंबातील सर्व सदस्यांनी स्त्रीस सहकार्य करून तिच्या जेवणाच्या वेळेला बरोबर जेवून सहकार्य करावे.

मधुमेही रुग्णास गोळ्या चालू असतील, तर कॅलरीचे प्रत्येक प्रहरातील प्रमाण लक्षात घेऊन आहार घ्यावा.

इन्शुलिन चालू असणाऱ्या रुग्णांना इन्शुलिनच्या प्रकारानुसार आहार तज्ज्ञ कॅलरीजचे दिवसभरासाठीचे वाटप करतात. त्यांच्या सल्ल्यानुसारच न्याहरी, दुपारचे जेवण, रात्रीचे जेवण यातील कॅलरीज आणि पदार्थ रोज घ्यावेत.

मधुमेही व्यक्तीला गोळ्या किंवा इन्शुलिनची इंजेक्शन्स चालू असताना, जेवणाच्या वेळा पाळल्या नाहीत किंवा दोन खाण्यामधले अंतर बरेच जास्त झाले तर औषधांच्या प्रभावाने रक्तातील साखरेचे प्रमाण एकदम कमी होते. त्याला 'हायपोग्लायसेमिया' असे म्हणतात. त्याची लक्षणे –१) चक्कर येणे २) घाम फुटणे ३) एकदम गळून जाणे ४) डोके दुखणे ५) भांबावणे ६) थरथर कापणे ७) छातीत धडधडणे अशी असतात. क्वचित प्रसंगी आकडी (फिट) येणे आणि रुग्ण बेशुद्धही होऊ शकतो.

यासाठीच मधुमेही रुग्णांनी घराबाहेर पडताना बरोबर लिमलेटच्या गोळ्या, चॉकलेट, ग्लुकोज बिस्किटे असे पदार्थ ठेवावेत. ही लक्षणे दिसू लागताच हे पदार्थ खावेत. तसेच आपल्या बरोबर आपले नाव, पत्ता आणि संपर्क दूरध्वनी क्रमांक असा तपशील जवळ बाळगावा. त्वरित घरी किंवा डॉक्टरांशी संपर्क साधावा.

संसारामध्ये सणवार, नातेवाइकांची लग्नकार्ये, इतर समारंभ अशा गोष्टींना हजर राहून त्यात सहभागी व्हावे लागते. दुसरीकडे जेवायला जाताना घरातून थोडे खाऊन निघावे. लग्नकार्यात कोणत्या पंगतीत जेवायला मिळेल हे माहीत नसते. यामुळे जेवणास उशीर झाला तरी त्रास होत नाही. पार्टी किंवा रिसेप्शनच्या जेवणातील फरसाण म्हणजे भजी, वडे, पॅटिस इ. तळलेले पदार्थ टाळावेत. भाज्यांचा तेलकट रस्सा घेऊ नये, त्यातील भाज्याच खाव्या. रोटी, नान, पोळी हे पदार्थ घ्यावे. पुऱ्या घेऊ नयेत.

मोड आलेली कडधान्ये, सॅलड, कोशिंबीर यासारखे पदार्थ घ्यावेत. अळूची पातळ भाजी, डाळ-आमटी आणि साधा भात घ्यावा. पुलाव, फ्राइड राईस टाळावा. स्विट डिशचा मोह टाळलाच पाहिजे. अगदीच घ्यावे लागल्यास एखादा गुलाबजाम, एकच जिलेबी, पाव वाटी श्रीखंड यापुढे जाऊ नये. खाताना हळूहळू खावे, ताट भरलेले दिसले म्हणजे नातेवाईक परत आग्रह करत नाहीत.

लॉनवर बुफे असल्यास डिशमध्ये पदार्थ घेऊन फिरत फिरत सर्व नातेवाईक आणि मित्रांची चौकशी करत हळू हळू जेवावे. यामुळे आपण कमी खात आहोत हे लक्षात येत नाही.

मधुमेही व्यक्तीला रोजच्या चलनवलनापेक्षा, जास्त श्रम करण्याची वेळ आल्यास त्या दिवशी जास्त ऊर्जेची जरूर असते. ही ऊर्जा निर्माण होण्यासाठी, शरीराला जास्त ग्लुकोज वापरावा लागतो. उदा. ट्रिपला गेल्यावर जास्त फिरणे, टेकडी चढणे असे श्रम होतात. अशा वेळी थोडा जास्त आहार घेणे जरुरीचे असते.

जेणेकरून हायपोग्लासेमिया टळतो.

यावरून मधुमेही व्यक्तीने ठरवून दिलेल्या कॅलरीजचे अन्न तज्ज्ञ सांगतील तसे दिवसभर विभागून खावे लागते.

साधारणतः १७०० कॅलरीज देणारा तक्ता

सत्र	वेळ	खाण्याचे पदार्थ	कॅलरी
पहिले	सकाळी ६ वा.	१ कप चहा साखरेशिवाय, ५० मिलिलिटर गायीचे दूध	०३५
	सकाळी ८ वा न्याहरी	रव्याचा उपमा कांदा, टोमॅटो, उडीद डाळ घालून १ बोल	१४७
		१ कप (१०० मिलि) गायीचे दूध,(साखरेशिवाय)	७०
	सकाळी ११वा	सफरचंद/नासपती/पेरू आणि चणे १० ग्रॅम सालासकट	१००
		पहिले सत्र एकूण कॅलरीज	**३५२**
दुसरे	दुपारचे जेवण १ वाजता	फुलका २० ग्रॅम प्रत्येकी, तुपाशिवाय २ नग	०९२
		शिजवलेला भात १ वाटी	०८०
		साधे वरण (तुपाशिवाय) १ वाटी	०७४
		पालक/लालमाठ/मेथी/करडई/अळू ५० ग्रॅम पालेभाजी कांदा, मसाले घालून	०३०
		फ्लॉवर/कोबी/फरसबी/गोवारी/दोडकी १०० ग्रॅम फळभाजी कांदा, टोमॅटो, मसाले घालून	०४०
		काकडी/टोमॅटो/मुळा/गाजर यातील एकत्र करून कोशिंबीर १ लहान वाटी	०२०
		दही वाटी / त्याचेच ताक अथवा दह्याच्याऐवजी मांसाहारींनी मटण/मासे ‘अदलाबदल’ तक्त्यातील बघणे	०८०
		तेल वरील स्वयंपाकासाठी दीड चमचा	०५०
	दुपारी ४ वा.	चहा १ कप, दूध (साखरेशिवाय)	०३५

सत्र	वेळ	खाण्याचे पदार्थ	कॅलरी
	  संध्या. ६ वा.	ब्रेड २ स्लाईस लोणी १ चमचा (५ ग्रॅम) संत्रे किंवा मोसंबे	१४० ०५० ०४०
		दुसरे सत्र एकूण कॅलरीज	**७३१**
तिसरे	रात्री ८ वा. रात्री १० वा.	दुपारसारखेच जेवण दूध १कप (१०० मिलिलिटर) साखरेशिवाय काजू /बदाम /पिस्ते /अक्रोड /शेंगदाणे यातील ५ ग्रॅम खजूर १० ग्रॅम	४६६ ०७० ०४० ०३५
		तिसरे सत्र एकूण कॅलरीज	**६११**
		पहिले सत्र कॅलरीज दुसरे सत्र कॅलरीज तिसरे सत्र कॅलरीज	३५२ ७३१ ६११
		एकूण कॅलरीज	**१६९४**

मधुमेह झाला आहे हे समजल्यावरच रुग्ण आहार नियंत्रण करायचे म्हणजे जीवनातील एका महत्त्वाच्या आनंददायी दैनंदिन कार्यक्रमास आपण मुकणार असे समजून निराश होतो. पण तक्त्याचा नीट अभ्यास केल्यावर, जेवणाच्या नियमित वेळा पाळणे आणि दिलेल्या रोजच्या कॅलरीजपेक्षा जास्त न खाणे एवढे सांभाळता आले की, आहार नियंत्रण होते हे समजते. या बरोबरच व्यसनांचा त्याग आणि नियमित व्यायाम याची जोड दिली की, इतरांसारखे जीवन उपभोगता येईल. हे सर्व अंगवळणी पडणे म्हणजेच मधुमेहावर नियंत्रण आणि सुखी आयुष्य होय.

'टाइप-२ मधुमेहा'च्या व्यक्ती साधारणत: स्थूल असतात. त्यांचे सुटलेले पोट (सेंट्रल ओबेसिटी) हेच इन्शुलिन अवरोधाचे कारण असते. त्यांना वजन कमी करण्याचा सल्ला दिला जातो. ५ फूट ६ इंच उंचीच्या पुरुषाचे आदर्श वजन ६५ ते ६६ किलो हवे. ज्या वेळी ते ९० किलो एवढे वाढलेले असते. ते कमी करण्यासाठी प्रयत्न सुरू होतो. आहार नियंत्रण, व्यायाम आणि औषधे सुरू झाल्यावर वजन कमी होऊ लागते. साधारणत: १० किलो वजन कमी झाले की,

पुढची वजन कमी होण्याची प्रगती कठीण जाते. पण त्याचवेळी थोडे वजन कमी झाल्याने इन्शुलिन अवरोध कमी होऊन ब्लडशुगर ताब्यात येते आणि मधुमेहाची पुढची कॉम्प्लिकेशन्स टळतात. वजन कमी होत नाही, याचा मानसिक ताण घेऊन निराश होऊ नये. एरोबिक व्यायामाबरोबर मेडिटेशन, योगासने करून आणि स्वास्थ्य संगीत ऐकून मनाची प्रसन्नता मिळवावी. मन प्रसन्न असले की, इन्शुलिन अवरोध कमी होतो.

आतापर्यंत कॅलरीज, त्यांचे वाटप आणि जीवनातील बदल यांचा विचार केला. आता आहारातील पोषण तत्त्वांकडे बघू या.

प्रोटिन्स :

निरोगी व्यक्तीप्रमाणेच मधुमेही रुग्णास प्रोटिन्स दिली जातात. वाढीच्या वयात मुलाला मधुमेह असेल तर रोज १.५ ग्रॅम / किलोग्रॅम प्रोटिन्स देतात. प्रौढांना १ ग्रॅम / किलोग्रॅम प्रोटिन्स देतात. मधुमेही रुग्णास रोजच्या एकूण कॅलरीजच्या २०टक्के प्रोटिन्स देतात.

कार्बोहायड्रेट्सबरोबर प्रोटिन्स आहारात असल्याने, ब्लडशुगर चटकन वाढत नाही आणि पोट भरल्याचे समाधान मिळते.

रुग्णाच्या नियमित तपासण्या करत असताना, रुग्णाला नेफ्रोपथी (Nephr-opathy) होत आहे. म्हणजेच रुग्णाच्या लघवीतून अल्बुमिन जाण्यास सुरुवात झाली आहे असे निदर्शनास आले, तर हा धोक्याचा इशारा समजून प्रोटिन्सचे प्रमाण ०.८ ग्रॅम / किलोग्रॅम करतात.

म्हणजेच प्रोटिन्स कमी देण्यास सुरुवात करतात. किडणीची कार्यक्षमता नीट नसली की, प्रोटिन्सचे प्रमाण कमी केल्याने कुपोषणास सुरुवात होते. त्यासाठीच मधुमेहाचे नियंत्रण चांगले असणे किडनी, डोळे, हृदय आणि सर्व रक्तवाहिन्या यांच्यासाठी महत्त्वाचे ठरते. मधुमेहापेक्षा त्याचे उपद्रवच (Complications) जास्त घातक आहेत.

शाकाहारींना प्रोटिन्ससाठी प्रामुख्याने कडधान्ये आणि डाळी यावर अवलंबून राहावे लागते. कडधान्ये आणि तृणधान्ये एकत्र खाल्ल्याने प्रोटिन्समधील सर्व अमायनो ॲसिड्स मिळतात. भारतीय जेवणात वरण-भात, खिचडी, राजमा-चावल ही त्याची उदाहरणे आहेत. यातील तांदूळ हे तृणधान्य आहे. त्यातून प्रामुख्याने कार्बोहायड्रेट मिळते. पण तांदळातही असलेली थोडी प्रोटिन्स आणि डाळीतील प्रोटिन्स एकत्र केल्याने, अमायनो ॲसिड्सच्या त्रुटी भरुन निघतात. तरीसुद्धा त्यात मेथिओनिन हे अमायनो ॲसिड कमी प्रमाणात असते म्हणूनच दूध-भात, ताक-भात, दही-भात एकत्र जेवल्याने किंवा जेवताना दूध, ताक, दही यांचा समावेश

केल्याने मेथिओनिन मिळते.

दुर्गम भागात जेथे दूध मिळत नाही, तेथे दुधाची पावडर वापरावी. दुधामध्येही फर्स्टक्लास प्रोटिन्स आहेत.

तांदूळ, गहू, ज्वारी, नाचणी तृणधान्यांबरोबर मूग, मटकी, हरभरा, तूर, मसूर, कुळीथ इ. कडधान्ये एकत्र खाल्ल्याने नुसतीच सर्व अमायनो-ॲसिड्स मिळत नाहीत, तर तृणधान्यांचा ग्लायसेमिक इंडेक्स (GI) जास्त असतो, तर कडधान्यांचा ग्लायसेमिक इंडेक्स कमी असतो. त्यामुळे एकूण ग्लायसेमिक इंडेक्स कमी झाल्याने ब्लडशुगर जेवणानंतर पटकन वाढत नाही. त्यातही सालासकट उसळ किंवा डाळीचा समावेश असेल, तर फायबर पोटात गेल्याने जास्त फायदा होतो.

सर्व कडधान्यांमधून प्रोटिन्स मिळतात आणि चवीसाठी बदल केल्याने जेवणात विविधता येते. त्यातील हरभरा हे कडधान्य महत्त्वाचे आहे. ते गव्हाच्या कणकेत मिसळावे. त्याचा ग्लायसेमिक इंडेक्स ३३ आहे आणि त्यात आयसोफ्लेवोन्स ही फायटोकेमिकल्स आहेत. जी कोलेस्टेरॉल कमी करतात. भाज्या बनवितानाही व्यंजन म्हणून हरभरा घालावा, तसेच डाळीचे पीठ पेरून भाज्या बनवाव्या, मोड आलेली कडधान्ये कच्चेही खाता येतील. मधुमेहींनी सालासकट चणे रोज दिवसातून एकदातरी खावे.

सोयाबीन हे दुसरे महत्त्वाचे कडधान्य आहे. त्यात उत्तम प्रोटिन्स आहेत. गव्हाच्या पिठात हरभऱ्याप्रमाणे त्याचे पीठही मिसळतात. त्यातही आयसोफ्लोवोन्स ही फायटोकेमिकल्स आहेत. त्यामुळे कोलेस्टेरॉल कमी होतो. रजोनिवृत्त स्त्रियांची हाडे ठिसूळ होत नाहीत. यातील प्रोटिन्सनी किडनीवर ताण येत नाही आणि स्त्री पुरुषांना कॅन्सरविरुद्ध लढा देता येतो. सोयाबीनचा 'सोयाचंक्स', सोयापनीर (टोफू) आणि सोया दूध अशा माध्यमातून, आहारात समावेश करता येईल. सोयाचंक्सची कांदा-टोमॅटो घालून भाजी, व्यंजन म्हणून चंक्स, कोबी, गोवारी या भाज्यांत घालावे.

चायनीज फूडमध्ये सोयासॉस वापरतात पण त्यात मीठ म्हणजे सोडियम जास्त असल्याने, मधुमेहींनी सोयासॉस जास्त वापरू नये.

'राजमा' उत्तर भारतातच जास्त वापरतात. हा महाराष्ट्रात 'वाघाघेवडा' म्हणून प्रसिद्ध आहे. त्याचा ग्लायसेमिक इंडेक्स (GI) २९ आहे. त्यामध्ये ओमेगा-३ फॅटी ॲसिड्स आहेत, जी शरीराला हितकारक आहेत. त्याची उसळ मधून मधून खावी. महाराष्ट्रात मूग, मटकी, मसूर, तूर याचा वापर जास्त होतो. मटाराशिवाय पान हलत नाही. कोवळ्या मटारात प्रोटिन्स कमी आहेत, चवीसाठी ठीक आहे. मटाराऐवजी वाटाण्याची उसळ जास्त प्रोटिन्स देते.

सुकामेवा म्हणजे बदाम, पिस्ता, अक्रोड आणि काजू यातून प्रोटिन्स मिळतात. पण कॅलरी जास्त असल्याने १० ग्रॅमच्या वर घेऊ नयेत. त्यातून ओमेगा-३ फॅटी ॲसिड्सही मिळतात आणि प्रोटिन्सच्या चयापचयासाठी लागणारे 'झिंक' हे खनिज मिळते. गरिबांसाठी शेंगदाणे १० ग्रॅम खाल्ल्याने हा फायदा होतो. बदाम, पिस्ते, काजू आणि शेंगदाणे तळलेले किंवा तिखट-मीठ लावलेले खाऊ नयेत, कच्चे सालासकट खावे.

सूर्यफूल बी, पांढरे तीळ, कारळे आणि जवस यांच्या चटण्या खाव्या. त्यातूनही प्रोटिन्स मिळतात. तिळात उत्तम मेथिओनिन हे अमायनो ॲसिड, विपुल झिंक आणि सिसमॉल हे फायटोकेमिकल आहे. तिळातून कॅल्शियमही मिळते. त्यातील अर्जिनिन हे अमायनो ॲसिड रक्तवाहिन्यांत 'ब्लॉक्स' होऊ देत नाही.

कारळ्यातून प्रोटिन्स, विपुल आयर्न आणि फायबर मिळतो. चटणी खावी किंवा भाज्यांमध्ये मसाल्याबरोबर वापरावे.

जवसातून प्रोटिन्सबरोबर ओमेगा-३ फॅटी ॲसिड्स मिळतात आणि त्यातील लिगनान्स हे फायटोकेमिकल कोलेस्टेरॉल कमी करते. गर्भवती स्त्रीने आणि ज्या रुग्णांना ॲन्टी-कोॲग्युलंट (Anti-coagulant) चालू आहेत. त्यांनी जवस खाऊ नये.

मांसाहारींना मटण, चिकन, अंडी, मासे आणि दूध यातून प्रोटिन्स मिळतात. मटण खाताना त्यातील फॅट काढून टाकावी. मटणापेक्षा चिकन घेणे इष्ट. तर मासे सर्वोत्तम. माशातील ओमेगा-३ फॅट हृदयाला हितकारक आहे.

ज्या रुग्णांचा कोलेस्टेरॉल जास्त आहे त्यांनी मटण, चिकन नियंत्रित खावे. अंडे खावयाचे असेल तर पांढरा बलक खावा. कोलेस्टेरॉल जास्त नसेल तर पिवळा बलक खावा. त्यातून व्हिटॅमिन बी-१२, लेसिथिन हे चांगले घटक मिळतात. बाल रुग्णांना अंड आणि दूध फायदेशीर ठरते.

फॅट्स :

अन्न शिजवताना आपण साजूक तूप आणि निरनिराळ्या तेलांचा वापर करतो. त्यांनाच 'फॅट्स' म्हणतात. त्यांचे वर्गीकरण याप्रमाणे करतात.

१) सॅच्युरेटेड फॅट्स : उदा. साजूक तूप, खोबरेल तेल, वनस्पती तूप ह्या सर्व सॅच्युरेटेड फॅट्स आहेत. पण वनस्पती तुपात 'ट्रान्सफॅट्स' असतात. या ट्रान्सफॅट्स शरीराला सर्वांत जास्त हानिकारक असल्याने मधुमेही रुग्णच नाही, तर सर्वांनीच उदमेखून वनस्पती तूप टाळावे.

२) मोनो अन-सॅच्युरेटेड फॅट्स : उदा. मोहरीचे तेल, शेंगदाणा तेल, ऑलिव्ह तेल.

३) पॉली अन-सॅच्युरेटेड फॅट्स : उदा करडईचे तेल आणि सूर्यफूल तेल.

या सर्व फॅट्सचे दुसरे वर्गीकरण म्हणजे त्यातील ओमेगा-३ फॅटी ॲसिड आणि ओमेगा-६ फॅटी ॲसिडचे त्यांच्यातील प्रमाणावर करतात.

या दृष्टिकोनातून विचार करताना ओमेगा-३ : ओमेगा-६ यांचे आदर्श प्रमाण १:४ असावे लागते. प्रत्येकच तेल, तुपात ही दोन्ही असतात. पण जसजसे ओमेगा-६चे तेलातील प्रमाण वाढत जाते, तसतसे ते तेल शरीराला हानिकारक होते.

साजूक तूप, खोबरेल तेल, मोहरीचे तेल, सोयाबीन तेल आणि जवसाचे तेल यांचे प्रमाण १:४ या आदर्श पातळीजवळ आहे.

साजूक तूप आणि खोबरेल तेल 'ओमेगा-३', 'ओमेगा-६' या कसोटीवर उतरते. पण हे सॅच्युरेटेड फॅट असल्यामुळे मुबलक प्रमाणात वापरू नयेत. रोजच्या आहारात १-२ चमचे साजूक तूप किंवा १ चमचा लोणी अवश्य घ्यावे.

केरळमध्येच स्वयंपाकात खोबरेल तेल वापरतात. ज्यांना आवडते, त्यांनी माफक प्रमाणात वापरावे. त्या ऐवजी सुका किंवा ओला नारळ अल्प प्रमाणात वापरावा. नारळामध्ये फायबर, कॅल्शियम, आयर्न विपुल आहेत. त्यातील, कॉपर, मँगेनीज, झिंक ही अॅन्टी-ऑक्सिडंट्स शरीराला उपयोगी पडतात.

मोहरीचे तेल उत्तर भारतात स्वयंपाकात वापरतात. याचा उग्र वास असल्याने, सर्वांना आवडत नाही. लहानपणापासून सवय केल्यास, हे तेल उपयुक्त आहे. शेगदाणा तेल ३ भाग आणि मोहरीचे तेल १ भाग एकत्र करून वापरल्यास उग्र वास जाणवत नाही. दोन्ही तेले एकत्र करताना २-४ दिवस पुरतील एवढीच करावी.

शेंगदाणा आणि तीळ तेल यामध्ये ओमेगा-६चे प्रमाण जास्त आहे. पण ही मोनो अन-सॅच्युरेटेड फॅट असल्याने, हृदयाला हितकारक असलेला H.D.L. कोलेस्टेरॉल कमी होत नाही, फक्त L.D.L. कोलेस्टेरॉल (बॅड कोलेस्टेरॉल) कमी होतो. यामुळेच रोजच्या वापरात त्यांचा समावेश करावा.

तीळ तेलातील सेसमॉल या फायटोकेमिकलमुळे शरीरातील फ्री रॅडिकल्स कमी होतात. ज्यांना आवडते, त्यांनी सोयाबीन तेल वापरण्यास हरकत नाही. ऑलिव्ह तेल पाश्चात्य देशात वापरतात. आता भारतातही मिळते, पण त्याची किंमत सर्वांना न परवडणारी आहे आणि तळण्यास हे तेल उपयुक्त नाही, सॅलड ड्रेसिंग म्हणून वापरावे.

पॉली अन-सॅच्युरेटेड करडई तेलात ओमेगा-३ आणि ओमेगा-६चे प्रमाणे १:१४६ आहे. तर सूर्यफूल तेलात १:१८६ आहे. या दोन्ही पॉली अन-सॅच्युरेटेड तेलातील ओमेगा-६ ची पातळी धोकादायक आहे. अशा तेलाचे अतिसेवन चांगले नाही. त्यांच्या तळणासाठीच्या वापराने फ्री रॅडिकल्स जास्त प्रमाणात तयार होतात, जी शरीराला हानिकारक आहेत. या तेलांचा अत्यल्प प्रमाणात वापर करावा.

आपल्या आहारात तृणधान्ये, कडधान्ये असतात. त्यातूनही आपणास फॅट्स

अदृष्य स्वरूपात मिळतात. त्यातून लायनोलिक ॲसिड हे ओमेगा-६ इसेन्शियल फॅटी ॲसिड मिळते.

पालेभाज्यांतून अल्फा लायनोलेनिक ॲसिड हे ओमेगा-३ फॅटी ॲसिड मिळते. हे पण इसेन्शियल फॅटी ॲसिड आहे. तसेच फळभाज्या, फळे, मसाल्याचे पदार्थ यातूनही फॅट्स मिळत असतात.

मांसाहारी लोकांना मटणातून सॅच्युरेटेड फॅट मिळतात, तर माशातून ओमेगा-३ फॅट मिळतात. दुधातूनही फॅट्स मिळतात.

वर्णन केलेल्या सर्व फॅट्सना 'अदृष्य फॅट्स' म्हणतात.

मधुमेही रुग्णाने रोजच्या एकूण कॅलरीजच्या १५ ते २५ टक्के फॅट्स घ्याव्या, असा सल्ला देतात. त्यात दृष्य फॅट्स आणि अदृष्य फॅट्स या दोघांचाही विचार करावा लागतो. त्यामुळेच तेल, तूप या दृष्य फॅट्स कमीत कमी वापराव्या, म्हणूनच १० ते १५ टक्के (टोटल कॅलरीजच्या) वापर असावा. महिन्याला साधारणत: माणशी अर्धा किलो, आपल्या आवडीचे तेल स्वयंपाकात वापरावे.

प्रत्येकच मधुमेही रुग्णाचा कोलेस्टेरॉल आणि ट्रायग्लिसराइड वाढलेले असते असे नाही, पण मधुमेही रुग्णास हृदयरोग, पक्षाघात असे रोग सामान्य माणसापेक्षा जास्त प्रमाणात होण्याची शक्यता असते. त्यामुळेच आहारातून कोलेस्टेरॉल कमी कसे जाईल हे बघावे लागते.

खरोखर प्राणिजन्य फॅटमधूनच कोलेस्टेरॉल आपणास मिळते. आपण जी वनस्पती तेले वापरतो, त्यात कोलेस्टेरॉलच नाही. शाकाहारींना दूध, लोणी, तुपातूनच कोलेस्टेरॉल जाते. रोजचा दूध-तुपाचा विचार करता १ कप दुधातून २६ मि. ग्रॅम कोलेस्टेरॉल मिळते, तर १ चमचा साजूक तुपातून १४ मि. ग्रॅम कोलेस्टेरॉल मिळते, म्हणजेच शाकाहारी माणूस ७५ ते ८० मि. ग्रॅम कोलेस्टेरॉल रोज घेत असतो.

मांसाहारीच माणसाच्या आहारात कोलेस्टेरॉलचे प्रमाण जास्त असते. एका अंड्यातील पिवळ्या बलकात २४८ मि. ग्रॅम कोलेस्टेरॉल असते, तर १०० ग्रॅम कलेजीत ५०० मि. ग्रॅम कोलेस्टेरॉल असते, तर १०० ग्रॅम भेजा बुर्जी घेतल्यास २२३५ मि. ग्रॅम कोलेस्टेरॉल जाते.

मधुमेह नसलेल्या सामान्य माणसास आणि मधुमेह असून, कोलेस्टेरॉल नॉर्मल असलेल्या माणसास जास्तीत जास्त ३०० मि. ग्रॅम कोलेस्टेरॉल घेता येते.

पण मधुमेही रुग्णास हार्टअटॅक, पॅरालिसिस असे रोग होण्याची शक्यता जास्त असल्याने, त्यांनी कोलेस्टेरॉल २०० मि. ग्रॅमच्यावर आहारातून रोज घेऊ नये. यासाठीच एकतर मांसाहाराचे प्रमाण कमी करावे, अंड्यातील फक्त पांढरा बलक घ्यावा आणि आठवड्यातून २ वेळा १०० ग्रॅम प्रत्येक वेळी मासे खावे,

असा सल्ला देतात. तर फॅट विरहित दूध घ्यावे असे सांगण्यात येते. याचा अर्थच कोलेस्टेरॉल आणि ट्रायग्लिसराइडच्या नियंत्रणासाठी व्यायाम, वजन कमी करणे, कार्बोहायड्रेट जरुरीपेक्षा जास्त न खाणे आणि शाकाहारी बनणे हितावह आहे.

आजच्या स्पर्धात्मक युगात प्रत्येक जण मानसिक ताणाखाली वावरत असतो. या मानसिक ताणामुळे कॅटेकॉल-अमाइन (Catecholamine)चे रक्तातील प्रमाण वाढते आणि कॉर्टिझॉलचेही प्रमाण वाढते. या वाढलेल्या प्रमाणाने कोलेस्टेरॉलचे रक्तातील प्रमाण वाढते. या परिस्थितीत व्यक्तीचे वजनही वाढते. आकांक्षा किंवा ध्येय सफल झाले नाही की, नैराश्य येते. मन निराश असले की, मन प्रफुल्लित होण्यासाठी काही व्यक्ती गोड पदार्थ, मिठाई खातात, हे खाल्लेले गोड पदार्थही वजन आणि कोलेस्टेरॉल वाढण्यास कारणीभूत ठरतात. नैराश्यापोटी काहीजण व्यसनाचे बळी ठरतात.

मनाच्या संतुलनासाठी प्राणायाम, मेडिटेशन म्हणजेच 'ध्यानधारणा' करावी. हे सर्व प्रशिक्षित योग शिक्षकाकडून शिकावे. त्याने कोलेस्टेरॉल कमी होण्यारा आणि मन प्रसन्न होण्यास मदत होते.

कार्बोहायड्रेट्स :

मधुमेही रुग्णास, रोजच्या एकूण कॅलरीजच्या ६० ते ६५टक्के कॅलरीज कार्बोहायड्रेट्समधून मिळतील असे बघितले जाते. कार्बोहायड्रेट्समधून मिळणाऱ्या कॅलरीज फार कमी केल्या तरी नुकसान होते आणि जास्त कार्बोहायड्रेट्स घेतली तर रक्तातील ट्रायग्लिसराइडची पातळी वाढते. कार्बोहायड्रेट्सचा मुख्य स्रोत तृणधान्ये होत. भारतीय सर्वजण तांदूळ, गहू, ज्वारी, बाजरी ही तृणधान्ये जास्त प्रमाणात वापरतात. त्याचबरोबर मका, नाचणी, बार्ली (सातू) ही तृणधान्येही वापरली जातात.

सर्व तृणधान्यांचा ग्लायसेमिक इंडेक्स (GI) ७० च्या वर आहे. त्याला अपवाद फक्त बार्ली आहे, जिचा इंडेक्स २५ आहे.

भात, गव्हाची पोळी, ब्रेड, ज्वारी/बाजरीची भाकरी, इडली-डोसा या रोजच्या कार्बोहायड्रेट मिळणाऱ्या अन्नपदार्थांचा ग्लायसेमिक इंडेक्स ७०च्या वर आहे.

अन्न घटकाचा जेवढा ग्लायसेमिक इंडेक्स जास्त तेवढे रक्तशर्करेचे प्रमाण जास्त. गूळ, साखर, मध, काकवी या सर्वांचा ग्लायसेमिक इंडेक्स जास्त आहेच, पण अन्नपचन होताना हे सर्व पदार्थ पटकन ब्लडशुगर वाढवितात. त्यामुळेच फळांची सरबते, शीत पेये, फ्रूट ज्यूस, मिल्कशेक्स, मधुमेही रुग्णांना वर्ज्य आहेत. तसेच साखरेच्या पाकातील गुलाबजाम, रसगुल्ला, जिलेबी यांचा मोह टाळलाच पाहिजे.

मधुमेही रुग्णांनी, कॉम्प्लेक्स – कार्बोहायड्रेट्स किंवा स्टार्च या स्वरूपातच

कार्बोहायड्रेट्स जेवताना घेतली पाहिजेत. भात, पोळी, भाकरी, होलग्रेन ब्रेड यातून कॉम्प्लेक्स कार्बोहायड्रेट्स जातात. त्यांचे पचनाच्या वेळी विघटन होऊन ग्लुकोज म्हणजे साखरेत रूपांतर होते आणि ऊर्जेसाठी रक्तात हा ग्लुकोज शोषला जाऊन पेशी वापरतात. यामुळेच त्यांचा ग्लायसेमिक इंडेक्स ७० चा ५५ कसा होईल, याचा विचार करतात.

सर्व कडधान्यांचा ग्लायसेमिक इंडेक्स ५० पेक्षा कमी आहे. त्यात राजमा, चणे त्यांच्यामध्ये उल्लेखनीय कमी आहे.

तृणधान्याबरोबर कडधान्य घेण्याने, ग्लायसेमिक इंडेक्स कमी होतो. उदा. वरण-भात. तूरडाळ, मूगडाळ, मसूर डाळ यांची आमटी करतो आणि भात, पोळीबरोबर खातो. हे परंपरागत अन्न खाण्यास शास्त्रीय बैठक आहे. या वरणाच्या डाळीच्या साली काढलेल्या असतात. कडधान्ये सालीसकट वापरली, तर ग्लायसेमिक इंडेक्स आणखी कमी होतो म्हणूनच सालीसकट उसळी खाव्या. तसेच दुधी, दोडकी त्यांची भाजी करताना, सालीसकट मुगाची डाळ घालावी.

बेसन (चण्याचे पीठ) पेरून आपण भाज्या करतो, त्याही ग्लायसेमिक इंडेक्स कमी करण्यास मदत करतात.

तृणधान्याबरोबर कडधान्य घेण्याने, कडधान्यातील प्रोटिन्समुळे, ब्लडशुगर पटकन वाढत नाही. तर प्रोटिन्समधील अमायनो ॲसिडमुळे, इन्शुलिन चांगले स्त्रवते आणि ब्लडशुगर कमी होण्यास मदत होते.

जेवताना तीळ घालून बनविलेली, दोडकी किंवा दुधाच्या सालींची चटणी किंवा कढीपत्ता, पुदिना, कोथिंबीर यांची पंढरपुरी डाळ घालून बनविलेली चटणी किंवा जवसाची, कारळाची चटणी आपण नेहमी खातो. यामुळे जेवण रूचकर होते. विविधता येते हे जेवढे खरे आहे, तसेच या सर्व चटण्यातील फायबर ग्लायसेमिक इंडेक्स कमी करण्यास मदत करतो.

म्हणूनच जेवणात चटणीची आवश्यकता आहे आणि भाज्यांवर कोथिंबीर घालण्याची पद्धतसुद्धा उपयुक्त आहे, येथे कोथिंबिरीतील फायबर उपयोगी पडतो. त्याच बरोबर कोथिंबीर कच्ची असल्याने, त्यातील फोलिक ॲसिड, बीटा कॅरॉटिन, आयर्न हे उपयुक्त घटकही मिळतात.

'भाता'बद्दल विचार करताना, तो वरण किंवा उसळीबरोबर खावा हे सांगितलेच आहे. त्याचप्रमाणे मसालेभात, बिशीब्याळी भात आणि बिर्याणी, पुलाव हे पदार्थ भातामध्ये निरनिराळ्या भाज्या किंवा चिकन, मटण घालून करतात. यातील भाज्या घालून केलेल्या डिशेस त्यात तूप, तेलाचा अत्यल्प वापर केलेला असेल तर भाज्यांबरोबर बिशीब्याळी राईस प्रमाणे तूरडाळ, चणाडाळ, उडीदडाळ घातली तर ग्लायसेमिक इंडेक्स कमी होऊ शकतो पण हॉटेलमधील पुलाव, बिर्याणीमध्ये

सढळ हाताने वनस्पतीतूप, तेल वापरलेले असते. ही बिर्याणी किंवा पुलाव टाळणेच इष्ट. म्हणजेच मधुमेही व्यक्तींनी घरी बनविलेले अन्नच खाले पाहिजे. तरच तेल, तुपाच्या वापरावर मर्यादा राहील.

तांदळापासून चुरमुरे, पोहे बनतात. भाजलेले पोहे त्यात डाळ, शेंगदाणे घालून खावे. तळलेल्या पोह्यांचा चिवडा टाळावा. दहीपोहे, दूधपोहे घेतले तरी चालतील. दूध आणि दह्याचा ग्लायसेमिक इंडेक्स कमी आहे.

तसेच दही-भात, दूध-भात या मिश्रणाचा ग्लायसेमिक इंडेक्स कमी होतो.

गव्हाची पोळी किंवा फुलका करताना कणकेत मेथीदाणा पीठ, सोयाबीन पीठ, हरभरा पीठ ही पिठे आवडीप्रमाणे एकत्र करावी. त्याने पोळीचा ग्लायसेमिक इंडेक्स कमी होतो.

त्यातील मेथीदाण्याला जास्त महत्व आहे. मेथीमधील फायबर उपयोगी असतोच पण त्यातील ट्रायगोनेलिन आणि ४ हायड्रॉक्सी आयसोल्युसिन हे दोन घटक ब्लडशुगर कमी करतात. ज्यांना मेथीचा कडवटपणा आवडत नाही, त्यांनी मोड आलेली मेथी रोज १ चमचा दिवसातून ३ वेळा चावून खावी.

पोळी करताना, कणकेत मेथीची पाने, पालकाची पाने किंवा कोथिंबीर चिरून घालावी. त्यानेही पोळीचा ग्लायसेमिक इंडेक्स कमी होतो.

गव्हाच्या रव्याचा उपमा करताना त्यात उडीद डाळ, चणाडाळ, कढीपत्ता, कांदा-टोमॅटो घातल्याने ग्लायसेमिक इंडेक्स कमी होतो. 'दलिया'चा वापरही याप्रमाणेच करता येतो. गव्हाचा ब्राऊन ब्रेड वापरावा. त्याला पुदिना चटणी लावून, टोमॅटो, काकडी घालून सँडविच केल्याने ग्लायसेमिक इंडेक्स कमी होतो. चीज सँडविच, एग सँडविचचा, ग्लायसेमिक इंडेक्स कमी असला तरी चीज, अंड्यातील पिवळा बलक शरीराला हितावह नाहीत.

ब्रेडला लोणी न लावता, नुसते टोस्ट करून त्यावर 'बेक्ड बीन्स' म्हणजेच भारतीय उसळी घालून खाण्याने ग्लायसेमिक इंडेक्स कमी होतो. गव्हामध्ये निसर्गतःच ॲकॅरबोस (Acarbose) हे कॉम्प्लेक्स ऑलिगोसॅकराइड असल्याने कार्बोहायड्रेटचे विघटन हळू होते, ब्लडशुगर एकदम वाढत नाही. त्यामुळेच जेवणात नुसता भात न घेता १ मूद भात आणि नंतर पोळी फुलका घ्यावा.

ज्वारी-बाजरीची भाकरी खातानाही त्याबरोबर मेथी, माठ, करडई, अंबाडी अशा पालेभाज्या खाव्या. त्यानेही ग्लायसेमिक इंडेक्स कमी होतो.

बार्ली (सातू) याचा वापर फार कमी होतो पण गव्हाच्या कणकेत बार्लीचे पीठ घातले तर ग्लायसेमिक इंडेक्स कमी होतो. बार्लीमध्ये 'बीटाग्लुकॉन' हा फायबर आहे, त्याने कोलेस्टेरॉल कमी होतो. बार्ली नियमित खाण्याने Type-2 मधुमेहच्या रुग्णांची ब्लडशुगर कमी होते आणि इन्शुलिनचा डोसही कमी होतो असे निदर्शनास

आले आहे.

नाचणीचा ग्लायसेमिक इंडेक्स जास्त आहे हे निश्चित. त्याची भाकरी, पालेभाज्या, चटण्या याबरोबर खाल्ल्याने, ग्लायसेमिक इंडेक्स कमी करता येतो. नाचणीमध्ये सर्वांत जास्त कॅल्शियम आहे आणि विपुल मॅग्नेशियम आयर्न आहे. जे मधुमेहींना उपयोगी आहे. नाचणीमध्ये मेथिओनिन हे अमायनो ॲसिड सर्वांत जास्त आहे. हे लिव्हरच्या निरामयतेसाठी उपयुक्त आहे.

अन्नपचनाच्या वेळी 'अल्फा अमायलेज' हे एन्झाइम, स्टार्च म्हणजे कार्बोहायड्रेट्सचे ग्लुकोजमध्ये रूपांतर करते.

केळीच्या पानावर जेवण्याने, गरम वरण-भाताचा चटका केळीच्या पानाला बसल्याबरोबर त्यातील रसायने अन्नात मिसळतात. अन्न पोटात गेल्यावर अल्फा-अमायलेजचे कार्य ही रसायने थोपवितात. त्यामुळे स्टार्चपासून ग्लुकोज लवकर तयार होत नाही आणि रक्तशर्करेचे प्रमाण पटकन वाढत नाही. म्हणून शक्य असल्यास केळीच्या पानावर जेवावे.

ब्लडशुगर जेवणानंतर एकदम फार वाढली तर रक्तातील ॲन्टी-ऑक्सिडंट्सची पातळी उलट जास्त खाली येते. ही खाली आलेली पातळी, शरीरातील फ्री रॅडिकल्स निष्प्रभ करू शकत नाही. म्हणूनच प्रत्येक जेवणातील 'ग्लायसेमिक इंडेक्स' ५५ ते ६० या पातळीवर ठेवण्याचा प्रयत्न करणे हे मधुमेही रुग्णाचे कर्तव्य ठरते.

यावरूनच कार्बोहायड्रेट्स खाताना या सुचविलेल्या युक्त्या वापरून आदर्श 'ग्लायसेमिक इंडेक्स' ठेवण्याचा प्रयत्न करावा.

व्हिटॅमिन्स :

व्हिटॅमिन्स पालेभाज्या, तृणधान्ये, मोड आलेली कडधान्ये, फळे, सुकामेवा आणि मांसाहारातून मिळतात.

यामुळेच चौरस, संतुलित आहार घेणाऱ्याला गोळ्यांच्या स्वरूपात व्हिटॅमिन्स घ्यावी लागत नाहीत. मधुमेही रुग्णांना काही आजारपण आले तर, गरोदर मधुमेही स्त्रियांना आणि अतिवृद्ध मधुमेहीना रोज व्हिटॅमिन्सच्या गोळ्या घ्याव्या लागतात.

पालेभाज्या आणि फळे हे महत्त्वाचे स्रोत,व्हिटॅमिन्स बरोबर विरघळणारा आणि न विरघळणारा चोथा (फायबर) आपणास देतात. या फायबरमुळे कोलेस्टेरॉल कमी होतो आणि बद्धकोष्टता होत नाही, म्हणूनच सालासकट फळे खावीत.

पाण्यात विरघळणाऱ्या फोलिक ॲसिड, व्हिटॅमिन 'बी-६' आणि 'बी-१२' या व्हिटॅमिन्सना मधुमेहींच्या दृष्टिकोनातून महत्त्व आहे. 'मेटमॉर्फिन' या गोळ्या जे मधुमेही रुग्ण घेतात, त्यांनी वरील व्हिटॅमिन्स गोळ्यांच्या स्वरूपात आवश्य

घ्यावी. कारण 'मेटमॉर्फिन'मुळे व्हिटॅमिन्सच्या अभावाची लक्षणे दिसतात.

या व्हिटॅमिन्सच्या अभावामुळे 'अल्झायमर' म्हणजे स्मृतिभ्रंश हा रोग होतो.

तसेच या व्हिटॅमिन्सच्या अभावाने 'होमोसिस्टाईन' या अमायनो ॲसिडची रक्तातील पातळी वाढते. त्यामुळे हार्टअटॅक, पॅरालिसिस, किडनी फेल्युअर, उच्च रक्तदाब असे रोग होतात. मधुमेही रुग्णास रोग होण्याची शक्यता जास्त असतेच. त्यात होमोसिस्टाईनची पातळी वाढणे म्हणजे आगीत तेल ओतण्यासारखे आहे.

फोलिक ॲसिड, सर्व पालेभाज्यांतून मिळते. पण लालमाठ, पालक, आंबटचुका, अळू, कढीपत्ता, पुदिना तसेच कोबी यामध्ये विपुल असते. पालेभाज्या शिजवल्यावर परत परत गरम करू नये. उष्णतेने फोलिक ॲसिडचे प्रमाण कमी होते. त्यासाठी कच्चा कोबी, पुदिना, कोथिंबीर चटणी असे पदार्थ घ्यावे.

बाजरी, ज्वारी, नाचणी, गहू, हरभरा, मटकी, उडीद, मूग या धान्यांमध्येही फोलिक ॲसिड असते. त्यासाठीच मोड आलेली कच्ची कडधान्ये खावीत.

शेंगदाणे, बदाम, तीळ आणि नारळ यामध्ये उल्लेखनीय प्रमाणात फोलिक ॲसिड आहे. शेंगदाणे, तीळ, नारळ यांच्या चटण्या मुद्दाम खाव्या. बदाम सालासकट कच्चे खावे.

व्हिटॅमिन 'बी-६' पालेभाज्या, कोबी, बटाटा, रताळी यामध्ये विपुल असते. तर हरभरा, मूग, सोयाबीन यामधूनही मिळते. केळ्यांमध्येही बी-६चे प्रमाण चांगले आहे. मांसाहारातून व्हिटॅमिन 'बी-६' आणि 'बी-१२' मिळते.

शाकाहारींना 'बी-१२' साठी दूधावर अवलंबून राहावे लागते. म्हणूनच रोज ३००मि.लिटर दूध घ्यावे. दुधातून व्हिटॅमिन 'बी-६', व्हिटॅमिन 'डी', व्हिटॅमिन 'ए' ही व्हिटॅमिन्स मिळतात आणि कॅल्शियम, फॉस्फरस, कॉपर, आयोडिन हे घटक मिळतात. व्हिटॅमिन 'डी' मिळण्यासाठी दूध आणि कोवळे ऊन हे दोनच पर्याय आपल्याजवळ आहेत. व्हिटॅमिन 'डी'मुळे कॅल्शियमचे शोषण चांगले होते. व्हिटॅमिन 'डी'च्या अभावाने 'इंपेअर्ड ग्लुकोज टॉलरन्स' होतो. त्यामुळे व्हिटॅमिन 'डी' मधुमेहींसाठी अत्यावश्यक आहे.

दुधाची पावडर बनविली की, व्हिटॅमिन 'बी-६' नष्ट होते. म्हणून मधुमेही रुग्णांनी दुधाच्या पावडरचा वापर करू नये.

व्हिटॅमिन 'ए' हे मांसाहार, अंडी, दूध यामधून कॅरॉटिन म्हणजे व्हिटॅमिन 'ए' या स्वरूपात मिळते. तर पालेभाज्या, केशरी-पिवळ्या-लाल फळांपासून बीटा कॅरॉटिन या स्वरूपात आपण आहारातून घेतो. या बीटा कॅरॉटिनपासून शरीरात, व्हिटॅमिन 'ए' तयार होते. तसेच बीटा कॅरॉटिन फायटोकेमिकल म्हणूनही त्याला महत्त्वाचे स्थान आहे.

फळांकडे बघताना आंबा, बोरे, पपई, अननस, संत्री, फणसाचे गरे यामधून

बीटा कॅरॉटिन्स मिळतात. यातील आंबा, पपई, अननस, गरे यामध्ये शर्करा विपुल असल्याने वैद्यकीय सल्ल्यानुसार अल्प प्रमाणात खावी.

गाजर आणि टोमॅटो यामध्ये बीटा कॅरॉटिन आहे. टोमॅटोमध्ये 'लायकोपेन' हे महत्त्वाचे फायटोकेमिकल आहे. टोमॅटो आणि गाजर यांचा रोजच कोशिंबीर या स्वरूपात किंवा भाज्यांमध्ये वापर करावा. गाजर हलव्याचा मोह धरू नये तर टोमॅटो सॉस किंवा केचप त्यात 'सोडियम' जास्त प्रमाणात असल्याने खाण्याचे टाळावे.

व्हिटॅमिन 'सी'साठी आवळा, पेरु, लिंबू, संत्री, मोसंबी, बोरे, पपई आणि करवंदे ही फळे खावीत. त्यातील आवळ्यामधील व्हिटॅमिन 'सी' उन्हात वाळवल्याने, शिजवण्याने नष्ट होत नाही. त्यामुळे आवळकाठी, आवळ्याची सुपारी या स्वरूपात रोज घ्यावा आणि ऋतूमध्ये ताजा आवळा खावा. च्यवनप्राश किंवा मोरावळा त्यातील साखरेमुळे घेण्यास योग्य नाही. कापलेली पपई अर्धी ते एक वाटी खावी. इतर फळे थोडी जास्त खाल्ली तरी चालतील.

या सर्व फळांतून व्हिटॅमिन 'ई' मिळते. सुकामेवा, तीळ, शेंगदाणे, नारळ यामध्ये विपुल असते. कॅलरीज जास्त असल्यामुळे सुकामेवा आणि या तेलबिया ५ ते १० ग्रॅमच्यावर जास्त खाऊ नयेत.

यामधील व्हिटॅमिन 'ए', 'ई' आणि व्हिटॅमिन 'सी' ही अॅन्टी-ऑक्सिडंट व्हिटॅमिन्स आहेत. त्याचबरोबर कॉपर, मँगेनीज आणि झिंक ही मिनरल्स अॅन्टी-ऑक्सिडंट म्हणून कार्य करतात.

प्रत्येक फळात सर्व अॅन्टी-ऑक्सिडंट्स कमी-अधिक प्रमाणात असतात. त्यामुळेच मधुमेहींना फळे महत्त्वाची ठरतात.

सफरचंद कोलेस्टेरॉल कमी करते. तसेच त्यातील बोरॉन कॅल्शियम आणि मॅग्नेशियम ही मिनरल्स शरीराबाहेर जाऊ देत नाही, याच बोरॉनमुळे मेंदूची कार्यशक्ती वाढते, म्हणून सफरचंद महत्त्वाचे ठरते. शक्य झाल्यास रोज एक सफरचंद सालासकट खावे.

त्याप्रमाणेच ऋतूमध्ये मिळणारी डाळिंब, जांभळे, कलिंगड, खरबूज ही फळे जरूर खावीत. अननस, सीताफळ या फळांत साखर जास्त असल्यामुळे शक्यतो टाळावीत. केळे हे वर्षभर मिळणारे फळ आहे. त्यात व्हिटॅमिन 'बी-६' विपुल असते तसेच 'फ्रुक्टोऑलिगो सॅकराइड्स' त्यात आहेत. यामुळे आतड्यातील परोपकारी जीवाणू वाढून 'इंटेस्टायनल फ्लोरा' चांगला होतो. पचनसंस्थेला बळकटी येते. त्यातील शर्करा जास्त असल्याने, अधूनमधून अर्धे केळे खावे.

द्राक्षे खाण्यावरसुद्धा त्यातील शर्करेमुळे बंधन येते. द्राक्षे किंवा मनुका ५ ते १० नग एवढ्या प्रमाणात खावी.

पालेभाज्यातून बीटा कॅरॉटिन, व्हिटॅमिन 'सी', रिबोफ्लेव्हिन आणि फोलिक ॲसिड मिळते. शेवग्याची पाने, मेथी, लालमाठ, अळू, आंबट चुका, आंबाडी, पालक, गाजराची पाने आणि कोथिंबीर, कढीपत्ता, पुदिना या भाज्यांमध्ये बीटा कॅरॉटिन विपुल असते. आलटून पालटून त्यांचा वापर करावा.

मिनरल्स (खनिजे)

१) सोडियम म्हणजे मिठाचा विचार करताना सर्वप्रथम मधुमेहाची आणि उच्चरक्तदाबाची दोस्ती असते हे लक्षात घ्यावे. कृश किंवा स्थूल दोन्ही मधुमेही रुग्णांनी मीठ कमी खाणे चांगले. साधारणत: अडीच ते ३ ग्रॅम मिठाचा वापर मधुमेही रुग्णाच्या स्वयंपाकासाठी करावा. लाल माठ, करडई, नवलकोल, कमळाचे देठ या भाज्या टाळाव्या. तर बेकन, लॉबस्टर आणि अंडे यामध्येही सोडियम विपुल असल्यामुळे कधीतरी खावे. लोणची, पापड, फरसाण, टोमॅटो केचप, सोयासॉस यापासून शक्यतो दूर राहावे.

सोडियम जास्त प्रमाणात घेतल्यास, ब्लडप्रेशर तर वाढतेच पण त्याबरोबर इन्शुलिन रेझिस्टन्सही येतो.

२) क्रोमियम : तृणधान्ये, कडधान्ये, भाज्या, मसाल्याचे पदार्थ आणि मांसाहारातून आपणास क्रोमियम मिळते. या क्रोमियममुळे रक्तातील शुगरची लेव्हल कमी होते आणि त्यामुळे इन्शुलिन किंवा गोळ्या घेणाऱ्या मधुमेही रुग्णास रक्तशर्करेच्या नियंत्रणास फायदा होतो. क्रोमियमने रोगप्रतिकारक शक्ती वाढते. सुंठ, मश्रुम, गव्हाचा कोंडा, बदाम, काजू यामध्ये उल्लेखनीय क्रोमियम आहे. म्हणूनच ५ बदाम किंवा ५ काजू खावेत. तसेच सुपारी आणि विड्याच्या पानात विपुल क्रोमियम आहे. जेवणानंतर रोज सुपारी किंवा विडा खाण्याची पद्धत चांगली आहे. त्यात तंबाखू हे विष घालू नये. मधुमेही रुग्णांना दूध घेण्यास सांगतात. त्यात सुंठ घातल्यास रोज क्रोमियमही मिळेल.

गोळ्यांच्या स्वरूपात क्रोमियम घेता येते, २०० मायक्रोग्रॅमच्यावर रोज घेऊ नये.

३) आयर्न, कॅल्शियम, मॅग्नेशियम या खनिजांचे महत्त्व 'खनिजे' या प्रकरणात समजावून दिलेले आहे.

मांसाहारींना मटण, चिकन, मासे, अंडी, दूध यामधून खनिजे विपुल मिळतात आणि त्यांचे शोषणही चांगले होते. शाकाहारींना कॅल्शियम, मॅग्नेशियम दुधातून मिळते पण आयर्नची उणीव भासते. शाकाहारींना शेवग्याची पाने, अळू, पांढरा माठ, मेथी, तांदूळजा या पालेभाज्या आणि कोथिंबीर, कढीपत्ता, विड्याचे पान यामधून सर्व खनिजे मिळतात.

सर्व कडधान्यात कॅल्शियम, मॅग्नेशियम विपुल आहे. पण कुळीथ म्हणजे

हुलगे यामध्ये सर्वोत्तम आहे आणि त्यात आयर्न चांगले आहे. त्यामुळे उसळ किंवा पिठले या स्वरूपात वापर करावा.

तृणधान्यातील नाचणीमध्ये सर्वोत्तम कॅल्शियम आणि मॅग्नेशियम आहे. यासाठी नाचणीही वापरावी. राजगिऱ्यामध्ये आयर्न, कॅल्शियम, मॅग्नेशियम उत्तम असून त्यात प्रोटिन्स विपुल आहेत. मधुमेही रुग्णांनी, राजगिऱ्याच्या लाह्या दुधात किंवा ताकात घालून रोज घ्याव्या. फक्त उपवासाचा पदार्थ अशी समजूत करू नये.

खसखस, अहळीव हे फक्त बाळंतिणीसाठी नसून, शाकाहारींना आयर्नचा सर्वोत्तम स्रोत आहे. या दोन्ही द्रव्यात तीनही खनिजे विपुल आहेत. अहळीव भिजवून ठेवून, दोन तासांनी पाण्यात शिजवून नंतर दूध घालून खावे, जरूर लागल्यास 'इक्वल'ची गोळी साखरेऐवजी वापरावी.

४) झिंक : निरोगी माणसापेक्षा मधुमेही रुग्णांमध्ये मूत्रावाटे शरीरातून झिंक जास्त प्रमाणात बाहेर जाते. यामुळे मधुमेही रुग्णांमध्ये झिंकच्या अभावाची लक्षणे प्रकर्षाने दिसतात.

इन्शुलिनची निर्मिती, साठा व योग्य वाटप या सर्व क्रिया झिंकवर अवलंबून आहेत. झिंकच्या अभावाने इन्शुलिन निर्मितीच नीट न झाल्यास मधुमेह नियंत्रित करणे कठीण जाते. अनियंत्रित मधुमेह हृदयविकार, पक्षाघात, किडणी विकार, नेत्ररोग व कर्करोग होण्यास मदत करतो.

तरुण स्त्री-पुरुष मधुमेही रुग्णात झिंकच्या अभावाने कामेच्छा कमी असणे व वंध्यत्त्व आढळते.

गर्भवती व स्तनपान देणाऱ्या मधुमेही स्त्रियांनी आहारातून व औषधरूपात रोज झिंक घेणे अत्यावश्यक आहे. झिंकवर गर्भाची व नवजात बालकाची निकोप वाढ अवलंबून असते.

'ॲन्टीऑक्सिडंट खनिजे' या प्रकरणात झिंक विपुल असलेल्या आहार घटकांची माहिती दिलेली आहे.

अन्नाला किंवा पेयांना गोडी आणणारी द्रव्ये (Sweeteners)

सॅकरीन, असपारटेम आणि सुक्रालोज ही रसायने असलेल्या गोळ्या, थेंब किंवा पावडर या स्वरूपात बाजारात मिळतात. सॅकरीन घेतल्यावर नंतर कडूपणा जाणवतो. गर्भवती स्त्रियांनी सॅकरीन घेऊ नये. असपारटेमची गोळी टाकून पेय उकळता येत नाही. कारण उष्णतेने असपारटेम निष्प्रभ होते. चहा-कॉफी तयार झाल्यावरच कपात गोळी टाकावी. सुक्रालोजवर उष्णतेचा परिणाम होत नाही.

मधुमेहाच्या रुग्णांना जन्मभर या गोळ्या घ्यावयाच्या असल्याने, २ ते ४

गोळ्यांच्या वर रोज वापर करू नये. साखर नसलेली आइस्क्रीम, मिठाई बाजारात मिळतात यापासूनही बाजूला राहणे श्रेयस्कर आहे.

मधुमेही रुग्ण शाकाहारी झाल्यास रोग नियंत्रण उत्तम होते. याचा उहापोह 'शाकाहार की मांसाहार' या प्रकरणात केला आहे.

■

२२

मधुमेहींचा आहार (आयुर्वेदिक दृष्टिकोन)

'प्रमेह' या रोगाचे वर्णन करताना, चरकांनी

प्रकर्षेण मेहति इति प्रमेहः। (चरक निदान ४-३)

असे विधान केले आहे. वारंवार आणि पुष्कळ प्रमाणात मूत्रप्रवृत्ती होते म्हणून या व्याधीस 'प्रमेह' म्हणतात.

प्रमेहाचे, चरकाचार्यांनी २० प्रकार वर्णन केले आहेत. कफदोषप्रधान १०, पित्तदोष प्रधान ६ आणि वातदोषप्रधान ४ असे ते आहेत. सध्याच्या काळात आपण ज्यास मधुमेह (डायबेटिस) म्हणतो, हा वातज प्रमेह आहे. याची उत्पत्ती धातूक्षयजन्य किंवा मार्गावरोधजन्य वातप्रकोपाची असते.

चरकाचार्यांनी, सर्व प्रकारच्या प्रमेहांची लक्षणे आणि चिकित्सा वर्णन केलेली आहे. त्यांनी असे नमूद केले आहे की, सर्व प्रकारचे 'प्रमेह' रुग्णाने लक्ष न दिल्यास आणि दीर्घकाळ मिथ्या आहार-विहार केल्याने मधुमेहात रूपांतरित होतात असे रूपांतर झालेला मधुमेह असाध्य असतो. आज २१व्या शतकात विज्ञानाची प्रगती होऊनही 'मधुमेह' असाध्यच आहे.

सुश्रुताचार्यांनी, मधुमेहाचे दोन प्रकार सांगितले आहेत —

१) 'सहज' म्हणजे मातृपितृ-बीजदोषकृत – आई-वडील यापैकी कोणी मधुमेही असेल तर पुढील पिढीत मुलांना मधुमेह होतो. आजही या गोष्टीस महत्त्व आहे.

२) 'अपथ्य निमित्तज' म्हणजे अहितकारक आहार आणि विहारामुळे होणारा – मधुमेह या व्याधीमध्ये मेदधातू आणि मेदोवह स्रोतसाची दुष्टी (बिघाड) असते असे आयुर्वेदात सांगितले आहे. याचा अर्थ फॅट मेटॅबोलिझम बिघडते असा होतो. तर आधुनिक विज्ञान मधुमेहामध्ये ग्लुकोज म्हणजे कार्बोहायड्रेटचा वापर शरीर ऊर्जेसाठी नीट करू शकत नाही आणि त्यामुळे रक्तात ग्लुकोजचे प्रमाण वाढते. हे वाढलेले ग्लुकोजचे प्रमाण कार्बोहायड्रेट, प्रोटिन आणि फॅट मेटॅबोलिझमस बिघडवते.

दोन्ही तत्त्वज्ञानात थोडा फरक असला तरी दोन्हीकडे फॅट मेटॅबोलिझम बिघडतेच.

अव्यायामत दिवास्वप्नात मेद्यानांच अति भक्षणात। (च.वि.५)

मेदोवह स्रोतसाची दुष्टी होण्यासाठी व्यायाम न करणे आणि स्निग्धपदार्थ खूप प्रमाणात खाणे, दिवसा झोपणे अशी कारणे सांगितली आहेत. यामुळे शरीरातील मेदाचे प्रमाण वाढते, व्यक्तीस स्थूलता येते.

शरीरात मेदाची काही प्रमाणात आवश्यकता आहे. पण त्याची सीमा ओलांडली की व्यक्ती लठ्ठ होते. लठ्ठपणा आला की मधुमेहाची पार्श्वभूमी तयार होते. प्रत्येकच लठ्ठ माणूस मधुमेही असतो असे नाही पण शक्यता वाढते.

व्यायामाचे महत्त्व सांगताना –

लाघवं कर्मसामर्थ्यं दीप्तोग्निर्मेदसः क्षयः।
विभक्तघनगात्रत्वं व्यायामात उपजायते।। (अष्टांगसंग्रह)

या श्लोकात व्यायामाने जाठराग्नि आणि सप्तधात्वग्नि प्रदीप्त होतात. त्यामुळे आहाराचे सम्यक पचन होऊन, सातही धातूंचे व्यवस्थित पोषण होते. मेदधातू जास्त प्रमाणात वाढत नाही. शरीरातील सर्व स्नायू पिळदार होतात आणि व्यक्तिमत्त्व बांधेसूद दिसते. शरीरातील जडपणा किंवा गुरुत्व जाऊन शरीर चपळ बनते. शरीराची सहनशक्ती (Endurance) वाढते.

आधुनिक दृष्टिकोनातून, व्यायामाने वजन काबूत राहते. इन्शुलिन रेझिस्टन्स कमी होतो. ब्लडशुगर नियंत्रित होण्यास मदत होते, एच.डी.एल. (H.D.L) कोलेस्टेरॉल वाढतो.

दोन्ही शास्त्रे व्यायाम अपरिहार्य आहे असे सुचवितात. हजारो वर्षांपूर्वी चरकांना व्यायामाचे महत्त्व समजले होते. आजच्या जीवनशैलीमुळे होणाऱ्या रोगांची यादी बघितल्यावर व्यायामाची नितांत गरज समजते.

व्यायाम न करणाऱ्या स्थूल व्यक्तीत गुरुत्व म्हणजे जडपणा येतो. अशा व्यक्तीचे मांसधातू, मेदधातू शिथिल असतात. मांसपेशी (स्नायूपेशींची) आकुंचन क्षमता कमी होते आणि हे शैथिल्य मधुमेहाच्या प्रारंभास कारणीभूत होते.

मधुमेह होण्याची कारणे सांगताना चरकांनी —

आस्यासुखं स्वप्नसुखं दधीनि।
ग्राम्यौदकानूपरसाः पयांसि।
नवान्नपानं गुडवैकृतं च
प्रमेह हेतुः कफकृच्च सर्वम् ।।

(चं. चिकित्सा ६-४)

नेहमी सुखाने बसून राहणे, फार झोपणे, दूध आणि दुग्धजन्य पदार्थ, दही यांचा भरपूर प्रमाणात वापर करणे. गूळ आणि साखर यांपासून तयार केलेली पक्वान्ने पुष्कळ प्रमाणात खाणे. नवीन धान्य जे आम्ल विपाकी त्रिदोषकर असते आणि नवीन मधही त्याच गुणांचे असते त्यांचे सेवन करणे. मेंढी, डुक्कर, बदक, मासे असा सर्व तऱ्हेचा मांसाहार अति प्रमाणात सेवन करणे, यामुळे शरीरात कफवृद्धी होऊन मधुमेह होतो.

२१व्या शतकात बैठ्या जीवनशैलीबरोबर सर्व तऱ्हेच्या पक्वान्नांचा अतिरेक, मांसाहार आणि मद्यपान बरेचजण करत असतात. हीच मधुमेहाची कारणे आहेत.

व्यवहारात आपण तांदूळ, गहू आणि कडधान्ये नवीन वापरत नाही. शाकाहारी आणि मद्यपान न करणाऱ्या व्यक्तीसही मधुमेह झालेला दिसतो. त्रिदोषकर, आम्लविपाकी नवीन धान्याऐवजी आपण मिसळ, फरसाण, पिझ्झा, बर्गर निरनिराळ्या चाट डिशेस आणि मिल्कशेक्स, फ्रुटसॅलड असे पदार्थ घेत असतो. यामुळे त्रिदोष वाढतात आणि मधुमेह होण्यास कारणीभूत ठरतात.

मधुमेह होताना शरीरात अग्निमांद्य असते, अन्नाचे पचन नीट न झाल्याने अपक्व आहाररसामुळे दुष्ट झालेला द्रवकफ हा रस, रक्त, मांस, मेद आणि शुक्र यांना दूषित करतो. त्यात आधीच व्यायाम न करण्याने, शिथिल झालेले मांस-मेद दुष्ट होऊन शरीरात क्लेद निर्मिती जास्त होते. प्राकृत क्लेद स्वेदाच्या आश्रयाने राहून त्वचा स्निग्ध ठेवतो आणि प्रतिदिनी शरीरातून मूत्राबरोबर बाहेर पडतो. वाढलेला दुष्टक्लेद मूत्रवह स्रोतसांत दुष्टी निर्माण करतो, मूत्राचे प्राकृत स्वरूपही दुष्ट होते. याचबरोबर आवृत्त झालेला वायू, ओजाला बस्तीमध्ये (मूत्राशय) आणतो. मूत्राबरोबर दुष्टक्लेद आणि ओज शरीराबाहेर जातात. यामुळे मधुमेहात ओजक्षयही दिसतो.

मधुमेही रुग्ण बलवान असेल तर प्रथमत: वमन-विरेचन या पंचकर्माने शोधन करून, मग शमन चिकित्सा देतात. दुर्बल रुग्णास पंचकर्म सहन होणार नाही, म्हणून वमन-विरेचन न देता, 'शमन' चिकित्साच देतात.

आयुर्वेदाने मधुमेह हा रोग असाध्य सांगितला आहे. याचा अर्थच जीवनभर औषध घ्यावे लागते आणि आहार-विहाराची पथ्ये पाळावी लागतात. वसंतऋतूत, त्रिदोषांमधील कफ वाढलेला आणि पातळ झालेला असतो. या ऋतूत सांगितलेली ऋतूचर्या, मधुमेही रुग्णांनी जन्मभर पाळावी लागते.

आयुर्वेदिक दृष्टिकोनातून आहार संकल्पना सांगताना, आपला आहार मधुर, आम्ल, लवण, कटू, तिक्त, कषाय अशा सहा रसांचा असतो. त्यातील मधुर रसाची आहार द्रव्ये गुरू, स्निग्ध, पिच्छिल या गुणांची असतात यामुळे कफवर्धन होते. शरीरात मेद वाढतो, स्थूलता येते. आम्लरस, स्निग्ध, उष्ण असल्याने शरीरात स्निग्धता वाढवून कफ पातळ करतो. लवणरसही स्निग्ध, उष्ण असल्याने

कफ पातळ करण्यास मदत करतो. या तीनही रसांच्या अतियोगाने मधुमेह वाढण्यास मदत होते. यामुळेच त्यांच्या सेवनावर मर्यादा येतात.

दीर्घायुष्यासाठी मधुररसाचा समावेश आहारात अत्यावश्यक आहे. कारण सर्व धातूंचे पोषण होऊन ओज निर्मिती आणि ओजाचे वर्धन या रसाने होते. त्याचबरोबर कफ-मेदवर्धन न होता, सप्तधातूंचे सम्यक पोषण आणि ओज रक्षण कसे होईल हे आहाराचा विचार करताना बघावे लागते. यासाठीच मधुर रसाचीच कफवर्धन न करणारी आहारद्रव्ये वापरावी लागतात.

मधुरं श्लेष्मलं प्रायो जीर्णाच्छालियवाद ऋते ।
मुद्ग गोधूमतःक्षौद्रात् सिताया:जांगलामिषात्।

(अष्टांगहृदय सू१०/३३)

या श्लोकात सांगितलेली, आहारद्रव्ये जुने तांदूळ, सातू, गहू, मूग, मध, साखर आणि शेळी, मेंढी, कोंबडी अशा प्राण्यांचे मांस, कफवर्धन करत नाहीत. त्यामुळे मधुररसाची ही द्रव्ये असूनही मधुमेहात रोजच्या आहारात घेता येतात.

आधुनिक दृष्टिकोनातून, साखर ही 'सिंपल शुगर' असल्याने आपण मधुमेहींना घेऊ नका असे सांगतो. आजची पांढरी शुभ्रसाखर आणि चरककालातली साखर याकडे बघताना दोन्हींत निश्चितच भेद असणार. आजच्या युगातील रिफाइंड पांढरी साखर आपण विष मानतो, त्यामुळे ती वर्ज्यच करावी. मधालासुद्धा, आधुनिक शास्त्रात आक्षेप आहेच. पण 'मधप्रकरण' आपण नीट वाचल्यास, मध आणि साखरेचे गुणधर्म वेगळे आहेत हे समजते. मध कोणत्या झाडांवरील फुलांमधून तयार झाला यावर त्याचे गुणधर्म अवलंबून असतात. उदा. जांभूळ, हिरडा या झाडांच्या फुलांपासून होणारा मध, वनस्पतीच्या शरीरातील शुक्रधातू आहे, तो सार भाग आहे. मधाने अग्निदीपन, अन्नपचन होते, शरीराचे लेखन होते आणि स्थूलता कमी होते. मधात तुरट (कषाय) रस असल्याने, धातूंचे शिथिलत्व जाते. कारण मध रुक्ष आहे.

आधुनिक दृष्टिकोनातून, मधामध्ये फ्रुक्टो-ऑलिगो-सॅकराइड (Fructo-Oligi-Saccharides) असतात. ही द्रव्ये 'इंटेस्टायनल फ्लोरा' प्राकृत करण्याचे कार्य करतात. म्हणजेच आतड्यांचे आरोग्य सुधारते.

मधामध्ये 'बोरॉन' असते. त्यामुळे कॅल्शियम आणि मॅग्नेशियम लघवीवाटे शरीराच्या बाहेर जात नाही आणि हाडे ठिसूळ न होण्यास मदत होते. तसेच मधामध्ये कॉपर, मँगेनीज आणि झिंक ही अ‍ॅन्टी ऑक्सिडंट्स असून, टर्पिन्स आणि पॉलिफिनॉल ही फायटोकेमिकल्स असतात.

या गोष्टींचा विचार करताना अर्धा ते १ चहाचा चमचा, मध घेतलं तर फायदेच

होतील. १ चमचा म्हणजे ५ ग्रॅमच, मधुर रस पोटात जाईल.

मधुमेह नियंत्रित करण्यासाठी लघु, रुक्ष, तीक्ष्ण, उष्ण आणि शरीरातील मधुमेहामुळे आलेले द्रवत्व शोषण करणारी म्हणजेच कोरडेपणा आणणारी आहार द्रव्ये वापरावी लागतात. हे सर्व गुण कटू (तिखट), तिक्त (कडू) आणि कषाय (तुरट) या रसांच्या आहारद्रव्यात असतात. म्हणजेच या रसांचे प्राधान्य असलेला आहार असला पाहिजे.

या रसांचाही अतिरेक झाल्यास, धातूक्षयजन्य कृशत्व, वार्धक्य, नपुंसकत्व, ओजक्षय, त्वचेची कांती कमी होणे असे परिणाम शरीरावर दिसतात. म्हणूनच मधुर रसाची कफवर्धन न करणारी अन्नद्रव्ये तसेच आम्लरसाची आवळा, डाळिंब ही पित्त न वाढवणारी अन्नद्रव्ये आणि लवण (खारट) रसाचे 'सैंधव' आहारात घेणे इष्ट ठरते. लवणरस म्हणजे रोजच्या वापरातील मीठ. आधुनिक शास्त्रही मधुमेही रुग्णांना ब्लडप्रेशर, हृदयरोग होण्याची शक्यता जास्त असल्याने मीठ कमी खाण्याचा सल्ला देतात. अशावेळी मिठाऐवजी सैंधव आपण वापरतो.

मधुमेहाच्या आहाराची आयुर्वेदिक बैठक समजल्यावर आता आपण तृणधान्यांपासून सुरुवात करू या.

यव किंवा सातू (बार्ली) या तृणधान्याचा वापर पूर्वी जास्त प्रमाणात होत असे. कषाय रस असलेला यव, कटू, विपाकी आहे आणि कफघ्न असल्याने, मधुमेहात हे तृणधान्य आदर्श ठरते. कफातील वाढलेली द्रवता शोषली जाते. त्याच्या लेखन गुणाने मेद कमी होतो. शरीराला स्थैर्य येते आणि जाठराग्नि प्रदीप्त होऊन अग्निमांद्य सुधारल्याने शरीरात आम निर्मिती कमी होते. यव, बुद्धिवर्धक असल्याने मानसिक तणावामुळे होणाऱ्या मधुमेहात उपयोगी आहे. आधुनिक दृष्टिकोनातूनही, त्याने ब्लडशुगर नियंत्रित होते आणि कोलेस्टेरॉल कमी होण्यास मदत होते. गव्हाच्या कणकेत सातू (बार्ली)चे पीठ घालून पोळ्या कराव्या.

गहू, जीवनीय गणातील तृणधान्य आहे. जीवन म्हणजे आयुष्य, आयुष्याला हितकारक आणि मेध्य, ज्ञानेंद्रियांवर प्रसादन कार्य करणारे हे द्रव्य आहे. चरकांनीही कफज, पित्तज प्रमेहात गव्हाचा वापर केला आहे. जगभर पोळी किंवा ब्रेड या रूपात गव्हाचा वापर होतो. या बरोबर गव्हाच्या कणकेत आवडीप्रमाणे हरभरे, सोयाबीन, बार्ली आणि मेथीदाणा घातल्याने मधुमेहाच्या दृष्टिकोनातून गुणवर्धन होते.

नाचणी, कषाय, तिक्त रसाची आणि कटू विपाकाची असून कफ आणि मेदाचा नाश करते. ही त्रिदोषघ्न आहे. वर्षभर वापरता येते. आधुनिक दृष्टिकोनातून उत्कृष्ट कॅल्शियम, मॅग्नेशियम असल्याने नाचणीची भाकरी पालेभाजी बरोबर मुद्दाम खावी. तसेच उन्हाळ्यात नाचणीच्या पिठाची आंबील घ्यावी.

ज्वारी, ही सुद्धा कषाय रसाची आणि कटू विपाकाची आहे. त्याने कफ आणि

मेद कमी होते. ज्वारीमुळे शरीरातील क्लेद कमी होतो. मधुमेहात क्लेद कमी करणे जरुरीचे असते. ज्वारीची भाकरी, लाह्या खाव्यात.

वऱ्याचे तांदूळ त्यानेही कफ कमी होतो. आपण नेहमी उपवासालाच त्याचा वापर करतो. बदल म्हणून मधून मधून वऱ्याचे तांदूळ खावे.

तांदूळ, नवा तांदूळ कफकर, आम्ल विपाकी असल्याने, नेहमी जुना तांदूळ वापरावा. त्याकाळी 'रक्तशाली' नावाचे तांदूळ वापरत असत. आता ब्राऊन राईस नावाचा तांदूळ बाजारात मिळतो. आधुनिक शास्त्रही थोडा भात घ्यावा असे सांगते.

बाजरी ज्यांना सात्म्य आहे त्यांनी मधून-मधून घ्यावी.

कडधान्ये :

मूग, हरभरा, तूर, कुळीथ (हुलगे) या सर्व कडधान्यांचा विपाक कटू आहे. ही सर्व कडधान्ये रुक्ष आणि लघु गुणांची आहेत. त्यामुळे मधुमेहाच्या आहारात प्राधान्याने ही वापरावीत. यातील मूग वरण, उसळ, खिचडी या स्वरूपात आपण वापरतो. तसेच मोड आलेले कच्चे मूग वाटीभर (५० ग्रॅम) आणि १ चमचा मोड आलेली मेथी एकत्र करून, सावकाश चावनू-चावून खावी. बदल म्हणून लाल टोमॅटो, कांदा, कोथिंबीर, चाट मसाला घालून, मोड आलेल्या मुगाबरोबर खावे.

हरभरा : उसळ करून, भाज्यांमध्ये बेसन पेरून तसेच मोड आलेले हरभरे कच्चे खावे. चण्याच्या स्वरूपातही, हरभरे मुद्दाम खावे.

तूर : तुरीचे वरण किंवा आमटी आपण रोज घेतो. पालेभाज्यांमध्ये, व्यंजन म्हणून वापरावी.

हुलगे (कुळीथ) : खरोखर मधुमेहासाठी हे सर्वोत्तम कडधान्य आहे. त्यामानाने आपण कमी वापरतो. हुलग्याचा उसळ, पिठले आणि कढण म्हणून वापर करावा. गर्भवतीच्या मधुमेहात कुळीथ वापरू नयेत. आधुनिक दृष्टिकोनातून, कुळथामध्ये कॅल्शियम, मॅग्नेशियम, पोटॅशियम आणि आयर्न विपुल असल्याने मधुमेहींना उपयोगी.

मटकी आणि मसूर या कडधान्यांचा विपाक मधुर आहे. पण दोन्ही कडधान्ये रुक्ष, लघु आहेत तसेच कफपित्तशामक आहेत. त्यामुळे यांचाही वापर करण्यास हरकत नाही. मटकी आणि मसूर उसळ या स्वरूपात वापरतात. मसुराची आमटीही केली जाते. मटकीचे ताक घालून केलेले, कढण मुद्दाम घ्यावे.

चवळी मधुर रसाची आणि मधुर विपाकाची असून कफवर्धन होते. म्हणूनच या कडधान्यांचा वापर, मधुमेहींनी जास्त करू नये.

पावटा : आम्ल विपाकी आहे, पोटात गॅसेस जास्त होतात. त्यामुळे त्याच्याही वापरावर मर्यादा येतात.

वाटाणा आणि उडीद या दोन कडधान्यांचा वापर नवीन पीक आल्यावर लगेच उसळ, आमटी अशा स्वरूपात करू नये, असे चरकांनी म्हटले आहे. वाटाण्याच्या उसळीनेही गॅसेस होतात, यासाठी त्यात लसूण घालावा.

उडीद : हे गुरू, स्निग्ध, पिच्छिल गुणांचे आणि कफ वाढविणारे आहेत. यामुळेच मधुमेहींच्या आहारात उडीद या कडधान्यास गौण स्थान मिळते. इडली-डोसा वगैरे दाक्षिणात्य पदार्थांत उडदाचा वापर होतो. दक्षिण भारतातील नागरिकांना उडीद सात्म्य आहेत. वर्षानुवर्षे त्याचा वापर होत आहे आणि त्याच बरोबर भाताचाही वापर जास्त होतो. आयुर्वेदिक मतानुसार उडीद मधुमेहींनी खाणे हितावह नाही, पण १००-१५० ग्रॅम उडीद + १ किलो ज्वारी हे मिश्रण दळून या पिठाची भाकरी मात्र मधुमेहींना दोन्ही शास्त्रानुसार हितावह आहे.

पालेभाज्यांचेही वर्णन आयुर्वेदिक ग्रंथातून आहे. कफदोष आणि मेदधातू कमी करण्यास उपयोगी पडणाऱ्या, कटू विपाकाच्या, रुक्ष, उष्ण अग्नी प्रदीप्त करणाऱ्या भाज्या प्राधान्याने खाव्या.

१) शेवगा : शेवग्याची पाने, फुले आणि शेंगा भाजीसाठी वापरतात. शेंगाचा वापर सांबार, आमटी, पिठले यामध्ये करतात. तर शेंगांची कांदा-टोमॅटो घालून भाजीही करतात.

२) भारंगी : पावसाळ्यात मिळणारी ही भाजी, मधुमेही रुग्णास जखम झाली असल्यास किंवा मधुमेही रुग्णाचे शस्त्रकर्म झाले असल्यास त्याने मुद्दाम खावी. जखम भरण्यास मदत होते.

३) शेपू : शेपूची भाजी वरील गुणांची असून, हृदयाला हितकारक आहे.

४) मेथी : ही भाजी सहज मिळणारी आहे. निरनिराळ्या प्रकारे भाजी करतात. पाने वाळवून आमटीत, पोळीच्या कणकेत, थालीपिठात वापर करावा. कसूरी-मेथीचाही वापर लाभदायक असतो.

५) चाकवत : ही भाजी अग्निदीपन करणारी असून, बुद्धिवर्धक आहे असे सुश्रुतांनी म्हटले आहे. हल्लीच्या ताणतणावाच्या युगात स्ट्रेस कमी करण्यासाठी उपयोगी.

६) अळू : अळूची पातळ भाजी करताना, चण्याची डाळ आणि मुळा घातल्याने गुणवर्धन होते.

७) मुळा : मुळा आणि त्याचा पाला एकत्रित करून भाजी करावी. मुळा शक्यतो कोवळा असला तर फायदेशीर. याच्या शेंगा म्हणजे डिंगऱ्या याची भाजीपण उपयुक्त आहे. भिजवलेली मुगाची डाळ घालून, मुळ्याची कोशिंबीर करावी.

८) अंबाडी : अंबाडीची भाजी आम्ल विपाकी, शीतवीर्य आहे. तसेच ती कफशामक आहे. याला सढळ हाताने आवर्जून लसूण घालून, फोडणी द्यावी.

घोळ आणि टाकळा या भाज्या मिळाल्यास, मधुमेही रुग्णास उपयोगी आहेत.

नेहमी मिळणारा पालक कफकर आहे. यामुळे शेपू आणि पालक समप्रमाणात घेऊन भाजी केल्यास, मधुमेहामध्ये उपयोगी ठरते. शेपू न मिळाल्यास पालकाच्या भाजीत बाळंतशेपा, लसूण घालून भाजी करावी.

आलू-पालक, पनीर-पालक या भाज्या निषिद्ध आहेत.

लाल आणि पांढरा माठ या दोन्हीही भाज्या कफकारक आहेत. त्याही वापरताना लसूण वापरून, कफशामक भाजी बनवावी लागते. पालक आणि माठ या दोन भाज्या आयुर्वेदिक दृष्टिकोनातून, मधुमेही रुग्णास पथ्यकर भाज्या नाहीत. यासाठीच युक्तीने त्यांचा वापर करताना कफकर गुण कमी करावा लागतो.

फळभाज्यांचे वर्णन करतानाही कटू विपाकाच्या, उष्णवीर्य, लघु, रुक्ष इत्यादी गुण असलेल्या आणि कफ-मेदनाशक, प्रमेहनाशक भाज्यांचे वर्णन केलेले आहे.

त्यातील परवर आणि पडवळ या प्रमेहनाशक आहेत. परवराची भाजी, अग्निमांद्यात उपयोगी असून नेत्रविकार आणि हृदयविकारात उपयोगी पडते.

पडवळाची भाजी, मटकी, चणाडाळ, डाळिंब्या घालून किंवा बेसनाचे पीठ पेरून खावी. या व्यंजनांनी रुक्ष गुण वाढून, मधुमेहासाठी जास्त उपयुक्त ठरतात.

कारल्याची भाजीपण प्रमेहनाशक आहे. ही मुद्दाम खावी. पावसाळ्यात मिळणारी करटुली (कंटोली) पण उपयोगी आहे.

सिमला मिरची (भोपळी मिरची) कटू रसाची, रुक्ष-लघु असलेली ही भाजी मधून मधून खावी.

कटू विपाक, उष्ण वीर्य असलेली वांग्याची भाजी, मधुमेहींना उपयोगी आहे, पण कमी तेलात करावी. दही घालून भरीत करू नये. व्यंजनासाठी पावटा, हरभरा भाजीमध्ये घालावा.

फरसबी ही मुगाची डाळ, मटकी, वाल ही व्यंजने वापरून करावी. गोवारीची भाजी करताना हिंग, ओवा, जिरे हे मसाल्याचे पदार्थ वापरावे.

कोबीच्या भाजीला चणाडाळ, मटार, डाळिंब्या (वाल) घातल्याने, मधुमेहींना उपयुक्त होते.

तोंडली, भेंडी या भाज्या मधुर रस, मधुर विपाकाच्या आहेत. भेंडी पिच्छिल (चिकट) गुणाची आहे. या भाज्या मधुमेहात आदर्श ठरत नाहीत. पण येथे युक्तीचा उपयोग करावा लागतो. तोंडल्याच्या भाजीत मटकी, डाळिंब्या टाकून रुक्षता वाढवावी. ही भाजी करताना पिंपळी चूर्ण पाव ते अर्धा चमचा टाकावे.

भेंडीची भाजी डाळीचे पीठ पेरुन करावी. इच्छा झाल्यास या दोन्ही भाज्या वर्णन केलेल्या पद्धतीने खाव्या.

फ्लॉवरची भाजी – फ्लॉवर न तळता करावी, परतून सुकी भाजी करावी.

दुधी कफपित्त शामक आहे, त्यामुळे ही भाजी करतानाही मटकी, मूग यांचे व्यंजन घालून गुणवर्धन करावे.

केळफुलाची भाजी, तुरट (कषाय) रसाची असते मिळाल्यास आवर्जून खावी. दोडका, कफ वात वाढविणारा, मधुर रसाचा आहे. यासाठी लसूण, आले, हिंग घालून तेलाची फोडणी करावी. चणा डाळ व्यंजन म्हणून घालून भाजी करावी.

लाल भोपळ्याचे घारगे आणि दही घालून भरीत करण्याची प्रथा आहे. पण या दोन्ही गोष्टी मधुमेहात वर्ज्य आहेत.

काकडी ही मधुर रसाची, वातकफ वर्धन करते. कफवर्धन करत असल्याने, मधुमेहात मर्यादित स्वरूपातच वापर केला पाहिजे. काकडीची दह्यातील कोशिंबीर खाऊ नये. काकडीवर चाटमसाला टाकून खाल्ल्यास हरकत नाही.

मधुर, आम्ल रसाचा टोमॅटो पण मर्यादित स्वरूपात खाण्यास हरकत नाही.

मसाल्याच्या द्रव्यांकडे बघताना ही द्रव्ये स्वयंपाकात वापरल्याने दीपन, पाचन, अनुलोमन या गुणांचे वर्धन झाल्याने अन्न पचनास आणि अन्नरसातील सामता जाण्यास उपयोग होतो. यामुळेच मधुमेहींच्या आहारात मसाल्यांचा उपयोग महत्त्वाचा आहे.

लसूण कटू, तिक्त, कषाय, मधूर, लवण रसाचा, कटू विपाकाचा आणि उष्ण वीर्याचा असून उत्तम आमपाचक असल्याने, मधुमेहात हे श्रेष्ठ द्रव्य ठरते. जेवताना १-२ पाकळ्या लसूण चावून खावा. सुश्रुतांनी वर्णन करताना लसूण बुद्धी, स्मृती, नेत्रबळ वाढवितो, हृदयाला हितकारक आहे. त्यामुळेच मधुमेहाच्या आहारात लसूण आवश्यक आहे. तो कफघ्न आणि वातघ्न असल्याने उपयोगी पडतो.

गर्भवतीच्या मधुमेहात आयुर्वेदिक मतानुसार लसूण वापरू नये.

आधुनिक दृष्टिकोनातून, लसूण रोज खाल्ल्याने L.D.L. कोलेस्टेरॉल (bad cholestrol) कमी होतो. हार्ट अटॅक येत नाही. रक्तवाहिन्यात ब्लॉक्स तयार होत नाहीत.

सुंठ ही कटू रसाची, कटू विपाकाची, उष्ण वीर्याची असल्याने आमपाचन होते, कफघ्न आहे. सुंठीचा 'वत्सकादि' गणात, 'वचादि' आणि 'हरिद्रादि' गणात समावेश केलेला आहे. हे तीनही गण मेद आणि कफनाशक आहेत. त्यामुळेच सुंठीला मधुमेहाच्या आहारात स्थान आहे. गर्भवती स्त्री-आहारात सुंठ घेऊ शकते. त्यामुळे गर्भवतीच्या आहारात वापरता येते.

हळद ही कटू रसाची, कटू विपाकाची आणि उष्ण वीर्याची असून लघु रुक्ष गुणाची असल्याने कफघ्न आहे. हळद ही 'वचादि' आणि 'हरिद्रादि' या दोन मेद आणि कफनाशक गणांत समाविष्ट आहे. त्यामुळे मधुमेहाच्या आहारात स्थान आहे.

मधुमेही रुग्णांनी, रोज सुंठ व हळद घातलेले दूध उकळून प्यावे. स्थूल मधुमेहींनी हळद वापरल्याने स्थौल्य कमी होते.

हळद पावडर १ ग्रॅम, आवळा चूर्ण, १ ग्रॅम आणि १ चमचा मध एकत्र करून, त्याचे नित्य सेवन मधुमेहात करावे.

मिरे, वेलची, जिरे, ओवा, शहाजिरे, हिंग, पिंपळी, सुंठ ही मसाल्याची द्रव्ये 'वत्सकादि' गणातील आहेत. ही मधुमेहातील द्रव कफाची आर्द्रता शोषण्यास उपयोगी पडतात. त्यामुळे क्लेदाचे प्रमाण कमी होते. भाज्या बनविताना, त्यांचा वापर करावा. त्यातील पिंपळी हे रसायन द्रव्यही आहे. पिंपळीचा वापर स्वयंपाकात मसाल्याचा पदार्थ म्हणून केल्याने, अग्निमांद्य नाहीसे होण्यास मदत होते. आहार रसाची उत्तम निर्मिती होते आणि सर्व धात्वाग्नि दीपन झाल्याने, सातही धातूंची चांगली निर्मिती होण्यास मदत होते. गर्भवती स्त्रीने पिंपळी वापरू नये, म्हणून गर्भवतीच्या मधुमेहात वापरू नये.

मिरी, पिंपळी, सुंठ यानाच 'त्रिकटू' म्हणतात. समप्रमाणात मिश्रण केलेले यांचे चूर्ण १ते२ ग्रॅम मधाबरोबर घेतल्यास स्थूल मधुमेहींचे वजन कमी होते. मेदधातू अग्नी प्रदीप्त होऊन मेदाचे पचन होते.

सुंठ, मिरी, पिंपळी, चवक, चित्रक यांना 'पंचकोल' म्हणतात. त्यांचे 'पंचकोलासव' जेवणानंतर मधुमेहात, पचनाच्या तक्रारींसाठी घेतात.

लहान आणि मोठी वेलची, दालचिनी, तमालपत्र, किरमाणी ओवा, केशर, नागकेशर ही 'एलादि' गणातील मसाल्याची द्रव्ये कफनाशक आहेत. अंगाला खाज येणे, पुरळ येणे, गांधी उठणे अशा त्वचा विकारांच्या तक्रारी मधुमेहात असतील, तर त्यांचे चूर्ण उपयोगी पडते. अशा तक्रारी असताना बडीशेप, ओवा, वेलची, दालचिनी, लवंग, ज्येष्ठमध एकत्र करून बनवलेला 'मुखवास' जेवणानंतर, नियमित घेतल्यास कफघ्न म्हणून उपयोगी पडतो.

कांदा कफदोष वर्धक असल्याने, मधुमेहात त्याला गौण स्थान आहे.

पुदिना कटूरसाचा, उष्णवीर्याचा, कफवातशामक असल्याने त्याची कोथिंबीर, लसूण घालून केलेली चटणी खावी. तसेच पुदिन्याची पाने वाटून, ताकाला लावून ताक पिण्याने मधुमेहात उपयोग होतो.

कोथिंबीर ही कषाय, तिक्त रसाची, वात, पित्त, कफ तिन्ही दोष कमी करणारी, हृदयाला आणि डोळ्यांना हितावह असणारी, मधुमेहात उपयोगी आहे. आधुनिक दृष्टिकोनातूनही कोथिंबिरीमध्ये भरपूर कॅरॉटिन, व्हिटॅमिन 'सी' आणि फायबर असल्याने, आहारात जरूर वापरावी.

कढीपत्ताही वातकफनाशक, अग्निदीपन आणि अन्नाचे पचन करणारा, मधुमेहात उपयोगी. आधुनिक दृष्टिकोनातून, विपुल कॅरॉटिन असलेला कढीपत्ता कार्बोहायड्रेट्सचे पचन करताना त्याचे रूपांतर शर्करेत हळूहळू करतो. त्यामुळे ब्लडशुगर पटकन वाढत नाही. रोज १० कढीपत्त्याची पाने चावून खाल्ल्यास, मधुमेह आणि वजन

ताब्यात राहते.

आमसूल (कोकम) मधुर आम्ल रसाचे असून हृदयाला हितकारक आहे. आम्ल असून, पित्त वाढत नाही. अन्न पचनास मदत होते.

आधुनिक दृष्टिकोनातूनही ब्लडशुगर नियंत्रित करण्यास आणि L.D.L. कोलेस्टेरॉल कमी करण्यास मदत होते. मधुमेहींनी साखर घातलेले सरबत घेऊ नये.

नारळ मधुर रसाचा गुरू आणि स्निग्ध गुणाचा असल्याने, मधुमेहाच्या आहारात योग्य ठरत नाही. त्यात सुद्धा सुके खोबरे पित्त प्रकोपक, विदाही असल्याने उपयोगी नाही. त्यामुळेच थोड्या प्रमाणात ओला नारळ वापरता येईल.

गाजर हे मधुर, तिक्त रसाचे, वातकफघ्न आहे. त्यामुळे मधुमेहात कोशिंबीर आणि भाज्यांमध्ये व्यंजन म्हणून वापरावे, गाजर हलवा खाऊ नये.

सुरण, हा एकच कंद कफवातशामक आहे. त्यामुळे मधुमेहात खाल्ला तरी चालतो. बटाटा, अळकुड्या, रताळी, बीट, साबुदाणा ही सर्व वर्ज्य आहेत. रोजच्या आहारात बटाट्याचे सेवन टाळणे अशक्य आहे. तळलेला बटाटा खाऊ नये. भाजीत कोठेतरी व्यंजन म्हणून घातला गेला, तरीसुद्धा बटाटा बाजूला ठेवून भाजी खावी. एखादी बटाट्याची फोड खाण्यात आली तरी घाबरून जाऊ नये.

मांसाहारा विषयी वर्णन करताना, मधुमेहामध्ये द्रवकफ हा मुख्यदोष आणि शरीरात जास्त क्लेद निर्मिती झालेली असल्याने बगळा, बदक, खेकडा, मासे असे पाण्यात राहणारे, तसेच दलदलीच्या प्रदेशात (आनुप वर्गातील) वाढणारे प्राणी, पक्षी आणि मासे मधुमेहात हितावह नाहीत, असे ग्रंथात सांगितले आहे.

बोकड, मेंढी, ससा, हरीण, तित्तिर (बटेर), होले, कबुतर, कोंबडा अशा जंगलवर्गातील प्राणी आणि पक्ष्यांचे मांस खावे असे म्हटले आहे.

व्यवहारात कोंबडी, बोकड, मेंढी यांचे मांस खाल्ले जाते. हे मांसच मधुमेहींनी खावे असे आयुर्वेदिक मत आहे.

हे मांसही खाताना प्रथमतः धुवून, हळद लावून, हिंगाच्या पाण्यात बुडवून ठेवावे. याचबरोबर मांस शिजवायचे असेल तेव्हा मिरे, वेलची, ओवा, आले, लसूण, लवंग, दालचिनी आदी मसाले वापरून शिजवावे. ज्याला 'सुके मटण' म्हणतात असे मटण तयार करावे.

दुसरा प्रकार म्हणजे, लोखंडी सळईला मांसाचे तुकडे लावून, मसाले वापरून, अग्नीवर भाजावे. भाजताना मधून-मधून हिंगाचे पाणी शिंपडावे.

मधुमेही रुग्ण अशक्त असेल, तर त्याच प्राण्यांच्या मांसाचे सूप पिण्यास द्यावे.

मांस बृंहणासाठी वापरतात. त्यात स्निग्ध आणि गुरू गुण असतात. हे मधुर रसाचे असते. मधुमेही रुग्णासही धातूक्षय आणि ओजक्षय असताना तर्पण आणि बृंहणाची आवश्यकता असते. चिकनसूप, मटणसूप घेतल्याने तर्पण होते. तर सुके

मटण किंवा लोखंडी सळईवर भाजलेले मटण बृंहण करते. हे करत असतानाही मसाले वापरल्याने मटणातील आर्द्रता, स्निग्धता कमी होते. भाजल्याने पचनास लघु होते. यामुळेच शरीरात जास्त क्लेद निर्मिती होत नाही.

आयुर्वेदाने जलचर प्राणी आणि मासे मधुमेहात निषिद्ध मानले आहेत. हा दोन्ही शास्त्रातील मतभेद आहे.

दूध आणि दुग्धजन्य पदार्थ

गायीचे दूध आणि तूप ही रसायन गुणाची आहेत. त्यामुळे निरोगी राहण्यासाठी त्यांचे नित्य सेवन सर्वांनी करावे, असे ग्रंथात म्हटलेले आहे. पण मधुमेहाची कारणे वर्णन करताना, दूध हे मधुर रसाचे, स्निग्ध, गुरू आणि शीत गुणांचे असल्याने ते अधिक प्रमाणात घेण्यास, विरोध केला आहे. साजूक तुपाचेही हेच गुण असल्याने त्यांचा अतिरेक केल्यास मधुमेह होण्यास मदत होते.

तूप कोणी खावे? याबद्दल चक्रपाणी या टीकाकाराने —

अतिस्थूल व्यक्तींनी, कफ प्रकृतीच्या व्यक्तींनी आणि सर्वांनी वसंत ऋतूमध्ये तूप सेवन करू नये, असे सांगितले आहे.

गायीचे दूध आणि तूप मधुमेही व्यक्तींनी माफक प्रमाणातच घ्यावे, असे या सर्व विवेचनाचे सार आहे.

म्हशीचे दूध, गायीच्या दुधापेक्षा जास्त स्निग्ध, गुरू आणि शीत गुणांचे आहे. त्याने शरीरात क्लेद निर्माण होतो, म्हणून मधुमेहात शक्यतो टाळावे.

बकरीचे दूध — कषाय, मधुर रसाचे आणि लघु गुणाचे आहे. त्यामुळे हे मधुमेहींना जास्त योग्य ठरते. पण सर्व ठिकाणी उपलब्ध होत नाही. व्यवहारात गायी-म्हशीचेच दूध आपण वापरतो.

दूध रोज पिताना त्यात सुंठ, हळद घालून, दूध उकळवून मधुमेही रुग्णांनी घेतल्यास जास्त फायदा होतो.

दह्याचे सेवन करण्याचे नियम आपणास माहीतच आहेत. मधुमेही रुग्णांनी दह्यापासून चार हात लांब राहिलेले बरे.

दही घुसळून, लोणी काढून ताक केल्यावर ताक लघु, रुक्ष आणि उष्ण गुणांचे बनते. ताक पितानाही त्यात सैंधव, ओवा, मिरी, सुंठ ही द्रव्ये मिसळून ताक प्यावे किंवा बाजारात मिळणारे हिंग्वाष्टक चूर्ण ताकात घालावे.

आले, कोथिंबीर, पुदिना ताकाला वाटून लावल्यास, मधुमेही रुग्णांना फायदाच होतो.

बासुंदी, खवा, मिठाया या गोष्टी वर्ज्यच आहेत. पनीर, चीज हे पदार्थही न खाणेच बरे.

तेलांचा विचार करताना, तेल हे स्निग्ध द्रव्य आहे. मधुमेहात मेदधातूची दुष्टी

असते. मेदोवहस्रोतस दुष्ट होण्याचे मुख्य कारण म्हणजे, स्निग्ध पदार्थांचे अति सेवन हे चरकांनी सांगितले आहे.

तूप आणि तेल यांच्या सेवनावर मर्यादा ठेवावीच लागते. तरच मेदधातू प्राकृत राहतो. योगरत्नाकरात, मधुमेहासाठी अपथ्यकर गोष्टींच्या यादीत वचन आहे.

सौवीरकं सुरा सूक्तं तैलं क्षारं घृतं गुडम् । (योगरत्नाकर)

याचा स्पष्ट अर्थ आहे की, तेल आणि तूप अपथ्यकारक आहेत. पूर्णपणे तेल-तूप आहारातून वर्ज्य करणे अशक्य आहे. याचा अर्थ भाज्या, उसळी शिजविताना कमीत कमी तेल-तुपाचा वापर करावा.

वसंत ऋतूतील दिनचर्या सांगताना, तेल हे उष्णवीर्य आणि कफघ्न असल्याने, तेलाचा वापर करावा असे सांगितले आहे.

वसंतऋतूसारखीच मधुमेहीच्या शरीरात परिस्थिती असल्याने अशा रुग्णाने आयुष्यभर वसंत ऋतूतीलच दिनचर्या पाळावी लागते.

तैलवर्गात तीळतेल आणि मोहरीचे (सरसू) तेल ही कफघ्न आहेत, त्यामुळे मेद कमी होतो. मोहरीचे तेल तिळाच्या तेलापेक्षा जास्त उष्ण, तीक्ष्ण असल्याने शरद आणि ग्रीष्म ऋतूत म्हणजे उन्हाळ्यात वापरता येत नाही. करडईचे तेल हे तीनही दोष वाढविणारे असल्याने, अहितकारक आहे. नारळाचे, म्हणजे खोबरेल तेल हे कफवर्धक आहे. त्यामुळे मधुमेहात वापरण्यावर बंधन आले.

आजही तीळतेल आणि मोहरीचे तेल हीच मधुमेहात आणि सर्वांना वापरासाठी उत्तम ठरतात.

आयुर्वेदिक दृष्टिकोनातून, हिरडा, आवळा, जांभूळ आणि कवठ ही फळे मधुमेहीसाठी आदर्श आहेत.

हिरडा – तुरट, कडू, तिखट, गोड आणि आंबट या रसांचा आहे. आमपाचक असून धात्वाग्नि प्रदीप्त करतो. अतिरिक्त मेद कमी करून, शरीर सुडौल बनते. 'मेध्य' असल्याने बुद्धिवर्धन होते. आजच्या युगातील, मानसिक ताणाला उपयोगी. डोळ्यांचे आरोग्य चांगले राहण्यास मदत होते. सर्वांनीच रोज हिरड्याचे सेवन करावे असा आयुर्वेदिक संदेश आहे. मधुमेहींनी हिरडाचूर्ण १ ग्रॅम आणि मध १ चमचा नित्य सेवन करावे.

आवळा : तुरट, तिखट, कडू, आंबट आणि गोड रसाचा आवळा, त्याच्या तुरट रसाने आणि रुक्ष, लघु गुणांनी, शरीरातील क्लेद कमी करतो. मधुमेही रुग्णांना वारंवार लागणारी तहान कमी होते. सप्तधातू प्रसादन आणि ओजवर्धन करतो.

ऋतूमध्ये ताजा आवळा रोज खावा. इतरवेळी आवळकाठीचे सेवन करावे. आवळा चूर्ण १ ग्रॅम + हळद १ ग्रॅम + मध अर्धा ते १चमचा एकत्र करून, नित्य

सेवन करावे.

१ भाग हिरडा + २ भाग बेहडा + ४ भाग आवळा यांच्या चूर्णास 'त्रिफळा चूर्ण' म्हणतात. हे चूर्ण प्रमेहघ्न आणि मेदघ्न आहे. मधुमेहात हे पण उपयोगी पडते.

जांभूळ : तुरट, आंबट, गोड रसाचे आणि रुक्ष गुणाचे जांभूळ मधुमेहात क्लेदाचे शोषण करते. फळाचा गर आणि बी मधुमेहावर उपयोगी. अत्यंत वातकर असल्याने, जांभळे जास्त प्रमाणात खाऊ नयेत. जांभळाच्या बिया वाळवून, त्याचे चूर्ण मधुमेही रुग्ण घेतात.

कवठ : तुरट, आंबट आणि गोड रसाचे पिकलेले कवठ मधुमेहींनी खावे.

वात, पित्त, कफ हे त्रिदोष समप्रमाणात असले म्हणजे रोग होत नाही. मधुमेहात कफ वाढलेला असतो आणि त्याचबरोबर वाताचाही प्रकोप झालेला असतो. त्रिदोषघ्न म्हणजे तीनही दोषांवर काम करणारी डाळिंब, नासपाती आणि कागदी लिंबू ही फळे मधुमेहींना उपयोगी पडतात. यातील डाळिंब हे फळ अग्नी प्रदीप्त करते. हृदयाला हितकारक आणि मेध्य असल्याने बुद्धिवर्धन होते, यामुळे शुक्रधातूंची वाढ होते. गर्भवती मधुमेही स्त्रियांना अतिशय उपयुक्त फळ आहे.

कफघ्न आणि वातघ्न असलेली कलिंगडे आणि वाळलेली बोरे मधुमेहींनी खावी.

सीताफळ, आंबा, केळे, फणसाचे गरे, चिक्कू, अंजीर, पपई ही फळे मधुमेहींनी शक्यतो टाळावीत. इच्छा झाल्यास अल्प प्रमाणात सेवन करावीत. कारण ही फळे कफवर्धक आहेत.

पेरू आणि सफरचंद ही फळेही कफवर्धन करतात, पण आंबा, चिकू, केळ्याच्या तुलनेत थोडी जास्त खाण्यास हरकत नाहीत.

ताजी बोरे 'श्रमहर' असल्याने, धातूक्षय झालेला असताना शरीर रुक्ष, खर आणि शुष्क झालेले असते. अशक्त मधुमेहींनी शरीरातील रुक्षता वाढली असेल, तेव्हा मांसधातूच्या बृंहणासाठी खावी. ही हृदयाला आणि मनाला हितकारक आहेत.

द्राक्षे, मधुर रसाची कफकर आहेत. आधुनिक विज्ञानही, द्राक्षे खाऊ नये असे सांगते. मात्र सर्व फळांमध्ये द्राक्षे चरकांनी उत्तम म्हटली आहेत.

येथेही द्राक्ष शुक्रधातू वर्धक आहे. दौर्बल्यामधे द्राक्षे मुद्दाम देतात, म्हणून दुर्बल मधुमेहींनी खोकला, मधुमेहात होणारा टी.बी. यामध्ये मुद्दाम अल्प प्रमाणात सेवन करावी. ५ ते १० मनुका किंवा द्राक्षे खावीत.

गर्भारपणी, मधुमेह झाला असल्यास ५ ते १० या प्रमाणात द्राक्षे खावीत. मोसंबी आणि संत्री मधुर, आम्ल रसाची, गुरू गुणाची असल्याने जास्त प्रमाणात खाता येत नाहीत. त्यांचा रस साखर न घालता घेण्यास हरकत नाही. मधुमेहात ताप, उलट्या होत असताना रस घ्यावा.

जेवणानंतर भारतीय संस्कृतीत सुपारी, बडीशेप किंवा विडा खाण्याची पद्धत आहे. सुपारी तुरट चवीची, कफघ्न आणि प्रमेहघ्न आहे म्हणून नित्य सेवन करावे.

विड्याचे पान हे पण तुरट, तिखट आणि कडवट चवीचे असते. हे पण कफघ्न आहे. त्यामुळे मधुमेहात उपयोगी पडते. विड्यामध्ये जो कात वापरला जातो. त्याची चवही तुरट असते. हा कातपण प्रमेहनाशन करणारा आणि मेदोरोग नाशक सांगितला आहे.

आधुनिक दृष्टिकोनातून, विड्यामध्ये उत्तम अॅन्टी-ऑक्सिडंट्स आहेत, तर सुपारीत अॅन्टी-ऑक्सिडंट्स आणि सर्वोत्तम क्रोमियम असल्याने मधुमेहात लाभदायक ठरते.

आतापर्यंत दोन्ही दृष्टिकोनातून आपण आहाराचे विवेचन केले. आधुनिक दृष्टिकोनातून कार्बोहायड्रेट्स नियंत्रित करावी लागतात. तर आयुर्वेद कफदोष आणि मेदधातू न वाढण्याची काळजी घेण्यास सांगतो. कार्बोहायड्रेट्स निरोगी माणसानेही जास्त प्रमाणात घेतली तर शरीर त्याचे फॅटमध्ये रूपांतर करून साठविते, म्हणजे मेदधातूच वाढतो आणि रक्तातील ट्रायग्लिसराइड्सचे प्रमाण वाढलेले असते. कार्बोहायड्रेट्स शरीरास आवश्यक आहेत, तसेच कफदोषही योग्य प्रमाणात शरीराच्या धारणेस उपयोगी पडतो. याचा अर्थ आहार घेताना, आयुर्वेदाने सांगितलेले 'हितभुक् मितभुक्' हे तत्त्व मधुमेही रुग्णांनी पाळावे लागते.

आधुनिक दृष्टिकोनातून, मधुमेहाचे उपचार करताना आहारानंतर व्यायामाला महत्त्व येते आणि नंतर औषधे महत्त्वाची ठरतात.

आयुर्वेदातही —

योजनानां शतं यायात् खनेद्वा सालिलाशयान् । असे वचन आहे.

आचार्यांनी मधुमेही रुग्णांना शंभर योजने पायी चालावे आणि जलाशयासाठी जमीन खोदण्याच्या कामी सहभागी होण्यास सांगितले आहे. याचा अर्थ त्या काळीही व्यायामच करण्यास महत्त्व दिले आहे. युगाप्रमाणे व्यायामाचे प्रकार बदलतात पण तत्त्व तेच राहते.

दोन्ही तत्त्वज्ञानांतील, आहार आणि व्यायामाचे महत्त्व विशद केले आहे. प्रत्येकाची आवड-निवड, अन्नद्रव्यांची उपलब्धता आणि सामाजिक चालीरिती याला अनुसरूनच प्रत्येक व्यक्ती आपला आहार घेते. जन्मभर पथ्य पाळायचे असल्याने आयुष्य कंटाळवाणे होऊ नये, यासाठी आहारात विविधता आणण्यास हे विवेचन मार्गदर्शक ठरेल.

रोजचा आहार घेताना कमीत कमी चुका करणे, मधुमेहावर मात करण्यास मदत करते.

■

२३

हायपो थायरॉइडिझमचा आहार

आपल्या मानेच्या पुढच्या बाजूला कंठमणीच्या (Adam's Apple) खाली फुलपाखराच्या आकाराची 'थायरॉइड' ही एन्डोक्राइन ग्रंथी असते.

अन्न पचनानंतर शरीरात तयार झालेल्या उर्जेचा (Energy) वापर कसा करावयाचा, हे थायरॉइड ग्रंथीवर अवलंबून आहे. शरीरात प्रोटिन्स बनविण्यात थायरॉडइचा महत्वाचा सहभाग असतो.

ही ग्रंथी ट्राय-आयडो-थायरोनिन (Tri-Iodo-Thyronine) म्हणजे $\mathbf{T_3}$ आणि थायरॉक्सिन (Thyroxine) म्हणजे $\mathbf{T_4}$ ही दोन हार्मोन्स तयार करते. आपले शरीर $\mathbf{T_4}$ या हार्मोनचे $\mathbf{T_3}$ या सक्षम हार्मोनमध्ये रूपांतर करते. ही दोन हार्मोन्स चयापचय (Metabolism) संतुलित करतात. थायरॉइडपासून कॅलसिटोनिन (Calcitonin) हे तिसरे हार्मोन बनते. हे कॅल्शियम मेटाबोलिझममध्ये महत्त्वाची भूमिका बजावते.

मेंदुतील अँटिरियर पिच्युटरी ग्रंथी थायरॉइड स्टिम्युलेटिंग हार्मोन बनविते, याला TSH म्हणतात. हे TSH थायरॉइड हार्मोन्सच्या योग्य निर्मितीवर लक्ष ठेवते.

थायरॉइडच्या मागच्या बाजूला पॅराथायरॉइड नावाच्या तांदळाच्या आकाराच्या चार ते सहा ग्रंथी असतात. या ग्रंथी रक्तातील तसेच हाडांमधील कॅल्शियमचे प्रमाण नियंत्रित करतात.

थायरॉइड जास्त कार्यरत झाल्यास (Hyper Thyroidism) हायपर थायरॉइडिझम हा रोग होतो, तर थायरॉइडचे कार्य मंद झाल्यास (Hypothyroidism) हायपो थायरॉइडिझम हा रोग होतो.

थायरॉइडचे कार्य नीट चालले आहे की नाही, हे बघण्यासाठी रक्तातील $\mathbf{T_3}$, $\mathbf{T_4}$, TSH चे प्रमाण तपासण्याची प्रथा आहे. या तपासण्यांच्या निकषानुसार हायपर किंवा हायपो थायरॉइडिझमचे निदान होते व अवस्थेनुसार औषध व आहार योजना केली जाते.

हायपो थायरॉइडिझम हा रोग नवजात बालकांना, तरुण-तरुणींना आणि पन्नाशी ओलांडलेल्या स्त्री-पुरुषांना होतो. पुरुषांपेक्षा स्त्रिया या रोगाचे बळी जास्त ठरतात. सामान्यत: रुग्ण स्थूल असतो; क्वचित रुग्ण शिडशिडीतही असतात.

हल्ली नवजात बालकाच्या नाळेतील रक्ताची तपासणी हायपो थायरॉइडिझमसाठी करण्याची प्रथा असल्याने, पूर्वीसारखी मतिमंद आणि वाढ खुंटलेली – क्रेटिनिझम (Cretinism)ची मुले दिसत नाहीत, कारण निदान लगेच झाल्याने बालकाला औषध त्वरित सुरू होते.

हायपो थायरॉइडिझमच्या रुग्णामध्ये खालील लक्षणे असतात. १) बसका घोगरा आवाज २) वजन वाढणे. ३) थंडी सहन न होणे. ४) त्वचा कोरडी पडणे. ५) अंगाला खाज सुटणे. ६) भुवयांचे बाहेरील केस कमी होणे. ७) नखे ठिसूळ होणे. ८) बद्धकोष्टता ९) कमालीचा थकवा जाणवणे. १०) घाम कमी येणे. ११) नैराश्य १२) मनात विचारांचा गोंधळ उडणे. १३) केस गळणे. १४) वंध्यत्व १५) समागमाची इच्छा कमी असणे.

रुग्ण तपासणीत नाडीचे ठोके ६० किंवा त्यापेक्षा कमी असतात, शरीराचे तपमान ९७°Fपेक्षा कमी असते.

हायपो थायरॉइडिझमच्या रुग्णास लिव्हो थायरॉक्सिनच्या (Levothyroxine) गोळ्या सुरू करतात. या गोळ्या जन्मभर घेणे जरूर असते. गोळी उपाशी पोटी पहाटे घेऊन झोपावे किंवा सकाळी घ्यावी. गोळी घेतल्यावर २-४ तास उपाशी रहावे गोळीनंतर चार तास आयर्न, कॅल्शियम, अॅन्टासिड्स आणि कोलेस्टेरॉल कमी करण्याच्या गोळ्या घेऊ नयेत. तसेच सोयाबीन असलेले पदार्थ, अक्रोड अशी आहार द्रव्ये घेऊ नयेत.

नवजात बालकास औषध दुधातून देतात. येथे सुद्धा सोयाबीन असलेले डब्याचे दूध वापरू नये. मातेचे किंवा गाईचे दूध वापरावे.

गोळ्या सुरू झाल्यावर काही दिवसांनी त्वचा सुधारू लागते, बद्धकोष्टता कमी होते, नैराश्य निघून जाते. पण वाढलेले वजन कमी होत नाही. त्यासाठी आहार नियोजन व नियमित व्यायामाची जरुरी असते. व्यायामाने मेटाबोलिझमही संतुलित होते.

आदर्श थायरॉइड हार्मोन्सच्या निर्मितीस आहारात आयोडिन हे खनिज व टायरोसिन हे अमायनो अॅसिड म्हणजे प्रोटिन्स योग्य प्रमाणात असणे जरुरीचे आहे. थायरॉइड हार्मोन्सच्या निर्मितीच्या प्रक्रियेत बी कॉम्प्लेक्स गटातील व्हिटॅमिन्स, व्हिटॅमिन सी, ए, ई, ही व्हिटॅमिन्स भाग घेतात, तर कॉपर, झिंक आणि सेलेनियम ही खनिजे मदत करतात. यामुळेच समतोल आहारास या रोगात महत्त्व आहे.

'आयोडिन' या खनिजाच्या कमतरनेने थायरॉइड गॉयटर होतो, हे समजल्याने जगभर आयोडाइज्ड सॉल्ट म्हणजे आयोडिनयुक्त मीठ स्वयंपाकात वापरण्यास

सुरुवात झाली आपणही याचा रोज वापर करतो. तरीसुद्धा आहारातील नैसर्गिक ऑरगॅनिक आयोडिनला महत्त्व आहे. मांसाहारींना मासे, खेकडे, फिश तेल आणि अंडी यातून विपुल आयोडिन मिळते.

शाकाहारींना अलुबुखार, स्ट्रॉबेरी, जर्दाळू, क्रॅनबेरी (Cranberries), केळी, खजूर, शिंगाडे, सालासकट बटाटे, बीट, मुळा, पार्सेली, शेवग्याची पाने, शेंगा, कढीपत्ता, दूध आणि नारळ यामधून आयोडिन मिळते.

नारळ व खोबरेल तेल या सॅच्युरेटेड फॅट्स असल्याने आपण जास्त वापर करत नाही. पण या सॅच्युरेटेड फॅट्स मेटाबोलिझमला चालना देतात त्यामुळे आवश्य वापर करावा. नारळाचे पाणी प्यावे. सालासकट बटाटे स्वयंपाकात वापरल्यास फायदा होतो.

कढीपत्त्याचा वापर आमटी, उसळीत करावा. तसेच लाल भोपळ्याच्या वाळवलेल्या बीया सालासकट घ्यावात व त्यात तीळ, कढीपत्त्याची पाने घालून चटणी बनवावी. ही नियगित खावी.

परदेशात केल्प (Kelp), हिझिकी (Hiziki) आणि कोम्बू (Kombu) या समुद्र भाज्यांचा सुप्स आणि सॅलड ड्रेसिंग्जमध्ये आयोडिनसाठी वापर करतात.

टायरोसिन हे अमायनो ॲसिड मटण, मासे, चिकनमध्ये विपुल असते, तर गहू, ओट ही तृणधान्ये, सर्व कडधान्ये यातून शाकाहारींची गरज भागते. दूध व दुग्धजन्य पदार्थ टायरोसिनचा उत्तम स्रोत आहेत. लालभोपळ्याच्या बिया, तीळ, बदाम, केळी यांचा आहारात समावेश टायरोसिन व इतर ॲन्टी-ऑक्सिडंट खनिजेही पुरवितो.

आपल्या काही आहार द्रव्यांत 'गायटरोजेन्स' असतात. ही गायटरोजेन्स थायरॉइड ग्रंथीला थायरॉइड हार्मोन्स बनविण्यात अडथळे आणतात. यामुळे जास्त हार्मोन्स बनविण्यासाठी ग्रंथीची वाढ होते. वाढलेल्या ग्रंथीला 'थायरॉइड गॉयटर' म्हणतात.

हायपो थायरॉइडच्या रुग्णांना गॉयटरोजेन असलेले अन्न घटक शक्यतो टाळण्याचा सल्ला दिला जातो.

गायटरोजेनयुक्त भाज्या म्हणजे कोबी, चिनी कोबी, फ्लॉवर, शलगम, नवलकोल, ब्रोकोली, मोहरीचा पाला (सरसों का साग) व रॉकेट होय.

वरील भाज्या, सॅलड किंवा कोशिंबीर स्वरूपात कच्च्या खाऊ नयेत. भाज्या उकळणे किंवा वाफवण्याने गायटरोजेन्सचे प्रमाण कमी होते. शिजवलेल्या या भाज्याही रोज खाऊ नयेत. बदल म्हणून कधीतरी वापर करावा.

पीच, नासपती ही फळे ही गॉयटरोजेनयुक्त असल्याने न खाणेच बरे.

सोयाबीन हे कडधान्य त्यातील उपयुक्त गुणांमुळे जगभर निरनिराळ्या स्वरूपात

आहारात असते. यात गॉयटरोजेन आहेत. सोयादूध व सोयाटोफू म्हणजे पनीर कच्चे खाऊ नये उकळून खावे. याचा वापरही अल्प प्रमाणात करणे श्रेयस्कर. सोयासॉसमध्ये मीठही जास्त असल्याने दोन हात बाजूला राहाणे बरे. लहान मुलांनाही हायपो थायरॉइड असेल, तर सोयादूध व इतर पदार्थ शक्यतो देऊ नयेत. मोहरीत गायटरोजेन असल्याने फक्त फोडणीसाठी वापरावी. मोहरी घातलेल्या कोशिंबिरी व लोणची खाऊ नये.

सोयाबीन तेल, मोहरीचे तेल, कॅनोला तेल या तेलामध्ये गॉयटरोजेन असल्याने हायपो थायरॉइडच्या रुग्णांनी वापरू नये.

सूर्यफूल तेल, करडईचे तेल आणि कॉर्न तेल यामध्ये पॉली अन-सॅच्युरेटेड फॅट्स जास्त असल्याने थायरॉइडचे कार्य मंदावते यामुळे या तेलांचा वापर करू नये. या रुग्णांनी राइसब्रान तेल, तीळ तेल, जवसाचे तेल, ऑलिव्ह तेल, खोबरेल तेल आणि शेंगदाणा तेल आहारात वापरावे. साजूक तूप व लोणी मेटॅबोलिझमला चालना देत असल्याने दोन चमचे साजूक तूप किंवा चमचाभर लोणी रोज वापरावे.

क्लोरिनने शुद्ध केलेले पाणी नळावाटे आपणास पुरविले जाते. या पाण्याचा पिण्यासाठी व स्वयंपाकासाठी आपण उपयोग करतो. आधुनिक संशोधन असे सांगते की, पाण्यातील क्लोरिनमुळे थायरॉइड ग्रंथीवर परिणाम होऊन हार्मोन्सचा तोल ढळतो. हायपो थायरॉइडिझम होण्याची शक्यता वाढते, हे खरे असले तरी या पाण्याचा वापर अपरिहार्य आहे.

जलतरण तलावात पाणी शुद्ध करण्यासाठी क्लोरिनचाच वापर होतो, अशा पाण्यात हायपो थायरॉइडिझमच्या रुग्णांनी रोज पोहणे इष्ट नाही.

साधारणतः दिनचर्येची सुरुवात दंत धावनाने होते. फ्ल्युरॉइड (Fluoride) युक्त टुथपेस्ट दातांच्या आरोग्यासाठी वापरली जाते. हायपो थायरॉइडिझमच्या रुग्णांनी फ्ल्युरॉइड युक्त टूथ पेस्ट वापरू नये. फ्ल्युरॉइडमुळे थायरॉइडचे कार्य मंद होते.

प्रथमतः सकाळी आपण चहा किंवा कॉफी घेत असतो. या दोन्ही पेयांमध्ये कॅफिन हे उत्तेजक द्रव्य असते. हे कॅफिन हायपो थायरॉइडिझम वाढविते. मर्यादित स्वरूपात एक ते दोन वेळा चहा-कॉफी घेण्याने त्रास होत नाही, पण अतिरेक करू नये. बालरुग्णांना लहानपणापासून कोकोची सवय लावणे चांगले. 'ग्रीन टी'चा जमाना असल्याने हृदयासाठी व कॅन्सर निवारण्यासाठी याला पसंती दिली जाते. याचाही मर्यादित स्वरूपात वापर करावा.

ज्यांना सारखी चहा, कॉफी घेण्याची सवय असते त्यांनी २-३ कप पाण्यामध्ये १) गवती चहाचे पान २) आल्याचा तुकडा ३) १ लवंग ४) १ मिरी ५) दालचिनी तुकडा ६) चिमुटभर हळद ७) चिमुटभर ज्येष्ठमध पावडर ८) काळ्या मनुका दहा नग असे मिश्रण करून उकळावे. यात दूध घालू नये. हे मिश्रण गाळून गरम करून

अर्धा कप दोन-तीन वेळा दिवसभरात घ्यावे. यातील मनुका खाऊन टाकाव्या. हे सर्व घटक थायरॉइडला चालना देतात व तिचे कार्य सुधारते व चहाची तल्लफही भागते.

थम्सअप, कोका-कोला आदी पेये थायरॉइडचे कार्य बिघडवतात त्यामुळे यांच्या आहारी जाऊ नये. मद्यपान व धूम्रपानाने थायरॉइडचे कार्य बिघडते. यासाठी या सवयी लावून घेऊ नयेत.

हायपो थायरॉइडिझम हा रोग मानसिक तणावाने होतो, असे आधुनिक शास्त्र सांगते. यात रुग्णाच्या शरीरात कॉर्टिझाल या स्ट्रेस हार्मोनची लेव्हल जास्त असते. यामुळे इन्सुलिन या हार्मोनची लेव्हल जास्त होऊ देणे हितावह नसते, यासाठी मधुमेहाप्रमाणे 'लो ग्लायसेमिक इंडेक्स' (Low Glycemic Index) राहाण्यासाठी आहारात पालेभाज्या, सालासकट फळे, कडधान्यांच्या उसळी, कोशिंबिरी व हायफायबर असलेल्या जवस, तीळ, कारळे आदि चटण्यांचा समावेश करावा. यामुळे इन्सुलिनची पातळी वाढत नाही. जेवणाचे शेवटी तांबूल म्हणजे विडा मुद्दाम खावा, याने ॲन्टी-ऑक्सिडंटची रक्तातील पातळी वाढते व थायरॉइडच्या रुग्णांना फायदा होतो.

या रोगात मेटाबोलिझम स्लो झालेला असल्याने, संपूर्ण दिवसभराच्या कॅलरीज चार वेळा विभागून आहार थोडा-थोडा चार वेळा घ्यावा. येथेही मधुमेहाच्या आहाराचीच तत्त्वे पाळावी लागतात.

जेवताना वरण-भात तूपाबरोबर सुंठ, मिरी आणि पिंपळी असलेले हिंग्वाष्टक चूर्ण घालावे व जेवावे. आधुनिक संशोधन असे सांगते की, सुंठ, मिरी, पिंपळीने थायरॉइडचे कार्य सुधारते, तसेच मधुमेह नियंत्रित राहातो व कोलेस्टेरॉल कमी होतो. दुसरा पर्याय म्हणजे जेवणाचे शेवटी ताकात १/२ चमचा हिंग्वाष्टक चूर्ण घालून ताक प्यावे. स्वयंपाकात निरनिरळ्या पद्धतीने कोकमचा वापर करावा. कोकमने थायरॉइड ग्रंथीचे कार्य सुधारते.

रुग्णांने प्रत्येक ऋतूत मिळणारी फळे खावी. यातील आवळा व डाळिंब ही फळे थायरॉइडचे कार्य सुधारण्यास मदत करतात. आवळा वर्षभर च्यवनप्राश, आवळकाठी या स्वरूपात मिळतो. डाळिंबसुद्धा अनारदाणा किंवा दाडिमावलेह या स्वरूपात घेता येते.

रात्रीच्या जेवणानंतर खजूर व मनुका मुद्दाम खाव्या थायरॉइडचे कार्य सुधारण्यास व बद्धकोष्टते करता उपयोगी पडतात. बद्धकोष्टतेसाठी त्रिफळाचूर्ण वापरावे.

झोपण्यापूर्वी रात्री १ कप दुधात चिमूटभर हळद व सुंठ घालावी व चांगली उकळी घ्यावी, हे गरम दूध प्यावे. सुंठ, हळद थायरॉइडचे कार्य सुधारण्यास मदत करतात.

थायरॉइडच्या रुग्णांनी मन:शांतीसाठी हास्य क्लबमध्ये नियमित जावे, याने स्ट्रेस हार्मोनची पातळी कमी होते. नियमित चालण्याचा व्यायाम, सुर्यनमस्कार,

योगासने, प्राणायाम व मेडीटेशन या सर्वांची थायरॉइडचे कार्य सुधारण्यास मदत होते वाढलेले वजन कमी होते. तसेच अर्धा तास सूर्यप्रकाशात बसण्याने फायदा होतो.

हायपो थायरॉइडिझमच्या रुग्णांनी रात्री रोज आठ तास झोप घेणे महत्त्वाचे आहे. झोप येण्यासाठी आपल्या शरीरात मेलॅटोनिन हार्मोन स्त्रवते या हार्मोनमुळे स्ट्रेस कमी होतो. कॉर्टिझाल या हार्मोनची पातळी कमी होते. थायरॉइड ग्रंथीचे कार्य सुधारते. ४-५ तास झोप घेणारे रुग्ण झोप न मिळाल्याने मेटाबोलिक सिंड्रोमचे बळी ठरतात. मेटाबोलिक सिंड्रोममुळेच मधुमेह, उच्च रक्तदाब, स्थूलता आदी व्याधी मागे लागतात व त्याचबरोबर थायरॉइड आणि अॅड्रीनल ग्रंथी थकून जातात. हायपो थायरॉइडिझम हा रोग जन्मभर काबूत ठेवण्यासाठी व्यायाम, आहार नियोजन, नियमित वैद्यकीय तपासण्या करणे म्हणजेच सुखी दिर्घायुष्य जगणे होय.

■

२४

ग्लायकेशन (GLYCATION)

आधुनिक जीवनशैलीत मिठाई, बिस्किटे, केक चॉकलेट्स आणि मधुर शीत पेये या सर्वांच्या अतिरेकाने बाल्यावस्थेपासून स्थूलता (obesity) सर्वांना सतावत आहे. स्थूलता हेच मधुमेह, हृदयरोग, हायब्लडप्रेशर इत्यादी रोगांचे मूळ कारण आहे.

खाद्य पदार्थ व्यापारी तत्त्वावर बनू लागल्याने, ते स्वस्त बनण्यासाठी, उसापासून बनणाऱ्या साखरेऐवजी अमेरिकेत मक्यापासून 'हाय-फ्रक्टोज कॉर्न सिरप' (HFCS) हा स्वस्त मधुर घटक बेकरी उत्पादने आणि शीत पेयांत १९७० पासून वापरण्यास सुरुवात झाली. आपल्या साखरेपेक्षाही, या मधुर घटकाने स्थूलता झपाट्याने वाढते, असे लक्षात आले.

यामुळे संशोधनास सुरुवात झाली. आपल्या शरीरात होणाऱ्या चयापचयात (Metabolism) ग्लुकोज व फ्रक्टोज या शर्करांची प्रोटीन्स आणि फॅट्सच्या रेणूंबरोबर प्रक्रिया होत असते. या प्रक्रियेतून निर्माण होणाऱ्या संयुगांना ॲडव्हान्स ग्लायकेशन एन्ड प्रॉडक्टस् (AGES) असे म्हणतात, याच संयुगाचे दुसरे नाव ग्लायकोटॉक्सिन्स (Glycotoxins) हे आहे.

निरोगी माणसाच्या शरीरात जन्मापासूनच ही 'ग्लायकोटॉक्सिन्स' रोज निर्माण होत असतात. यांना निष्प्रभ करण्याची यंत्रणा आपल्या शरीरात असते. पण मधुर पदार्थांचा अतिरेक झाल्यास यांची निर्मिती जास्त होते. ग्लुकोजपेक्षा फ्रक्टोजगुळे निर्मिती जास्त होते. निर्माण झालेली ही ग्लायकोटॉक्सिन्स अन्नपचनाच्या वेळी आतड्यांमधून शोषली जातात. हे शोषण १०टक्के होते. ९०टक्के ग्लायकोटॉक्सिन्स मलावाटे बाहेर टाकली जातात. रक्तातील ग्लायकोटॉक्सिन्स किडणीमध्ये व इतर पेशींमध्ये साचू लागतात. यांच्या साचण्यामुळे हृदयरोग, रक्तवाहिन्यांना काठिण्य, मोतीबिंदू, अल्झायमर, किडणीचे विकार असे उपद्रव सुरू होतात.

शरीरातील (AGES) चे प्रमाण मोजण्यासाठी रक्तातील हिमोग्लोबिन या प्रोटीनचे ग्लायकेशन मोजतात. या चाचणीस 'HbA1C' असे नाव आहे. ही चाचणी मधुमेही रुग्णांत केली जाते. या चाचणीमुळे मधुमेह नियंत्रणात आहे की नाही, हे समजते.

या चाचणीमुळे रक्तशर्करेचे मागील ३ महिन्यांचे नियंत्रण समजते. मधुमेहींनी दर चार महिन्यांनी ही चाचणी करावी. स्थूल व्यक्तींनी किंवा ज्यांना मधुमेहाची शंका आहे अशा सर्वांनी ही चाचणी करणे फायद्याचे ठरते.

ग्लायकेशन वाढण्याची कारणे बघताना शास्त्रज्ञांनी, शाकाहारी व मांसाहारी अन्नघटकातील AGES तपासण्यास सुरुवात केली. सर्व अन्नघटक कच्च्या व शिजवलेल्या अवस्थेत तपासले गेले. कच्च्या अवस्थेत, शाकाहारी घटकांत अतिअल्प प्रमाणात ग्लायकोटॉक्सिन्स आढळली. मांसाहारी घटकात ती कच्च्या अवस्थेतदेखील जास्त आढळली.

शाकाहारी घटक शिजवण्याने ग्लायकोटॉक्सिनचे प्रमाण थोडे वाढले; पण मांसाहारी घटक शिजवण्याने या टॉक्सिनच्या प्रमाणात लक्षणीय वाढ झाली. बीफ, मटण, चिकन, पोर्क, मासे, अंडी या घटकांमध्ये शिजल्यावर टॉक्सिन्सची निर्मिती उतरत्या क्रमाने झाली. याचा अर्थ बीफमध्ये सर्वांत जास्त, तर अंड्यामध्ये सर्वांत कमी. पण अंड्याच्या पाककृती बनविताना त्यात साखर वापरण्याने टॉक्सिन्सचे प्रमाण भरपूर वाढले उदा. केक.

दुधाचा विचार करताना कच्च्या व उकळलेल्या दुधात टॉक्सिन्स अल्पच असतात. दही व ताकातही यांचे प्रमाण अल्प असते; पण दुधावर प्रक्रिया करून चीज तयार झाले की टॉक्सिन्सचे प्रमाण लक्षणीय वाढते. कडेन्स्ड मिल्क (Condensed Milk) मध्येही टॉक्सिन्स जास्त प्रमाणात असतात.

स्वयंपाकात पाककृती करताना आपण पाणी घालून अन्न शिजवतो. येथे १०० डिग्री सेल्सिअस तापमान असते, तर कुकर वापरला असताना तापमान १२१ डिग्री सेल्सिअस होते. या दोन्ही क्रियांमध्ये आर्द्र उष्णता वापरली जाते. या पद्धतीमुळे शाकाहारी किंवा मांसाहारी पदार्थ शिजल्यावर टॉक्सिन्सची निर्मिती जास्त प्रमाणात होत नाही.

आपण जेव्हा एखादा पदार्थ तेलात तळतो, तेव्हा तेलाचे तापमान १५० डिग्री सेल्सिअस असते. या वेळी पदार्थांतील प्रोटीन्समधील अमायनो ॲसिड्स व कार्बोहायड्रेट म्हणजे साखर यांची रासायनिक प्रक्रिया घडते. प्रोटीन्सचा रंग तपकिरी, सोनेरी होतो व साखरेचा सोनेरी पाक (कॅरामल) होतो. या सर्व रासायनिक प्रक्रियेला 'मायलार्ड रिॲक्शन' म्हणतात. (Maillard Reaction) ही प्रक्रिया नीट झाली तर पदार्थ खुसखुशीत व कुरकुरीत होतो आणि खमंग वास दरवळतो.

करंज्या, चकल्या, शंकरपाळे, बटाटेवडे, मेदूवडे, शेव वगैरे शाकाहारी पाककृती, तर तळलेले चिकन, मटण, मासे या मांसाहारी पाककृती ही मायलार्ड रिॲक्शनची उदाहरणे आहेत. मायलार्ड रिॲक्शनमुळे जास्त प्रमाणात टॉक्सिन्स निर्माण होतात म्हणून या पदार्थांचा आस्वाद रोज घेऊ नये.

मायक्रोओव्हन व तंदूर यांच्या साहाय्याने आपण रोस्टिंग, ग्रिलिंग, बार्बेक्युइंग या प्रक्रिया करून बीफ, मटण, चिकन आणि चीज, पनीर इत्यादी घटकांच्या पाककृती बनवितो. येथे कोरडी उष्णता २०० डिग्री सेल्सिअसला वापरली जाते. यामुळे सर्वांत जास्त ग्लायकोटॉक्सिन्स निर्माण होतात. यांचा सुवास, तोंडाला पाणी सुटणारी चव यामुळे खाण्याचा मोह सुटत नाही; पण शरीरावर घातक परिणाम यांनी होतात.

कॅरामलायझेशन (Caramalization) करून कस्टर्डस बनविली जातात यातही विपुल ग्लायकोटॉक्सिन्स असतात. बेकरी उत्पादनात १८० डिग्री सेल्सिअस तापमान वापरतात त्यामुळे केक, कुकीज, पाव, बिस्किटे यांमध्येही टॉक्सिन्स जास्त असतात.

संशोधनात असे दिसून आले की, मासे, मटण, चिकन यांना लिंबाचा रस, चिंचेचा कोळ, आंबट दही, व्हिनेगर, टोमॅटो प्युरी हे आंबट घटक लावून मॅरिनेट (Marinate) करून ठेवल्यास होणाऱ्या पाककृतीत टॉक्सिन्सची निर्मिती कमी होते. मांसाहारी किंवा शाकाहारी पाककृती करताना मिरे, जिरे, दालचिनी, आले, लसूण, कढीपत्ता हे भारतीय मसाले किंवा बेसिल ओरेगानो, थाईम, लेमनबाम, ऑल स्पाईस, गलांगल, रोजमेरी हे परदेशी मसाले वापरल्याने ग्लायको टॉक्सिन्सची निर्मिती कमी होते, तसेच भोजनात कोकमसार, टोमॅटोसूप यांचा अंतर्भाव केल्याने टॉक्सिन्स निष्प्रभ होण्यास मदत होते. पक्वांनांचा विचार करताना गुलाबजाम, जिलेबी या पाककृतीत टॉक्सिन्स जास्त आहेत व त्यातील साखरेचा पाक जास्त हानिकारक असून, श्रीखंड, बासुंदी, मोदक ही पक्वाने त्या मानाने जास्त सुरक्षित; पण मधुमेहींनी अल्पप्रमाणात स्वाद घ्यावा, हे निश्चित.

स्थूल, प्री डायबेटिक (Prediabetic) व डायबेटिक स्त्रियांनी गरोदरपणी ग्लायकोटॉक्सिन्स जास्त असलेला आहार घेतल्यास त्यांचे ब्लडप्रेशर वाढते, अंगाला सूज येते, इक्लामशिया हा रोग होण्याची शक्यता वाढते. यामुळे गर्भाची वाढ खुंटते. कमी दिवसांचे मूल जन्माला येते. मातेच्या जिवास धोका असतो. यासाठी स्त्रियांनी गर्भारपणी आहारातून ग्लायकोटॉक्सिन्स कमी कशी जातील, हे बघणे उचित ठरते. मातेच्या आहारातून बाळाच्या रक्तात ग्लायकोटॉक्सिन्स प्रवेश करतात व जर जन्माच्या वेळीच ग्लायकोटॉक्सिन्सची पातळी उच्च असेल, तर भविष्यात ही बालके तारुण्यातच हायब्लडप्रेशर, हृदयरोग, मधुमेह, अल्झायमरचे बळी ठरतात.

जन्माला आल्यावर पहिले ६ महिने डब्याच्या दुधावर (Formula-fed) जी बालके वाढतात, त्यांना या दुधातून ग्लायकोटॉक्सिन्स जास्त जातात व वर वर्णन केलेले रोग तरुणपणी लवकर होतात. यासाठी प्रत्येक बालकास स्तनपान अत्यावश्यक आहे.

मदिरासेवन आणि धूम्रपान या दोन्हीमुळे ग्लायकोटॉक्सिन्सची निर्मिती जास्त होते. यासाठी स्त्रियांनी गर्भावस्थेत यापासून दूर राहणे इष्ट होय.

मक्याचे दाणे आणि फळे यांत फ्रक्टोज शर्करा असते हे सत्य आहे; पण मक्याचे दाणे नैसर्गिक स्वरूपात खाण्याने त्यातील शर्करेबरोबर प्रोटीन्स, फॅट फायबर, व्हिटॅमिन्स, खनिजे जाण्याने त्याचे दुष्परिणाम शरीरावर होत नाहीत व हाच नियम फळांना लागू पडतो. पण त्यांचे नुसते प्रक्रिया केलेले ज्यूस लाभदायक नाहीत.

ग्लायकोटॉक्सिन्स विपुल असलेल्या आहाराने HbA1C ही तपासणी केल्यावर त्याची पातळी वाढलेली असते, त्याचबरोबर CRP levels आणि Homocystine levels ही तपासल्यास त्याही वाढलेल्या दिसतात. होमासिस्टाईन (Homocystine) लेव्हल वाढणे म्हणजे हृदयरोगांस आमंत्रण.

ग्लायकोटॉक्सिन्सची पातळी नियंत्रणात राहण्यास आहारात पालेभाज्यांचा समावेश अत्यावश्यक असतो. ५० ग्रॅम पालेभाज्या मुद्दाम खाव्यात. पालेभाज्यांमधील अल्फा लायपोइक ॲसिड (Alphalipoicacid) हा महत्त्वाचा घटक. हे अन्टीऑक्सिडंट पाणी व फॅटमध्ये विरघळू शकते. याने व्हिटॅमिन 'सी' आणि 'ई'चे आयुष्य वाढते. याच्या सप्लिमेंट बाजारात मिळतात. गर्भवती स्त्रीने या सप्लिमेंट घेऊ नयेत; त्यासाठी पालेभाज्या खाव्यात.

चाकवत, पालक, आंबटचुका या पालेभाज्यांची ५-६ पाने चांगली धुऊन घ्यावीत, त्यात पाच तुळशीची पाने, दोन विड्याची पाने, प्रत्येकी पाच पुदिना पाने आणि कढिपत्ता घालावा, याच बरोबर आले, दालचिनी, मिरी थोड्या प्रमाणात घालून आवळा, चिकू, सफरचंद, पेरू, केळे यांपैकी एखादे फळ घालून हे सर्व मिश्रण मिक्सरमध्ये पाणी घालून फिरवावे. न गाळता हिरव्या रंगाचा हा ज्यूस १ ग्लास रोज घ्यावा. ग्लायकोटॉक्सिन्स वर नियंत्रण मिळवता येते. पालेभाज्यांपैकी मेथी व शेपू यांची चव सर्वांना आवडत नाही. आवडीप्रमाणे पालेभाज्यांत बदल करून घेता येतील.

रासबेरी, स्ट्रॉबेरी, मलबेरी, ब्लूबेरी, क्रॅनबेरी, मनुका, बेदाणे ही फळे आणि शेंगदाणे यांत रेसव्हेराट्रॉल (Resveratol) हे फायटोकेमिकल असते. यातील मनुका, बेदाणे आणि शेंगदाणे हे वर्षभर सहज मिळतात. शेंगदाणे भिजवून मोड आलेले असतील तर त्यात रेसव्हेराट्रॉलचे प्रमाण वाढते व ते जास्त सक्षम असते.

हे रेसव्हेराट्रॉल अँन्टीऑक्सिडंट म्हणून व्हिटॅमिन 'ई' आणि व्हिटॅमिन 'सी' पेक्षा वीसपट शक्तिशाली असते. हे ब्लड ब्रेन बॅरिअर सहज पार करू शकत असल्याने मेंदू, मज्जारज्जू आणि मज्जातंतू यांच्या भोवतीच्या आवरणातील द्रवात सहज प्रवेश करते. यामुळे ग्लायकोटॉक्सिन्सविरुद्ध लढणे, त्यांना निष्प्रभ करणे सोपे जाते. मधुमेही रुग्णांनी दहा मनुका भिजवून चावून खाव्यात, तर इतरांनी ४० मनुकांपर्यंत खाण्यात समावेश केला तरी चालतो. भिजवलेले शेंगदाणे १०-२० ग्रॅम आपण खाऊ शकतो.

रोजच्या जेवणाआधी लिंबू व आल्याचा तुकडा खाणे. जेवताना वरण-भातावर लिंबू पिळणे, दररोज आंबटवरण आहारात असणे व जेवणाच्या शेवटी रोज नियमित एक ग्लास ताक त्यात हिंगाष्टक चूर्ण १/२ चमचा घालून घेणे, हे सोपे उपाय ग्लायकोटॉक्सिन्स नियंत्रणात ठेवतात. ताकातील लॅक्टोबॅसिलाय ग्लायकोटॉक्सिन्स निष्प्रभ करतात. रोज एक ग्रॅम आवळाचूर्ण व गावरान तीळ १ चमचा खाणे फायदेशीर ठरते.

आयुर्वेदात हिरडाचूर्ण एक ग्रॅम रोज घ्यावे असे सांगितले आहे. हिरड्याने ग्लायकोटॉक्सिन्सची निर्मिती कमी होते, असे सिद्ध झाले आहे. गर्भवती महिलेने हिरडा सेवन करू नये. लसूण २-३ पाकळ्याही खाण्याने हा फायदा मिळतो. अमेरिकन आहारतज्ज्ञ २/३ शाकाहार व १/३ मांसाहार रोज घेतल्याने ग्लायकोटॉक्सिन्सचा त्रास कमी होतो म्हणतात. आपली व्रत वैकल्ये व चातुर्मास 'शाकाहारी राहा'असा संदेश देतात.

मेडिटेशन व प्राणायाम ग्लायकोटॉक्सिन्स कमी करतात.

■

२५

जैविक घड्याळ (बायॉलॉजिकल क्लॉक)

विजेच्या शोधामुळे मानवाची दिनचर्या -रात्रीचर्या बदलली. जीवनशैलीत आमूलाग्र बदल झाला. अर्थार्जन व भौतिक सुखांसाठी माणूस रात्री झोपावयाचे असते, हे विसरू लागला. याचबरोबर त्याने जेवणाच्या ठरलेल्या वेळा असतात हे तत्त्व झुगारून मनात येईल तेव्हा दुपारी उशिरा व मध्यरात्रीनंतर भोजनास सुरुवात केली. निशाचरांना समाजात प्रतिष्ठा आली. त्यांना 'पार्टी ॲनिमल' ही पदवी मिळाली. निसर्गचक्रावर आपले आरोग्य आणि मानसिक संतुलन अवलंबून आहे, हे हुशार मानवाला समजावून सांगण्याची वेळ आली आहे.

निसर्गचक्रातील सूर्योदय व सूर्यास्त या रोज घडणाऱ्या घटना अतिमहत्त्वाच्या आहेत. त्याचे परिणाम मानवाच्या शरीरावर व मनावर होत असतात. तसेच त्याचे अन्न, म्हणजे निरनिराळ्या वनस्पती, यांच्यावरही याचे परिणाम होतात.

सूर्योदयानंतर प्रातःकाली सूर्यकिरण आपल्या डोळ्यांवर पडले की आपल्या मेंदूला संदेश जातो. मेंदू आणि पोटातील आतडी सेरोटोनिन नावाचा न्युरोट्रान्समिटर बनविणे सुरू करतात. याचबरोबर सकाळी उन्हात फिरण्याचा व्यायाम केल्यास रक्तातील सेरोटोनिनची पातळी वाढते. सकाळचे ऊन शरीरावर पडले की त्वचेखालील कोलेस्टेरॉलपासून व्हिटॅमिन 'डी'ची निर्मिती होते. हे व्हिटॅमिन 'डी' सेरोटोनिनला सक्षम बनविते. रोज सकाळी अभ्यंग म्हणजे मसाज करण्यानेही सेरोटोनिनची पातळी वाढते. असाच फायदा संगीत व हास्यक्लबमुळे होतो.

सकाळच्या उन्हात फिरण्याने दुसरी घटना घडते; आपल्या मेंदूतील पिनिअल ग्रंथी (तिसरा नेत्र) उत्तेजित होते. ही ग्रंथी मेलाटोनिन नावाचे हार्मोन निर्माण करण्यास सुरुवात करते. ही निर्मिती दिवसभर चालूच असते; पण संध्याकाळी ६ पासून रात्री ९ वाजेपर्यंत निर्मिती सर्वांत जास्त होते. या निर्माण झालेल्या मेलाटोनिनची पातळी रात्री वाढली की आपणास वेळेवर चांगली झोप येते.

पिनिअल ग्रंथी सक्षम असण्यासाठी कडुनिंबाची २-३ पाने रोज सकाळी खाण्याने फायदा होतो. याचसाठी गुढीपाडव्यास आपण कडुनिंबाची चटणी आवर्जून खातो. तसेच मंत्रोच्चार, प्राणायाम, मेडिटेशन पिनिअल ग्रंथी सक्षम करतात. अचूक निर्णयक्षमता आणि अंतर्ज्ञान (Intuition) सक्षम ग्रंथीमुळे साध्य होते.

सेरोटोनिन व मेलाटोनिनच्या निर्मितीस ट्रिप्टोफान हे अमायनो ॲसिड म्हणजे प्रोटीन्स लागतात. त्याचबरोबर व्हिटॅमिन बी कॉम्प्लेक्स संकुलातील सर्व व्हिटॅमिन्स आणि कॅल्शियम, मॅग्नेशियम, झिंक बोरान ही खनिजे लागतात. यांच्या अभावाने आदर्श निर्मिती होऊ शकत नाही.

सकाळी उशिरा १०-११ वाजेपर्यंत उठणे व रात्री ३-४ वाजता झोपण, अशी दिनचर्या सुरू झाली की हा निसर्गाचा ताल बिघडतो. यालाच शास्त्रीय भाषेत सिर्काडियन ऱ्हिदमचा ताल बिघडणे म्हणतात.

आयुर्वेदीय दृष्टिकोनातून निसर्गतालाचे महत्त्व सांगताना

आहारदिवत् निद्रा देहस्थिती कारिणी ।

याचा अर्थ- आरोग्यासाठी योग्य आहार व पुरेशी शांत झोपेची आवश्यकता असते. झोप न घेता जागरण करण्याने वातदोष वाढतो, कफदोष क्षीण होतो म्हणजे त्रिदोष साम्य बिघडते. साम्य बिघडणे म्हणजे रोगोत्पतीस सुरुवात होय. याचबरोबर भोजनाची वेळ न पाळण्याने अग्नी मंद होतो. अन्नपचन नीट होत नाही. शरीरात आम तयार होतो. आम ज्या स्रोतसात आश्रय घेईल, त्याप्रमाणे निरनिराळ्या व्याधी होतात.

आधुनिक शास्त्रातील संशोधन असे सांगते की, रात्री ६ तासांपेक्षा कमी झोप कायम घेणे व दिवसभर सूर्यप्रकाशात न जाणे, अशा वागण्याने माणसाचे मानसिक संतुलन बिघडते, मनाची एकाग्रता होत नाही. नैराश्य येते. व्यक्ती स्थूल होऊन, मेटाबोलिक सिंड्रोमची बळी ठरते व पुढे मधुमेह, हृदयरोग, वंध्यत्व, अल्झायमर आणि अटोइम्युन रोगांची सुरुवात होते.

निद्रेचे महत्त्व सांगताना सुश्रुताचार्यांनी म्हटले आहे –

अरोगः सुमना ह्येवं बलवर्णान्वितो वृषः।
नातिस्थूल कृशः श्रीमान् नरो जीवेत् समाः शतम्।।

या श्लोकाचा थोडक्यात अर्थ- रात्रीच्या वेळी वेळेवर झोपून पहाटे उठण्याने व्यक्तीचे शरीर निरोगी, बांधेसूद, बलवान, प्रजननक्षम, ओजस्वी, कांतिमान राहते. अशी व्यक्ती प्रसन्न व सकारात्मक विचारांची असून, शंभर वर्षे निरोगी आयुष्य जगते.

आपणास सकाळी लवकर उठून उन्हात फिरताना आपल्या शरीरात घडणाऱ्या

घटना समजल्या आहेत. सेरोटोनिन आणि मेलाटोनिनची निर्मिती सांगितली आहे. याच बरोबर आपला मेंदू डोपामाईन हा न्यूरोट्रान्समिटर बनवितो. यासाठी टायरोसिन हे अमायनो ॲसिड लागते. आपले सारे जीवन सेरोटोनिन, मेलाटोनिन आणि डोपामाईनवर अवलंबून आहे. यासाठी यांची कार्ये व परस्परसंबंध समजणे आवश्यक आहे.

सेरोटोनिनच्या आदर्श पातळीवर भूक, अन्नपचन, चयापचय, पेशींची वृद्धी, शरीराचे तापमान, ब्लडप्रेशर आणि झोप अवलंबून आहे.

चिंता नियंत्रण, मानसिक तणावाला सामोरे जाणे, भावनांवर विजय, नव्या गोष्टी शिकण्याची क्षमता, धी, धृती, स्मृती, मनःशांती, समाधान आणि प्रसन्नता याही गोष्टी सेरोटोनिनवर अवलंबून आहेत.

सेरोटोनिनची पातळी कमी असल्यास झोप लागत नाही, अंग दुखते, थकवा जाणवतो, समागमाची इच्छा कमी होते. खिन्नता आणि पुढे नैराश्याचा माणूस बळी ठरतो. स्त्रियांना सेरोटोनिनच्या अभावाने मासिक पाळीच्या आधी अपचन, मानसिक अस्वास्थ्य अशी लक्षणे दिसतात.

झोप येण्यासाठी मेलाटोनिनची आदर्श पातळी आवश्यक असते. पण त्याची इतर कार्ये महत्त्वाची आहेत. ॲन्टीऑक्सिडंट म्हणून फ्री रॅडिकल विरुद्ध लढणे. इंटेस्टायनल फ्लोरा प्राकृत ठेवणे. रेडीएशनपासून शरीराचा बचाव करणे, तसेच नव्या गोष्टी शिकणे आणि स्मृती यावर अवलंबून असतात.

सेरोटोनिन आणि मेलाटोनिनचे संतुलन म्हणजे छान झोप, मनःशांती, समाधान आणि प्रसन्नता!

आदर्श रोगप्रतिकारशक्ती यामुळे मिळते.

डोपामाईन या न्यूरोट्रान्समिटरची आदर्श पातळी मनुष्यास कार्य करण्यास प्रेरणा देते. सर्व शरीराच्या हालचाली यावर अवलंबून आहेत. यामुळे मानव सजग सतर्क राहतो. नव्या गोष्टी शिकतो. जीवनात नवीन नवीन ध्येय गाठणे व गाठल्यावर समाजाकडून शाबासकी मिळवणे, हा त्याचा छंद असतो. डोपामाईनमुळेच विविध पाककृतींचे सेवन करणे, त्यांचा आस्वाद घेणे, आकर्षक पोशाख घालणे, प्रणय आदी गोष्टी मानव करत असतो.

डोपामाईनची पातळी कमी झाली तर एका जागी बसून राहतो, आळशी बनतो. पुढे नैराश्य येते. पार्किन्सोनिझम हा रोगही डोपामाईनच्या अभावाने होतो.

माणसाच्या शरीरात सेरोटोनिनची पातळी कमी आणि डोपामाईनची पातळी जास्त म्हणजे डोपामाईनचे वर्चस्व झाले, की माणसाचा स्वभाव बदलतो. माणूस मदिरा आणि मदिराक्षीच्या आहारी जातो. व्यसनी बनतो. सामाजिक भान राहत नाही. याच्या पुढील अवस्था म्हणजे जुगार, खून, तस्करी अशा अनैतिक समाजविघातक

गोष्टी करू लागतो. सक्षम पिनिअल ग्रंथी आणि समतोल आहार असेल तरच मेलाटोनिनची आदर्श निर्मिती होते. आहारात ब्राऊन राईस, बार्ली, मका, अक्रोड, बदाम पिस्ते शेंगदाणे, हरभरा, जवस, चेरी, स्ट्राबेरी, डाळिंब, अननस, संत्रे, मोसंबी, बेदाणे, मनुका, काकडी, टोमॅटो, केळे, लेट्यूस (सॅलड पत्ता) यांचा समावेश ऋतूनुसार करावा.

आता प्रयोगशाळेत बनलेले सिंथेटिक मेलाटोनिन गोळ्यांच्या स्वरूपात उपलब्ध झाले आहे. या गोळ्या झोपेसाठी घेणे आणि निसर्गाने बनविलेले मेलाटोनिनमुळे रात्री झोप येणे, या दोन वेगळ्या घटना आहेत. नैसर्गिक मेलाटोनिन आपणास संपूर्णतया लाभदायक आहे. काही रुग्णांना डोके दुखणे, पोट दुखणे, चक्कर येणे, अस्वस्थता अशी लक्षणे या गोळ्यांनी दिसतात. ज्या रुग्णांना ब्लडप्रेशर, मधुमेह, कोलेस्टेरॉल आदीसाठी औषधे चालू असतील, तर ही औषधे व मेलाटोनिनची गोळी यांची प्रक्रिया होऊ शकते (Interaction). गर्भवती महिला आणि लहान मुलांनी या गोळ्या घेऊ नयेत. थोडक्यात, वैद्यकीय सल्ला घेऊन वापर करावा.

लांबचा विमानप्रवास झाल्यावर जेटलॅगसाठी दोन-तीन दिवस या गोळ्या घेण्यास हरकत नाही.

सेरोटोनिन, मेलाटोनिन आणि डोपामाईन यांचे संतुलन म्हणजे निरोगी दीर्घायुष्य होय. यांची तुलना सत्त्व, रज, तमाशी करता येईल.

■

२६

ॲसिड बेस बॅलन्स Acid-Base Balance

ॲसिड बेस बॅलन्स म्हणजेच आपल्या शरीरातील असंख्य पेशींच्या आतील व बाहेरील द्रवांचे आणि आपल्या रक्ताच्या पी.एच.चे (PH) संतुलन होय.

द्रवातील (PH) पी.एच. हे हायड्रोजन आयनची संख्या मोजण्याचं लॉगॅरिथमिक परिमाण आहे. शून्य ते १४ या रेंजमध्ये हे मोजतात. शून्य ते ६.९ PH ही ॲसिडिक असते. ७PH म्हणजे उदासीन, आणि ७.१ – १४PH म्हणजे अल्कलाईन होय.

आपल्या रक्ताची पी.एच. ७.३५-७.४५ असते. रोजच्या चयापचयात आपल्या शरीरात ॲसिडसची निर्मिती होत असते, त्यामुळे रक्ताची पी.एच.संतुलित करावी लागते. यासाठी श्वसनावाटे कॉर्बनडाय ऑक्साइड (Co_2) बाहेर टाकणे आणि मूत्रावाटे शरीरातील ॲसिड्स बाहेर टाकणे या क्रिया अव्याहत सुरळीत चालू असतात.

आपल्या रक्ताची पी.एच.अल्कलीकडे झुकणारी आहे. ही ॲसिडिक म्हणजे ६.९ किंवा आणखी कमी झाली तरी शरीराला त्रास होतो. तसेच ७.४च्या पुढे जास्त अल्कलाईन झाली तरीही शरीरास त्रास होतो. यासाठीच शरीर पी.एच. चे संतुलन करून, प्राकृत पी.एच. ठेवण्याचा सारखा प्रयत्न करत असते.

शरीरातील PH ॲसिडिक झाली तर त्याला ॲसिडॉसिस म्हणतात आणि PH अल्कलाईन झाली तर त्याला अल्कलॉसिस म्हणतात. ॲसिडॉसिस आणि अल्कलॉसिस दोन्हीचे शरीरावर दुष्परिणाम होतात.

आज आपण ॲसिडॉसिस (Acidosis)चा विचार करणार आहोत,

शरीरात ॲसिडॉसिस होण्याची कारणे

१) आहारातील चुका २) मदिरासेवन ३) धूम्रपान व तंबाखू सेवन ४) चहा, कॉफी, शीतपेये यांचा अतिरेक ५) पोल्यूशन ६) रासायनिक कीटकनाशक द्रव्ये ७) रात्रीची सतत जागरणे ८) मानसिक ताण ही होत.

वर्णन केलेली कारणे आपल्या दिनचर्येत रोज सतत घडत गेली तर माणूस ॲसिडॉसिससह जगू लागतो. शरीरात पुढील लक्षणे दिसू लागतात.

१) अंग दुखणे २) मरगळ ३) थकवा ४) अनुत्साह ५) पोट फुगणे ६) पचनाच्या तक्रारी ७) सतत डोके दुखणे ८) कायम सर्दी ९) सारख्या जांभया १०) लवकर दम लागणे ११) चिडचिड

अशी लक्षणे असलेली माणसे समाजात आपण रोज बघतो. शास्त्रज्ञांना असे दिसून आले की, आपले अन्न पचल्यावर त्याचे आपल्या शरीरावर दोन तऱ्हेचे परिणाम दिसतात १) ॲसिडिक २) अल्कलाईन

पी.एच. संतुलनासाठी निरोगी माणसाने ६०टक्के अल्कलाईन आणि ४०टक्के ॲसिडिक परिणाम करणारा आहार घेतला पाहिजे. तर रुग्णाच्या आहारात ८०टक्के अल्कलाईन आणि २०टक्के ॲसिडिक परिणाम करणारा आहार आवश्यक असतो.

आपल्या रोजच्या आहारातून आपणास खनिजे मिळत असतात. यातील अल्कलाईन खनिजे १) कॅल्शियम २) मॅग्नेशियम ३) आयर्न ४) पोटॅशियम ५) सोडियम ६) बोरान ७) झिंक ही होत. तर ॲसिडिक खनिजे १) क्लोरिन २) ब्रोमिन ३) फ्लूरिन ४) सल्फर ५) फॉस्फरस ६) आयोडीन ७) सिलिकॉन ही होत.

वरील यादीकडे नीट बघितले की दोन्ही गटांतील खनिजे आपल्या जरुरीची आहेत; पण त्यांचा समतोल आहारातून सांभाळला तर आपण निरोगी राहतो.

ॲसिडीक परिणाम होणारा आहार जास्त प्रमाणात सतत घेतला गेला तर शरीरात अन्नपचनानंतर जास्त ॲसिड्स निर्माण होतात. ही ॲसिड्स न्यूट्रल करण्यासाठी अल्कलाईन खनिजे आहारातून कमी मिळाली, तर आपले शरीर हाडे आणि इतर पेशींमधून अल्कलाईन खनिजांचा साठा बाहेर काढून रक्तात आणते व ॲसिड्स न्यूट्रल केली जातात. हाडांमध्येच कॅल्शियम, मॅग्नेशियम, सोडियम यांचा साठा असतो, तर पेशीजलामध्ये पोटॅशियम असते. हा साठा रोज वापरला गेला तर मनुष्यास ऑस्टिओपोरोसिस होतो. म्हणजे हाडे पोकळ होतात, त्यांची निरोगी अवस्था जाते. पेशींमधील सोडियम/पोटॅशियम समतोल बिघडतो. अल्कलाईन वातावरणाऐवजी पेशींमध्ये ॲसिडिक वातावरण तयार होते.

ॲसिडिक वातावरणामुळे पेशींना ऑक्सिजन मिळत नाही. यामुळे शरीरात ॲनरोबिक (Anaerobic) बॅक्टरियांची वाढ होते व रोग निर्माण होणे सुरू होते. शरीरभर प्राणवायूचे वहन नीट न झाल्याने थकवा जाणवतो, दम लागतो.

सर्व पेशींचे प्राकृत कार्य आदर्श पद्धतीने घडण्यासाठी अल्कलाईन वातावरण सुखावह असते. यासाठीच शास्त्रात असे म्हटले आहे-

"Our enzymetic, Immunologic and repair mechanisms function well in the Alkaline medium."

आपणास ऊर्जेसाठी कार्बोहायड्रेट, फॅट आणि प्रोटीन्सवर अवलंबून राहावे लागते.

यातील कार्बोहायड्रेटचा पुरवठा तृणधान्ये करतात. यातील पॉलिश केलेला शुभ्र तांदूळ हा ॲसिडिक आहे म्हणूनच हातसडीचा ब्राऊन राईस हा आपण खातो. याला रक्तशाली तांदूळ म्हणतात. हा अल्कलाईन आहे. गव्हापासून बनणारा मैदा हा अत्यंत ॲसिडिक बनतो, यामुळेच जंकफूड हे अत्यंत ॲसिडिक म्हणून रोग उत्पादक ठरते.

ज्वारी, बाजरी, नाचणी ही तृणधान्ये अल्कलाईन परिणाम देतात. यांचा भाकरीच्या स्वरूपात रोज समावेश करणे जरूर आहे. याचबरोबर पालेभाजीचे सेवन केल्यास ते सर्वगुण संपन्न होते. फॅट्सचा विचार करताना सर्व तेले सौम्य ॲसिडिक आहेत; पण शास्त्र असे सांगते की ओमेगा ६ संपृक्त करडईचे तेल, सूर्यफूल तेल ही जास्त ॲसिडिक आहेत. याचबरोबर मार्गारिन, वनस्पती तूप आणि रिफाईड तेले ही जास्त ॲसिडिक असतात. यांचे अतिरेकी सेवन हितावह नाही. ओमेगा ३ फॅट असलेली माशाचे तेल, जवसाचे तेल, मोहरीचे तेल ही तेले जास्त हितावह आहेत. यामुळे ॲसिडोसिस होत नाही. राइसब्रानतेल, ऑलिव्ह आईल, शेंगदाणा तेल ही तेले रोजच्या वापरात ठेवावीत. दूध आणि दुग्धजन्य पदार्थांचा विचार करताना गाईचे ताजे दूध, दही, ताक, ताजे क्रीम, लोणी हे सर्व घटक पी.एच ७ म्हणजे न्यूट्रल असल्याने वापरण्यास हितावह ठरतात. पण यांचाही अतिरेकी वापर करू नये. दुधापासून प्रक्रिया करून बनलेले चीज मात्र अत्यंत ॲसिडिक असल्याने याचा रोज वापर करणे धोकादायक ठरते.

प्रोटीन्सकडे बघताना मांसाहारी प्रोटीन्स जास्त ॲसिडिक आहेत. तर त्यांच्या तुलनेत कडधान्ये म्हणजे शाकाहारी प्रोटीन्स कमी ॲसिडिक आहेत. मांसाहार म्हणजे मटण, चिकन, मासे ताजे असेल, तर ॲसिडनिर्मिती आवाक्यात; पण डीप फ्रिजमध्ये ठेवलेले मांसाचे तुकडे आणि पॅकबंद डब्यातील मासे हे पदार्थ अत्यंत ॲसिडिक असतात. यांच्यापासून दोन हात दूर राहणे श्रेयस्कर होय.

मांसाहार बनविताना आले, लसूण, कांदा, कढीपत्ता, कोथिंबीर, नारळ, पुदिना, लवंग, दालचिनी, मिरी, धने, जिरे, वेलदोडा हे मसाले आपण वापरतो. हे मसाले अल्कलाईन परिणाम देतात. यामुळे बनविलेली पाककृती कमी ॲसिडिक बनते. यासाठीच माशांच्या पाककृती नारळ वापरून करतात, तर मटण बिर्याणीमध्ये पुदिना सढळ हाताने वापरला जातो. ऑमलेट करताना, कोथिंबीर, कांदा, कोबी, मिरची, आले, लसूण, टोमॅटो घालणे फायदेशीर.

कडधान्ये अंकुरित करण्याने त्यांची पी.एच.अल्कलीकडे झुकू लागते; यामुळे अंकुरित कच्ची कडधान्ये व त्यांच्या वरील मसाले वापरून केलेल्या उसळी हितावह ठरतात.

सर्व ताजी फळे अल्कलाईन परिणाम देतात. याला अपवाद क्रॅनबेरी प्लम व पीच ही फळे होत.

सामान्य माणसास असे वाटते की चिंच, कैरी, आमसूल (कोकम), टोमॅटो, लिंबू, संत्रे, मोसंबी, आवळा ही आंबट रसाची फळे ॲसिडिक असतील; पण पचनानंतर त्यांचे अल्कलाईन परिणाम दिसतात. यासाठीच त्यांचा वापर फायदेशीर ठरतो. लिंबू, चिंच आणि कोकमचा वापर आपण रोज करतो. एक ग्लास लिंबू पाणी रोज घेतल्यास पी.एच. संतुलित राहते; हाच फायदा कोकम सरबताने किंवा कैरीच्या पन्ह्याने मिळतो.

आंबटचुका, अंबाडी या आंबट पालेभाज्यांसकट सर्व पालेभाज्या आणि फळभाज्या अल्कलाईन परिणाम दाखवितात. पालेभाजी आपल्या आवडीची रोज आहारात असली पाहिजे. यातील क्लोरोफिलच्या मॉलिक्यूलमध्ये मॅग्नेशियम आहे, तर आपल्या हिमोग्लोबिनमध्ये आयर्न आणि ग्लोबिन प्रोटीन आहे. क्लोरोफिलमुळे पी.एच संतुलन होते. यामुळे ॲनोरोबिक बॅक्टेरिया वाढत नाहीत, आतड्यांमध्ये परोपकारी लॅकटोबॅक्टेरिया वाढू लागतात. आतड्यांतील शिसे, पारा इत्यादी टॉक्सिन्सबरोबर क्लोरोफिल संयोग पावून मलावाटे ही टॉक्सिन्स बाहेर टाकली जातात. क्लोरोफिलमुळे त्यातील मॅग्नेशियम शरीरात शोषले जाते, पेशीमधील मॅग्नेशियमचे प्रमाण वाढते. हे वाढलेले प्रमाण व्हिटॅमिन 'डी'ला सक्षम बनविते, त्यामुळे हाडांचे आरोग्य चांगले राहते. क्लोरोफिलमुळे रेडीएशनचे दुष्परिणाम कमी होतात.

हिरव्या पालेभाज्यांप्रमाणे गव्हांकुररस, बार्ली अंकुर रस नियमित घेण्याने वरील फायदे होतात.

आता मधुर वर्गाचा विचार करताना ताजा उसाचा रस हा अल्कलाईन आहे. यात लिंबू आणि आले घातल्याने गुणवर्धन होते. असा रस निरोगी व्यक्तींनी प्यावा, फक्त मधुमेही रुग्ण घेऊ शकत नाहीत. या रसात बाजारी बर्फ टाकल्याने साथीचे रोग होतात. काकवी आणि गूळ हेही अल्कलाईन परिणाम दाखवितात. काकवी सल्फ्युरेटेड नसावी आणि गूळ सेंद्रिय असावा. येथेही मधुमेहींना सेवनाचे बंधन येते.

यापासून बनणारी शुभ्र साखर अतिशय ॲसिडिक परिणाम दाखविते. म्हणूनच साखरेस पांढरे विष म्हणतात. हाय फ्रक्टोज कॉर्नसिरप या मधुर घटकाचा भारतात प्रवेश झालेला आहे. अत्यंत ॲसिडिक असलेले हे द्रव्य न वापरणे हितावह. ज्या पाककृतीत वापरलेला असेल त्याबद्दल चौकशी करून किंवा बाटलीवरील लेबल वाचून सेवन करावे. मध हा सौम्य ॲसिडिक आहे, पण साखरेपेक्षा चांगला. यातील ॲन्टीऑक्सिडंटस् शरीराला हितावह आहेत.

मीठ म्हणजे टेबल सॉल्ट. यात सोडियम व क्लोराईड हे दोन घटक असतात.

रासायनिक सूत्र NACL आहे. हे अत्यंत ॲसिडिक आहे, यामुळे सेवनावर बंधन येते. जंकफूड, बेकरी उत्पादनांत याचा वापर विपुल असतो, तसेच लोणची-पापडातही जास्त प्रमाणात मीठ असते. हे पदार्थ हितावह नाहीत. सोडियम हे अल्कलाईन खनिज आपणास आहारातून मिळाले पाहिजे. यासाठी नाचणी, बाजरी, हरभरा, उडीद, मसूर, लाल माठ, कोथिंबीर, मेथी, लेट्यूस पाला, बीट, मुळा, फ्लॉवर, सफरचंद, केळे इत्यादी अन्नघटक आहारात पाहिजेत. यामध्ये ऑरगॅनिक सोडियम हे खनिज असते, हे शरीरास हितावह आहे. यामुळे स्वादापुरते मीठच आहारातून गेले पाहिजे.

सुकामेव्यातील अक्रोड, काजू आणि शेंगदाणे हे अति तीव्र ॲसिडिक परिणाम दाखवितात. यामुळे यांच्या सेवनावर बंधन येते. यासाठी शेंगदाणे भिजवून त्याला मोड आणण्याने ते अल्कलीकडे झुकू लागतात. असे शेंगदाणे मुलांना खाण्यास द्यावेत. शेंगदाणे आणि काजू, पालक, अळू, चाकवत आणि अंबाडी अशा पालेभाज्यांमध्ये व्यंजन म्हणून वापरावे. यामुळे अल्कलाईन परिणाम मिळतो. शेंगदाण्याचे कूट काकडी, गाजर, टोमॅटो यांच्या कोशिंबिरी करताना वापरावे. यामुळेही शरीरास हितावह पाककृती बनतात. इतर सुकामेवा सौम्य ॲसिडिक आहे. पण बदाम मात्र अल्कलाईन असल्याने सुक्या मेव्यात सर्वोत्तम ठरतात.

'असपारटेम' हा कृत्रिम मधुर घटक मधुमेही रुग्ण आणि स्थूल व्यक्ती साखरेऐवजी गोडी आणण्यासाठी वापरतात. हा घटक तीव्र ॲसिडिक परिणाम देतो, यामुळे यापासून बनविलेल्या मिठाया खाऊ नयेत. चहामध्ये १-२ गोळ्या रोज वापरणे ठीक.

कॉफी ही ॲसिडिक परिणाम दाखविते. यासाठी यामध्ये दालचिनी पावडर, वेलदोडा आणि जायफळ वापरावे. याने ॲसिडिक परिणाम कमी होतो. चहा बनविताना आले, गवतीचहा, तुळशीची पाने आदीचा वापर चहाचा ॲसिडिक परिणाम कमी करतो. चहा-कॉफी रोज दोन कपांपेक्षा जास्त घेऊ नये. रोजच्या दिनचर्येत तीन लिटर शुद्ध पाणी घेण्याने पी.एच संतुलन होण्यास मदत होते. पण पाण्याऐवजी शीतपेये घेण्याने तीव्र ॲसिडिक परिणामांना सामोरे जावे लागते. भोजनाचे वेळी कोकाकोला, थम्सअप् आदी पेये घेणे म्हणजे पी.एच संतुलन बिघडण्यास मदत करणे होय. मदिरासेवनापासून बाजूला राहणे, हे सर्वोत्तम. भोजनाच्या शेवटी ग्लासभर ताक पिण्याने 'पी.एच' संतुलन होण्यास मदत होते.

प्रत्येकाने पी.एच. संतुलनासाठी प्रयत्न केला पाहिजे. गर्भवती स्त्रीने, वाढणाऱ्या बालकाची अल्कलाईन वातावरणात सुयोग्य वाढ होत असल्याने, आहार आणि दिनचर्या काटेकोरपणे पाळणे आवश्यक आहे.

रात्रीची अपुरी झोप, जागरणे आणि मानसिक ताण शरीरात ॲसिडोसिस निर्माण

करतात, म्हणजेच पी.एच. संतुलन बिघडते. मनाचे संतुलन हे शरीराच्या पी.एच संतुलनावर अवलंबून आहे. मॅग्नेशियम हे अल्कलाईन खनिज पी.एच. संतुलन करते आणि त्याचा दुसरा गुण म्हणजे मनःशांतीसाठी मदत करते. या खनिजावर शरीरातील चयापचयाच्या ३०० क्रिया अवलंबित आहेत. मॅग्नेशियम विपुल असलेली ज्वारी, नाचणी, वऱ्याचे तांदूळ, हातसडीचे तांदूळ, चवळी, मटकी, बदाम, हळद, हळीव, धणे, नारळ, आले, लाल मुळा, हिरव्या पालेभाज्या, आंबा, केळे, विड्याचे पान या आहार द्रव्यांचा समावेश नित्य करावा. सर्वांत जास्त मॅग्नेशियम विड्याच्या पानात असल्याने, रोज जेवणानंतर विडा खावा.

बोरॉन हे दुसरे खनिज मनःशांतीसाठी उपयोगी आहे. बोरॉनमुळे कॅल्शियम आणि मॅग्नेशियमचा मूत्रावाटे होणारा निचरा कमी होतो. बदाम, मनुका, खजूर, हरभरा, मध यांमध्ये हे विपुल आहे. त्यामुळे यांचा समावेश आहारात नित्य पाहिजे.

ऋतूनुसार माफक व्यायाम, योगासने, प्राणायाम, मेडिटेशन या सर्वांचा पी.एच. संतुलनासाठी उपयोग होतो.

शरीराच्या पी.एच.चे संतुलन बिघडले आणि ॲसिडोसिस झाले, तर मधुमेह, ब्लडप्रेशर, कॅन्सर, अल्झायमर, किडणीस्टोन, संधिवात अटोइम्युन डिसिजेस इत्यादी रोगांना सुरुवात होते.

या विवेचनावरून पी.एच. संतुलनाचा किती मोठा आवाका आहे, हे समजते. त्यासाठी प्रत्येकास आपल्या प्रकृतीप्रमाणे आवडीनुसार आहारातील बदल करणे सोपे जाईल.

■

२७

अस्थिधातू - बोन्स

अस्थिधातू म्हणजे आपल्या शरीरातील हाडे होत.

आयुर्वेदानुसार अस्थिधातू हा पितृज घटक आहे.

आपले शरीर रस, रक्त, मांस, मेद, अस्थी, मज्जा आणि शुक्र अशा सात धातूंनी बनलेले असते.

गर्भधारणा झाली की, हे सात धातू बनण्यास सुरुवात होते. या धातूंच्या आदर्श व प्रशस्त वाढीसाठी मातेने आहार-विहार नियोजन करणे आवश्यक असते.

सप्तधातूंचे व मनाचे सम्यक पोषण होण्यासाठी सर्वांनी रोज पंचमहाभौतिक, वीस शारीर गुण युक्त, षड्रसात्मक आणि उष्ण-शीत वीर्य युक्त आहार घेणे आवश्यक असते. आपल्या शरीरात जाठराग्नी, पंचमहाभूतांचे पाच अग्नी आणि सातधातूंचे सात धात्वाग्नी कार्यरत असतात, यातील जाठराग्नी प्रदिप्त असला, तर इतर सर्व अग्नी नीट काम करतात.

आपण अन्न सेवन केल्यावर ते जठरात आले की, अन्नपचनाला प्रारंभ होतो. येथे जाठराग्नी अन्नाचे पचन करतो. त्याच बरोबर कोष्ठस्थ पंचमहाभौतिक अग्नीचाही या पचनात सहभाग असतो. असे पचन झाल्यावर आहाररस तयार होतो. हा आहाररस प्रथमत: रसधातूच्या उत्पत्तीसाठी रसवहस्रोतसांकडे नेला जातो. रसवहस्रोतसांत रसधातू निर्मितीसाठी आवश्यक असलेले पंचमहाभौतिक अग्नी या आहाररसाचे पचन करतात आणि त्याचबरोबर रसधातूचा धात्वाग्नीही या आहाररसाचे पचन करून रसधातू निर्माण होता. पुढे हा आहाररस येथील कार्य झाल्यावर रक्तधातू निर्मितीसाठी रक्तवहस्रोतसांकडे जातो. या क्रमानुसार मेद धातूची निर्मिती झाल्यावर आहाररस अस्थिवहस्रोतसांकडे येतो.

अस्थिवहस्रोतसांमध्ये अस्थिधातूच्या निर्मितीसाठी पृथ्वी, अग्नी (तेज) आणि वायू यांचे अग्नी आहाररसाचे सूक्ष्म पचन करतात व त्याचबरोबर अस्थिधात्वाग्नीही

यात आहाररसाचे पचन करतो. असे आदर्श पचन झाल्याने कठीण, टणक आणि पोकळी असलेली व सच्छिद्र हाडे निर्माण होतात. या निर्मितीच्या वेळी दातांची निर्मिती होते आणि मल म्हणून नखे आणि केसांची निर्मिती होते.

वातदोषाचे शरीरात प्रमुख आश्रयस्थान म्हणजे अस्थिधातू होय. काठिण्य, सुषीरत्व (पोकळी निर्माण करणे) हे वाताचे गुण आहेत. अस्थीमध्ये काठिण्य असल्यामुळेच त्या देहधारणाचे काम करू शकतात. हे काठिण्य टिकण्यास अस्थिधातूमध्ये वायुचे साहचर्य आवश्यक असते. यासाठी वाताचे संतुलन अस्थींच्या आरोग्यासाठी महत्त्वाचे ठरते. अस्थींमध्ये वायू वाढला तर त्याला पसरण्यासाठी अधिक जागा लागते म्हणजे हाडांमधील पोकळी वाढावी लागते व हाडांची पोकळी वाढणे म्हणजे अस्थिधातूचा क्षय होणे होय. अस्थिक्षय झाला की, अस्थीमधील स्थिरता कमी होते. सच्छिद्रता वाढू लागते. आधुनिक विज्ञानात या अवस्थेस 'ऑस्टिओपोरोसिस'ची सुरुवात म्हणतात. याउलट वाताचे शमन झाले तर अस्थिधातूची वृद्धी होते. यामुळे रोजच्या आहारात वातवर्धक द्रव्यांचा अतिरेक चालत नाही आणि त्याचबरोबर वातसंतुलनासाठी दिनचर्या व रात्रीचर्या नीट पाळणे अत्यावश्यक आहे.

आयुर्वेदात सुश्रुताचार्यांनी धातूंच्या कलांचे वर्णन केले आहे. 'कला' सात असून, त्या धातूंच्या राहण्याच्या स्थानामधील मर्यादारूप, सीमारूप असतात. या कला धातूंना व आतील भावपदार्थांना आधार देण्याचे, कधी रक्षण करण्याचे, कधी स्निग्धता देण्याचे, तर कधी शोषणाचे कार्य करतात.

या एवं कला पुरीषधरा सा एव अस्थिधराः । सु. कल्प ४/४० डल्हण टीका

पुरीषधरा कला ही आतड्यात असून, ती अन्नाचे पचन झाले की, त्याचे सार आणि मल अशा दोन भागांत विभाजन करते.

'पंचमी पुरीषधरा नाम या अन्नकोष्टे मलंभिविभजते पक्वाशयस्था'

पुरीषधरा कला हिचे कार्यक्षेत्र पक्वाशय आहे आणि पक्वाशय हे वाताचे एक स्थान आहे. यामुळेच डल्हणाने टीका करताना पुरीषधरा कला म्हणजेच अस्थिधरा कला असे विधान केले आहे.

हाडांचे रोग म्हणजे संधिगतवात, आमवात आणि इतर वातव्याधींमध्ये वाताच्या संतुलनासाठी आपण बस्ती चिकित्सा करतो. यामुळे वाढलेल्या वातावर विजय मिळविता येतो आणि डल्हणाची टीका बरोबर आहे याची आपणास प्रचिती येते. यामुळे हाडांच्या आरोग्यात बस्ती चिकित्सेला अनन्यसाधारण महत्त्व आहे.

आधुनिक विज्ञानानुसार गर्भधारणा झाली की, मिसोडर्म (Mesoderm) पासून हाडांची व स्नायुंची निर्मिती आणि वाढ सुरू होते. यामुळे गर्भवती मातेने आहार आणि विहाराकडे नीट लक्ष द्यावे. पुढे जन्मापासून वाढीच्या वयात मुलांना चौरस

आहार देणे महत्त्वाचे आहे. यानंतर आपली उंची वाढत नसली तरी हाडांची घनता नीट वाढण्यासाठी आयुष्यभर आहाराकडे लक्ष देणे जरुरीचे ठरते. कारण ऑस्टिओब्लास्ट (Osteoblast) हे सेल्स हाडांची नवनिर्मिती करत असतात, तर ऑस्टिओक्लास्ट (Osteoclast) हे सेल्स हाडांच्या जीर्ण झालेल्या पेशींचा निचरा करत असतात.

वयाच्या तिशीपर्यंत नवनिर्मिती जास्त असते. पुढे जसे वय वाढते तसे हाडांची झीज जास्त दिसू लागते. स्त्रियांमध्ये रजोनिवृत्तीनंतर हाडांची झीज जास्त सुरू होते, कारण इस्ट्रोजेनचे सरंक्षक कवच नाहीसे होते.

हाडांच्या निर्मितीसाठी आहारात

१. **प्रोटिन्स** : म्हणजे सर्व दहा इसेन्शियल अमायनो ॲसिड्स मिळाली पाहिजेत. यात लायसिन या अमायनो ॲसिड्सला महत्त्व आहे.

२. **व्हिटॅमिन्स** : ए, डी, के, बी १२, बी ६ कोलिन.

३. **खनिजे** : कॅल्शियम, फॉस्फरस, मॅग्नेशियम, बोरॉन, सिलिका, कॉपर, झिंक, मॅंगेनिझ आणि सेलेनियम यांचा समावेश असावा.

वरील यादीकडे बघताना एखाद्या मोठ्या वाद्यवृंदाची आठवण येते. कारण या सर्व घटकांचे आहारातून प्रथमत: शोषण आणि नंतर एकमेकांच्या सहकार्याने नीट निर्मिती घडण्यासाठी, त्यांचा सूर आणि ताल नीट जमणे आवश्यक असते.

वरील घटकांबरोबरच थायरॉइड आणि पॅराथायरॉइड या एन्डोक्राइन ग्रंथीच्या हार्मोन्सचा सहभाग महत्त्वाचा असतो आणि इस्ट्रोजेन हेही यात महत्त्वाचा वाट उचलत असते.

अन्नपचनानंतर आपल्या शरीरात कोलॅजेन हे प्रोटिन बनविले जाते. हाडे, स्नायू, कार्टिलेज, लिगॅमेंट्स, त्वचा आदि गोष्टींसाठी हे महत्त्वाचे प्रोटिन आहे.

याच्या निर्मितीसाठी आपले शरीर ग्लायसिन (Glycin) आणि प्रोलिन (Prolin) ही प्रोटिन्स बनविते व आहारातून आलेले लायसिन (Lycin) हे अमायनो ॲसिड वापरावे लागते. ही प्रोटिन्स बनविण्याच्या क्रियेसाठी थायरॉइडहार्मोन, व्हिटॅमिन बी६ आणि व्हिटॅमिन के, तसेच झिंक व मॅंगेनिझ ही खनिजे लागतात.

यानंतर तयार झालेले प्रोलिन आणि लायसिन यांचे हायड्राक्सी रूपांतर करण्यासाठी व्हिटॅमिन सी आणि कॉपर हे खनिज लागते.

या प्रक्रियेतून हाडांसाठी इलॅस्टिक, प्रोटिन फायबर तयार झाले की, त्यात कॅल्शियम, फॉस्फरस, मॅग्नेशियम या खनिजांचे थर जमविले जातात. येथे कॅल्शियम आणि फॉस्फरसचे संयुग तयार होते.

या प्रोटिन फायबरमध्ये खनिजांचा साठा होण्यासाठी व्हिटॅमिन 'डी' महत्त्वाची भूमिका बजावते; पण मॅग्नेशियम आणि बोरॉनमुळे हे व्हिटॅमिन डी सक्षम झाल्याशिवाय हे कार्य घडत नाही. तर व्हिटॅमिन डी बरोबर व्हिटॅमिन ए आणि व्हिटॅमिन के

असल्याशिवाय हे कार्य संपूर्णपणे नीट होत नाही.

खनिजे म्हणजे मिनरल्स यांचा साठा हाडांमध्ये व्यवस्थित होण्यासाठी सिलिका हे खनिज उपयोगी पडते आणि याच बरोबर कोलिन हे व्हिटॅमिनसारखे द्रव्यही जरुरीचे असते.

व्हिटॅमिन बी १२ चा अभाव असल्यास हाडांमध्ये खनिजांचा साठा होण्याची क्रिया नीट होत नाही व ऑस्टिओपोरोसिसची सुरुवात होते.

हाडे म्हणजे जिवंत पेशीजाल आहे. यातील कॅल्शियम हा महत्त्वाचा घटक; याची रक्तातील आणि हाडांमधील पातळी संतुलित करण्याचे काम पॅराथायरॉइड हार्मोन करत असते व यामुळेच शरीराचा ॲसिड बेस बॅलन्स नीट राहतो.

आपल्या आहारातून कॅल्शियम आणि मॅग्नेशियम यांचे शोषण झाले की, त्यांची रक्तातील पातळी वाढते. हाडांसाठी जशी ही खनिजे उपयोगी आहेत, तसेच इतर अनेक जैवरासायनिक क्रियांमध्ये यांचा सहभाग असतो. रक्तातून मूत्रावाटे यांचे उत्सर्जन होत असते. आहारात बोरॉन संपृक्त द्रव्य असतील तर हे बोरॉन कॅल्शियम आणि मॅग्नेशियम यांचे मूत्रावाटे उत्सर्जन कमी करते व शरीरातील वापरासाठी ही खनिजे उपयुक्त ठरतात.

आपल्या आहारात बोरॉनसाठी केळे, मध, खजूर, खारीक, बदाम, हरभरा, मनुका, जर्दाळू, हेझलनट, शेंगदाणे, अक्रोड, काजू यांचा समावेश करावा.

आता सिलिका किंवा सिलिकॉनसाठी आपणास हिरवी व लाल मिरची, काकडी, टोमॅटो, गाजर, मुळा, लेट्युस, सफरचंद, मनुका, केळे, ऑरेंज, ज्वारी, बाजरी, रक्तशाली तांदूळ, बार्ली, ओट, शेंगदाणे, बदाम, सोयाबीन आदी अन्न घटकांचा समावेश करणे हितकारक ठरते.

सिलिकामुळे रक्तातील युरिक ॲसिडचे क्रिस्टल होण्याची क्रिया मंदावते. यामुळे हे क्रिस्टल सांधे किंवा किडणीमध्ये जमा होत नाहीत. सांध्यांमध्ये हे क्रिस्टल जमा झाले तर गाउट हा अतिशय वेदना निर्माण करणारा रोग होतो.

कोलिन (Choline) या बी कॉम्प्लेक्स व्हिटॅमिनसारख्या घटकाची १९९८ मध्ये आवश्यक अन्नघटक म्हणून गणना केली गेली.

गर्भधारणेच्या वेळी फोलिक ॲसिडचा अभाव असल्यास न्यूरल ट्यूब नीट तयार होत नाही आणि यामुळे 'स्पायनाबार्याफिडा' (Spinabifida) 'ॲननकेफेली' (Anencephaly) असे हाडांचे दोष निर्माण होतात. आता आधुनिक सायन्स फोलिक ॲसिड, कोलिन आणि व्हिटॅमिन बी १२ घेतल्याने हे दोष निर्माण होत नाहीत, असा दावा करते. याचबरोबर आहारात कोलिन घेतल्याने बोन डेन्सिटी चांगली राहते. कोलिन आपणास अंडी, मासे व मांसाहारातून मिळते. शाकाहारींना फ्लॉवर, कोबी, पालक या भाज्या तसेच सोयाबीन, हरभरा ही कडधान्ये तर सूर्यफूल

बी, शेंगदाणे, बदाम, जवस आदि तेलबियांत असते. यांचा आहारात समावेश करणे इष्ट होय.

हाडांच्या निर्मितीसाठी प्रोटिन्स अत्यावश्यक आहेत. मांसाहाराचे तोटेही सुविद्य नागरिकांना माहीत आहेत; पण कडधान्यांमुळे हाडांचे आरोग्य चांगले राहण्यास जास्त मदत होते हे समजावून घेऊ या.

कडधान्यांमध्ये फायटोइस्ट्रोजेन आहेत. हरभरा, सोयाबीन, मूग, उडीद यांमध्ये ती विपुल आहेत.

या फायटोइस्टोजेनमुळे स्त्रियांना ऑस्टिओपोरोसिस होत नाही. फायटोइस्ट्रोजेन ही कोलॅजेन, इलास्टिन बनण्यास मदत करतात. यामुळे हालुरॉनिक ॲसिड (Hyaluronic Acid) तयार होते. हे सांध्यांचे वंगण करते. स्त्री-पुरुषांना कॅन्सरविरुद्ध लढण्यासाठी ते उपयोगी आहे. यामुळे कडधान्यांचे सेवन मांसाहारापेक्षा अधिक फायदेशीर आहे.

आपल्या आहारातून मीठ (NAcl) जास्त प्रमाणात गेल्यास त्यातील सोडियमचे (NA) शरीर मूत्रावाटे उत्सर्जन करते; पण यावेळी सोडियम आपल्याबरोबर कॅल्शियमचे रेणूही मूत्रावाटे बाहेर नेतो. यामुळे आपले नुकसान होते. यासाठी सोया सॉस, टोमॅटो केचप, फरसाण, लोणची आदी पदार्थ जास्त खाऊ नयेत. हाडांसाठी मिठाचा कमीतकमी वापर करणे हितावह आहे.

हाडांच्या निर्मितीसाठी लागणारी व्हिटॅमिन्स, खनिजे आणि ॲन्टी-ऑक्सिडंट्स, खनिजे यांचा ऊहापोह आधीच्या प्रकरणात केलेला आहे. तो नीट वाचावा. त्याचबरोबर ॲसिड बेस बॅलन्स हे प्रकरण वाचल्याने हाडांचे आरोग्य कसे सांभाळावे हेसुद्धा नीट समजेल.

नवजात बालकाला रिकेट्स (Rickets) होण्याची शक्यता असते, कारण आईकडून गर्भावस्थेत पुरेशा प्रमाणात व्हिटॅमिन डी मिळाले नसेल तर नवजात बालकाची हाडे आधीच कमकुवत असतात.

सहा महिन्यांपासून तिसरे वर्ष पूर्ण होईपर्यंत बालकाच्या शरीराची वाढ जोमाने होत असते. यामुळे या काळात व्हिटॅमिन डी, मॅग्नेशियम, कॅल्शियम आणि फॉस्फरस योग्य मात्रेत मिळाले पाहिजे. यांची त्रुटी असेल तर बालकाची वाढ खुंटते. दात किडणे सुरू होते. पायांना बाक येतो, मणक्यांमध्ये पोक येऊ शकते, झोपेच्या तक्रारी असतात. हाडे सारखी दुखतात व फ्रॅक्चर होतात.

यासाठी बालकाला उन्हात फिरावयास नेणे आणि समतोल आहार व बालरोगतज्ज्ञाच्या सल्ल्यानुसार औषधोपचार करावेत.

मोठेपणीसुद्धा तारुण्यात वरील अन्नघटकांच्या अभावाने 'ऑस्टिओमलेशिया' हा रोग होऊ शकतो आणि त्याकरताही उन्हात बसणे तसेच वरील अन्नघटक नीट

घेणे जरुरीचे ठरते.

हाडांच्या आरोग्यासाठी मद्यपान आणि धूम्रपान ही दोन्ही व्यसने घातक आहेत; त्यामुळे यापासून दोन हात दूर राहिल्यास फायदा होतो.

चालणे, धावणे, टेकडी चढणे, मैदानी खेळ, पोहणे, वजने उचलणे, दोरीच्या उड्या मारणे आदि व्यायाम जन्मभर करत राहिल्यास हाडे निरोगी राहतात.

आपल्या आवडीनुसार व्यायाम करावा; अगदी सायकल चालवणे हा छंदही हाडांच्या आरोग्यासाठी फायदेशीर आहे.

■

२८

सांधा - जॉइंट

आयुर्वेदात व आधुनिक वैद्यकात सांध्यांच्या वर्गीकरणाचे सविस्तर वर्णन आहे. नागरिकांच्या दृष्टीने हालचाल होणारे सांधे महत्त्वाचे ठरतात. कारण मान, कंबरेचे सांधे, हात, पाय यावर आपले दैनंदिन जीवन अवलंबून असते.

दोन हाडे एकत्र येतात तेव्हा सांधा बनतो. एकत्र येणाऱ्या हाडांच्या टोकाला कणखर चिवट कार्टिलेज (Cartilage) असते. यालाच आयुर्वेदात तरुणास्थी म्हणतात. या कार्टिलेजमुळे आपण सांध्याची हालचाल करू शकतो.

या दोन हाडांना जोडणारे एक वेष्टण असते. याला कॅप्सूल म्हणतात, तर आयुर्वेदात याला 'संधीकोष' असे नाव आहे. या कॅप्सूलच्या आतील अस्तरामधून अंड्याच्या पांढऱ्या बलकासारखा दिसणारा संधिद्रव स्रवतो. या संधिद्रवास आयुर्वेदात 'श्लेषक' कफ म्हणतात. 'सुश्रुतांनी' याला श्लेषक कला म्हटले आहे. ही कला सर्व सांध्यांच्या ठायी वंगणाचे काम करते आणि हाडांमधील तरुणास्थी (Cartilage) चे पोषण उपस्नेह न्यायाने होते. या संधिद्रवास आधुनिक शास्त्र सायनोव्हियल फ्लुइड (Synovial Fluid) म्हणते आणि हे सायनोव्हियल फ्लुइड कार्टिलेजचे डिफ्युजन तत्त्वाने पोषण करते. त्याच बरोबर कार्टिलेजला प्राणवायूचा पुरवठाही होतो. या सायनोव्हियल फ्लुइडमध्ये हालुरॉनिक ॲसिड (Hyaluronic Acid) असते. हे आपल्या डोळ्यांमध्येही असते. संधिवातामध्ये कॅप्सूलचे आतील अस्तर जाड झाले म्हणजे सायनोव्हियल फ्लुइडची निर्मिती कमी होते आणि त्यामुळे हालुरॉनिक ॲसिडही कमी तयार होते.

हालुरॉनिक ॲसिडची चांगली निर्मिती होण्यासाठी आहारात हरभरा आणि सोयाबिनचा समावेश होणे आवश्यक असते.

आंबा, अननस, ऑरेंज, पेरू, केळे, सफरचंद, कलिंगड, मनुका, ब्लुबेरी आदी

फळांचा ऋतुप्रमाणे समावेश करण्याने फायदा होतो.

हळद, आले, लसूण, कांदा हे मसाल्याचे पदार्थ तसेच बीट, गाजर, मुळा, सुरण या भाज्या खाल्ल्याने सायनोव्हियल फ्लुइडची निर्मिती नीट होते. आयुर्वेदानुसार श्लेषक कफाचे संतुलन सांध्यांच्या आरोग्यासाठी महत्त्वाचे आहे.

सांधे स्थिर राहण्यासाठी स्नायुंचे टेंडन, लिगामेंट्स व कॅप्सूल मदत करते. या सर्वांना रक्तपुरवठा असतो; त्यामुळे यांना सूज आल्यावर वेदना जाणवते. कार्टिलेजला रक्तपुरवठा नसल्याने त्याला संवेदना नसते.

आयुर्वेदात मर्मविज्ञानात सांध्यामध्ये वैकल्यकर मर्माचे वर्णन आहे. या मर्मावर आघात झाला असता कायमस्वरूपी विकृती निर्माण होते. गुडघा, कोपर या ठिकाणी हे मर्म असते. आपण अपघातानंतर शस्त्रक्रिया करूनही या सांध्यामध्ये शंभर टक्के सुधारणा क्वचितच होताना दिसते. काहीतरी व्यंग राहातेच.

तसेच मनगट व घोटा यामध्ये रुजाकर मर्म असते. पाय मुरगळला की, असह्य वेदना होतात. याचा अनुभव आपण घेतो ही वेदना म्हणजेच रुजा होय.

सांध्यामध्ये असणाऱ्या वैकल्यकर आणि रुजाकर मर्मामुळे यावरील आघात किंवा संधिवात यामुळे आपले प्राणहरण होत नसले तरी यांना येणाऱ्या व्यंगामुळे माणसाची जगण्याची गुणवत्ता (Quality of Life) कमी होते. दुसऱ्यावर अवलंबून राहावे लागते. म्हणूनच सर्व संधिवात आणि सांध्यांचे अपघात यावर वेळेवर नीट उपचार होणे आणि हाडांचे आणि सांध्यांचे आरोग्य सांभाळण्यासाठी औषधोपचाराबरोबर आहार नियोजन महत्त्वाचे आहे.

■

२९

आमवात - ऱ्हुमॅटॉइड आर्थ्रायटिस

आजच्या गतिमान जीवनात आपण आपल्याभोवती अनेक व्यक्तींचे सुजलेले, रचनात्मक बदल झालेले, दुखणारे सांधे बघतो. यामध्ये स्त्रियांचे प्रमाण पुरुषांपेक्षा जास्त असते. चौकशी केली असता आनुवंशिकताही सापडते.

हाताचे मनगट, कोपरा, खांदा तसेच पायाचा खुबा, गुडघा हे सांधे सुजलेले असतात. ऱ्हुमॅटॉइड आर्थ्रायटिसमध्ये हाताच्या पंजाचे १४ छोटे सांधे सुजलेले दिसतात. या रोगाचे हे विशेष आश्रयस्थान आहे. रुग्णाचे सारे शरीरच आखडल्याने दिवसभराची घरातील छोटी छोटी कामेही करणेही जड जातो, दुसऱ्याची मदत घ्यावी लागते. नोकरी-धंदा करणे अशक्य होते. तारुण्यातच विकलांग झाल्याने नैराश्याने रुग्ण ग्रासला जातो.

अग्निमांद्य असताना जेवणाच्या वेळा न पाळणे, रोज विरुद्ध अन्न सेवन करणे, अतिस्निग्ध, गुरू पचण्यास जड असे अन्न खाणे, व्यायामाचा अभाव अशा कारणांनी शरीरात अन्नपचन नीट न झाल्याने 'आम' तयार होतो. असा तयार झालेला आम प्रकुपित वायुमुळे हृदयातून रसवाहिनींद्वारा सर्व शरीरात संचार करतो आणि निरनिराळ्या सांध्यांमध्ये हा आम प्रवेश करतो; त्यामुळे सांधे आखडतात. या आमवात रोगात आम आणि वात या दोघांनाही सारखेच महत्त्व आहे.

रोगाची चिकित्सा करताना आम कमी होण्यासाठी प्रथम लंघन करण्यास सांगतात. अग्नी प्रदिप्त करण्यासाठी कडू, तिखट रसाची आले, लसूण, मिरी अशी द्रव्ये वापरावी लागतात. भोजनापूर्वी आले व लिंबू रस घ्यावा. आहार लघु; पण वात प्रकोप न करणारा असावा. जेवणात कुळथाचे कढण, बाजरीची भाकरी आणि लसणाची चटणी घ्यावी. याच बरोबर वऱ्याचे तांदूळ, नाचणीची भाकरीही घेता येते. आहारात शेवगा, कारली, पडवळ या भाज्या ठेवाव्यात. रक्तशाली म्हणजे ब्राउन राइसचा भात खावा. जेवताना गरम पाणी प्यावे. थंड पाणी, शीत पेय घेऊ नये.

पनीर, दही, मासे, गुळ, उडदाचे पदार्थ हे टाळावे.

रात्री जागरण आणि दिवसा झोप अशी दिनचर्या नसावी.

आयुर्वेदात एरंड तेलाचा वापर केलेला आहे. भाकरी किंवा पोळी करताना पिठामध्ये चमचाभर एरंड तेल मिसळून भाकरी करतात. ही खाण्याने फायदा होतो. एरंडेल दीपन पाचन आहे आणि त्याच बरोबर ते वाताचे अनुलोमन करत असल्याने, आम आणि वातावर कार्य करणारे असल्याने आदर्श द्रव्य ठरते.

धने आणि सुंठ यांचा काढा करून ३० एम.एल. सकाळी उपाशीपोटी घेण्याने फायदा होतो. जेवताना तुपाबरोबर हिंग्वाष्टक चूर्ण १ चमचा घ्यावे; याने अन्नपचन सुधारते. आमनिर्मिती न होण्यास त्याची मदत होते. वैद्याच्या मार्गदर्शनाखाली स्वेदन, विरेचन अशी पंचकर्मे करावी.

आधुनिक शास्त्रानुसार ऱ्हुमॅटॉइड आर्थ्रायटिस हा अटोइम्युन (Auto Immune) रोग आहे. या रोगात इम्युन सिस्टिम म्हणजे रोगप्रतिकार यंत्रणा बिघडलेली असते. यासाठी इम्युन सिस्टिमची माहिती करून घेऊ या.

आपली 'इम्युन सिस्टिम' छातीच्या अगदी वरील भागात आणि मानेमध्ये थोडा विस्तार असलेली थायमस ग्रंथी, उदरातील स्प्लीन ग्रंथी व रक्तातील पांढऱ्या पेशी यांची बनलेली असते.

गर्भधारणा झाली की, मातेच्या उदरात गर्भ वाढत असताना ही इम्युन सिस्टिम विकसित होण्यास सुरुवात होते. या सिस्टिमची सक्षम वाढ होण्यासाठी मातेला आहारातून बी कॉम्प्लेक्स संकुलातील सर्व व्हिटॅमिन्स, व्हिटॅमिन 'सी', 'ए' आणि 'ई' योग्य मात्रेत मिळणे आवश्यक असत; त्याचबरोबर मॅग्नेशियम, झिंक आणि सेलेनियम ही खनिजे मिळणेही जरुरीचे असते.

यातील मॅग्नेशियम, झिंक ही खनिजे आणि व्हिटॅमिन 'ए' व व्हिटॅमिन 'बी६' ही अतिमहत्त्वाची आहेत. यांच्या अभावाने थायमस आणि स्प्लीन यांची आदर्श वाढ होत नाही. या ग्रंथी आकाराने बारीक राहतात. अशा वाढ खुंटलेल्या ग्रंथींसह जी बालके जन्म घेतात, त्यांची इम्युन सिस्टिम सक्षम नसते आणि त्यांना निरनिराळ्या रोगांना सामोरे जावे लागते. त्यांना अटो इम्युन रोग होण्याची शक्यता वाढते. बालकाच्या जन्मानंतर त्याचे तारुण्यात पदार्पण होईपर्यंत थायमस ग्रंथीची वाढ होत असते. त्यानंतर ग्रंथीचा आकार लहान होऊ लागतो. यामुळे जन्मानंतर पहिली पंधरा वर्षे संतुलित आहार घेणे बालकाच्या रोगप्रतिकार शक्तीसाठी महत्त्वाचे ठरते.

आपल्या पांढऱ्या पेशी बोनमॅरोमध्ये तयार होतात. आपल्या रक्तात न्यूट्रोफिल (Neutrophil), बेसोफिल (Basophil) इओसिनोफिल (Eosinophil) आणि लिम्फोसाइट (Limphocyte) या पांढऱ्या पेशी रक्तात फिरत असतात. या सर्व पेशी म्हणजे आपल्या रक्षणासाठी निसर्गाने निर्माण केलेले सैन्य आहे. या पेशी

आपल्याला बॅक्टेरिया, व्हायरस आणि फंगल इन्फेक्शन होऊ देत नाहीत. कोणत्याही जंतूंनी हल्ला केला की, या त्याच्या विरुद्ध सर्वांच्या सहकार्याने लढा करतात.

न्यूट्रोफिल व बेसोफिल या पेशींचे आयुष्य काही तास किंवा एक-दोन दिवस असते, तर इसोसिनोफिल पेशी आठ ते बारा दिवस जगतात.

लिम्फोसाइट पेशी बोन मॅरोमध्ये तयार होतात; पण निर्मितीनंतर काही पेशी थायमस ग्रंथीमध्ये वास्तव्यास जातात. ज्या पेशी शरीरात - रक्तात राहतात त्यांना बी सेल्स म्हणतात तर ज्या लिम्फोसाइट्स थायमसमध्ये जातात त्यांना टी सेल्स म्हणतात.

थायमसमध्ये टी सेल्स शत्रू आणि मित्र कसे ओळखावे याचे प्रशिक्षण घेतात. थायमस ग्रंथी ही 'ज्ञानप्रबोधिनी' आहे. याच 'टी' पेशींना शत्रूवर हल्ला कसा करावा याचे प्रशिक्षण दिले जाते आणि नंतर त्या हल्ला करण्यास सक्षम बनतात. येथेही काही 'टी' सेल्स हे प्रशिक्षण बरोबर घेऊ शकत नाहीत आणि अशा नीट प्रशिक्षण न झालेल्या 'टी' सेल्स पुढे चुका करतात. शत्रूच्या ऐवजी मित्रावर हल्ला करतात आणि यामुळे आपणास अटो इम्युन रोग होतो.

बी सेल्स लिम्फोसाइट्स काही दिवस जगतात; पण टी सेल्स लिम्फोसाइट्स मात्र काही वर्षे जगतात. या काही वर्षे जगणाऱ्या लिम्फोसाइट्सना 'मेमरी सेल्स' म्हणतात.

मेमरी सेल्सची संख्या जास्त असेल तर जुन्या झालेल्या रोगांना भविष्यात परत सामोरे जावे लागत नाही.

इम्युन सिस्टिम सक्षम असेल तर अटो इम्युन रोग होत नाही. हे आपण बघितले. मुलाचा जन्म होईपर्यंत मातेचा आहार संतुलित, चौरस आणि वर वर्णन केलेली सर्व घटक द्रव्ये आहारात असतील तर बालक सक्षम असते; पण जन्मानंतरही बालकास आईचे दूध म्हणजे स्तनपान पहिले सहा महिने मिळणे अत्यावश्यक असते. तरच नवजात बालकाची रोगप्रतिकारशक्ती उत्तम राहते. ज्या बालकांना डब्याचे दूध बाटलीतून दिले जाते, त्यांना अटो इम्युन रोग होण्याची शक्यता वाढते. त्यामुळे स्त्रियांनी स्तनपान करण्याचे टाळू नये.

आयुष्यभर रात्री १० ते सकाळी ६ वाजेपर्यंत झोपण्याचे व्रत पाळले तर आपणास अटो इम्युन रोग होण्याची शक्यता कमी असते आणि त्याच बरोबर धूम्रपान आणि मदिरापानापासून चार हात लांब राहणेही अटो इम्युन रोगासाठी आवश्यक आहे. पोल्युशन हा एक असा विषय आहे, जो आपण टाळू शकत नाही; पोल्युशनमुळे अटो इम्युन रोग झाल्यास आपले दुर्दैव म्हणावे लागते.

आता २१ व्या शतकात अटो इम्युन रोगांची संख्या ८० झाली आहे; त्यामुळे तो होऊ नये यासाठी मी मुद्दाम हे विवेचन केले आहे.

आता आपण ऱ्हुमॅटॉइड आर्थ्रायटिसकडे वळू या.

या आमवातात सांध्यांना फक्त सूज येते असे नाही, तर लवकर निदान आणि उपचार झाले नाहीत तर सांध्यांच्या आतील कुर्चा (कार्टिलेज) आणि हाडे कुरतडली जातात. कुर्चा पुनरुज्जीवित होऊ शकत नाही; त्यामुळे वाकडे झालेले सांधे परत सरळ होत नाहीत.

आमवाताची शंका असेल तर रक्ताच्या तपासण्या करून घेणे आणि त्यात ऱ्हुमॅटॉइड फॅक्टर म्हणजे 'आर ए फॅक्टर' ही तपासणी महत्त्वाची असते. आर ए फॅक्टर जर पॉझिटिव्ह असेल तर आपण 'ऱ्हुमॅटॉलॉजिस्ट'चे मत घेणे महत्त्वाचे आहे. हा रोग पटकन बरा होणारा नाही व त्यामुळे पहिले तीन महिने अचूक निदान व तज्ज्ञाने सांगितलेली औषधे आणि आहारातील पथ्य यावर पुढील भविष्य अवलंबून आहे. रोग कष्टसाध्य आहे; त्यामुळे तो जुना झाला की पूर्ण बरा होणे, आपण सर्व कामे करण्यास समर्थ राहणे हे साध्य होत नाही.

निदान झाल्यावर आजारासाठी वेदनाशामक औषधे आणि अल्पमात्रेत स्टिरॉइड्स सुरू करतात. आधुनिक वेदनाशामक औषधांचे आतडी व मूत्रपिंडांवर दुष्परिणाम होऊ शकतात; पण वेदना कमी करण्यासाठी ती आवश्यक असतात.

स्टिरॉइड औषधांचा उपयोग म्हणजे, सूज कमी होते व कूर्चा आणि हाडांचे नुकसान कमी होते. स्टिरॉइड औषधे दीर्घकाल घेण्याने हाडे ठिसूळ होणे, वजन वाढणे, चेहरा गोल होणे, वारंवार इन्फेक्शन होणे असे साइड इफेक्ट्स जाणवतात; पण स्टिरॉइडविना रोग नियंत्रणात राहत नाही हे जगभर मान्य झालेले कटू सत्य आहे; त्यामुळे त्याच्या दुष्परिणामांसहित हे औषध घ्यावे लागते.

स्टिरॉइड चालू असताना स्त्री-पुरुषांना मूल होऊ देणे चालते का? असा प्रश्न येतो. दमा, ॲलर्जी अशा अनेक रोगांमध्ये स्टिरॉइड चालू असते; त्यामुळे होणाऱ्या गर्भावर परिणाम होत नाही, असे जागतिक मत आहे. गर्भवती माता बाळंत झाल्यावरही स्टिरॉइड घेत असेल तर स्तनपान करण्याने बालकाला त्रास होत नाही, असे संशोधनात दिसून येते.

ऱ्हुमॅटॉइड आर्थ्रायटिस (R.A.) चे मुख्य औषध मेथोट्रेकसेट आहे.

हे औषध कॅन्सरसाठीही वापरतात; त्यामुळे रुग्ण नाव ऐकून घाबरतो; पण आमवातात या औषधाचा डोस फार कमी असतो. दर आठवड्याला हे घ्यावे लागते. आजार नियंत्रणत येईपर्यंत थोडाथोडा डोस वाढविला जातो. कधीकधी तज्ज्ञ क्लोरोक्विन, सॅलॅझोपायरिन आणि लेफ्लुनामाइड अशी औषधेही वापरतात.

येथे रोग बरा करण्यासाठी तज्ज्ञाला स्वातंत्र्य असावे. प्रत्येक वेळी रुग्णांनी निरनिराळ्या शंका विचारून, तज्ज्ञाला विचलित करू नये, कारण रुग्णाला पटकन फरक पडावा हा त्याचा हेतू असतो.

रुग्ण मेथोट्रेकसेट (Methotrixate) औषधाचे दुष्परिणाम अनुभवतो, प्रत्येकाचा अनुभव प्रकृतीप्रमाणे वेगळा असतो.

उलट्या, जुलाब, चक्कर येणे, डोके दुखणे, केस गळणे, वजन कमी होणे अशी लक्षणे रुग्ण सांगतात. याच बरोबर लिव्हरचे कार्य बिघडते. किडणीवर परिणाम होतो, असेही साइड इफेक्ट्स असतात. यामुळे सतत वैद्यकीय मार्गदर्शन व सांगितलेल्या रक्त तपासण्या नियमित करत राहणे यामुळे प्रगती होते.

मेथोट्रेकसेटमुळे फोलिक ॲसिडचा अभाव जाणवू लागतो. यासाठी फोलिक ॲसिडची गोळी कायम घेणे व फोलिक ॲसिड विपुल असलेले अन्नघटक आहारात आवर्जून ठेवावे.

ऱ्हुमॅटॉइड आर्थ्रायटिस हा रोग स्त्रियांना तारुण्यातच होतो. सध्या याचे तरुण पुरुषरुग्णही दिसतात.

नवीन लग्न झालेल्या स्त्री किंवा पुरुषास हा रोग झाला असेल आणि जर मेथोट्रेकसेटच्या गोळ्या चालू असतील तर अपत्यप्राप्तीसाठी प्रयत्न करावा का? असा प्रश्न येतो?

पुरुषास या गोळ्या चालू असतील तर त्याच्या शुक्राणू (Sperms) वर या गोळ्यांचा परिणाम होऊन, मृतजात, कमी दिवसाचे किंवा व्यंग असलेले मूल होण्याची शक्यता असते; त्यामुळे रोग आटोक्यात आल्यावर वैद्यकीय सल्ला घेऊन पुरुषाने या गोळ्या बंद केल्यावर तीन महिन्यांनी मूल होण्याचा विचार करावा.

स्त्रीस या गोळ्या चालू असतील तर गर्भधारणेनंतर गर्भावर परिणाम होऊन जन्मजात व्यंग असते. कमी दिवसाचे मूल जन्मणे किंवा गर्भपात होण्याची शक्यता असते. स्त्रीनेही वैद्यकीय सल्ला घेऊन गोळ्या बंद करून, स्त्रीरोगतज्ज्ञाने परवानगी दिल्यावरच मुलासाठी प्रयत्न करावा.

तारुण्यात मधुमेह, हायपोथॉयरॉइड असे रोग स्त्रियांना होत आहेत आणि अशा स्त्रियांना ऱ्हुमॅटॉइड आर्थ्रायटिसने ग्रासले तर ही केस जास्त गुंतागुंतीची होते. येथे प्रत्येक विषयाचे तज्ज्ञ आणि ऱ्हुमॅटॉलॉजिस्ट यांनी एकत्रित टीम म्हणून काम करणे जरुरीचे असते.

स्टिरॉइडचा वापर चालू असला की, रुग्णाचे वजन वाढते. यामुळे वजन नियंत्रणात ठेवण्यासाठी आहारतज्ज्ञाचे मार्गदर्शन घेणे फायदेशीर ठरते. वजन वाढीबरोबर सोडियमचे रक्तातील प्रमाण वाढल्याने या रुग्णांना थोडी सूजही येऊ शकते. त्यासाठी सोडियम म्हणजेच आहारातील मिठावर बंधन आणणे क्रमप्राप्त होते. यामुळे टोमॅटो केचप, सोया सॉस, वेफर्स, कुरकुरे, फरसाण, पापड व लोणची हे पदार्थ वर्ज्य करावे. स्वादापुरते मीठ असा घरी केलेला स्वयंपाक असावा.

स्टिरॉइडच्या वापरामुळे ऑस्टिओपोरोसिस होण्यास मदत होते. येथे हाडांची

घनता टिकवणे महत्त्वाचे असते. यासाठी स्टिरॉइड चालू असलेल्या रुग्णांनी आपल्या स्वयंपाकात 'राइस ब्रान' तेलाचा वापर करावा. यातील 'टोकोट्रायनॉलस' (Tocotrienols) ऑस्टिओपोरोसिस रोखण्यास उपयोगी पडतात.

मेथोट्रेक्सेटच्या गोळ्या चालू असताना मद्यपान करणे म्हणजे आगीत तेल ओतणे होय! याने लिव्हर नादुरुस्त होण्याची शक्यता वाढते.

■

३०

संधिवात - ऑस्टिओ आर्थ्रायटिस

व्यवहारात ज्याला आपण संधिवात म्हणतो, त्या व्याधीला आयुर्वेदीय परिभाषेत संधिगत-वात म्हणतात.

वातपूर्णदृति स्पर्शः शोथः संधिगतेऽनिले ।
प्रसारणाकुंचनयोः प्रवृत्तिश्च सवेदना ।। च.चि.२८/३७
''हन्ति संधिगतः संधिन् शूलाटोपौ करोतिच । मा. निदान

सांध्याच्या ठिकाणी वेदना होणे, सूज येणे, हालचाल केल्याने वेदना वाढणे आणि हालचाल झाल्यावर करकर असा आवाज येणे अशी लक्षणे संधिवातात असतात. असे वर्णन या श्लोकामध्ये आहे. त्याचबरोबर सकाळी उठल्यावर सर्वांग जखडल्यासारखे वाटते आणि नंतर अर्ध्या तासाने थोडे बरे वाटते. असा अनुभव संधिवाताचे रुग्ण सांगतात. यात जास्त काम करणे किंवा अतिव्यायाम झाल्यास दुखणे वाढते आणि नुसत्या विश्रांतीने वेदना कमी होतात.

संधिवातात वाताचा प्रकोप झालेला असतो. हा प्रकोप होण्यासाठी अतिव्यायाम, अतिमैथुन, चिंता, वृद्धत्व ही जशी कारणे असतात, त्याचप्रमाणे कडू, तिखट आणि तुरट रसांचे जेवण नित्य घेणे. यामुळे शरीरात व स्त्रोतसांमध्ये रुक्षता, खरता येते आणि त्यात वाताचा संग झाला म्हणजे हा रोग होतो. अशा तऱ्हेने होणाऱ्या संधिवाताला 'धातुक्षयजन्य' संधिवात म्हणतात. येथे वातशमनासाठी मधुर, आंबट, खारट या रसप्रधान अन्न घटकांचा समावेश रोजच्या आहारात करावा लागतो. यामध्ये दूध, तूप, लोणी, मांसाहार यांचा समावेश केल्याने फायदा होतो. खजूर, कोहळ्याच्या वड्या मुद्दाम रुग्णास द्याव्या.

धातुक्षयजन्य संधिवातात स्नेहनासाठी तीळाचे तेल हे उष्ण, स्निग्ध व्यवायि असल्याने आदर्श दव्य ठरते. याचा पोटातून घेण्यासाठी व मालिश म्हणून बाहेरून लावण्यासाठी वापर करतात. यानंतर वैद्य स्वेदन अनुवासन बस्ति आदि पंचकर्म

उपचार करतात. अभ्यंगासाठी नारायण तेल, बला तेल, चंदन बलालाक्षादि तैल वापरतात. अश्वगंधा, शतावरी यांचे कल्प, गोळ्या, अवलेह या स्वरूपात रुग्णांना देतात.

रोगाचे कारण चिंता असेल तर चिंताविरहित जगण्याची कला आत्मसात करावी लागते.

आयुर्वेदीय औषधांमध्ये संधिवातामध्ये गुग्गुळ कल्प वापरतात.

धातुक्षयजन्य संधिवातात महायोगराज गुग्गुळ वापरावा, कारण अनेक बल्य औषधांच्या जोडीला अगदी थोड्या प्रमाणात गुग्गुळ असल्याने गुग्गुळाच्या योगवाही गुणाने इतर औषधांचा बल्य गुण वाढतो.

आता आपण मार्गावरोधजन्य म्हणजेच स्रोतोरोधप्रधान संधिवाताकडे वळू या.

या संधिवातात मधुर, स्निग्ध, गुरू, कफवृद्धी करणारा आहार, व्यायामाचा अभाव, अग्निमांद्य यामुळे शरीरात आम तयार होतो. हा आम स्रोतोरोध निर्माण करून वायुच्या प्राकृत गतीस अडथळा उत्पन्न करतो आणि हा वायू विमार्गगामी झाल्याने संधिवात निर्माण होतो.

या संधिवातात आहार दीपन पाचन द्रव्ये असलेला यासाठी लसूण, हिंग आल्याचा सढळ वापर करावा व लघुगुणाची द्रव्ये असलेला पाहिजे.

या तऱ्हेच्या संधिवातात स्नेहन पूर्णपणे वर्ज्य आहे. यामुळे तीळ तेल पोटात घेण्यास व मसाज करण्यास परवानगी नाही.

वैद्य रुग्णाची तपासणी करून रूक्ष स्वेद, निरुह बस्ति आदि पंचकर्म चिकित्सा करतात. या अवस्थेत हलकासा व्यायाम सुरू करण्याने फायदा होतो.

स्रोतोरोधप्रधान संधिवातात त्रिफळा गुग्गुळ, रास्ना गुग्गुळ, सिंहनाद गुग्गुळ हे कल्प वापरतात.

महारास्नादिकाढा, भल्लातक आसव, दशमुलादिष्ट आदी औषधे देतात.

संधिवात झाल्यावर वैद्याच्या मार्गदर्शनाखाली आयुर्वेदीय उपचार करावे. औषधांच्या दुकानातून स्वतः औषधे खरेदी करून उपचार करण्याने, रोगनिदान झाले नसल्याने गुण येत नाही आणि कधीकधी या औषधांचेही दुष्परिणाम होऊ शकतात.

ऑस्टिओ आर्थ्रायटिसमध्ये कूर्चा झिजली की हाडावर हाड घासून तेथे दुखते. रोग प्रगत होत जाईल त्याप्रमाणे सांध्याची कॅप्सूल लिगामेंट्स स्नायू सारे सैल किंवा अशक्त होतात. हाडांचा पृष्ठभाग खडबडीत होतो. सांध्यातील सायनोव्हिअल द्रवातील स्निग्धता कमी होते. यामुळे सांध्याची कार्यक्षमताच नष्ट होते.

माणसाच्या कामधंद्याच्या स्वरूपानुसार विशिष्ट सांध्याना संधिवात होतो. हमाली करणाऱ्यांचे गुडघे, कंबर दुखते; तर कॉम्प्युटर अथवा टेलिव्हिजनसमोर अयोग्य शरीरस्थितीत बराच काळ बसणाऱ्यांची मान दुखते. सतत विणकाम करणाऱ्या

स्त्रियांचे बोटाचे सांधे दुखतात. या सर्वांमध्ये गुडघ्याचा संधिवात जास्त प्रमाणात दिसतो. यातही स्त्रियांना ऑस्टिओ आर्थ्रायटिस पुरुषांपेक्षा जास्त होतो.

आधुनिक शास्त्रानुसार झिजेचा ऑस्टिओ आर्थ्रायटिस हा जसे वयोमान वाढत जाते तसा नागरिकांना जास्त होतो आणि वयोमर्यादा वाढल्यामुळे समाजात याचे जास्त प्रमाण दिसते. याची तुलना आयुर्वेदात वर्णन केलेल्या धातुक्षयजन्य संधिवाताशी होईल. कारण जसजसे आपण वार्धक्याकडे झुकू लागतो, त्यावेळी घेतलेल्या अन्नाचे नीट पचन होत नाही. दात पडल्याने चावण्याची क्रियाही नीट होत नाही. यामुळे धातुक्षय होतो.

हल्ली तरुण वयातच संधिवाताची सुरुवात होत आहे. कारण तरुणांमध्ये वाढलेले स्थूलतेचे प्रमाण आणि व्यायामाचा अभाव. स्थूल व्यक्तींमध्ये शरीरात लोग्रेड इन्फ्लमेशन असते. त्यांच्या फॅटसेल्समध्ये लेपटीन (Leptin) आणि ॲडीपोनेक्टीन (Adiponectin) ही द्रव्ये तयार होतात. या व्यक्तींना लेपटीन अवरोधही असतो. त्यामुळे यांचे वजन पटकन कमी होत नाही. लेपटीन आणि ॲडीपोनेक्टीन सांध्यामधील कार्टिलेज लिगामेंट व टेंडन यांचा नाश करण्यास कारणीभूत असतात. अशा स्थूल व्यक्तींचे वजन कमी करणे हा सर्वोत्तम उपाय ठरतो.

अशा स्थूल व तरुण व्यक्तींना होणाऱ्या ऑस्टिओ आर्थ्रायटिसची तुलना आयुर्वेदातील स्त्रोतोरोधप्रधान संधिवाताशी करता येते.

गुडघ्याचा संधिवात झाला की, प्राथमिक अवस्थेत जास्त वेळ चालणे किंवा जिना चढणे-उतरणे झाले की, वेदना होतात आणि विश्रांतीनंतर बरे वाटते. जशी या रोगाची प्रगती होते, तसे गुडघ्याच्या भोवती वेदना व सूज येते आणि पायाला व्यंग येते. पुढे घरातील साधी कामेही वेदनांमुळे शक्य होत नाहीत. या रोगात वेगवेगळ्या ऋतूंमध्ये वेदनांची तीव्रता बदलते असे दिसते. पावसाळ्यात वातप्रकोप असल्याने वेदना निश्चितच वाढतात.

उपचार म्हणजे वेदनाशामक औषधे आणि व्यायाम याचबरोबर वजन कमी करणे यावर सर्व प्रगती अवलंबून असते.

आधुनिक वेदनाशामक औषधांचे साइड इफेक्ट्स दिसून येतात; त्यामुळे वैद्यकीय मार्गदर्शनाशिवाय स्वतः औषधे घेऊ नयेत.

दुखणाऱ्या सांध्याला इजा झाली असेल, त्या भागाला स्टेरॉइडचे इंजेक्शन देतात. याचा परिणाम एक दिवसात दिसतो. काही आठवडे किंवा काही महिने वेदना कमी होतात. हे इंजेक्शन पुनःपुन्हा घ्यावे लागत असले, तर शस्त्रकर्म करणे जरुरीचे आहे, असे समजावे. स्टेरॉइड इंजेक्शनचा परिणाम होत नसेल तर डॉक्टर हालुरॉनिक ॲसिड (Hyaluronic Acid) चे इंजेक्शन घेण्याचा सल्ला देतात आणि वेदनेच्या तीव्रतेनुसार ही इंजेक्शन्स किती घ्यावी हे ठरते.

ग्लुकोसामाइन सल्फेट (Glucosamine Sulfate) हे एक मुलभूत पोषक तत्त्व आहे. आहारपूरक म्हणून हे वापरतात. याने फक्त वेदना कमी होतात, असे नाही तर खराब झालेले कार्टिलेज हे दुरुस्त करते आणि कार्टिलेजची पुनर्निर्मितीही करते. यावरील संशोधनाचा अहवाल 'ॲन्युअल मीटिंग ऑफ अमेरिकन कॉलेज ऑफ ऱ्हुमॅटॉलॉजी'मध्ये सादर करण्यात आला. ग्लुकोसामाइन सल्फेट डॉक्टरांच्या मार्गदर्शनाखाली घ्यावे. ज्यांना मधुमेह आहे, त्यांनी आपली ब्लड शुगर या आहारपूरकाने वाढत नाही ना हे बघणे जरूर असते.

कॉन्ड्राइटिन सल्फेट (Chondroitin Sulfate) हे संयुग ग्लुकोसामाइनबरोबर गोळ्यांच्या स्वरूपात वापरतात. दोन्ही एकत्र घेण्याने अधिक परिणामकारक ठरते. कार्टिलेज निर्मितीसाठी व कार्टिलेज लवचीक बनण्यासाठी याचा उपयोग होतो.

ऑस्टिओ आर्थ्रायटिस पूर्ण बरा होत नाही. यासाठी नी-कॅप, मानेच्या संधिवातासाठी कॉलर अशी साधने वापरता येतात.

जीवनशैलीत बदल करणे. नियमित व्यायाम, योगासने, प्राणायाम, जलतरण तलावात चालणे, पोहणे, अभ्यंग, फिजिओथेरपी आणि संगीतचिकित्सा या सर्वांच्या आधारे रोगावर विजय मिळवता येतो. तसेच गुडघे बदलण्याची शस्त्रक्रिया करून घेण्यानेही रुग्णास फायदा होतो; पण त्यानंतरही व्यायाम केलाच पाहिजे.

■

३१

गाउट - वातरक्त

चरकाचार्यांनी 'वातरक्त' या नावाने वर्णन केलेला रोग म्हणजेच आधुनिक गाउट होय!

राजे, संस्थानिक अशा स्थूल देहाच्या अय्याशी करणाऱ्या, मासे व मटणाचा यथेच्छ समाचार घेणाऱ्या आणि मद्यपानात मग्न असणाऱ्या पुरुषांना पूर्वी गाउट हा रोग होत असे.

आयुर्वेदानुसार या रोगात वातदोष आणि रक्तधातू या दोघांची दृष्टी असते. बिघडलेल्या रक्ताला प्रकुपित वाताची जोड मिळाल्याने या रोगात 'अटॅक' येण्याची प्रवृत्ती असते. अटॅकमध्ये सांध्यावर सूज, सांधा लाल होणे व तीव्र वेदना असतात. उपचारांअभावी अटॅक सहा-सात दिवस टिकतो. येथे रक्तशुद्धीकर, वातशामक उपचार करावे लागतात. चरकांनी वातरक्ताची कारणे सांगताना जलज प्राण्यांचे मास, मद्य (सुरा) विविध प्रकारच्या आसवारिष्टांचा अतिरेक अशी सांगितली आहेत.

आपले जीन्स (गुणसूत्रे), रायबोन्यूक्लिइक ॲसिड (Ribonucleic Acid) आणि डेझॉक्सी रायबोन्यूक्लिइक ॲसिड (Deoxy Ribonucleic Acid) या दोघांपासून बनतात. आपण व्यवहारात आर.एन.ए. आणि डी.एन.ए. असे म्हणतो. या दोघांवर आपले पूर्ण जीवन अवलंबून आहे.

आपल्या शरीरात जीर्ण पेशी मृत होत असतात आणि त्यांची जागा नवीन निर्माण होणाऱ्या पेशी घेतात; हे चक्र अव्याहत चालू असते; त्यामुळे आर.एन.ए. आणि डी.एन.ए. यांची रोज नवनिर्मिती होत असते. या दोघांच्या निर्मितीसाठी 'प्युरिन' हा नायट्रोजनयुक्त आहार घटक आवश्यक असतो.

आहारातील दूध, भाज्या, तृणधान्ये, सुकामेवा, फळे यांमधून अल्प प्रमाणात 'प्युरिन' आपणास मिळते. कडधान्यांमध्ये याचे प्रमाण जास्त असते. मात्र; मासे, मटण आणि मदिरा यामध्ये सर्वांत जास्त प्रमाणात प्युरिन असते.

अन्नपचनाच्या वेळी आपल्या शरीरात लिव्हरमध्ये या प्युरिनचे विघटन होऊन 'युरिक ॲसिड' बनते. मानवी शरीर युरिक ॲसिडचे पुढे विघटन करू शकत नाही.

आपल्या शरीरात रोज असंख्य पेशी जीर्ण होऊन मृत होत असतात; या मृत पेशींपासूनही युरिक ॲसिड निर्माण होते. असे दोन्ही तऱ्हेने शरीरात तयार झालेले 'युरिक ॲसिड' आपल्या रक्तात द्रव स्थितीत असते. याचा निचरा मूत्रावाटे ७० टक्के तर मलावाटे ३० टक्के होत असतो.

हा निचरा नीट झाला नाही, म्हणजेच किडणी सक्षम नसतील किंवा 'युरिक ॲसिड'ची निर्मिती मासे - मटणामुळे जास्त झाली असेल तर युरिक ॲसिडची रक्तातील आदर्श पातळी वाढते. युरिक ॲसिडची पातळी ३.५ मि.ग्रॅम ते ७.२ मि.ग्रॅम ही नॉर्मल रेंज धरतात.

काही लोकांत नुसती वाढलेली पातळी असते; पण युरिक ॲसिडचे स्फटिक सांध्यात तयार झालेले नसतात. सामान्यत: गाउटमध्ये पायाचा अंगठा, घोटा, गुडघा, मनगट या सांध्यांमध्ये ही स्फटिक जमतात व हे अणकुचीदार स्फटिक सांध्यामध्ये तीव्र वेदना निर्माण करतात. यामुळे गाउटचा अटॅक येतो. रात्रीच्या वेळी तपमान कमी झाले की, अटॅक येण्याची शक्यता असते.

रक्तातील नुसती वाढलेली युरिक ॲसिडची पातळी म्हणजे गाउट नाही. गाउटचे निदान करण्यासाठी सुजलेल्या सांध्यातील पाणी काढून, त्यातील स्फटिक सूक्ष्मदर्शक यंत्राखाली तपासतात.

युरिक ॲसिडची रक्तातील पातळी नॉर्मल रेंजमध्ये असेल तर मात्र हे युरिक ॲसिड आपल्या शरीरात अन्टीऑक्सिडंट म्हणून कार्य करते. म्हणजे उत्सर्जित होणारा मलही उपयुक्त ठरतो.

आयुर्वेदात म्हटले आहे -

दोष धातु मलाः मुलम् सदा देहस्य ।

त्रिदोष सप्तधातू आणि मल देहाचे सदैव धारण करतात आणि आयुर्वेदातील दुसरे प्रसिद्ध वचन म्हणजे समदोष, समधातू आणि सममल असतील तर माणूस निरोगी राहतो. याचा अर्थच असा की, त्यांना प्रत्येक घटकाच्या नॉर्मल रेंजबद्दल कल्पना होती. दोन्ही विज्ञानांची व्यक्त होण्याची परिभाषा वेगळी आहे.

युरिक ॲसिडची नुसती वाढलेली पातळी मूत्रपिंडास इजा करते, याच्या स्फटिकांचे मूतखडे बनतात.

भारतात शाकाहारी आणि मांसाहारी अशा दोन्ही जीवनशैलींची माणसे स्थूल असतात. स्थूलतेला आपण 'मेटाबोलिक सिंड्रोम' म्हणतो. मेटाबोलिक सिंड्रोममुळे इन्शुलिन अवरोध निर्माण झालेला असतो. यात ट्रायग्लिसराइड (Triglycerides)चे प्रमाण वाढलेले असते तर एच.डी.एल. (H.D.L.) कोलेस्टेरॉलचे प्रमाण कमी

झालेले आढळते. यामुळे ट्रायग्लिसराइड / एच.डी.एल. रेशो चारच्या वर असेल तर हृदयरोग किंवा गाउट होण्याची शक्यता वाढते.

या नव्या कारणांमुळे निर्व्यसनी व संपूर्ण शाकाहारी नागरिकांमध्येही गाउटचे प्रमाण वाढताना दिसत आहे.

स्थूल व्यक्तींमध्ये साखरेची पक्वान्ने, सरबते, शीतपेये घेण्याचे प्रमाण जास्त असेल आणि हायफ्रक्टोज कॉर्न सिरपचा वापर जास्त असेल तर याने ट्रायग्लिसराइड्स वाढतात आणि त्यांना गाउट होतो.

चरकांनी वातरक्ताची मीमांसा करताना म्हटले आहे-

प्रायशः सुकुमाराणां मिष्टान्न सुखभोजिनाम् ।
अचंक्रमणशीलानां कुप्यते वातशोणितम् ।। च.चि. २९

एका जागी बसून राहणाऱ्या, मिष्टान्न भोजन करणाऱ्या सुकुमारांना वातरक्त होतो.

टीबी रोगासाठी इथाम्बुटॉल, पायरिझिनामाइड ही औषधे, ब्लडप्रेशर व हृदयरोगासाठी ॲस्पिरिन व डाययुरेटिक्स अशी औषधे चालू असणाऱ्या रुग्णांची युरिक ॲसिडची पातळी वाढते. कॅन्सरमध्येही हे प्रमाण वाढलेले असते तर शिशाची (Lead) विषबाधाही युरिक ॲसिडचे प्रमाण वाढविते.

स्थूल लहान मुले आणि तरुण वर्ग यांना मधुमेह होत आहे, असे रुग्णही बाल किंवा तरुण वयात गाउटचे बळी ठरतात.

रजोनिवृत्तीपर्यंत स्त्रियांना इस्ट्रोजेनचे 'कवचकुंडल' असल्याने तरुण स्त्रियांमध्ये गाउट दिसत नाही. साठीकडे झुकलेल्या व पुढे वृद्ध स्त्रियांमध्ये गाउट दिसतो.

ज्या स्थूल पुरुषांचा बी.एम.आय (B.M.I.) ३५च्या वर आहे त्यांना तारुण्यातही गाउट होतो. टेस्टोस्टेरॉनची पातळी कमी झाली की, ४०-४५ वयाच्या पुरुषांमध्येही गाउट होतो. स्त्रियांपेक्षा पुरुषच गाउटला जास्त बळी पडतात.

गाउटचे निदान झाले की, युरिक ॲसिडची पातळी ६ मि.ग्रॅमपेक्षा कमी होण्यासाठी प्रयत्न करणे आवश्यक असते; ही पातळी ६ मि.ग्रॅमच्या खाली आली तरच दुखणाऱ्या खांद्यातील युरिक ॲसिडचे स्फटिक (खडे) विरघळतात.

गाउट पूर्णपणे बरा होत नाही. तो अलोप्युरिनॉल (Allopurinol) किंवा फेबुक्सोस्टॅट (Febuxostat) ही दोन आधुनिक औषधे रुग्णांनी सतत घेऊन नियंत्रणात ठेवावा लागतो. या दोन्ही औषधांचे काही दुष्परिणाम आहेतच; त्यामुळे युरिक ॲसिडची पातळी ६ मि.ग्रॅमच्या वर जाऊ न देणे हे ध्येय ठेवावे लागते. यासाठीच जीवनशैली, आहारातील बदल व औषधाचे साइड इफेक्ट्स होणार नाहीत आणि किडणी सक्षम राहील याकडे बघावे लागते.

मदिरापानामुळे (व्हिस्की, बिअर) युरिक ॲसिडचे किडणीतून उत्सर्जन नीट होत नाही आणि या सर्व पेयांमध्ये प्युरिनचे प्रमाण फार असल्यामुळे वारंवार

गाउटचा अटॅक येण्याची शक्यता असते. गाउटच्या रुग्णांनी दारूपासून चार हात दूर राहणेच श्रेयस्कर!

वैद्याच्या सल्ल्याशिवाय काही रुग्ण द्राक्षासव, पंचकोलासव, दशमुलारिष्ट अशी आसवे - आरिष्टे घेत असतात. युरिक ॲसिडची पातळी वाढली असेल तर वैद्यास दाखवून आवश्यक असल्यास त्याचे सेवन करावे.

धूम्रपान व गाउटबाबत सबळ पुरावे नाहीत; पण हाडे, लिगॅमेंट्स, कार्टिलेज यांच्या आरोग्यासाठी धूम्रपान घातकच आहे. धूम्रपान करणाऱ्यांना व्हिटॅमिन 'सी' जास्त लागते. व्हिटॅमिन 'सी' युरिक ॲसिडला द्रव स्थितीत ठेवते; त्यामुळे गाउटसाठी धूम्रपान सोडणेच इष्ट.

शाकाहार गाउटसाठी श्रेष्ठ आहे. दूध हे प्राणीज अन्न असल्याने गाउटमध्ये घ्यावे का? असा प्रश्न रुग्ण विचारतात.

गव्या महिषाजपयो हितम् ।।... भैषज्य रत्नाकर

गाउटमध्ये गाय किंवा म्हैस यांचे दूध घ्यावे.

गायीचे दूध रसायन असल्याने ते सर्वश्रेष्ठ आहे; ते न मिळाल्यास म्हशीचे घ्यावे.

जगभरातील संशोधन असे सांगते की, दूध रोज पिण्याने तसेच दही-ताकानेही गाउटची शक्यता कमी होते. रोज हिंग्वाष्टक चूर्णाबरोबर ताक घेण्याने फायदा होतो. आधुनिक विज्ञानानुसार वनस्पतिज प्रोटिन्स म्हणजे कडधान्य सेवनाने गाउटची शक्यता वाढत नाही. फक्त ज्यांची युरिक ॲसिडची पातळी जास्त असेल त्यांनी 'मसूर' हे कडधान्य जास्त प्रमाणात खाऊ नये.

चरकांच्या मते पावटा, उडीद ही कडधान्ये उष्णवीर्य, रक्त, पित्त प्रकोपक असल्याने गाउटच्या रुग्णांनी घेऊ नये.

याबद्दल आणखी विवरण करताना भैषज्य रत्नाकरात सांगितले आहे की,

आढक्याश्चणका मुग्दा मसूराः समकुष्टकाः।
यूषार्थे बहुसर्पिष्काः प्रशस्ता वातशोणिते ।।

तूर, चणे, मूग, मटकी, मसूर या कडधान्यांचे सूप किंवा कढण तयार करून त्यात साजूक तूप मिसळून वातरक्त म्हणजे गाउटच्या रुग्णांनी सेवन करावे. येथे ही सर्व कडधान्ये रूक्ष, वातवर्धक असल्याने त्यांच्यावर तुपाचा संस्कार केल्याने गाउटमध्ये फायदा होतो.

तृणधान्य सेवनाबद्दल आयुर्वेदात सांगितले आहे-

पुराण यवगोधूमनीवाराः शालिषष्टिकाः । भोजनार्थे हिता ।।

साठेसाळीचे तांदूळ, यव म्हणजे बार्ली, गहू यांचे तुपासहित सेवन करावे.

आधुनिक विज्ञानातही किडणी कार्यक्षम नसेल तर कडधान्यांऐवजी कमी प्रोटिन्स असलेली तृणधान्ये किडणीच्या रुग्णास फायदेशीर ठरतात.

गाउटच्या रुग्णांनी पाणी जास्त प्यावे; कधीही डीहायड्रेशन होऊ देऊ नये, असा सल्ला देतात.

साळीच्या लाह्या पितघ्न असल्याने त्या मुद्दाम सेवन कराव्या. युरिक ॲसिडची पातळी वाढली असेल तर साळीच्या लाह्या पाण्यात भिजवून चार-पाच तासांनी गाळून घेतलेले पाणी प्यावे. लाह्यांमुळे संतर्पण होते. मनास तृप्ती मिळते. याने ओजवर्धन होते.

हरीतकीं प्राश्य समगुडेन एकोऽथवाद्वेच ।

एक किंवा दोन हिरड्यांचे चूर्ण करून त्यात समभाग गूळ घालून घेण्याने वातरक्तात (गाउट) फायदा होतो.

हिरड्याचा उपयोग रक्तदुष्टी आणि वातप्रकोप दोघांवर होतो.

युरिक ॲसिडची पातळी कमी करण्यासाठी हिरडा आणि बेहडा या दोन औषधांच्या ५०० मि.ग्रॅमच्या गोळ्या रोज दोन वेळा देण्यात आल्या. एका रुग्णांच्या गटाला हिरडा ५०० मि.ग्रॅम दोन वेळा तर दुसऱ्या गटास बेहडा ५०० मि.ग्रॅम दोन वेळा असे एक महिना देण्यात आले. एक महिन्यानंतर दोन्ही गटांतील रुग्णांच्या युरिक ॲसिडच्या पातळ्या कमी झालेल्या दिसल्या. याची तुलनाही (Febuxostat) या आधुनिक औषधाशी केली गेली आहे. हिरडा - बेहडा यांच्यामुळे रुग्णांवर इतर दुष्परिणाम दिसले नाहीत, असे निदर्शनास आले आहे. हे संशोधन निझाम इन्स्टिट्यूट ऑफ मेडिसिन येथे केले गेले.

वातरक्तासाठी आवळा वातशामक, पित्तशामक आणि रक्त प्रसादन करत असल्याने उत्तम आदर्श द्रव्य ठरते.

आधुनिक दृष्टिकोनातून आवळ्यातील व्हिटॅमिन 'सी' युरिक ॲसिडला द्रव स्थितीत ठेवून शरीराबाहेर लघवीवाटे निचरा करते. या सर्व गोष्टींचा विचार करताना 'त्रिफळा' हा कल्प-गोळी स्वरूपात एक गोळी रोज घेण्याने फायदा होतो.

झॅनथिन ऑक्सिडेझ इनहिबिटर (Xanthine Oxidase Inhibitor) हा गुण असलेली औषधे युरिक ॲसिड निर्मिती कमी करण्यासाठी आधुनिक सायन्स वापरते. हळदीतील करक्युमिन हे फायटोकेमिकल हेच कार्य करते. यामुळे एक कप दूध+ हळद+सुंठ+मिरी चिमूटभर टाकून उकळून असे दूध रोज घेण्याने फायदा होतो.

क्वरसेटिन (Quercetin) हे फायटोकेमिकलही उपयोगी पडते. रोज एक ग्रॅम बडीशेप चावून खावी. तसेच १०-२० मनुका खाव्या आणि शक्य असल्यास अक्रोड, जर्दाळू हा सुकामेवा क्वरसेटिनयुक्त असल्याने फायदेशीर ठरतो.

केम्पफेरॉल (Kaempferol) फायटोकेमिकलयुक्त कांदा, ब्रोकोली, पार्सेली, चाइव्हज काले या भाज्यांचा आहारात समावेश करावा.

■

३२

ऑस्टिओपोरोसिस

ऑस्टिओपोरोसिस या रोगात हाडांची घनता कमी होते आणि सच्छिद्रता वाढते; यामुळे हाडे कमकुवत व ठिसूळ होतात. छोट्या आघाताने हाडे मोडतात, कित्येकदा हाड मोडल्यावरच या रोगाचे निदान होते. कारण पाठदुखी, स्वत:ची उंची कमी होणे, पायाचे तळवे सपाट होणे (Flat Foot) असे शरीरातील बदल रुग्णास समजत नाहीत. यामुळे त्यास 'सायलेंट किलर' असे म्हणतात. चाळीस वर्षांवरील पुरुष, रजोनिवृत्त स्त्रिया आणि वृद्धांमध्ये याचे प्रमाण जास्त दिसते.

हायपो आणि हायपर थायरॉइडिझम रुग्ण, मधुमेही, अतिस्थूल अशा व्यक्तींना हा रोग होतो. ज्यांना अटोइम्युन रोगांसाठी स्टिरॉइडच्या गोळ्या सतत घ्याव्या लागतात, अशा रुग्णांना या रोगास सामोरे जावे लागते. तर इरिटेबल बॉवेल सिंड्रोम (Irritable Bowel Syndrome) किंवा ग्रहणी या रोगांत अन्नपचनानंतर पोषक घटकांचे शोषण नीट न झाल्याने हा रोग होतो. तंबाखूसेवन, धूम्रपान आणि मदिरापानानेही होण्याची शक्यता वाढते. व्यायामाचा अभाव हेही एक प्रमुख कारण या नव्या जीवनशैलीत आहे.

एक्स-रे, बोन मिनरल डेंसिटी, व्हिटॅमिन डी ३ आणि व्हिटॅमिन बी १२ च्या रक्तातील पातळ्या अशा तपासण्या करून निदान पक्के करतात.

आधुनिक विचारसरणीनुसार 'ॲसिड बेस बॅलन्स' हे प्रकरण आपण नीट वाचले तर आहार व जीवनशैली कशी असावी याचे मार्गदर्शन आपणास मिळेल आणि हा रोग न होण्यासाठी काय करावे हे समजेल.

व्हिटॅमिन डी आणि कॅल्शियमच्या गोळ्या घेणे म्हणजे वरवरचे उपाय ठरतात.

या रोगामुळे खुब्याचा सांधा, मनगट हाताचे सांधे यांचे फ्रॅक्चर होतात. त्याचबरोबर मणक्यांना इजा होतात. मणक्यांचे फ्रॅक्चर, पाठदुखी यासाठी १) व्हर्टीब्रोप्लास्टी (Vertibroplasty) २) कायफोप्लास्टी (Kyphoplasty) अशा

शस्त्रक्रिया करतात.

आयुर्वेदानुसार असंतुलित वाताचा प्रकोप झाला म्हणजे हाडांमधील वात वाढल्याने तेथे पोकळी वाढते आणि हाडांना सच्छिद्रता येते; याला अस्थिधातू क्षय म्हणतात. वात दोषाच्या संतुलनासाठी मधुर, आम्ल, लवण रसांचा शरीराचे बृहण करणारा आहार पाहिजे. यासाठी मधुर, स्निग्ध गुणांची द्रव्ये वापरावी लागतात. हाडांच्या आरोग्यासाठी दूध, लोणी व तूप ही श्रेष्ठ द्रव्ये आहेत. यांचा आहारात रोज समावेश केलाच पाहिजे. १ कप सायीसह दुधात + शतावरी कल्प रोज घेण्याने किंवा १ कप दुधात + खारीक पावडर घालून सेवन केल्याने फायदे होतात. या आयुर्वेदिक संकल्पनेतील दुधात व्हिटॅमिन ए, डी, इ, के व बी १२ ही व्हिटॅमिन्स, कॅल्शियम हे खनिज व प्रोटिन्स असल्याने या सर्व द्रव्यांचे शोषण होऊन हाडांचे आरोग्य चांगले राहते. खारीक वापरल्याने ॲसिड बेस बॅलन्स साधतो. दूध आणि साजूक तूप रसायन असल्याने शरीर सुदृढ होते.

हाडे मजबूत करण्यासाठी 'डिंक' हा एक महत्त्वाचा घटक आहे. भारतात डिंकाचे लाडू बनविण्याची प्रथा आहे. बाळंतपणात झालेला वात प्रकोप व दुखणारी कंबर यावर हे एक सुंदर औषध आहे. वाढीची मुले, तरुण, वृद्ध व स्त्रियांनी हाडांच्या आरोग्यासाठी याचे सेवन करणे फायद्याचे ठरते. ज्यांना मधुमेह आहे त्यांनी डिंक साजूक तुपात तळून त्यात बदाम, पिस्ते, चारोळी, काजू मगजबी आणि खारीक घालून मिक्सरमध्ये वाटून याची पूड करून दोन चमचे सकाळी व संध्याकाळी घ्यावी.

रोजच्या आहारात नाचणीची भाकरी आणि तीळाची चटणी घेण्याने हाडे मजबूत होतात.

च्यवनप्राश रोज दोन चमचे न चुकता घेतल्यास ऑस्टिओपोरोसिस रोखण्यास मदत होते.

प्रवाळ पंचामृत, कुक्कुट अंडत्वक अशी नैसर्गिक कॅल्शियमयुक्त औषधे घेण्यानेही फायदा होतो.

भोजनानंतर विडा खाण्याची पद्धत भारतात आहे.

विड्याचे पान, चुना, कात, सुपारी असे घटक घालून आपण विडा (तांबूल) बनवितो. यातील चुना म्हणजे नैसर्गिक कॅल्शियम आहे. तर विड्याच्या पानामध्ये विपूल मॅग्नेशियम आहे. त्याचबरोबर ॲन्टीऑक्सिडंट खनिजे आणि व्हिटॅमिन आहेत. यामुळे ऑस्टिओपोरोसिस रोखण्यासाठी हे एक प्रिय औषध बनते. रोज एकदा तरी विडा खावा. याबद्दल सविस्तर माहिती विडा-तांबूल या प्रकरणात दिलेली आहे.

वात दोषाचे संतुलन होण्यासाठी नारायण तेल, बलातेल अशा तेलाने सर्वांगास

तेल लावून नियमित मसाज केल्यास रोग लवकर बरा होतो.

व्यसनांचा त्याग, नियमित व्यायाम, उन्हामध्ये मुद्दाम फिरणे व रात्री पुरेशी झोप या बदलामुळे ऑस्टिओपोरोसिसची तीव्रता कमी करता येते.

■

३३

अभ्यंग-उद्वर्तन

दीपावलीत नरक चतुर्दशीला पहाटे आपण आवर्जून अभ्यंग स्नान करतो. सर्वांगावर हलक्या हाताने कोमट तेल मालीश करून जिरवणे याला आयुर्वेदात अभ्यंग म्हणतात. यानंतर पाणी किंवा दुधात उटणे कालवून आपण ते सर्वांगाला लावतो, या क्रियेस उद्वर्तन असे म्हणतात.

स्वास्थ्य रक्षणासाठी निरोगी माणसाने रोज अभ्यंग स्नान करावे, असे आयुर्वेदात सांगितले आहे. व्याधिग्रस्तांनाही याचा उपयोग होतो, असे ग्रंथात म्हटले आहे.

अजीर्ण झाले असल्यास उलट्या किंवा जुलाब होत असल्यास आणि ताप येत असल्यास अभ्यंग करू नये, हा सामान्य नियम पाळावा असे सांगितले आहे.

अभ्यंग उपाशीपोटी सकाळी करावे; पण दिवसभर वेळ नसेल तर रात्री झोपण्याच्या आधी करावे. निद्रानाशाच्या रुग्णांना याचा फायदा होतो, नुसते पादाभ्यंगही फायदेशीर!

त्वचेमध्ये भ्राजक पित्त असते; यामुळे लावलेल्या तेल, तुपाचे पचन होते, याने शरीराचे पोषण होते. भ्राजक पित्त शरीराची कांती, वर्ण प्रकाशित करते. कांतिमान निरोगी त्वचेमुळे व्यक्तिमत्त्व उठून दिसते.

त्वचा हे वातदोषाचे स्थान आणि स्पर्शनेंद्रियाचे अधिष्ठान आहे. शरीराचे बाहेरचे आवरण आणि संरक्षण हे महत्त्वाचे कार्य त्वचा करते.

उष्ण, शीत, मृदू, कठीण, खरखरीत, गुळगुळीत इत्यादि स्पर्श व त्यांच्या सूक्ष्मातिसूक्ष्म छटांचे ज्ञान मनाला त्वचेमध्ये असलेला वायूच करून देतो. यासाठीच वाताचे संतुलन करणे आवश्यक ठरते. अभ्यंगातील तेल, तूप ही स्निग्ध द्रव्ये हे काम करतात.

अभ्यंग बसून, पाठीवर झोपून, उजव्या कुशीवर झोपून, नंतर डाव्या कुशीवर झोपून याप्रमाणे शीर, छाती, पोट, पाठ व दोन्ही हात-पाय यांना करावे.

अभ्यंग करण्याने फक्त त्वचा मृदू, कांतिमान होते असे नाही; तर सुश्रुताचा टीकाकार 'डल्हणाने' तेल त्वचेखालील प्रत्येक धातूपर्यंत पोहोचण्याचा काल सांगितला आहे. रसधातूपासून अस्थिधातूपर्यंत पोहोचण्यास साधारणत: आपणास त्या भागावर चार मिनिटे मालीश करावे लागते, तर पुढे मज्जाधातूपर्यंत पोहोचण्यासाठी पाच मिनिटे मालीश करणे जरुरीचे असते. अभ्यंगाचे सर्वांगीण फायदे मिळण्यासाठी ५० मिनिटे मालीश करावे लागते. ज्यांना रोज हे शक्य नाही, त्यांनी निदान शिरप्रदेश, कान, कंबर, मांड्या या वाताच्या महत्त्वाच्या कार्यक्षेत्रावर अभ्यंग करावे असे वाग्भटांचे म्हणणे आहे.

शिर:श्रवण पादेषुतं विशेषेण शीलयेत। अ.हृ.सू. २/९

अभ्यंगासाठी व्यवायि म्हणजे पचन न होता पटकन शरीरभर पसरण्याचा गुण असलेले तीळ तेल वापरतात, यालाच स्रोतोगामित्व असे म्हटले जाते. तीळ तेल हे संधानकरही आहे. याचा अर्थ तुटलेले स्नायू टेंडन लिगॅमेंट त्वचा यांच्या जखमा भरण्यास मदत होते. यामुळे अपघात, खेळाडूंच्या दुखापती यामध्ये तीळ तेलाचे मालीश फायदेशीर ठरते. निरनिराळ्या संधिवातांतही याचा उपयोग होतो.

तीळ तेल उष्ण वीर्याचे आहे; त्यामुळे शरद आणि ग्रीष्म या दोन ऋतूंमध्ये ते वापरण्यावर मर्यादा येतात, अशा वेळी चंदन, बला, लाक्षा अशा शीतवीर्य द्रव्यांनी सिद्ध केलेले तीळ तेल वापरावे किंवा शीत वीर्य खोबरेल वापरावे.

अभ्यंगमाचरेत नित्यं स जराश्रमवातहा ।
दृष्टिप्रसाद पुष्टयायु: स्वप्नसुत्वक् दाढर्यकृत ।।
अ.हृ. २/७

वरील श्लोकात अभ्यंगाचे फायदे वर्णन केलेले आहेत.

१. मानसिक आणि शारीरिक श्रम परिहार.
२. तारुण्य बराच काळ टिकते; म्हातारपण लवकर येत नाही.
३. डोळ्यांचे आरोग्य सुधारते.
४. शरीर पुष्ट होते.
५. क्लेशसहत्व आणि अभिघातसहत्व उत्पन्न होते.
६. त्वचा मऊ, स्निग्ध आणि सुरकुत्याविरहित होते.
७. शरीराला दृढता येते.
८. शांत झोप लागते.

वरील फायद्यांकडे बघताना एकविसाव्या शतकातील आधुनिक जीवनशैलीमुळे होणाऱ्या व्याधींना सामोरे जाण्यासाठी साइड इफेक्ट्स नसलेले अभ्यंग हे आदर्श आयुर्वेदिक औषध आहे. याचा उपयोग तरुणांनी करून घेतला पाहिजे.

आता आपण उद्वर्तनाकडे वळू या.

शरीरावर औषधी सिद्धचूर्ण द्रव्ये किंवा नुसती चूर्ण द्रव्ये विशिष्ट दाबाने घासणे म्हणजे उद्वर्तन होय.

चूर्णद्रव्ये तेलात मिसळून जे उद्वर्तन केले जाते त्याला उत्सादन म्हणतात. फक्त चूर्ण द्रव्यांनी शरीरावर घर्षण केले गेले तर त्याला उद्घर्षण म्हणतात.

उद्वर्तन करण्याचा मुख्य हेतू कफ व मेदधातूचे लेखन करणे हा असतो. यामुळे स्थूल व्यक्तींमधील कफ आणि मेद कमी होतो. वजन कमी होण्यास मदत होते. तसेच वाढलेले कोलेस्टेरॉलही कमी होते, असे निदर्शनास येत आहे.

लहान मुले, त्वचा रोग झालेले रुग्ण, गर्भवती स्त्री, अतिकृश व्यक्ती यांना उद्वर्तन करू नये.

उद्वर्तन कफहरं मेदसः प्रविलापनम् ।
स्थिरीकरणम् अङगाना त्वक प्रसाद करं परं।। अ.हृ.सू. २/१५

येथे नमूद करावेसे वाटते की, वजन कमी करण्यासाठी आणि कोलेस्टेरॉल कमी होण्यासाठी प्रशिक्षित वैद्याच्या मार्गदर्शनाखाली उद्वर्तन करावे. तुमच्या प्रकृतीचा विचार करून वैद्य चूर्ण द्रव्ये ठरवतो आणि उद्वर्तन किती दिवस करावयाचे, त्यानंतर स्वेदन करावे का याचा विचार केला जातो.

आपण जे उटणे लावतो त्याने अनावश्यक मलरूप कफदोष स्वच्छ होतो. त्वचेखाली साठलेला मेद कमी होण्यास मदत होते. घाम येण्याचे प्रमाण कमी होते. घामाला घाण वास येत नाही. उटण्यातील चंदन, वाळा, नागरमोथा इत्यादी सुगंधी द्रव्ये कांतिवर्धक आहेत आणि आरोग्यासाठी शंभर टक्के सुरक्षित आहेत, तर आधुनिक सिंथेटिक डिओडरंट्स आरोग्यास हानिकारक आहेत, हे कटू सत्य आहे.

आधुनिक शास्त्रानुसार सुगंधी फुले किंवा चंदनासारख्या सुगंधी द्रव्यामुळे वातावरणात पसरणाऱ्या सुगंधाने आपल्या शरीरात एन्डॉरफिन्स (Endorphins) स्त्रवण्यास सुरुवात होते. या एन्डॉरफिन्समुळे आपली रोगप्रतिकारक शक्ती वाढते. इन्शुलिन प्रतिरोध कमी होतो. मन प्रसन्न होऊन सकारात्मक विचार करणे सुरू होते.

देवपूजेमध्ये सुगंधी फुलांचा वापर आणि चंदनाच्या वापराला शास्त्रीय आधार आहे असे दिसते. यामुळे रोज उटणे वापरणे हितावह ठरते. इन्शुलिन प्रतिरोध कमी करता आला तर आधुनिक जीवनशैलीमुळे होणाऱ्या रोगांवर विजय मिळविणे सोपे जाते. तीळ तेल ॲन्टीबॅक्टेरियल, ॲन्टीव्हायरल, ॲन्टीफंगल गुणधर्मांचे असल्याने निरनिराळ्या त्वचारोगांपासून संरक्षण मिळते.

प्रखर सूर्यकिरणांतील अल्ट्राव्हायोलेट किरण आपल्या त्वचेस हानिकारक असतात. यामुळे स्किन कॅन्सरची शक्यता वाढते. तीळ तेलाच्या अभ्यंगाने आपणास

संरक्षक कवच निर्माण होते.

जलतरण तलावातील पाणी क्लोरिनयुक्त असते. यामुळे पोहण्याआधी अंगाला तीळ तेल लावले तर त्वचेवर क्लोरिनमुळे होणारे दुष्परिणाम टाळता येतात.

अभ्यंगामुळे (Massage) ब्लड सर्क्युलेशन आणि लिमफॅटिक सर्क्युलेशन वाढते, यामुळे शरीरातील टॉक्सिन्सचा निचरा होण्यास मदत होते.

मियामी फ्लोरिडा (Miami Florida) येथील 'टच रिसर्च इन्स्टिट्यूट' (Touch Research Institute) मधील संशोधक मसाजमुळे शरीरावर होणाऱ्या परिणामांचा अभ्यास करत आहेत.

धावपळीच्या जीवनातील ताणतणावामुळे आपली सिंपथेटिक नर्व्हस सिस्टिम (Sympathetic Nervous System) थोडी उद्दीपित असते. यामुळे कॉर्टिसॉल, ॲड्रिनिलीन व नॉर ॲड्रिनिलीन या स्ट्रेस हार्मोनच्या रक्तातील पातळ्या वाढलेल्या असतात. कॉर्टिसॉलची पातळी सारखी वाढलेली राहिली तर माणूस स्थूल होऊ लागतो. त्याची रोगप्रतिकारशक्ती कमी होते. ॲड्रिनिलिन आणि नॉर ॲड्रिनिलिनच्या पातळ्या सतत वाढल्याने हायपरटेंशन, मधुमेह आदी रोग होण्यास सुरुवात होते.

मसाज केल्याने वरील तिन्ही स्ट्रेस हार्मोनच्या पातळ्या ३१ टक्के कमी झालेल्या दिसल्या.

आपल्या शरीरातील डोपामाइन या न्यूरोट्रान्समीटरची पातळी ३१ टक्के वाढलेली दिसली, तर सेरोटोनिन या न्यूरोट्रान्समीटरची पातळी २८ टक्के वाढलेली आढळली. या दोन्ही न्यूरोट्रान्समीटरचे संतुलन असेल तर माणूस कोणतेही अवघड काम लिलया करतो. नवननिर्मिती सहज होते. माणूस तणावमुक्त व सकारात्मक विचार करणारा बनतो.

या सर्व गोष्टींचा विचार करताना दोन्ही शास्त्रे मसाज किंवा अभ्यंग आपणास शांतिपूर्ण, निरोगी दीर्घायुष्यासाठी उपयुक्त आहे असे सांगतात.

■

३४

सर्व संधिवातांसाठी आहार

संधिवात (आर्थ्रायटिस) कोणताही असो. त्याकरिता रोजच्या आहारात शिस्त पाळली तर रोगाची तीव्रता आणि प्रगती थांबते हे निश्चित!

आपणास आहारातील प्रोटिन्सचे महत्त्व माहीत आहे. आपणास प्राणिजन्य प्रोटिन्स आणि वनस्पतिजन्य प्रोटिन्स असे दोन पर्याय आहारात आहेत. संधिवातासाठी प्राणिजन्य प्रोटिन्सपेक्षा वनस्पतिजन्य प्रोटिन्स श्रेष्ठ ठरतात. यासाठी आपण 'ॲसिड बेस बॅलन्स' व ग्लायकेशन ही प्रकरणे नीट वाचली तर कडधान्यांतून मिळणारी प्रोटिन्स किती महत्त्वाची आहेत हे समजेल. कडधान्यांतील प्रोटिन्समध्ये प्रोटिन्सबरोबर आपणास सोयाबिन, हरभरा, मूग, उडीद यांतून फायटोइस्टरोजेनस् मिळतात. यामुळे हाडांचे व सांध्यांचे आरोग्य चांगले राहते हा एक आणखी बोनस आपणास मिळतो.

दुधातून मिळणारी प्रोटिन्स जरी प्राणिजन्य आहेत तरी मांसाहारासारखी ही प्रोटिन्स शरीराला त्रासदायक ठरत नाहीत.

आहारातील फॅट्स म्हणजे तेल-तुपाचा विचार करताना साजूक तूप रोज आहारात घेण्यास काहीही हरकत नाही; पण सनफ्लॉवर, करडई अशी ओमेगा ६ तेले शरीरातील दाह किंवा इनफ्लमेशन वाढवतात; त्यामुळे यांचा वापर टाळावा. त्याऐवजी मोनोअनसॅच्युरेटेड शेंगदाणा, तीळ, ऑलिव्ह ऑइल अशी तेले वापरावी. राइसब्रान ऑइल वापरल्यास ऑस्टिओपोरोसिस रोखण्यास मदत होते.

ऑलिव्ह ऑइलमध्ये ओलिओकॅनथल (Oleocanthal) हे केमिकल आहे. यामुळे दुखणाऱ्या सांध्यांच्या वेदना कमी होतात. ग्रीक नागरिकांमध्ये ऑस्टिओ आर्थ्रायटिस आणि ऱ्हुमॅटॉइड ऑर्थ्रायटिसचे प्रमाण कमी असते कारण त्यांच्या आहारामध्ये ऑलिव्ह ऑइल सढळ हाताने वापरले जाते. ज्यांना आर्थिकदृष्ट्या शक्य असेल त्यांनी याचा वापर निश्चित करावा.

ओमेगा तीन फॅट्समुळे इनफ्लमेशन कमी होते; त्यामुळे 'मासे' (फिश) खाणे

फायद्याचे ठरते. त्याच बरोबर जवसाचे तेल व जवसाची चटणी, अक्रोड, लाल भोपळ्याच्या बिया आदी द्रव्य ओमेगा तीन फॅट्सयुक्त असल्याने यांचा वापर केल्यास संधिवातांना उपयोग होतो; पण एक गोष्ट लक्षात ठेवावी लागते, गाऊट या आर्थ्रायटिसमध्ये मासे खाण्याने अटॅक येण्याची प्रवृत्ती वाढते.

कार्बोहायड्रेट्सचा विचार करताना सिंपल शुगर, आपली साखर हिचा वापर शीत आणि उष्ण पेयांमधून जास्त होत असेल, तर नुसता मधुमेह वाढेल असे नाही तर साखर ॲसिडिक परिणाम देत असल्याने हाडांचे रोग होण्याची शक्यता वाढते. नैसर्गिक गुळ मात्र अल्कलाइन परिणाम दाखवत असल्याने याचा स्वयंपाकात वापर फायदेशीर ठरतो. ग्लायसेमिक इंडेक्स कमी असलेला मधुमेहींचा आहार हाडांच्या रोगांसाठी फायदेशीर ठरतो.

सर्व आर्थ्रायटिस रुग्णांना नाइटशेड व्हेजिटेबल्स (Nightshade Vegetable) या भाज्यांचा त्रास होतो. या ग्रुपमध्ये ढोबळी मिरची, वांगी, टोमॅटो, बटाटा आणि पिमेंटो (Pimento) या भाज्या येतात. पिमेंटो ही ढोबळी मिरचीसारखी लाल हृदयाच्या आकाराची असते. याचा वापर करून पिमेंटो चीझ बनवतात. हे फार प्रसिद्ध आहे. भारतात आपण याचा फार वापर करत नाही.

ऱ्हुमॅटॉइड आर्थ्रायटिस, ऑस्टिओ आर्थ्रायटिस यामध्ये यातील भाज्यांच्या सेवनाने वेदना वाढतात. अटॅक आल्यासारखे दिसते. येथे रुग्णाने यातील कोणती भाजी खाल्ल्याने आपणास त्रास होतो हे शोधून काढणे महत्त्वाचे असते. सर्वांना प्रत्येक भाजीमुळे त्रास होतोच असे नाही; त्यामुळे वांगी, टोमॅटो, बटाटा असा रस्सा किंवा वांगी-बटाटा अशी भाजी करताना आधी या रुग्णांना हे चालते की नाही याची खात्री केल्यावर सेवन करावे.

काही नागरिकांना गव्हातील ग्लूटेनची ॲलर्जी असते. अशा रुग्णांना ऱ्हुमॅटॉइड आर्थ्रायटिस असेल तर गहू न खाणे फायदेशीर ठरते.

आपले शरीर फ्री रॅडिकलच्या धोक्यापासून बचावासाठी ग्लुटॅथायोन पेरॉक्सिडेस (Glutathione Peroxidase) हे ॲन्टी-ऑक्सिडंट बनविते. हा विषय समजण्यासाठी आपण कृपया ॲन्टी-ऑक्सिडंट खनिजे, ॲन्टी-ऑक्सिडंट यंत्रणा आणि फायटोकेमिकल्स ही प्रकरणे वाचावी.

ग्लुटॅथायोन हे ॲन्टी-ऑक्सिडंट, मेथिओनिन सिस्टिन कोलिन आदी सल्फरयुक्त अमायनो ॲसिड्स आणि सेलॅनियम या खनिजापासून लिव्हरमध्ये बनते. तसेच शरीरातील सर्व सेल्स हे ग्लुटॅथायोन बनवितात. सांध्याजवळील मसल्स, टेंडन लिगामेंट्स आणि हाडांची कार्टिलेजही ग्लुटॅथायोन बनवितात. शरीरात ग्लुटॅथायोनची आदर्श पातळी असेल तर सर्व शरीरभर इनफ्लमेशन कमी होते. सर्व सांध्यांमध्ये इनफ्लमेशन कमी झाले तर, हाडे आणि कार्टिलेजचे नुकसान कमी होते. या सर्व

घटना आपल्या शरीरात घडत असतात. हे नेदरलँडमधील 'लेडन युनिव्हर्सिटी मेडिकल सेंटर'मधील संशोधनात दिसून आले; यामुळे ग्लुटॅथॉयोनची आदर्शनिर्मिती हा संधिवातांमध्ये कळीचा मुद्दा ठरतो.

कडधान्ये, मासांहार यांपासून आपणास सल्फरयुक्त अमायनो ॲसिड्स मिळतात; पण मांसाहार आपण कच्चा करू शकत नाही. कडधान्ये, हरभरा, मूग ही अंकुरित कच्ची खाऊ शकतो आणि त्याचबरोबर तीळ, बदाम, अक्रोड, पिस्ता, चारोळी, शेंगदाणे आदी सुका मेवा कच्चा खाल्ल्याने ही अमायनो ॲसिड्स नीट मिळतात. आपले पहिलवान मोड आलेले हरभरे, शेंगदाणे खातात.

याचबरोबर आपल्या आहारात लसूण, कांदा, चाइव्हज (Chives), ब्रोकोली, फ्लॉवर, कोबी या भाज्यांचा समावेश करावा. दालचिनी, वेलदोडा हे मसाले आणि हळद घालून उकळलेले दूध रोज पिण्याने ग्लुटॅथायोनची पातळी नीट राहते.

सर्वसंधिवातांत म्हणजे आर्थ्रायटिसमध्ये सांध्यांना सूज असते, दाह असतो व हे सांधे फ्रीरॅडिकल्सच्या जास्त निर्मितीमुळे व्याधीग्रस्त होतात. यासाठी आपल्या शरीरातील व्हिटॅमिन्स सी, ए, ई, ही व्हिटॅमिन्स व अॅन्टी-ऑक्सिडंट खनिजे या फ्रीरॅडिकल्सचा सामना करत असतात; पण हा सामना आणखी तीव्र करून जिंकण्यासाठी जी काही फायटोकेमिकल्स उपयोगी पडतात त्यांचा विचार करू या.

चरकाचार्यांनी सर्व फळांमध्ये मनुका श्रेष्ठ म्हटलं आहे आणि त्या सबीज पाहिजेत असे शास्त्र म्हणते.

आधुनिक शास्त्रानुसार मनुकांच्या बियांमध्ये ऑलिगोमेरिक प्रोअॅन्थोसायनेडीन (O.P.C.) हे फायटोकेमिकल आहे. हे शक्तिशाली फायटोकेमिकल व्हिटॅमिन सी आणि ई पेक्षा ५० पट जास्त सक्षम आहे. हे पाणी आणि फॅट या दोन्ही माध्यमांत विरघळते; त्यामुळे याचा पटकन कुठेही प्रवेश होतो. यामुळे सांध्यांच्या रोगात रोज मनुका खाणे महत्त्वाचे ठरते. मधुमेही रुग्णांनी दहा मनुका खाव्यात; पण ज्यांना मधुमेह नाही त्यांनी ३० मनुका रोज खाण्याने फायदा होतो. मनुकांमध्ये रेसव्हेरेट्राल हे दुसरे फायटोकेमिकल आहे. हेही इनफ्लमेशन कमी करते व सांध्यांचे आरोग्य चांगले ठेवते. यात फायटोइस्ट्रोजेन असल्याने रजोनिवृत्त स्त्रियांनी उदमेखून मनुका खाव्या. मनुकांमुळे कोलेस्टेरॉल कमी होते. कॅन्सरविरुद्ध लढण्यास मदत होते.

ऑलिगोमेरिक प्रोअॅन्थोसायनेडीन (O.P.C.) आणि रेसव्हेरेट्राल फायटोकेमिकल्स ब्लूबेरी, क्रॅनबेरी, डाळिंब, मोड आलेले शेंगदाणे व जांभूळ यात असतात; पण सर्वांत जास्त आणि बहुगुणी म्हणून मनुका उत्तम! मनुकांमध्ये डिहायड्रो कॅफिक ॲसिड (Dihydro Caffeic Acid) आणि मालवडिन ३-ओग्लुकोसाइड (Malvidin 3-O Glucoside) ही संयुगे आहेत. ही संयुगे नैराश्य कमी करण्यास मदत करतात असे संशोधक गिऊलिओ पासनेट्टी म्हणतात. मनुकांचा जीवनीय द्रव्यात समावेश

केला जातो. म्हणजे मनाचे आणि आत्म्याचे पोषण मनुका करतात. मनाचे पोषण झाल्याने नैराश्य येत नाही. आर्थ्रायटिस आणि इतर व्याधींमध्ये रुग्ण नैराश्याने ग्रासलेला असतो. यामुळे मनुका अतिमहत्त्वाच्या आहेत. आता जगभर ग्रेपसीड एकस्ट्रॅटच्या कॅप्सूल मिळतात. परदेशात हाडांचे रोग, हृदयरोग, कॅन्सर यांसाठी या कॅप्सूल वापरतात. भारतातही त्या मिळतात.

अननसात (पाइनॲपल) ब्रोमोलिन हे द्रव्य आहे. सांधे, मसल्स, टेंडन लिगामेंट यांना अपघात किंवा आर्थ्रायटिसमुळे झालेल्या जखमा भरण्यास याचा उपयोग होतो. ताजा अननस ब्रेकफास्टनंतर जेवणाच्या आधी खावा. ताजाच गुणकारी असतो.

बाजारात ब्रोमोलिनच्या गोळ्या मिळतात; याचाही वापर रुग्ण करतात.

लायकोपेन (Lycopene) हे फायटोकेमिकल हाडे, कार्टिलेज, लिगामेंट्स येथील ऑस्टिओब्लास्ट या सेल्सना नवीन हाडे, कार्टिलेज बनविण्यासाठी उद्दिपित करतात. यामुळे संधिवातामध्ये हाडे व कार्टिलेजचे झालेले नुकसान भरून येते.

आपल्या आहारात टोमॅटो, आंबा, गाजर, पपई, गुलाबी पेरू, कलिंगड, लाल-पिवळी ढोबळी मिरची ही द्रव्ये असतील, तर यातून आपणास लायकोपेन मिळते. ज्या संधिवाताच्या रुग्णांना टोमॅटो आणि ढोबळी मिरची चालत नाही त्यांनी मात्र दोन्ही गोष्टी टाळाव्या. त्यांनी आंबा, गाजर, पपई आदी द्रव्यांचा आधार घ्यावा.

कॅटेचिन (Catechins) हे फायटोकेमिकल ऑस्टिओब्लास्ट (Osteoblast) सेल्सना काम करण्याची चालना देते; यामुळे हाडे, कार्टिलेज यांची संधिवाताने झालेली झीज भरून येते. हे फायटोकेमिकल आपणास मनुका, ब्लूबेरी, सफरचंद, चेरी, रासबेरी या फळांमधून मिळते.

मासे, अंडी, दूध आदी प्राणिजन्य अन्नातून आपणास व्हिटॅमिन 'ए' मिळते. संधिवाताच्या रुग्णांना हाडांच्या आरोग्यासाठी व्हिटॅमिन 'ए' अत्यावश्यक आहे; पण प्राणिज व्हिटॅमिन 'ए'चा ओव्हर डोस होऊ शकतो; त्यामुळे नुकसान होते. हिरव्या पालेभाज्या, अननस, आंबा, बोरे, फणस, पेरू, जर्दाळू, लाल भोपळा, गाजर, रताळे, टोमॅटो, लाल मिरची आदी घटकांतून आपणास बीटा कॅरॉटीन (Beta Carotene) हे फायटोकेमिकल मिळते. याचे रूपांतर शरीरात व्हिटॅमिन 'ए'मध्ये होते आणि शरीर आवश्यकतेनुसार रूपांतर करते. शरीरात बीटा कॅरॉटीन म्हणूनही कार्यरत असते. याची रक्तातील आदर्श पातळी, र्‍हुमॅटॉइड आर्थ्रायटिस आणि ऑस्टिओ आर्थ्रायटिसपासून आपले रक्षण करते. याचा शरीरात ओव्हर डोस होत नाही.

बाजारात बीटा कॅरॉटीनच्या गोळ्या मिळतात. या वैद्यकीय मार्गदर्शनानुसार घ्याव्या. या गोळ्या चालू असताना धूम्रपान करू नये. असे केल्यास हार्ट अटॅक, कॅन्सर यांची शक्यता वाढते.

लसूण, कांदा आणि चाइव्हज (Chives) यामध्ये ॲलील सल्फाइड हे फायटोकेमिकल आहे; यामुळे सर्व संधिवातांमध्ये सूज आणि वेदना कमी होतात. ऋतुनुसार यांचा वापर करावा. लसूण मधुमेह, कोलेस्टेरॉलवरही उपयोगी पडतो आणि संधिवातांच्या अनेक रुग्णांना या व्याधी असतात. तीन पाकळ्या रोज खाव्या.

हळदीवर जगभर संशोधन चालू आहे. अशी बहुगुणी हळद १ ग्रॅम ३ महिने रोज घेतल्यास सर्व संधिवातांच्या रुग्णांच्या वेदना कमी होतात. अटोइम्युन रोगांवरही हळद उपयुक्त असल्याने ऱ्हुमॅटॉइड आर्थ्रायटिसमध्ये हे आदर्श द्रव्य ठरत आहे. मधुमेह, कोलेस्टेरॉल, अल्झायमर, कॅन्सर आदी रोगांवरही हळद उपयोगी असल्याने ती घेण्याने सर्वांना फायदाच होतो. ऑस्टिओ पोरोसिस या हाडांच्या रोगावरही हळद उपयोगी आहे.

आले आणि सुंठ कंदवर्गातील सर्वोत्कृष्ट कंद आहे. सुंठ आणि हळद ही 'वचादि' आणि 'हरिद्रादि' या दोन मेद कफनाशक गणातील आहेत. यामुळे दोन्ही एकत्र वापरता येते.

चरकाचार्यांनी संधिवातामध्ये आले, साजूक तूप आणि गुळ एकत्र करून त्याच्या बोराएवढ्या गोळ्या रोज दोन वेळा घ्यावात, असे म्हटले आहे. सौभाग्य-शुंठीपाक हा प्रसिद्ध कल्प आमवात, संधिवात आणि बाळंतपणातील कंबरदुखीवर मुद्दाम वापरतात.

आमवात म्हणजे ऱ्हुमॅटॉइड आर्थ्रायटिसमध्ये 'शुंठीघृतम' म्हणजे सुंठ आणि साजूक तूप हे एकत्र करून अग्नीवर शिजवून घेणे यामुळे आमवातात आमपचन आणि अग्निदिपन होऊन वातसंतुलनास मदत होते. आमवातातही साजूक तूप स्नेहद्रव्य म्हणून वापरता येते.

आधुनिक दृष्टिकोनातून सुंठ आणि हळद दोन्हींमुळे सांध्यातील इनफ्लमेशन व वेदना कमी होतात.

मिरे यातील 'पिपरीन' हे फायटोकेमिकल सांध्यातील वेदना कमी करण्यासाठी उपयोगी आहे आणि बरेच दिवस सतत मिरे घेतले तरी आधुनिक पेनकिलर गोळ्यांसारखे दुष्परिणाम होत नाहीत 'इस्ट-वेस्ट बोन आणि जॉइंट रिसर्च इन्स्टिट्यूट' कुंग ही विद्यापीठ, कोरिया येथे मिऱ्यावर (Black Papper) संशोधनात हे सिद्ध झाले आहे. मिरीचा थोडा डोस रोज घेतला तरी उपयोग होतो. मिरे योगवाही आहे; त्यामुळे ते पटकन सर्व स्त्रोतसांत जाते.

मँगेनिझ हे ॲन्टी-ऑक्सिडंट हळद, सुंठ आणि मिरे यात विपुल आहे. मँगेनिझ हे सांध्यामधील हाडांचे कार्टिलेज व त्यातील सायनोव्हिअल द्रव निर्मितीसाठी आवश्यक असते. यामुळे हळद+सुंठ+मिरे प्रत्येकी चिमूटभर घेऊन, दुधात टाकून दूध उकळवून घ्यावे आणि रोज असे एक कप दूध घेतल्यास सर्व संधिवात,

मधुमेह, कोलेस्टेरॉल, अल्झायमर आदी रोगांवर उपयोगी पडते. येथे हळदीतील करक्युमीन हे फायटोकेमिकल दुधातील 'सायी'मध्ये विरघळते व चांगला गुण येतो.

पिंपळीचा वेदनाहर गुण भारतात श्री शास्त्री जी. व्ही. आणि श्री कुरूव्हिला या संशोधकांनी सिद्ध केला आहे. पिंपळी रसायन आणि योगवाही आहे.

सुंठ, मिरे, पिंपळी यांना आयुर्वेदात त्रिकटू म्हणतात. समप्रमाणात तिन्ही द्रव्य एकत्र करून बनलेले त्रिकटू चूर्ण १ ते २ ग्रॅम मधाबरोबर घेतल्यास सर्व संधिवातांमधील सूज आणि वेदना कमी होतात आणि सांध्यांचे आरोग्य छान राहते. या त्रिकटू चूर्णाने वजन कमी होते. त्याचा संधिवातामध्ये फायदा होतो.

इराणमधील 'टबरिझ युनिव्हर्सिटी ऑफ मेडिकल सायन्सेस'मध्ये आर्थ्रायटिसच्या रुग्णांना संशोधकांनी रोज ४० ग्रॅम तीळ खाण्यास दिले आणि त्याची तुलना आधुनिक वेदनाशामक ब्रुफेनसारख्या औषधांशी केली गेली. तीळ सेवनाने रुग्णांच्या आर्थ्रायटिसच्या वेदना थांबल्या. तीळाचे त्यांच्या शरीरावर कोणतेही दुष्परिणाम दिसले नाहीत. ब्रुफेनसारख्या औषधांचे दुष्परिणाग आपणास माहीत आहेतच.

तीळातील विपुल अँन्टी-ऑक्सिडंट खनिजे आणि व्हिटॅमिन 'ई'मुळे फायदा होतो. रोज ४० ग्रॅम तीळ खावे का? असा प्रश्न पडतो.

योगरत्नाकर या आयुर्वेदीय ग्रंथात रोज चहाचा १ चमचा तीळ (५ग्रॅम) +१ ग्रॅम आवळाचूर्ण घेतल्यास निरोगी दीर्घायुष्य मिळते, असे सांगितलेले आहे. तीळ सारक आहेत; त्यामुळे प्रत्येकाच्या प्रकृतीनुसार ५ ते १० ग्रॅम घेता येतील. तीळ उष्ण असल्याने वर्षभर घ्यावे का? तीळाबरोबर आवळा हा शीतवीर्य असल्याने वर्षभर घेता येतात.

आवळा या फळात व्हिटॅमिन 'सी' आहे व त्या बरोबर गॅलिक ॲसिड असल्याने आवळा शिजवला, उन्हात वाळवला तरी आवळ्यातील व्हिटॅमिन 'सी' नष्ट होत नाही. यामुळे हाडांचे आरोग्य आणि कार्टिलेजच्या संरक्षणासाठी, आवळा सुपारी, आवळाचूर्ण, आवळा कँडी, मोरावळा, च्यवनप्राश आदी स्वरूपांत आवळ्याचे सेवन रोज केलेच पाहिजे.

आवळा चूर्ण १ ग्रॅम + हळद पावडर १ ग्रॅम रोज सकाळी मधाबरोबर घेतल्याने सर्व संधिवातांवर उपयोगी ठरते व रक्तशर्करा नियंत्रण होते. आवळ्यामध्ये असलेले व्हिटॅमिन 'सी' हे प्रयोगशाळेमध्ये बनलेल्या व्हिटॅमिन 'सी'सारखे जास्त प्रमाणात घेतल्याने शरीरावर दुष्परिणाम दाखवत नाही.

आवळ्यामध्ये एमबीलिकॅनिन (Embilicanin) हे फायटोकेमिकल आहे. हे फ्रिरॅडिकलविरुद्ध सामना देताना पटकन निष्प्रभ होत नाही. यामुळे हे सर्वोत्कृष्ट फायटोकेमिकल ठरते.

डाळिंब हे फळ याचे ताजे दाणे किंवा रस म्हणून मुद्दाम सेवन करावे. सुश्रुतांनी

याला प्रशस्त फळ म्हटले आहे. यात इलॅजिक ॲसिड असल्याने डाळिंबावर उष्णतेचा परिणाम होत नाही. दाडिमावलेह किंवा दाडिमादिघृत घेण्यानेही फायदा होतो. यातील ॲन्थोसायनिन ही फायटोकेमिकल संधिवातांमध्ये उपयोगी आहेत. यामुळे कार्टिलेजची झीज होण्याचा वेग मंदावतो.

कोपनहेगन विद्यापीठात २०० आर्थ्रायटिस रुग्णांना चहाचा अर्धा चमचा दालचिनी पावडर + मध १ चमचा न्याहरीच्या आधी देण्यात आली. सात दिवसांत रुग्णांच्या वेदना कमी झाल्या. १ महिन्यात रुग्ण वेदनामुक्त झाले. येथेही दालचिनी सेवनाने शरीरावर दुष्परिणाम झाले नाहीत. उलट दालचिनीमधील सर्व ॲन्टी-ऑक्सिडंट खनिजे आणि व्हिटॅमिन्समुळे रुग्णांची प्रकृती सुधारली. दालचिनी सेवनाने कोलेस्टेरॉल कमी होते आणि ब्लडशुगर नियंत्रित राहते. कॅन्सरविरुद्ध लढण्यास मदत होते. दालचिनी ग्लुटॅथायोनची रक्तातील पातळी वाढविते.

बोरॉन हे खनिज आर्थ्रायटिस रुग्णांना आहारातून मिळाल्यास फायदा होतो. मध, मनुका, खजूर, बदाम यांचा आहारात समावेश केल्याने बोरॉन मिळते. ऱ्हुमॅटॉइड आर्थ्रायटिसच्या रुग्णांच्या रक्तात बोरॉनची पातळी कमी असते. बोरॉनमुळे हाडांचे आरोग्य चांगले राहते.

दूध, साजूक तूप, दही, साखर आणि मध समप्रमाणात एकत्र करून पंचामृत बनवले जाते. दररोज देवपूजा करताना याचा नैवेद्य दाखवला जातो आणि कुटुंबातील सर्वजण त्याचे प्राशन करतात.

खरोखर दूध, तूप, दही यातून व्हिटॅमिन ए, डी, ई, के आणि बी१२ ही महत्त्वाची व्हिटॅमिन्स मिळतात, तर दह्यामधून मिळणाऱ्या लॅक्टोबॅसिलायमुळे आपले पोटाचे आरोग्य नीट राहते. यात मधामुळे बोरॉन मिळतो व हे पंचामृत सर्व रोगहर बनते. अर्थ्रायटिसच्या रुग्णांनी व सर्व नागरिकांनी हे निरोगी राहण्यासाठी रोज घ्यावे.

'जेष्टमध' या प्रकरणात वर्णन केलेला मुखवास किंवा सुपारी जेवणानंतर रोज खाण्याने हाडांचे आरोग्य व कार्टिलेजची झीज रोखण्यास मदत होते. रक्तशर्करा आणि कोलेस्टेरॉलही नियंत्रणात राहण्यास मदत होते.

आपण या प्रकरणात चर्चा केलेली सर्व फळे, भाज्या, मसाल्याचे पदार्थ यांच्या सेवनाने आपली शरीराची पी. एच. अल्कलाइन राहण्यास मदत होते. यामधील ॲन्टी-ऑक्सिडंट शरीर निरोगी राहण्यास उपयोगी पडतात. यामुळे सांध्यांच्या रोगांची प्रगती थांबते आणि ते बरे होण्यास सुरुवात होते.

याचबरोबर योग, प्राणायाम व मेडिटेशन केल्याने फायदा होतो. चालणे, धावणे असे व्यायाम केल्याने सांधे सुदृढ होतात. आठवड्यातून एक वेळा अभ्यंग करणे, सांध्यांना सिद्ध तेल लावणे हे उपायही सांधे बरे होण्यास उपयोगी पडतात. ■

भारतीयांसाठी आहारातील दर दिवसाचे अन्नघटकाचे प्रमाण

ग्रुप वर्णन	वजन किलो	ऊर्जा रोजच्या कि.कॅ.	प्रोटीन्स ग्रॅ/दिवस	दृश्य फॅट ग्रॅ/दिवस	आयर्न मिग्रॅ/दिवस	कॅल्शियम मिग्रॅ/दिवस	रेटिनॉल म्युजी/दिवस	बीटा कॅरॉटिन म्युजी/दि	थायामिन मिग्रॅ/दिवस	रिबोफ्लाव्हिन मिग्रॅ/दिवस	नियासिन मिग्रॅ/दिवस	व्हिटॅ. बी-६ मिग्रॅ/दि	व्हिटॅ. सी मि.ग्रॅ./दिवस	फोलिक ॲसिड म्युजी/दिवस	व्हिटॅ. बी-१२ म्युजी/दिवस
पुरुष १. बैठे काम	६०	२४२५	६०	२०	२८	४००	६००	२४००	१.२	१.४	१६	२	४०	१००	१
२. मध्यम काम	६०	२८७५	६०	२०	२८	४००	६००	२४००	१.४	१.६	१८	२	४०	१००	१
३. श्रमाचे काम	६०	३८००	६०	२०	२८	४००	६००	२४००	१.६	१.९	२१	२	४०	१००	१
स्त्रिया १. बैठे काम	५०	१८७५	५०	२०	३०	४००	६००	२४००	०.९	१.१	१२	२	४०	१००	१
२. मध्यम काम	५०	२२२५	५०	२०	३०	४००	६००	२४००	१.१	१.३	१४	२	४०	१००	१
३. श्रमाचे काम	५०	२९२५	५०	२०	३०	४००	६००	२४००	१.२	१.५	१६	२	४०	१००	१
४. गर्भवती	५०	+३००	६५	३०	३८	१०००	६००	२४००	१.४	१.७	१८	२.५	८०	१५०	१.५
५. स्तनदा (०.६ महिने)	५०	+५५०	७५	४५	३०	१०००	९५०	३८००	१.५	१.८	२०	२.५	८०	१५०	१.५
६. स्तनदा (६-१२ महिने)	५०	+४००	६८	४५	३०	१०००	९५०	३८००	१.४	१.७	१९	२.५	८०	१५०	१.५

भारतीयांसाठी आहारातील दर दिवसाचे अन्नघटकाचे प्रमाण

ग्रुप वर्णन	वजन किलो	ऊर्जा रोजच्या कि.कॅ.	प्रोटीन्स ग्रॅ/दिवस	दृश्य फॅट ग्रॅ/दिवस	आयर्न मिग्रॅ/दिवस	कॅल्शियम मिग्रॅ/दिवस	रेटिनॉल म्युजी/दिवस	बीटा कॅरोटिन म्युजी/दि	थायामिन मिग्रॅ/दिवस	रिबोफ्लाव्हिन मिग्रॅ/दिवस	नियासिन मिग्रॅ/दिवस	व्हिटॅ. बी-६ मिग्रॅ/दि	व्हिटॅ. सी मि.ग्रॅ./दिवस	फोलिक ॲसिड म्युजी/दिवस	व्हिटॅ. बी-१२ म्युजी/दिवस
बालके ०-६ महिने	५.४	१०८ कि.ग्रॅ.	२.०५ कि.ग्रॅ.	-	-	५००	३५०	१२००	५५ म्युजी/कि.ग्रॅ.	६५ म्युजी/कि.ग्रॅ.	७१० म्युजी/कि.ग्रॅ.	०.१	२५	२५	०.२
६-१२ महिने	८.६	९८ कि.ग्रॅ.	१.६५ कि.ग्रॅ.	-	-	५००	३५०	१२००	५० म्युजी/कि.ग्रॅ.	६० म्युजी/कि.ग्रॅ.	६५० म्युजी/कि.ग्रॅ.	०.४	२५	२५	०.२
मुले १ ते ३ वर्षे	१२.२	१२४०	२२/ग्रॅ.	२५	१२	४००	४००	१६००	०.६	०.७	८	०.९	४०	३०	०.२ते१
४ ते ६ वर्षे	१९	१६९०	३०	२५	१८	४००	४००	१६००	०.९	१	११	१.६	४०	४०	०.२ते१
७ ते ९ वर्षे	२६.९	१९५०	४१	२५	२६	४००	६००	२४००	१	१.२	१३	१.६	४०	६०	०.२ते१
मुलगे १०ते१२वर्ष	३५.४	२१९०	५४	२२	३४	६००	६००	२४००	१.१	१.३	१५	१.६	४०	७०	०.२ते१
मुली १०ते१२वर्ष	३१.५	१९७०	५७	२२	१९	६००	६००	२४००	१	१.२	१३	१.६	४०	७०	०.२ते१
मुलगे १३ते१५वर्ष	४७.८	२४५०	७०	२२	४१	६००	६००	२४००	१.२	१.५	१६	२	४०	१००	०.२ते१
मुली १३ते१५वर्ष	४६.७	२०६०	६५	२२	२८	६००	६००	२४००	१	१.२	१४	२	४०	१००	०.२ते१
मुलगे १६ते१८वर्ष	५७.१	२६४०	७८	२२	५०	५००	६००	२४००	१.३	१.६	१७	२	४०	१००	०.२ते१
मुली १६ते१८वर्ष	४९.९	२०६०	६३	२२	३०	५००	६००	२४००	१	१.२	१४	२	४०	१००	०.२ते१

नॅशनल इन्स्टिट्यूट ऑफ न्युट्रिशन, हैद्राबाद